શેરલૉક હોમ્સ

ભાગ - ૧

અ સ્ટડી ઈન સ્કાર્લેટ

●

ધ સાઈન ઑવ્ ફોર

●

ધ કેસ બૂક ઑવ્ શેરલૉક હોમ્સ

અનુવાદક

માનસી કાકડિયા-સોઢા

મુખ્ય પ્રાપ્તિસ્થાન

નવભારત સાહિત્ય મંદિર

જૈન દેરાસર પાસે, ગાંધી રોડ, અમદાવાદ - ૩૮૦ ૦૦૧

૨૦૨, પેલિકન હાઉસ, ગુજરાત ચેમ્બર ઓફ કોમર્સના કંપાઉન્ડમાં,
આશ્રમ રોડ, અમદાવાદ - ૩૮૦ ૦૦૯

☎ (૦૭૯) ૨૨૧૩૯૨૫૩, ૨૨૧૩૨૯૨૧
૯૮૨૫૦ ૩૨૩૪૦

e-mail : info@navbharatonline.com
www.navbharatonline.com
fb.com/NavbharatSahityaMandir

Sherlok Homs : Part - 1

શેરલૉક હોમ્સ : ભાગ - ૧

(Gujarati translation of
A Study in Scarlet

●

The Sign of Four

●

The Case Book of Sherlock Holmes
by Sir Arthur Conan Doyle)

Translated by : Manasi Kakadia Sodha

Navbharat Sahitya Mandir, Ahmedabad
ISBN : 978-93-86669-43-8

પ્રથમ આવૃત્તિ : ૨૦૨૧

પ્રકાશક
મહેન્દ્ર પી. શાહ
નવભારત સાહિત્ય મંદિર
જૈન દેરાસર પાસે, ગાંધી રોડ, અમદાવાદ-૧
ફોન : (૦૭૯) ૨૨૧૩૯૨૫૩, ૨૨૧૩૨૯૨૧
E-mail : info@navbharatonline.com
Web : www.navbharatonline.com
fb.com/navbharatsahityamandir

ટાઈપ સેટિંગ :
લીલી ગ્રાફિક્સ, અમદાવાદ

પ્રસ્તાવના

સર આર્થર કોનન ડોઈલ એક ઇંગ્લિશ નવલકથાકાર હતા. તેમનો જન્મ ૧૮૫૯માં થયો અને ૧૯૦૨માં તેમને નાઇટનો ખિતાબ આપવામાં આવ્યો. તેમનું ભણતર જર્મનીની સ્ટોનહર્સ્ટ કૉલેજમાં અને એડિનબર્ગ યુનિવર્સિટીમાં થયું હતું. તેમણે ૧૮૮૧માં એમ.બી. અને ૧૮૮૫માં એમ.ડી.ની ડિગ્રી મેળવી. લેખક તરીકે પોતાને સ્થાપિત કરતા પહેલાં તેઓ ઇંગ્લૅન્ડના સાઉથ-સી ખાતે દાક્તર તરીકે પ્રેક્ટિસ કરતા હતા.

૧૮૯૧માં તેમણે પોતાની ટૂંકી વાર્તા *ધી એડ્‌વેંચર્સ ઓફ શૅરલૉક હોમ્સ* દ્વારા ખૂબ ખ્યાતિ મેળવી. આ વાર્તાઓ શૅરલૉક હોમ્સ નામના તીક્ષ્ણ બુદ્ધિ ધરાવતા જાસૂસનાં સાહસિક પરાક્રમોની હતી.

આજે શૅરલૉક હોમ્સની ખ્યાતિ પોતાના દેશની સીમા ઓળંગીને આખાયે વિશ્વમાં ફેલાઈ ગઈ છે.

આર્થર કોનન ડોઈલની જાસૂસી કથાઓ લોકોમાં એટલી બધી પ્રિય હતી કે લોકો તેનાં બન્ને પાત્ર ડૉ. જોહ્‌ન વૉટસન અને શૅરલૉક હોમ્સને ખરેખર જીવંત માનવા લાગ્યા હતા અને સાથે સાથે તેમના બેકર સ્ટ્રીટમાં આવેલા ફ્લૅટને પણ લોકો શોધવા લાગ્યા હતા. તેમની આટલી બધી લોકપ્રિયતાને કારણે આજે લંડનમાં શૅરલૉક હોમ્સની લાક્ષણિક વસ્તુઓ જેવી કે તેમની હૂકલી, ટોપી, પ્રયોગશાળાનો સામાન, ફર્નિચર વગેરે વસ્તુઓનું એક મ્યુઝિયમ બનાવવામાં આવ્યું છે, જેની તેના ચાહકો આજે પણ મુલાકાત લેતા હોય છે. આજે જ્યારે આ કથાઓ લખાયાને એક સદી ઉપરનો સમય થઈ ગયો છે ત્યારે પણ લોકોને તે વાંચીને તેટલો જ રોમાંચ થાય છે જેટલો તેના પ્રથમ પ્રકાશન વખતે થયો હશે.

આર્થર કોનન ડોઈલની જાસૂસી કથાનો નાયક શૅરલૉક હોમ્સ એટલો બધો લોકપ્રિય થઈ ગયો હતો કે તેના લેખકને જ જાણે લોકો વીસરી ગયા હતા. આ ઉપરાંત પણ તેમણે વિવિધ પ્રકારનું લેખન કર્યું પણ તેમને તેમની જાસૂસી કથાઓ માટે જ ખાસ યાદ કરવામાં આવે છે.

તેમની આ સફળ જાસૂસી કથાઓની દેખાદેખીમાં ત્યાર બાદ ઘણા લેખકોએ તેમની નકલ કરવાનો પ્રયાસ કર્યો પણ તેમાંના એકપણ લેખકને તેમના જેટલી સફળતા ક્યારેય ન મળી. પાછળનાં વર્ષોમાં ડોઇલ એક આધ્યાત્મિક માણસ બની ગયા હતા અને તેમણે તે વિષે ખૂબ લખ્યું અને ઘણાં બધાં વ્યાખ્યાનો પણ આપ્યાં.

અ સ્ટડી ઈન સ્કાર્લેટ અને *ધ સાઈન ઑવ્ ફોર* આ બે વાર્તાઓ લેખકની પ્રથમ કૃતિઓ હતી. આ જ કૃતિમાં સર આર્થર કોનન ડોઈલની જાસૂસી કથાનાં મુખ્ય પાત્રો શૅરલૉક હોમ્સ અને ડૉ. જોહ્ન વૉટસનનો એકબીજા સાથે પ્રથમ પરિચય થાય છે. આ કૃતિમાં શૅરલૉક હોમ્સની બૌદ્ધિક ક્ષમતાનો અને તેની પદ્ધતિનો પ્રથમ પ્રકરણમાં વિસ્તૃત પરિચય આપવામાં આવ્યો છે.

ધ કેસ બૂક ઑવ્ શૅરલૉક હોમ્સ શ્રૃંખલામાં શૅરલૉક હોમ્સના ક્લાસિક કેસોનો સમાવેશ કરવામાં આવ્યો છે, જેમાં જાસૂસે પોતાની અસામાન્ય આવડત દ્વારા નિર્દોષોને બચાવ્યા હોય. આ ઉપરાંત આ શ્રૃંખલામાં કેટલાંક એવાં રહસ્યોને ખુલ્લાં પાડવામાં આવ્યાં છે જે આજે પણ આધુનિક અંગ્રેજી ચલચિત્રોના મુખ્ય મુદ્દા તરીકે પ્રસ્તુત થાય છે, જેવા કે વેમ્પાયરનો કેસ, સંશોધિત દવા દ્વારા પુનઃયુવાનીનો કેસ, ક્યારેય કોઈના પણ જોવામાં ન આવેલું હોય તેવા વિચિત્ર પ્રાણી દ્વારા રહસ્યમય મૃત્યુનો કેસ. આમ આ શ્રૃંખલા આજના સમય માટે પણ તેટલી જ આધુનિક છે જેટલી તેની પ્રસ્તુતિ વખતે હતી.

– અનુવાદક

અનુક્રમણિકા

અ સ્ટડી ઈન સ્કાર્લેટ -૧

અ સ્ટડી ઈન સ્કાર્લેટ -૨

ધ સાઈન ઑવ્ ફોર

ધ કેસ બૂક ઑવ્ શૅરલૉક હોમ્સ

પ્રકરણ ૧

શ્રીમાન શૅરલૉક હોમ્સ

૧૮૭૮માં મેં યુનિવર્સિટી ઑવ લંડનની મારી દાક્તરની પદવી લીધી અને લશ્કરમાં દાક્તર તરીકેની સેવા આપવા માટે જરૂરી લાયકાત મેળવવાના અભ્યાસક્રમમાં જોડાવા નેટલી જવા રવાના થયો. ત્યાં મારો અભ્યાસ પૂરો થતાં હું મદદનીશ સર્જન તરીકે નોર્ધમ્બરલૅન્ડની પાંચમી રેજિમેન્ટમાં જોડાયો. તે સમયે આ રેજિમેન્ટ ભારતમાં સેવા બજાવી રહી હતી. હું તેમાં સામેલ થાઉં તે પહેલાં જ અફઘાનિસ્તાનનું યુદ્ધ ફાટી નીકળ્યું. મુંબઈ આવી પહોંચતાં મારા જાણવામાં આવ્યું કે મારી રેજિમેન્ટ પહાડીઓ પાર કરીને ક્યારનીયે દુશ્મન દેશમાં ક્યાંયે ઊંડે સુધી આગળ વધી ગઈ હતી. મારી જ જેવી સ્થિતિમાં મુકાયેલા અન્ય અધિકારીઓ સાથે હું આગળ વધ્યો અને કંદહાર પહોંચ્યો. ત્યાં મને મારી રેજિમેન્ટ મળી ગઈ અને તરત જ હું તેમાં જોડાઈને મારી સેવા બજાવવા લાગ્યો.

ત્યાંની લડાઈએ ઘણા સૈનિકોને માન-ચાંદ અને બઢતી અપાવ્યાં, પરંતુ મારા નસીબમાં તો દુર્ભાગ્ય અને બરબાદી જ લખાયાં હતાં. મને મારી રેજિમેન્ટમાંથી બરતરફ કરી અન્ય રેજિમેન્ટમાં મૂકવામાં આવ્યો. તેમાં મેં એક જીવસટોસટની લડાઈમાં ભાગ લીધો અને એક ગોળીનો શિકાર બન્યો. ગોળી મારા ખભાના હાડકાંના ભુક્કા બોલાવતી અને ધોરી નસને નુકસાન પહોંચાડતી પસાર થઈ ગઈ. જો મારા મદદનીશ મરેએ હિંમત કરી તેનો પોતાનો જીવ જોખમમાં ન મૂક્યો હોત, મને ઘોડા પર ન નાખ્યો હોત અને મને સલામત રીતે બ્રિટિશ સરહદમાં ન લઈ આવ્યો હોત તો હું ઘાતકી ગાઝીઓના હાથમાં જ જઈ પડ્યો હોત.

હું પીડાથી નંખાઈ ગયેલો હતો અને સતત હાડમારીઓથી એવો તો નબળો પડી ગયો હતો કે મને આખરે વિદાય આપવામાં આવી અને મારા જ જેવા ઘાયલ લોકો સાથે

પેશાવરની ઇસ્પિતાલમાં મોકલવામાં આવ્યો. અહીં મારી તબિયત કંઈક સુધરી અને તે કંઈક વધારે સુધારા પર આવતાં હું વૉર્ડમાં આમતેમ ચાલવા પણ લાગ્યો અને જ્યારે હું ભારતના શાપરૂપ એવા ટાઇફૉઈડનો શિકાર બન્યો ત્યારે વરંડામાં થોડો સમય તડકે પણ બેસવા લાગ્યો. મહિનાઓ મેં હતાશામાં કાઢ્યા. આખરે જ્યારે હું સાજો થયો ત્યારે મને એટલી બધી નબળાઈ વર્તાતી હતી અને હું એટલો બધો નંખાઈ ગયો હતો કે તબીબી સમિતિ એવા નિર્ણય પર આવી કે એક પણ દિવસ ગુમાવ્યા વિના મને ઇંગ્લૅન્ડ પાછો મોકલી દેવો. મને તરત જ *ઓરોન્ટિસ* નામના લશ્કરી જહાજમાં રવાના કરી દેવામાં આવ્યો. એક મહિના બાદ હું પોર્ટ્સમાઉથના બંદરે ઊતર્યો. મારી તબિયત અત્યંત નાજુક થઈ ગઈ હતી. તેને ઠેકાણે લાવવા મને સરકાર તરફથી નવ મહિનાની રજા આપવામાં આવી.

ઇંગ્લૅન્ડમાં મારું કોઈ સગુંવહાલું નહોતું રહેતું એટલે હું જ્યાંત્યાં ફરવા માટે અહીં હવા જેટલો મુક્ત હતો - અથવા તો સરકાર તરફથી દરરોજ મળતા અગિયાર શિલિંગ અને છ પેન્સમાં કોઈ પણ માણસ જેટલો આઝાદીપૂર્વક હરીફરી શકે તેટલો આઝાદીપૂર્વક હરવાફરવાને હું મુક્ત હતો. આ પરિસ્થિતિમાં સ્વાભાવિક રીતે જ હું લંડનમાં રહેવા પ્રેરાયો. લંડન એક એવો મહાકુંડ છે કે જે આખાયે સામ્રાજ્યના રખડુ, ભટકુ અને પ્રમાદી લોકોને સમાવી લે છે. ત્યાં હું સ્ટ્રૅન્ડમાં એક ખાનગી હોટલમાં થોડો સમય રહ્યો. હું અસુવિધાઓ વચ્ચે એક અર્થહીન જીવન જીવી રહ્યો હતો. મને મળતી સઘળી રકમ મોજથી વાપરી રહ્યો હતો અને જરૂર કરતાં કંઈક વધારે મુક્ત રીતે જીવી રહ્યો હતો. પરંતુ થોડા જ સમયમાં મારી આર્થિક સ્થિતિ એવી નાજુક બની ગઈ કે મને સમજાવા લાગ્યું કે કાં તો મારે આ મહાનગર છોડી કોઈ ગામડામાં રહેવા જતું રહેવું પડશે અથવા તો મારી જીવનશૈલીમાં ધરમૂળથી પરિવર્તન લાવવું પડશે. મેં પછીનો વિકલ્પ પસંદ કર્યો. હું હોટલ છોડવાનો અને કંઈક ઓછા ઠાઠમાઠવાળા સસ્તા રહેઠાણ વિશે વિચારવા લાગ્યો.

જે દિવસે હું આવા તારણ પર પહોંચ્યો તે દિવસે હું એક પીઠામાં ઊભો હતો અને કોઈકે મારા ખભા પર હાથ મૂક્યો. હું પાછળ ફર્યો અને મેં જોયું કે મારી સામે યુવાન સ્ટૅમ્ફર્ડ ઊભો હતો. એક સમયે તે બાર્ટની હૉસ્પિટલમાં મારા હાથ નીચે પાટાપિંડી કરનારનું કામ કરતો હતો. લંડન જેવા મહાનગરમાં મારા જેવા કોઈ એકલવાયા માણસને આવી કોઈ જૂની પરિચિત વ્યક્તિ મળી જાય એ ખૂબ આનંદની વાત હતી. તે દિવસોમાં સ્ટૅમ્ફર્ડને અને મારે કંઈ ખાસ એટલી બધી દોસ્તી હતી નહીં, પરંતુ અત્યારે તો મેં તેનું ખૂબ ઉત્સાહપૂર્વક અભિવાદન કર્યું. તે પણ મને જોઈને ખુશ થયો હોય તેવું લાગ્યું. મારા આનંદના ઉમળકામાં મેં તેને હોલ્બોર્નમાં મારી સાથે બપોરનું ખાણું લેવા કહ્યું અને અમે બંને ઘોડાગાડીમાં ત્યાં જવા રવાના થયા.

"આજકાલ તું શું કરી રહ્યો છે, વૉટ્સન ? લંડનના માર્ગો પરથી અમારી ઘોડાગાડી પસાર થઈ રહી હતી અને તેણે કશાય ડોળ વિના મને કહ્યું, "તું સાવ સુકલકડી અને કાળો પડી ગયો છે."

મેં તેને મારા છેલ્લાં દિવસોની રઝળપાટનું વર્ણન કર્યું અને મેં ભાગ્યે જ મારી વાત પૂરી કરી હશે કે અમે અમારા ગંતવ્યસ્થાને આવી પહોંચ્યા.

"અરેરે !" મારી કમનસીબી વિશે જાણ્યા બાદ તેણે સહાનુભૂતિ બતાવતાં ઉદ્ગારો કાઢ્યા, "હવે તું શું કરવા માગે છે ?"

"રહેવા માટેની જગ્યા શોધી રહ્યો છું." મેં જવાબ આપ્યો, "વ્યાજબી ભાવે મને ક્યાંક સુવિધાપૂર્ણ રહેવાની જગ્યા મળી શકે તેમ છે કે કેમ તે સમસ્યાને હલ કરવાનો પ્રયત્ન કરી રહ્યો છું."

"આ તો કંઈક વિચિત્ર કહેવાય." મારા જોડીદારે કહ્યું, "આજે તું મને બીજો એવો માણસ મળ્યો કે જેણે આવી વાત કરી હોય."

"પહેલો માણસ વળી કોણ હતો ?" મેં પૂછ્યું.

"એક માણસ છે કે જે અહીં એક હૉસ્પિટલમાં રસાયણની પ્રયોગશાળામાં કામ કરે છે. આજે સવારે તે પોતાની જાતને મનોમન કોસી રહ્યો હતો, કારણ કે તેને રહેવા માટે સરસ મજાની જગ્યા તો મળી છે પરંતુ તે એટલી મોંઘી છે કે તેને પરવડે તેમ નથી અને બીજી તરફ તેને કોઈ જોડીદાર પણ મળતો નથી કે જેની સાથે તે ભાડું વહેંચી શકે."

"શું વાત છે !" હું બોલી ઊઠ્યો, "જો તે ખરેખર તેની સાથે રહેવા માટે અને તેના ભાડામાં ભાગીદાર થવા માટે કોઈને ઇચ્છતો હોય તો હું તે માટે તૈયાર જ છું, એકલા રહેવા કરતાં હું કોઈ ભાગીદાર સાથે રહેવાનું વધારે પસંદ કરું."

યુવાન સ્ટેમ્ફર્ડે દારૂના પ્યાલા પરથી મારા તરફ કંઈક વિચિત્ર નજરે જોયું, "તો તું હજુ શૅરલૉક હોમ્સને જાણતો નથી." તેણે કહ્યું, "એવું બને કે કદાચ તને તેની સાથે એકધારું રહેવું ન ગમે."

"શા માટે, તેનામાં વળી ન ગમે તેવું તે શું છે ?"

"અરે, મેં એવું ક્યાં કહ્યું કે તેનામાં કંઈ ખરાબી છે ? તે ખ્યાલોનો કંઈક વિચિત્ર માણસ છે - વિજ્ઞાનની કેટલીક શાખાઓમાં તે ખૂબ ભારે રસ ધરાવે છે. જો કે મારી જાણ પ્રમાણે તો તે એક મજાનો માણસ છે."

"તે તબીબીશાસ્ત્રનો વિદ્યાર્થી તો નથીને ?" મેં કહ્યું.

"ના, તે કઈ દિશામાં, કઈ શાખામાં જવાનો ઈરાદો રાખે છે તેનો મને કોઈ ખ્યાલ નથી. મારા માનવા પ્રમાણે તે શરીરરચનાશાસ્ત્રની સારી એવી જાણકારી ધરાવે છે, અને અવ્વલ નંબરનો રસાયણશાસ્ત્રી છે, પરંતુ મારી જાણ પ્રમાણે તેણે તબીબીશાસ્ત્રનો કોઈ પદ્ધતિસરનો અભ્યાસ નથી કર્યો, તેની શોધખોળ અને ખાંખાખોળ ખૂબ આડેધડ

અને ધૂની રહી છે, પરંતુ તે આડાઅવળા જ્ઞાનનો એટલો મોટો ભંડાર ધરાવે છે કે કોઈપણ પ્રોફેસર તેનાથી આશ્ચર્યમાં ગરકાવ થઈ જાય છે."

"શું તેં કદીયે તેને પૂછ્યું છે કે તે કઈ દિશામાં આગળ વધવા માગે છે ?" મેં પૂછ્યું.

" ના, તે એક એવો ઓછાબોલો માણસ છે કે તેના મનમાં શું પડ્યું છે તે તમે સહેલાઈથી ન જાણી શકો. જોકે એટલું ખરું કે જ્યારે તેને તરંગ આવે છે ત્યારે તે તમારી સાથે થોડો સમય માટે વાત કરવા લાગે છે."

"મારે તેને મળવું છે," મેં કહ્યું, "જો મારે કોઈકની સાથે ભાગીદારીમાં જ રહેવાનું હોય તો હું અભ્યાસુ સ્વભાવના અને શાંત આદતોના માણસ સાથે રહેવાનું પસંદ કરીશ. હજુ મારી તબિયત એટલી સારી નથી થઈ કે હું ઘોંઘાટ કે ઉત્તેજનાને સહન કરી શકું. આ બંને તો મેં અફઘાનિસ્તાનમાં એટલાં બધાં સહન કર્યાં છે કે હવે તેમને મારી જિંદગીમાં કદીયે ન ઈચ્છું. તારા આ મિત્રને હું કઈ રીતે મળી શકું ?"

"તે પ્રયોગશાળામાં જ હશે," મારા સાથીદારે જવાબ આપ્યો, "કાં તો તે પ્રયોગશાળામાં અઠવાડિયાંઓ સુધી દેખાતો નથી અથવા તો તે ત્યાં રાત-દિવસ કામ કરતો રહે છે. આપણે જમ્યા બાદ ત્યા હંકારી જઈશું ?"

"ચોક્કસ," મેં જવાબ આપ્યો અને પછી અમારી વાતચીત આડીઅવળી વાતોએ વળી ગઈ.

હોલ્બોર્ન છોડ્યા બાદ અમે બંને હૉસ્પિટલ જવા નીકળ્યા. રસ્તે જતાં સ્ટેમ્ફર્ડે મને જે સજ્જન સાથે હું ભાગીદારીમાં રહેવા જતો હતો તેના વિશે થોડી વધારે વિગતો આપી.

"જો આ માણસ સાથે તારે લાંબુ ન ચાલે તો મને દોષ નહીં દેતો," તેણે કહ્યું, "હું તેને પ્રયોગશાળામાં અવારનવાર મળ્યો છું અને તે દરમિયાન મને તેના વિશે જે જાણવા મળ્યું છે તેથી વિશેષ હું તેના વિશે કંઈ જાણતો નથી. તેં જ આ પ્રકારની ગોઠવણી કરવાની દરખાસ્ત મૂકી છે માટે જે તે પરિણામ માટે તારે મને જવાબદાર નથી ગણવાનો."

"જો અમારે સાથે નહીં બને તો અમે સહેલાઈથી જુદા પડી જઈશું," મેં જવાબ આપ્યો, "મને એવું લાગે છે, સ્ટેમ્ફર્ડ," મારા સાથીદાર તરફ કરડી નજરે જોતાં મેં ઉમેર્યું, "કે આમ આ બાબતથી અળગા પડી જવા માટે તારી પાસે કોઈ કારણ હોવું જોઈએ. શું આ માણસનો સ્વભાવ એવો ભયાનક છે કે પછી બીજી કોઈ વાત છે ? તેવું કાંઈ હોય તો તારું મોં બંધ નહીં રાખતો, જે હોય તે પહેલેથી જ કહી દેજે."

"વાત કંઈક એવી છે જે શબ્દોમાં વ્યક્ત થઈ શકે તેમ નથી," તેણે જવાબ આપ્યો અને તે હસી પડ્યો. "હોમ્સની રુચિઓ કંઈક વધારે પડતી વૈજ્ઞાનિક છે - આપણે તેને વધારે પડતી વિચિત્ર કહી શકીએ. દ્વેષને કારણે નહીં પણ કોઈક પ્રયોગ કરવા ખાતર તે

પોતાના મિત્રને ચપટી ભરીને ઝેરી પદાર્થ આપી શકે. તે પાછળ તેનો ઈરાદો નરી જિજ્ઞાસા અને શોધખોળનો જ હોય છે.'' આવું તે બીજા પર કરી શકે છે તેવું જ નહીં પણ જરૂર પડે તો આના કરતાંયે ખતરનાક પ્રયોગ પૂરી રાજીખુશીથી તે પોતાના શરીર પર પણ કરી શકે છે. નિશ્ચિત અને ચોક્કસ જ્ઞાન પાછળ તે પાગલ હોય તેવું લાગે છે.''

``સાવ સાચું ?''

``હા, પરંતુ કેટલીક વાર તે અતિશય ધૂની બની જાય છે. જ્યારે વાત ઑપરેશન થિયેટર સુધી પહોંચી જાય છે ત્યારે તેનું આ વર્તન સાવ જ વિચિત્ર સ્વરૂપ ધારણ કરી લે છે.''

``વિચિત્ર સ્વરૂપ ?!''

``હા, મૃત્યુ બાદ શરીર પર કેટલા સમય સુધી ઉઝરડા પાડી શકાય છે તેની ચકાસણી કરવા મેં તેને મારી સગી આંખે મડદા પર કામ કરતો જોયો છે.''

``અને તેમ છતાં તું કહે છે કે તે તબીબી વિદ્યાર્થી નથી !''

``ના, ભગવાન જાણે કે તે શાની શાની શોધખોળ કરી રહ્યો હોય છે, પરંતુ લે, આ આપણે આવી પહોંચ્યા હૉસ્પિટલમાં. હવે તું તારી જાતે જ તારા મનમાં તને ફાવે તેવી તેની છાપ રચજે.'' તે આવું બોલ્યો અને અમે એક ગલીમાં વળ્યા અને એક ઝાંપલીમાં થઈને તે મોટી હૉસ્પિટલની એક તરફના મેદાનમાં આવી પહોંચ્યા. મારા માટે આ પરિચિત જગ્યા હતી. અમે એક પરસાળમાં આવી પહોંચ્યા. પરસાળની દીવાલો સફેદ રંગે રંગાયેલી હતી અને તેમાં લાગેલાં બારણાં આછા રંગે રંગાયેલાં હતાં. પરસાળના દૂરના છેડે પરસાળનો એક ભાગ રસાયણની પ્રયોગશાળા ભણી દોરી જતો હતો.

પ્રયોગશાળાનો ઓરડો ઊંચો અને વિશાળ હતો. તેમાં કેટલીયે શીશીઓ કતારબંધ ગોઠવેલી હતી અને આમતેમ પડેલી હતી. વિશાળ ઊંચાં ટેબલો આમતેમ પડ્યાં હતાં, જેના પર ચંબુઓ, કસનળીઓ અને ભૂરી-વાદળી ધીમી જ્યોત ફરકાવતા બન્શેન દીવાઓ પડેલાં હતાં. આખા ઓરડામાં માત્ર એક જ વિદ્યાર્થી હતો, દૂર આવેલા એક ટેબલ પર તે પોતાનું કામ કરવામાં લીન હતો. અમારાં પગલાંનો અવાજ સાંભળીને તેણે પાછળ નજર કરી અને કૂદકો મારી ઉત્સાહથી ચીસ પાડી ઊઠ્યો. ``મને તે મળી ગયું છે ! મેં તે શોધી કાઢ્યું છે,'' પોતાના હાથમાં કસનળી સાથે અમારી તરફ દોડી આવતાં તેણે મારા જોડીદાર તરફ જોઈને બૂમ પાડી, ``મેં એક એવો રાસાયણિક પદાર્થ શોધી કાઢ્યો છે કે જે માત્ર હિમોગ્લોબિનના સંપર્કમાં આવતાં અવક્ષેપો બનાવે છે.'' તેને સોનાની ખાણ મળી ગઈ હોત તો પણ તેના ચહેરા પર આટલો બધો આનંદ જોવા ન મળ્યો હોત.

``ડૉક્ટર વૉટ્સન, આ છે શ્રીમાન શૅરલૉક હોમ્સ,'' સ્ટેમ્ફર્ડે અમારો પરિચય કરાવતાં કહ્યું.

``કેમ છો તમે ?'' તેણે મારી સાથે હૂંફાળુ હસ્તધૂનન કરતાં કહ્યું, ``મારા ખ્યાલથી તમે અફઘાનિસ્તાન જઈ આવ્યા લાગો છો.''

"તમને કઈ રીતે ખબર પડી ?" મેં ખૂબ જ આશ્ચર્ય પામતાં પૂછ્યું.

"તે બધું તો ઠીક છે," તેણે ગણગણાટ કર્યો, "પણ પ્રશ્ન મારી આ નવી શોધનો છે. તમને મારી આ શોધ વિષે જરા પણ શંકા ન થવી જોઈએ."

"રાસાયણિક દૃષ્ટિએ તે ખરેખર રસપ્રદ છે તેમાં કોઈ શંકા નથી," મેં જવાબ આપ્યો, "પણ વ્યવહારુ રીતે---"

"કેમ ભાઈ, આ તો વર્ષોની તદ્દન વ્યવહારુ તબીબી-કાનૂની શોધ છે. તમને નથી દેખાતું કે લોહીના ડાઘા માટે આ એક અચૂક પરીક્ષણ છે ? અહીં આવો !" તે આતુરતાથી મારા કોટની બાંય ખેંચી મને તેની સાથે તે જે ટેબલ પર પોતાનો પ્રયોગ કરી રહ્યો હતો ત્યાં લઈ ગયો. "ચાલો, આપણે તાજા લોહીનો નમૂનો લઈએ." તેણે પોતાની આંગળી પર સોય ભોંકી લોહીનું એક ટીપું રસાયણવાળી કાચની નળીમાં નાખ્યું. "હવે હું આ લોહીને એક લીટર પાણીમાં ઉમેરીશ. તમે તો જાણતા જ હશો કે એક લીટર પાણી તેવું ને તેવું જ શુદ્ધ પાણી જ લાગશે. પાણીના પ્રમાણમાં લોહીનો જથ્થો નહીં બરાબર છે. તેમ છતાં પણ મને કોઈ જ શંકા નથી કે આપણે તેની લાક્ષણિક પ્રતિક્રિયા મેળવી શકીશું." આમ કહેતાં તેણે ધોળા સ્ફટિકના કેટલાક ટુકડા પાત્રમાં નાખ્યા અને તેમાં પેલા પારદર્શક પ્રવાહીનાં કેટલાક ટીપાં નાખ્યાં. તરત જ તે પ્રવાહી ઝાંખા રાતા રંગનું થઈ ગયું અને છીકણી રંગના કણ કાચની બરણીના તળિયે દેખાવા લાગ્યા.

"હા હા હા !" તે તાળી પાડતાં હસ્યો અને જાણે કોઈ બાળક નવા રમકડાંને જોઈ આનંદ પામે તેવો આનંદ તેના ચહેરા પર દેખાયો. "આ વિષે તમે શું વિચારો છો ?"

"તે ખૂબ જ નાજુક પરીક્ષણ લાગે છે," મેં કહ્યું.

"સુંદર ! સુંદર ! પહેલાં જે પરીક્ષણ કરવામાં આવતું હતું તે ખૂબ ગંદું અને અચોક્કસ હતું. રક્તકણોનું સૂક્ષ્મદર્શક દ્વારા નિરીક્ષણ કરવું પડતું હતું. જો તેમાં જરા પણ મોડું થાય તો તે સાવ નક્કામું જ ગણાતું. હવે, આ પ્રયોગથી લોહી તાજું હોય કે જૂનું કોઈ જ ફરક નથી પડતો. જો આ શોધ પહેલાં થઈ હોત તો આજે રસ્તા પર જે ગુનેગારો છુટ્ટા ફરી રહ્યા છે તેઓ જેલના સળિયા પાછળ સજા ભોગવતા હોત."

"સાચી વાત છે !" મેં કહ્યું.

"ગુનાહિત કેસો હંમેશા તે જ મુદ્દા પર આવીને અટકી જાય છે. જે માણસ ગુના માટે શંકાસ્પદ હોય તેને ગુનો થયાના મહિના બાદ પકડવામાં આવે છે. તેમનાં કપડાં જ્યારે તપાસવામાં આવે છે ત્યારે તેના પરનો છીકણી ડાઘ લોહીનો છે, કાદવનો છે કે પછી કોઈ ધાતુનો છે કે ફળનો છે ? આ પ્રશ્ન હંમેશા એક નિષ્ણાત માણસને પણ સતાવતો રહે છે, શા માટે ? કારણ કે તે વખતે કોઈ જ વિશ્વાસપાત્ર પરીક્ષણ અસ્તિત્વ નહોતું ધરાવતું. હવે આપણી પાસે શૅરલૉક હોમ્સની પરીક્ષણ પદ્ધતિ છે માટે હવે લોહીના ડાઘ શોધવામાં જરા પણ મુશ્કેલી નહીં પડે."

તે બોલી રહ્યો હતો ત્યારે તેની આંખો અજબ રીતે ચમકી રહી હતી અને તેણે પોતાના હાથ પોતાના હૃદય પર એવી રીતે મૂકીને એવી રીતે નમ્યો કે જાણે પોતાની ધારણા વડે તે કોઈ પ્રશંસક ટોળાને મનાવી રહ્યો હોય !

"તમને આ માટે અભિનંદન પાઠવવાં જોઈએ." મેં તેના ઉત્સાહથી અભિભૂત થતાં કહ્યું.

"ગયા વર્ષે ફ્રેન્કફોર્ટમાં વોન બિસ્કોફનો એક કેસ હતો. જો તે સમયે આ પરીક્ષણ શોધાયું હોત તો તેને શૂળીએ જ લટકાવવામાં આવ્યો હોત. પછી પેલો બ્રાડફોર્ડનો મેસન, અને પેલો કુખ્યાત મુલર, અને પેલો મોન્ટેપિલિઅરનો લેફેવર અને ન્યૂ ઓર્લિઅન્સનો સેમસન આ બધાના બહુ ખરાબ હાલ થયા હોત જો તે સમયે આ પરીક્ષણ શોધાયું હોત તો. હું આવા તો વળી કેટલાયે કેસોનાં નામ આપી શકું છું જેમાં આ પ્રયોગ ઉપયોગી સાબિત થઈ શક્યો હતો."

"તમે તો ગુનાહિત કૃત્યોની કોઈ હરતીફરતી યાદી લાગો છો," સ્ટેમ્ફર્ડે ખડખડાટ હસતાં કહ્યું, "તમારે તો આ બાબતે એક મસમોટો નિબંધ લખવો જોઈએ અને તેનું મથાળું હોવું જોઈએ 'ભૂતકાળના પોલીસ મામલાઓ.' "

"તેનું વાંચન પણ ઘણું રસપ્રદ થઈ પડે," શૅરલૉક હોમ્સે પોતાની આંગળી પર પટ્ટી ચોંટાડતાં કહ્યું, "મારે સાવચેત રહેવું જોઈએ," તે મારી તરફ ફર્યો અને સ્મિત કરતાં આગળ કહેવા માંડ્યું, "કારણ કે હું ઝેર સાથે ખૂબ ચેડાં કરું છું." તેણે પોતાનો હાથ બહાર કાઢતાં કહ્યું અને મેં જોયું કે તેના હાથ પર ઠેકઠેકાણે પટ્ટીઓ લાગેલી હતી અને તે પણ જોયું કે તેનો હાથ ઍસિડના કારણે રંગહીન થઈ ગયો હતો.

"અમે અહીં એક કામ માટે આવ્યા છીએ," સ્ટેમ્ફોર્ડ આમ કહેતાં ઊંચી ટિપાઈ પર બેઠો અને પગ વડે બીજી ટિપાઈ મારી બાજુ ધકેલી, "મારો મિત્ર ભાડાની જગ્યા શોધી રહ્યો છે અને તમે પણ ફરિયાદ કરી રહ્યા હતા કે તમને પણ કોઈ ભાગીદાર નથી મળતો, તો મેં વિચાર્યું કે તમે બન્ને જ એક સાથે રહો તો કેવું ?"

શૅરલૉક હોમ્સને મારી સાથે ઓરડાની ભાગીદારી કરતાં આનંદ થતો હોય તેવું લાગ્યું. "બેકર સ્ટ્રીટનું એક ઘર મારા ધ્યાનમાં છે. તે આપણને અનુકૂળ રહેશે. તમને તમાકુની તીવ્ર ગંધથી કોઈ વાંધો તો નહી આવે ને ?"

"હું પણ નિયમિતપણે ધૂમ્રપાન કરું છું," મેં જવાબ આપ્યો.

"તે તો બહુ જ સારું કહેવાય. હું મારી પાસે કેટલાંક રસાયણો પણ ધરાવું છું અને ક્યારેક પ્રયોગ પણ કરું છું તો તમને તેમાં કોઈ વાંધો ખરો ?"

"ના, જરા પણ નહીં."

"હવે મારી અન્ય કેટલીક ખામીઓ પણ તમને જણાવી દઉં ? હું ઘણીવાર સાવ નિષ્ક્રિય પડ્યો રહું છું, અને કેટલાક દિવસો સુધી હું કંઈ બોલતો પણ નથી. પણ તેવે સમયે તમે એવું ન સમજતા કે હું ચિડાયેલો કે રિસાયેલો છું. બસ, મને એકલો રહેવા

દેવો. હું ફરી પાછો હતો તેવો જ થઈ જઈશ. હવે તમારે કંઈ કહેવું હોય તો કહો. એકબીજા સાથે રહેવાનું શરૂ કરીએ તે પહેલાં એકબીજાનું સારું-નરસું જાણી લેવું સારું રહેશે."

હું આ ઊલટતપાસથી હસી પડ્યો. "હું એક છછૂંદરને પાળું છું," મેં કહ્યું, "અને હું મારામારીનો પણ વિરોધી છું કારણ કે તેનાથી મને અકળામણ થાય છે, હું મોડો ઊઠું છું અને હું ખૂબ જ આળસુ છું. જ્યારે હું સારો હોઉં છું ત્યારે મારા બીજા કેટલાક દુર્ગુણો પણ પ્રગટ થાય છે પણ હાલ પૂરતી મારામાં આટલી ખામીઓ છે."

"તમને વાયોલિનવાદનમાં તો કોઈ અકળામણ નહીં થાય ને ?" તેણે આતુરતાથી પૂછ્યું. "તે તેના વાદક પર આધાર રાખે છે," મેં જવાબ આપ્યો. "જો તે સારી રીતે વગાડવામાં આવે તો તે ઈશ્વરની પ્રાર્થના બરાબર છે પણ જો ખરાબ રીતે વગાડવામાં આવે..."

"સમજ્યો, સમજ્યો," તેણે ગમ્મતભર્યું હસતાં કહ્યું, "હવે જો તમને ઘર ગમી જાય તો બીજી કોઈ વાતચીત રહેતી નથી."

"આપણે તે ક્યારે જોઈ શકીશું ?"

"આવતી કાલે બપોરે આપણે અહીંથી ભેગા જ ત્યાં જઈશું અને બધી વાતચીત પતાવી દઈશું." તેણે જવાબ આપ્યો.

"સારું ત્યારે, બરાબર બપોરે," મેં તેમની સાથે હસ્તધૂનન કરતાં કહ્યું. અમે તેને તેના પ્રયોગો સાથે એકલો છોડ્યો અને મારી હોટલ તરફ ચાલવા લાગ્યા.

"જતાં જતાં," હું અચાનક થોભ્યો અને સ્ટેમ્ફોર્ડ તરફ વળતાં પૂછ્યું, "તેને કઈ રીતે ખબર પડી કે હું અફઘાનિસ્તાનથી આવ્યો છું ?"

મારો સાથી હસ્યો અને તેનું હાસ્ય કંઈક ગૂઢ હતું. "આ તો તેની એક વિશિષ્ટતા છે," તેણે કહ્યું, "ઘણા લોકો એ જાણવા માગે છે કે તે કઈ રીતે કેટલીક બાબતો જાણી લે છે."

"અચ્છા ! તે કંઈ રહસ્યભર્યું લાગે છે !" મેં મારા હાથ ઘસતાં મોટેથી કહ્યું, "આ તો કંઈક ગમતીલું છે. તમે અમને બન્નેને ભેગા લાવી મારા પર મહેરબાની કરી છે. 'માનવજાતનો વ્યવસ્થિત અભ્યાસ એ મનુષ્ય જ છે' તમે તો તે જાણતા જ હશો."

"તો પછી તમારે તેનો અભ્યાસ કરવો જ જોઈએ," તેણે મને જતાં જતાં એમ પણ કહ્યું કે "તું એને જટીલ સમસ્યાઓનું નિરાકરણ લાવતો જોઈ શકીશ. હું એ ખાતરી સાથે કહી શકું છું કે તમે તેના વિષે જેટલું જાણતા હશો તેના કરતાં પણ ક્યાંય વધારે તે તમારા વિષે જાણતો હશે. આવજો."

"આવજો ત્યારે," મેં જવાબ આપ્યો અને હું મારી હોટલ તરફ ચાલવા લાગ્યો અને મારા નવા સાથીદાર વિષે વિચારવા લાગ્યો.

❖

પ્રકરણ ૨

નિષ્કર્ષનું વિજ્ઞાન

શૅરલૉક હોમ્સની ગોઠવણ પ્રમાણે અમે બીજા દિવસે મળ્યા અને તેણે આગલી મુલાકાતમાં બેકર સ્ટ્રીટ પર આવેલા જે ૨૨૧બી નંબરના રહેઠાણની વાત કરી હતી તેને બરાબર જોઈ લીધું. તેમાં બે આરામદાયક શયનખંડ હતા અને વિશાળ હવા ઉજાસ અને મોટી મોટી બે બારીઓવાળો એક દીવાનખંડ પણ હતો. તેને ખૂબ જ સુંદર રીતે રાચરચીલાથી સજાવવામાં આવ્યો હતો. દરેક રીતે તે મકાન અમારા માટે સંપૂર્ણપણે યોગ્ય હતું. અમે અમારી બન્ને વચ્ચે શરતો નક્કી કરી લીધી અને મકાનનો કબજો લઈ લીધો. તે જ સાંજે હું મારી હોટલેથી બેકર સ્ટ્રીટવાળા મકાનમાં રહેવા આવતો રહ્યો અને બીજી જ સવારે શૅરલૉક હોમ્સ પણ કેટલાંક ખોખાંઓ અને ચામડાંની પેટીઓ લઈને આવી પહોંચ્યો. એકાદ બે દિવસ તો અમે અમારો સામાન ગોઠવવામાં જ વ્યસ્ત રહ્યા. આ બધું પત્યા બાદ અમે અમારા નવા રહેઠાણમાં અને આસપાસના વિસ્તારમાં અમારી જાતને ગોઠવવા લાગ્યા.

હોમ્સની સાથે રહેવું જરા પણ તકલીફદાયક નહોતું. તે ખૂબ શાંત અને પોતાની આદતોમાં નિયમિત માણસ હતો. તે ભાગ્યે જ રાત્રીના દસ વાગ્યા બાદ પોતાના ઓરડામાં જતો હશે અને હું હજી પથારીમાંથી ઊભો થાઉં ત્યાં તો તે નાસ્તો કરીને બહાર પણ જતો રહેતો. કેટલીક વાર તે પોતાનો દિવસ રાસાયણિક પ્રયોગશાળામાં કાઢતો તો ક્યારેક લાંબી પગપાળા યાત્રા પર શહેરના પરાં વિસ્તારો સુધી જઈ આવતો. જ્યારે તે કોઈ કામ કરી રહ્યો હોય ત્યારે તેનામાં અઢળક ઊર્જા ભરેલી હોય છે પણ જ્યારે તે કામ વગરનો હોય ત્યારે તો તે મૂઢની જેમ સોફા પર જ હાલ્યાચાલ્યા વગર પડ્યો જ રહે છે. આવા દિવસે તે એક હરફ પણ ન ઉચ્ચારતો કે ન તો પોતાનું એક અંગ પણ હલાવતો. આવા પ્રસંગે હું જોઈ શકતો હતો કે તેની આંખમાં સાવ અસ્પષ્ટ ભાવશૂન્યતા દેખાતી. તેના પરથી મને લાગ્યું કે તે કોઈક નશીલા પદાર્થનું સેવન કરતો હશે. તેના આવા સ્વચ્છ જીવનમાં આવું કલંક કંઈ ધ્યાનમાં આવે તેમ નહોતું.

અઠવાડિયાંઓ જતાં મને તેનામાં વધારે અને વધારે રસ જાગવા લાગ્યો. તેના જીવનના લક્ષ્યને જાણવા હું વધારે અને વધારે આતુર થવા લાગ્યો. તેનો દેહ અને દેખાવ સામાન્ય માણસને પણ પલકવારમાં આકર્ષે તેવો હતો. ઊંચાઈમાં તે છ ફૂટ કરતાં પણ વધારે હતો અને એટલો પાતળો હતો કે તેના કારણે તે હજુ વધારે ઊંચો લાગતો હતો. તેની આંખો તીક્ષ્ણ અને વેધક હતી, સિવાય કે તે જ્યારે જડવત્ થઈને આખો દિવસ સોફામાં પડ્યો રહેતો હોય તે સમય દરમિયાન તે સાવ જ ભાવહીન લાગતી. તેનું બાજપક્ષી જેવું નાક અને તેના સઘળા હાવભાવ સતર્ક અને સાવધાન લાગતા હતા. તેની હડપચી પણ થોડી આગળ ખેંચાયેલી અને ચોરસ આકારની હતી. તેના લીધે તે એક દૃઢનિશ્ચયી માણસ લાગતો હતો. તેના હાથ હંમેશા શાહી કે કોઈ રસાયણના ડાઘાથી ખરડાયેલા રહેતા પણ તેની કુશળતા અદ્‌ભુત હતી, કારણ કે મેં તેને ઘણીવાર હોશિયારીપૂર્વક તેની નાજુક દક્ષતા સાથે કામ કરતો જોયો છે.

વાચકો મને ચોક્કસ એક આળસુ નિરાશ માણસ માની શકે છે. હું માનું છું કે આ માણસે તેના મૌનથી મારામાં તેના વિશે નવું જાણવાની ખૂબ આતુરતા જગાવી હતી. કોઈ પણ જાતના નિર્ણય જાહેર કરતા પહેલાં મને યાદ છે કે મારું જીવન સદંતર અણગમા વગરનું હતું અને મારું ધ્યાન ખેંચવું થોડું અઘરું હતું. મારું સ્વાસ્થ્ય મને બહાર જવાની મનાઈ ફરમાવતું હતું, હા, જો હવામાન હૂંફાળુ હોય તો હું બહાર જઈ આવતો અને મારે એવા કોઈ મિત્રો પણ નહોતા કે મારા રોજિંદા જીવનના એકધારાપણાને તોડી શકે. આવી સ્થિતિમાં હું મારા સાથીદારની આસપાસ ઘુમારાવા લેતા રહસ્યને જાણવા હંમેશા આતુર રહેતો અને તેને છતું કરવાના પ્રયત્નમાં વધારે અને વધારે સમય પસાર કરતો.

તે તબીબીશાસ્ત્રનો અભ્યાસ નહોતો કરી રહ્યો. તેણે જાતે જ તે પ્રશ્નનો જવાબ આપ્યો હતો, અને સ્ટેમ્ફોર્ડના મત દ્વારા પણ તે વાત પાકી થતી હતી. તેણે એવો કોઈ અભ્યાસ નહોતો કર્યો કે જેના દ્વારા તેને વિજ્ઞાનની કોઈ પદવી મળી હોય. તેમ છતાં પણ ચોક્કસ અભ્યાસ પ્રત્યેનો તેનો ઉત્સાહ નોંધનીય હતો. તેનું જ્ઞાનનું વર્તુળ ખૂબ વિશાળ હતું અને તેની અવલોકન કળાએ તો મને આશ્ચર્ય સાથે આઘાતમાં પણ મૂકી દીધો હતો. કોઈ ચોક્કસ દૃષ્ટિકોણ વગર કોઈ પણ માણસ માત્ર અવલોકન દ્વારા આવી ચોક્કસ માહિતી ન મેળવી શકે. વારે વારે પોતાના વિષયો બદલતા રહેતા વાચકો પાસે આવા વિશાળ જ્ઞાનની અપેક્ષા ન રાખી શકાય. કોઈ પણ માણસ પોતાના મગજ પર નાની નાની બાબતો પાછળ પોતાના મગજ પર આટલું બધું જોર ન મૂકે સિવાય કે તેની પાછળ કોઈ કારણ હોય.

જેટલું તેનું જ્ઞાન અદ્‌ભુત હતું તેટલું જ તેનું અજ્ઞાન પણ અદ્‌ભુત હતું. સમકાલીન સાહિત્ય, તત્ત્વજ્ઞાન અને રાજકારણ વિષે તે નહીં જેવું જ્ઞાન ધરાવતો હતો. મારા થોમસ કાર્લાઈલના ઉદાહરણ પર તેણે સાવ ભોળપણમાં મને પૂછ્યું કે તે વળી કોણ છે ? તેણે શું કર્યું છે ? તે કોપરનિકસના સિદ્ધાંત વિષે પણ કંઈ જ નહોતો જાણતો અને તે સૌરમંડળની

રચના વિષે પણ નહોતો જાણતો. આ ઓગણીસમી સદીમાં કોઈ વ્યક્તિ સૂર્યની આસપાસ પૃથ્વી ચક્કર લગાવે છે તે ન જાણતો હોય તેવું તો માન્યામાં જ ન આવે.

"તું આશ્ચર્યચકિત લાગે છે," તેણે મારી સામે આશ્ચર્યથી હસતાં હસતાં પૂછ્યું. "હવે હું આ જાણું છું પણ મારે તેને ભૂલવા ખૂબ પ્રયત્નો કરવા પડશે."

"ભૂલવા માટે ?"

"તું જો," તેણે સમજાવ્યું, "હું માનું છું કે માણસનું મગજ મૂળે તો એક ખાલી ઓરડા જેવું હોય છે અને તમારે તેને તમારી પસંદગીના યોગ્ય રાચરચીલાથી જ સજાવવું પડતું હોય છે. મૂર્ખ માણસ દુનિયાની બધી જ માહિતી, બધું જ જ્ઞાન પોતાના મગજમાં ભરી દે છે પણ તેને ઉપયોગી જે જ્ઞાન હોય છે તે તેની પાસે હોતું જ નથી અથવા તો અન્ય જ્ઞાન સાથે તે એટલું ગુંચવાઈ ગયું હોય છે કે તેનો કોઈ ઉપયોગ જ નથી રહેતો. હોશિયાર માણસ પોતાના મગજના ખાલી ઓરડાને સજાવવામાં ખૂબ સાવચેત રહે છે. તેના મગજમાં કંઈ જ નથી હોતું સિવાય કે તેના ઉપયોગમાં આવતી વિવિધ માહિતી. જ્ઞાનનો તેની પાસે વૈવિધ્યસભર ખજાનો હોય છે અને તેને તેણે ખૂબ જ વ્યવસ્થિત રીતે પોતાના મગજમાં ગોઠવ્યો હોય છે. માણસના મગજસમા ભંડકિયાની દીવાલો જોઈએ તેટલી વિસ્તારી શકાય તેવું માનવું ભૂલભરેલું છે. તમારે પોતાના મગજમાં બીજું જ્ઞાન એકત્રિત કરતા પહેલાં જૂના બીનજરૂરી જ્ઞાનને ભૂલી જવું ખૂબ જરૂરી હોય છે તેવું મારું માનવું છે. આ બાબત ખૂબ જ મહત્ત્વની છે, કારણ કે તેના દ્વારા બિનજરૂરી જ્ઞાન નીકળી જાય છે અને જરૂરી જ્ઞાન તેમનું તેમ સચવાઈ રહે છે."

"પણ સૌર સંરચનાનું જ્ઞાન તો જરૂરી છે !" મેં મારી દલીલ ચાલુ રાખી.

"તેનું મારા માટે શું કામ ?" તેણે અધીરાઈપૂર્વક સામી દલીલ કરી; "તેં કહ્યું કે આપણે સૂર્યના ચક્કર લગાવીએ છીએ. જો આપણે ચંદ્રની આસપાસ પણ ચક્કર લગાવતા હોત તો તેનાથી મને કે મારા કામને રતીભાર પણ ફરક ન પડે."

હું તેની સાથે હજુ પણ વધારે દલીલ કરવા માગતો હતો પણ મને નહોતું લાગતું કે તેના મને કોઈ સીધા જવાબ મળે. એટલે અમારી ચર્ચાનો ત્યાં જ અંત આવ્યો. આખીયે વાતચીત પરથી મેં તેના વિષે ઘણાં બધાં તારણો કાઢ્યાં. તેણે તો કહી દીધું કે તે તેને કામનું ના હોય તેવું કોઈ જ્ઞાન પોતાના મગજમાં ઠાંસવા નહોતો માગતો. માટે એટલું તો નક્કી હતું કે તેની પાસે જે જ્ઞાન હતું તે તેને ઉપયોગી થાય તેવું જ હતું. મેં મારા મગજમાં નોંધી લીધું હતું કે તે કયા વિષયોનું સારું જ્ઞાન ધરાવતો હતો. મેં તો પેન્સિલ લઈને તેને નોંધી પણ લીધું. મેં જ્યારે આખુંયે લખાણ પૂરું કર્યું ત્યારે મારાથી હસ્યા વગર ન રહેવાયું. તે આ પ્રમાણે હતું :

શૅરલૉક હોમ્સ - તેની મર્યાદાઓ -

૧. સાહિત્યનું જ્ઞાન - શૂન્ય.

૨. તત્ત્વજ્ઞાનનું જ્ઞાન - શૂન્ય.

૩. ખગોળશાસ્ત્રનું જ્ઞાન - શૂન્ય.

૪. રાજકારણનું જ્ઞાન - નામનું જ.

૫. વનસ્પતિશાસ્ત્રનું જ્ઞાન - અનિશ્ચિત.

જો કે ઝેરી વનસ્પતિ, અફીણ અને ઝેરનું તેનું જ્ઞાન અસામાન્ય હતું, પણ બાગકામમાં તે મીંડું હતો.

૬. ભૂસ્તરશાસ્ત્રનું જ્ઞાન -વ્યવહારિક, પણ મર્યાદિત.

તે એક જ નજરમાં વિવિધ જાતની ધૂળને ઓળખી શકતો હતો. ક્યાંય બહાર ફરીને આવ્યા હોઈએ ત્યારે કપડાં પર પડેલા કાદવના રંગ અને તેના ઘનત્વ પરથી કહી શકતો હતો કે લંડનના કયા વિસ્તારમાં તેનાં કપડાં પર તે ડાઘો પડ્યો હશે.

૭. રસાયણશાસ્ત્રનું જ્ઞાન - ઊંડાણભર્યું.

૮. શરીરરચના શાસ્ત્રનું જ્ઞાન - ચોક્કસ પણ થોડું અવ્યવસ્થિત.

૯. સનસનાટી ફેલાવતા સાહિત્યનું જ્ઞાન - અદ્ભુત.

આખીયે સદીમાં થયેલા ભયાનકમાં ભયાનક ગુનાની તેને રજેરજની માહિતી હતી.

૧૦. વાયોલિન સારું વગાડી જાણે છે.

૧૧. લાઠીયુદ્ધ, મુક્કાબાજી અને તલવારબાજીનો તે નિષ્ણાત છે.

૧૨. બ્રિટિશ કાયદાનું વ્યવહારુ જ્ઞાન સારું એવું ધરાવે છે.

તેની આવડત, અનાવડતમાં હું એટલો આગળ વધી ગયો કે છેવટે મેં તે આખીયે યાદી તાપણામાં નાખી દીધી. હું તો માત્ર એટલું જ જાણવા માગતો હતો કે તેની આવડતો અને અનાવડતોનો તે શું ઉપયોગ કરવા માગતો હતો. આખરે હારીને મેં હાથ ઊંચા કરી દીધા.

મેં તમને તેના સારા વાયોલિનવાદન વિશે આગળ જણાવ્યું, તે ખૂબ નોંધનીય છે પણ તેની અન્ય આવડતોની જેમ આ પણ ઉપરછલ્લી જ છે. તે અમુક ધૂનો વગાડી શકે છે અને તે પણ ઘણી અઘરી ધૂનો વગાડી શકે છે. તે હું સારી રીતે જાણું છું કારણ કે મારી અરજ પર તેણે મેન્ડેલસ્હોન્સની લાઈડર અને કેટલીક ધૂન વગાડી સંભળાવી હતી. પણ જ્યારે તેની પર છોડી દેવામાં આવે ત્યારે તે ભાગ્યે કંઈક વ્યવસ્થિત વગાડી શકે છે. કોઈક સાંજે જ્યારે તે વાયોલિનવાદન કરવા બેસતો ત્યારે તે વાયોલિનવાદન કરતાં કરતાં વિચારોમાં સરી પડતો અને વાયોલિન તેના ખોળામાં પડ્યું રહેતું. ક્યારેક તેનું વાદન રંગીલું રહેતું તો ક્યારેક ઉદાસ. પ્રસંગોપાત્ત જ તે અદ્ભુત અને સંતોષજનક રહેતું. એ વાત તો સ્પષ્ટ હતી કે તેના સંગીતમાં તેના વિચારોનું પ્રતિબિંબ જોવા મળતું હતું પણ આ સંગીત તેને વિચારણામાં મદદરૂપ થવા માટે હતું કે પછી તે માત્ર પોતાની ધૂન ખાતર તે કહેવું અઘરું

હતું. મને ઘણીવાર તેની આ બાબતોનો વિરોધ કરવાનું મન થતું, તેના પર ચીડ ચડતી પણ તે જ્યારે મારી પ્રિય ધૂનો પોતાના વાયોલિન પર વગાડતો ત્યારે તે બધું જ ગાયબ થઈ જતું.

પહેલાં થોડાંક અઠવાડિયાંમાં અમને કોઈ જ મળવા નહોતું આવ્યું એટલે હું એવું વિચારવા લાગ્યો હતો કે મારો સાથીદાર પણ મારી જેમ મિત્રવિહોણો જ હશે. પછીથી મને ખબર પડી કે તેને ઘણા લોકો ઓળખતા હતા અને તે બધા વિવિધ વર્ગ અને સમાજના હતા. નાનકડા ઉંદર જેવા મોઢાવાળો અને ઘેરી આંખોવાળો માણસ જેની મને શ્રીમાન લેસ્ટ્રેડ તરીકે ઓળખાણ કરાવવામાં આવી હતી તે તો અઠવાડિયામાં ત્રણ-ચાર વાર હોમ્સને મળવા આવતો. એક સવારે એક યુવાન છોકરી આવી. તેણી સુંદર રીતે વસ્ત્રસજ્જ હતી અને કંઈક અડધોએક કલાક રોકાઈ હતી. તે જ સાંજે એક બીજો ભૂખરા વાળવાળો ચીંથરેહાલ મુલાકાતી આવ્યો હતો. તે એક યહૂદી ફેરિયો લાગતો હતો. તે મને ખૂબ ક્ષુબ્ધ લાગ્યો હતો અને કોઈક અણઘડ સ્ત્રી પણ તેનો પીછો કરતી આવી પહોંચી હતી. બીજા એક પ્રસંગમાં એક ધોળા વાળવાળો સદ્‌ગૃહસ્થ પણ મારા સાથીની મુલાકાતે આવી ગયો હતો. પછી રેલવેનો એક હમાલ પણ આવી ગયો. જ્યારે આવો કોઈ અજાણ્યો વ્યક્તિ શૅરલૉક હોમ્સની મુલાકાતે આવે ત્યારે હંમેશા હોમ્સે બેઠકખંડ ખાલી કરવા માટે મને અરજ કરવી પડતી અને હું મારા શયનખંડમાં જતો રહેતો. આ બાબતે તે હંમેશા મને તકલીફ પડવા બદલ માફી માગતો. “મારે આ ઓરડાનો ઉપયોગ મારા વ્યવસાય માટે કરવો પડે છે, અને મારી મુલાકાતે આવતા આ લોકો મારા અસીલ છે.” ફરી પાછું મને તેને સીધો પ્રશ્ન પૂછવાનો મોકો મળતો અને ફરી મને મારી સજ્જનતા પ્રશ્ન પૂછતાં રોકી દેતી હતી. મને એવું લાગતું હતું કે તેની પાસે તે બાબતનો ઉલ્લેખ નહીં કરવાનું કોઈ નક્કર કારણ હશે પણ તે ખુદ જ તેને લગતી કોઈક બાબતની વાત કરી મારા આ ખ્યાલનો છેદ ઉડાડી દેતો.

એ ચોથી માર્ચનો દિવસ હતો. તે દિવસ મને સારી રીતે યાદ છે, કારણ કે તે દિવસે હું રોજ કરતાં થોડો વહેલો ઊઠી ગયો હતો. મેં જોયું કે શૅરલૉક હોમ્સે હજુ તેનો નાસ્તો નહોતો પતાવ્યો. અમારી મકાન માલિકણ મારી મોડા ઊઠવાની ટેવથી સારી પેઠે માહિતગાર હતી તેથી મારી જગ્યા પર હજુ કૉફી મૂકવામાં નહોતી આવી. મેં બેલ વગાડી મારા તૈયાર થઈ ગયાની જાણ કરી. કૉફીની રાહ જોતાં મેં ટેબલ પરથી એક સામયિક વાંચવા લીધું, જ્યારે મારો સાથી શાંતિથી પોતાના ટોસ્ટ કકડાવી રહ્યો હતો. સામયિકના એક લેખના મથાળા પર પેન્સિલથી નિશાની કરવામાં આવી હતી એટલે સ્વાભાવિકપણે પહેલા મેં તે લેખ પર જ મારી નજર ફેરવી.

તેનું મથાળું હતું “ધ બૂક ઓફ લાઇફ” અને તેમાં જણાવવામાં આવ્યું હતું કે કોઈ નિરીક્ષક કઈ રીતે પોતાના રસ્તામાં આવતી વિવિધ વસ્તુઓના ચોક્કસ અને વ્યવસ્થિત

નિરીક્ષણ દ્વારા કેટલું જાણી શકે છે. તેમાં રહેલા ચતુરાઈ અને મૂર્ખાઈના મિશ્રણને કારણે મને થોડો આઘાત લાગ્યો. દલીલો ખૂબ તાર્કિક અને જોરદાર હતી પણ તારણો મને ખૂબ અતિશયોક્તિભર્યાં લાગ્યાં. લેખકે માણસના સ્નાયુઓના ક્ષણિક હલનચલન અને તેના આંખના હાવભાવથી તેના મગજમાં શું ચાલી રહ્યું છે તેનું અનુમાન કરવાનો દાવો કર્યો હતો. જો કોઈ અનુભવી વ્યક્તિ દ્વારા પૃથક્કરણ અને નિરીક્ષણ કરવામાં આવે તો તારણો ખોટાં પડે તેવી સંભાવના જ ન રહે. તેના નિષ્કર્ષ યુક્લિડના સિદ્ધાંત જેટલા જ અચૂક હતા. જ્યાં સુધી કોઈ વ્યક્તિ તેણે જે પ્રક્રિયા દ્વારા તારણો કાઢ્યાં હોય તે પ્રક્રિયામાંથી પસાર ન થાય ત્યાં સુધી તેને તેનાં તારણો ચોંકાવનારાં, ચમત્કારિક અને જાદુઈ જ લાગે.

"પાણીના માત્ર એક ટીપાં દ્વારા," લેખકે લખ્યું હતું, "એક તર્કશાસ્ત્રી તે એટલાન્ટિક મહાસાગરનું પાણી છે કે નાયગરા ધોધનું પાણી છે તેનું તારણ કાઢી શકે છે. પછી ભલેને તેણે આ બે સ્થળ વિષે કંઈ જ જોયું-સાંભળ્યું ન હોય. માટે આખું જીવન એક સાંકળ જેવું છે. માત્ર એક કડી દ્વારા આપણે આખી સાંકળને ઓળખી શકીએ છીએ. બીજી બધી કળાઓની જેમ જ નિષ્કર્ષ અને પૃથક્કરણનું વિજ્ઞાન પણ ખૂબ ધૈર્ય અને લાંબા અભ્યાસ દ્વારા જ સિદ્ધ કરી શકાય છે. જો કે માણસનું જીવન એટલું લાંબુ નથી કે તેની ઉત્તમતાના શિખર પર તે પહોંચી શકે. અતિ મુશ્કેલ બાબતનાં નૈતિક અને માનસિક પાસાંઓ તરફ નજર કરતા પહેલાં પ્રાથમિક તપાસ કરવી વધારે મહત્ત્વની છે. તેને એક માણસની સાથે મુલાકાત કરવા દો, એક જ નજરમાં સામેની વ્યક્તિનો ઈતિહાસ જાણવા દો, તે કયો વ્યવસાય કે ધંધો ધરાવે છે તે જાણવા દો. કદાચ આ મહાવરો બાલિશ લાગે, તેનાથી વ્યક્તિની નિરીક્ષણશક્તિ તીક્ષ્ણ બને છે અને તેને શીખવે છે કે તેણે ક્યાં જોવું અને શું જોવું. માણસની આંગળીના નખ દ્વારા, તેના ડગલાની બાંય દ્વારા, તેનાં જૂતાં દ્વારા, તેના પાટલૂનના ગોઠણ દ્વારા, તેની તર્જની અને અંગૂઠાની કડક ચામડી દ્વારા, તેના હાવભાવ દ્વારા, તેના શર્ટની બાંયના છેડા દ્વારા - આ દરેક બાબતના ચોક્કસ નિરીક્ષણ દ્વારા તે માણસનું રહસ્ય છતું થઈ જાય છે."

"શું બકવાસ છે !" હું બૂમ પાડી ઊઠ્યો અને મેં સામયિકને ટેબલ પર ફેંક્યું, "આટલો બકવાસ લેખ મેં મારી જિંદગીમાં નથી વાંચ્યો."

"શાની વાત કરે છે તું ?" શૅરલૉક હોમ્સે પૂછ્યું.

"આ લેખની, બીજા શાની વળી." મેં સામયિક તરફ ચમચી ચીંધતાં કહ્યું. મારો નાસ્તો ગોઠવાઈ ગયો હતો અને હું નાસ્તો કરવા બેસી ગયો હતો. "મેં જોયું કે તેં તેના પર નિશાની કરી છે એટલે કે તેં તેને વાંચ્યો છે. હું તેને ખોટું જાહેર ન કરી શકું કારણ કે તે ખૂબ જ હોશિયારીપૂર્વક લખવામાં આવ્યો છે. મને તેનાથી ચીડ ચડી છે. મને લાગે છે કે કોઈ સોફા પર આડા પડી રહેનારા લેખક દ્વારા પોતાના એકલાના જ અભ્યાસ દ્વારા

ઉપજાવી કાઢવામાં આવેલાં આ તારણો છે. તે જરા પણ વ્યવહારુ નથી. જો તે મને ક્યાંક ટ્રેનના ડબ્બામાં મળી જાય તો હું તેની સાથે શરત લગાવું કે જો તે ડબ્બામાં બેઠેલા લોકોના વ્યવસાય કહી બતાવે તો હું ૧૦૦૦ પાઉન્ડ હારી જાઉં."

"તું તારાં નાણાં ખોઈ બેસીશ," હોમ્સે ઠંડકથી કહ્યું, "લેખની વાત કરું તો તે મેં જ લખ્યો છે."

"તેં !"

"હા, હું નિરીક્ષણ પણ કરી જાણું છું અને તેના પરથી તારણ પણ કાઢું છું. જે સિદ્ધાંતો મેં તેમાં વ્યક્ત કર્યા છે અને જે તને સદંતર તરંગી લાગ્યા છે તે ખરેખર તો સંપૂર્ણપણે વ્યવહારુ છે - એટલા વ્યવહારુ કે હું મારું ગુજરાન તેના પર જ ચલાવું છું."

"અને તે કઈ રીતે ?" મેં નાખુશ થઈને પૂછ્યું.

"વારુ, તે જ તો મારો ધંધો છે અને મને લાગે છે કે આ વિશ્વમાં હું એકલો જ એવો છું. હું એક સલાહકાર જાસૂસ છું, તું તો તેનો અર્થ સમજી શકે છે. અહીં આપણા લંડનમાં ઘણા બધા સરકારી અને ખાનગી જાસૂસો છે. જ્યારે આ લોકોને કંઈ સૂઝતું નથી ત્યારે તેઓ મારી પાસે આવે છે અને હું તેમને યોગ્ય રસ્તો બતાવું છું. તેઓ બધા જ પુરાવાઓ મારી સમક્ષ મૂકી દે છે અને સામાન્ય રીતે હું ગુનાહિત ઇતિહાસના મારા જ્ઞાન વડે બધા જ તાળા મેળવી લઉં છું. ગુનાઓમાં ઘણી બધી સામ્યતાઓ હોય અને જો તમે એક હજાર અપરાધની વિગતો જાણતા હોવ અને છતાં પણ તમે એક હજાર એકમા ગુનાને ઉકેલી ન કરી શકો તો આશ્ચર્યજનક કહેવાય. લેસ્ટ્રેડને તો તું ઓળખે જ છે. તે એક ખૂબ જાણીતો જાસૂસ છે. એક છેતરપિંડીના કેસમાં તે થોડો અટવાઈ ગયો હતો અને તેના કારણે તે અહીં મારી પાસે આવ્યો હતો."

"અને આ બીજા લોકો ?"

"તેમને મોટે ભાગે ખાનગી માહિતી એજન્સીઓ દ્વારા મોકલવામાં આવતા હોય છે. તે બધા એવા માણસો હોય છે જે કોઈક તકલીફમાં હોય છે અને તેમને થોડી સલાહની જરૂર હોય છે. હું તેમની વાત સાંભળું છું અને તેમને સલાહ આપું છું અને તેની હું ફી વસૂલ કરું છું."

"તો તારો કહેવાનો અર્થ એ છે," મેં કહ્યું, "કે તું ઘરમાં બેઠાં બેઠાં જ રહસ્યો ઉકેલી નાખે છે, જ્યારે પેલા લોકોએ પોતાની સગી આંખે હકીકતો જોઈ હોવા છતાં કંઈ નથી કરી શકતા ?"

"બરાબર તેમ જ. મારી પાસે એ પ્રકારની નિરીક્ષણશક્તિ અને તર્કશક્તિ છે. જ્યારે ક્યારેય કોઈ કેસ થોડો જટીલ હોય, ઘરે બેઠા ઉકલી શકે તેમ ન હોય, ત્યારે મારે પોતે ઘટનાસ્થળે જવું પડે છે અને તપાસ કરવી પડે છે. તને તો ખબર છે કે મારી પાસે

વિશિષ્ટ જ્ઞાનનો ભંડાર છે અને તેનો જ ઉપયોગ હું સમસ્યાઓનું અદ્‌ભુત રીતે નિરાકરણ લાવવામાં કરું છું. લેખમાં તારણોના જે સિદ્ધાંત મેં લખ્યા છે તેનાથી તને ઘૃણા ભલે ઊપજી હોય પણ તે મારા કામમાં ખૂબ જ પ્રત્યક્ષ રીતે ઉપયોગી નીવડે છે. નિરીક્ષણ કરવું તે મારો સ્વભાવ છે. આપણી પહેલી મુલાકાતમાં મેં જ્યારે તને એમ કહ્યું કે તું અફઘાનિસ્તાનથી આવ્યો છે ત્યારે તું ડઘાઈ ગયો હતો.''

''તેમાં કોઈ જ શંકા નથી કે તને કોઈકે મારા વિષે માહિતી આપી હશે.''

''તેવું કંઈ નથી. હું જાણતો હતો કે તું અફઘાનિસ્તાનથી આવ્યો હતો. આદતવશ મારા મગજમાં વિચારોની ગાડી આપોઆપ દોડવા લાગી અને તેના કારણે જ હું વચ્ચેના કોઈ પગલાં વિના જ દ્વારા મારા તારણ પર સ્વાભાવિકતાથી પહોંચી ગયો હતો. તેના કેટલાક તબક્કા છે. સૌ પ્રથમ વિવેકબુદ્ધિના વિચારો મગજમાં ઉદ્‌ભવે છે, 'આ માણસ દાક્તરી પ્રકારનો પણ એક લશ્કરી આભાવાળો લાગે છે. તો તો પછી સ્પષ્ટપણે આ એક લશ્કરી ડૉક્ટર જ હોવો જોઈએ. તે હાલમાં જ ઉષ્ણકટિબંધથી આવ્યો છે, કારણ કે તેના ચહેરાનો રંગ ઘેરો છે અને તે કંઈ કુદરતી ઝાંય નથી કારણ કે તેનું કાંડું તો ધોળું છે. તેનો નિસ્તેજ ચહેરો કહી બતાવે છે કે તે કોઈક કષ્ટ અને બીમારીમાંથી પસાર થઈ રહ્યો છે. તેનું ડાબું બાવડું ઘવાયું છે. તેણે તેને કડક રીતે અને અસ્વાભાવિકપણે પકડી રાખ્યું છે. ઉષ્ણકટિબંધમાં એક અંગ્રેજ લશ્કરી ડૉક્ટરે ક્યાં કષ્ટ ભોગવ્યું હોય અને ક્યાં તેનું બાવડું પણ ઘવાયું હોય ? સ્પષ્ટપણે અફઘાનિસ્તાનમાં જ આવું થાય.' વિચારોની આ વણઝારે ભાગ્યે જ થોડો સમય લીધો હશે. આ પરથી હું એ તારણ પર આવ્યો હતો કે તું અફઘાનિસ્તાનથી આવ્યો હતો અને તે સાંભળીને તું ચકિત રહી ગયો હતો.''

''તે સમજાવ્યા પછી તો તે સાવ જ સરળ લાગે છે,'' મેં સ્મિત કરતાં કહ્યું, ''તેં તો મને ઍડગર એલન પોના ડ્યૂપિનની યાદ અપાવી દીધી. મને જરા પણ ખ્યાલ નહોતો કે હકીકતો ઉપરાંત પણ કંઈક અનેરું હોઈ શકે છે.''

શૅરલૉક હોમ્સ ઊભો થયો અને ચલમ સળગાવી. ''એમાં કશું જ નવાઈભર્યું નથી કે તું મારી જાતને ડ્યૂપિન સાથે સરખાવીને મારાં વખાણ કરી રહ્યો છે.'' તેણે નિરીક્ષણ કર્યું. ''જો કે મારી નજરમાં ડ્યૂપિન એક ખૂબ ઊતરતી કક્ષાનો માણસ છે. તેની તેના મિત્ર પરની ચાલ દેખાડા માટે અને અતિરેકવાળી હતી. એ વાતમાં કોઈ શંકા નથી કે તે પૃથક્કરણ કરવામાં સારી પ્રતિભા ધરાવતો હતો પણ પોએ જેવી કલ્પના કરી હતી તેવો તે અસાધારણ નહોતો.''

''તમે ગેબારાઉના લખાણને વાંચ્યું છે ?'' મેં પૂછ્યું, ''શું તેમાંનો લિકૉક તમારા ખ્યાલ પ્રમાણેનો જાસૂસ છે ?''

શૅરલૉક હોમ્સે માર્મિક હાસ્ય કર્યું. ''લિકૉક બાબતને વધુ ગૂંચવી નાખનાર એક દુઃખિયારો હતો,'' તેણે આક્રોશથી કહ્યું, ''તેનામાં વખાણવાલાયક એક જ બાબત હતી

અને તે હતી તેની ઊર્જા. તે પુસ્તકે તો મને ખરેખર બીમાર કરી મૂક્યો હતો. પ્રશ્ન એ હતો કે એક અજાણ્યા કેદીને કઈ રીતે ઓળખવો. હું તે બાબત ૨૪ કલાકમાં ઉકેલી શક્યો હોત. લિકૉકે તેમાં છ મહિના કરતાં પણ વધારે સમય બગાડ્યો. તેના પરથી એક પાઠ્યપુસ્તક ચોક્કસ બનાવી શકાય કે તેમણે શું નહીં કરવું જોઈએ."

જે બે વ્યક્તિઓને હું આજ સુધી બિરદાવતો આવ્યો હતો તેમની આવી ઝાટકણીથી હું થોડો રોષે ભરાઈ ગયો. હું ઊભો થઈને બારી આગળ ઊભો રહી ગયો અને વ્યસ્ત શેરીને જોવા લાગ્યો. "આ વ્યક્તિ ચોક્કસ ખૂબ ચતુર છે," મેં મારી જાતને કહ્યું, "પણ તે અહંકારી પણ તેટલો જ છે."

"આજ કાલ નથી તો કોઈ ગુના થતા કે નથી તો કોઈ ગુનેગાર દેખાતા." તેણે આતુરતાથી કહ્યું, "મારા આવા વ્યવસાયમાં મારે વળી આવા મગજનું શું કામ ? મને ખબર છે કે મારા મગજે મને ખૂબ જાણીતો બનાવ્યો છે. આજે કોઈ એવો માણસ નથી કે આ પહેલાં પણ આવો કોઈ માણસ નથી થયો કે જેની પાસે મારા જેવું જ્ઞાન અને રહસ્ય પરથી પરદો ઉઠાવવાની મારા જેવી આવડત હોય. પણ તેનું પરિણામ શું ? આજે મારી પાસે એવો કોઈ ગુના નથી કે જેનો હું પત્તો લગાવી શકું. અને જે કંઈ પણ ગુના થાય છે તે એવા વાહિયાત અને પારદર્શક આશયવાળા હોય છે કે તેને તો સ્કોટલૅન્ડ યાર્ડનો કોઈ સામાન્ય જાસૂસ પણ સરળતાથી ઉકેલી શકે."

તેની મગરૂર ચર્ચામાં મને જરા પણ રસ નહોતો. મેં વિચાર્યું કે હવે વાતનો વિષય જ બદલી નાખવો સારો રહેશે.

"પેલો માણસ શું શોધી રહ્યો છે ?" મેં શેરીની બીજી તરફ ઘરના નંબર જોતાં જોતાં ધીમી ચાલે ચાલતા એક સાદા પોશાકમાં સજ્જ એવા કદાવર માણસની સામે આંગળી ચીંધતાં પૂછ્યું. તેના હાથમાં એક મોટું ભૂરા રંગનું પરબીડિયું હતું. તેના પરથી સ્પષ્ટ જણાઈ આવતું હતું કે તે એક સંદેશાવાહક હશે અને તે સંદેશ પહોંચાડવા આવ્યો હશે.

"તમે જળસેનાના નિવૃત્ત સાર્જન્ટની વાત કરો છો." શૅરલૉક હોમ્સે કહ્યું.

"પાછી ડંફાસ મારવાની શરૂ કરી દીધી !" હું મનમાં જ બોલ્યો, "તેને ખબર છે કે હું કંઈ તેના અનુમાનની ઊલટતપાસ નથી કરી શકવાનો."

હજી તો મારા મગજમાં એ વિચાર જ ચાલી રહ્યો હતો ત્યાં તો જે માણસને અમે જોઈ રહ્યા હતા તેણે અમારા ઘરના બારણાના નંબર તરફ જોયું અને દોડીને રસ્તો ઓળંગતો અમારી તરફ આવ્યો. અમે બારણા પર એક બુલંદ ટકોરો સાંભળ્યો. તરત જ નીચે એક ઘેરો અવાજ સંભળાયો અને કોઈકના દાદર પરથી ઉપર આવવાનો અવાજ સંભળાયો.

"શ્રીમાન શૅરલૉક હોમ્સ માટે," તે અંદર પ્રવેશતાં બોલ્યો અને મારા મિત્રના હાથમાં એક પત્ર મૂક્યો.

અહીં મને તેના મિથ્યાભિમાનને તોડવાનો અવસર મળી ગયો હતો. તેણે બડાશ ફેંકતાં આવું થશે તેવું જરા પણ વિચાર્યું નહીં હોય. "મારા ભઈલા, શું હું તમને પૂછી શકું," મેં નમ્ર અવાજમાં કહ્યું, "કે તમારો વ્યવસાય શું છે ?"

"દરવાન, સાહેબ," તેણે તોછડાઈથી કહ્યું, "મારો ગણવેશ સંધાવા આપ્યો છે."

"એ પહેલાં તમે શું હતા ?" મેં મારા સાથી તરફ ત્રાંસી નજર કરતાં પૂછ્યું.

"રૉયલ મરીન લાઈટ ઈન્ફેન્ટ્રીમાં એક સાર્જન્ટ હતો, સાહેબ."

તેણે લશ્કરી અદામાં પોતાની એડીઓ એક સાથે પછાડી, હાથ ઊંચો કરી સલામી આપી અને ત્યાંથી જતો રહ્યો.

❖

પ્રકરણ ૩

લોરિસ્ટોન ગાર્ડનનું રહસ્ય

તાજા જ મળેલા પુરાવાથી મારે મારા સાથીના સિદ્ધાંતના વ્યવહારુપણાને માનવું પડ્યું. તેની અનુમાનશક્તિ માટેનું મારું સમ્માન એકાએક વધી ગયું. જો કે મારા મનમાં કેટલીક શંકાઓ હજુ પણ હતી. બની શકે કે આગળ બની ગયેલો પ્રસંગ મને છેતરવા માટે પહેલેથી જ યોજવામાં આવ્યો હોય. જ્યારે મેં તેની તરફ જોયું ત્યારે તેણે પત્ર વાંચી લીધો હતો અને તેની આંખો ભાવશૂન્ય અને નિસ્તેજ હોવાથી થોડી માનસિક શૂન્યતા દર્શાવી રહી હતી.

"તમે તે તારણ કઈ રીતે કાઢ્યું ?" મેં પૂછ્યું.

"કયું તારણ ?" તેણે ખીજમાં પૂછ્યું.

"કેમ વળી, પેલો જળસેનાનો નિવૃત્ત સાર્જન્ટ છે તે."

"આવી નજીવી બાબત માટે મારી પાસે સમય નથી." તેણે તોછડાઈથી જવાબ આપ્યો અને પછી હસતાં હસતાં બોલ્યો, "મારી કઠોરતા બદલ મને માફ કરજે. તેં મારી વિચારશૃંખલાને તોડી નાખી, પણ વાંધો નહીં. તો શું તેં ખરેખર ખાતરી કરી જ લીધી કે તે માણસ જળસેનાનો સાર્જન્ટ જ હતો ?"

"હા, ખરેખર."

"હું તને મેં તે કઈ રીતે જાણ્યું તે સમજાવું તેના કરતાંયે તે જાણવું વધારે સરળ હતું. જો તું મને કહે કે બે અને બે ચાર થાય તે સાબિત કરો તો તેમાં થોડી તકલીફ પડશે અને તેમ છતાં પણ તું જાણે જ છે કે તે સો ટકા સાચું છે. અહીંથી છેક શેરીની પેલે પાર હું જોઈ શક્યો કે તેના હાથની પાછળ એક મોટું ભૂરા રંગનું લંગરનું ટાટુ ચીતરેલું હતું. તે બાબત સમુદ્રનું સૂચન કરતી હતી. તેની ચાલ-ઢાલ લશ્કરી હતી પણ તે નિયમિત નહોતી. એટલી બાબતથી આપણને ખબર પડી ગઈ કે તે જળસેનાનો માણસ છે. તે એક મગરૂર અને સત્તાવાહી માણસ હતો. તેં નિરીક્ષણ કર્યું હશે કે તેણે પોતાનું માથું ટટ્ટાર રાખ્યું હતું

અને પોતાની લાકડી કેવી રીતે ઝુલાવતો હતો. તેના ચહેરા પરથી લાગતું હતું કે તે એક સ્થિર, માની લો મધ્ય ઉંમરનો માણસ હતો. આ બધા પરથી મેં તારણ કાઢ્યું કે તે એક સાર્જન્ટ હોવો જોઈએ."

"અદ્‌ભુત !" મારા આશ્ચર્યનો કોઈ પાર ન રહ્યો.

"તદ્દન સરળ," હોમ્સે કહ્યું, તેમ છતાં પણ હું તેના હાવભાવ પરથી જોઈ શક્યો કે તે મારા આશ્ચર્ય અને વખાણથી ખુશ થયો હતો. "મેં હમણાં જ કહ્યું હતું કે ગુનેગારોની અછત સર્જાઈ છે. પણ હવે એવું લાગે છે કે હું ખોટો છું - જરા આ જો !" તેણે મારા તરફ દરવાને લાવેલી ચિઠ્ઠી ફેંકતાં કહ્યું.

"અરે," તેના પર નજર ફેરવતાં હું ચીસ પાડી ઊઠ્યો, "આ તો ભયંકર કહેવાય !"

"આ સામાન્ય કરતાં કંઈક અલગ લાગે છે," તેણે ઠંડકથી કહ્યું, "જો તને વાંધો ન હોય તો તું તેને મારી સમક્ષ મોટેથી વાંચી સંભળાવ."

પત્ર આ પ્રમાણે હતો -

"મારા પ્રિય શ્રીમાન શૅરલૉક હોમ્સ :

બ્રિક્સ્ટોન રોડની પાછળ આવેલા લોરિસ્ટન ગાર્ડનમાં ગઈ રાત્રીના ત્રણ વાગ્યાના સુમારે એક જોરદાર ઘટના ઘટી ગઈ છે. અમારા માણસે બે વાગ્યાની આસપાસ તે તરફ વારંવાર કોઈક પ્રકાશ થતો જોયો હતો. તે ઘર ખાલી હોવાથી તેને ત્યાં કંઈક અજુગતું બન્યાની શંકા ગઈ હતી. તેણે ત્યાં જઈને જોયું તો ઘરનો દરવાજો ખુલ્લો હતો. આગળના ફર્નિચર વગરના રૂમમાં એક સદ્‌ગૃહસ્થનો દેહ પડ્યો હતો. તેના ખિસ્સામાંથી એક કાર્ડ મળી આવ્યું હતું. તેના પર ***'ઈનોક જે. ડ્રેબર, ક્લેવલૅન્ડ, ઓહિયો, યુ.એસ.એ.'*** *છપાયેલું હતું. કોઈ જ લૂંટ નહોતી થઈ અને તે માણસ કઈ રીતે મૃત્યુને ભેટ્યો તેના પણ કોઈ જ પુરાવા નહોતા મળ્યા. ત્યાં ઓરડામાં લોહીના ધબ્બા પડ્યા હતા પણ પેલો માણસ ક્યાંય ઘવાયેલો નહોતો. અમને જરા પણ ખ્યાલ નથી કે તે માણસ તે ખાલી ઘરમાં ક્યાંથી આવી પહોંચ્યો હતા. આમ જોવા જઈએ તો આખોયે મામલો જ ઉખાણા જેવો છે. જો તમે બાર વાગ્યા પહેલાં તે ઘરે એક ચક્કર લગાવવાના હોવ તો હું તમને ત્યાં મળીશ. મેં તમે ન આવો ત્યાં સુધી બધું તેમનું તેમ જ રાખવાનું વિચાર્યું છે. જો તમે આવી શકો તેમ ન હોય તો હું તમને સંપૂર્ણ વિગતો આપીશ અને જો આવશો તો તમારી મહેરબાની રહેશે, કારણ કે તમારી સલાહ અમારા માટે ખૂબ મહત્ત્વની છે.*

તમારો વિશ્વાસુ
ટોબિયસ ગ્રેગસન

"ગ્રેગસન સ્કૉટલૅન્ડ યાર્ડનો સૌથી ચપળ અધિકારી છે," મારા મિત્રએ કહ્યું, "તે અને લેસ્ટ્રેડને પસંદગીયુક્ત ઉમેદવારોમાંથી ચૂંટવામાં આવ્યા છે. તેઓ ખૂબ જ સ્ફૂર્તિલા અને ઊર્જામય છે, પણ સાથે સાથે આઘાતજનક રીતે રૂઢિને વળગી રહેનારા પણ છે. જો કે તે બન્નેને પણ એકબીજા સાથે કંઈ ખાસ નથી બનતું. તેઓ એકબીજાની કોઈ વ્યવસાયી સુંદરીઓ ઈર્ષા કરે તેવી ઈર્ષા કરે છે. જો આ મામલામાં તે બન્ને કાર્યરત હશે તો ખરી ગમ્મત થવાની છે."

તે જે ઠંડકથી વર્તી રહ્યો હતો તેનાથી મને અકળામણ થતી હતી. "આપણે એક પણ ક્ષણ ન ગુમાવવી જોઈએ." હું મોટેથી બોલ્યો, "શું હું બહાર જઈને તારા માટે ઘોડાગાડી બોલાવી લાવું ?"

"મારે જવું કે નહીં તે હજુ મેં નક્કી નથી કર્યું. હું એક ભારે આળસુ માણસ છું. જો કે મારા પર કંઈક આવી પડે તો હું તે જ ક્ષણે ઊર્જાવાન બની જતો હોઉં છું."

"કેમ, તું શું આવા જ કોઈક મોકાની તો રાહ જોઈ રહ્યો હતો ?"

"મારા વહાલા ભાઈ, ધારી લો કો હું આખુંયે રહસ્ય ઉકેલી આપું તો શું તને ખાતરી છે કે ગ્રેગસન, લેસ્ટ્રેડ એન્ડ કંપની મને જરા પણ શ્રેય આપે ? એક ગેરસરકારી માણસ તરીકે તો મારી સાથે તેમ જ બનવાનું."

"પણ તેણે તારી મદદની ભીખ માંગી છે !"

"હા. તેને ખબર છે કે હું તેનાથી ચડિયાતો છું અને તેવું તેણે મારી સમક્ષ માન્યું છે પણ જ્યારે ત્રીજી વ્યક્તિ સાથે તે વાત કરશે ત્યારે તેની આ માન્યતા ક્યાંય છૂ થઈ જશે. તેમ છતાં પણ આપણે એક વાર તો ત્યાં જઈને એક નજર મારી લેવી જોઈએ. હું મારી રીતે જ બધું તારવી લઈશ. છેવટે હું તેમના પર હસી તો લઈશ જ. ચાલો !"

તેણે ફટાફટ ઓવરકોટ પહેરી લીધો, અને અચાનક જ તેનું ઉદાસ, નિસ્તેજ વ્યક્તિત્વ એક સ્ફૂર્તિલા માણસમાં પલટાઈ ગયું.

"તારી ટોપી લઈ લે," તેણે કહ્યું.

"તું ઇચ્છે છે કે હું તારી સાથે આવું ?"

"હા, જો તારી પાસે અન્ય કોઈ કામ ન હોય તો." એક મિનિટમાં તો અમે એક બગ્ગીવાળી ઘોડાગાડીમાં બ્રિક્સ્ટોન રોડ તરફ જવા રવાના થઈ ગયા.

સવાર ધુમ્મસથી ભરેલી વાદળછાયી હતી અને ઘરની છતો પણ ઝાંખા ભૂખરા રંગનાં વાદળોથી ઢંકાઈ ગઈ હતી અને શેરી પર તેનું પ્રતિબિંબ કાદવિયા રંગ જેવું લાગતું હતું. મારો સાથીદાર તેના ઉત્તમ મિજાજમાં હતો. તે બાળકની જેમ કંઈક બકવાસ કરી રહ્યો હતો. હું તો સાવ જ શાંત હતો. એક તો નિસ્તેજ હવામાન અને બીજું અમારું શોકછાયું કામ - આ બન્ને બાબતના કારણે મારું મન ઉદાસ હતું.

"તેં આ મામલા વિષે કંઈ વિચાર્યું હોય તેવું નથી લાગતું." છેવટે મેં હોમ્સના મૌનમાં ભંગાણ પાડતાં કહ્યું.

"હજુ મારી પાસે કોઈ જ માહિતી નથી." તેણે જવાબ આપ્યો, "કોઈ પણ જાતની માહિતી કે પુરાવાઓ વિના કોઈ અનુમાન પર પહોંચવું તે એક મોટી ભૂલ છે. તેનાથી એક પક્ષપાતી નિર્ણય પર પહોંચાશે, સચોટ નિર્ણય પર નહીં."

"તમને બધી જ માહિતીઓ ખૂબ જલદી મળી જશે," મેં બહાર આંગળી ચીંધતાં કહ્યું, "જો હું ભૂલ ન કરતો હોય તો બ્રિક્સ્ટન રોડ આવી ગયો છે અને પેલું રહ્યું તે ઘર."

"તું સાચો છે. ડ્રાઈવર, જરા ઊભો રહે, ઊભો રહે !" અમે હજુ તે જગ્યાથી સોએક વાર દૂર હતા તેમ છતાં પણ તેણે ત્યાં જ ઊતરી જવાનો આગ્રહ રાખ્યો અને અમે ઘોડાગાડીવાળાને રવાના કરી દીધો.

૩, લ્યૂરિસ્ટન ગાર્ડનનું મકાન દેખાવે જ કમભાગી અને ભયાવહ લાગતું હતું. શેરીથી થોડાક પાછળ આવેલાં ચાર મકાનોમાંનું તે એક હતું. તેમાંનાં બે ખાલી હતાં અને બેમાં લોકો રહેતા હતા. તે મકાનને ત્રણ બારીઓ હતી જે સાવ જ નિર્જન અને ગમગીન હતી. તેના પર ઠેકઠેકાણે "ભાડે આપવાનું છે"નાં કાગળિયાં ચોંટાડવામાં આવ્યાં હતાં અને બારીઓ પર જામેલી ધૂળને કારણે તે કાગળિયાં ઝાંખાં દેખાતાં હતાં. બધાં જ મકાનની આગળ નાના-નાના બગીચા હતા. તેને નાના છોડવાઓ વડે જુદા પાડવામાં આવ્યા હતા અને તેની વચ્ચે એક નાની કેડી બનાવવામાં આવી હતી. કેડી પીળાશ પડતા રંગની હતી. તેને માટી અને રેતીના મિશ્રણથી બનાવવામાં આવી હતી. ગઈ રાત્રે પડેલા વરસાદના કારણે જમીન લપસણી બની ગઈ હતી. બગીચાની ફરતે ત્રણ ફૂટની ઈંટની દીવાલ ચણવામાં આવી હતી અને તેની ઉપર લાકડાનો કઠેડો રાખવામાં આવ્યો હતો. આ દીવાલ આગળ ગળામાં રૂમાલ બાંધેલો એક હૃષ્ટપુષ્ટ પોલીસ હવાલદાર આમતેમ ચક્કર લગાવી રખેવાળી કરી રહ્યો હતો.

મારું એવું માનવું હતું કે શૅરલૉક હોમ્સ સીધો જ ઘરમાં જશે અને તરત જ હકીકતોનો અભ્યાસ કરવા લાગશે પણ તેના ઈરાદા પરથી તો એવું કશું જ ન લાગ્યું. આવી સ્થિતિમાં મારા આશ્ચર્યની વચ્ચે એક બેપરવા વ્યક્તિની જેમ તેણે ફૂટપાથ પર આમતેમ આંટા માર્યા અને આસપાસના વિસ્તારનું, તેની સામેનાં ઘરોનું તથા દીવાલ અને કઠેડા વગેરેનું બારીકાઈથી નિરીક્ષણ કર્યું. આ બારીક તપાસ પૂરી કરી તે ઘાસની પગદંડી તરફની કિનારી પર ચાલવા લાગ્યો અને ફરી જમીનને ધારી ધારીને જોવા લાગ્યો. આવું કરતાં તે બે વાર થોભ્યો અને એક વાર તો મેં તેને હસતાં પણ જોયો. છેવટે તેને જાણે કોઈ સંતોષ થયો હોય તેવું કંઈક તે ગણગણ્યો. ત્યાં વરસાદથી ભીની થયેલી માટીની કેડી પર ઘણાં બધાં પગનાં નિશાન હતાં પણ તે તો પોલીસની આટલી બધી અવરજવરના કારણે જ પડ્યાં હશે. તેમ છતાં હું તેના વ્યવહારથી એટલું તો કહી શકું છું કે તેણે કંઈક એવું જોયું હતું જે મારા જોવામાં નહોતું આવ્યું.

ઘરના બારણે જ્યારે અમે પહોંચ્યા ત્યારે એક ઊંચો, ધોળા ચહેરા અને ભૂખરા વાળવાળો માણસ હાથમાં નોંધપોથી સાથે અમારી તરફ ધસી આવ્યો અને મારા સાથીદારનો હાથ પોતાના હાથમાં લઈને મસળવા લાગ્યો, "તમે આવીને મોટી મહેરબાની કરી છે," તેણે કહ્યું, "મેં કોઈને કશું જ અડવા નથી દીધું."

"સિવાય કે પેલું !" મારા મિત્રએ કેડી તરફ આંગળી ચીંધતાં કહ્યું. "જો આખું ને આખું ભેંસોનું ધણ ત્યાંથી પસાર થયું હોત તો પણ આટલો બધો અખાડો ન થયો હોત જેટલો તમે લોકોએ ચાલીને કરી મૂક્યો છે. મને કોઈ શંકા નથી, ગ્રેગસન, કે આવું કરતાં પહેલાં તમે તમારા કોઈક તારણ પર પહોંચ્યા હશો."

"મારે ઘરની અંદર બીજાં ઘણાં બધાં કામ હતાં," જાસૂસે બહાનું બનાવતાં કહ્યું, "મારા સાથી શ્રીમાન લેસ્ટ્રેડ પણ અહીં છે. મારે આખાયે મામલા માટે તેમની પણ મદદ લેવી પડી છે."

હોમ્સે ત્રાંસી નજરે મારી સામે જોયું અને ટીખળ કરતો હોય તેમ પોતાની ભ્રમર ઊંચી કરી.

"તમારા અને લેસ્ટ્રેડ જેવા મહાન જાસૂસો અહીં હોય તો તો પછી ત્રીજી વ્યક્તિ પાસે વળી શોધવા માટે શું બાકી રહ્યું હોય ?" તેણે કહ્યું.

ગ્રેગસને પોતાના હાથ સંતોષ પામતો હોય તેમ મસળ્યા. "મારા ખ્યાલથી અમે જે કરી શકતા હતા તે બધું જ અમે કર્યું છે," તેણે જવાબ આપ્યો, "આ એક વિલક્ષણ મામલો છે અને તમારા આ પ્રકારની બાબતો વિષેના રસથી હું સારી રીતે માહિતગાર છું."

"તમે અહીં ઘોડાગાડીમાં નથી આવ્યા ?" શૅરલૉક હોમ્સે પૂછ્યું.

"ના, સાહેબ."

"લેસ્ટ્રેડ પણ ?"

"ના, સાહેબ."

"ચાલો ત્યારે, આપણે ઓરડાને જોઈ લઈએ." તે કશુંયે બોલ્યા વિના આશ્ચર્યચકિત થયેલા ગ્રેગસનની પાછળ પાછળ ઇમારતમાં પ્રવેશ્યો.

ધૂળના થર જામેલો એક નાનકડો રસ્તો રસોડા અને ઑફિસ તરફ જતો હતો. તેની ડાબી અને જમણી બાજુ બે ખુલ્લાં બારણાં હતાં. તેમાંનું એક તો કેટલાંય અઠવાડિયાંથી બંધ જ હોય તેવું લાગતું હતું. બીજું બારણું ડાઇનિંગ રૂમનું હતું અને તે જ જગ્યાએ આખીયે રહસ્યમય ઘટના ઘટી હતી. હોમ્સ અંદર પ્રવેશ્યો. હું પણ તેમની પાછળ પાછળ ઓરડામાં પ્રવેશ્યો.

તે એક વિશાળ ચોરસ ઓરડો હતો અને કોઈ જ રાચરચીલું ન હોવાથી તે ઓર વધારે વિશાળ લાગતો હતો. એક બીભત્સ દશ્યવાળા ચિત્રથી દીવાલને સુશોભિત કરવામાં

આવી હતી પણ ભેજના કારણે તે અનેક જગ્યાએથી કહોવાઈ ગયું હતું અને તેના લીરા હવામાં આમતેમ ઊડી રહ્યા હતા. તેની પાછળથી પીળા રંગનું પ્લાસ્ટર પણ ડોકિયાં કરી રહ્યું હતું. બારણાની બરાબર સામે જ તાપવાની ભભકાદાર સગડી હતી. તેના પરની છાજલી આરસપહાણથી સજાવવામાં આવી હતી અને તેની એક બાજુ ઓલવાઈ ગયેલી મીણબત્તીનો લાલ ટુકડો પડ્યો હતો. ઓરડાની એક માત્ર બારી એટલી ગંદી હતી કે બહારથી માંડ માંડ પ્રકાશ અંદર આવી રહ્યો હતો અને તેના કારણે ધૂળના થર બાઝેલી વસ્તુઓ ઝાંખા રાખોડી રંગની ભાસતી હતી.

આ બધી વિગતો તો મેં પાછળથી નીરખી. હાલ તો મારું સંપૂર્ણ ધ્યાન ઓરડાની વચ્ચોવચ ચત્તાપાટ પડેલા શબ પર હતું. શબની આંખો નિસ્તેજપણે ઓરડાની રંગહીન છત પર તકાયેલી હતી. આશરે તેંતાળીશ-ચુમ્માળીશ વર્ષનો, મધ્યમ કદનો, પહોળા ખભાવાળો, બરછટ કાળા વાંકડિયા વાળવાળો અને ટૂંકી ઠૂંઠા જેવી દાઢીવાળો તે માણસ હતો. તેણે પહોળા ઘેરવાળો ભારે ડગલો અને કોટી પહેરી હતી. તેનું પાટલૂન હળવા રંગનું હતું અને તેનો કોલર અને બાંયના છેડા એકદમ સાફ હતા. ફરસ પર તેની બાજુમાં પડેલી રેશમની ટોપી પણ સંપૂર્ણ સ્વચ્છ અને વ્યવસ્થિત હતી. તેના પંજા મુઠ્ઠી વાળેલા હતા અને બાવડાં ફેલાયેલાં પડ્યાં હતાં. તેના પગને આંટી વળેલી હતી. એવું લાગતું હતું કે મરતી વેળાએ તેને ખૂબ જ પીડા થઈ હશે. તેના કઠોર ચહેરા પર તીવ્ર પીડાનો ભાવ એમનો એમ જ થીજી ગયો હતો. આવો ધિક્કાર મેં મારી જિંદગીમાં ક્યારેય કોઈ વ્યક્તિના ચહેરા પર નહોતો જોયો. તેના ભયથી મરડાઈ ગયેલા ચહેરા, તેના બુઠ્ઠા નાક, નીચા કપાળ અને બહાર ધસી આવેલા જડબાના કારણે મૃત માણસ આદિમાનવ જેવો લાગતો હતો. મેં ઘણા પ્રકારનાં મોત જોયાં છે પણ આ રીતે લંડનના હાર્દસમા વિસ્તારના કોઈ અંધારા ઘરમાં થયેલું કારમું મોત મારા જોવામાં પ્રથમવાર આવ્યું હતું.

લેસ્ટ્રેડ દરવાજા આગળ ઊભા રહી કશીક ખાંખાખોળ કરી રહ્યો હતો. તેણે મને અને મારા સાથીને આવકાર્યા.

"મામલો ખૂબ ગૂંચવાયેલો છે, સાહેબ," તેણે કહ્યું, "કંઈ જ કહી શકાય તેમ નથી."

"કોઈ જ પગેરું નથી ?" ગ્રેગ્સને પૂછ્યું.

"જરા પણ નહીં." લેસ્ટ્રેડે કહ્યું.

શેરલૉક હોમ્સ શબ પાસે ગયો અને ગોઠણભેર બેસી તેનું બારીકાઈભર્યું નિરીક્ષણ કર્યું. "તમને ખાતરી છે કે ક્યાંય ઘા નથી ?" તેણે લોહીનાં અસંખ્ય ટીપાં અને ડાઘા તરફ આંગળી ચીંધતાં પૂછ્યું.

"હા, ક્યાંય કોઈ ઘા નથી." બન્ને જાસૂસો મોટેથી બોલી ઊઠ્યા.

"તો પછી તે વાત ચોક્કસ છે કે આ લોહી બીજી વ્યક્તિનું છે જે બની શકે કે ખૂની

હોય, જો હત્યા થઈ હોય તો. આ પરિસ્થિતિ મને ૧૮૩૪માં યુટ્રેચ્ટમાં થઈ ગયેલા વાન જેન્સેનના કેસની યાદ અપાવે છે. તને તે કેસ યાદ છે, ગ્રેગ્સન ?"

"ના, સાહેબ."

"તારે ખરેખર તેનો અભ્યાસ કરી જવો જોઈએ. આ જગતમાં નવું કંઈ જ નથી જે પહેલાં ન થઈ ચૂક્યું હોય."

તે જ્યારે આ બોલી રહ્યો હતો ત્યારે હોમ્સની આંગળીઓ આમતેમ હલી રહી હતી અને તેની આંખોમાં પણ મેં અગાઉ જણાવ્યું તે પ્રમાણેના જ હાવભાવ હતા. ખૂબ જ ઝડપથી આખુંયે નિરીક્ષણ પૂરું થઈ ગયું હતું. જે ઝડપથી તે પૂરું કરવામાં આવ્યું હતું તે જોતાં તો તે જરા પણ ઝીણવટથી થયું હોય તેવું નહોતું લાગતું. અંતમાં તેણે મૃત માણસના હોઠ સૂંઘ્યા અને એક નજર તેના કૂણા ચામડાનાં જૂતાં પર ફેરવી.

"શબને જરા પણ હલાવવામાં નથી આવ્યું ?" તેણે પૂછ્યું.

"અમારે અમારી તપાસમાં જેટલી જરૂર હતી તેટલું જ તેને અડ્યા છીએ."

"હવે તમે તેને મુડદાઘરમાં લઈ જઈ શકો છો," તેણે કહ્યું. "હવે વધારે કંઈ જાણવા જેવું બાકી નથી રહ્યું."

ગ્રેગ્સનની સાથે ચાર જણ સ્ટ્રેચર લઈને હાજર જ હતા. તેણે બોલાવતાં જ તેઓ હાજર થઈ ગયા અને પેલા અજાણ્યા માણસને ઊંચકીને બહાર લઈ ગયા. જેવો તેઓએ તેને ઊંચક્યો કે તે જ ક્ષણે તેની આંગળીમાંથી એક વીંટી સરકીને ફરસ પર પડી. લેસ્ટ્રેડે તરત જ તે વીંટીને પોતાના હાથમાં લઈ લીધી અને તેને રહસ્યમયી નજરે જોવા લાગ્યો.

"અહીં એક સ્ત્રી આવી હોવી જોઈએ," તે બૂમ પાડી ઊઠ્યો, "આ વીંટી કોઈ સ્ત્રીની છે."

હથેળીમાં ધરી રાખતાં તેણે પોતાનું તારણ કાઢ્યું. અમે બધા જ તેની ફરતે ગોઠવાઈ ગયા અને વીંટીને ધારી ધારીને જોવા લાગ્યા. તે વીંટીને એક વાર કોઈ પરિણીતાએ પહેરી હશે તે બાબતે ભાગ્યે જ કોઈ શંકા કરી શકે.

"આનાથી તો બાબત ઓર વધારે ગુંચવાઈ ગઈ," ગ્રેગ્સને કહ્યું, "એમ પણ મામલો પહેલેથી જ ખૂબ ગૂંચવાયેલો છે."

"ઊલટાનું તેનાથી તો મામલો સરળ બની જાય છે," હોમ્સે નિરીક્ષણ કર્યું.

"તેની સામે તાકી રહેવાથી કશું નથી વળવાનું. તમને તેના ખિસ્સામાંથી શું શું મળ્યું છે ?"

"આ રહ્યું તે બધું," ગ્રેગ્સને દાદરના છેલ્લાં પગથિયાં પર પડેલી વસ્તુઓ તરફ આંગળી ચીંધતાં કહ્યું. "સોનાની એક ઘડિયાળ, આલ્બર્ટની સોનાની એક ચેઇન, એક ખૂબ ભારે અને નક્કર સોનાની વીંટી. એક સોનાની પીન જેના પર જંગલી કૂતરાનું મોઢું કોતરાવેલું હતું અને તેની આંખોની જગ્યાએ માણેક જડવામાં આવ્યાં હતાં. ચામડાનું

એક કાર્ડકેસ હતું જેમાં ક્લેવલૅન્ડના ઈનોક જે. ડ્રેબરના નામનાં કાર્ડ હતાં અને તેના મૂળાક્ષરો ઇ. જે. ડી. પણ તે પર ચીતરવામાં આવેલા હતા. કોઈ બટવો નહોતો મળ્યો પણ છૂટાછવાયા સાત પાઉન્ડ અને તેર શિલિંગ મળી આવ્યા હતા. પહેલાં પાને જોસેફ સ્ટ્રેન્ગરસનનું નામ લખેલી બોકાશિયોની 'ડીકેમેરોન'ની એક પૉકેટ-આવૃત્તિ હતી. આ ઉપરાંત બે પત્રો મળી આવ્યા હતા. એક ઈ.જે. ડ્રેબરને લખવામાં આવ્યો હતો અને એક જોસેફ સ્ટ્રેન્ગરસનને સંબોધવામાં આવ્યો હતો."

"કયા સરનામેથી ?"

"અમેરિકન એક્સ્ચેન્જ, સ્ટ્રેન્ડ તરફથી. બન્ને પત્રો ગુઇઓન સ્ટીમશીપ કંપની તરફથી આવ્યા હતા. તેમાં વહાણની મુસાફરીની જાણકારી આપવામાં આવી હતી. એ તો સ્પષ્ટ છે કે આ દુર્ભાગી માણસ પાછો ન્યૂયોર્ક જવાનો હતો."

"તમે આ સ્ટ્રેન્ગરસન નામની વ્યક્તિની કોઈ તપાસ કરી ખરી ?"

"મેં તેની તપાસ તો શરૂ કરી દીધી છે, સાહેબ," ગ્રેગ્સને કહ્યું, "મેં બધાં જ છાપાંઓમાં તેની જાહેરાત આપી છે અને મારા એક માણસને અમેરિકન એક્સ્ચેન્જમાં તપાસ માટે પણ મોકલ્યો છે, પણ હજુ તે પાછો નથી આવ્યો."

"તમે ક્લેવલૅન્ડ કોઈકને મોકલ્યા છે ?"

"અમે આજે સવારે જ ત્યાં તાર કર્યો છે."

"તમે તેઓને શેની તપાસ કરવાની કહી છે ?"

"અમે તેમને પરિસ્થિતિની વિગતો જણાવી છે અને કહ્યું કે જો તેમની પાસે તે અંગે અમને મદદરૂપ કોઈ જાણકારી મળે તો જણાવે."

"તમે તેમની પાસે કોઈ ચોક્કસ મુદ્દા પર મદદ નથી માગી ?"

"મેં સ્ટ્રેન્ગરસન વિષે માહિતી મેળવવાનું કહ્યું છે."

"બીજું કંઈ નહીં ? ત્યાં કોઈ એવી ઘટના નથી બની કે જે આ બાબત પર પ્રકાશ પાડી શકે ? શું તમે તેમને ફરી વાર તાર ન કરી શકો ?"

"મેં તેમને કહેવાનું હતું તે બધું જ કહી દીધું છે." ગ્રેગ્સને ચીડાઈને કહ્યું.

શૅરલૉક હોમ્સ તેની જાત સાથે જ કંઈક બબડ્યો. ડાઇનિંગ હૉલમાં અમે જ્યારે આ આખીયે ચર્ચા કરી રહ્યા હતા ત્યારે લેસ્ટ્રેડ આગળના રૂમમાંથી અમારી સમક્ષ પોતાના હાથ રગડતો હાજર થયો. તે ઉત્સાહમાં હતો.

"શ્રીમાન ગ્રેગ્સન," તેણે કહ્યું, "મેં હમણા જ એક ખૂબ જ મહત્ત્વની શોધ કરી છે અને તેના પરથી તમે કહી દેશો કે મેં કેટલી ઝીણવટથી દીવાલોને તપાસી છે."

બોલતાં બોલતાં તે ઠીંગણા માણસની આંખો ચમકી રહી હતી અને સ્પષ્ટ રીતે જોઈ શકાતું હતું કે તે પોતાની જાતને પોતાના સાથી કરતાં એક પગલું આગળ સમજી રહ્યો હતો.

"અહીં આવો," ઓરડામાં પાછા જતાં તેણે કહ્યું. મૃતદેહ હટાવ્યા પછી ઓરડો થોડો ઠીક લાગી રહ્યો હતો. "હવે, ત્યાં ઊભા રહો !"

તેણે એક દીવાસળી સળગાવી અને તેને દીવાલ આગળ ધરી.

"પેલી બાજુ જુઓ !" તેણે વિજયી અવાજમાં કહ્યું.

"મેં જોયું કે જે કાગળના લીરેલીરા થઈ ગયા હતા, ઓરડાના તે જ ખૂણાના એક ચોરસ ભાગનું પ્લાસ્ટર ઊખડી ગયું હતું અને પીળા રંગની ખરબચડી સપાટી દેખાતી હતી. આ ખુલ્લી દીવાલ પર લોહી જેવા લાલ રંગમાં એક શબ્દ લખેલો હતો -

આર એ સી એચ ઈ

"આ વિષે તમે શું વિચારો છો ?" જાસૂસ બડાઈ મારતાં મોટેથી બોલ્યો. "આ કોઈની પણ નજરમાં નહોતું આવ્યું કારણ કે કોઈને પણ આ અંધારા ખૂણામાં જોવાનો વિચાર જ નહોતો આવ્યો. ખૂની દ્વારા આ તેના કે તેણીના હાથે લખાયું હોય તેમ લાગે છે. આ લખાણમાંથી નીતરેલા રેલાને જુઓ. આ બાબત આત્મહત્યા તરફ નિર્દેશ કરે છે. લખવા માટે તે જ ખૂણો કેમ પસંદ કરવામાં આવ્યો ? હું તમને કહું. તાપણાની છાજલી પર પડેલી પેલી મીણબત્તી જુઓ. એક વખતે તે પ્રકાશિત હતી. અને જો તે પ્રકાશિત હોત તો તે વખતે આ ખૂણો હાલની જેમ અંધારો નહીં પણ પ્રકાશિત હોય."

"તેં જે આ ભાળ મેળવી છે તેનો અર્થ શું થાય છે તે કહીશ જરા ?" ગ્રેગ્સને કડવાશપૂર્વક પૂછ્યું.

"અર્થ ? કેમ, તેનો અર્થ એ થાય છે કે લખનાર કોઈક સ્ત્રી રાશેલનું નામ લખવા જઈ રહ્યો હતો પણ કોઈક કારણસર તેને કે તેણીને સમય નહીં મળતાં લખાણ પૂરું નહોતું થઈ શક્યું. તમે મારા શબ્દો ધ્યાનથી સાંભળો છોને ? આ કેસમાં એટલું તો સ્પષ્ટ થઈ ગયું છે કે કોઈક રાશેલ નામની સ્ત્રીને આ બાબત સાથે કંઈક લેવાદેવા છે. તમને તો શ્રીમાન હોમ્સ આમાં હસવું જ આવશે. તમે ચોક્કસ નિપુણ અને હોશિયાર હશો પણ જૂના જાસૂસ પણ કંઈ કમ નથી હોતા. હવે બધું જ સ્પષ્ટ થઈ ગયું છે."

"હું ખરેખર તમારી માફી માગું છું !" મારા સાથીએ કહ્યું. લેસ્ટ્રેડ જ્યારે બધી જ સ્પષ્ટતા આપી રહ્યો હતો ત્યારે હોમ્સને હસવું આવી ગયું હતું. "આ વસ્તુ પહેલી શોધી નાખવાનો યશ ચોક્કસ તમને જ જવો જોઈએ અને તમે કહ્યું તે પ્રમાણે તે લખાણ ગઈ રાત્રીના રહસ્યમાં જે બીજો ભાગીદાર છે તેના દ્વારા જ લખાયેલું હશે. હજુ મને આ ઓરડો તપાસવાનો મોકો નથી મળ્યો પણ જો તમારી પરવાનગી હોય તો હું હવે મારું કામ શરૂ કરું."

આવું કહેતાં તેણે તેના ખિસ્સામાંથી માપપટ્ટી અને સૂક્ષ્મદર્શક કાચ કાઢ્યો. આ બે સાધનો વડે જરા પણ અવાજ કર્યા વિના ક્યારેક ઘૂંટણભેર તો ક્યારેક થોડું થોભીને, અને એક વાર મોંભેર સૂઈને તેણે આખાયે ઓરડાનું ઝીણવટથી નિરીક્ષણ કર્યું. તે પોતાના કામમાં એટલો ખોવાઈ ગયો હતો કે તેને અમારી હાજરીનો પણ ખ્યાલ નહોતો રહ્યો. તે મનોમન કંઈક બબડે રાખતો હતો. એક ક્ષણે આશ્ચર્યનો ઉદ્‌ગાર કાઢે, તો બીજી ક્ષણે

સીટી વગાડે, તો વળી ત્રીજી ક્ષણે ચિત્કારી ઊઠે અને જાણે તેને કંઈક આશા જન્મી હોય તેવો ભાવ વ્યક્ત કરે. જ્યારે હું તેને આવું કરતો જોઈ રહ્યો હતો ત્યારે મને એક શુદ્ધ લોહીનો તાલીમબદ્ધ શિકારી કૂતરો યાદ આવતો હતો, કારણ કે તે બરાબર તેની જેમ જ ઘડીકમાં આગળ તો ઘડીકમાં પાછળ તેણે પારખેલી ગંધને વારંવાર શોધતો હોય તેવો જ દીસતો હતો. તેનું સંશોધન વીસેક મિનિટ જેટલું ચાલ્યું હશે. તેણે મને જરા પણ નહોતા દેખાતા તેવા ફરસ પર પડેલા કોઈક નિશાન આસપાસ કેટલાંક માપ લીધાં. એક જગ્યાએથી તેણે નીચે પડેલી ભૂખરી ધૂળને ભેગી કરી અને તેને એક પરબીડિયામાં નાખી. છેલ્લે તેણે પોતાના સૂક્ષ્મદર્શક કાચ વડે દીવાલ પર લખવામાં આવેલા શબ્દને તપાસ્યો. તેણે એક એક અક્ષરને બારીકાઈથી તપાસ્યો. તપાસ પૂરી થઈ ગઈ અને તેણે પોતાની માપપટ્ટી અને સૂક્ષ્મદર્શક કાચ ખિસ્સામાં પાછાં મૂકી દીધાં.

"કહેવાય છે કે એક પ્રતિભાવંત વ્યક્તિ પાસે પીડા સહન કરવાની અનંત તાકાત રહેલી હોય છે." તેણે સ્મિત કરતાં કહ્યું, "તે ખરેખર એક ખરાબ વ્યાખ્યા છે પણ એક જાસૂસ પર તે યોગ્ય રીતે બંધ બેસે છે."

ગ્રેગ્સન અને લેસ્ટ્રેડે તેમના આ બાહોશ સાથીદારની સંશોધન પ્રક્રિયાને ખૂબ જ આતુરતાથી અને થોડાક તિરસ્કાર સાથે નિહાળી. મને પ્રશ્ન એ હતો કે હકીકતને તેઓ સ્પષ્ટપણે આવકારશે કે નહીં. બીજી તરફ મને હોમ્સની બારીકમાં બારીક હિલચાલ પણ કોઈક ચોક્કસ અને વ્યવહારુ અંત તરફ દોરી જતી હોય તેવી લાગી હતી.

"તમે આ બાબતે શું વિચારો છો, સાહેબ ?" બન્ને એકસાથે બોલી ઊઠ્યા.

"જો હું તમને આ બાબતે મદદ કરું તો આખાયે મામલાનું શ્રેય તમે લઈ જશો," મારા મિત્રએ કટાક્ષ કર્યો, "તમે અત્યારે ખૂબ સરસ આગળ વધી રહ્યા છો અને જો કોઈ ત્રીજી વ્યક્તિ આમાં દખલ કરશે તો મને લાગે છે તે યોગ્ય નહીં ગણાય." તેના અવાજમાં મેણું મારવાનો ભાવ જણાતો હતો. "જો તમે જણાવો કે તમારી તપાસ કઈ રીતે ચાલી રહી છે તો હું તમને કદાચ કંઈક મદદરૂપ થઈ શકું," તેણે બોલવાનું ચાલુ રાખ્યું, "સાથે સાથે હું જે કોન્સ્ટેબલને મૃતદેહ મળ્યો તેને પણ મળવા માગું છું. તમે મને તેનું નામ અને સરનામું જણાવી શકો ?"

લેસ્ટ્રેડે પોતાની નોંધપોથીમાં નજર કરી. "જોહ્ન રેન્સ," તેણે કહ્યું.

"તે અત્યારે ફરજ પર નથી. તમે તેને ૪૬, ઓડલી કોર્ડ, કેનીંગ્ટન પાર્ક ગેટ ખાતે મળી શકશો."

હોમ્સે તરત જ સરનામું નોંધી લીધું.

"ચાલો, ડૉક્ટર," તેણે કહ્યું, "આપણે તેને જઈને મળીએ. હું તમને એક વસ્તુ જણાવીશ જે તમને આ કેસમાં મદદરૂપ થશે," તેણે પેલા બે જાસૂસો તરફ ફરતાં પોતાની વાત ફરી શરૂ કરી, "આ ખૂનનો મામલો છે અને તેમાં કોઈક પુરુષની સંડોવણી છે. તે

છ ફૂટ કરતાં ઊંચો માણસ છે અને તે એક બદતર જીવન જીવી રહ્યો છે. તેની ઊંચાઈના પ્રમાણમાં તેના પગ થોડા ટૂંકા છે. તેણે ચોરસ ખૂણાવાળા ખરબચડા બૂટ પહેર્યા હતા અને તેણે એક ટ્રીકનોપોલી સિગાર ફૂંકી હતી. તે અહીં તેના શિકાર સાથે ચાર પૈડાંવાળી ઘોડાગાડીમાં આવ્યો હતો. તે ઘોડાગાડી એક જ ઘોડા દ્વારા ચલાવવામાં આવી હતી. ઘોડાના ત્રણ પગના ડાબલાની નાળ જૂની છે જ્યારે તેના આગળના પગમાંના એકમાં નવી નાળ લગાવવામાં આવેલી છે. ખૂનીનો ચહેરો શક્યતઃ લાલ રંગનો છે અને તેના જમણા હાથની આંગળીઓના નખ ઘણા લાંબા છે. આ થોડાંક જ સૂચક ચિહ્નો છે પણ તે તમને જરૂર મદદરૂપ નીવડશે.''

લેસ્ટ્રેડ અને ગ્રેગ્સને એકબીજાની સામે શંકાસ્પદ સ્મિત કર્યું.

''જો આ માણસ ખૂની હોય તો તેણે કઈ રીતે તે કર્યું ?'' લેસ્ટ્રેડે પૂછ્યું.

''ઝેર,'' શૅરલૉક હોમ્સે તોછડાઈથી કહ્યું અને ત્યાંથી બહાર નીકળ્યો. ''બીજી એક વાત, લેસ્ટ્રેડ,'' તેણે જતાં જતાં ઉમેર્યું : ''આર એ સી એચ ઈ (રેચ) એ એક જર્મન શબ્દ છે, જેનો અર્થ થાય છે 'બદલો'; માટે કોઈ કુમારી રાશેલને શોધવામાં તમારો સમય બરબાદ ન કરતા.''

આ સણસણતી સલાહ આપતો તે બહાર નીકળી ગયો અને પાછળ પેલા બે જણનાં મોં આશ્ચર્યનાં માર્યાં ખુલ્લાં રહી ગયાં.

❖

પ્રકરણ ૪

જોહ્ન રૅન્સનું નિવેદન

અમે ૩, લ્યૂરિસ્ટન ગાર્ડનનો વિસ્તાર છોડ્યો ત્યારે એક વાગ્યો હતો. શૅરલૉક હોમ્સ અને હું સૌથી નજીકના તાર કાર્યાલયમાં એક લાંબો તાર રવાના કરવા ગયા. પછી તેણે એક ઘોડાગાડી રોકી અને ઘોડાગાડીવાળાને લેસ્ટ્રેડે આપેલા સરનામે લઈ જવાનું કહ્યું.

“પ્રત્યક્ષ પુરાવાઓ જેવું કશું જ નથી હોતું.” તેણે કહ્યું, “આમ તો મારા મગજમાં આખોયે કેસ બેસી ગયો છે, પણ હજુ જે કંઈ આપણે જાણવાનું બાકી રહ્યું છે તે જાણી લેવું જોઈએ.”

“તેં મને આશ્ચર્યમાં મૂકી દીધો છે, હોમ્સ,” મેં કહ્યું, “મને ખાતરી છે કે તેં જે બાબતો પેલા બેને કહી તે બાબતે તું ખુદ એટલો વિશ્વાસ નથી ધરાવતો જેટલો તું દેખાડી રહ્યો છે.”

“ભૂલ થવાને કોઈ સ્થાન જ નથી.” તેણે જવાબ આપ્યો, “ત્યાં પહોંચતાં પહેલી વસ્તુ મારા નિરીક્ષણમાં એ આવી કે ઘોડાગાડીના કારણે જમીન પર સમાંતર બે પૈડાંની છાપ પડી હતી. હવે જો ગઈકાલ રાતની વાત કરું તો, અઠવાડિયાથી આપણે ત્યાં વરસાદ નહોતો પડ્યો એટલે તેથી એ પણ નક્કી થઈ ગયું કે ગઈકાલે રાત્રે જ ઘોડાગાડી ત્યાં આવી હતી. ત્યાં ઘોડાનાં પગની નાળના નિશાન પણ હતાં. તેમાંના એકની કિનારીઓ સંપૂર્ણ સ્પષ્ટ દેખાતી હતી જ્યારે બીજાં ત્રણ નાળની છાપ એટલી સ્પષ્ટ રીતે નહોતી પડી. ઘોડાગાડી આવી હતી વરસાદ દરમિયાન પણ તે સવાર સુધી ત્યાં નહોતી રહી - મેં ગ્રેગ્સનને પણ તે વિષે પૂછપરછ કરી હતી તે તો તને ખબર જ હશે - તે પરથી તો એટલું સ્પષ્ટ થઈ જાય છે કે ઘોડાગાડી રાત્રી દરમિયાન ત્યાં હતી અને માટે જ હું કહું છું કે તે ઘોડાગાડીમાં જ પેલી બે વ્યક્તિઓ ઘરે આવી હશે.”

“આ તો સાવ સરળ લાગે છે,” મેં કહ્યું, “પણ બીજા માણસની ઊંચાઈ વિષે કઈ રીતે કહી શકાય ?”

"કેમ, દસમાંથી નવ કેસમાં માણસનાં બે ડગલાં વચ્ચેના અંતર પરથી તેની લંબાઈનો ચોક્કસ અંદાજ લગાવી શકાય છે. આ સાવ જ સીધી-સાદી ગણતરી છે, જો કે તેની ચર્ચા કરીને હું તને કંટાળો આપવા નથી માગતો. મેં તે માણસનાં ડગલાં બહાર માટી પર અને અંદર ઓરડાની રજ પર પણ જોયાં. પછી મેં મારી ગણતરીની ખાતરી કરી. જ્યારે કોઈ માણસ દીવાલ પર લખતો હોય છે ત્યારે તે સ્વાભાવિક રીતે જ પોતાની આંખથી ઊંચી તરફ લખતો હોય છે. હવે તે લખાણ જમીનથી છ ફૂટ ઊંચું હતું. તે તો કોઈ બાળક પણ કહી શકે."

"તો પછી તેની ઉંમર વિષે ?" મેં પૂછ્યું.

"અચ્છા, જો એક માણસ સાડાચાર ફૂટની ફલાંગ ભરી ચાલતો હોય તો તે નબળો ફિક્કો હોઈ જ ન શકે. બગીચાના કાદવમાં પણ તેનાં જ પગલાં હતાં. ચામડાના બૂટનો આગળનો ભાગ ગોળાકાર હતો જ્યારે બીજા બૂટનો આગળનો ભાગ ચોરસ હતો. આ બાબતમાં તો કોઈ રહસ્ય જ નથી. હું તો માત્ર રોજિંદી જિંદગીને મારા પેલા નિરીક્ષણ અને નિષ્કર્ષનો સિદ્ધાંત કે જે મેં પેલા લેખમાં લખ્યો છે તેને જ લાગુ પાડું છું. હવે કંઈ બાકી રહ્યું જે તને મૂંઝવતું હોય ?"

"આંગળીના નખ અને ટ્રીક્રોપોલી," મેં જવાબ આપ્યો.

"દીવાલ પરનું લખાણ તે માણસે પોતાની પહેલી આંગળીને લોહીમાં ડુબાડીને લખ્યું હતું. મારા સૂક્ષ્મદર્શક કાચ વડે હું જોઈ શક્યો કે દીવાલનું પ્લાસ્ટર તેનાથી થોડું ખોતરાયું હતું. હવે જો તે માણસની આંગળીના નખ કપાયેલા હોત તો આવું ના બને. તમને યાદ હોય તો મેં ફરસ પરથી થોડી રાખ ભેગી કરી હતી. તે પડવાળી રાખ હતી અને તેનો રંગ ઘેરો હતો અને આવી રાખ તો ટ્રીક્રોપોલી સિગારની જ હોય છે. હકીકતમાં તો મેં સિગારની રાખનો ઊંડો અભ્યાસ કર્યો છે, તે વિષય પર મેં એક નિબંધ પણ લખેલો છે. મેં મારી જાતને એ રીતે કેળવી છે કે એક નજરમાં જ હું કોઈ પણ જાણીતી સિગાર કે તમ્બાકુની રાખને ઓળખી શકું છું. આ એવી આવડત છે જેનાથી એક નિપુણ જાસૂસ ગ્રેગ્સન અને લેસ્ટ્રેડ જેવા જાસૂસથી અલગ પડે છે."

"અને લાલચોળ ચહેરો ?" મેં પૂછ્યું.

"તે એક સાહસભર્યું અનુમાન હતું, જો કે મને કોઈ જ શંકા નથી કે હું ખોટો નહીં હોઉં. આ તબક્કે તમારે મને આ સવાલ ન જ પૂછવો જોઈએ."

મેં મારી ભ્રમર પર હાથ ફેરવ્યો. "મારું મગજ ઘૂમી રહ્યું છે," મેં કહ્યું, "વધારે અને વધારે વિચારવાથી તે વધારે અને વધારે રહસ્યમયી બની જાય છે. આ બન્ને માણસ - જો તે બે હોય તો - અહીં આ ખાલી જગ્યામાં કઈ રીતે આવી પહોંચ્યા હશે ? પેલો જે ઘોડાગાડીવાળો તેમને અહીં લઈને આવ્યો હતો તેનું શું થયું હશે ? એક માણસે બીજાને કઈ રીતે ઝેર લેવા મજબૂર કર્યો હશે ? પેલું લોહી ક્યાંથી આવ્યું હશે ? કોઈ લૂંટ તો નથી થઈ તો પછી ખૂનીનો આશય શું હશે ? એક સ્ત્રીની વીંટી ત્યાં ક્યાંથી આવી હશે ? આ

બધાંથી પણ વિશેષ તે માણસે જતાં જતાં જર્મન શબ્દ 'રાશે' શા માટે દીવાલ પર લખ્યો હશે ? હું આ બધા પ્રશ્નો વિશે કોઈ જ અનુમાન નથી બાંધી શકતો."

મારો સાથી સંમતિપૂર્વક હસ્યો.

"તેં ખૂબ જ ટૂંકમાં બધી જ મુશ્કેલીઓનો સરવાળો કરી લીધો એ સારું કહેવાય." તેણે કહ્યું, "જો કે આ ઉપરાંત પણ બીજી ઘણી બધી બાબતો અસ્પષ્ટ છે તેમ છતાં મુખ્ય હકીકતો બાબતે હું સ્પષ્ટ થઈ ગયો છું. પેલા બિચારા લેસ્ટ્રેડનો ખ્યાલ - તે લખાણ પોલીસને ગેરમાર્ગે દોરવા માટે જ લખવામાં આવ્યું હતું. તે કોઈ જર્મને નથી કર્યું. જો તમે અક્ષર 'એ'ને જોયો હોય તો તે જર્મન રીત પ્રમાણે નહોતો લખાયો. જો કોઈ જર્મને તે લખ્યો હોત તો તે શુદ્ધ લૅટિન અક્ષર હોત. આ પરથી આપણે કહી શકીએ કે તે લખાણ કોઈક અણઘડ નકલબાજ દ્વારા લખવામાં આવ્યું હતું. આ યુક્તિ તપાસને ગેરમાર્ગે દોરવા માટે જ કરવામાં આવી હતી. હવે આથી વધારે આ કેસ બાબતે હું તને જરા પણ નહીં કહું, ડૉક્ટર. તું તો જાણતો જ હોઈશ કે હાથચાલાકી કરનાર માણસ પોતાની બધી જ યુક્તિ જણાવી દે તો તેને શ્રેય નથી મળતું; અને જો હું તને મારી કામ કરવાની આખી પદ્ધતિ જણાવી દઈશ તો તો તું એવા જ તારણ પર પહોંચે કે હું તો એક સાવ સામાન્ય માણસ છું."

"હું તેમ ક્યારેય નહીં કહું," મેં જવાબ આપ્યો, "તેં કોઈ ચોક્કસ વિજ્ઞાનની જેમ જ છૂપી બાબતોનો પત્તો લગાવી લીધો છે. દુનિયામાં અત્યાર સુધી આવું ભાગ્યે જ થયું હશે."

મારો સાથી મારા આ શબ્દો અને જે ગંભીરતાથી મેં તેનાં વખાણ કર્યાં તેનાથી ખુશ થઈ ગયો. મેં તે પણ જોયું કે તે પોતાની આવડત બાબતે એટલો સંવેદનશીલ હતો જેટલી કોઈ છોકરી પોતાના સૌંદર્ય બાબતે હોય.

"હું તને બીજી એક વાત કહું," તેણે કહ્યું, "ચામડાનાં બૂટનાં નિશાન અને ચોરસ ખૂણાવાળાં નિશાન ઘોડાગાડી આગળથી સાથે જ આગળ વધ્યાં હતાં અને તે બન્ને વ્યક્તિ ગાઢ મિત્રતાપૂર્વક એકબીજાના હાથમાં હાથ નાખીને ઘરમાં પ્રવેશ્યા હતા તેવી સંપૂર્ણ શક્યતા છે. તેઓ ઓરડામાં પ્રવેશ્યા હતા અને તેઓએ આમતેમ આંટા માર્યા હતા. તે બધું હું ઓરડાની રજ પર પડેલાં નિશાન પરથી કહી શકું છું. ચામડાના બૂટવાળો માણસ ઊભો રહ્યો હતો જ્યારે ચોરસ ખૂણાવાળા બૂટવાળો માણસ આમતેમ આંટા મારી રહ્યો હતો. હું એટલું પણ કહી શકું છું કે જેમ જેમ તે આંટા મારતો ગયો તેમ તેમ તેની ઉત્તેજના ઓર અને ઓર તીવ્ર થતી ગઈ હતી. તે હું તેનાં ડગલાં વચ્ચેના અંતરમાં થયેલા વધારા પરથી કહી શકું છું. આ દરમિયાન તે એકધારું બોલે જ રાખતો હતો અને ઉન્માદના કારણે પોતાની જાતને એકધારી કાર્યશીલ રાખી હતી. અને ત્યાર પછી જ આખી કરુણ ઘટના ઘટી હતી. હું જે જાણતો હતો તે બધું જ મેં તને કહી દીધું, બાકી તો

બધી નરી અટકળો અને અનુમાન જ છે. આપણી પાસે શરૂઆત કરવા માટે ઘણા આધાર છે. આપણે જરા ઉતાવળ કરવી પડશે, કારણ કે હું આજે બપોરે હેલેની કોન્સર્ટમાં નોર્મન નેરુદાને સાંભળવા જવા માગું છું.''

આ આખીયે વાતચીત દરમિયાન અમારી ઘોડાગાડી ગંદા અને ગમગીન રસ્તા પર આગળ વધી રહી હતી. એક સૌથી ગંદી અને ખૂબ ઉદાસ જગ્યાએ અમારો ઘોડાગાડીવાળો ઊભો રહી ગયો. ''ત્યાં અંદર ઓડલી કોર્ડ આવેલું છે.'' તેણે એક સાંકડી કાળી ઈંટોવાળી ગલી તરફ આંગળી ચીંધતાં કહ્યું, ''તમે પાછા આવશો ત્યારે હું તમને અહીં જ મળીશ.''

ઓડલી કોર્ડ કંઈ આકર્ષક વિસ્તાર નહોતો. સાંકડી ગલીમાંથી જતો માર્ગ અમને ગંદાં ઘરોથી ઘેરાયેલા ઝંડાની વાડ કરેલા ચોક આગળ દોરી ગઈ. અમે ગંધાતાં બાળકોના ટોળામાંથી રસ્તો કરતાં આગળ વધ્યા. બધું જ રંગહીન હતું. આખરે અમે ૪૬ નંબરના બારણા પર આવીને ઊભા રહ્યા. તેને તાંબાની તકતી વડે સજાવવામાં આવ્યું હતું. તેના પર રૅન્સ નામ ઉપસાવવામાં આવ્યું હતું. તપાસ કરતાં અમારી જાણમાં આવ્યું કે કોન્સ્ટેબલ પથારીમાં પડ્યો હતો. તેની રાહ જોવા અમને એક નાનકડા બેઠકખંડમાં બેસાડવામાં આવ્યા. તેને ઊંઘમાંથી જગાડવામાં આવ્યો હતો તેથી તે થોડો ચિડાયેલો હતો અને હજુ પણ ઊંઘમાં જ હતો. ''મેં મારો અહેવાલ કાર્યાલયમાં આપી દીધો છે,'' તેણે કહ્યું.

હોમ્સે પોતાના ખિસ્સામાંથી એક અડધા પાઉન્ડનો સિક્કો કાઢ્યો અને તેની સાથે રમવા લાગ્યો. ''અમને લાગ્યું કે તમારા ખુદના હોઠથી અમે આખીયે બાબત સાંભળીએ તો સારું રહેશે,'' તેણે કહ્યું.

''તમને વિગતો જણાવતાં મને ખૂબ આનંદ થશે,'' કોન્સ્ટેબલે પેલા સિક્કા પર લલચામણી નજર નાખતાં કહ્યું.

''તમારી સાથે જે રીતે આખીયે ઘટના બની તે જ પ્રમાણે અમને તે સંભળાવો.''

કોન્સ્ટેબલ ઘોડાના વાળથી સજાવવામાં આવેલા સોફા પર બેઠો અને તેના વર્ણનમાં તે કંઈ ચૂકી તો નથી જતોને તેનો ખ્યાલ રાખતાં બાબત જણાવવા લાગ્યો.

''હું તમને શરૂઆતથી જ બધું જણાવીશ,'' તેણે કહ્યું, ''મારી ફરજ રાત્રીના દસથી સવારના છ વાગ્યાની છે. અગિયાર વાગ્યાની આસપાસ વ્હાઈટ હાર્ટ તરફ કંઈક ધમાલ થઈ પણ તે સિવાય તો બધું જ શાંત હતું. એક વાગ્યે વરસાદ ચાલુ થયો તે જ વખતે મને હેરિ મર્ચર મળ્યો - તે પેલી ધમાલ વખતે પોલાન્ડ ગ્રોવ પર જ હતો - અને અમે બન્ને હેનરીએટા શેરીના નાકે ઊભા રહીને તે વિષે થોડી વાતો કરી. ત્યાર બાદ લગભગ બે વાગ્યાની આસપાસ મેં વિચાર્યું કે મારે બ્રિક્સટન રોડ પર એક આંટો મારી લેવો જોઈએ. ત્યાં ખૂબ એકાંત અને ગંદકી હતી. મને એક વ્યક્તિ પણ રસ્તા પર ન મળી સિવાય કે એક કે બે ઘોડાગાડી મારી આગળથી પસાર થઈ હતી. હું મારી ધૂનમાં ને

ધૂનમાં કંઈક વિચારતો વિચારતો રસ્તા પર આગળ વધી રહ્યો હતો. બરાબર તે જ ક્ષણે મને પેલા ઘરની બારીમાંથી પ્રકાશનો એક લિસોટો દેખાયો. હું એ તો જાણતો જ હતો કે લ્યૂરિસ્ટન ગાર્ડનનાં તે બે ઘર સાવ જ અવાવરું હતાં, તેમાં કોઈ જ નહોતું રહેતું કારણ કે તેમાં રહેતી છેલ્લી વ્યક્તિ ટાઈફૉઈડની બીમારીથી મૃત્યુ પામી હતી. મારા મનમાં આ બધી જ હકીકતો સંઘરાયેલી હતી એટલે બારીમાંથી આવેલા પ્રકાશના લિસોટાના કારણે મને શંકા ગઈ કે કંઈક અજુગતું થઈ રહ્યું હતું. જ્યારે હું દરવાજા આગળ પહોંચ્યો..."

"તમે થોભ્યા અને પછી પાછા બગીચાના દરવાજે આવ્યા," મારા સાથી વચ્ચે જ બોલી ઊઠ્યા, "આવું તમે શા માટે કર્યું ?"

રેન્સ અચાનક ઊછળી પડ્યો અને અત્યંત આશ્ચર્યના ભાવથી શૅરલૉક હોમ્સ સામે તાકી રહ્યો.

"તમે તદ્દન સાચ્ચા છો, સાહેબ," તેણે કહ્યું; "તમને કઈ રીતે ખબર, આ વાત તો ભગવાન જ જાણતા હશે. હું જ્યારે બારણા પાસે પહોંચ્યો ત્યારે ત્યાં ભયંકર શાંતિ અને એકાંત હતું તેથી મેં વિચાર્યું કે મારે અહીં એકલા ન રહેવું જોઈએ, મારી સાથે કોઈક તો હોવું જ જોઈએ. હું કંઈ એ જગ્યાથી ડરતો નહોતો પણ મને વિચાર આવ્યો કે આ વ્યક્તિ પેલી ટાઈફૉઈડના કારણે મરી ગઈ તે પોતે કઈ રીતે મર્યો તેની તપાસ કરવા તો નહીં આવ્યો હોય ને ? અને તે વિચારીને જ હું પાછો ફર્યો અને દરવાજે જઈને જોયું કે મર્ચરનું ફાનસ દેખાય છે ? પણ ત્યાં તેનાં કોઈ જ નિશાન નહોતાં, અરે બીજું કોઈ પણ નહોતું."

"શેરીમાં કોઈ જ નહોતું ?"

"કોઈ જ જીવતું પ્રાણી નહોતું, અરે કોઈ કૂતરો પણ નહોતો. પછી મેં હિંમત કરી અને પાછો બારણા પાસે ગયો અને બારણાને ધક્કો મારી ખોલ્યો. અંદર તદ્દન શાંતિ હતી, એટલે હું અંદર જે ઓરડામાંથી પ્રકાશ આવી રહ્યો હતો ત્યાં ગયો. અંદર એક તાપણાની છાજલી પર લાલ મીણવાળી બત્તી સળગી રહી હતી. અને તેના પ્રકાશમાં મેં જોયું..."

"હા, મને ખબર છે કે તમે બધું જોયું. તમે આખાયે ઓરડામાં ઘણીવાર આંટા માર્યા હતા અને તમે મૃતદેહ આગળ પણ ઘૂંટણભેર બેઠા હતા અને પછી તમે ત્યાંથી રસોડાના બારણા તરફ ગયા અને પછી..."

જોહ્ન રેન્સ ઊછળીને ઊભો થઈ ગયો. તે ગભરાઈ ગયો હતો અને તેની આંખમાં પણ શંકાના ભાવ હતા. "શું તમે આ બધું છુપાઈને જોયું હતું ?" તે બૂમ પાડી ઊઠ્યો, "એવું લાગે છે તમને જેટલી ખબર હોવી જોઈએ તેથી ક્યાંય વધારે તમે જાણો છો."

હોમ્સ ખડખડાટ હસી પડ્યો અને પોતાનું કાર્ડ ટેબલ પર હવાલદાર તરફ નાખ્યું. "ભાઈ, મને હત્યાના ગુનામાં જેલ ભેગો ના કરી દેતા," તેણે કહ્યું.

"હું તો એક શિકારી કૂતરો છું, કોઈ વરુ નથી, શ્રીમાન ગ્રેગ્સન કે શ્રીમાન

લેસ્ટ્રેડ તમને તેનો જવાબ આપશે. તમારી વાત ચાલુ રાખો. ત્યાર પછી તમે શું કર્યું ?"

રેન્સે પોતાના ચહેરા પરના રહસ્યમયી ભાવ ગુમાવ્યા વગર પોતાની બેઠક પાછી લઈ લીધી. "હું પાછો દરવાજે ગયો અને એક મોટી સીટી વગાડી. સીટી સાંભળીને મર્ચર અને બીજા બે જણ જગ્યાએ આવી ગયા."

"તો પછી શેરીમાં કોઈ જ નહોતું ?"

"હા, કોઈ જ નહોતું, કમસે કમ કોઈ સારું માણસ તો નહોતું જ."

"તમે કહેવા શું માંગો છો ?"

કોન્સ્ટેબલે ગમગીન હાસ્ય કર્યું. "મેં મારા જીવનમાં ઘણા દારૂડિયા જોયા છે," તેણે કહ્યું, "પણ આવો દારૂડિયો ક્યારેય નહોતો જોયો. જ્યારે હું ઘરમાંથી બહાર આવ્યો ત્યારે તે દરવાજા આગળ હતો. તે કઠેડા પર નમેલો હતો. પેટના ઊંડાણમાંથી કોઈક ધૂન ગણગણી રહ્યો હતો. તે કોઈની મદદ વગર ઊભો પણ નહોતો રહી શકતો."

"તે માણસ દેખાવે કેવો હતો ?" શૅરલૉક હોમ્સે પૂછ્યું.

જોહ્ન રેન્સ હોમ્સના આવા પ્રશ્નથી થોડો અકળાઈ ઊઠ્યો. "તે સામાન્ય દારૂડિયા કરતાં થોડો અલગ હતો," તેણે કહ્યું, "જો અમે તેના પર વધારે ધ્યાન આપ્યું હોત તો તે પોલીસ સ્ટેશનમાં જ હોત."

"તેનો ચહેરો - તેનો પહેરવેશ - તમે તેને ધ્યાનમાં નહોતા લીધા ?" હોમ્સ અધીરાઈથી બોલી ઊઠ્યો.

"મને લાગે છે કે મેં તેમને ધ્યાન પર લીધા હતા. મેં અને મર્ચરે અમારી વચ્ચે બાવડેથી તેને ઝાલી રાખ્યો હતો. તે એક ઊંચા કદનો માણસ હતો, તેનો ચહેરો લાલ હતો, નીચેનો ભાગ મફલરથી વીંટ્યો હતો..."

"તે જ હશે," હોમ્સ બૂમ પાડી ઊઠ્યો. "તેનું શું થયું ?"

"એનું ધ્યાન રાખવા ઉપરાંત પણ અમારી પાસે બીજું ઘણું કામ હતું." પોલીસવાળો ઊંચા અવાજે બોલી ઊઠ્યો, "મને ખાતરી છે કે તે સહીસલામત તેના ઘરે પહોંચી ગયો હશે."

"તેણે શું પહેર્યું હતું ?"

"છીકણી ઓવરકોટ."

"તેના હાથમાં કોઈ ચાબૂક હતું ?"

"ચાબૂક ? ના."

"તે તેને ત્યાં જ છોડી ગયો હશે," મારો સાથી બબડ્યો.

"તમને તેના ગયા પછી કોઈ ઘોડાગાડીનો અવાજ સંભળાયો હતો ?"

"ના."

"આ રહ્યો તમારો અડધો પાઉન્ડ," મારા સાથીએ પોતાની ટોપી લઈ ઊભા

થતાં કહ્યું, "મને બીક છે રેન્સ કે તું ક્યારેય ઊંચો નહીં આવે. તારું મગજ માત્ર શોભાનો ગાંઠિયો જ છે. ગઈ રાત્રે તું અમલદારની પદવીએ પહોંચી ગયો હોત. ગઈ રાત્રે તમે જે માણસને ઊભા રહેવામાં મદદ કરી હતી તે જ માણસ આ રહસ્યની એક મહત્ત્વની કડી છે અને અમે તેની જ શોધમાં છીએ. હવે આ બાબતે વધારે દલીલો કરવાનો કોઈ અર્થ નથી. ચાલો, ડૉક્ટર."

અમે ઘોડાગાડી ભણી ચાલવા લાગ્યા. અમારે જોઈતી હતી તે બધી જ માહિતી અમને મળી ગઈ પણ અમે થોડા અસ્વસ્થ હતા.

"મહા મૂરખ !" અમારા રહેઠાણ તરફ રવાના થતાં હોમ્સ ચિડાઈને બોલ્યો, "તેને કેવો નસીબવંતો મોકો મળ્યો હતો અને તેને તેનો લાભ લેતાં ન આવડ્યું. બહુ કહેવાય."

"હજુ પણ હું અંધારામાં છું. એ વાત સાચી છે કે તમે જે બીજી વ્યક્તિનું વર્ણન કર્યું હતું તે જ આ વ્યક્તિ છે. પણ ઘર છોડ્યા પછી તે પાછો કેમ આવ્યો ? ગુનેગાર આવી ભૂલ ન કરે."

"વીંટી, ભઈલા, વીંટી; તેના માટે જ તે પાછો આવ્યો હતો. હવે જો આપણી પાસે તેને પકડવાનો બીજો કોઈ ઉપાય ન હોય તો આપણે વીંટી પર ધ્યાન કેન્દ્રિત કરવું પડશે. હું તેને પકડી પાડીશ, ડૉક્ટર. આ બધા માટે મારે તારો આભાર માનવો જોઈએ. હું ત્યાં ગયો જ ન હોત સિવાય કે તારે ખાતર. પ્રથમવાર કરવા મળેલા આવા ઉત્તમ અભ્યાસને હું ચૂકી જવા નહોતો માગતો. જીવનના રંગહીન રેશમમાં હત્યારૂપી એક લાલ તાંતણો છુપાયેલો છે અને આપણી એ ફરજ બને છે કે આપણે તેને છતો કરીએ, અલગ તારવીએ અને તેના એક એક ઇંચને ખુલ્લો પાડીએ. હવે આપણે ભોજન લઈશું અને પછી નોર્મન નેરુદાને સાંભળીશું. તેની ધમાકેદાર શરૂઆત અને તેનું વાયોલિન પરનું પ્રભુત્વ એટલું ભવ્ય છે : ટ્રા-લા-લા-લીરા-લીરા-લે."

ખુરશીમાં આરામથી ટેકો લેતાં આ શિકારી કૂતરાએ એવો વેશપલટો કર્યો કે હું તો આભો જ રહી ગયો કે મનુષ્યનું મસ્તિષ્ક પણ કેવું કમાલનું હોય છે !

❖

પ્રકરણ ૫

અમારું વિજ્ઞાપન

સવારની દોડાદોડી મારા સ્વાસ્થ્ય માટે સારી નહોતી રહી અને હું બપોર થતાં તો થાકીને લોથપોથ થઈ ગયો હતો. હોમ્સના કોન્સર્ટમાં ગયા બાદ હું સોફામાં આડો પડ્યો અને બે કલાક ઊંઘી જવાનો પ્રયત્ન કર્યો. પણ હું ન ઊંઘી શક્યો. હું આખીયે ઘટનાથી ખૂબ ઉત્તેજિત થઈ ઊઠ્યો હતો કે તેની પાછળ કેટલી અજ્ઞાત ધારણાઓ અને અટકળો જોડાયેલી હતી. જ્યારે જ્યારે હું આંખો બંધ કરતો ત્યારે ત્યારે હત્યારાનો વિકૃત, કોઈક કદાવર વાંદરા જેવો ચહેરો મારી સમક્ષ આવી જતો. તે ચહેરાએ મારી સમક્ષ એવી દુષ્ટ છાપ ઊભી કરી હતી કે હું તેને આ વિશ્વ પરથી પોતાનું માન ખોઈ બેઠેલા પાપી તરીકે જ વિચારવા લાગ્યો હતો.

હું જેમ જેમ આ મુદ્દા પર વિચારવા લાગ્યો તેમ તેમ મારા સાથીની અસામાન્ય પૂર્વધારણા જેવી કે મૃતકને ઝેર આપવામાં આવ્યું હતું તે સાચું સાબિત થયું. મને યાદ છે કે તેણે તેના હોઠ કેવી રીતે સૂંઘ્યા હતા અને મને કોઈ જ શંકા નથી કે તેને કંઈક ખ્યાલ આવ્યો હશે અને તે આ તારણ પર પહોંચ્યો હશે. જો તેનું મૃત્યુ ઝેરથી ન થયું હોય તો પછી તેના મૃત્યુનું કારણ શું હશે ? કારણ કે ત્યાં ન તો કોઈ ઘાનું નિશાન હતું કે ન તો તેના શરીર પર કોઈ બળજબરીનાં નિશાન હતાં. પણ બીજી બાજુ પેલું રગડાની જેમ ભોંય પર પડેલું લોહી કોનું હશે ? સંઘર્ષનાં કોઈ જ નિશાન નહોતાં, અરે કોઈ એવું હથિયાર પણ ત્યાં નહોતું કે જેનાથી મૃતકની હત્યા થઈ હોય. અત્યાર સુધી આ બધા જ પ્રશ્નો વણઉકલ્યા હતા, મને લાગ્યું કે મને કે શૅરલૉક હોમ્સને આજે શાંતિથી ઊંઘ નહીં આવે. તેના શાંત, આત્મવિશ્વાસભર્યા વર્તને મને ખાતરી કરાવી દીધી હતી, તેમ છતાં હું કોઈ ધારણા નહોતો બાંધી શક્યો.

તે ખૂબ મોડો આવ્યો હતો. મને થયું તેને કોન્સર્ટમાં તો આટલું બધું મોડું ન થાય. તે આવ્યો તે પહેલાં રાતનું ભાણું તૈયાર થઈ ગયું હતું.

"અદ્ભુત કોન્સર્ટ હતી," તેણે ભાણા પર બેસતાં કહ્યું. "શું વાત છે ? તું કંઈક અશાંત લાગે છે. આ બ્રિક્સટન રોડવાળા મામલાએ તને થોડો અસ્વસ્થ કરી મૂક્યો લાગે છે."

"સાચું કહું તો તેવું જ છે," મેં કહ્યું, "અફઘાન યુદ્ધ દરમિયાન મેં મારા ખુદના સાથીઓને બે ભાગમાં ચિરાઈ ગયેલા જોયા છે પણ હું ક્યારેય આટલો અસ્વસ્થ નથી થયો."

"હું સમજી શકું છું. આ મામલો એવો રહસ્યમયી છે કે આપણી કલ્પનાશક્તિ વધારે ઉદ્દીપ્ત થઈ જાય છે. જો કોઈ કલ્પના જ ન રહે તો ભય પણ નથી રહેતો. તેં આજ સાંજનું છાપું જોયું ?"

"ના."

"તેમાં આખાયે મામલાની સારી એવી જાણકારી આપવામાં આવી છે. જો કે તેમાં પેલા માણસે સ્ત્રીની વીંટી ત્યાં ક્યાંક ભોંય પર ખોઈ હતી તેનો કોઈ જ ઉલ્લેખ કરવામાં નથી આવ્યો."

"કેમ ?"

"આ વિજ્ઞાપનને જો," તેણે જવાબ આપ્યો, "મામલાની જાણ થતાં તરત જ મેં આ વિજ્ઞાપન સાંજના દરેક છાપામાં છપાવડાવી છે."

તેણે મારી સામે એક છાપું ફેંક્યું અને તેણે બતાવેલી જગ્યાએ હું વાંચવા લાગ્યો. *"મળ્યું છે"*ની કૉલમમાં પહેલી જાહેરાત હતી. તે આ પ્રમાણે હતી -

> *બ્રિક્સ્ટન રોડ.એક સાદી સોનાની લગ્નવીંટી વ્હાઈટ હાર્ટ ટાવર્ન અને હોલાન્ડ ગ્રોવ વચ્ચે પડતા રસ્તા પરથી મળી આવી છે. ૨૦૨૧બી, બેકર સ્ટ્રીટ પર આવી ડૉ. વૉટસનને આઠથી નવ વાગ્યા વચ્ચે મળો.*

"તારું નામ વાપરવા બદલ મને માફ કરજે," તેણે કહ્યું, "જો હું મારું નામ લખત તો આ જડસુ માણસ મને ઓળખી લેત અને અહીં આવવાનું સાહસ ન કરે."

"કશો વાંધો નહીં," મેં જવાબ આપ્યો, "પણ જો કોઈ વીંટી માગવા આવ્યું તો મારી પાસે તો વીંટી છે જ નહીં."

"અરે, હા, તારી પાસે વીંટી છે." તેણે મને એક વીંટી આપતાં કહ્યું, "આનાથી ચાલી જશે. આ અસલ તેના જેવી જ છે."

"અને તને શું લાગે છે, આ જાહેરાતનો જવાબ આપનાર વ્યક્તિ કોણ હશે ?"

"કેમ, પેલો છીંકણી કોટવાળો માણસ - આપણો લાલ મોઢાવાળો ચોરસ જૂતાંવાળો મિત્ર, બીજું કોણ ? જો તે ખુદ ન આવે તો તે બીજા કોઈકને મોકલશે."

"તેને તેમાં કોઈ જોખમ નહીં લાગે ?"

"જરા પણ નહીં. જો આ મામલા પ્રત્યેનો મારો દૃષ્ટિકોણ સાચો હોય તો મારી પાસે એ માનવાને બધાં જ કારણો છે કે તે અહીં નહીં આવીને વીંટીને ગુમાવવા કરતાં અહીં આવીને તેને મેળવવાનું જોખમ ઉઠાવવાનું વધારે પસંદ કરશે. મારી ધારણા પ્રમાણે ડ્રેબરના શબ આગળ જ્યારે તે ઝૂક્યો હશે ત્યારે જ તેનાથી વીંટી પડી ગઈ હશે પણ તેને ત્યારે તેનો ખ્યાલ નહીં આવ્યો હોય. ઘર છોડ્યા બાદ તેને ખબર પડી હશે કે તેનાથી ક્યાંક વીંટી પડી ગઈ હતી અને તરત જ તે પાછો આવ્યો હશે પણ તેણે જોયું કે તેણે મૂર્ખાઈપૂર્વક જે મીણબત્તી સળગતી રાખી હતી તેના કારણે પોલીસે પોતાનો કબજો ત્યાં જમાવી લીધો હતો. તેને ખ્યાલ આવી ગયો કે જો તેને કોઈક અહીં દરવાજા આગળ જોઈ જશે તો સૌથી પહેલી શંકા તેના પર જશે એટલે તેણે એક દારૂડિયાનો ડોળ કર્યો. હવે તારી જાતને તે માણસની જગ્યાએ મૂક. આખીયે બાબત પર વિચારતાં, તેને એવું લાગ્યું હશે કે ઘર છોડતી વખતે તેણે વીંટીને રસ્તા પર જ ક્યાંક પાડી નાખી હશે. તો પછી હવે તે શું કરશે ? તે આતુરતાથી સાંજનાં બધાં જ છાપાંઓમાં મળી આવેલી વસ્તુની જાહેરાત ફંફોસશે. અને આ જાહેરાતથી તેની આંખ ચમકી જશે. તે ઉત્સાહમાં આવી જશે. તેને શા માટે કોઈ ફાંસલાથી ડરવું જોઈએ ? તેને જરા પણ શંકા નહીં જાય કે વીંટીને ખૂની સાથે કોઈ જ સંબંધ છે તેવું ક્યારેય વિચારવામાં આવ્યું હશે. તે અહીં આવવો જોઈએ, અહીં આવશે જ. તમે જુઓ કે તે કલાકમાં જ અહીં આવી પહોંચશે."

"અને પછી ?" મેં પૂછ્યું.

"પછી તારે બધું મારા પર છોડી દેવાનું છે. તારી પાસે કોઈ હથિયાર છે ?"

"મારી પાસે મારી જૂની સર્વિસ રિવોલ્વર અને કેટલીક કારતૂસો છે."

"તારે તેને સાફ કરીને કારતૂસોથી ભરી લેવી પડશે. તે એક હિંસક માણસ હશે. આપણે તેને જરા પણ ભનક નથી પડવા દેવાની અને સાથે સાથે તેના કોઈ પણ પ્રત્યાઘાત માટે આપણે તૈયાર પણ રહેવાનું છે."

હું મારા શયનખંડમાં ગયો અને તેની સલાહને અનુસર્યો. જ્યારે હું બંદૂક સાથે પાછો આવ્યો ત્યારે જમવાનું ટેબલ સાફ થઈ ગયું હતું અને હોમ્સ પોતાની મનપસંદ પ્રવૃત્તિ એવા વાયોલિનવાદનમાં મગ્ન થઈ ગયો હતો.

"કાવતરું હજુ પણ વધારે ઘેરું થઈ ગયું છે," મારા ઓરડામાં પ્રવેશતાં તે બોલ્યો, "મને હમણાં જ મેં અમેરિકા મોકલેલા તારનો જવાબ મળ્યો છે. મારો આ મામલા પ્રત્યેનો દૃષ્ટિકોણ સંપૂર્ણ સાચો છે."

"અને તે શું...?" મેં આતુરતાથી પૂછ્યું.

"મારા વાયોલિનને નવા તારની જરૂર લાગે છે," તેણે કહ્યું, "તારી બંદૂક ખિસ્સામાં મૂકી દે. જ્યારે પેલી વ્યક્તિ આવે ત્યારે તેની સાથે સામાન્ય રીતે વાત કરજે. બાકી બધું મારા પર છોડી દેજે. તેની સામે સખત નજર કરીને તેને ગભરાવી ન મૂકતો."

"આઠ વાગી ગયા છે," મેં મારી ઘડિયાળમાં નજર કરતાં કહ્યું.

"હા. થોડી જ મિનિટોમાં તે અહીં હાજર થશે. ધીમેક રહીને બારણું ખોલી અંદરની બાજુ ચાવી ભરાવી દે. આભાર ! આપણો માણસ આવી ગયો લાગે છે."

તેણે હજુ કહ્યું જ હશે ત્યાં જ બારણા પર તીણી ઘંટડી વાગી. શૅરલૉક હોમ્સ શાંતિથી ઊભો થયો અને પોતાની ખુરશી બારણા તરફ ધકેલી. અમે નોકરને બારણા તરફ જતો સાંભળ્યો અને સાથે સાથે સ્ટોપર ખૂલવાનો તીણો અવાજ પણ સંભળાયો.

"શું, ડૉ. વૉટસન અહીં રહે છે ?" કોઈકે તદ્દન સ્પષ્ટ પણ તીણા અવાજમાં પૂછ્યું. અમે નોકરનો જવાબ નહોતા સાંભળી શક્યા પણ બારણું બંધ થયું અને કોઈકે દાદરા ચડવાનું શરૂ કર્યું. પગલાંનો અવાજ એકધારો નહોતો અને કોઈક ઢસડાતી ચાલે ચાલતું હોય તેવું લાગ્યું. આવો અવાજ સાંભળીને મારા સાથીના મોઢા પર એક આશ્ચર્યનો ભાવ ફરકી ગયો. ધીરે ધીરે તે અવાજ અમારા બારણા નજીક આવી રહ્યો હતો અને બારણા પર એક સુસ્ત ટકોરો થયો.

"અંદર આવો," મેં મોટેથી કહ્યું.

મારા વિજ્ઞાપનથી અપેક્ષિત પેલા હિંસક માણસથી વિપરીત એક ખૂબ જ વૃદ્ધ, કરચલીઓ પડી ગયેલી, લંગડાતી ચાલે ચાલતી સ્ત્રી અમારા ઓરડામાં પ્રવેશી. અચાનકના પ્રકાશના કારણે તેણીની આંખ થોડી અંજાઈ ગઈ, પ્રકાશથી તેની આંખો ટેવાઈ એટલે તેણી પલકારા મારતી આંખોએ અમારી સામે જોઈ રહી અને પોતાના ધ્રૂજતા હાથની આંગળીઓથી ખિસ્સામાં કંઈક ફંફોસવા લાગી. મેં મારા સાથી તરફ જોયું અને તે મારા આવા ભાવથી થોડો ખંચાયો, કારણ કે મારે તો સાવ સામાન્ય રહેવાનું હતું.

પેલી વૃદ્ધાએ ખિસ્સામાંથી સાંજનું છાપું બહાર કાઢ્યું અને અમારા વિજ્ઞાપન તરફ આંગળી ચીંધી. "આ વિજ્ઞાપન જોઈને હું અહીં આવી છું. તમે એક સારા માણસ છો," તેણીએ નમ્રતાથી કહ્યું, "તમને સોનાની એક લગ્નઅંગૂઠી મળી છે, બ્રિક્સ્ટન રોડ પરથી. તે મારી દીકરી સેલિની છે. તેનાં લગ્ન થયાંને આજે બાર મહિના થશે. તેણીનો પતિ યુનિયન વહાણ પર સેવક તરીકેની ફરજ બજાવે છે. તે પરત આવીને મારી દીકરીની આંગળીમાં વીંટી નહીં જુએ તો તે શું કહેશે અને કેવો ગુસ્સે ભરાશે તે વિચાર મને ખૂબ સતાવી રહ્યો હતો. તેણી ગઈ કાલે રાત્રે સરકસ જોવા---"

"આ તેણીની વીંટી છે ?" મેં પૂછ્યું.

"ભગવાનનો આભાર !" વૃદ્ધાએ મોટેથી કહ્યું, "હા, આ તે જ વીંટી છે. સેલિ આજે રાત્રે ખુશ થઈ જશે."

"તમારું સરનામું કહેશો ?" મેં હાથમાં પેન્સિલ લેતાં પૂછ્યું.

"૧૩, ડકન સ્ટ્રીટ, હાઉન્ડ્સડીચ. ત્યાંથી અહીંનો રસ્તો ખૂબ કંટાળાજનક છે."

"બ્રિક્સ્ટન રોડ તો કોઈ સરકસ કે હાઉન્ડ્સડીચના રસ્તે નથી આવતું," શૅરલૉક હોમ્સે રૂક્ષપણે પૂછ્યું.

વૃદ્ધા થોડી ફરી અને હોમ્સની સામે પોતાની રાતી ઝાંયવાળી આંખોએ તાકી રહી. "પણ સદ્‌ગૃહસ્થે તો મારા સરનામા વિષે પૂછ્યું," તેણીએ કહ્યું, "સેલી ૩/મેફિલ્ડ પ્લેસ, પેકહામની વિશીમાં રહે છે."

"અને તમારું નામ...?"

"મારું નામ સૉયર - તેણીનું ડેનિસ, તેણી ટોમ ડેનિસને પરણી છે. તે જ્યારે પોતાની ફરજ પર હોય છે ત્યારે ખૂબ જ ચપળ વ્યક્તિ હોય છે. પણ કામ પર ન હોય ત્યારે તો તે સ્ત્રીઓ અને દારૂના પીઠા પર..."

"આ રહી તમારી વીંટી, શ્રીમતી સૉયર," મેં મારા સાથીના ઈશારાથી તેણીની વાતમાં નમ્રતાથી દખલ કરતાં કહ્યું, "આ સ્પષ્ટપણે તમારી દીકરીની જ લાગે છે, મને ખુશી છે કે વસ્તુ તેના હક્કદાર માલિક પાસે પાછી આવી ગઈ."

અમારો ખૂબ ખૂબ આભાર-ઉપકાર માનતાં વૃદ્ધાએ ધ્રૂજતા હાથે વીંટી પોતાના ખિસ્સામાં મૂકી અને ડગમગતા પગે ઓરડાની બહાર નીકળી ગઈ. જેવી તેણી ઓરડામાંથી બહાર નીકળી કે તરત જ શૅરલૉક હોમ્સ પણ પોતાના ઓરડામાં જતો રહ્યો. તરત જ તે જાડા કાપડના મોટા ડગલામાં ગળે મફલર વિંટાળીને બહાર પાછો પણ આવી ગયો. "મારે તેણીનો પીછો કરવો પડશે," તેણે ઉતાવળે કહ્યું, "તેણી ચોક્કસ તેની સહઅપરાધી હશે અને તેણી જ મને ખૂની પાસે લઈ જશે." હજુ તો હૉલનું બારણું માંડ બંધ થયું હશેને હોમ્સ દાદરા પણ ઊતરવા લાગ્યો. બારીમાંથી મેં જોયું કે તેણી ધ્રૂજતા પગે રસ્તો ઓળંગી રહી હતી અને અમારો નિષ્ણાત શિકારી શ્વાન તેની પાછળ અંતર રાખીને ચાલી રહ્યો હતો. "કાં તો તેનો મત ખોટો સાબિત થશે," મેં વિચાર્યું "અથવા તો તે રહસ્યના હાર્દમાં પહોંચી જશે." તેણે મને તેની રાહ નહીં જોવાનું કહેવાનો કોઈ અર્થ નહોતો કારણ કે જ્યાં સુધી હું તેના આ સાહસનું પરિણામ ન જાણું ત્યાં સુધી મને ઊંઘ તો એમ પણ નહોતી આવવાની.

નવ વાગી ગયા હતા, હજુ પણ હૉમ્સ પાછો નહોતો આવ્યો. મને જરા પણ ખ્યાલ નહોતો કે તેને હજુ કેટલું મોડું થવાનું હતું, એટલે હું તો આળસુની જેમ મારો હુક્કો ફૂંકતો હૅન્રી મર્ગરની *વી ડી બોહેમ*નાં પાનાં ઉથલાવવા માંડ્યો. દસ વાગ્યે મને અમારી નોકરાણીનો પગરવ સંભળાયો. તે સૂવા જઈ રહી હતી. અગિયાર વાગ્યે અમારા ઘરની મકાનમાલિકણ પણ નિત્યક્રમ પ્રમાણે પોતાના ઓરડામાં સૂવા જતી રહી. આશરે બાર વાગવામાં હજુ થોડી વાર હતી અને મને તાળાના નકૂચામાં ચાવી ઘૂમવાનો અવાજ સંભળાયો. જેવો તે ઓરડામાં પ્રવેશ્યો કે મને તરત જ ખ્યાલ આવી ગયો કે તેને સફળતા નહોતી મળી. તેના ચહેરા પર રમૂજ અને સંતાપના ભાવ હરીફાઈમાં ઊતર્યા હોય તેવું લાગી રહ્યું હતું. આખરે તેમણે ખડખડાટ હસવા માંડ્યું.

"આ બાબતે તો હું સ્કૉટલૅન્ડ યાર્ડને જરા પણ ખબર ન પડવા દઉં," તે ખુરશીમાં પડતું મૂકતાં મોટેથી બોલી ઊઠ્યો, "મેં તે લોકોની ખૂબ મજાક ઉડાવી છે, તેમને તેમની મૂર્ખામીઓ પર ખૂબ ચીડવ્યા છે. તેના કરતાં તો મારે મારા પર હસી લેવું જ યોગ્ય રહેશે કારણ કે મને લાગે છે કે હું પણ તેમના જેવી મૂર્ખામીઓ ઘણી વાર કરી બેસતો હોઉં છું."

"થયું શું ?" મેં પૂછ્યું.

"મને મારી મૂર્ખામીભરી વાત કહેવામાં જરા પણ વાંધો નથી. પેલી વૃદ્ધા જાણે તેને પગે સોજો આવ્યો હોય તેમ લથડિયાં ખાઈ રહી હતી. તેણી કોઈક દ્વિધામાં હતી અને દ્વિધામાં જ તેણીએ એક ચાર પૈડાંવાળી ઘોડાગાડી રોકી. હું તેણીની બને તેટલો નજીક રહ્યો કે જેથી કરીને હું તેણીએ બોલેલા સરનામાને સારી રીતે સાંભળી શકું પણ મારે જરા પણ કાન તાણવાની જરૂર જ ન પડી કારણ કે તેણી એટલે મોટેથી સરનામું બોલી કે રસ્તાની પેલી બાજુ ઊભેલાને પણ તે સંભળાઈ શકે. તેણીએ ૧૩, ડંકન સ્ટ્રીટ, હાઉન્ડ્સડીચ હંકારી જવા કહ્યું. મને લાગ્યું તેણી સ્વાભાવિકપણે જ મોટેથી બોલી હશે. તેણી તરત જ અંદર બેસી ગઈ, હું પણ તે જ ઘોડાગાડીની પાછળ લટકી ગયો. આ એક એવી કળા છે જેમાં દરેક જાસૂસે પારંગત હોવું જરૂરી છે. અમે ખાડાખડિયાવાળા રસ્તા પર એકધારા આગળ વધતાં રહ્યાં, જ્યાં સુધી સરનામાવાળી જગ્યાએ ન આવી પહોંચ્યાં ત્યાં સુધી અમારી ઘોડાગાડી એકધારી ચાલતી જ રહી. અમે તે ઘરના દરવાજે આવી પહોંચીએ તે પહેલાં હું કૂદી ગયો અને સ્વાભાવિકપણે રસ્તા પર ચાલવા લાગ્યો. મેં ઘોડાગાડીને ઊભી રહેતી જોઈ. ચાલક પોતાની બેઠક પરથી કૂદીને નીચે ઊતર્યો અને ગાડીનું બારણું ખોલીને વૃદ્ધાના બહાર આવવાની રાહ જોતો ઊભો રહ્યો. કોઈ જ બહાર ન આવ્યું. હું જ્યારે ઘોડાગાડીવાળા પાસે ગયો ત્યારે તે ખાલી ગાડીમાં ફાંફા મારી રહ્યો હતો અને ક્યારેય સાંભળી ન હોય તેવી વિચિત્ર ગાળો ભાંડવા માંડ્યો. તેની સવારીનાં કોઈ જ નિશાન નહોતાં અને મને બીક લાગી કે તેણે પોતાનું ભાડું પહેલેથી જ ચૂકવી દીધું હશે. ૧૩ નંબરમાં પૂછપરછ કરતાં ખબર પડી કે તે ઘર તો માનનીય પોસ્ટર ચોંટાડનાર વ્યક્તિ કેસ્વિકનું હતું. ત્યાં કોઈ સોયર કે ડેનિસ નામની વ્યક્તિ નહોતી રહેતી."

"તારો કહેવાનો મતલબ એ તો નથી ને," હું આશ્ચર્યનો માર્યો મોટેથી બોલી ઊઠ્યો, "કે પેલી લથડિયાં ખાતી વૃદ્ધ સ્ત્રી ચાલુ ઘોડાગાડીએ કૂદી પડી હતી અને તને કે પેલા ઘોડાગાડીના ચાલક બન્નેને તેની જાણ પણ નહોતી થઈ ?"

"વૃદ્ધ સ્ત્રી ? મારી જૂત્તી !" શૅરલૉક હોમ્સે કડવાશપૂર્વક કહ્યું, "આપણે તો તેને વૃદ્ધ સ્ત્રી જ માની લીધી હતી પણ હકીકતમાં તો તે એક યુવાન પુરુષ હતો અને સાથે સાથે એક ચપળ વ્યક્તિ અને એક સારો અભિનેતા પણ. તેનો બનાવટી દેખાવ પણ અદ્ભુત હતો. તેને ખબર પડી ગઈ હતી કે તેનો પીછો થઈ રહ્યો હતો તેમાં કોઈ જ શંકા નહોતી.

તે મારા હાથમાંથી છટકી જવામાં સફળ રહ્યો. આ બધાનો એટલો અર્થ તો ચોક્કસ થાય છે કે જેવો મેં આ માણસને એકલો અટૂલો ધાર્યો હતો તેવું નથી. તેના કેટલાક મિત્રો પણ છે જે તેના માટે પોતાની જાતને પણ જોખમમાં મૂકવા તૈયાર છે. હવે, ડૉક્ટર, મને લાગે છે કે તું થાકી ગયો છે. મારી સલાહ માન અને સૂઈ જા.”

હું ખરેખર ખૂબ થાકી ગયો હતો એટલે તરત જ તેની સલાહ માની હું મારા ઓરડામાં સૂવા જતો રહ્યો. તે ઘણી મોડી રાત સુધી તાપણા આગળ બેસી રહ્યો અને મોડે સુધી મને તેના વાયોલિનના વિષાદભર્યા સૂર પણ સંભળાતા રહ્યા. તેના પરથી લાગતું હતું કે તે હજુ પણ આ વિચિત્ર રહસ્યમયી સમસ્યાનું નિરાકરણ નહોતો લાવી શક્યો અને તેના અજંપામાં હતો.

❖

પ્રકરણ ૬

ટોબિયાસ ગ્રેગ્સનની સિદ્ધિ

પછીના દિવસનાં છાપાંઓ "બ્રિક્સ્ટ રહસ્ય"ના મામલાથી ભરેલા હતા. દરેક છાપામાં આ મામલા વિષે લાંબુ લખાણ લખવામાં આવ્યું હતું અને કેટલાકમાં તો ઘણું વધારે લખવામાં આવ્યું હતું. તેમાં કેટલીક એવી માહિતી હતી જે મારા માટે તદ્દન નવી હતી. આ મામલાને લગતી અસંખ્ય કાપલીઓ અને કેટલીક માહિતીઓ મેં હજુ પણ મારી પાસે સાચવીને રાખી છે. તેમાંની કેટલીક સંક્ષિપ્ત નોંધ આ પ્રમાણે હતી :

ધી ડેઈલી ટેલિગ્રાફમાં લખ્યું હતું કે ગુનાના ઈતિહાસમાં અનોખી દુ:ખદ ઘટનાઓ હશે જેનાં લક્ષણો પણ થોડાં વધારે વિચિત્ર હશે. મૃતકનું જર્મન નામ, કશા પણ કોઈ ઉદ્દેશ વગર કરવામાં આવેલો ગુનો અને દીવાલ પર કોતરવામાં આવેલો પેલો અશુભ શબ્દ, તે બધું જ નિર્વાસિત અને ક્રાન્તિવાદીનું કૃત્ય હોય તે દર્શાવી રહ્યું હતું. સમાજવાદીઓની અમેરિકામાં ઘણીબધી શાખાઓ છે, અને મૃતકે ચોક્કસપણે તેમના વણલખાયેલા કાયદામાં હસ્તક્ષેપ કર્યો હશે અને તેઓએ તેને પકડી પાડ્યો હશે.

ધ સ્ટાન્ડર્ડે હકીકતના સંદર્ભમાં લખ્યું હતું કે આ પ્રકારના નિરંકુશ અત્યાચારીઓ સામાન્ય રીતે ઉદાર વ્યવસ્થાતંત્રમાં જ જોવા મળે છે. આ પ્રકારના લોકો વિચલિત મસ્તિષ્કવાળાં ટોળાંઓમાંથી ઉદ્ભવતા હોય છે અને તેનું પરિણામ આખીયે સત્તાને નબળું પાડનારું હોય છે. મૃતક એક અમેરિકન સદ્‌ગૃહસ્થ હતો અને છેલ્લાં કેટલાંક અઠવાડિયાંઓથી રાજધાનીમાં રહેતો હતો. તે કેમ્પરબેલના ટર્કોય ટેરેસમાં આવેલી મદામ કાર્પેન્ટરની વિશીમાં રહેતો હતો. તે અમેરિકાથી અહીં પોતાના અંગત સચિવ, શ્રીમાન જોસેફ સ્ટ્રેન્ગરસન સાથે આવ્યો હતો. તેમણે બન્નેએ વિશીની માલિકણને મંગળવારે જ રામ રામ કહી દીધા હતા અને યુસ્ટન સ્ટેશન પર જઈને લિવરપુલ એક્સ્પ્રેસ પકડવાની ઈચ્છા દર્શાવી હતી. પછીથી તેમને બન્નેને પ્લૅટફૉર્મ પર સાથે જોવામાં આવ્યા હતા. ત્યારથી તે યુસ્ટનથી કેટલાયે માઈલ દૂર બ્રિક્સ્ટન રોડના ખાલી ઘરમાં શ્રીમાન ડ્રેબરનો

મૃતદેહ મળ્યો ત્યાં સુધી તે બન્ને વિષે કંઈ જ જાણવામાં નથી આવ્યું. અમને એ જાણીને ખુશી થઈ છે કે સ્કૉટલૅન્ડ યાર્ડના શ્રીમાન લેસ્ટ્રેડ અને શ્રીમાન ગ્રેગ્સન બન્ને આ મામલામાં રોકાયેલા છે અને અમને ખાતરી છે કે આ જાણીતા અધિકારીઓ ચોક્કસ ખૂબ ઝડપથી આખાયે રહસ્ય પરથી પરદો હટાવશે.

ધ ડેઈલી ન્યૂઝમાં લખ્યા પ્રમાણે હત્યા ચોક્કસપણે રાજકીય આશયથી જ કરવામાં આવી છે. ઉદારમતવાદના આ દ્વેષભાવભર્યા વર્તને આખાયે યુરોપખંડની સરકારને દોડાવી મૂકી હતી. સચિવ સ્ટ્રેન્ગરસનને શોધવાના બધા જ પ્રયત્નો થવા જોઈએ અને મૃતકની આદતોની વિગતવાર જાણકારીઓ પણ મેળવવી જોઈએ. મૃતકે જ્યાં આશરો લીધો હતો તે જગ્યાની શોધ થઈ ગઈ છે. આ શોધ સ્કૉટલૅન્ડ યાર્ડના શ્રીમાન ગ્રેગ્સનની ચપળતાના કારણે શક્ય બની છે.

આ નોંધો શૅરલૉક હોમ્સ અને મેં નાસ્તો કરતાં કરતાં એકસાથે જ વાંચી હતી અને તેનાથી તેને ખૂબ રમૂજ ઊપજી હતી.

"મેં તને કહ્યું હતું ને કે, કંઈ પણ થાય, લેસ્ટ્રેડ અને ગ્રેગ્સન એકબીજાથી આગળ જવાનો એક પણ અવસર નહીં ચૂકે."

"તે તો તેમનું સાતત્ય પુરવાર થાય છે કે નહીં તેના પર આધાર રાખે છે."

"અરે, અરે, ભગવાન તારું ભલું કરે, તેનું જરા જેટલું પણ મહત્ત્વ નથી. જો હત્યારો પકડાઈ પણ ગયો તો તેમાં પણ તેઓ યશ ખાટવાની હોડ લગાવશે અને જો છૂટી ગયો તો એકબીજા પર દોષનો ટોપલો ઢોળવાની હોડ લગાવશે. વાઘ આવે તો હું જીત્યો, કાંટો આવે તો તું હાર્યો. તેઓ જે કંઈ પણ કરે તેમના સમર્થકો તો રહેવાના જ. એક મૂર્ખ ચડિયાતા મૂર્ખને જોઈને વધારે ખુશ થાય છે."

"આ વળી શું થઈ રહ્યું છે ?" હું મોટેથી બોલ્યો કારણ કે તે જ વખતે નીચે હૉલમાં ઘણા બધા લોકોનાં પગલાંનો અવાજ સંભળાયો અને તેની સાથે સાથે કંટાળો દર્શાવતો અમારી મકાનમાલિકણનો અવાજ પણ પગથિયાં પર સંભળાયો.

"જાસૂસી પોલીસ બળની છૂપી ટુકડી આવી પહોંચી લાગે છે," મારા સાથીએ ગંભીરતાથી કહ્યું અને જેવું તે આ બોલ્યો કે અમારા ઓરડામાં મેં ક્યારેય નહીં જોયેલા એવા અડધો ડઝન ગંદા અને ચીંથરેહાલ અરબીઓ હાજર થઈ ગયા.

"સાવધાન !" હોમ્સ સખ્તાઈપૂર્વક મોટેથી બોલ્યો અને પેલા છ ગોબરા નાનકડા બદમાશો એક હારમાં કોઈ બદનામ બાવલાંઓની જેમ ઊભા રહી ગયા. "હવે પછી તમારે વિજિન્સને એકલાને જ અહેવાલ આપવા મોકલવો. બાકીના બધાએ નીચે શેરીમાં જ રાહ જોવાની. તને તે મળ્યું, વિજિન્સ ?"

"ના, સાહેબ, અમને નથી મળ્યું," તેમાંના એક યુવાને જવાબ આપ્યો.

"મને ખ્યાલ હતો જ કે તને તે નહીં મળે. પણ જ્યાં સુધી તે મળે નહીં ત્યાં સુધી

પ્રયત્ન ચાલુ રાખો. આ રહી તમારી મજૂરી.'' તેણે દરેકને એક-એક શિલિંગ આપ્યો. ''હવે તમે બધા જાઓ અને હવે પછી જ્યારે આવો ત્યારે સારા સમાચાર લઈને આવજો.''

તેણે પોતાના હાથ હલાવ્યા અને તે બધા જ ધડબડાટી બોલાવતાં ઉંદરો માફક નીચે ઊતરી ગયા અને પછી તરત જ અમને તેમનો કર્કશ ઘોંઘાટ શેરીમાં સંભળાવા લાગ્યો.

''ડઝનબંધ અધિકારીઓ કરતાં તો આ બિચારા ભિખારીઓ સારું કામ કરી જાણે છે,'' હોમ્સે કહ્યું, ''એક વ્યવસ્થિત દેખાતા અધિકારી આગળ બધાના મોં સિવાઈ જાય છે, પણ આ યુવાનો ગમે ત્યાં જઈ શકે છે. ગમે તે સાંભળી શકે છે. તેઓ એક સોય જેવા તીક્ષ્ણ હોય છે. તેમને માત્ર એક વ્યવસ્થિત તંત્રની જરૂર હોય છે.''

''તમે આ બધાને પેલા બ્રિક્સ્ટન મામલા માટે રોક્યા છે ?'' મેં પૂછ્યું.

''હા, એક મુદ્દો છે જે વિષે મારે ખાતરી કરવી છે. માત્ર સમયનો સવાલ છે. આપણને થોડાક પ્રતિહિંસક સમાચાર મળવા જઈ રહ્યા છે ! હું ગ્રેગ્સનને ચહેરા પર દિવ્યાનંદના ભાવ સાથે રસ્તા પર ચાલતો આવતો જોઈ શકું છું. તે આપણી પાસે જ આવી રહ્યો છે. હા, મને પાકી ખબર છે. આ આવ્યો જ સમજો.''

તે જ ક્ષણે બારણાની ઘંટડી એકધારી વાગવા માંડી અને થોડીક જ ક્ષણોમાં તો ધોળા વાળવાળો જાસૂસ એક સાથે દાદરનાં ત્રણ-ત્રણ પગથિયાં ચડતો અમારા બેઠકખંડમાં ધસી આવ્યો.

''મારા વહાલા મિત્ર,'' તેણે હોમ્સના હાથને જોરજોરથી હલાવતાં મોટેથી કહ્યું, ''મને અભિનંદન આપો ! મેં આખાયે મામલાને દિવસ જેવો સ્પષ્ટ કરી નાખ્યો છે.''

મારા સાથીના ચહેરા પર ચિંતાની એક રેખા ફરી વળી.

''તમારો મતલબ છે કે તમે સાચા રસ્તે આગળ વધી રહ્યા છો ?'' તેણે પૂછ્યું.

''સાચે રસ્તે ! અરે, અમે તો હત્યારાને પકડીને જેલભેગો પણ કરી દીધો છે.''

''અને તે માણસનું નામ શું છે ?''

''આર્થર કાર્પેન્ટીઅર, રાણીના નૌકાસૈન્યમાં તે સબ-લેફ્ટનન્ટ છે,'' તેણે ઠાઠથી પોતાના હાથ મસળ્યા અને ગજ-ગજ છાતી ફુલાવતાં મોટેથી કહ્યું.

શૅરલૉક હોમ્સે નિરાંતનો શ્વાસ લેતાં સ્મિત આપ્યું.

''મહેરબાની કરીને બેસો અને એકાદ ચલમ સળગાવો,'' તેણે કહ્યું, ''તમે આ બધું કઈ રીતે શોધ્યું તે જાણવા અમે આતુર છીએ. તમે થોડી વ્હિસ્કી અને પાણી લેશો ?''

''મને વ્હિસ્કી લેવામાં જરા પણ વાંધો નથી,'' જાસૂસે જવાબ આપ્યો, ''ગઈકાલના દિવસના મારા સાહસુ પ્રયત્નોએ મને થકવી મૂક્યો છે. શારીરિક તકલીફ જેવું તો કંઈ જ નહોતું પણ મગજ પરના તણાવને તો તમે સારી રીતે સમજી શકો છો. આપણા જેવા મગજ કસનારા વ્યક્તિઓની તકલીફ તો તમે સારી રીતે જાણતા હશો.''

"તમે મને બહુ સમ્માન આપ્યું," હોમ્સે ગંભીરતાથી કહ્યું, "હવે અમને એ જણાવો કે તમે આટલા સંતોષજનક પરિણામ પર કઈ રીતે પહોંચ્યા ?"

જાસૂસે પોતાની જાતને આરામખુરશીમાં ગોઠવી અને સ્વસ્થતાથી ચલમ ફૂંકી. પછી અચાનક જ તેણે ગર્વથી પોતાના સાથળ થપથપાવ્યા.

"રમૂજની વાત એ છે," તેણે મોટેથી કહ્યું, "કે પેલો મૂરખ લેસ્ટ્રેડ, તેને એમ કે તે પોતે જ ચાલાક છે પણ તે તો સાવ ઊંધે પાટે જ ચડી ગયો છે. તે તો હજુ પેલા સચિવ આર્થર સ્ટ્રેન્ગરસનની શોધમાં લાગેલો છે અને તેને તો આ ગુના સાથે જરા જેટલી પણ લેવાદેવા નથી. જો કે મને તેમાં કોઈ જ શંકા નથી કે તે સમય આવ્યે તે તેને અવશ્ય શોધી કાઢશે."

તેવું કહેતાં પોતાને શ્વાસ ન ચડ્યો ત્યાં સુધી ગ્રેગ્સન ખડખડાટ હસતો રહ્યો.

"તમને પગેરું ક્યાંથી મળ્યું ?"

"અરે, હું બધું જ વિગતે તમને કહું છું. ડૉક્ટર વૉટસન, આ વાત આપણી અંદર જ રહેવી જોઈએ. અમને પહેલી મુશ્કેલી મૃતકનો પૂર્વઇતિહાસ શોધવામાં પડી. કેટલાક લોકો પોતે આપેલી જાહેરાતોના જવાબમાં કોઈ વ્યક્તિ તેમને સામેથી માહિતી આપવા આવશે તેની રાહ જોતા બેઠા રહ્યા. તે કંઈ ટોબિઆસ ગ્રેગ્સનની કામ કરવાની પદ્ધતિ નથી. તમને મૃતકના શરીર પાસે પડેલો ટોપો યાદ છે ?"

"હા," હોમ્સે કહ્યું; "૧૨૯, કેમ્બરવેલ રોડના જોહ્ન અન્ડરવૂડ એન્ડ સન્સનું ઉત્પાદન હતું."

ગ્રેગ્સન થોડો ખસિયાણો પડી ગયો.

"મને નહોતી ખબર કે તમે તેને ધ્યાનમાં લીધું હશે," તેણે કહ્યું, "તમે ત્યાં ગયા હતા ?"

"ના."

"અરે!" ગ્રેગ્સને હાશકારો લેતાં મોટેથી કહ્યું, "અવસર ગમે તેટલો સૂક્ષ્મ કેમ ન હોય તમારે તેને ક્યારેય અવગણવો ન જોઈએ."

"એક વિશાળ મગજ માટે કશું જ નાનું નથી હોતું," હોમ્સે કટાક્ષ કરતાં કહ્યું.

"વારુ, હું અન્ડરવૂડ ગયો અને ત્યાં જઈને તેમણે તે માપની કોઈ ટોપી વેચી હોય તો તે વિષે પૂછ્યું. તેણે પોતાની હિસાબવહીમાં જોયું અને પહેલી જ નજરમાં તેમને ગ્રાહકનું નામ મળી ગયું. તે ટોપી શ્રીમાન ડ્રેબરના નામે કાર્પેન્ટીઅરની વીશીમાં, ટોરકોય ટેરેસ ખાતે મોકલવામાં આવી હતી. છેવટે મેં તેનું સરનામું મેળવી લીધું."

"ચપળ - ખૂબ ચપળ !" શેરલૉક હોમ્સ બબડ્યા.

"પછીનું પગલું હતું મદામ કાર્પેન્ટીઅરને ત્યાં જવાનું," જાસૂસે વાત આગળ વધારતાં કહ્યું, "તેણી ખૂબ ફિક્કી અને તાવમાં હતી. તેણીની પુત્રી પણ ઓરડામાં હતી.

તેણી એક ખૂબ જ સુંદર છોકરી હતી. તેણીની આંખો લાલ હતી અને હું તેની સાથે વાત કરી રહ્યો હતો ત્યારે તેના હોઠ ધ્રૂજી રહ્યા હતા. તે બાબત મારી નજરમાંથી બચી નહોતી શકી. મને કશીક ગડબડની ગંધ આવી રહી હતી. તમે તો તે લાગણીને સારી રીતે જાણતા હશો, શ્રીમાન શૅરલૉક હોમ્સ. જ્યારે તમે કોઈ ચોક્કસ વસ્તુ પર કેન્દ્રિત થાઓ છો ત્યારે તે ખૂબ રોમાંચક લાગે છે. 'શું તમે તમારા ભૂતપૂર્વ ભાડૂઆત ક્લેવલૅન્ડના, શ્રીમાન ઈનોક જે. ડ્રેબરના રહસ્યમય મૃત્યુ વિષે જાણો છો ?' મેં પૂછ્યું.

"માતાએ માથું ડોલાવ્યું. તેણી એક શબ્દ પણ બોલી શકવાની સ્થિતિમાં નહોતી. જ્યારે તેણીની પુત્રી તો ચોધાર આંસુએ રડવા જ લાગી હતી. મને હવે પાક્કી ખાતરી થઈ ગઈ હતી કે આ લોકો આ બાબત વિષે કંઈક જાણે છે."

" 'શ્રીમાન ડ્રેબરે ટ્રેઈન પકડવા કેટલા વાગે તમારું ઘર છોડ્યું હતું ?' મેં પૂછ્યું.

" 'આઠ વાગ્યે,' તેણી માંડ માંડ બોલી શકી, 'તેના સચિવ, શ્રીમાન, સ્ટ્રેન્ગરસને કહ્યું હતું કે બે ટ્રેઈન હતી, એક સવા નવની અને બીજી અગિયાર વાગ્યાની. તેમને પહેલી ગાડીમાં જવાનું હતું.'

" 'તે છેલ્લી વાર તમે તેમને જોયા હતા ?'

"મેં જેવો આ પ્રશ્ન પૂછ્યો કે તરત પેલી સ્ત્રીના ચહેરાના ભાવ ભયાનક રીતે બદલાઈ ગયા. તેણીનો ચહેરો ફિક્કો પડી ગયો. આખરે તેણીએ મૌન તોડતાં જવાબ આપ્યો, 'હા' તેણીના જવાબમાં કોઈ જ સ્વાભાવિકતા નહોતી."

"એક ક્ષણ માટે તો શાંતિ છવાઈ ગઈ અને પછી તેણીની દીકરી ખૂબ જ શાંત અને સ્પષ્ટ સ્વરમાં બોલી.

" 'જૂઠાણાથી ક્યારેય કોઈનું ભલું નથી થતું, મા,' તેણીએ કહ્યું, 'આપણે આ સદ્દગૃહસ્થ સમક્ષ નિખાલસ રહેવું જોઈએ. અમે શ્રીમાન ડ્રેબરને ફરી જોયા હતા.'

" 'ભગવાન તને માફ કરે !' મદામ કાર્પેન્ટીઅર હવામાં હાથ ઉલાળતાં બોલી ઊઠી અને ફરી પાછી પોતાની ખુરશીમાં ઢળી પડી. 'તેં તારા ભાઈને મારી નાખ્યો.'

" 'સાચું નહીં કહીએ તો પણ તેમ જ થવાનું છે,' પેલી છોકરીએ દઢતાથી જવાબ આપ્યો.

" 'તારે મને બધું જ જણાવી દેવું જોઈએ,' મેં કહ્યું, 'આત્મવિશ્વાસહીનતા કરતાં અધૂરો આત્મવિશ્વાસ વધુ હાનિકારક સાબિત થાય છે. બીજી બાજુ તમે એ નથી જાણતાં કે અમે કેટલું જાણીએ છીએ.'

" 'તેનું મૃત્યુ તારા માથે, એલિસ !' તેણીની માતા મોટેથી બોલી ઊઠી; અને મારી તરફ ફરી, 'આખી હકીકત હું તમને જણાવીશ સાહેબ, જો કે હું મારા દીકરાને કેટલો નિર્દોષ માનું છું તેનો તમને અંદાજ નથી. તે નિર્દોષ જ છે. મને ભય એ બાબતનો છે કે તમારી આંખમાં અને બીજાઓની આંખમાં તેને જ દોષી માનવામાં આવશે. જો કે

તે બધું જ અશક્ય છે. તેનું ઉચ્ચ ચારિત્ર, તેનો વ્યવસાય, તેનો ભૂતકાળ એટલો ઊજળો છે કે તે આવું કોઈ કૃત્ય કરી જ ન શકે.'

" 'હાલ તમારા માટે હકીકતનો સામી છાતીએ સામનો કરવો ઉત્તમ રહેશે,' મેં જવાબ આપ્યો, 'હકીકતોને આધારે જો તમારો પુત્ર નિર્દોષ હશે તો તેને કંઈ જ નહીં થાય.'

" 'મારા ખ્યાલથી એલિસ, તું અમને એકલા મૂકી દે તે સારું રહેશે,' તેણીએ આવું કહેતાં તેની દીકરી ત્યાંથી જતી રહી. 'હવે, સાહેબ,' તેણીએ પોતાની વાત શરૂ કરી, 'મારો તમને કશું જ કહેવાનો કોઈ જ ઇરાદો નહોતો, પણ મારી બિચારી આ છોકરીએ જ્યારે બધું છતું કરી જ દીધું છે ત્યારે મારી પાસે બીજો કોઈ ઉપાય જ નથી રહ્યો. હવે જ્યારે બધું જ કહેવાનું નક્કી કરી જ લીધું છે ત્યારે હું કશું જ છુપાવ્યા વગર તમને બધી જ વાત જણાવી દઈશ.'

" 'તેવું થાય તો તમારી મહેરબાની રહેશે,' મેં કહ્યું.

" 'ત્રણ અઠવાડિયાંથી શ્રીમાન ડ્રેબર અમારી સાથે રહેતા હતા. તેમની સાથે તેમના સચિવ, શ્રીમાન સ્ટ્રેન્ગરસન પણ આખાયે ખંડમાં મુસાફરી કરી રહ્યા હતા. મેં તેમની પેટીઓ પર કોપનહેગનની ચિઠ્ઠીઓ ચોંટાડેલી જોઈ હતી જે તેમની મુલાકાતની છેલ્લી જગ્યા હોય તે દર્શાવી રહી હતી. સ્ટ્રેન્ગરસન એક શાંત, અને ઓછાબોલો વ્યક્તિ હતો, પણ મને તેના મૃત માલિક વિષે આવું કહેતાં દુઃખ થાય છે. તેની વર્તણૂક નિમ્ન કોટીની અને પાશવી હતી. અમારે ત્યાં આશરો લીધો તે જ રાત્રે તેણે ખૂબ દારૂ પીધો હતો અને બીજે દિવસે છેક બપોરે બાર વાગ્યે તે માંડ માંડ સ્વસ્થ થયો હતો. તે નોકરડીઓ સાથે ખૂબ છૂટછાટ લેતો હતો. તેના કરતાં પણ ખરાબ વાત એ હતી કે તે થોડાક જ સમયમાં મારી દીકરી એલિસ સાથે પણ તેવું વર્તન કરવા લાગ્યો હતો અને તે હંમેશા તેણી સાથે દ્વિઅર્થી ભાષામાં વાતો કરતો હતો. જોકે ભગવાનની કૃપાથી મારી દીકરી એટલી નિર્દોષ છે કે તેને તેવી કશી જ ખબર નથી પડતી. એક વાર તો તેણે મારી દીકરીને પોતાના બાહુપાશમાં જકડી લીધી હતી અને તેના સચિવે તેણીને માંડ માંડ છોડાવી હતી.'

" 'તો પછી તમે આ બધું શા માટે ચલાવી લીધું ?' મેં પૂછ્યું, 'મારા ખ્યાલ પ્રમાણે તમારી પાસે તેને ગમે તે સમયે કાઢી મૂકવાના બધા જ હક્ક હતા.'

"શ્રીમતી કાર્પેન્ટીઅર મારા આ પ્રશ્નથી ખસિયાણી પડી ગઈ. 'તે આવ્યો તે જ દિવસે મેં તેને ચેતવણી આપી હતી,' તેણે કહ્યું, 'પણ તેનો સ્વભાવ જ ત્રાસદાયક હતો. તેઓ એક વ્યક્તિના એક-એક પાઉન્ડ આપતા હતા. અઠવાડિયાના ચૌદ પાઉન્ડ મને મળતા હતા અને દિવસો પણ મંદીના ચાલી રહ્યા હતા. હું રહી એક વિધવા, અને મારો દીકરો પણ મને કંઈ ખાસ મદદ નહોતો કરી શકતો. હું આ પૈસા ગુમાવવા નહોતી

માગતી. મેં ખૂબ ધીરજ રાખી, પણ આ છેલ્લી વખતે જે બન્યું તે હું સહન ન કરી શકી અને મેં તેને મારી વીશીમાંથી નીકળી જવા કહી દીધું. તે જ કારણે તેણે અહીંથી જવું પડ્યું.'

" 'એમ ?'

" 'તેના જતા રહેવાથી મને ખૂબ હળવાશ થઈ. મારો પુત્ર ત્યારે રજા પર હતો પણ મેં તેને આ વિષે કંઈ જ નહોતું જણાવ્યું કારણ તે મગજનો થોડો ગરમ છે અને તેની બહેનને પણ ખૂબ પ્રેમ કરે છે. જ્યારે તેમને વળાવીને મેં બારણાં બંધ કર્યાં ત્યારે મારા મગજ પરથી એક મોટો બોજો ઊતરી ગયો હતો. પણ તે શાંતિ ક્ષણવારની હતી. હજુ તો માંડ કલાક થયો હશેને દરવાજા પર ઘંટડી વાગી અને મેં જોયું તો શ્રીમાન ડ્રેબર પાછા આવ્યા હતા. તે બેફામ મિજાજમાં હતા. તેમણે ખૂબ દારૂ ઢીંચ્યો હતો. તે બળજબરીપૂર્વક હું મારી દીકરી જોડે જે ઓરડામાં બેઠી હતી ત્યાં ઘૂસી આવ્યા હતા અને ટ્રેઈન ચૂકી જવાના ગેરવ્યાજબી બહાનાં બતાવવા લાગ્યા. પછી તે એલિસ તરફ ફર્યો અને મારી હાજરીમાં જ તેણીને પોતાની સાથે આવવા આગ્રહ કરવા લાગ્યો.' "તું હવે પુખ્ત થઈ ગઈ છે," તેણે કહ્યું, "હવે કાયદો પણ તને તેમ કરતાં ન રોકી શકે. મારી પાસે ખૂબ રૂપિયા છે. આ ડોશીને ધ્યાન પર ન લે અને મારી સાથે આવી જા. તને હું રાણીની જેમ રાખીશ." 'મારી દીકરી બિચારી એલિસ ખૂબ ગભરાઈ ગઈ હતી. તેણીએ પોતાની જાતને છોડાવવાનો ખૂબ પ્રયત્ન કર્યો પણ તે તો તેણીને દરવાજા સુધી ખેંચી ગયો. મેં જોરથી ચીસ પાડી અને તે જ ક્ષણે મારો દીકરો આર્થર ઓરડામાં પ્રવેશ્યો. ત્યાર પછી શું થયું તે મને નથી ખબર. મારા કાને ઘણી ગાળો અથડાઈ અને ઝપાઝપીનો અવાજ પણ મને સંભળાયો. હું એટલી ભયભીત થઈ ગઈ હતી કે હું માથું ઊંચકીને જોઈ પણ નહોતી શકતી કે બહાર શું થઈ રહ્યું હતું. છેવટે મેં બહાર ડોકિયું કરીને જોયું ત્યારે મારો દીકરો આર્થર હાથમાં લાકડી લઈ ઉંબરે ઊભો ઊભો ખડખડાટ હસી રહ્યો હતો.' "મને નથી લાગતું હવે તે લફંગો આપણને વધારે હેરાન કરશે. તેણે કહ્યું, 'હવે હું તેની પાછળ જઈશ અને જોઉં કે તે શું કરી શકે છે.' એવું કહેતો તે બહાર નીકળી ગયો. તેની બીજી જ સવારે અમે શ્રીમાન ડ્રેબરના રહસ્યમય મૃત્યુના સમાચાર સાંભળ્યા.

"શ્રીમતી કાર્પેન્ટીઅરનું આ શબ્દશઃ નિવેદન હતું. જો કે તેમણે આખીયે વાત ઘણાયે અંતરાય સાથે કરી હતી. કેટલીક વખત તો તેણી એટલું અટકી અટકીને બોલતી હતી કે હું માંડ શબ્દો સમજી શકતો હતો. મેં તેણે આપેલા નિવેદનની ટૂંકી નોંધ બનાવી નાખી જેથી કરીને તેમાં ભૂલની કોઈ સંભાવના જ ન રહે."

"ખરેખર અદ્દ્ભુત," હોમ્સે બગાસાં ખાતાં કહ્યું, "પછી શું થયું ?"

" 'જ્યારે શ્રીમતી કાર્પેન્ટીઅરે પોતાનું નિવેદન પૂરું કર્યું,' જાસૂસે પોતાની વાત આગળ વધારી, "ત્યારે મેં જોયું કે આખોયે મુદ્દો એક બિંદુ પર અટકેલો હતો. મેં તેણીની આંખમાં આંખ પરોવી. મને લાગે છે કે હું સ્ત્રીઓ પાસેથી તે રીતે સારું કામ કઢાવી જાણું છું. મેં તેણીને પૂછ્યું કે તેનો દીકરો રાત્રે કેટલા વાગે પાછો આવ્યો હતો ?

" 'મને નથી ખબર,' તેણીએ જવાબ આપ્યો.

" 'નથી ખબર ?'

" 'ના, તેની પાસે પણ ઘરની ચાવીની બીજી એક ડુપ્લિકેટ ચાવી છે તેથી તે ઘરે જાતે જ આવી ગયો હશે.'

" 'તમે સૂવા ગયાં તે પછી ?'

" 'હા.'

" 'તમે કેટલા વાગે સૂવા ગયાં હતાં ?'

" 'લગભગ અગિયાર વાગે.'

" 'એટલે તમારો છોકરો ઓછામાં ઓછો બે કલાક તો ઘરની બહાર રહ્યો જ હતો, બરાબર ને ?'

" 'હા.'

" 'ચાર કે પાંચ કલાક પણ હોઈ શકે ?'

" 'હા.'

" 'તે સમય દરમિયાન તે શું કરી રહ્યો હતો ?'

" 'મને નથી ખબર,' જવાબ આપતાં સુધીમાં તો તેણીના હોઠ ધોળા થઈ ગયા.

" આટલી હકીકતો જાણ્યા પછી હવે વધારે કંઈ કરવા જેવું રહ્યું જ નહોતું. મેં તરત જ લેફ્ટનન્ટ કાર્પેન્ટીઅરને શોધી કાઢ્યો, મારી સાથે બે અધિકારીઓને લીધા અને તેની ધરપકડ કરી. જ્યારે મેં તેના ખભે હાથ મૂક્યો અને તેને કહ્યું કે ચૂપચાપ અમારી સાથે આવે ત્યારે તેણે અમને ખૂબ દૃઢતાથી જવાબ આપ્યો, 'મારા ખ્યાલથી તમે શ્રીમાન ડ્રેબરની હત્યાના સંદર્ભમાં મારી ધરપકડ કરી રહ્યા છો,' અમે આ વિષે તેને એક શબ્દ પણ નહોતો કહ્યો માટે તેનું આવું કહેવું વધારે શંકા ઉપજાવનારું હતું.

"સાચી વાત છે," હોમ્સે કહ્યું.

"અમે જ્યારે તેની ધરપકડ કરી ત્યારે પણ તેની માતાએ વર્ણવેલી જ લાકડી તેના હાથમાં હતી. તે ઑકની મજબૂત લાકડી હતી."

"તો હવે, તમારી શું માન્યતા છે ?"

"વારુ, મારી માન્યતા એ છે કે તેણે ડ્રેબરનો બ્રિક્સટન રોડ સુધી પીછો કર્યો. ફરી તે બે વચ્ચે ઝપાઝપી થઈ અને તેના જ પ્રત્યાઘાત સ્વરૂપે ડ્રેબરના પેટ પર તેણે લાકડીનો જોરદાર પ્રહાર કર્યો અને તેના જ કારણે શરીર પર કશા જ કોઈ નિશાન વગર તે મૃત્યુ પામ્યો. રાત્રે સારો એવો વરસાદ વરસી રહ્યો હતો એટલે આસપાસ કોઈ જ નહોતું તેનો ફાયદો ઉઠાવી કાર્પેન્ટીઅર તેના શિકારને પેલા ખાલી ઘરમાં ઢસડી ગયો. હવે જો પેલી મીણબત્તી, લોહી અને દીવાલ પરના લખાણ તેમજ પેલી વીંટીની વાત કરું તો તે બધું જ પોલીસને ઊંધે પાટે ચડાવવાની એક ચાલ હતી."

"ખૂબ સરસ !" હોમ્સે પ્રોત્સાહક અવાજમાં કહ્યું, "ખરેખર, ગ્રેગ્સન, તમે રહસ્યને છતું કરી જ દીધું."

"મને લાગે છે મેં ખૂબ જ સ્પષ્ટપણે બધું જ ગોઠવી લીધું છે," જાસૂસે ગર્વિષ્ઠ અવાજમાં જવાબ આપ્યો, "શ્રીમાન કાર્પેન્ટિઅરે પણ એકરારનામું આપ્યું, જેમાં તેણે કહ્યું હતું કે તેણે થોડે સુધી ડ્રેબરનો પીછો કર્યો હતો અને પાછળથી ભાન આવતાં તેણે તેનાથી દૂર જતા રહેવું જ યોગ્ય માન્યું હતું અને ત્યાંથી ઘોડાગાડી કરી તે પોતાના ઘર તરફ રવાના થયો હતો. ઘરે જતાં તેને વહાણ પરનો કોઈક સહકર્મી મળી ગયો અને તેની સાથે દૂર સુધી ચાલવા જતો રહ્યો. જ્યારે તેને તેના આ મિત્ર ક્યાં રહે છે તે વિષે પૂછવામાં આવ્યું ત્યારે તેણે તે વિષે કોઈ જ સંતોષકારક જવાબ ન આપ્યો. પછી મને ખાતરી થઈ ગઈ કે આખોયે મામલો હવે બંધ બેસી ગયો છે. હવે મને લેસ્ટ્રેડનો વિચાર આવતાં જ હસવું આવી રહ્યું હતું. તે ઊંધે રસ્તે જ ચડી ગયો હતો. મને ડર છે કે તેને કશું જ નહીં મળે, કઈ રીતે મળે કારણ કે હત્યારો તો મારી પાસે છે !"

અમે જ્યારે વાત કરી રહ્યા હતા ત્યારે લેસ્ટ્રેડ સીડીઓ ચડી રહ્યો હતો, આખરે તે ઓરડામાં આવી પહોંચ્યો. તેની વર્તણૂકમાં કાયમ છલકાતા આત્મવિશ્વાસ અને આડંબર ક્યાંક ગાયબ થઈ ગયા હતા. તેનો પહેરવેશ પણ અસ્તવ્યસ્ત હતો. તેના ચહેરા પર તાણ અને અસ્વસ્થતાના ભાવ હતા. તેનો પોશાક પણ અવ્યવસ્થિત અને ગંદો હતો. ખરેખર તો તે અહીં શૅરલૉક હોમ્સની સલાહ લેવા આવ્યો હતો પણ ગ્રેગ્સનને જોતાં તે થોડો અકળાઈ ગયો. તે શું કરવું ને શું ન કરવું તેની મૂંઝવણમાં ઓરડાની વચ્ચોવચ ઊભો રહ્યો. "આ એક અસામાન્ય મામલો છે," આખરે તેણે મોઢું ખોલ્યું - "આ ખરેખર એક અકળ કેસ છે."

"અચ્છા, તમને એવું લાગે છે, શ્રીમાન લેસ્ટ્રેડ !" ગ્રેગ્સન મોટેથી બોલ્યો, "મને તો ખબર જ હતી કે તમે તે જ તારણ પર આવશો. તમને સચિવશ્રી શ્રીમાન જોસેફ સ્ટ્રેન્ગરસન મળ્યા કે નહીં ?"

"સચિવ શ્રીમાન જોસેફ સ્ટ્રેન્ગરસન," લેસ્ટ્રેડે ગંભીરતાથી કહ્યું, "આજે સવારે લગભગ છ વાગ્યાની આસપાસ હૉલિડે પ્રાઈવેટ હોટલમાં તેમની હત્યા કરવામાં આવી છે."

❖

પ્રકરણ ૭

અંધકારમાં પ્રકાશ

લેસ્ટ્રેડની આ બાતમીએ અમને બધાને સ્તબ્ધ કરી મૂક્યા હતા. આ એવા અણધાર્યા સમાચાર હતા કે અમે લોકો મૂઢ બની ગયા. ગ્રેગ્સન તો આઘાતનો માર્યો પોતાની ખુરશીમાંથી ઊછળી જ પડ્યો. હું શૅરલૉક હોમ્સ સામે તાકી રહ્યો. તેના હોઠ સિવાયેલા હતા અને તેની ભ્રમરો પોતાની આંખો તરફ ઝૂકેલી હતી.

"સ્ટ્રેન્ગરસન પણ !" તે બબડ્યા, "કાવતરું તો વધારે ઘટ્ટ થતું જાય છે."

"પહેલેથી જ આ કેસ એટલો ગુંચવાયેલો હતો અને વળી પાછી આ નવી સમસ્યા." લેસ્ટ્રેડ ખુરશીમાં બેસતાં બબડ્યો.

"તમને ખાતરી છે કે આ બાતમી સાચી જ છે ?" ગ્રેગ્સને થોથવાતાં થોથવાતાં પોતાની શંકા વ્યક્ત કરી.

"હું તેના ઓરડામાં જ હતો," લેસ્ટ્રેડે કહ્યું, "સૌથી પહેલાં મને જ તેની હત્યાની ખબર પડી હતી."

"અમે આ બાબતે ગ્રેગ્સનનો દૃષ્ટિકોણ સાંભળી રહ્યા હતા," હોમ્સે કહ્યું, "હવે તમને વાંધો ન હોય તો તમે જે જોયું તે વિષે અમને જણાવશો ?"

"મને કોઈ જ વાંધો નથી," લેસ્ટ્રેડે પોતાની જગ્યા લેતાં કહ્યું.

"મારે એ માનવું પડશે કે હું અત્યાર સુધી સ્ટ્રેન્ગરસનને ડ્રેબરની હત્યા માટે જવાબદાર માનતો હતો અને આ ઘટનાથી મને ખ્યાલ આવ્યો કે હું સદંતર ખોટો હતો. આ જ ખ્યાલથી હું તેના સચિવનું શું થયું તેની તપાસમાં લાગી ગયો. ત્રીજી તારીખની સાંજે તેમને બન્નેને લગભગ સાડા આઠ વાગે યુસ્ટનના સ્ટેશન પર એકસાથે જોવામાં આવ્યા હતા. રાત્રે બે વાગ્યે બ્રિક્સટન રોડ પર ડ્રેબરની લાશ મળી આવી. હવે મને એ પ્રશ્ન સતાવી રહ્યો હતો કે રાત્રીના સાડા આઠથી તે હત્યા થઈ તે સમય દરમિયાન સ્ટ્રેન્ગરસન શું કરી રહ્યો હતો અને ત્યાર પછી તેનું શું થયું હતું ? મેં લિવરપુલ તાર કર્યો જેમાં મેં

સ્ટ્રેન્ગરસનનું વર્ણન મોકલ્યું હતું અને તેમને ચેતવણી આપી કે તેઓ અમેરિકન જહાજ પર ચાંપતી નજર રાખે. મેં યુસ્ટન સ્ટેશનની આસપાસ જેટલીયે હોટલ અને વીશીઓ આવેલી હતી તેમાં તપાસ કરવા માંડી. મેં વિચાર્યું કે જો આ ડ્રેબર અને તેનો સાથી એકબીજાથી છૂટા પડ્યા હોય તો તેમણે સ્ટેશનની આસપાસની જ કોઈક વીશીમાં આશરો લીધો હોય કે જેથી કરીને તેઓ સવારે ફરી સ્ટેશન પર આવી શકે.''

''તેમણે પહેલેથી જ ક્યાંક મળવાનું નક્કી કરી લીધું હોય એવું પણ બને.'' હોમ્સે કહ્યું.

''બની શકે. ગઈકાલ આખી મેં તેમની પૂછપરછમાં જ પસાર કરી. આજે પણ હું વહેલી સવારથી જ પૂરપરછમાં લાગી પડ્યો હતો. લગભગ આઠ વાગ્યે હું લિટલ જ્યોર્જ સ્ટ્રીટની પ્રાઈવેટ હોટલ પર પહોંચી ગયો હતો. મેં તરત જ પૂછ્યું હતું કે શું ત્યાં કોઈ શ્રીમાન સ્ટ્રેન્ગરસન રહે છે ? તેમણે તરત જ મને જવાબ આપ્યો હતો.

''નિઃશંક, તમે તે જ સદ્‌ગૃહસ્થ છો જેમની તેઓ રાહ જોઈ રહ્યા હતા,'' તેમણે કહ્યું, ''તે છેલ્લા બે દિવસથી એક સદ્‌ગૃહસ્થની રાહ જોઈ રહ્યા છે.''

''અત્યારે તેઓ ક્યાં છે ?'' મેં પૂછ્યું.

''તેઓ ઉપરના માળે સૂઈ રહ્યા છે. તે લગભગ નવ વાગ્યે નીચે આવશે.''

''એકવાર હું તેમને ઉપર જઈને મળી લેવા માગું છું.'' મેં કહ્યું.

''મને થયું કે મારું અણધાર્યું આગમન તેને બેબાકળો કરી મૂકે અને તે ગભરામણનો માર્યો બધું જ સાચું જણાવી દે. હોટલનો એક નોકર મારી સાથે તેનો ઓરડો બતાવવા આવ્યા. તેનો ઓરડો બીજા માળે હતો, એક નાનકડી પરસાળ તેના ઓરડા સુધી દોરી જતી હતી. નોકર મને તેના દરવાજા તરફ આંગળી ચીંધતો નીચે જવા લાગ્યો પણ તે જ ક્ષણે મારા વીસ વર્ષના અનુભવના પ્રતાપે મને કંઈક શંકાસ્પદ લાગ્યું. ઓરડાના બારણા નીચેથી લોહીની એક ધાર બહાર આવી હતી તેના કારણે ઓરડા બહારની પરસાળમાં લોહીનું પાટોડું ભરાઈ ગયું હતું. તરત જ મેં મોટેથી બૂમ પાડી. બૂમ સાંભળીને નોકર તરત જ મારી પાસે દોડી આવ્યો. આ દૃશ્ય જોઈને પેલો નોકર તો લગભગ બેભાન જ થઈ ગયો. અંદરથી બારણું બંધ હતું પણ અમે બારણાને ધક્કો મારીને અંદર ઘૂસી ગયા. ઓરડાની બારી ખુલ્લી હતી. ઓરડામાં બધું વિખેરાઈને પડ્યું હતું. મૃતદેહ પર પણ રાત્રીનો પોશાક હતો. તેને મર્યે થોડો સમય થયો હતો કારણ કે તેના હાથ-પગ અકડાઈ ગયા હતા અને ઠંડા પડી ગયા હતા. જ્યારે અમે તેને ચત્તો કર્યો ત્યારે નોકર તેને ઓળખી ગયો. તે જોસેફ સ્ટ્રેન્ગરસન જ હતો. તેનું મૃત્યુ છાતીના ડાબા ભાગમાં તીક્ષ્ણ હથિયારથી ઊંડો પ્રહાર કરવાથી થયું હતું, જે સીધું જ હૃદયમાં ખૂંપી ગયું હશે. તમારું શું માનવું છે, મૃતક ઉપરાંત ત્યાં બીજું શું હતું ?''

હોમ્સ કોઈ જવાબ આપે તે પહેલાં જ મને ભયંકરતાનો પૂર્વાભાસ થઈ ગયો હતો.

"લોહીથી લખાયેલો આરએસીએચઈ (રાશે) શબ્દ," તેણે કહ્યું.

"હા તે જ હતું," લેસ્ટ્રેડે ચકિત થતાં કહ્યું, થોડી વાર માટે આખાયે ઓરડામાં શાંતિ છવાઈ ગઈ.

આ અજાણ્યા હત્યારાનું પદ્ધતિસરનું અકળ કૃત્ય તેનું ઘાતકીપણું દર્શાવતું હતું. યુદ્ધના મેદાનમાં સ્વસ્થ રહેવા ટેવાયેલું મારું મન આ વિચારોને કારણે અસ્વસ્થ થઈ ગયું હતું.

"હત્યારાને કોઈકે જોયો હતો," લેસ્ટ્રેડે પોતાની વાત આગળ વધારી, "એક દૂધવાળો છોકરો વહેલી સવારે ડેરી તરફ જતા હોટલના પાછળના રસ્તેથી પસાર થયો હતો. તેણે જોયું હતું કે હોટલની નિસરણી રોજની જેમ નહોતી પડી પણ બીજા માળની કોઈક ખુલ્લી બારી આગળ તેને ફેરવવામાં આવી હતી. તે માણસ કોઈને પણ શંકા ન જાય તે રીસે ખુલ્લમખુલ્લા સંપૂર્ણ સ્વાભાવિકતાથી નિસરણી ઊતર્યો હતો તેથી છોકરાને લાગ્યું કે તે હોટલમાં સમારકામ કરનાર કોઈક વ્યક્તિ હશે. તેથી તેણે તેના પર કંઈ ખાસ ધ્યાન નહોતું આપ્યું. તેણે પોતાનું મગજ દોડાવીને એ ન વિચાર્યું કે આટલી વહેલી સવારે કંઈ કોઈ સમારકામ કરનાર થોડો કામે લાગતો હશે ? તેના મન પર એવી છાપ છે કે તે માણસ ઊંચો હતો, તેનો ચહેરો લાલ પડતો હતો અને તેણે છીકણી રંગનો લાંબો કોટ પહેર્યો હતો. અમને હાથ-મોં ધોવાની કૂંડીમાં લોહીવાળા પાણીના ડાઘા જોવા મળ્યા હતા, કદાચ તેણે ત્યાં પોતાના હાથ ધોયા હશે અને તેણે જાણી જોઈને ચાદર પર પોતાનું ચપ્પુ લૂછ્યાનાં નિશાન પણ કર્યાં હતાં. આ બધાં પરથી મારું એવું માનવું છે કે હત્યા કર્યા બાદ પણ તે થોડો સમય ઓરડામાં રહ્યો હશે."

હત્યારાના વર્ણનને સાંભળતાં જ મેં શેરલૉક હોમ્સ સામે જોયું. તે તદ્દન તેણે કહ્યા પ્રમાણેનું જ વર્ણન હતું. જો કે તેના ચહેરા પર સંતોષનો જરા સરખો પણ ભાવ નહોતો.

"તેના ઓરડામાંથી તમને કશું જ ન મળ્યું કે જેનાથી હત્યારાનું કોઈ પગેરું મળી શકે ?" તેણે પૂછ્યું.

"કશું જ નહીં. સ્ટ્રેન્ગરસનના ખિસ્સામાંથી ડ્રેબરનો બટવો મળ્યો. પણ તે તો સામાન્ય વાત હતી કારણ કે એક સચિવ હોવાથી ડ્રેબરના બધા જ ખર્ચા તે જ ચૂકવતો હતો. તેમાં એંશી પાઉન્ડ જેટલી મોટી રકમ હતી પણ તે પણ તેમની તેમ જ હતી. આ ગુનાનો જે કોઈ પણ આશય હોય પણ એ તો સ્પષ્ટ જ હતું કે લૂંટનો આશય તો નહોતો જ. મૃતકના ખિસ્સામાં કોઈ જ કાગળિયાં નહોતાં. માત્ર એક ટેલિગ્રામ હતો જેના પર ક્લેવલૅન્ડથી તારીખ મારવામાં આવી હતી અને *'જે.એચ. યુરોપમાં છે.'* માત્ર તેટલું જ લખવામાં આવ્યું હતું. સંદેશ મોકલનારનું નામ ક્યાંય નહોતું લખવામાં આવ્યું."

"આ ઉપરાંત બીજું કંઈ જ ન મળ્યું ?" હોમ્સે પૂછ્યું.

"કંઈ ખાસ નહીં. સૂતી વખતે વાંચેલી નવલકથા પથારીમાં પડી હતી અને તેણે ફૂંકેલી ચલમ ખુરશીની બાજુમાં પડી હતી. પાણીનો એક પ્યાલો ટેબલ પર હતો અને બારીના ઉંબરે એક નાનકડી ડબ્બી હતી જેમાં બે-ચાર ગોળીઓ પડી હતી."

શૅરલૉક હોમ્સ આ સાંભળતાં જ જુસ્સામાં આવી ગયો અને પોતાની ખુરશીમાંથી ઊભો થઈ ગયો.

"છેલ્લી કડી," તેણે આનંદિત થતાં મોટેથી કહ્યું, "આખોય મામલો ઉકેલાઈ ગયો."

પેલા બે જાસૂસ તેની સામે છક થઈ તાકી રહ્યા.

"હવે આખોયે મામલો મારા હાથમાં છે," મારા સાથીએ વિશ્વાસપૂર્વક કહ્યું, "બધાયે તાંતણા ખૂબ ગૂંચવાયેલા હતા જે હવે ઉકેલાઈ ગયા છે. જો કે કેટલીક વિગતો તેમાં પૂરવી પડશે પણ મને ખાતરી છે કે મહત્ત્વની બધી જ વાતો મને સમજાઈ ગઈ છે. સ્ટેશન પરથી ડ્રેબરના સ્ટ્રેન્ગરસનથી અલગ થવાથી લઈને આ બીજો મૃતદેહ મળ્યા સુધીની બધી જ કડીઓ મળી ગઈ છે. બધું મારી સામે એ રીતે ઊભું થયું છે કે જાણે મેં મારી સગી આંખે જ તેને ન જોયું હોય ! હું તમને મારી હોશિયારીની ખાતરી કરાવીશ. શું તમે તે ગોળીઓ પોતાને હસ્તક કરી શક્યા ?"

"તે મારી પાસે જ છે," લેસ્ટ્રેડે ધોળા રંગની નાનકડી ડબ્બી બહાર કાઢતાં કહ્યું, "મેં ગોળીઓ, બટવો અને તાર બધું જ લઈ લીધું છે કે જેથી કરીને હું પોલીસ સ્ટેશનમાં સુરક્ષિત રીતે તેને મૂકી શકું. ગોળીઓ તો મેં એમ જ લઈ લીધી. મને તે કંઈ ખાસ મહત્ત્વની નહોતી લાગી."

"તે અહીં આપો," હોમ્સે કહ્યું, "હવે, ડૉક્ટર," મારી તરફ ફરતાં તેમણે કહ્યું, "તે સામાન્ય ગોળીઓ છે ?"

તે સામાન્ય ગોળીઓ નહોતી. તેમનો રંગ રાખોડી મોતી જેવો હતો, તે નાની ગોળાકારની હતી. અને પ્રકાશમાં રાખવાથી એકદમ પારદર્શક દેખાતી હતી. "તેમના હલકા વજન અને પારદર્શકતા પરથી હું કહી શકું છું કે તે પાણીમાં આરામથી ઓગળી જાય તેવી ગોળી છે," મેં કહ્યું.

"સાચી વાત," હોમ્સે કહ્યું, "હવે તમને વાંધો ન હોય તો નીચે જઈને પેલું મરવા પડેલું કૂતરું લઈ આવશો જે છેલ્લા કેટલાય સમયથી બીમાર છે અને જેના કારણે આપણી મકાનમાલિકણ પણ થોડી ચિડાયેલી છે ?"

હું નીચે ગયો અને તેને મારા બાહુઓમાં ઉપર લેતો આવ્યો. તેના પીડાદાયક શ્વાસોચ્છ્‌વાસ અને નિસ્તેજ આંખો પરથી લાગી રહ્યું હતું કે તેનો અંત નજીક હતો. કૂતરા તરીકેની બધી જ લાક્ષણિકતાઓ તે ખોઈ બેઠું હતું. મેં પગલૂછણિયા પર એક ઓશીકું મૂકીને તેના પર તેને મૂક્યું.

"હવે હું આ બે ગોળીમાંથી એક ગોળીને અડધી કરીશ." હોમ્સે પોતાની છરીથી ગોળીને અડધી કરતાં કહ્યું, "બાકીની અડધી આપણે પાછી ડબ્બીમાં મૂકી દઈશું જેથી કરીને આગળ જતાં આપણને તે કામ આવે. બાકીની અડધી હું આ વાઈનના પ્યાલામાં

નાખીશ અને તેમાં એક નાનકડી ચમચી જેટલું પાણી નાખીશ. તમે જોઈ શકો છો કે આપણા ડૉક્ટર મિત્ર સાચા હતા, ગોળી સરળતાથી પાણીમાં ઓગળી ગઈ છે.''

''આ રસપ્રદ હોઈ શકે છે,'' લેસ્ટ્રડે ઘવાયેલા સૂરમાં કહ્યું, ''હું નથી જોઈ શકતો કે આ ગોળીને શ્રીમાન જોસેફ સ્ટ્રેન્ગરસનના મૃત્યુ સાથે કોઈ લેવાદેવા હોય.''

''ધીરજ રાખો, મારા મિત્ર, ધીરજ રાખો ! તમને થોડી જ વારમાં ખબર પડી જશે કે તેને લેવાદેવા છે. હવે હું આ મિશ્રણને સ્વાદિષ્ટ બનાવવા તેમાં થોડું દૂધ ઉમેરીશ અને આ કૂતરાને તે પીવડાવીશ.''

આવું કહેતાં તેણે તૈયાર કરેલું પ્રવાહી રકાબીમાં નાખ્યું અને કૂતરા સમક્ષ ધર્યું. કૂતરો તરત જ બધું સફાચટ કરી ગયો. શૅરલૉક હોમ્સની વર્તણૂકે અમને એટલી હદે મનાવી લીધા કે અમે બધા મૂંગા બેઠાં બેઠાં પેલા પ્રાણીની સામે તેને શું થાય છે તે જાણવા તાકી રહ્યા. પણ તેને કંઈ જ ન થયું. કૂતરો તેમનો તેમ ઓશીકા પર પડ્યો રહ્યો, પહેલાંની જેમ જ શ્વાસ લઈ રહ્યો હતો તેની સ્થિતિમાં ન તો કોઈ સુધારો આવ્યો હતો કે નહોતી કોઈ ખરાબી થઈ.

હોમ્સે પોતાની ઘડિયાળમાં એક મિનિટ સુધી જોયે રાખ્યું. કોઈ જ પરિણામ ન આવતાં તેના ચહેરા પર સંતાપ અને નિરાશાનો ભાવ ફરી વળ્યો. તેણે પોતાના હોઠ કરડ્યા, ટેબલ પર પોતાની આંગળી ટપારી. આ બધા તેની ખૂટતી અધીરાઈનાં લક્ષણ હતાં. હું તેની આ સ્થિતિથી ઉદાસ થઈ ગયો અને પેલા બે જાસૂસોને તો રમૂજ ચડી, કારણ કે તેઓ તો ઇચ્છતા જ હતા કે હોમ્સને કોઈ જ પરિણામ ન મળે.

''આ કંઈ જોગાનુજોગ ન હોઈ શકે,'' તે પોતાની ખુરશીમાંથી ઊભો થઈને આમતેમ આંટા મારવા લાગ્યો. ''આ એક જોગાનુજોગ હોવું શક્ય જ નથી. મારી અપેક્ષા ડ્રેબરના મૃત્યુ પછી આ ગોળીઓ હાથમાં આવવાની મારી ધારણા હતી પણ તે મળી સ્ટ્રેન્ગરસનના મૃત્યુ પછી. તે નકામી કઈ રીતે હોઈ શકે, તેનો મતલબ શું થતો હશે ? મને એટલી તો ખાતરી છે જ કે મારી સાંકળની કડીઓ ખોટી તો ન જ હોઈ શકે. તે અશક્ય છે ! અને તેમ છતાં આ કૂતરાને કંઈ ન થયું. ખ્યાલ આવ્યો ! ખ્યાલ આવ્યો !'' અચાનક કંઈક સૂઝ્યું હોય તેમ તે પેલી ડબ્બી પાસે ગયો. બીજી ગોળીના તેણે બે ભાગ કર્યા અને તેને પાણીમાં ઓગાળી, તેમાં દૂધ નાખ્યું અને કૂતરા આગળ મૂક્યું. હજુ તો કૂતરાની જીભ જ પલળી હશે ને એટલી વારમાં તો તેના પગ ધ્રૂજવા લાગ્યા અને તેનું પ્રાણપંખેરું ઊડી ગયું.

શૅરલૉક હોમ્સે લાંબો શ્વાસ લીધો અને પોતાના કપાળનો પરસેવો લૂછ્યો, ''મારે થોડો આત્મવિશ્વાસ કેળવવાની જરૂર છે,'' તેણે કહ્યું, ''આ અનુભવથી મને શીખવા મળ્યું છે કે જ્યારે તમારાં તારણો વિરુદ્ધ હકીકતો હોય ત્યારે તમારે બીજા અર્થઘટન દ્વારા પણ મામલાને વિચારવો જોઈએ. ડબ્બીમાંની બે ગોળીઓ હતી. તેમાંની એક ઝેરની હતી જ્યારે બીજી નિર્દોષ ગોળીઓ હતી. ડબ્બી જોઈ તે પહેલાં જ હું આ વાત જાણતો હતો.''

છેલ્લું નિવેદન મને ખૂબ ચોંકાવનારું લાગ્યું. મને તે સૌમ્ય ન લાગ્યો. જોકે અમારી સામે મરેલો પડેલો કૂતરો તેની અટકળને સાચી પાડનારો હતો. મારા મગજમાં હવે બધું જ સ્પષ્ટ થઈ ગયું હતું અને હવે હું આખીયે હકીકતને થોડી થોડી સમજી રહ્યો હતો.

"આ બધું જ તમને વિચિત્ર લાગતું હશે," હોમ્સે પોતાની વાત ચાલુ રાખી, "કારણ કે તપાસની શરૂઆતમાં જ તમારી સમક્ષ દૃશ્યમાન તેવા એક મહત્ત્વના પગેરાને ઓળખવામાં તમે નિષ્ફળ રહ્યા. સદ્ભાગ્યે તે મારી નજરમાં આવી ગયું. અને ત્યાર પછીના ઘટનાક્રમે મારી માન્યતાને ઈંધણ પૂરું પાડ્યું. જો કે મારી આખીયે માન્યતા સંપૂર્ણપણે તર્ક પર આધારિત હતી. જે બાબતો તમને ગૂંચવી રહી હતી અને મામલાને ઓર વધારે ઘેરો બનાવી રહી હતી તે જ બાબત મારાં તારણોને વધારે અને વધારે મજબૂત બનાવી રહી હતી. રહસ્યની સાથે સાથે વિચિત્રતાને વીસરી જવી એ એક મોટી ભૂલ છે. સામાન્યમાં સામાન્ય ગુનો હંમેશા સૌથી વધારે રહસ્યમય હોય છે, કારણ કે તેમાં કોઈ નવા કે ખાસ ગુણો નથી હોતા કે જેના દ્વારા આપણે તારણો તારવી શકીએ. આ હત્યાનું રહસ્ય ઉકેલવું અનહદ અઘરું હતું, કારણ કે આ કિસ્સામાં લાશ ક્યાંક કોઈ જાહેર માર્ગ પર પડેલી નહોતી મળી જે નોંધનીય બાબત હતી. આ વિચિત્ર વિગતો કેસને ઓર વધારે અઘરી બનાવવાની જગ્યાએ તેને સરળ બનાવતી ગઈ."

શ્રીમાન ગ્રેગ્સન આ આખુંયે સમ્બોધન ખૂબ જ અધીરાઈથી સાંભળી રહ્યા હતા. આખરે તેઓ પોતાની જાતને રોકી ન શક્યા. "અહીં જુઓ, શ્રીમાન શૅરલૉક હોમ્સ," તેણે કહ્યું, "અમે બધા માનીએ છીએ કે તમે એક ચપળ માણસ છો અને તે પણ કબૂલીએ છે કે તમારી કાર્યપદ્ધતિ એકદમ સચોટ છે. પણ અમારે સિદ્ધાંતો ઉપરાંત કંઈક વ્યવહારિક પુરાવાઓ જોઈએ છે. આ એક હત્યાનો કેસ છે. મેં મામલો ઉકેલી જ લીધો હતો પણ આ નવા સમાચારને કારણે તે સદંતર ખોટો સાબિત થાય છે. યુવાન કાર્પેન્ટીઅર પર હું કંઈ આ બીજા માણસ, સ્ટ્રેન્ગરસનની હત્યાનો આરોપ ન મૂકી શકું. લેસ્ટ્રેડ પણ પોતાની ધારણા પ્રમાણે ચાલ્યા અને તે પણ નિષ્ફળ જ સાબિત થયા. તમે પણ ઘણાંબધાં સૂચક ચિહ્નો દર્શાવ્યાં અને તેના પરથી તમે અમારા કરતાં વધારે જાણકારી ધરાવો છો તેમ પણ માન્યું. પણ હવે સમય આવી ગયો છે કે અમે તમને હક્કથી પૂછીએ કે તમે આખાયે મામલામાં કેટલી જાણકારી ધરાવો છો. શું તમે હત્યારાનું નામ આપી શકો છો?"

"હું પણ ગ્રેગ્સનની વાત સાથે સંમત થાઉં છું, સાહેબ," લેસ્ટ્રેડે કહ્યું, "અમે બન્નેએ પ્રયત્ન કર્યો અને અમે બન્ને નિષ્ફળ રહ્યા. હું અહીં ઓરડામાં આવ્યો ત્યારથી તે અત્યાર સુધી તમે બે વાર એવું બોલ્યા કે તમને જરૂરી એવા બધા જ પુરાવાઓ મળી ગયા છે. મહેરબાની કરીને આખીયે બાબત અમને જણાવો."

"હવે જો હત્યારાની ધરપકડમાં મોડું થશે," મેં કહ્યું, "તો તે નવું કંઈ ઊભું કરી દેશે."

અમારા બધાના દબાણથી હોમ્સ થોડો વિચલિત થયો. તે હજી પણ ઓરડામાં આમતેમ આંટા મારી રહ્યો હતો. તેનું મસ્તક છાતી તરફ નમેલું હતું અને તેની ભ્રમરો નીચે તરફ ખેંચાયેલી હતી. ઊંડા ચિંતનની આ તેની આગવી અદા હતી.

"હવે કોઈ હત્યા નથી થવાની," આખરે તેણે મૌન તોડ્યું. તે ચાલતાં ચાલતાં ઊભો રહ્યો અને અમારી તરફ ફર્યો, "તમે મને પૂછ્યું કે શું હું હત્યારાનું નામ જાણું છું ? હા, હું જાણું છું. જો કે તેનું નામ જાણવું તે કંઈ મોટી વાત નથી. મોટી વાત એ છે કે તેની વિરુદ્ધ કાર્યવાહી કરવાની આપણી સત્તા ઘણી બધી છે. આ જ બાબત આપણા માટે વધારે કામની છે. જો કે મેં મારી રીતે તેને પકડવાની વ્યવસ્થા કરી લીધી છે; પણ આ બાબતમાં આપણે ખૂબ નાજુકાઈથી વર્તવાનું છે, કારણ કે આપણો સામનો એક ચતુર અને મરણિયા વ્યક્તિ સાથે થવાનો છે, અને તેનો સાથી પણ તેના જેટલો જ ચતુર છે. હું સમજું છું ત્યાં સુધી તે વ્યક્તિને જરા પણ અંદેશો નથી કે તેના પર કોઈકે ફાંસલો ગોઠવ્યો છે; પણ જો તેને જરા જેટલી પણ શંકા ગઈ તો તે આપણા દેશમાં વસનારા ચાલીસ લાખ નિરાશ્રિતોમાં પોતાની જાતને વિલીન કરી દેશે અને ફરી ક્યારેય પકડમાં નહીં આવે. તમારી લાગણીને દૂભવવાના આશય વગર, હું એવું માનું છું કે આ માણસો સરકારી અધિકારીઓ કરતાં થોડા ઉચ્ચ સ્તરે વિચારે છે અને તે જ કારણે મેં તમારી મદદ નહોતી માગી. જો હું નિષ્ફળ જાત, તો દોષનો ટોપલો મારા પર જ ઢોળાત પણ તેના માટે હું તૈયાર છું. આ ક્ષણે હું મારા આયોજનને જરા પણ જોખમમાં મૂક્યા વગર તમારી સાથે વાતચીત કરી રહ્યો છું. આગળ પણ હું તેવું જ કરીશ."

ગ્રેગ્સન અને લેસ્ટ્રેડ જાસૂસ પોલીસની આડકતરી ખામીઓ કાઢવાથી કંઈ ખાસ સંતુષ્ટ નહોતા. એકનો ચહેરો ગુસ્સાથી લાલચોળ થઈ ગયો હતો જ્યારે બીજો તો અકળાઈને તમતમી ગયો હતો. તેમને એક પણ શબ્દ ઉચ્ચારવાનો સમય નહોતો મળ્યો. તે જ ક્ષણે એક બારણા પર ટકોરા પડ્યા અને શેરીનો ખબરી અરબ માણસ, જુવાન વિજિન્સ પોતાના ચીંથરેહાલ અને નિરસ દેખાવ સાથે અમારી સમક્ષ હાજર થયો.

"સાહેબ, હું ઘોડાગાડી લઈને આવ્યો છું." તેણે પોતાની લટો સરખી કરતાં કહ્યું.

"બહુ સરસ," હોમ્સે નમ્રતાથી કહ્યું, "તમે આ શૈલી સ્કોટલૅન્ડ યાર્ડમાં કેમ નથી અજમાવતા ?" તેણે ખાનામાંથી સ્ટીલની હાથકડીઓ કાઢતાં પોતાની વાત ફરી શરૂ કરી. "જુઓ તો ખરા, આ સ્પ્રીંગ કેવી સરસ રીતે કામ કરે છે. તે તરત જ આરોપીના હાથમાં જકડાઈ જાય છે."

"અમારી જૂની બનાવટ જ યોગ્ય છે," લેસ્ટ્રેડે કહ્યું.

"બહુ સરસ, બહુ સરસ," હોમ્સે સ્મિત કરતાં કહ્યું, "જો ઘોડાગાડીવાળો મને આ ખોખાંઓ મૂકવામાં મદદ કરે તેમ હોય તો જરા તેને ઉપર આવવા માટે કહેને, વિજિન્સ."

હોમ્સે મને તેના બહાર જવા બાબતે કોઈ જ વાત નહોતી કરી એટલે મને તેની આ મુસાફરીથી થોડું આશ્ચર્ય થયું. અમારા ઓરડામાં ચામડાની એક પ્રવાસપેટી હતી. હોમ્સે તેને બહાર કાઢી અને તેનો પટ્ટો બાંધવા માંડ્યો. ઘોડાગાડીવાળો જ્યારે ઓરડામાં પ્રવેશ્યો ત્યારે તે પોતાના કામમાં વ્યસ્ત હતો.

"ઘોડાગાડીવાળા ભાઈ, મને જરા આ બક્કલ બાંધવામાં મદદ કરો." તેણે પેટી તરફ નમેલા રહેતાં અને પોતાનું માથું નમેલું રાખતાં જ કહ્યું.

ઘોડાગાડીવાળો ખિન્ન થતાં અને અનાદર સાથે થોડો આગળ આવ્યો. તેણે પોતાના હાથ મદદ કરવા લંબાવ્યા. તે જ ક્ષણે એક ધાતુની ઠેસીનો તીણો અવાજ સંભળાયો અને તરત જ શૅરલૉક હોમ્સ પોતાના પગ પર ફટાક દઈને ઊભો થઈ ગયો.

"વહાલા મિત્રો," તેણે આંખોમાં તેજસ્વી ભાવ સાથે બૂમ પાડી, "હું તમારી સમક્ષ શ્રીમાન જેફરસન હોપને રજૂ કરું છું કે જે ઈનોક ડ્રેબર અને જોસેફ સ્ટ્રેન્ગરસનના હત્યારા છે."

આખીયે ઘટના એટલી અચાનક અને ઝડપી બની કે મને કંઈ ખ્યાલ જ ન આવ્યો. પછીથી મને આખોયે બનાવ આબેહૂબ યાદ આવ્યો. હોમ્સના ચહેરા પરનો વિજયી ભાવ, ધાતુનો તીણો અવાજ, તેના હાથ પર ક્ષણવારમાં જકડાઈ ગયેલી હાથકડીથી ઘોડાગાડીવાળો દિગ્મૂઢ બની ગયો હતો. તેનો ચહેરો વિકરાળ બની ગયો હતો. એક-બે ક્ષણ તો અમે મૂર્તિની જેમ સ્થિર જ થઈ ગયા. પછી એક થોથવાઈ ગયેલો ઝનૂની અવાજ સંભળાયો. કેદી ઝાટકો મારીને હોમ્સના હાથમાંથી છટકી ગયો અને સીધો જ બારી તરફ ધસી ગયો. પણ તે બારી બહાર છલાંગ લગાવે તે પહેલાં જ ગ્રેગ્સને, લેસ્ટ્રેડે અને હોમ્સે એક સાથે તેના પર શિકારી કૂતરાની જેમ તરાપ મારી. તેને પાછો ઓરડામાં ખેંચી લાવવામાં આવ્યો. પછી એક પ્રચંડ ઝપાઝપી શરૂ થઈ. તે એટલો બળવાન અને હિંસક હતો કે અમારા ચાર પર તે ભારે પડી રહ્યો હતો. તે બળવાન ફેફસું ધરાવતો હતો. તેનો ચહેરો અને હાથ પરસાળના કાચથી લોહીથી લથપથ થઈ ગયા હતા, પણ આટલું લોહી વહી જવા છતાં તેના બળમાં જરા પણ ઘટાડો નહોતો થયો. જ્યાં સુધી લેસ્ટ્રેડે પોતાના મફલરથી તેના હાથ ન બાંધ્યા અને તેને કસીને પકડી ન રાખ્યો ત્યાં સુધી આ ઘર્ષણ ચાલુ રહ્યું. છેવટે અમે તેને ભાન કરાવી જ દીધું કે અમારી આગળ તે હવે કંઈ જ નહીં કરી શકે. જો કે અમે તે બાબતે થોડા શંકામાં હતા એટલે અમે તેના હાથ અને પગ બન્ને બાંધી દીધા. આખરે હાંફતાં હાંફતાં અમે અમારા પગ પર ઊભા થઈ શક્યા.

"આપણી પાસે તેની જ ઘોડાગાડી છે," શૅરલૉક હોમ્સે કહ્યું, "તેમાં તમે તેને સ્કૉટલૅન્ડ યાર્ડ લઈ જઈ શકશો, અને હવે, મિત્રો," તેણે રમૂજી હાસ્ય સાથે પોતાની વાત આગળ વધારી, "આખરે આપણે નાનકડા રહસ્યના છેવાડે પહોંચી જ ગયા. હવે તમારે મને જે પ્રશ્નો પૂછવા હોય તે પૂછી શકો છો અને હવે તમને એવો ભય નહીં સતાવે કે હું તેનો જવાબ આપવાની ના પાડીશ."

❖

ભાગ ૨

સંતોની ભૂમિ

પ્રકરણ ૧

ખારા પાટની મહાન ધરતી

ઉત્તર અમેરિકા ખંડની બરાબર મધ્યમાં એક સૂકું ઘૃણાજનક રણ આવેલું છે. જ્યાં ઘણાં વર્ષોથી આધુનિક સમાજ હજુ પહોંચી નથી શક્યો. સેવારા નેવાડાથી માંડીને નેબ્રાસ્કા સુધી અને ઉત્તરમાં યલ્લોસ્ટોન નદીથી લઈને દક્ષિણમાં કોલોરાડો સુધી આખોયે વિસ્તાર વેરાન છે. ત્યાં કુદરત પણ સમાન મિજાજમાં નથી રહેતી. તે વિસ્તારમાં બરફ આચ્છાદિત પર્વતમાળા પણ છે અને અંધારી ભેંકાર ખીણો પણ છે. નદીઓ ખીણોને ચીરતી ધસમસતી આગળ વધી જાય છે. ત્યાં સપાટ મેદાનો પણ છે જે શિયાળામાં હિમવર્ષાથી શ્વેત થઈ જાય છે અને ઉનાળામાં ક્ષારથી ધોળા થઈ જાય છે જેના કારણે તેની ઉજ્જડ, આવકાર વગરની અને કંગાલ લાક્ષણિકતા સચવાઈ રહી છે.

અહીં કોઈનો વસવાટ હોવાની આશા પણ ન રાખી શકાય. સિવાય કે શિકાર કરવા માટે ભટકતાં છૂટાંછવાયાં પ્રાણીઓ ક્યારેક આ મરુવિસ્તારમાંથી પસાર થતાં હશે. છૂટીછવાયી ઘાસની ઝાડીઓમાં વરુ જેવું નાનું પ્રાણી લપાતુંછુપાતું જોઈ શકાશે અને આકાશમાં ચકરાવા લેતાં ગીધ પણ ક્યારેક જોવા મળી જશે. અંધારી ખીણમાં કદાવર રીંછ આમતેમ રખડતું પણ જોવા મળી જશે, જે પહાડ પર જે કંઈ તેને મળે તેના પર પોતાનું ગુજરાન ચલાવતું હશે.

આખાયે વિશ્વમાં સિએરા બ્લાન્કોના ઢોળાવો જેવું સૂકું દશ્ય બીજે ક્યાંય જોવા નહીં મળે. જ્યાં સુધી નજર જાય ત્યાં સુધી સપાટ વેરાન ધરતી ફેલાયેલી પડી છે. આખીયે જમીન ક્ષારથી આચ્છાદિત છે અને ક્યાંક ક્યાંક છૂટીછવાયી ઝાડીઓના નાના નાના ગુચ્છા ફેલાયેલા છે. ક્ષિતિજ પર પર્વતમાળાની લાંબી હારમાળા જોઈ શકાય છે તેના પર જ્યાં ત્યાં છૂટોછવાયો બરફ જમા થયેલો છે. આ ફેલાયેલા પટ પર ક્યાંય જીવનનું એક લક્ષણ પણ નથી જોઈ શકાતું. નીલ આકાશમાં એક પક્ષી સુધ્ધાં જોવા નથી મળતું. ભૂખરી ધરતી પર જરા સરખી હલચલ પણ જોવા નથી મળતી. આટલું તો ઠીક પણ આ ધરતી પર એક કારમી શાંતિ છવાયેલી હોય છે. અવાજનો પડઘો પણ સાંભળવા નથી મળતો તે ધરતી પર. માત્ર ને માત્ર નિરવતા જ છવાયેલી છે.

એવું કહેવામાં આવે છે કે તે ધરતીને જીવન સાથે કોઈ જ લેવાદેવા નથી. તે કદાચ એટલી હદે સાચી વાત પણ નથી. સિએરા બ્લાન્કો પરની તે ઉજ્જડ જમીન પર કેટલાક મુસાફરોનાં પગનાં અને પૈડાંનાં નિશાન ક્યાંક ક્યાંક અલપઝલપ દેખાઈ જાય છે. જમીન પર કેટલાક પદાર્થો સૂર્યપ્રકાશમાં ક્ષારના કારણે સતત ચમકતા જોઈ શકાય છે. તેને ધ્યાનથી જોતાં અને તપાસતાં ખ્યાલ આવે છે કે તે પદાર્થ અસલમાં હાડકાંના ટુકડા છે. કેટલાંક મોટાં હાડકાં છે અને કેટલાંક નાનાં અને નાજુક ટુકડાં છે. મોટાં હાડકાં બળદોનાં છે અને નાનાં મનુષ્યોનાં છે. આ આખાયે ૧૫૦૦ માઈલમાં ફેલાયેલા વિરાન, ઉજ્જડ રસ્તા પાર કરતી વખતે કંઈ કેટલાયે લોકોએ અને પ્રાણીઓએ પોતાના જીવ ગુમાવ્યા હશે.

૧૮૪૭ના મે મહિનાની ચોથી તારીખનું આ દશ્ય છે. એક એકાકી મુસાફર આ મરુભૂમિ પર મુસાફરી કરી રહ્યો છે. તેને જોતાં લાગે છે કે કારમી ધરતીએ તેના પર કેટલી વિપદા વરસાવી છે. એક બિનઅનુભવી માટે એ કહેવું અઘરું રહેશે કે તે વ્યક્તિ ચાલીસનો છે કે સાઠનો. તેના ચહેરાની ચરબી તેનાં જડબાંને ચોંટી ગઈ હતી, તેનો ચહેરો ચીમળાઈ ગયો હતો. તેના લાંબા છીકણી વાળ અને દાઢી ક્યાંક ક્યાંક ધોળાં પણ થઈ ગયાં હતાં. તેની આંખો ઊંડી ઊતરી ગઈ હતી, તેની આંખો અસ્વાભાવિક તેજસ્વિતાથી ચમકી રહી હતી, જ્યારે તેણે જે હાથ વડે પોતાની બંદૂક પકડી હતી તે એટલો માંસહીન હતો કે હાડપિંજર સમાન જ લાગતો હતો. તેની આંખો ઊંડી ઊતરી ગઈ હતી, તેમ છતાં પણ તેણે પોતાના હથિયાર પર ટેકવેલી કાયામાં એક જાતનું જોમ હતું. તેનું અસ્થિબંધારણ પણ મજબૂત હતું. તેનો નંખાઈ ગયેલો ચહેરો અને તેના શરીર પર હેંગરની જેમ લટકેલાં કપડાં તેને વૃદ્ધ અને જીર્ણશીર્ણ દેખાવ આપતાં હતાં.આ માણસ મરી રહ્યો હતો - તે ભૂખ અને તરસથી મરી રહ્યો હતો.

તે બિચારાએ ખીણમાંથી પસાર થતાં ખૂબ પીડા વેઠી હતી અને ક્ષિતિજમાં દેખાતા ઊંચા પહાડોથી બિચારાને પાણીની કોઈક આશા જન્મી હશે. પણ અહીં આવીને જોતાં

તેની સામે તો વિશાળ ખારો પાટ ફેલાઈને પડ્યો હતો અને દૂર દૂર કશાં કોઈ ઝાડપાન વગરની લાંબી ગિરિમાળા દેખાઈ રહી હતી. તેના કારણે પણ તેની પાણી મળવાની આશા ઘોર નિરાશામાં પરિણમી હતી. તે આખીયે સપાટ જમીન પર ક્યાંય આશાનું એક કિરણ પણ નહોતું દેખાતું. ઉત્તર, પૂર્વ અને પશ્ચિમ બધી દિશામાં તે પ્રશ્નાર્થભરી નજરે જોઈ રહ્યો હતો અને આ બધું જ જોતાં છેવટે તેને ભાન થઈ જ ગયું હતું કે અહીં જ તેના જીવનનો અંત આવનાર હતો. “મારી પિતૃભૂમિની જેમ અહીં જ હું કેમ ન મરું ?” તે ખડકના પડછાયામાં છાંયડો લેતાં બબડ્યો.

નીચે બેસતાં પહેલાં તેણે પોતાની નક્કામી બંદૂક અને પોતાના ખભા પર લાદેલું શાલનું બનાવેલું એક મોટું પોટલું ભોંય પર મૂક્યું. તેને જોતાં એવું લાગી રહ્યું હતું કે તેના ગજા કરતાં તે ઘણું ભારે હતું કારણ કે તેને તે ખભા પરથી ઉતારવામાં ઘણી તકલીફ પડી રહી હતી. તેણે જેવું તે નીચે જમીન પર મૂક્યું કે તરત જ અંદરથી કંઈક કણસાટનો અવાજ આવ્યો અને તેમાંથી એક ભયભીત થયેલો નાનકડો ચહેરો બહાર આવ્યો. તેની આંખો તેજસ્વી છીકણી રંગની હતી અને ખંજન પડતા બે નાનકડા ગાલ હતા.

“તમે મને વગાડ્યું !” એક બાલિશ અવાજે ફરિયાદ કરતાં કહ્યું.

“મેં તને વગાડ્યું ?” માણસે અફસોસ જતાવતાં કહ્યું, “મારો તેવો કોઈ ઇરાદો નહોતો.” આવું કહેતાં તેણે રાખોડી રંગનું પોટલું ખોલ્યું અને એક સુંદર પાંચ વર્ષની બાળકી દૃશ્યમાન થઈ. તેણે સુઘડ જૂતાં અને મસ્ત મજાનું નાનકડા લાળિયાવાળું ગુલાબી ફ્રોક પહેર્યું હતું. આ બધું તેની માતાની સુંદર કાળજી દર્શાવી રહ્યું હતું. બાળકી ફિક્કી અને નિસ્તેજ હતી પણ તેના તંદુરસ્ત હાથ-પગ બતાવતા હતા કે તેના સાથી કરતાં તેણે ઘણું ઓછું સહન કર્યું હતું.

“હવે કેમ છે તને ?” તેણે તેને પંપાળતાં પૂછ્યું કારણ કે તેણી હજુ પણ પોતાનો વાંસો પંપાળી રહી હતી.

“મને ચુંબન કરો એટલે સરખું થઈ જશે,” તેણીએ પોતાના વાંસા તરફ ઈશારો કરતાં કહ્યું, “મા પણ તેમ જ કરે છે. ક્યાં છે મા ?”

“મા તો જતી રહી. મને લાગે છે તું હવે તેણીને ક્યારેય જોઈ નહીં શકે.”

“જતી રહી, અરે !” પેલી બાળકીએ ઉદ્‌ગાર કાઢ્યો, “તેણે મને આવજો પણ ના કહ્યું, ખરું કહેવાય ! આમ તો તે જ્યારે માસીના ઘરે ચા પીવા જતી ત્યારે મને દર વખતે આવજો કહેતી, આજે તો તેને ગયે ત્રણ દિવસ થઈ ગયા. બહુ ગરમી છે, નહીં ? અહીં ક્યાંય કંઈ પીવા કે કંઈ ખાવા માટે નથી ?”

“ના, મારી વહાલી, અહીં કંઈ જ ખાવા માટે નથી. તારે થોડી ધીરજ રાખવી પડશે. પછી બધું જ ઠીક થઈ જશે. તું તારું માથું મારા ખોળામાં છુપાવી દઈશ તો તને

થોડી હિંમત મળશે. આપણા હોઠ ચામડા જેવા બરડ થઈ જાય ત્યારે વાત કરવી ખૂબ અઘરી થઈ પડે છે પણ મારે હવે તને આખીયે વાત સમજાવી દેવી પડશે. અને તારી પાસે શું છે તે જણાવવું પડશે.''

''બહુ સરસ ! બહુ સરસ !'' બાળકી આતુરતાથી મારી સાથે મોટેથી બોલી ઊઠી, તેના હાથમાં ખડકના નાના-નાના બે ચમકતા ટુકડા હતા. ''આપણે જ્યારે ઘરે પાછાં જઈશું ત્યારં હું આ બે પથ્થર મારા ભાઈને આપીશ.''

''તું આનાથી પણ વધારે સારી વસ્તુ તેમને આપી શકીશ,'' પેલા માણસે આત્મવિશ્વાસથી કહ્યું, ''તું થોડીક રાહ જો. હું તને એવું કહેતો હતો કે - તને આપણે પેલી નદી છોડી તે યાદ છે ?''

''હા.''

''અમારી ગણતરી પ્રમાણે આપણે બીજી નદી પર તરત જ પહોંચવાના હતા પણ આપણાં હોકાયંત્ર, નકશો કે બીજા કંઈકમાં કંઈ ભૂલ થઈ અને આપણે બીજી નદી સુધી ન પહોંચી શક્યા. પાણી ખલ્લાસ થઈ ગયું છે. બસ, તારા માટે થોડું બચાવીને રાખ્યું છે, અને - અને ---''

''અને તમે નાહી પણ નથી શક્યા,'' તેની નાનકડી સાથીએ તેના મેલથી ખરડાઈ ગયેલા ચહેરા સામે ગંભીરતાથી જોતાં કહ્યું.

''ના, અરે પીવા માટે પણ પાણી નથી. પાણી વગર શ્રીમાન બેન્ડરની તબિયત બગડી પછી પેલા રેડ ઇન્ડિયન પીટની અને પછી શ્રીમતી મેકગ્રેગરની અને પછી જોહ્નની હોન્સની અને મારી વહાલી છેલ્લે તારી મા પણ આપણને છોડીને ચાલી ગઈ.''

''પછી મારી વહાલી મા પણ !'' પેલી બાળકી ડૂસકાં લેતી લેતી બોલી.

''હા, તે બધાં જ જતાં રહ્યાં. બસ હવે હું અને તું જ છીએ. પછી મને લાગ્યું કે આ દિશામાં ક્યાંક આપણને પાણી મળી જશે એટલે હું તને મારા ખભા પર ઊંચકી અહીં લેતો આવ્યો. પણ મને નથી લાગતું કે આપણને અહીં પણ પાણી મળે. હવે તો ભગવાન જ આપણી મદદ કરી શકે.''

''તમારું કહેવું છે કે હવે આપણે પણ મરી જઈશું ?'' બાળકીએ પોતાનાં ડૂસકાંને કાબૂમાં રાખતાં અને પોતાનો આંસુઓથી ખરડાયેલો ચહેરો ઊંચો કરતાં પૂછ્યું.

''મને તેવું જ લાગે છે.''

''તમે પહેલાં કેમ આ ના કહ્યું ?'' પેલીએ ખડખટાટ હસતાં કહ્યું, ''તમે તો મને ડરાવી જ દીધી હતી. કેમ, હવે તો આપણે જેટલા જલદી મરીશું તેટલાં જલદી મારી માને મળી શકીશું.''

''હા, તું જલદી જ તારી માને મળીશ, મારી વહાલી.''

"અને તમે પણ. હું તેને કહીશ કે તમે કેટલા સારા છો. હું શરત લગાવું છું કે જ્યારે આપણે તેને સ્વર્ગના બારણે મળીશું ત્યારે તે આપણા માટે પાણીનો મોટો જગ અને બહુ બધી ગરમાગરમ કેક લઈને ઊભી હશે. મને અને બોબને તે બહુ જ ભાવે છે. આપણે ક્યારે મરીશું ?"

"મને નથી ખબર - પણ બહુ વાર નહીં લાગે." પેલા માણસે ઉત્તર તરફની ક્ષિતિજ પર તાકી રહેતાં કહ્યું. ભૂરી સ્વર્ગસમી ક્ષિતિજ પર કંઈક ધબ્બા જેવું દેખાઈ રહ્યું છે જે ધીમે ધીમે મોટું અને મોટું થઈ રહ્યું છે. હવે તે ધબ્બો ત્રણ મોટા છીકણી પંખીઓ જેવો લાગી રહ્યો છે. હવે તે ત્રણેય કોઈક ખડક પર બેઠા છે. આ અમેરિકાનું બાજ પક્ષી છે. તેનું આવવું મોતની સૂચના આપનારું છે.

"મરઘા અને મરઘીઓ," પેલી છોકરી આનંદથી બૂમ પાડી ઊઠી અને તેમને પોતાની તરફ આકર્ષવા જાણે તાળીઓ પાડવા માંડી. "આ દેશ શું ભગવાને બનાવ્યો છે ?"

"હા તેણે જ બનાવ્યો છે," તેણીના અણધાર્યા પ્રશ્નથી આશ્ચર્ય પામતાં પેલા માણસે જવાબ આપ્યો.

"તેણે આ દેશને કેવો સરસ બનાવ્યો છે !" પેલી બાળકીએ પોતાની વાત આગળ વધારતાં કહ્યું, "પણ મને લાગે છે કે દેશનો આ ભાગ તેણે નથી બનાવ્યો. આ ખૂબ ખરાબ રીતે બનાવવામાં આવ્યો છે. તે અહીં પાણી અને વૃક્ષો મૂકવાનું તો ભૂલી જ ગયો છે."

"તું શું ભગવાનને તે માટે પ્રાર્થના કરવા માગે છે ?" પેલા માણસે આત્મવિશ્વાસ વિના પ્રશ્ન પૂછ્યો.

"હજુ તો રાત નથી પડી." પેલીએ જવાબ આપ્યો.

"તે સાથે તેને કશી લેવાદેવા નથી. તેને રાત્રે જ પ્રાર્થના કરવી જરૂરી નથી. જો તું અત્યારે પણ પ્રાર્થના કરીશ તો તેને કંઈ ખરાબ નહીં લાગે. તું પહેલાં રોજ રાત્રે પ્રાર્થના કરતી હતી તેવી જ પ્રાર્થના અત્યારે પણ કરી શકે છે."

"તમે જાતે જ કેમ પ્રાર્થના નથી કરતા ?" પેલી બાળકીએ વિસ્મયથી કહ્યું.

"મને પ્રાર્થનાઓ યાદ નથી રહેતી," તેણે જવાબ આપ્યો, "હું ખૂબ નાનો હતો ત્યારે પ્રાર્થના કરતો હતો ત્યાર પછી મેં ક્યારેય પ્રાર્થના નથી કરી. હવે તું પ્રાર્થના કર અને તારી પાછળ પાછળ હું પણ પ્રાર્થના બોલું."

"તો પછી તમારે સૌ પ્રથમ ગોઠણભેર ઊભું રહેવું પડશે અને મારે પણ." તેણે પ્રાર્થના માટે નીચે શાલ પાથરી, "તમારે તમારા હાથ આ પ્રમાણે રાખવા પડશે. તેનાથી તમને સારું લાગશે."

આ એક વિચિત્ર દશ્ય હતું, તેમને જોનારું અહીં પેલાં ગીધો સિવાય કોઈ જ નહોતું. શાલ પર બે રખડતાં પ્રવાસીઓ ઘૂટણભેર ઊભાં હતાં. એક હતી પેલી બાળકી

અને બીજો હતો પેલો સાહસુ માણસ. પેલીનો હૃષ્ટપુષ્ટ ચહેરો અને પેલાનો કંગાલ હાડપીંજરિયો ચહેરો - બન્ને ઉપર વાદળ વિનાના આકાશ તરફ ઊંચકાયેલા હતા. બે જણ સાચા હૃદયથી તેમના પર આવી પડેલી આપત્તિ માટે ભગવાનને પ્રાર્થના કરી રહ્યાં હતાં. એકનો અવાજ તીણો અને સ્પષ્ટ હતો જ્યારે બીજાનો અવાજ ઘેરો, કર્કશ અને કંઈક આજીજીના ભાવભર્યો હતો. તેમની પ્રાર્થના પૂરી થઈ. તેઓ ખડકના છાંયડાવાળી પોતાની જગ્યાએ પાછાં બેસી ગયાં. પેલી બાળકી તેના રક્ષકની પહોળી છાતી પર માથું ઢાળી ઘેરી ઊંઘમાં સરી ગઈ. તેણે ઘણી વાર સુધી તેને ઊંઘતી નીરખે રાખી પણ કુદરતે તેના પર કાળો કેર વર્તાવ્યો હતો. છેલ્લાં સાડા ત્રણ દિવસ અને ત્રણ રાતો તે આરામ કર્યા વગર સતત ચાલતો જ રહ્યો હતો. ધીમે ધીમે તેની આંખો પણ ઘેરી ઊંઘમાં સરી પડી. અને ઊંઘ જેમ જેમ ઘેરી થતી ગઈ તેમ તેમ તેનું માથું તેની છાતી તરફ નમતું જ ગયું, નમતું જ ગયું અને છેક છેલ્લે પેલી છોકરીના બદામી વાળ સાથે તેની બદામી દાઢી ભળી ગઈ ત્યાં સુધી તેનું માથુ નમી ગયું અને બન્ને સરખી જ સ્વપ્નીલ ઊંઘમાં સરી ગયાં.

જો આ પ્રવાસીઓ હજુ અડધો-એક કલાક જાગ્યાં હોત તો તેમને બીજું એક વિચિત્ર દૃશ્ય જોવા મળત. ક્ષારના ઉજ્જડ મેદાનમાં દૂર ક્ષિતિજમાં કંઈક ડમરી ઊડતી દેખાઈ. તે માંડ માંડ જોઈ શકાતી હતી પણ ધીમે ધીમે તે ડમરી એટલી પહોળી અને ઊંચી થવા લાગી કે એક વાદળા જેવી દેખાવા લાગી. આ વાદળું મોટું અને મોટું જ થતું જતું હતું. આવું વાદળું તો કોઈ મોટા પ્રાણીના હલનચલનથી જ ઉદ્ભવે. એક નિરીક્ષકને તરત જ ખ્યાલ આવી જાય કે તે વાદળું પ્રાણીઓના મોટા ઝુંડના જમીનને ઘસડાઈને ચાલવાથી ઉદ્ભવ્યું હોય. આ તો આવી નિર્જન જમીન પર અસંભવિત કહેવાય. જેમ જેમ આ ઊડતી ડમરીઓનું વાદળું પેલા બે નિરાશ્રિતોની તરફ આવતું હતું તેમ તેમ દૃશ્ય વધુ અને વધુ સ્પષ્ટ થતું જતું હતું. તે કોઈક હથિયારબંધ અશ્વસવારોનું ટોળું હતું. એવું લાગતું હતું કે મોટો કાફલો પશ્ચિમની સફરે નીકળ્યો હતો. કેવો વિશાળ કાફલો હતો આ. આટલો નજીક આવી ગયા છતાં તેનો છેડો નહોતો જોઈ શકાતો. કાફલામાં કંઈ કેટલાંયે પૈડાંવાળી બગ્ગીઓ, ગાડાંઓ, અશ્વસવારો અને કેટલાયે પગપાળા ચાલનારા લોકો હતા. સ્ત્રીઓ ભારથી લથડિયાં ખાતી ચાલી રહી હતી. જ્યારે બાળકો ગાડાંમાંથી ડોકિયાં કરી રહ્યાં હતાં. આ કંઈ સામાન્ય કાફલો નહોતો. આ કાફલો જાણે કોઈક મજબૂરીના કારણે પોતાનો દેશ છોડી જવાની ફરજ પડી હોય તેવો હતો.

કાફલાની હરોળમાં સૌ પ્રથમ લોખંડના મુખવટાવાળા માણસો હતા, ત્યાર બાદ કિશોર વયના છોકરાઓ જાડા સુતરાઉ કાપડમાં બંદૂકથી શસ્ત્રસજ્જ હતા. છેવટે તેમણે એક જગ્યાએ પોતાનો કાફલો થોભાવ્યો અને કંઈક ચર્ચાવિચારણા કરવા લાગ્યા.

"મારા ભાઈઓ, કૂવા જમણી તરફ છે," એક કડક હોઠ અને દાઢી કરેલા ધોળા વાળવાળા માણસે કહ્યું.

"સેરા બ્લાન્કોની જમણી બાજુ - જેથી કરીને આપણે રીઓ ગ્રાન્ડે પહોંચીશું," બીજાએ કહ્યું.

"પાણીનો ડર નથી," ત્રીજાએ બૂમ પાડી, "તેણે પસંદ કરેલા લોકોને તે પથ્થરમાંથી પણ પાણી કાઢી આપશે. તે આપણને આમ ત્યજી નહીં દે."

"આમિન ! આમિન !" આખોયે જનસમૂહ એક સાથે પોકારી ઊઠ્યો.

તેઓ પોતાની સફર ફરી શરૂ કરવામાં જ હતા, પણ તેજ નજરવાળા એક યુવાને દૂર ખડક તરફ આંગળી ચીંધી. તેમણે ત્યાં જોતાં તેમને ગુલાબી રંગનો કોઈક ચળકાટ દેખાયો. દૃશ્ય જોતાં ઘોડાના ડાબલા સહેજ હલ્યા અને ખભેથી બંદૂક પણ ઉતારી લેવામાં આવી અને કાફલાની પહેલી ટુકડી થોડીક આગળ વધી. દરેકના હોઠ પર "રેડસ્કીન" શબ્દ આવ્યો.

"અહીં તો એક પણ રેડ ઇન્ડિયન ન હોઈ શકે," આખાયે કાફલાના મુખિયા એવા વૃદ્ધ માણસે કહ્યું. આદિવાસી વસતીવાળા વિસ્તારમાંથી તો આપણે પસાર થઈ ગયા. હવે પર્વતમાળા ઓળંગીએ ત્યાં સુધી ક્યાંય આદિવાસીઓ ન હોવા જોઈએ.

"શું હું આગળ જઈને જોઉં, સ્ટ્રેન્ગરસન ભઈલા ?" એક યુવાને પૂછ્યું.

"અને હું પણ," "અને હું પણ," કેટલાયે એકસાથે બોલી ઊઠ્યા.

"તમારા ઘોડા અહીં મૂકીને જાઓ, અમે તમારી અહીં રાહ જોઈશું." વૃદ્ધ માણસે કહ્યું. એક જ ક્ષણમાં યુવાનોએ ઘોડા પરથી ઉતરી પોતાના ઘોડા બાંધી દીધા અને જે ગુલાબી વસ્તુએ તેમનામાં કુતૂહલ જગાવ્યું હતું તે ઢોળાવ તરફ ચડવા લાગ્યા. તેઓ જરા પણ અવાજ વગર ઝડપથી તે તરફ તાલીમબદ્ધ જવાનોની જેમ આગળ વધવા લાગ્યા. તેને જોનારાઓ તેમને પથ્થરો પર ચડતા છેક તેઓ ક્ષિતિજમાં વિલીન ન થઈ ગયા ત્યાં સુધી જોતા રહ્યા. જે યુવાને સૌ પ્રથમ તે વસ્તુ જોઈ હતી તે જ બધાની આગેવાની કરી રહ્યો હતો. અચાનક તેની પાછળના યુવાનોએ તેને આશ્ચર્યમાં હાથ ઉછાળતાં જોયો. ત્યાં પહોંચી તેમણે પણ તેવો જ પ્રતિભાવ આપ્યો.

પહાડની ટોચ પર પવનની થાપટોથી ઘસાઈ ગયેલો એક ખડક હતો અને તે ખડકના છાંયડામાં એક લાંબો માણસ આડો પડ્યો હતો. તે લાંબી દાઢી ધરાવતો હતો, તેનો ચહેરો સખત હતો અને શરીરે તે ખૂબ જ કૃષકાય હતો. તેનો શાંત ચહેરો અને નિયમિત શ્વાસોશ્વાસ દર્શાવતા હતા કે તે ગાઢ ઊંઘમાં હતો. તેની બાજુમાં એક નાનકડું બાળક તેના ગોળમટોળ હાથે પેલા માણસની બાથ ભરીને સૂતું હતું અને તેના સોનેરી વાળવાળું માથું પેલા માણસની મખમલી કોટીવાળી છાતી પર ટેકવાયેલું હતું. તેના ગુલાબી અધખુલ્લાં હોઠમાંથી બરફ જેવા ધોળા દાંતની હારમાળા ડોકિયાં કરી રહી હતી અને એક રમતિયાળ હાસ્ય તેના ચહેરા પર ફેલાયેલું હતું. તેના હૃષ્ટપુષ્ટ પગનાં ધોળાં

મોજાં, સંપૂર્ણ સ્વચ્છ જૂતાં અને તેના પરનાં ચમકીલાં બકલ પેલા માણસના ખરડાઈ ગયેલાં મેલાંઘેલાં કપડાથી તદ્દન અલગ તરી આવતાં હતાં. આ વિચિત્ર જોડકાંની ઉપર ચક્કર લગાવતા ગીધે નવા આવેલા માણસોને જોઈ એક નિરાશાજનક ચીસ પાડી.

ગીધની ચિચિયારીથી નિદ્રાધીન બે માણસો ચોંકીને જાગી ગયાં. પેલા બે જણ આખુંયે દૃશ્ય જોઈ મૂંઝવણમાં મુકાઈ ગયા. પેલો માણસ જ્યારે ઊંઘમાં સરી પડ્યો હતો ત્યારે આ આખીયે જગ્યા નિર્જન હતી અને અત્યારે પોતાની સમક્ષ એકાએક આટલા બધા માનવશરીરોને જોઈને તે સ્તબ્ધ રહી ગયો હતો. તેને પોતાની આંખો પર વિશ્વાસ ન થયો. તેણે પોતાની આંખો વારંવાર ચોળી. "મારા ખ્યાલથી આને જ લોકો ચિત્તભ્રમણા કહેતા હશે," તે બબડ્યો. પેલી બાળકી તેના કોટની કિનારી પકડીને તેની બાજુમાં જ ઊભી રહી અને આસપાસ અભિભૂત અને બાળસહજ પ્રશ્નાર્થભરી નજરે જોઈ રહી હતી.

બચાવદળે તે બન્ને નિરાશ્રિતોને વિશ્વાસ અપાવ્યો કે તેઓ જે જોઈ રહ્યા છે તે કોઈ ભ્રમણા નથી. તેમાંના એકે પેલી નાનકડી બાળકીને ખભે બેસાડી જ્યારે બીજા બે તેના થાકી ગયેલા સાથીને ગાડા તરફ દોરી ગયા.

"મારું નામ જોહ્ન ફેરિઅર છે," પેલા નિસ્તેજ માણસે સમજાવ્યું, "અમારા એકવીસ જણના દળમાં હવે હું અને પેલી નાનકડી બાળકી જ બચ્યાં છીએ. બાકીના બધા દક્ષિણમાં પાણી અને ભૂખમરાથી મરી ગયાં છે."

"પેલી તમારી બાળકી છે ?" કોઈકે પૂછ્યું.

"મારા ખ્યાલથી હવેથી તે મારી જ બાળકી છે," પેલાએ મોટેથી કહ્યું, "મેં તેને બચાવી છે માટે તે મારી જ છે. કોઈ માણસ તેને મારી પાસેથી ન લઈ શકે. આજથી તેણી લ્યૂસી ફેરિઅર છે. તમે કોણ છો ?" તેણે પોતાના કદાવર, તડકાથી દાઝી ગયેલા તારણહાર સામે આતુરતાથી જોતાં કહ્યું, "તમારા જેવા બળવાન અહીં ઘણા બધા લાગે છે."

"અમે લગભગ દસ હજાર છીએ," યુવાન માણસોમાંના એકે કહ્યું, "અમે ભગવાનના બંદા છીએ - એન્જલ મોરોનીએ પસંદ કરેલા."

"હું તેમના વિષે કશું જ નથી જાણતો," પેલા કૃષકાય વ્યક્તિએ કહ્યું, "એવું લાગે છે તેમણે તમારા જેવા ઊજળા લોકોની પસંદગી કરી છે."

"ધાર્મિક બાબતની તમારે મજાક ન ઉડાવવી જોઈએ," એક જણે કડકાઈથી કહ્યું. "અમે ઈજિપ્શિયન ભાષામાં સોનેરી અક્ષરે લખાયેલા પવિત્ર લખાણમાં માનનારા લોકો છીએ. પલમિરામાં પવિત્ર જોસેફ સ્મિથને તે સોનેરી લખાણ સુપ્રત કરવામાં આવ્યું હતું. અમે ઈલિનોઈસના નાવુ રાજ્યના રહેવાસીઓ છીએ. અમે ત્યાં અમારા દેવાલયની

સ્થાપના કરી છે. અમે એક હિંસક માણસ અને દેવહીન ધરતીને છોડીને અમારા માટે આશરો શોધવા નીકળ્યા છીએ, પછી ભલે ને રણની મધ્યમાં જ અમારે આશરો કેમ ન લેવો પડે !"

નાવુ નામ જોહ્ન ફેરિઅરને ક્યાંક સાંભળેલું લાગ્યું, "બરાબર," તેણે કહ્યું; "તો તમે લોકો મોર્મોન્સ છો."

"અમે મોર્મોન્સ છીએ," તેના સાથીઓ એક અવાજમાં બોલી ઊઠ્યા.

"અને તમે ક્યાં જઈ રહ્યા છો ?"

"અમને નથી ખબર. અમારા ભગવાન દ્વારા ચૂંટવામાં આવેલા મુખિયાના માર્ગદર્શન હેઠળ અમે આગળ વધી રહ્યા છીએ. તારે તેની પાસે જવું પડશે. તે જ જણાવશે કે તારું શું કરવું."

વાતો કરતાં કરતાં તેઓ ટેકરીની તળેટીમાં પહોંચી ગયા. ત્યાં તેમને ફિક્કા ચહેરાવાળી ગરીબડી સ્ત્રીઓ, જોરદાર હાસ્યોલ્લાસ કરતાં બાળકો અને આતુર-ઉત્સુક આંખોવાળા યુવાન જાત્રાળુઓ ઘેરી વળ્યા. તેઓએ જ્યારે પેલા મરવા પડેલા માણસને જોયો ત્યારે તેમના મોઢામાંથી આશ્ચર્ય અને કરુણાની ચિચિયારીઓ નીકળી ગઈ. પછી જાત્રાળુઓનું આખુંયે ટોળું એક ગાડા ભણી આગળ વધવા લાગ્યું. તે ગાડું તેના મોટા કદ અને તેના ભપકાદાર દેખાવને લીધે તરત જ નજરે પડે તેવું હતું. તેની સાથે છ ઘોડા જોડવામાં આવ્યા હતા, જ્યારે બીજાં ગાડાંઓની સાથે બે કે ચાર ઘોડાઓ જ જોડવામાં આવ્યા હતા. ગાડાના ચાલકની બાજુમાં એક માણસ બેઠો હતો જે માંડ માંડ ત્રીસી વટાવેલો લાગતો હતો. પણ તેનું વિરાટ માથું અને દૃઢ હાવભાવ તેને એક આગેવાન તરીકે પ્રસ્થાપિત કરતા હતા. તે કોઈક છીકણી-કાળું પુસ્તક વાંચી રહ્યો હતો, પણ જેવું ટોળું તેની પાસે પહોંચ્યું કે તેણે તે બાજુ પર મૂકી દીધું અને આખાયે બનાવની વિગતો ધ્યાનપૂર્વક સાંભળવા લાગ્યો. પછી તે પેલા બે તરસ્યા-ભૂખ્યા નિરાશ્રિતો તરફ ફર્યો.

"જો અમે તને અમારી સાથે લઈ જઈએ," તેણે ગંભીર શબ્દોમાં કહ્યું, "તો તારે અમારી ધાર્મિક માન્યતાઓને સ્વીકારવી પડશે. અમારા સમુદાયમાં અમારે કોઈ નાસ્તિક નથી જોઈતો. તારે તારી જાતને અમારા રંગમાં રંગવી પડશે અને આ શરતે જ તું અમારી સાથે આવી શકીશ. મંજૂર ?"

"હું કોઈ પણ શરતે તમારી સાથે આવવા તૈયાર છું." ફેરિઅરે એવા જુસ્સા સાથે કહ્યું કે બધા પોતાના હસવા પર કાબૂ ન રાખી શક્યા અને ખડખડાટ હસી પડ્યા. માત્ર પેલો આગેવાન જ પોતાના દૃઢ અને પ્રભાવી હાવભાવ દ્વારા પોતાનું હસવું અટકાવી શક્યો હતો.

"તેને આપણી સાથે લઈ લે, ભાઈ સ્ટ્રેન્ગરસન," તેણે કહ્યું, "બિચારાને કંઈક ખાવા અને પીવા માટે આપ અને પેલી બાળકીને પણ. તેમને આપણો ધર્મ શીખવવાની

જવાબદારી પણ હવે તારી રહેશે. આપણે આપણી મંજિલ સુધી પહોંચવામાં ઘણો વિલંબ કર્યો છે. હવે કૂચ કરો ! ઝિઓન તરફ કૂચ કરો !"

"ઝિઓન તરફ કૂચ કરો !" મોર્મોન્સનું આખું ટોળું બોલી ઊઠ્યું. શબ્દો ધીમે ધીમે કરતાં આખાએ ટોળાના એક એક મોં પર ફરી વળ્યા. ચાબૂકના ફટકા અને પૈડાંઓના ધણધણાટ સાથે આખોયે કાફલો ફરી ગતિમાં આવી ગયો અને પોતાની મંજિલ તરફ આગળ વધવા લાગ્યો. જે વૃદ્ધને પેલા બે ભૂખ્યા-તરસ્યા મુસાફરોની સંભાળ સોંપવામાં આવી હતી તે તે બન્નેને પોતાના ગાડામાં લઈ ગયો જ્યાં ખાણું તેમની રાહ જોઈ રહ્યું હતું.

"તારે અહીં જ રહેવાનું છે," તેણે કહ્યું. "થોડા દિવસમાં તું થોડો સ્વસ્થ થઈ જઈશ. તારે હવે એ યાદ રાખવાનું છે કે હવેથી મૃત્યુપર્યન્ત તું અમારો ધર્મ પાળીશ. બ્રિન્ગ્હામ યોન્ગે આ કહ્યું છે અને અમારા ભગવાન સમા જોસેફ સ્મિથ દ્વારા આ ફરમાન કરવામાં આવ્યું છે."

❖

પ્રકરણ ૨

ઉતાહનું પુષ્પ

મોર્મોન્સના જાત્રાળુઓને પોતાના અંતિમ સ્વર્ગ સુધી પહોંચતા પહેલાં કંઈ કેટલીયે વિપદાઓમાંથી પસાર થવું પડ્યું. છેક મિસિસિપિના કાંઠાથી માંડીને રૉકી પર્વતમાળાના ઢોળાવો સુધીની જાત્રા દરમિયાન તેમણે ખૂબ પીડાઓ સહન કરી છે. ઘાતકી માણસો, ઘાતકી પશુ, ભૂખ, તરસ, થાક, રોગ - કુદરતે તેમના ધ્યેયમાં અડચણરૂપ બનતા બધા જ અવરોધો નાખ્યા પણ એન્ગ્લો-સેક્સનોની મક્કમતા જરા પણ ડગી નહીં. જો કે લાંબી સફર અને એકધારા થથરાટથી તેમાંના કેટલાય બહાદુરોનાં હૈયાં કાંપી ઊઠ્યાં હતાં. જ્યારે તેમના આગેવાને ઉતાહ ખીણની જમીનને સદાને માટે પોતાની માનતાં જે શબ્દો ઉચ્ચાર્યા ત્યારે તેમાંનું એક પણ એવું નહીં હોય જેણે કાળઝાળ ગરમીમાં ઘૂંટણીએ પડીને ભગવાનને પ્રાર્થના નહીં કરી હોય.

યોંગે પોતાની જાતને ખૂબ જ આવડતપૂર્વક એક દૃઢ વહીવટકર્તા સાબિત કર્યો. નકશા દોરવામાં આવ્યા, આલેખ તૈયાર કરવામાં આવ્યા જેમાં ત્યાં આકાર લેનારું ભવિષ્યનું શહેર દોરવામાં આવ્યું. આજુબાજુનો આખો વિસ્તાર ખેતરોને ફાળવવામાં આવ્યો અને દરેકને તેનો એક ચોક્કસ ભાગ વહેંચી આપવામાં આવ્યો. વેપારીઓને તેમના ધંધા માટે જગ્યા ફાળવવામાં આવી અને કારીગરોને પણ બોલાવવામાં આવ્યા. નગરમાં એકાએક શેરીઓ અને ચોક ઊભા કરી દેવામાં આવ્યાં. પાણીના વહેણ માટે વ્યવસ્થા કરવામાં આવી. વાડો બાંધવામાં આવી, વાવેતર કરવામાં આવ્યું અને બીજું વર્ષ આવતાંમાં તો બધાં જ ખેતરો ઘઉંના સોનેરી પાકથી લહેરાવા લાગ્યાં. આખીયે વસાહત સફળતાથી વિકસી રહી હતી. આ બધા કરતાં પણ વિશેષ તો એ હતું કે નગરની વચ્ચોવચ્ચ બાંધવામાં આવેલું મહાન દેવાલય પણ વધારે અને વધારે ઊંચું અને પહોળું બની રહ્યું હતું. પરદેશી વસાહતીઓએ તેઓને દરેક જોખમમાંથી ઉગારનારની યાદમાં

એક સ્મારક રચ્યું હતું જેમાં સૂરજના પ્રથમ કિરણથી લઈને છેલ્લા કિરણ સુધી હથોડીના ખણખણાટના અને કાનસના ખરખરાટના અવાજો ક્યારેય બંધ નહોતા થતા.

પેલા નિરાશ્રિત જોહ્ન ફેરિઅરે પેલી નાનકડી બાળકીને દીકરી તરીકે દત્તક લઈ લીધી હતી. તેણે મોર્મોન્સના મહાન યાત્રાધામ સુધી સાથ આપ્યો હતો. નાનકડી લ્યૂસી ફેરિઅર એલ્ડર સ્ટ્રેન્ગરસનના ગાડામાં મોર્મોન્સની ત્રણ પત્નીઓ અને તેના બાર વર્ષના દીકરા સાથે ખૂબ હળીમળી ગઈ હતી. પોતાની માતાના અચાનક મૃત્યુથી આઘાત પામેલી બાળકીના દયનીય બાળપણના કારણે તે સ્ત્રીઓમાં સૌની વહાલી બની ગઈ હતી. તો પોતાના તંબુથી બનેલા ઘરમાં પોતાના નવા જીવન સાથે તાલ મિલાવી રહી હતી. તે દરમિયાન ફેરિયર પણ પોતાની શારીરિક નબળાઈમાંથી બહાર આવી ગયો હતો અને પોતાની જાતને એક પ્રખ્યાત માર્ગદર્શક અને એક સતત પરિશ્રમી શિકારી તરીકે સ્થાપિત કરી દીધી હતી. તેણે પોતાના નવા સાથીઓમાં એટલી બધી ઝડપથી પોતાના માટે ચાહના ઊભી કરી દીધી હતી કે તેમની રઝળપાટના અંતે જ્યારે તેઓ પોતાના કાયમી વસવાટે પહોંચ્યા ત્યારે કશાયે વિરોધ વિના તેને સૌથી ફળદ્રુપ અને સૌથી મોટો જમીનનો ટુકડો આપવા બધાએ સંમતિ દર્શાવી હતી. એટલા મોટા જમીનના ટુકડાઓ માત્ર યોન્ગ, સ્ટ્રેન્ગરસન, કેમ્બાલ, જોહ્નસન, અને ડ્રેબર એમ પાંચ જણને જ મળ્યા હતા કે જેઓ મુખ્ય ધર્માધિકારીઓ હતા.

ખેતરમાં જોહ્ન ફેરિઅરે જાતે જ એક લાંબુ મજબૂત ઘર બાંધ્યું. સમય પસાર થતાં તેમાં ઘણો ઉમેરો થતો ગયો અને ધીમે ધીમે તે ઘર મોકળાશવાળું એક મોટું વિહારધામ બની ગયું. તે એક વ્યવહારુ બુદ્ધિ ધરાવતો માણસ હતો. પોતાના વ્યવહારમાં તે ખૂબ મક્કમ હતો. તેના હાથમાં ઘણુંબધું કૌશલ્ય હતું. તેનું લોખંડી શરીર તેને દિવસ-રાત કામ કરવાની શક્તિ પૂરું પાડતું હતું અને તે પોતાની જમીનને વધારે અને વધારે કેળવતો રહેતો હતો. તેના કારણે તેનું ખેતર અને જે કોઈ વસ્તુનો તે માલિક હતો તે બધું કૂદકે ને ભૂસકે વિકસી રહ્યું હતું. ત્રણ વર્ષમાં તો તેના પાડોશીઓ કરતાં ક્યાંય સારી સ્થિતિ ધરાવવા લાગ્યો હતો. છ વર્ષમાં તે સુખી થઈ ગયો, નવ વર્ષમાં તે ધનવાન બની ગયો અને બાર વર્ષે તો સોલ્ટ લેઇક સિટીમાં તેની સરખામણીએ મુકાય તેવા છએક જણ જ હતા. વાસાચ પર્વતો સુધીના વિસ્તાર સુધી જોહ્ન ફેરિઅરની નામના ફેલાઈ ગઈ હતી.

માત્ર એક અને માત્ર એક બાબત એવી હતી જેના કારણે તેના સહધર્મીઓ દ્વારા તેની લાગણી દુભાતી હતી. તેના સાથીઓની ગમે તેટલી દલીલો અને દબાણ છતાં તે ક્યારેય પોતાના જીવનમાં કોઈ સ્ત્રીને નહોતો પ્રવેશવા દેતો. તે ક્યારેય તેના ઈનકારનું કોઈ જ કારણ નહોતો આપતો, ઊલટાનો તે તો પોતાના નિર્ણયને દૃઢતાથી વળગી રહેતો હતો. તેના આવા વ્યવહારથી લોકો તેને પોતાના ધર્મમાં ઉદાસીન હોવાનો આરોપ

પણ લગાવતા હતા. જ્યારે બીજા કેટલાક લોકો એવું વિચારતા હતા કે તે પોતાની સંપત્તિમાંથી એક રૂપિયો પણ ખર્ચવા નહોતો માગતો. વળી કેટલાક તો તેના કોઈ જૂના પ્રેમને કારણરૂપ માનતા હતા. જે કોઈ પણ કારણ હોય ફેરિઅર પોતાના નિર્ણયને વળગેલો જ રહ્યો. બાકી બધી બાબતોમાં તેને એક ધર્મપૂર્ણ અને સીધોસાદો માણસ માનવામાં આવતો હતો.

આ વિશાળ લાંબા ઘરમાં લ્યૂસી ફેરિઅર ઊછરી રહી હતી અને તેના ધર્મના પિતાને તેમનાં બધાં જ કામોમાં મદદ કરતી હતી. પહાડો પરથી આવતા તીવ્ર પવનોએ અને પાઇનનાં ઝાડોની મોહક સુગંધે યુવાન છોકરીને માતા અને પરિચારિકાના સ્થાને મૂકી દીધી હતી. જેમ જેમ વર્ષો પસાર થતાં ગયાં તેમ તેણી ઊંચી અને ખડતલ થવા લાગી હતી, તેના ગાલ વધારે સુરખીદાર બન્યા હતા અને તેણીનાં પગલાંમાં ઉલ્લાસ હતો. ફેરિઅરના ખેતરમાંથી પસાર થતા લોકો જ્યારે ઘઉંના પાક પર નમેલી તેણીની કોમળ કાયા જોતાં ત્યારે તો તેઓ સાવ ભૂલી જ જતા કે આ છોકરી તેના દત્તક પિતા સાથે પેલી મરૂભૂમિમાં કેવી રઝળી રહી હતી અને હવે કેવી સરસ રીતે ઊછરી રહી છે. બધા જ ખેડૂતોમાં તેનો પિતા સૌથી ધનવાન હતો અને આખાયે પેસિફિક કિનારામાં કોઈ વિશિષ્ટ વ્યક્તિની દીકરી જે રીતનું આરામદાયક અને સુખસગવડિયું જીવન વિતાવે તેમ તેની મુગ્ધાવસ્થા પસાર થઈ રહી હતી.

બાળકી હવે એક સ્ત્રી બની રહી છે તે બાબત તેના પિતાના ધ્યાનમાં સૌ પ્રથમ નહોતી. આવા કિસ્સામાં ભાગ્યે જ આવું બનતું હોય છે. આ રહસ્યમયી ફેરફારો એટલા ઝીણા હતા કે તેને તારીખો પ્રમાણે ન માપી શકાય. તેણીના અવાજમાં અને સ્પર્શમાં આવેલા ફેરફારના કારણે તેણીને પોતાને પ્રથમવાર ભાન થયું કે તેણીમાં કંઈક બદલાઈ રહ્યું હતું જેનું તેને ગૌરવ પણ હતું અને ડર પણ હતો. કેટલાક માણસો હતા જે તે દિવસને ભાગ્યે જ ભૂલી શકે તેમ હતા. લ્યૂસી ફેરિઅરના કિસ્સામાં આ પ્રસંગની તેના પ્રારબ્ધ અને ભાવિ પર બહુ ઊંડી અસર પડવાની હતી.

જૂન મહિનાની ખુશનુમા સવાર હતી. ખેતરો અને શેરીઓમાં રોજના જેવો જ માણસોનો શોરબકોર હતો. ઊંચાણવાળા રસ્તા પર સામાન લાદેલાં ખચ્ચરો પશ્ચિમ તરફ જઈ રહ્યાં હતાં. બધાને કેલિફોર્નિયા જઈને સોનું મેળવવાની લાહ્ય જાગી હતી. થાકેલાપાકેલા લોકો બળદ અને ઘેટાંને ચરાવીને પોતાના ઘર તરફ વળી રહ્યા હતા અને થાકી ગયેલા લોકોની વણઝાર શહેરમાં ઠલવાઈ રહી હતી. આ પંચરંગી માહોલ વચ્ચે એક છોકરી પૂરી કુશળતાથી ઘોડો હંકારીને પોતાનો રસ્તો કરી રહી હતી. તે હતી લ્યૂસી ફેરિઅર, તેનો ઊજળો ચહેરો તેના આ કામથી તેના પર ઓર વધારે લાલીમા છવાઈ ગઈ હતી અને તેના લાંબા બદામી વાળ તેની પીઠ પાછળ હિલોળા લઈ રહ્યા હતા. તેણી

પોતાના પિતાએ સોંપેલા કામ માટે શહેરમાં આવી હતી. જાણે પોતાને એકને જ કામ છે તેવી રીતે અગાઉ પણ તેણી આવું ઘણીવાર કરી ચૂકી હતી. રસ્તે જનારા યુવાનો પણ તેની સામે આશ્ચર્યથી જોઈ રહેતા, અરે ભાવનાહીન રેડ ઇન્ડિયન્સ પણ તેણીને જોઈને પોતાનો સંયમ ભૂલી જતા.

તેણી જ્યારે શહેરના છેવાડે પહોંચી ત્યારે જોયું કે મેદાન વિસ્તારના છએક ભરવાડો દ્વારા દોરી લાવવામાં આવેલાં ઢોરોના કારણે આખોયે રસ્તો જામ થઈ ગયો હતો. અધીરાઈથી તેણીએ પોતાનો ઘોડો જ્યાં ક્યાંય જગ્યા જોવા મળી ત્યાં ચલાવવા માંડ્યો. આવું કરવામાં તે કેટલેક અંશે સફળ તો રહી પણ બરાબર વચ્ચે પહોંચતાં જ તે મોટાં મોટાં શીંગડાવાળા ઢોરો વચ્ચે ફસાઈ ગઈ. ઢોરો સાથે કેમ કામ પાડવું તેની તેણીને જાણ હોવાથી તેણે પોતાના બચાવ માટે મદદ ન માગી પણ પોતાના ઘોડા પર ઢોરોમાંથી રસ્તો કરવા દબાણ કર્યું. દુર્ભાગ્યે એક ઢોરનું શીંગડું જાણીજોઈને કે પછી અકસ્માતે ઘોડાના થાપા પર ભોંકાયું અને પછી તો ઢોરોનું આખું ધણ ગાંડુતૂર થઈ ગયું અને તેણીનો ઘોડો પણ જોર જોરથી ઊછળવા લાગ્યો. તે એટલો જોરથી ઊછળી રહ્યો હતો કે કોઈ બાહોશ ઘોડેસવાર પણ તેના પર ટકી ન શકે. આખી સ્થિતિ ભયજનક બની ગઈ હતી. ઘોડાની દરેક છલાંગથી તેને ઢોરોનાં શીંગડાં વાગી રહ્યાં હતાં અને દરેક દર્દ તેને ઓર વધારે ગાંડો કરી મૂકતું હતું. છોકરીએ માંડ માંડ પોતાને ઘોડાના જીન પર ટકાવી રાખી હતી. જો તે ઘોડા પરથી જરા પણ લપસી તો સમજવું કે તેનું મૃત્યુ નક્કી જ હતું. ઢોરનું આખુંયે ઝુંડ પાગલ થઈ ગયું હતું અને તેના પગ નીચે ચગદાઈને છોકરીનું અકાળ મૃત્યુ થવું નક્કી જ હતું. ધીમે ધીમે તેણી પોતાના ઘોડાની લગામ પરની પકડ ગુમાવી રહી હતી અને તેનું માથું આમતેમ અફળાઈ રહ્યું હતું. ઢોરોની ઊછળકૂદથી ગાઢ ધૂળની ડમરીઓનું કોટ રચાયું હતું અને તેનાથી તેણીનું ગળું પણ જામ થઈ ગયું. તેણે હવે પોતાના બચવાની આશા જ છોડી દીધી હતી પણ તે જ સમયે તેણીને પોતાની કોણી તરફથી કોઈક અવાજ સંભળાયો અને તેને મદદની ખાતરી થઈ. અચાનક એક મજબૂત છીકણી હાથે ગભરાઈ ગયેલા ઘોડાની લગામ પકડી લીધી અને તેને ઢોરોના ઝુંડમાંથી કાઢીને શહેરની સીમમાં લઈ આવ્યો.

“મને આશા છે, કુમારી કે તમને વાગ્યું નથી.” તેના તારણહારે આદરપૂર્વક કહ્યું.

તેણીએ ઉપર તરફ તેના ઘેરા વિકરાળ ચહેરા તરફ જોયું અને ઉદ્ધતાઈથી તેની તરફ હસી પડી. “હું તો ડરી ગઈ હતી,” તેણીએ ઉદ્ધતાઈથી કહ્યું, “કોણે વિચાર્યું હશે કે પોન્ચો આટલી બધી ગાયોથી ડરી જશે ?”

“ભગવાનનો આભાર કે તમે તમારી સીટ પર ટકી રહ્યાં,” એ વ્યક્તિએ ગંભીરતાથી કહ્યું. તે એક ઊંચા, વિકરાળ દેખાવનો યુવાન હતો. તે એક મજબૂત

કાબરચીતરા ઘોડા પર બેઠેલો હતો. તેની સાથે શિકારીનાં કપડાં પહેરેલો ખભે બંદૂક ટીંગાડેલો એક કિશોર પણ હતો. "મારા ખ્યાલથી તું જોહ્‌ન ફેરિઅરની દીકરી લાગે છે." તેણે કહ્યું; "મેં તને તેના ઘરેથી હંકારી જતાં જોઈ હતી. જ્યારે તું તેને મળે ત્યારે તેને પૂછજે કે તે સેન્ટ લૂઈસના જેફરસન હોપને ઓળખે છે ? જો તે તે જ ફેરિઅર હોય તો મારા પિતા અને તે સારા મિત્રો હતા."

"તેના કરતાં તો તમે મારી સાથે આવીને જ તેમને મળી લો તો કેવું રહેશે ?" તેણીએ ખોટું ખોટું શરમાતાં પૂછ્યું.

પેલા યુવાન માણસને તો તેણીનો આ પ્રસ્તાવ ખૂબ ગમી ગયો અને ઉત્સાહની મારી તેની આંખો ચમકવા લાગી. "હું તેમ જ કરીશ," પેલાએ કહ્યું, "અમે બે મહિનાથી પહાડોમાં રખડીએ છીએ અને તેમની મુલાકાત લઈ શકીએ તેવી સ્થિતિમાં નથી. આવી હાલતમાં અમે કઈ રીતે આવીએ ?"

"તે તો તમારો આભાર માનશે અને હું પણ," તેણીએ જવાબ આપ્યો, "તેમને મારા માટે ખૂબ લાગણી છે, જો પેલી ગાયોએ મને કચડી નાખી હોત તો તે ક્યારેય મારા મરવાના આઘાતમાંથી બહાર ન આવત."

"હું પણ," પેલા યુવાને કહ્યું.

"તમે ! પણ હું નથી માનતી કે મારા મરવા જીવવાથી તમને કોઈ ફરક પડે. તમે તો અમારા મિત્ર પણ નથી."

આ સાંભળી પેલા શિકારી યુવાનના ઘેરા ચહેરા પર નિરાશા છવાઈ ગઈ જ્યારે લ્યૂસી ખડખડાટ હસવા લાગી.

"મારો કહેવાનો મતલબ તેવો નહોતો," તેણીએ કહ્યું, "બેશક, તમે હવે અમારા મિત્ર છો. તમારે ચોક્કસ અમને મળવા આવવું જોઈએ. હવે મારે ઘરે જવું જોઈએ, નહીં તો મારા પિતા તેમના ધંધા માટે મને જરા પણ વિશ્વાસપાત્ર નહીં માને. આવજો !"

"આવજો," તેણે પોતાની પહોળી ટોપી હવામાં હલાવતાં કહ્યું. તેણી પોતાના ઘોડા પર સવાર થઈ ધૂળના ગોટા ઉડાડતી પહોળા રસ્તા પર દોડતી રવાના થઈ.

યુવાન જેફરસન તેના સાથી સાથે નિરાશ વદને ઘોડો હંકારવા લાગ્યો. તે અને તેના સાથી ચાંદી મળવાની આશાએ નેવાડાના પહાડોમાં રખડીને અહીં સોલ્ટ લેક સિટીમાં પોતે મેળવેલી ચાંદીનું રોકાણ કરવા આવ્યા હતા. તે શહેરમાં પ્રવેશીને તરત જ પોતાના ધંધા વિષે વાત કરવા માગતો હતો પણ તાજેતરમાં થયેલા પ્રસંગે તેની વિચારોની ધારાને બીજા પાટે ચડાવી દીધી હતી. શ્વેત યુવાન છોકરી પરની એક નજર જાણે સિએર ગિરિમાળા પરથી આવતી તાજી પવનની લહેરખી જેવી અનુભૂતિ કરાવી ગઈ. જ્યારે તેણી તેની નજરથી દૂર થઈ રહી હતી ત્યારે તેને ભાન થયું કે તેના જીવનમાં કટોકટી આવી છે અને

તે કટોકટી ચાંદી કે ધંધાની નહીં પણ આ નવી ક્ષણવાર પહેલાં બનેલી ઘટનાના કારણે આવી હતી. તેના હૃદયમાં ઊછળી આવેલો પ્રેમનો પ્રવાહ કંઈ છોકરાના ચંચળ લગાવને કારણે અચાનકનો નહોતો, પણ તે તો તીવ્ર ઈચ્છાશક્તિ ધરાવતા પુરુષની તીવ્ર ઉત્કટતાનું પરિણામ હતું. તે જે કંઈ પણ ઈચ્છતો તેને પ્રાપ્ત કરીને જ જંપવાનો સ્વભાવ ધરાવતો હતો. તેણે પ્રતિજ્ઞા લીધી કે તેના આ કૃત્યમાં તેને સફળ થતાં કોઈ નહીં રોકી શકે.

તે તે જ રાત્રે જોહ્ન ફેરિયરની મુલાકાતે ગયો અને ત્યાર પછી તો તે જ્યાં સુધી તેનો ચહેરો આખાયે ફાર્મહાઉસમાં પરિચિત ન થયો ત્યાં સુધી મુલાકાત લેતો જ રહ્યો. જોહ્ન હંમેશા સાંકડી ખીણોમાં ભરાયેલો રહેતો અને તેના કામમાં ડૂબેલો રહેતો. છેલ્લાં બાર વર્ષોમાં તેને ભાગ્યે જ બહારની દુનિયાના અલપઝલપ સમાચાર મળતા. જેફરસન હોપના આવ્યા બાદ તેને બહારની દુનિયાના ઘણા બધા સમાચાર મળવા માંડ્યા હતા. જેફરસન સમાચાર એટલી રસપ્રદ રીતે કહેતો કે તેના પિતાની સાથે સાથે લ્યૂસી પણ તેને રસપૂર્વક સાંભળતી. કેલિફોર્નિયામાં તે લશ્કર માટે રસ્તો બનાવનાર ટોળકીમાં કામ કરતો હતો અને કેટલાયે પ્રકારની સદ્નસીબની અને બદનસીબની વાર્તાઓનાં વર્ણન સુંદર રીતે કરી જાણતો હતો. તે શત્રુઓની ગુપ્ત માહિતી શોધી લાવનાર, ફંદો રચનાર, ચાંદી ખોળી કાઢનાર હતો અને તેણે ભરવાડનું કામ પણ કરેલું હતું. જ્યાં ક્યાંય પણ સાહસની જરૂર પડે ત્યાં જેફરસન હોપ પહોંચી જતો. તે અહીં પણ વૃદ્ધ ખેડૂતોનો માનીતો બની ગયો હતો. તેઓ તેના ગુણ છટાદાર રીતે કહેતા. કેટલાક પ્રસંગોમાં લ્યૂસી મૂંગી રહેતી પણ તેના રાતા ગાલ અને તેની આંખોમાં ચમકી રહેલી ખુશી કહી દેતી હતી કે તેનું હૃદય હવે તેનું નહોતું રહ્યું. કદાચ તેના ભોળા પિતાના ધ્યાનમાં આ લક્ષણો નહીં આવ્યાં હોય પણ પેલા જુવાનિયાની નજરથી ઓઝલ નહોતાં રહ્યાં. તેને સમજાઈ ગયું હતું કે તે તેના તરફ આકર્ષાઈ હતી.

ઉનાળાની એક સાંજે તે ઘોડા પર સવાર થઈને તેના ઘરે આવ્યો. તેણે દરવાજા આગળ ઘોડો રોક્યો. તેણી બારણાના ઉંબરે ઊભી હતી અને તેને જોતાં જ તેણી તેને મળવા નીચે આવી. તેણે ઘોડાની લગામ ઘરની બહાર આવેલી વાડ પર બાંધી અને ઘર તરફ જતી કેડી પર ચાલી તેણી સમક્ષ પહોંચી ગયો.

"હું જાઉં છું, લ્યૂસી," તેણે તેણીના બે હાથ પોતાના હાથમાં લેતાં અને તેના ચહેરા તરફ મૃદુતાથી જોતાં કહ્યું : "હાલ તો હું તને મારી સાથે આવવા નહીં કહું, પણ જ્યારે હું પાછો આવું ત્યારે તું મારી સાથે આવવા તૈયાર રહીશ ?"

"અને તે ક્યારે બનશે ?" તેણીએ શરમાતાં અને સ્મિત કરતાં પૂછ્યું.

"બે મહિના બહાર રહ્યા બાદ. હું ત્યારે પાછો આવીશ અને તારો હાથ માગીશ, મારી વહાલી. આપણા બે વચ્ચે કોઈ જ નથી."

"પિતાને પૂછ્યું ?" તેણીએ પુછ્યું.

"તેમણે મંજૂરી આપી દીધી છે, તેમના તરફથી હવે મને કોઈ જ ચિંતા નથી."

"અચ્છા, એમ. જો તેં અને પિતાજીએ બધું ગોઠવી જ લીધું હોય તો પછી હવે મારે કંઈ કહેવાનું રહેતું જ નથી," તેણી પોતાના ગાલ તેની છાતીએ ધરતાં ગણગણી.

"ભગવાનનો ખૂબ ખૂબ આભાર !" તેણે ખોંખારો ખાતાં તેણીને ચુંબન કરતાં કહ્યું, "હવે બધું જ નક્કી થઈ ગયું છે. જેટલો વધારે હું રોકાઈશ તેટલી જ મારા માટે વિદાય લેવી મુશ્કેલ બનશે. ખીણ આગળ તેઓ મારી રાહ જોઈ રહ્યા છે. આવજે, મારી વહાલી, આવજે. બે જ મહિનામાં હું પાછો આવીશ."

આવું કહેતાં તે તેણીથી છૂટો પડ્યો અને ઘોડા પર સવાર થઈ ગયો અને ઘોડો દોડાવી મૂક્યો. તેણે ક્યારેય પાછું ફરીને જોયું નહીં, કારણ કે તે ડરતો હતો કે જે છોડીને જઈ રહ્યો છે તેને પાછું ફરીને જોશે તો તે ત્યાંથી જઈ નહીં શકે. જ્યાં સુધી તે તેણીની નજરથી ઓઝલ ન થયો ત્યાં સુધી તેણી તેને દરવાજે ઊભાં ઊભાં જોતી રહી. પછી તેણી ઘરમાં પાછી ફરી. તેણી ઉતાહની સૌથી ખુશ છોકરી હતી.

❖

પ્રકરણ ૩

જોહ્‌ન ફેરિઅરને ધર્માધિકારીની ધમકી

જેફરસન હોપ અને તેના સાથીઓને સોલ્ટ લેક સિટી છોડ્યાને ત્રણ મહિના થઈ ગયા હતા. જેફરસનના પરત ફરવાના વિચારથી જોહ્‌નનું હૃદય કકળી ઊઠતું હતું અને તેની એકની એક દત્તક દીકરીને તેનાથી દૂર મોકલવાનું દુઃખ તેનાથી જીરવાય તેમ નહોતું. કોઈ પણ જાતની દલીલ કર્યા વગર તેણીનો તેજસ્વી ચહેરો તેના મનમાં ચાલી રહેલી મથામણને દૂર કરી દેતો હતો. તેના હૃદયમાં ઊંડે ઊંડે તે કૃતનિશ્ચયી હતો કે તેની દીકરીને કોઈ મોર્મોન સાથે પરણવા દેવા તેને કોઈ જ ચીજ લલચાવી નહીં શકે. મોર્મોનના સિદ્ધાંતો વિષે તે જે કંઈ પણ વિચારતો હોય તે, પણ આ મુદ્દે તો તે અડગ જ હતો. તેણે આ બાબતે પોતાના મોં પર તાળું મારવું પડશે. તે દિવસોમાં જમીન અને સંતો વિશે બિનરૂઢિચુસ્ત ખ્યાલ ધરાવવો એક જોખમી બાબત ગણાતી.

હા, એક ખૂબ જ જોખમી બાબત - એટલી જોખમી કે પોતાના ધર્મમાં ઓતપ્રોત એવો પવિત્ર વ્યક્તિ પણ અધ્ધર શ્વાસે પોતાનો ધર્મ વિષેનો ખ્યાલ માત્ર ગણગણી જ શકતો. રખેને તેના વાક્યનો કોઈ ખોટો અર્થ કાઢવામાં આવે અને તેમને સજા આપી દેવામાં આવે ! પીડાનો ભોગ બનનાર પાછળથી પીડક બની જાય છે. સેવિલે, જર્મન વેહ્‌મગેરિક્ટ કે ઇટાલીની ગુપ્ત સંસ્થા આ ત્રણેયમાંથી કોઈ ઉતાહ રાજ્ય પર બારીક તપાસ નહોતી ચલાવી શકતી.

આ એક છાનીછૂપી બાબત હતી અને તેની સાથે જોડાયેલું રહસ્ય આખીયે સંસ્થાને બેગણું ભયાવહ બનાવી દેતું હતું. તે રહસ્ય સર્વજ્ઞ અને સર્વશક્તિમાન હતું. જો કે તેને ન તો ક્યારેય જોવામાં આવ્યું કે ન તો ક્યારેય સાંભળવામાં આવ્યું. જે કોઈ વ્યક્તિ ચર્ચની વિરુદ્ધમાં જતી તે ગાયબ થઈ જતી અને કોઈને તે ક્યાં ગઈ અને તેની સાથે શું થયું તેની ખબર નહોતી પડતી. તેની પત્ની અને તેના બાળકો ઘરે તેની રાહ જોતાં બેઠાં રહેતાં પણ

કોઈ પિતા કે પતિ પાછો નહોતો ફરતો કે જેથી કરીને તે આવીને જવાબ આપી શકે કે તેની સાથે ચર્ચ દ્વારા શું કરવામાં આવ્યું. આ જાણી લોકો એટલા ભયભીત થઈ જતા કે મનના ઊંડાણમાં પણ તેઓ ક્યારેય ચર્ચના સિદ્ધાંતો પર શંકા નહોતા કરી શકતા.

સૌ પ્રથમ તો આ સંદિગ્ધ અને ભયંકર સત્તા દ્વારા એ જિદ્દી લોકોને કે જેઓએ શરૂઆતમાં તો મોર્મોનમાં વિશ્વાસ દાખવ્યો હતો ખરો પણ પાછળથી બીજે રસ્તે ભટકી ગયા હતા અથવા તો તેને છોડી ગયા હતા તેમને ઠેકાણે પાડવામાં આવતા. ધીમે ધીમે તેમની સત્તાનો સકંજો ફેલાવા લાગ્યો. પુખ્ત મહિલાઓની સંખ્યા ઘટવા લાગી અને બહુપત્નીત્વનો સિદ્ધાંત લાગુ પાડવામાં આવ્યો. જે જગ્યાઓમાં ક્યારેય કોઈ રેડ ઇન્ડિયન ફરક્યો પણ નહોતો તેવી જગ્યાઓમાં હત્યા કરેલા પરદેશીઓની અને છાવણીઓને લૂંટી લેવામાં આવતી હોવાની વિચિત્ર અફવાઓ ફેલાવા લાગી હતી. ધર્માધિકારીઓની સ્ત્રીઓના ઓરડામાં નવા ચહેરા દેખાવા લાગ્યા. તે સ્ત્રીઓ દુઃખના કારણે નંખાઈ ગઈ હતી. તેમના ચહેરા પર ભયનો ઓછાયો દેખાતો હતો. મોડી રાત્રે પહાડો પર રખડનારાઓનું કહેવું છે કે ત્યાં હથિયારબદ્ધ માણસોની મુખવટા પહેરેલી વગર કોઈ અવાજ કરતી ટોળકી જોવામાં આવી હતી જેઓ તેમને જોઈને અંધારામાં ક્યાંક ગાયબ થઈ જતી હતી. આવી બધી વાતો અને અફવાઓ વારંવાર પોતાનું માથું ઊંચકતી અને વારંવાર આ અફવાઓને પુષ્ટિ મળતી રહેતી અને જ્યાં સુધી તેને કોઈ ચોક્કસ નામ ન આપવામાં આવ્યું ત્યાં સુધી તે ચાલતી જ રહેતી. આજના દિવસમાં પણ પશ્ચિમના એકલવાયા નેસમાં ડાનાઈટ બૅન્ડ અથવા એવેન્જિંગ એન્જલ્સને એક અશુભ અને દુષ્ટ નામ તરીકે માનવામાં આવે છે.

આખીયે સંસ્થાનું સંપૂર્ણ જ્ઞાન માણસના મનમાં ભય ઓછો કરવાની જગ્યાએ ઓર વધારે છે. કોઈ નહોતું જાણતું કે આ નિષ્ઠુર સમાજનું માલિક કોણ હતું. જે કોઈ પણ આ ખૂની હિંસામાં ભાગ લેતું હતું તેને ધર્મના ઓછાયા હેઠળ ગુપ્ત રાખવામાં આવતું હતું. જો કોઈ ખૂબ નજીકની વ્યક્તિને પણ મનની વાત કરવામાં આવતી તો ત્યારે પણ તેના પર આફત આવી પડતી માટે કોઈ પોતાની સૌથી નજીક હોય તેવી વ્યક્તિ સમક્ષ પણ મન ખોલીને વાત નહોતી કરી શકતી.

એક સવારે જોહ્ન ફેરિઅર ઘઉંના ખેતરમાં કામ પર ચડી જ રહ્યો હતો ત્યાં જ તેને કશોક અવાજ સંભળાયો. બારીમાંથી જોતાં તેને મજબૂત બાંધાવાળો ભૂરા વાળવાળો મધ્યમ ઉંમરનો એક પુરુષ કેડી પરથી ઘર તરફ આવતો દેખાયો. તેનું કાળજું મોઢે આવી ગયું કારણ કે તે બીજું કોઈ નહીં પણ મહાન બ્રિન્ગહામ યોંગ પોતે હતા. તેને કંપારી છૂટી ગઈ કારણ કે તે જાણતો હતો કે આ મુલાકાત શાના માટે હતી. ફેરિઅર મોર્મોનના સર્વાધિકારીને આવકારવા બારણે દોડી ગયો. સંતે તેની સલામ ખૂબ જ ઠંડકથી સ્વીકારી અને કઠોર વદને તેની પાછળ પાછળ બેઠકખંડમાં ગયા.

"ભાઈ ફેરિઅર," તેણે પોતાની બેઠક લેતાં અને પોતાની ભૂરી પાંપણોવાળી આંખોએ ખેડૂત સામે તીવ્રતાથી જોતાં કહ્યું, "ધર્મના સાચા અનુયાયીઓ તમારા સારા મિત્રો રહ્યા છે. તમે જ્યારે રણમાં મરી રહ્યા હતા ત્યારે અમે તમને સહારો આપ્યો, અમે તમને ખોરાક આપ્યો. તમને આ પવિત્ર ધરતી પર અમારી સાથે લેતા આવ્યા, તમને સારી જમીન આપી અને અમારા રક્ષણ હેઠળ તમને ધનવાન થવા દીધા. ખરી વાત ને ?"

"સાચું કહ્યું તમે," જોહ્ન ફેરિઅરે જવાબ આપ્યો.

"તેના બદલામાં અમે માત્ર એટલું જ માગ્યું કે તમે અમારા ધર્મમાં સાચો વિશ્વાસ ધરાવો અને તેને યોગ્ય રીતે અનુસરો. તમે અમને આ જ વચન આપ્યું હતું અને હવે જો અમને મળેલી આ બાતમી સાચી હોય તો તમે તમારો ધર્મ અવગણ્યો તેવું જ માનવામાં આવશે."

"મેં વળી તે કઈ રીતે અવગણ્યો ?" ફેરિઅરે પોતાના હાથ ઉછાળતાં પૂછ્યું. "શું મેં ફાળો નથી આપ્યો ? શું હું દેવાલયમાં નથી આવતો ? શું મેં---?"

"તમારી પત્નીઓ ક્યાં છે ?" યોન્ગે પોતાની આસપાસ નજર નાખતાં પૂછ્યું. "તેમને બોલાવો જેથી કરીને હું તેમને મળી શકું."

"એ સાચું છે કે મેં લગ્ન નથી કર્યા." ફેરિઅરે જવાબ આપ્યો, "કારણ કે આપણે ત્યાં સ્ત્રીઓ ઘણી ઓછી છે અને મારા કરતાં પણ સારા દાવેદાર છે. હું કંઈ એકલો માણસ નથી. મારે મારી દીકરી છે જે મારો ખ્યાલ સારી રીતે રાખી જાણે છે."

"હું તારી દીકરી માટે જ અહીં તારી સાથે વાત કરવા આવ્યો છું," મોર્મોનના સર્વાધિકારીએ કહ્યું. "તેણી હવે ઉતાહના એક ફૂલની જેમ ખીલી ગઈ છે. વધારે જમીનવાળા ઘણા લોકોની આંખોમાં તે વસી ગઈ છે."

જોહ્ન ફેરિઅરે એક છૂપો નિસાસો નાખ્યો.

"મેં તેણી વિષે કેટલીક અફવાઓ સાંભળી છે. જો કે તેના પર હું જરા પણ વિશ્વાસ નથી કરતો. એવી અફવા છે કે તે કોઈ કબીલાઈ વ્યક્તિ સાથે સંકળાવા માગે છે. આ વાત કોઈ પ્રમાદી જીભની જ ઉત્પત્તિ હશે તેમાં મને કોઈ શંકા નથી. સંત જોસેફ સ્મિથ દ્વારા ઘડવામાં આવેલા તેરમા સિદ્ધાંતમાં શું કહ્યું છે ? દરેક કુંવારી કન્યાને તેના પસંદગીના યુવાન સાથે પરણવા દો પણ તે અસભ્ય કબીલાઈ પુરુષ હશે તો તેના આ કૃત્યને મહાપાપ ગણવામાં આવશે. તેમાં આવું કહ્યું છે. તમે તમારી દીકરીને આવું પાપ કરવા દેશો તે વાત તમારા જેવા ધર્મને રૂઢિચુસ્ત રીતે માનનારા માટે અશક્ય છે."

જોહ્ન ફેરિઅરે કોઈ જ જવાબ ન આપ્યો.

"આ એક મુદ્દા પર તમારા વિશ્વાસની પરીક્ષા લેવી પડશે તેવો નિર્ણય સેક્રેડ કાઉન્સિલ ઓફ ફોર દ્વારા લેવામાં આવ્યો છે. છોકરી યુવાન છે અને અમે તેને અન્ય કોઈ પુરુષ સાથે ન પરણવા દઈએ. સ્ટ્રેન્ગરસનને એક દીકરો છે. અને ડ્રેબરને પણ એક

દીકરો છે તેમાંનો એક તારી દીકરીને પોતાના ઘરમાં સુખેથી આવકારશે. તેણીને તે બન્નેમાંથી પસંદ કરવા દો. તેઓ યુવાન અને ધનવાન છે અને ધર્મમાં સાચો વિશ્વાસ પણ ધરાવે છે. તે વિષે તમારું શું કહેવું છે ?"

ફેરિઅર થોડી વાર ચૂપચાપ ઊભો રહ્યો.

"તમે અમને સમય આપો," છેવટે તેણે મૌન તોડ્યું, "મારી દીકરી ખૂબ જ નાની છે - આ ઉંમરે લગ્ન કરતાં તેણી ભયભીત થઈ જશે."

"તેને પસંદગી માટે એક મહિનો આપવામાં આવે છે." યોંગે પોતાની બેઠક પરથી ઊભા થતાં કહ્યું. "અવધિ પૂરી થયે તેણીએ જવાબ આપવો પડશે."

તેણે દરવાજામાંથી પસાર થતાં પોતાનો લાલચોળ ચહેરો અને ચમકતી આંખો જોહ્‌ન તરફ ફેરવતાં કહ્યું, "જોહ્‌ન ફેરિઅર, તમે હોલી ફોરના આદેશ વિરુદ્ધ કંઈ કરો તેના કરતાં હાલ સિએરા બ્લાન્કોની મરુભૂમિમાં હાડપિંજર બનીને પડ્યા હોત તે જ તમારા માટે યોગ્ય રહેત !"

તેના હાથની ભયાવહ ચેષ્ટા કરી તે બારણા તરફ ફર્યો અને પોતાનાં ભારે પગલાં સાથે ઘરમાંથી બહાર નીકળી ગયો.

તે હજુ પણ પોતાની કોણીઓ ગોઠણ પર ટેકવીને એ વિચારતો બેઠો રહ્યો કે તે પોતાની દીકરી સમક્ષ આ આખીયે ઘટના કઈ રીતે રજૂ કરશે. તે જ સમયે એક કોમળ હાથ તેના પર પડ્યો અને જ્યારે તેણે ઉપર જોયું તો તેણી તેની બાજુમાં ઊભી હતી. તેનો ચહેરો ફિક્કો અને ગભરાઈ ગયેલો હતો તેના પરથી તેનો પિતા જાણી ગયો કે તેણે બધું જ સાંભળી લીધું હતું.

"હું કંઈ ન કરી શકી," તેણે પિતાની નજરનો જવાબ આપતાં કહ્યું, "તેનો અવાજ આખાયે ઘરમાં પડઘાઈ રહ્યો હતો, 'ઓ પિતાજી, હવે આપણે શું કરીશું ?"

"તું તારી જાતને અસ્વસ્થ ન કર," તેણે પોતાનો પહોળો રુક્ષ હાથ તેણીના બદામી વાળ પર ફેરવતાં જવાબ આપ્યો, "આપણે આમ નહીં તો આમ આખોયે મામલો સુલઝાવી દઈશું. તારે આ માણસની ધમકીઓ સાંભળીને કોઈ જ ખોટી કલ્પનાઓ કરવાની જરૂર નથી. છે જરૂર ?"

તેનાં ડૂસકાં જ તેનો એક માત્ર જવાબ હતો.

"ના, જરા પણ નહીં. પેલા માણસે જે કંઈ કહ્યું તેની મારે જરા પણ પરવા ન કરવી જોઈએ. તે એક યોગ્ય છોકરો છે અને તે અહીંના લોકો કરતાં પણ સારો ખ્રિસ્તી છે. કાલે એક ટુકડી નેવાડા તરફ રવાના થવાની છે અને આપણે જે સંકટમાં છીએ તેની જાણ કરતો સંદેશ હું તેને પહોંચાડી શકીશ. જો હું ખરેખર તે યુવાનને સારી રીતે જાણતો હોઈશ તો તે ચોક્કસ તાર-ટપાલની ઝડપે અહીં આવી પહોંચશે."

લ્યૂસી પિતાના આ વર્ણનથી ખડખડાટ હસી પડી.

"જ્યારે તે અહીં આવી પહોંચશે ત્યારે તે આપણને ઉત્તમોત્તમ સલાહ આપશે. પણ મને જે ભય છે તે તમારા માટે છે, વહાલા પિતાજી. જે લોકો પણ મોર્મોનના સિદ્ધાંતો વિરુદ્ધ ગયા છે તેમની સાથે હંમેશા કંઈક ભયંકર બન્યું છે તેવું મેં સાંભળ્યું છે."

"પણ આપણે હજુ તેમની વિરુદ્ધમાં નથી," તેણીના પિતાએ જવાબ આપ્યો, "હજુ આપણી પાસે એક આખો મહિનો પડ્યો છે. સમય પૂરો થતા પહેલાં તો આપણે ઉતાહ છોડી દીધું હશે."

"ઉતાહ છોડવાનું !"

"કંઈક તેવું જ કરવું પડશે."

"પણ ખેતર ?"

"આપણે અત્યાર સુધી જેટલો પૈસો રળવો હતો તેટલો રળી લીધો છે. હવે બાકીનો જતો હોય તો જવા દેવો. સાચું કહું, લ્યૂસી, તો આવો વિચાર મને કંઈ પહેલી વારનો નથી આવ્યો. મને પોતાની બંદૂકના નાળચા આગળ રાખનાર વ્યક્તિ હેઠળ રહેવું ક્યારેય મંજૂર નહોતું. અહીંના માણસો ધર્માધિકારીઓના ગુલામ બની ગયા છે. હું સ્વતંત્ર જન્મેલો અમેરિકન છું અને આવાં બંધનો મારા માટે તદ્દન નવાં છે. એવું માની લે કે મને તેનું ભાન ખૂબ મોડું મોડું થયું."

"પણ તેઓ આપણને અહીંથી જવા નહીં દે," તેની દીકરીએ પોતાની શંકા જણાવી.

"જેફરસનના આવવા સુધી રાહ જો, ત્યાર પછી આપણે બધું જ પાર પાડી દઈશું. ત્યાં સુધી તારે પોતાની જાતને જરા પણ ભયભીત નથી થવા દેવાની, મારી વહાલી, અને હવે મને તારી આંખોમાં એક પણ આંસુ ન દેખાવું જોઈએ. જરા પણ ગભરાવાની જરૂર નથી અને અને આપણે જે પગલું ભરીશું તેમાં જરા પણ જોખમ નથી."

જોહ્ન ફેરિઅર આ વાત ખૂબ જ આત્મવિશ્વાસ સાથે કહી હતી પણ તેણીએ જોયું કે તે રાત્રે તેના પિતા બારણાં બંધ કરવામાં અસામાન્ય કાળજી રાખી રહ્યા હતા અને પોતાના શયનખંડની દીવાલ પર ટીંગાડેલી શૉટગનને તેમણે ખૂબ કાળજીપૂર્વક સાફ કરીને તેમાં કારતૂસો ભરી હતી.

❖

પ્રકરણ ૪

જીવન માટેની ઉડાન

જે સવારે મોર્મોનના ધર્માધિકારી સાથે તેની વાતચીત થઈ તે જ સવારે જોહ્ન ફેરિઅર સોલ્ટ લેઇક સીટીમાં ગયો અને પોતાનો ઓળખીતો માણસ કે જે નેવાડા પર્વતમાળા તરફ જવાનો હતો તેને વિશ્વાસમાં રાખીને જેફરસન હોપને એક સંદેશો મોકલ્યો. સંદેશામાં તેણે તે જુવાનિયાને જણાવ્યું હતું કે તેમના પર કેવું જોખમ તોળાઈ રહ્યું હતું અને તેનું અહીં આવવું કેટલું આવશ્યક હતું. કામ પત્યાની નિરાંત સાથે તે હળવા મને ઘરે પાછો ફર્યો.

જેવો તે પોતાના ખેતરે પહોંચ્યો કે તેને આંગણામાં દરવાજા આગળ બાંધેલા ઘોડા જોઈ આશ્ચર્ય થયું. ઘરમાં પ્રવેશતાં બે યુવાન માણસને બેઠકખંડમાં ખુરશી પર આરામથી બેઠેલા જોઈ તેને ઓર વધારે આશ્ચર્ય થયું. એકનો ચહેરો લાંબો અને ફિક્કો હતો, તે રોકીંગ ખુરશી પર ટેકો દઈને બેઠો હતો અને તેના પગ તાપણા તરફ લંબાવેલા હતા. જ્યારે બીજો જાડી ગરદનવાળો યુવાન બારી પાસે પોતાના ખિસ્સામાં હાથ નાખીને સીટી વગાડતો ઊભો હતો. ફેરિઅરના ઓરડામાં પ્રવેશતાં જ બન્નેનાં માથાં તેની તરફ ફર્યાં અને ખુરશીમાં બેઠેલી વ્યક્તિએ વાતચીત કરવી શરૂ કરી.

"તમે કદાચ અમને નહી ઓળખતા હોવ," તેણે કહ્યું, "આ ધર્માધિકારી ડ્રેબરના દીકરા છે, અને હું જોસેફ સ્ટ્રેન્ગરસન છું. તમને યાદ હોય તો તમને જ્યારે રણમાંથી અહીં લાવ્યા ત્યારે હું તમારી સાથે જ હતો."

"અમે અહીં," સ્ટેન્ગરસને વાત આગળ ચલાવતાં કહ્યું, "અમારા પિતાના કહેવાથી તમારી પુત્રીનો હાથ માગવા આવ્યા છીએ. અમારા બેમાંથી જે તમને યોગ્ય લાગે તેને તમે પસંદ કરી શકો છો. મારે ચાર પત્નીઓ છે અને મારા ધર્મબંધુ ડ્રેબરને સાત પત્નીઓ છે. મને એવું લાગે છે કે મારો દાવો વધારે મજબૂત છે."

"ના, ના, ભઈલા સ્ટ્રેન્ગરસન," બીજાએ મોટે અવાજે કહ્યું, "પ્રશ્ન એ નથી કે આપણે કેટલી પત્નીઓ છે, પણ આપણે કેટલી રાખી શકીએ છીએ તે પ્રશ્ન છે. મારા પિતાએ મને તેમની બધી ઘંટીઓ આપી દીધી છે અને હું તમારા કરતાં વધારે ધનવાન માણસ છું."

"પણ મારો દેખાવ વધારે સારો છે," બીજાએ ગરમ થતાં કહ્યું, "જ્યારે ભગવાને મારા પિતાને બોલાવી લીધા ત્યારે મને વારસામાં તેમનો ચામડા બનાવવાનો વાડો અને તેમની ચામડાની ફેક્ટરી મળી છે. ઉપરાંત હું તારા કરતાં મોટો છું અને મને તારા કરતાં ચર્ચમાં વધારે ઊંચો માનવામાં આવે છે."

"તે તો કુંવારિકાએ જ નક્કી કરવાનું છે." ડ્રેબરે કાચમાં પડતા પોતાના પ્રતિબિંબ તરફ જોતાં કહ્યું, "આપણે બધું તેણીના નિર્ણય પર જ છોડવું જોઈશે."

આ આખાયે સંવાદ દરમિયાન જોહ્ન ફેરિઅર બારણાના ઉંબરે જ પોતાની જાતને મહાપરાણે કાબૂમાં રાખતાં ઊભો રહ્યો હતો.

"મારી તરફ જુઓ," છેવટે લાંબા ડગ માંડતો તે બન્ને તરફ આવ્યો, "જ્યારે મારી દીકરી તમને બોલાવે ત્યારે જ તમે આવી શકશો, ત્યાં સુધી હું તમારા ચહેરા ફરી જોવા નથી ઈચ્છતો."

બે મોર્મોન અનુયાયીઓ તેની તરફ આશ્ચર્યથી જોઈ રહ્યા. તેમની નજરમાં તેમની વચ્ચે ચાલી રહેલી કુંવારિકાને મેળવવાની હરીફાઈમાં તેણીના પિતા અને તેણી સામે માન જાળવી રાખવું પણ તેટલું જ જરૂરી હતું.

"આ ઓરડામાંથી બહાર જવાના બે રસ્તા છે," ફેરિઅર બૂમ પાડી ઊઠ્યો, "પેલો રહ્યો દરવાજો અને પેલી રહી બારી. તમારે ક્યાંથી જવું છે ?"

તેનો ઘેરો બદામી ચહેરો વિકરાળ થઈ ગયો હતો અને તેના વિશાળ હાથ ધ્રૂજી રહ્યા હતા. તે જોઈ તેના મુલાકાતીઓ તરત જ ત્યાંથી રવાના થઈ ગયા. વૃદ્ધ ખેડૂત તેમને દરવાજા સુધી વળાવી આવ્યો.

"મને એ તો જણાવતા જાઓ કે તમારા બન્નેમાંથી કોણ વધારે યોગ્ય છે," તેણે પેલા બે જણની મશ્કરી કરતાં કહ્યું.

"તમે ઘણા ચાલાક છો !" સ્ટ્રેન્ગરસન પ્રચંડ ક્રોધ સાથે બરાડી ઊઠ્યો, "તમે ધર્મના પ્રણેતા અને પવિત્ર ચારના સભાગૃહને દગો દીધો છે. હવે તમારો અંત નજીક છે."

"ભગવાનની પક્કડ તમારા પર કડક થઈ રહી છે," યુવાન ડ્રેબરે બરાડો પાડ્યો. "તે તમને બરાબર ફટકો મારશે !"

"પછી તો મારે પણ ફટકા મારવા પડશે," ફેરિઅરે ઉદ્‌ગાર કાઢ્યો અને જો લ્યૂસીએ તેને બાવડેથી પકડી ન રાખ્યો હોત તો પોતાના ઓરડામાંથી બંદૂક લઈને પેલા લોકો આગળ ધરી જ દેત. તે પોતાની જાતને છોડાવે તે પહેલાં તો ઘોડાના ડાબલા સંભળાવા લાગ્યાં અને તેઓ તેની પકડથી ક્યાંય દૂર જતા રહ્યા.

"લુચ્ચા ધર્મઢોંગીઓ !" કપાળ પરનો પરસેવો લૂછતાં લૂછતાં તેણે ઉદ્ગાર કાઢ્યો, "તેમાંના કોઈની સાથે પરણાવવા કરતા તો હું તને તારી કબરમાં જ પહોંચાડી દઉં તે જ સારું રહેશે."

"હું પણ તેમ જ ઇચ્છું છું, પિતાજી," તેણીએ જવાબ આપ્યો; "પણ જેફરસન અહીં જલદી જ આવી પહોંચશે."

"હા, બને તેટલો વહેલો આવે તે જ સારું રહેશે. જેટલો જલદી આવે તેટલું વધું સારું, કારણ કે આપણને તેમના બીજા ઇરાદાનો જરા પણ અંદેશો નથી."

તેમની સાથે તેમને સાચી સલાહ આપવા માટે કોઈ જ નહોતું અને વૃદ્ધ ખેડૂતે અને તેની દીકરીએ કોઈની પાસે મદદની તો આશા જ નહોતી રાખવાની. મોર્મોનના ઇતિહાસમાં ધર્મની આટલી મોટી અવગણના ભૂતકાળમાં ક્યારેય નહોતી થઈ. જો જરા સરખી પણ ભૂલ થઈ હોય તો પણ વ્યક્તિને આકરી સજા ફટકારવામાં આવે છે તો આ બાપ-દીકરીના તો શું હાલ કરવામાં આવશે ? ફેરિઅરને ખબર પડી ગઈ કે તેની સંપત્તિ અને તેનું સ્થાન હવે તેની પાસેથી છીનવી લેવામાં આવશે. તે એક હિંમતવાન માણસ હતો પણ જે ભયંકર ઓછાયો તેના પર પથરાયેલો હતો તેનાથી તેનું પણ કાળજું કંપી ગયું હતું. જો કોઈ જાણીતું જોખમ હોત તો તેનો મક્કમતાથી સામનો કરત પણ આ રહસ્યે તેનું મનોબળ તોડી નાખ્યું હતું. તેને સૌથી વધારે ચિંતા તો તેની દીકરીની થઈ રહી હતી પણ તેણીને હળવી રાખવા માટે તે સાવ સામાન્ય રીતે વર્તતો હતો.

તેને એવી આશા હતી કે તેના આવા વર્તનથી યોંગ તરફથી કોઈ સંદેશો કે કોઈ ચેતવણી ચોક્કસ આવવી જોઈતી હતી અને તેનું આ અનુમાન જરા પણ ખોટું નહોતું. બીજી જ સવારે તેણે ઓઢેલી ચાદર પરથી તેના આશ્ચર્ય વચ્ચે તેને એક નાનકડી ચિઠ્ઠી મળી આવી. તેના પર ઘાટા આડાઅવળા અક્ષરોમાં લખવામાં આવ્યું હતું :

"તને તારો નિર્ણય સુધારવા માટે ૨૯ દિવસ આપવામાં આવ્યા છે અને પછી----"

અધૂરા વાક્યનો અર્થ મનને થથરાવી નાખનારો હતો. આ ચિઠ્ઠી અહીં કઈ રીતે આવી તે પ્રશ્ન જોહ્ન ફેરિઅરને સતાવી રહ્યો હતો, કારણ કે તેના નોકરો બહારના ઓરડામાં સૂતા હતા અને બારીબારણાં પણ બંધ હતાં. તેણે ચિઠ્ઠીને મુઠ્ઠીમાં વાળી દીધી અને તે વિષે પોતાની દીકરીને કશું જ ન કહ્યું પણ અંદરથી તે તો ગભરાઈ જ ગયો હતો. યોંગે આપેલા મહિનાના સમયગાળામાંથી હવે ૨૯ દિવસો બાકી રહ્યા હતા. આ રહસ્યમયી હથિયારબદ્ધ દુશ્મનોની અજબ શક્તિ અને સત્તાનો સામનો કઈ હિંમતથી કરી શકાતો હશે ? જે ટાંકણીથી પેલી ચિઠ્ઠી તેની ચાદર પર ભોંકવામાં આવી હતી તે તેની છાતીએ પણ ભોંકાઈ શકી હોત અને તે ક્યારેય ન જાણી શકાત કે તેનો હત્યારો કોણ હતો.

બીજી સવારે તેને તેનાથી પણ વધારે ધ્રુજારી થઈ. તેઓ નાસ્તાના ટેબલ પર બેઠાં હતાં અને અચાનક જ લ્યૂસીએ આશ્ચર્યના માર્યા છત તરફ આંગળી ચીંધતાં મોટેથી બૂમ

પાડી. છતની બરાબર મધ્યમાં બળેલી લાકડીથી ૨૮ લખવામાં આવ્યું હતું. તેની દીકરીને કંઈ ખ્યાલ ન આવ્યો અને તેણે તેને કંઈ સમજાવવું પણ જરૂરી ન સમજ્યું. તે રાત્રે તે પોતાની બંદૂક લઈ રખેવાળી કરતો અને નજર રાખતો બેઠો રહ્યો. તેને ન તો કંઈ જોવા મળ્યું કે ન તો કંઈ સાંભળવા મળ્યું અને તેમ છતાં બીજી સવારે દરવાજાની બહારની બાજુએ મોટા અક્ષરોમાં ૨૭ લખવામાં આવ્યું હતું.

દિવસો એક પછી એક પસાર થઈ રહ્યા હતા અને દરેક સવારે તેના અદૃશ્ય દુશ્મનો પોતાની હાજરી અચૂક નોંધાવી જતા હતા અને કોઈ પણ પ્રકારે કેટલા દિવસો બાકી રહ્યા છે તેની સૂચના આપી દેતા હતા. કેટલીક વાર દીવાલ પર સંખ્યા લખવામાં આવતી, તો કેટલીક વાર ફરસ પર, અને ક્યારેક બગીચાના દરવાજામાં પત્રિકા ભરાવીને ચેતવણી આપવામાં આવી હતી. તેણે ખૂબ ધ્યાન રાખ્યું તેમ છતાં પણ તે જાણી ન શક્યો કે ચેતવણી આપતી સૂચનાઓ ક્યારે તેને પહોંચાડવામાં આવતી હતી. તેના પર હંમેશા ભયનો એક ઓછાયો તોળાતો રહેતો હતો. તે હવે નંખાઈ ગયો હતો અને નિસ્તેજ થઈ ગયો હતો. તેને હવે એક માત્ર આશા હતી કે પેલો યુવાન છોકરો નેવાડાથી તેમની મદદે દોડી આવે.

વીસ દિવસોમાંથી હવે પંદર દિવસો બાકી રહ્યા હતા, અને પંદરમાંથી દસ દિવસ જ બાકી હતા, પણ પેલી ગેરહાજર વ્યક્તિના હજુ પણ કોઈ સમાચાર નહોતા આવ્યા. એક પછી એક સંખ્યા ઘટી રહી હતી પણ તેના કોઈ જ વાવડ નહોતા. જ્યારે ક્યારેય પણ કોઈ અશ્વસવારનાં પગલાંનો અવાજ સંભળાય કે તરત તે વૃદ્ધ ખેડૂત પેલાના આવી જવાના ઉત્સાહમાં છેક દરવાજે પહોંચી જતો પણ નિરાશા સાથે તેને પાછું ફરવું પડતું. છેવટે જ્યારે પાંચ દિવસમાંથી ચાર અને પછી માત્ર ત્રણ જ દિવસ રહ્યા ત્યારે તે પોતાની ધીરજ ખોઈ બેઠો અને તેણે ભાગી છૂટવાની બધી જ આશાઓ છોડી દીધી. એકલે હાથે પહાડી રસ્તાઓના ઓછા જ્ઞાનથી દુશ્મનોથી ઘેરાયેલા વિસ્તારમાં તે પોતાની જાતને શક્તિહીન માનતો હતો. દરેક રસ્તાઓ પર સુરક્ષા ગોઠવવામાં આવી હતી અને તેના પર એકધારી નજર રાખવામાં આવતી હતી. કોઈ પણ ત્યાંથી સંસ્થાની પરવાનગી વગર નહોતું જઈ શકતું. તેમ છતાં તે ક્યારેય પોતાના નિર્ણયથી ડગ્યો નહીં. તેને હંમેશા તેની દીકરીના અપમાનની ચિંતા જ સતાવતી રહેતી.

એક સાંજે તે એકલો અટૂલો આખીયે સમસ્યામાંથી બહાર કઈ રીતે નીકળવું તેના ઊંડા વિચારમાં પડ્યો હતો. તે સવારે તેના ઘરની દીવાલ પર બેની સંખ્યા લખવામાં આવી હતી અને પછીનો દિવસ તેમને ફાળવવામાં આવેલા સમયનો અંતિમ દિવસ હતો. પછી શું થશે ? તેના મનમાં ડરામણી કલ્પનાઓ ઊઠવા લાગી. અને તેની દીકરી - તે નહીં રહે ત્યારે તેણીનું શું થશે ? શું આ અદૃશ્ય જાળામાંથી નીકળવાનો કોઈ જ રસ્તો બચ્યો નહોતો ? તે ટેબલ પર માથું નમાવીને ડૂસકે ડૂસકે રડવા લાગ્યો.

તે શું હતું ? શાંતિમાં તેને કંઈક ખોતરાવાનો અવાજ સંભળાયો, તે અવાજ ખૂબ નાનો હતો પણ રાતની શાંતિમાં તે સ્પષ્ટપણે સંભળાતો હતો. તે ઘરના દરવાજા તરફથી

આવ્યો હતો. ફેરિઅર બેઠકખંડમાં ગયો અને એકાગ્રતાથી તેને સાંભળવા માંડ્યો. થોડી ક્ષણો માટે તે અવાજ અટકી ગયો અને ફરી પાછો તે અવાજ સંભળાવો શરૂ થયો. કોઈક હાથે કરીને ખૂબ જ ધીમે બારણું ખખડાવી રહ્યું હતું. શું આ કોઈ મધરાતના હત્યારાઓ હશે જેઓ તેમને સંસ્થાના આદેશથી મારવા આવ્યા હશે ? અથવા તો પછી કોઈ આડતિયો હશે જે છેલ્લા દિવસના આંકડાને લખવા આવ્યો હશે ? જોહ્ન ફેરિઅરને લાગ્યું કે આવા વારંવારના રહસ્ય અને ભય કરતાં તો તે તત્ક્ષણ મરી જાય તે જ સારું રહેશે. આગળ વધી તેણે ફટાકથી બારણું ખોલી નાખ્યું.

બહાર બધું જ ઠંડું અને શાંત હતું. રાત્રી સુંદર હતી અને આકાશમાં તારાઓ ઝગમગી રહ્યા હતા. તેનાં આંગણામાં બગીચો ફેલાયેલો હતો. તેને ન તો બગીચા પર કે ન તો રોડ પર કોઈ જોવા મળ્યું. તેણે હાશકારો લેતાં તેની ડાબી જમણી બાજુ પણ નજર કરી. અચાનક તેને જમીન પર મોભેર હાથ પગ ફેલાવીને ચત્તોપાટ સૂતેલો એક માણસ દેખાયો.

આ દૃશ્ય જોઈ તે એટલો ભયભીત થઈ ગયો હતો કે કાપો તો લોહી ન નીકળે. તેના ગળામાંથી અવાજ નહોતો નીકળી શકતો. તે ભયનો માર્યો દીવાલ સરસો ચંપાઈ ગયો. પહેલાં તો તેને એવું લાગ્યું કે તે શરીર કોઈક ઘવાયેલા અથવા તો મરી રહેલા માણસનું હતું. પણ પછી તેણે જોયું તો તે શરીર કોઈ સાપની જેમ ઝડપથી સરકતું ઘરમાં ઘૂસી ગયું. જેવો તે ઘરમાં પહોંચ્યો કે તરત જ પોતાના પગ પર ઊભો થઈ ગયો અને તરત જ બારણું બંધ કરી દીધું અને પેલા ભયભીત થઈ ગયેલા દૃઢનિશ્ચયી ખેડૂતે આશ્ચર્યસહ તેની સામે જોયું તો તે તો જેફરસન હોપ હતો.

“ભલું કરો ભગવાન !” જોહ્ન ફેરિઅર બોલી ઊઠ્યો. “તેં તો મને બીવડાવી જ દીધો ! તારે આવી રીતે શા માટે અહીં આવવું પડ્યું ?”

“મને પહેલાં ખાવાનું આપો,” પેલાએ ખોંખારો ખાતાં કહ્યું. “મેં છેલ્લા ચોર્યાસી કલાકથી કશું જ ખાધું નથી.” આમ કહેતાં તેણે ટેબલ પર હજુ પણ પડી રહેલા ઠંડા માંસ અને બ્રેડને લઈને ખાવા માંડ્યું. “શું લ્યૂસી મજામાં છે ?” ભૂખ સંતોષાતાં તે બોલ્યો.

“હા, તેણીને જોખમનો ખ્યાલ જ નથી,” તેણીના પિતાએ જવાબ આપ્યો.

“તે તો સારું કહેવાય. ઘર પર દરેક દિશા પરથી નજર રખાઈ રહી છે. અને તે માટે જ મારે આ રીતે ભાંખોડિયા ભરીને અહીં આવવું પડ્યું. તેઓ ચોક્કસ ખૂબ પાવરધા છે પણ તેઓ સાવધ શિકારી જેવા પાવરધા તો નથી જ.”

જોહ્ન ફેરિઅર હવે કંઈક અલગ માણસ લાગી રહ્યો હતો, કારણ કે તેને હવે ભાન થઈ ગયું હતું કે તે એક સમર્પિત માણસ હતો. તેણે પેલા યુવાન માણસનો રુક્ષ હાથ પોતાના હાથમાં લીધો અને તેને પંપાળ્યો. “તું એક ગર્વ થાય તેવો માણસ છે,” તેણે કહ્યું, “અમારા જોખમમાં ભાગ પડાવવા આવે તેવું આ દુનિયામાં બીજું કોઈ જ નથી.”

"તેવું વિચારી તમે ભૂલ કરી રહ્યા છો," પેલા યુવાન શિકારીએ જવાબ આપ્યો. "મને તમારા માટે માન છે પણ જો તમે એકલા જ આ સમસ્યા સાથે જોડાયેલા હોત તો હું આ કાંટાળા માળામાં માથું નાખતાં પહેલાં બે વાર વિચારત. પણ તે લ્યૂસી છે જેને કારણે હું અહીં આવ્યો છું."

"આપણે હવે શું કરવાનું છે ?"

"આવતી કાલે તમારો છેલ્લો દિવસ છે માટે જે કંઈ પણ કરવાનું છે તે આજે રાત્રે જ કરવાનું છે. મારી પાસે ત્યાં આગળ ઝાડીમાં એક જંગલી ઘોડો અને બે સાદા ઘોડાઓ છે. તમારી પાસે કેટલા રૂપિયા છે ?"

"બે હજાર ડૉલરનું સોનું છે અને પાંચ હજાર ડૉલરની નોટો છે."

"તેટલા ઘણા થઈ રહેશે. મારી પાસે પણ થોડાક છે. આપણે પહાડોમાં થઈને કાર્સન સીટી પહોંચવાનું છે. તમારે હવે લ્યૂસીને ઉઠાડી દેવી જોઈએ. ઘરમાં કોઈ નોકર ન સૂતું હોય."

જ્યારે ફેરિઅર પોતાની દીકરીને પ્રવાસ માટે તૈયાર કરવા ગયો ત્યારે જોહ્ને ત્યાંથી ખાવાલાયક બધી જ વસ્તુઓ એક નાના પેકેટમાં બાંધી દીધી અને એક માટીના જગમાં પાણી ભરી લીધું, કારણ કે તેના અનુભવો પરથી તેને ખબર હતી કે પહાડોમાં આવેલા કૂવા ખૂબ ઓછા હતા અને ખૂબ દૂર હતા. તેણે બધી તૈયારી પૂરી જ કરી હતી ત્યાં ખેડૂત તેની દીકરીને મુસાફરી માટે તૈયાર કરીને આવી પહોંચ્યો. બે પ્રેમીઓ વચ્ચેની શુભેચ્છાઓ હૂંફાળી હતી પણ ખૂબ ટૂંકી હતી, કારણ કે એક એક ક્ષણ કીમતી હતી અને કરવાનું ઘણું હતું.

"આપણે એક વાર શરૂઆત તો કરી જ લેવી પડશે," જેફરસન હોપે ખૂબ જ ધીમા પણ સ્પષ્ટ અવાજે કહ્યું. "આગળના અને પાછળના પ્રવેશ પર ચાંપતી નજર રખાઈ રહી છે માટે આપણે બાજુની બારીઓમાંથી ખેતરને પાર કરતાં બહાર નીકળવું પડશે. એક વાર આપણે રસ્તા પર પહોંચી જઈએ પછી બે માઈલ જેટલું જ અંતર કાપવાનું છે અને પછી ત્યાં ઝાડીમાં ઘોડા આપણી રાહ જોઈ રહ્યા છે. મળસ્કું થતાં તો આપણે પહાડોમાં થઈને અડધા રસ્તે પહોંચી જવાનું છે."

"જો આપણને રોકી પાડવામાં આવ્યા તો શું થશે ?" ફેરિઅરે પૂછ્યું.

હોપે પોતાની કોટીની આગળની બાજુમાંથી પિસ્તોલ બહાર કાઢી, "જો તેઓ આપણા કરતાં વધારે હશે, તો આપણે બે કે ત્રણને પાડી જ નાખશું." તેણે ક્રૂર સ્મિત કરતાં કહ્યું. ઘરમાંની બત્તીઓ હવે કાયમને માટે બુઝાયેલી જ રહેવાની હતી અને અંધારી બારીમાંથી કૂદીને પોતાનાં જે ખેતરોમાંથી ફેરિઅર પસાર થઈ રહ્યો હતો તે પણ હવે તે કાયમને માટે છોડી રહ્યો હતો. તેણે પોતાની દીકરીની ખુશી માટે ઘણાં બલિદાન આપ્યાં હતાં. બધું ખૂબ શાંત અને આનંદી લાગી રહ્યું હતું. પવનની લહેરખીથી હાલી રહેલી ઝાડની ડાળીઓ, લહેરાતાં ખેતરો - તેને જોતાં જરા પણ એવું ન લાગે કે તેમાં મોતના

સોદાગરો લપાતાછુપાતા ફરતા હશે. ધોળા ચહેરાવાળા યુવાન શિકારીને ઘરે પહોંચતાં જે કોઈ તકલીફ પડી હતી તેનાથી તેની પાસે પૂરતી જાણકારી હોવાનો સંતોષ હતો અને તે તે પ્રમાણે જ આગળ વધી રહ્યો હતો.

ફેરિઅર પાસે સોનું અને ચલણી નોટો ભરેલો થેલો હતો જ્યારે જેફરસન પાસે ખાવાપીવાની વસ્તુઓ અને પાણી હતું અને લ્યૂસી પાસે એક નાનકડું પોટલું હતું જેમાં તેની કેટલીક કીમતી વસ્તુઓ તેણીએ પોતાની સાથે લીધી હતી. ધીમેથી અને ખૂબ ધ્યાનપૂર્વક બારી ખોલવામાં આવી અને તેઓ કાળા વાદળથી રાતને વધારે ઘેરી થવાની રાહ જોવા લાગ્યા અને પછી એક પછી એક તેઓ નાનકડા બગીચામાંથી પસાર થયાં. દરેકના હૃદય થથરી રહ્યાં હતાં, દરેકનાં અંગ ધ્રૂજી રહ્યાં હતાં. તેઓ ત્યાં સુધી લપાતાંછુપાતાં ચાલતાં રહ્યાં જ્યાં સુધી મકાઈનું ખેતર ન આવ્યું. તેઓ ત્યાં પહોંચવામાં જ હતા ત્યાં જ પેલા જેફરસને તેના બે સાથીઓને પોતાની સાથે અંધારામાં ખેંચી લીધાં અને ત્યાં તેઓ ચૂપચાપ થરથર કાંપતાં પડ્યાં રહ્યાં.

"આવતી કાલે મધરાતે," સત્તાધીશોમાંના એક સૈનિકે કહ્યું.

"જ્યારે પેલું નિશાચર પ્રાણી ત્રણ વખત સાદ આપે."

"બરાબર," બીજા અવાજે જવાબ આપ્યો, "હું બ્રધર ડ્રેબરને આ વિષે કહું ?"

"તેને સમાચાર આપ, અને તે બીજાઓને આપશે. નાઈન ટુ સેવન !"

"સેવન ટુ ફાઈવ !" બીજાએ પ્રત્યુત્તર આપ્યો, અને બન્ને પડછાયા જુદી જુદી દિશામાં જતા રહ્યા. આ છેલ્લાં શબ્દો તેમની કોઈ ગુપ્ત નિશાની તરફ ઈશારો કરતા હતા. પેલા બે જણાના જતા રહેતાં તરત જ તે પોતાના બન્ને સાથીઓને લઈને ખેતરમાં તેની પૂરઝડપે દોડવા લાગ્યો.

"ઉતાવળ કરો ! ઉતાવળ કરો !" તે વારંવાર તેઓને કહ્યે રાખતો હતો. "આપણે હજુ સૈનિકોની હદમાં જ છીએ. બધો જ આધાર આપણી ઝડપ પર રહેલો છે, ઉતાવળ કરો."

એક વાર મુખ્ય રસ્તા પર આવતાં તેઓ વધુ અને વધુ આગળ વધતાં રહ્યાં. એક જ વાર તેમને કોઈ સામે ભટકાયું હશે પછી તો તેમને કોઈ ઓળખી ન જાય તે હેતુસર તેઓ ખેતરોમાં જ છુપાતાં છુપાતાં આગળ વધવા લાગ્યાં. નગર આવતા પહેલાં શિકારી જેફરસન પહાડો તરફ જતી એક નાનકડી કેડી તરફ વળી ગયો. પહાડોની બે કાળી ડીબાંગ ટોચ અંધારામાં દેખાઈ રહી હતી. તે બે વચ્ચેની જે ખીણ હતી તે કોતરમાં જ ઘોડાઓ તેમની રાહ જોઈ રહ્યા હતા. સાવધાનીની સહજવૃત્તિ સાથે જેફરસન હોપ પવનની થપાટોથી ઘસાઈ ગયેલા પથ્થરો વચ્ચે અને સૂકાં ઝરણાંઓમાં થઈને આગળ વધી રહ્યો હતો. જ્યાં સુધી તેઓ નક્કી કરેલી જગ્યાએ ન આવી પહોંચ્યાં ત્યાં સુધી તેઓ એકધારું ચાલતાં જ રહ્યાં. છેવટે તેઓ ઘોડાઓ પાસે આવી પહોંચ્યાં. છોકરીને જંગલી કદાવર ઘોડા પર બેસાડવામાં આવી અને એક ઘોડા પર વૃદ્ધ ફેરિયર પોતાના પૈસાનો

કોથળો લઈને બેઠો અને એક પર જેફરસન બેઠો અને તેના સાથીઓને કરાડોમાં થઈને જોખમી રસ્તે આગળ વધવા લાગ્યો. આ એવો અટપટો રસ્તો હતો કે જે માણસે કુદરતના જંગલી સ્વરૂપને સહન કર્યું હોય તેવા માણસમાં જ તેમાંથી રસ્તો શોધવાની આવડત હોય. રસ્તાની એક બાજુ હજાર ફૂટ ઊંચી એક મોટી ભેખડ હતી જ્યારે બીજી બાજુ જોખમી કરાડો હતી અને પથ્થરના મોટા મોટા ટુકડાઓ પડ્યા હતા જેથી કરીને આગળ કોઈ રસ્તો જ નહોતો સૂઝતો. રસ્તો એટલો સાંકડો હતો કે તેમણે એક કતારમાં જ આગળ વધવું પડતું હતું અને એટલો ખાડાખડિયો હતો કે એક નિપુણ ઘોડેસવાર જ તેના પર ચાલવાનું જોખમ ઉઠાવી શકે. આટલાં બધાં જોખમો હોવા છતાં સૌના મનને થોડી હળવાશ થઈ હતી, કારણ કે તેમનું એક એક પગલું તેમના દુશ્મનો વચ્ચેનું અંતર વધારી રહ્યું હતું.

જો કે તેમને થોડીક જ વારમાં સાબિતી મળી ગઈ હતી કે તેઓ હજુ સંતોની સીમામાં જ હતા. તેઓ જ્યારે વણખેડી જગ્યા પર પહોંચ્યા ત્યારે પેલી છોકરી ઉપર તરફ આંગળી ચીંધી ચીસ પાડી ઊઠી. ઉપરની તરફના એક ખડક પર એક કાળી આકૃતિ દેખાઈ રહી હતી. ત્યાં સંતોનો કોઈક સૈનિક ઊભો હતો. તેણે પણ તેમને જોઈ લીધાં હતાં. “ત્યાં કોણ છે ?” આવી બૂમથી આખી શાંતિ ચિરાઈ ગઈ.

“નેવાડા જતાં મુસાફરો છીએ.” જેફરસને પોતાની બંદૂક ઊંચી કરતાં કહ્યું.

તેઓ પેલા એકલા સિપાહીને બંદૂક ઊંચી કરેલો જોઈ શકતા હતા અને એ પણ જોઈ શકતા હતા કે તેમની તરફથી તેને સંતોષકારક જવાબ નહીં મળે તો તરત તેમની તરફ ગોળી છોડશે.

“કોની રજાથી ?” તેણે પૂછ્યું.

“પવિત્ર ચારની” ફેરિઅરે જવાબ આપ્યો. તેના મોર્મોન તરીકેના અનુભવથી તે એટલું જાણતો હતો કે આખાયે વિસ્તારમાં આ સત્તા સર્વોપરી હતી અને તેને જ તેઓ માન આપતા.

“નાઈન ટુ સેવન,” પેલા સૈનિકે બૂમ પાડી.

“સેવન ટુ ફાઈવ,” જેફરસનને તરત બગીચામાં થયેલી પેલા બે સૈનિકોની વાતચીત યાદ આવી અને તરત જ તેણે વળતો જવાબ આપ્યો.

“આગળ વધો, ભગવાન તમારી સાથે છે,” પેલા અવાજે કહ્યું. ત્યાર પછી રસ્તો પહોળો થતો હતો અને તેઓએ ઘોડાઓને ખદડૂક ખદડૂક દોડાવી મૂક્યા હતા. તેઓએ પાછળ વળીને જોયું તો પેલો બંદૂક ટેકવીને ઊભો હતો. હવે તેઓ સંતોની જમીનની હદથી બહાર નીકળી ગયા હતા અને તેમની સામે સ્વતંત્રતા હાથ ફેલાવીને ઊભી હતી.

❖

પ્રકરણ ૫

વેરી જમદૂતો

આખી રાત તેઓ સાંકડી આડીઅવળી ખીણો અને ખાડાટેકરાવાળા રસ્તા પર આગળ વધતાં રહ્યાં. અનેક વાર તેઓ ભૂલાં પડ્યાં પણ હોપનું પર્વતો વિશેનું ગજબનું જ્ઞાન તેમને ફરી પાછા સાચા રસ્તે ચડાવી દેતું. જ્યારે મળસ્કું થયું ત્યારે તેમની આંખો સમક્ષ કુદરતના સૌંદર્યનું અનોખું દશ્ય ઊભું થઈ ગયું. તેમની આગળ દૂર દૂર હિમાચ્છાદિત પહાડો ફેલાયેલા હતા. તેમની બન્ને બાજુ સીધા ઢાળ હતા. પાઈન અને શંકુદ્રમ ઝાડો તેમના પર નમેલાં હતાં. પવનના એક મોટા સપાટાથી જ તેઓ પળવારમાં નીચે પટકાઈ શકે તેમ હતાં.

જેમ જેમ પૂર્વની ક્ષિતિજમાં સૂર્ય ઉપર ચડતો ગયો તેમ તેમ પહાડોની ટોચો પણ એક પછી એક પ્રકાશવા લાગી. જાણે તહેવારમાં દીવડાઓ ના પ્રકાશી રહ્યા હોય તેવું તે દશ્ય હતું. આ અદ્‌ભુત દશ્યે ત્રણેય ભાગેડુઓનું મન પ્રફુલ્લિત કરી દીધું અને તેમનામાં એક તાજી ઊર્જા ઊતરી આવી. પર્વતના ખડકમાંથી ફૂટેલા એક ધોધ આગળ તેઓ રોકાયાં અને તેમના ઘોડાઓને પાણી પીવડાવ્યું અને પોતે પણ ઉતાવળે નાસ્તો કરી લીધો. લ્યૂસી અને તેના પિતાને તો હજુ પણ વધારે આરામ કરવો હતો પણ જેફરસન હોપે નિષ્ઠુરતાથી તેમની વાત ફગાવી દીધી, "તેઓ કોઈ પણ સમયે આપણો પીછો કરતાં કરતાં આપણી નજીક આવી જશે," તેણે કહ્યું. "બધું જ આપણી ઝડપ પર આધારિત છે. એકવાર આપણે સુરક્ષિત રીતે કાર્સન શહેર પહોંચી જઈએ પછી ત્યાં જેટલો આરામ કરવો હોય તેટલો કરી લેજો."

આખોયે દિવસ તેમણે સાંકડી ખીણમાં સંઘર્ષ કરતાં રહેવું પડ્યું અને સાંજે જ્યારે તેમણે ગણતરી કરી ત્યારે ખ્યાલ આવ્યો કે તેઓ પોતાના દુશ્મનોથી ત્રીસ માઈલ દૂર નીકળી ગયા હતા. રાત્રે તેમણે આગળ ઊપસી આવેલી કરાડની ઓથે આશરો લીધો, જ્યાં કેટલાક ખડકોને કારણે તેમને ઠંડા પવનોથી રક્ષણ મળતું હતું. ઠંડીથી બચવા ત્રણેય

એકબીજાંને લપાઈને બેસી રહ્યાં. તેમણે થોડાક કલાકની ઊંઘ લીધી. મળસ્કા પહેલાં તો તેઓ ઊઠી ગયાં અને પોતાના રસ્તે આગળ વધવા લાગ્યાં. તેમને પીછો કરનારનાં કોઈ જ નિશાન ન દેખાયાં અને જેફરસનને એવું લાગવા માંડ્યું કે તેઓ હવે તેમના ખતરનાક દુશ્મનોની પહોંચની બહાર આવી ગયા હતા. તેને થોડીક માહિતી હતી કે આ ક્રૂર લોકોની પહોંચ કેટલે સુધી હતી અને તેઓ કેટલા ઝડપથી તેમની પાસે પહોંચીને તેમને કચડી શકે તેમ હતા.

બીજા દિવસની મધ્યે તેને ખ્યાલ આવ્યો કે તેમનું ખાવાનું ખલ્લાસ થવા લાગ્યું હતું. તેના કારણે જેફરસનને થોડી અકળામણ થઈ કારણ કે હજુ પણ કેટલાક પહાડો પાર કરવાના બાકી હતા. તે રાત્રે તેણે એક ગોખલામાં આશરો લીધો. તેણે કેટલીક સૂકી ડાળખીઓ ભેગી કરી અને તેનું નાનકડું તાપણું કર્યું જેથી કરીને તેના સાથીઓને થોડો ગરમાવો મળે. તેઓ અત્યારે દરિયાની સપાટીથી પાંચ હજાર ફૂટ ઊંચે હતાં અને પવન થિજાવી નાખે તેવો હતો. ઘોડાઓને ખીલે બાંધી, લ્યૂસીની વિદાય લઈ, ખભે બંદૂક લટકાવી તે ખોરાકની શોધમાં બહાર નીકળી પડ્યો. કદાચ તેને કંઈક મળી આવે. એક નજર પાછું વળીને જોયું ત્યારે વૃદ્ધ માણસ અને યુવાન છોકરી તાપણા આગળ ટૂંટિયું વાળીને સૂતાં હતાં.

તે બે એક માઈલ જેટલું ચાલ્યો પણ તેને કંઈ જ હાથ ન લાગ્યું. ઝાડની ડાળીઓ પરનાં નિશાન અને અન્ય કેટલીક નિશાનીઓ પરથી તેણે તારણ કાઢ્યું કે ત્યાં આસપાસમાં જ કેટલાંક રીંછ હશે. આખરે બેત્રણ કલાકે કશું જ ન મળતાં તેણે પાછા વળવાનું વિચાર્યું. જ્યારે તે ઉપરની તરફ નજર ફેરવી રહ્યો હતો ત્યારે અચાનક તેણે ખુશીની ચિચિયારી કરી. તેનાથી સો ફૂટ ઊંચે પહાડની કિનારી પર તેને એક ઘેટા જેવું પ્રાણી દેખાયું. પણ તે પશુ ખૂબ મોટું હતું અને પોતાની રક્ષા કરવા માટે તેનાં બે મોટાં શીંગડાં હતાં. પણ સદ્ભાગ્યે તેનું મોઢું ઊલટી દિશામાં હતું અને તે શિકારીને જોઈ નહોતું શકતું. ચત્તોપાટ સૂઈ જઈ તેણે પોતાની બંદૂકનું નિશાન ઘેટા પર તાક્યું. પેલું પ્રાણી તરત જ હવામાં ઊછળ્યું અને અથડાતું કુટાતું સીધું જ ખીણમાં પડ્યું.

તે પ્રાણી ઊંચકવામાં ખૂબ ભારે હતું માટે શિકારીએ પહેલાં તેનો થાપાનો ભાગ કાપી પોતાનું પેટ ભરી લીધું. અને પછી આખુંયે પ્રાણી તેના ખભા પર નાખી તે પાછો પોતાની છાવણી તરફ ચાલવા લાગ્યો, કારણ કે રાત તો આમ જ પસાર જ થઈ ગઈ હતી. ખોરાકની શોધમાં તે પેલા લોકોથી એટલો દૂર આવી ગયો હતો કે તેને રસ્તો જ નહોતો જડતો. જે ખીણમાં તે હતો તે ખીણ કેટલાયે ભાગમાં વહેંચાયેલી હતી અને તે ભાગો પણ વિવિધ ભાગમાં વહેંચાયેલા હતા. દરેક કેડી દેખાવે એક જેવી જ હતી. તેને એકબીજાથી અલગ તારવવી અશક્ય હતી. એક રસ્તે તે એક માઈલ જેટલું ચાલ્યો પણ પછીથી તેને ખ્યાલ આવ્યો કે તે રસ્તો સાચો નહોતો એટલે તે રસ્તેથી પાછો ફર્યો અને

બીજા રસ્તે આગળ વધવા લાગ્યો પણ તે પણ ખોટો હતો. સાંજ શમી ને હવે રાત થવા જઈ રહી હતી. છેવટે તે પોતાની જાણીતી ખીણમાં આવી પહોંચ્યો. ત્યાર પછી પણ સાચો રસ્તો પકડી રાખવો કંઈ સરળ વાત નહોતી. ચંદ્ર હજુ ચડ્યો નહોતો અને બીજી બાજુ આજુબાજુના ઊંચા પહાડો ઓર વધારે અંધારું ફેલાવી રહ્યા હતા. ખભા પર નાખેલા વજનથી તે ખૂબ થાકી ગયો હતો પણ એક એક પગલું તેને તેની લ્યૂસી તરફ આગળ વધારી રહ્યું છે તેવો વિચાર મનમાં રાખી તે ચાલી રહ્યો હતો.

હવે તે જે ખીણમાં લ્યૂસી અને તેના પિતાને છોડીને ગયો હતો ત્યાં આવી પહોંચ્યો. આટલા અંધારામાં પણ તે કરાડની બાહ્ય રેખા ઓળખી શકતો હતો. તેને લાગ્યું તેઓ તેની આતુરતાથી રાહ જોઈ રહ્યાં હશે કારણ કે તે લગભગ પાંચ કલાક તેમનાથી દૂર રહ્યો હતો. ઉત્સાહમાં આવીને તેણે પોતાના મોઢા પર હાથ મૂકીને તેમને પોતાના આવી જવાના સંકેતરૂપે એક મોટો અવાજ કાઢ્યો. પણ તેને વળતો કોઈ જ જવાબ ન મળ્યો. તેણે ફરી એથી પણ મોટા અવાજમાં ઈશારો કર્યો પણ બીજી વાર પણ કોઈનો કોઈ જ પ્રત્યુત્તર ન આવ્યો. તેના પર ભયનો ઓછાયો પથરાઈ ગયો અને તે ઉતાવળે તેના શિકારને ત્યાં જ પડતો મૂકીને તે દિશા તરફ દોડવા લાગ્યો.

જ્યારે તે તે ખૂણા પર આવી પહોંચ્યો ત્યારે તેણે જોયું કે તાપણાની રાખ હજુ પણ બળી રહી હતી. આસપાસ સંપૂર્ણ શાંતિ છવાયેલી હતી. તાપણાની આજુબાજુ કોઈ જ જીવંત પ્રાણી નહોતું. ન તો ઘોડાઓ હતા ન તો પેલો વૃદ્ધ હતો કે ન તો લ્યૂસી હતી. બધાં જ જતાં રહ્યાં હતાં. એટલું તો સ્પષ્ટ થઈ જ ગયું હતું કે તેની ગેરહાજરીમાં કોઈક અચાનક અને ખતરનાક ઘટના ઘટી હતી. ઘટના તો બની જ હતી પણ કોઈ જ નિશાન નહોતાં મળતાં.

આટલા મોટા આઘાતથી જેફરસનનું માથું ફાટી રહ્યું હતું. પોતાની જાતને પડવાથી બચાવવા તેણે બંદૂકનો ટેકો લીધો. તે તરત જ આક્રમક થઈ ગયો અને આઘાતમાંથી તેણે પોતાની જાતને ઉગારી લીધી. તાપણામાંથી અંગારાવાળું લાકડું લઈ તેણે તેને ફૂંક મારી સળગાવ્યું અને ઝીણવટથી છાવણી તપાસવા માંડી. આખીયે જમીન ઘણાબધા ઘોડાઓ દ્વારા ખૂંદી મારવામાં આવી હતી, તે દર્શાવી રહ્યું હતું કે ત્યાં ઘોડેસવારોની ટોળકી આવી હતી અને પેલા બે ભાગેડુઓને લઈને પાછી સોલ્ટ લેક સીટી રવાના થઈ ગઈ હતી. શું તેઓ તેના બેય સાથીઓને પોતાની સાથે લઈ ગયા હતા ? જેફરસનને થયું તેમણે તેવું જ કર્યું હશે. પણ અચાનક તેની નજર એક વસ્તુ પર પડી જેનાથી તેના શરીરમાં એક કંપારી છૂટી ગઈ. છાવણીથી થોડે દૂર લાલ માટીનો એક નાનો ઢગલો પડ્યો હતો, જે તે પહેલાં ત્યાં નહોતો. તે બીજું કંઈ નહીં પણ તાજી જ ખોદવામાં આવેલી કબર હતી. જેવો પેલો યુવાન શિકારી ત્યાં પહોંચ્યો કે તેણે જોયું કે તેના પર એક લાકડી નાનકડી ચબરખી સાથે રોપવામાં આવી હતી. ચબરખી પરનું લખાણ ટૂંકું હતું પણ મુદ્દાનું હતું.

સોલ્ટ લેઈક સીટીના
જોહ્ન ફેરિઅર
ચોથી ઑગસ્ટ, ૧૮૬૦ના રોજ
મૃત્યુ પામ્યા છે.

બિચારો વૃદ્ધ માણસ જેને તે થોડા જ સમય માટે એકલો મૂકીને ગયો હતો તે મરી ગયો હતો. આ તેનો જ સમાધિલેખ હતો. જેફરસન હોપ આસપાસ ક્રૂર નજરે જોવા લાગ્યો કે બીજી કોઈ કબર ખોદવામાં આવી છે ખરી ? પણ તેવાં કોઈ જ નિશાન નહોતાં જણાતાં. લ્યૂસીને તેઓ પોતાની સાથે લઈ ગયા હતા કે જેથી કરીને તેઓ પોતાની મૂળ ઈચ્છા પૂરી કરી શકે અને તેનાં લગ્ન મોર્મોનના છોકરા સાથે કરાવી શકે. જેવો પેલા યુવાનને ખ્યાલ આવ્યો કે તેણીનું ભાવિ હવે નરકસમાન થવાનું છે અને તે તેમાં કંઈ જ કરી શકે તેમ નથી ત્યારે તેને પણ તેવું જ થઈ આવ્યું કે પેલા વૃદ્ધ માણસની કબર સાથે તેની પણ કબર હોત તો સારું રહેત.

ફરી વાર તે થોડો સ્વસ્થ થયો. તેણે વિચાર્યું કે હવે આ જગતમાં તેના માટે કશું જ જીવવા જેવું નહોતું રહ્યું માટે તેણે પોતાની જિંદગી વેર વાળવા માટે સમર્પિત કરી દેવી જોઈએ. અડગ ધીરજ અને સાવચેતીની સાથે સાથે જેફરસનમાં વેરની જ્વાળાને પ્રજ્વલિત રાખવાની અજબની શક્તિ હતી. કદાચ તે તે રેડ ઇંડિયન સાથીઓ સાથે રહીને શીખ્યો હતો. જ્યારે તે ઠરી ગયેલા તાપણા આગળ ઊભો હતો ત્યારે તેને એવી લાગણી થતી હતી કે હવે માત્ર તેના દુશ્મનો પાસેથી પ્રતિશોધ લઈને જ તે પોતાના વિષાદને સંપૂર્ણપણે શાંત પાડી શકશે. તેની તીવ્ર ઈચ્છા અને અથાગ ઊર્જા તેના દૃઢ નિશ્ચયને તેના પરિણામ સુધી લાવીને જ જંપશે. ધોળા કઠોર વદને તે પોતાના ખોરાક પાસે પાછો ફર્યો અને ફરી પેલી ધીમી થઈ ગયેલી આગને તેણે પ્રજ્વલિત કરી અને તેમાં તેણે ઘેટાનું માંસ પકવવા માંડ્યું. તેણે થોડાક દિવસ થઈ રહે તેટલું માંસ રાંધી લીધું હતું. તેણે તેનું ભાથું બાંધ્યું અને ફરી પાછો સોલ્ટ લેક સિટી તરફ વેર વાળવા ચાલતો થયો.

છેલ્લે જે રસ્તો તેણે ઘોડા પર સવારી કરીને કાપ્યો હતો તે રસ્તો તેણે પાંચ દિવસમાં પગપાળા કાપ્યો હતો. રાત્રે તે પોતાની જાતને કેટલાક ખડકો નીચે છુપાવી રાખતો અને થોડાક કલાકની ઊંઘ લઈ લેતો પણ મળસ્કુ થતાં જ તે હંમેશા પોતાને રસ્તે આગળ વધવા લાગતો. છઠ્ઠા દિવસે તે ઈગલ કેનોન (પેલી ઝાડી) પહોંચી ગયો કે જ્યાં તેણે અને તેના સાથીઓએ ભાગવાના કમનસીબ પ્રયાસનો પ્રારંભ કર્યો હતો. ત્યાંથી તે નીચે સંતોના ઘર તરફ જોઈ શકતો હતો. થાકેલી અને નંખાઈ ગયેલી હાલતમાં તે પોતાની બંદૂકના ટેકે નીચે શહેર તરફ જોઈ શકતો હતો. તે તરફ જોતાં તેને લાગ્યું કે મુખ્ય શેરીમાં વાવટાઓ ફરકી રહ્યા હતા અને ઉજવણીની બીજી કેટલીક નિશાનીઓ પણ જોઈ શકાતી હતી. તે વિચારી રહ્યો કે તે વળી શાની ઉજવણી હશે ? અચાનક તેને ઘોડાનાં ડાબલાંનો

અવાજ સંભળાયો અને એક ઘોડેસવારને તેની તરફ આવતો જોયો. જ્યારે તે તેની સમક્ષ આવી પહોંચ્યો ત્યારે તે તેને ઓળખી ગયો. તે કાઉપર નામનો મોર્મોન હતો કે જેની સાથે તેણે ઘણી વાર સેવાની આપ લે કરી હતી. માટે તે તરત લ્યૂસીના શું હાલ હતા તે પૂછવા તેની પાસે પહોંચી ગયો.

"હું જેફરસન હોપ છું," તેણે કહ્યું. "તું મને ઓળખે છે."

માર્મોન તેને આશ્ચર્યપૂર્વક જોઈ રહ્યો. તે એવો ચીંથરેહાલ અને લઘરવઘર હતો કે તેને ઓળખવો ખરેખર મુશ્કેલ હતો. તેમ છતાં છેવટે પેલો મોર્મોન તેને ઓળખી ગયો. તેનું આશ્ચર્ય ગભરામણમાં ફેરવાઈ ગયું.

"તું ગાંડો છે ? તું અહીં કેમ આવ્યો છે ?" તે ચિડાઈ ગયો, "તારી જોડે વાત કરવાથી મારા ખુદનો જીવ જોખમમાં મુકાઈ જશે. ફેરિઅર્સને ભાગવામાં મદદ કરવાના ગુના હેઠળ હોલી ફોર દ્વારા તારા નામે ધરપકડનું વૉરન્ટ જાહેર કરવામાં આવ્યું છે."

"મને તેમની કે તેમના વોરન્ટની જરા પણ બીક નથી." હોપ અકળાઈને બોલી ઊઠ્યો, "તું આ બાબત વિષે ચોક્કસ કશુંક જાણતો હોઈશ, કાઉપર. હું તને પ્રાર્થના કરું છું કે મને મારા કેટલાક પ્રશ્નોના જવાબ આપ. આપણે હંમેશા સારા મિત્રો રહ્યા છીએ, ભગવાનને ખાતર જવાબ આપવાની ના ન પાડ."

"કયા પ્રશ્નો ?" મોર્મોને ગભરાતાં ગભરાતાં પૂછ્યું. "ઉતાવળ કર, આ ખડકોને પણ કાન હોય છે અને વૃક્ષોને પણ આંખો હોય છે."

"લ્યૂસી ફેરિઅરનું શું થયું ?"

"ગઈ કાલે જ તેણીનાં લગ્ન યુવાન ડ્રેબર સાથે કરી દેવામાં આવ્યાં છે. ખમ્મા, ભઈલા ખમ્મા, તું તો મરવા પડ્યો છે."

"તેની ચિંતા ન કર," હોપે ડૂબતાં અવાજે પૂછ્યું. તેના હોઠ ધોળા થઈ ગયા હતા અને તે જે ખડકનો ટેકો લઈને ઊભો હતો ત્યાં જ અશક્તિથી ફસડાઈ પડ્યો હતો. "શું કહ્યું તેં ? તે પરણી ગઈ !"

"ગઈ કાલે જ પરણી ગઈ - પેલા વાવટા તેના માટે જ ફરકાવવામાં આવ્યા હતા. યુવાન ડ્રેબર અને સ્ટ્રેન્ગરસન વચ્ચે તે બાબતે થોડી બોલાચાલી પણ થઈ હતી. જે લોકો તેમનો પીછો કરી રહ્યા હતા તે ટુકડીમાં તે બન્ને હતા અને સ્ટ્રેન્ગરસને જ તેના પિતાને ગોળી મારી હતી અને તેના કારણે જ તે દાવો કરી રહ્યો હતો કે છોકરી તેને જ મળવી જોઈએ પણ જ્યારે સલાહકાર સમિતિ સમક્ષ તેમણે દલીલો કરી ત્યારે ડ્રેબરનો પક્ષ વધારે મજબૂત હતો, માટે ધર્માધિકારીએ છોકરી તેને આપવાનો નિર્ણય કર્યો. કોઈ તેણીને કંઈ વધારે સમય માટે નહોતો પામી શકવાનું કારણ કે ગઈકાલે મેં તેણીની આંખમાં મોત જોયું હતું. તેણી એક સ્ત્રી કરતાં એક ભૂત જેવી વધારે લાગી રહી હતી. બસ !"

"હા, આટલું પૂરતું છે." જેફરસને ઊભા થતાં કહ્યું. તેનો ચહેરો ક્રૂર થઈ ગયો હતો અને તેની આંખોમાં વિનાશક ચમક દેખાઈ રહી હતી.

"તું ક્યાં જઈ રહ્યો છે ?"

"ચિંતા ન કર," તેણે જવાબ આપ્યો અને પોતાનું હથિયાર ખભે લટકાવી કોતરોમાં ખોરાક માટે પશુની શોધમાં નીકળી ગયો. તે સમયે તે જંગલી પશુઓમાં જેફરસન જેટલું ખૂંખાર અને ખતરનાક કોઈ જ નહોતું.

પેલા મોર્મોનની ભવિષ્યવાણી સાચી પડી. તેણીના પિતાના મૃત્યુના કારણે કે પછી બળજબરીથી કરાવવામાં આવેલા લગ્નના કારણે બિચારી ગરીબડી લ્યૂસી પોતાનું માથું ક્યારેય ન ઊંચકી શકી પણ પીડાથી માત્ર એક જ મહિનામાં મૃત્યુના શરણે જઈ પડી. તેનો દારૂડિયો પતિ જે તેણી સાથે ફ્રેન્ક જેફરસનની વિશાળ સંપત્તિ માટે પરણ્યો હતો તેને તેણીની કશી જ નહોતી પડી. પણ તેની બીજી પત્નીઓ તેણીના મૃત્યુ પાછળ વિલાપ કરતી હતી અને મોર્મોનના રિવાજ પ્રમાણે તેની દફનવિધિની આગલી રાત્રે તે બધી જ તેણીના મૃતદેહ પાસે બેઠી હતી. તે બધી જ્યારે વહેલી સવારે તેણીની ઠાઠડીને ઘેરીને બેઠી હતી ત્યારે તેમના આશ્ચર્ય વચ્ચે ઓરડાનું બારણું ધડામ કરતું ખૂલ્યું અને એક વિકરાળ દેખાતો હવામાનની થપાટોથી રૂક્ષ થઈ ગયેલો માણસ ચીથરેહાલ હાલતમાં ઓરડાની વચ્ચોવચ આવીને ઊભો રહી ગયો. સ્ત્રીઓ પર નજર ફેરવ્યા વગર કે એક હરફ ઉચ્ચાર્યા વગર તે સીધો પેલા રૂની પૂણી થઈ ગયેલા પવિત્ર આત્માવાળી લ્યૂસી ફેરિઅરના મડદા તરફ ધસી ગયો. તેના પર નમતાં તેણે તેણીના ઠંડા કપાળ પર ચુંબન કર્યું. પછી તેણીનો હાથ પોતાના હાથમાં લઈ તેની આંગળીમાંથી લગ્નની અંગૂઠી ખેંચી લીધી. "અંગૂઠી સાથે તેણી દફન ન થવી જોઈએ." તેણે પીડાથી ઘુરકાટ કર્યો. નીચે હજુ કોઈને કંઈ ખબર પડે તે પહેલાં તો તે ત્યાંથી જતો રહ્યો. આખોયે કિસ્સો એટલો વિચિત્ર અને ટૂંકો હતો કે લોકોને પોતાની આંખ પર વિશ્વાસ નહોતો આવતો.

કેટલાક મહિનાઓ સુધી જેફરસન હોપ પહાડોમાં જ રઝળતો રહ્યો. તે એક વિચિત્ર અને જંગલી જીવન જીવવા લાગ્યો હતો અને તેના મનમાં બદલાની ભાવના હજુ પણ તેટલી જ પ્રજ્વલિત હતી. શહેરમાં એવી વાતો થતી હતી કે પહાડોમાં કોઈક બિહામણી આકૃતિ રખડી રહી છે. એક વાર સ્ટ્રેન્ગરસનના ઘરની બારીમાંથી તેનાથી માત્ર એક ફૂટ દૂર જ એક ગોળી છૂટી હતી. બીજા એક પ્રસંગમાં ડ્રેબર જ્યારે એક કરાડ નીચેથી પસાર થઈ રહ્યો હતો ત્યારે તેના પર એક મોટો પથરો પડ્યો પણ તેણે કોઈપણ રીતે પોતાની જાતને બીજી તરફ નાખી દેતાં તે મોતના મોંમાંથી માંડ માંડ બચ્યો હતો. આ બે યુવાન મોર્મોનને આ હુમલાઓનું કારણ જાણતાં કંઈ ખાસ વાર ન લાગી એટલે તેમણે એકધારી પહાડોમાં શોધ ચાલુ જ રાખી કે જેફરસન ક્યાંક મળી જાય પણ તેમના હાથમાં કંઈ જ ન લાગ્યું. ત્યાર પછી તેમણે એવી સાવચેતી રાખી કે ક્યારેય બે જણે સાંજ પડ્યા પછી એકલા બહાર નીકળવું નહીં અને તેમણે તેમનાં ઘરોને પણ સંપૂર્ણ સુરક્ષિત કરી દીધાં. થોડાક સમય પછી તેમને થોડી રાહત થઈ કારણ કે પહાડોમાં કોઈના દેખાવા

વિષે તેમને કંઈ જ સાંભળવા ન મળ્યું એટલે તેમણે વિચાર્યું કે સમયે તેમના દુશ્મનની બદલાની ભાવનાને ઠંડી પાડી દીધી હશે.

પેલા શિકારીનું મન ખૂબ કઠોર હતું અને તેનો સ્વભાવ ખૂબ વિકરાળ હતો. તેના મન પર અને તેના આત્મા પર બદલો લેવાની ભાવનાએ સંપૂર્ણ કબજો લઈ લીધો હતો, માટે હવે તેના મનમાં બીજી કોઈ જ લાગણી માટે જરા પણ જગ્યા નહોતી. તેમ છતાં આ બધી બાબતમાં તે ખૂબ વ્યવહારુ હતો. તેને થોડાક જ સમયમાં ભાન થઈ ગયું કે તેના લોખંડી શરીર પર તે જે વારંવારનું અસહ્ય દબાણ લાવી રહ્યો છે તે વધારે સહન નહીં કરી શકે. એકધારું તડકામાં રહેવાથી અને જરૂરી ખોરાક વગર તે સાવ નંખાઈ જશે. જો તે પહાડોમાં રખડતા કૂતરાઓની જેમ મરી જશે તો તેણે લીધેલી બદલાની પ્રતિજ્ઞા કઈ રીતે પૂર્ણ થશે ? તેમ છતાં પણ જો તે પોતાની આ જીદને વળગી રહેશે તો તેનું મોત નિશ્ચિત હતું. માટે તે અનિચ્છાએ પોતાની જૂની જગ્યા નેવાડાની ખાણોમાં પાછો ફર્યો અને ત્યાં તેણે પોતાની જાતને ફરી સ્વસ્થ બનાવી અને એટલા રૂપિયા કમાઈ લીધા કે તે પોતાના દુશ્મનોનો વગર કોઈ મુશ્કેલી કે હાલાકીએ પીછો કરી શકે.

તેની ધારણા એવી હતી કે તે વધારેમાં વધારે એક વર્ષ જ પોતાના દુશ્મનોથી દૂર રહેશે પણ કેટલાક બદનસીબ સંજોગોને કારણે તેણે મજબૂર થઈને પણ ખાણોમાં પાંચ વર્ષ સુધી રહેવું પડ્યું. તે સમયગાળાના અંતે કોઈ પણ કારણે જે કારમી રાત્રે તેણે જોહ્ન ફેરિયરની કબર પર બદલો લેવાની પ્રતિજ્ઞા લીધી હતી તે તેટલી જ ઉગ્ર હતી તેમાં કોઈ જ ઓછપ નહોતી આવી. છદ્મવેશ હેઠળ અને નવા જ નામ હેઠળ તે સોલ્ટ લેક સીટી પાછો ફર્યો અને પોતાના જીવનની જરા પણ પરવા કર્યા વગર તેણે પોતાની જાતને ન્યાય અપાવવાનો મક્કમ નિર્ધાર કરી લીધો. પણ ત્યાં અનિષ્ટ સમાચાર તેની રાહ જોઈને ઊભા હતા. ત્યાં થોડાક મહિનાઓ પહેલાં મોર્મોન ધર્મના કેટલાક લોકો વચ્ચે તિરાડ પડી હતી. ચર્ચના કેટલાક યુવાન સભ્યોએ ધર્માધિકારીઓ સામે બળવો પોકાર્યો હતો અને તેનું પરિણામ એ આવ્યું કે રાજ્યના અમલથી જે લોકો અસંતુષ્ટ હતા તેઓએ ઉતાહ છોડી દીધું અને તેઓ કબીલાઈ લોકો બની ગયા. આ લોકોમાં ડ્રેબર અને સ્ટ્રેન્ગરસનનો પણ સમાવેશ થતો હતો, પણ કોઈ જ નહોતું જાણતું કે આ લોકો ક્યાં ગયા હતા. એવી અફવા હતી કે ડ્રેબરે પોતાની સંપત્તિની મોટી રકમમાં રોકડી કરી લીધી હતી અને માટે તે ત્યાંથી એક સમૃદ્ધ વ્યક્તિ તરીકે રવાના થયો હતો. જ્યારે તેનો સાથી સ્ટ્રેન્ગરસન તેની સરખામણીએ ગરીબ હતો. તે બન્ને ક્યાં હતા તેનો કોઈ જ પત્તો નહોતો.

મોટાભાગના લોકો આવા કપરા સંજોગોમાં બદલો લેવાના નિર્ધારને પડતો મૂકી દેતા હોય છે પણ જેફરસન હોપને એક ક્ષણ માટે પણ તેવો વિચાર નહોતો આવ્યો. પોતાના દુશ્મનોને આખાયે યુનાઇટેડ સ્ટેટ્સના નગરે નગરે ફરીને તે શોધી રહ્યો હતો. તેમાં ને તેમાં તેની જે કંઈ કમાણી હતી તે બધી જ વપરાઈ ગઈ. એક પછી એક વર્ષો

પસાર થતાં ગયાં. તેના કાળા વાળ હવે રાખોડી થઈ રહ્યા હતા પણ હજુ પણ તે પોતાના શિકારની શોધમાં રખડ્યે રાખતો હતો. તેના મગજમાં માત્ર ને માત્ર એક જ વાત હતી કે જે બદલા માટે તેણે પોતાનું જીવન સમર્પિત કર્યું હતું તે તે પૂરો કરીને જ રહેશે. છેવટે તેની ધીરજે તેને ફળ આપી જ દીધું. ઓહિયોના ક્લિવલૅન્ડમાં તેને એક બારીમાં પોતાના દુશ્મનની એક ઝલક દેખાઈ ગઈ. આ તે જ લોકો હતા જેનો તે વર્ષોથી પીછો કરી રહ્યો હતો. મનમાં બદલો લેવાની આખીયે યોજના ઘડતો તે પોતાની ખસ્તાહાલ ધરમશાળામાં પાછો ફર્યો. પણ બન્યું એવું કે જે ક્ષણે જેફરસને ડ્રેબરને બારીમાં જોયો તે જ વખતે ડ્રેબરે પણ જેફરસનને શેરીમાં જોઈ લીધો હતો અને તેની આંખોમાં તેણે ખૂની ભાવ પણ વાંચી લીધા હતા. તેનું મોત આવે તે પહેલાં જ તે સ્ટ્રેન્ગરસન પાસે દોડી ગયો કે જે હવે તેનો અંગત સચિવ હતો. તેને તેણે જણાવ્યું કે તેમનો જૂનો હરીફ તેમના મોતનું ફરમાન લઈને આવી પહોંચ્યો હતો. તે જ સાંજે જેફરસન હોપને અટકાયતમાં લઈ લેવામાં આવ્યો અને જામીન કરવાવાળું કોઈ ન મળવાથી તેને થોડાં અઠવાડિયાં અટકાયતમાં જ રહેવું પડ્યું. છેવટે જ્યારે તેને છોડી દેવામાં આવ્યો ત્યારે તેણે ડ્રેબરના ઘરે જઈને જોયું તો ત્યાં કોઈ જ નહોતું. તે અને તેનો સચિવ યુરોપ જવા માટે રવાના થઈ ગયા હતા.

ફરી તે પોતાના દુશ્મનોને પકડવામાં નિષ્ફળ ગયો અને ફરી તેની તીવ્ર નફરતે તેમનો પીછો ચાલુ રાખવા તેને પ્રેર્યો. ફરી તેની પાસે નાણાં ખલાસ થઈ ગયાં. ફરી તેણે કામ પર વળગવું પડ્યું અને તે એક એક ડૉલર પોતાના યુરોપના પ્રવાસ માટે બચાવવા માંડ્યો. છેવટે જીવવા પૂરતું નાણું ભેગું કરી તે યુરોપ તરફ રવાના થયો અને નગરે નગરે પોતાના દુશ્મનોનો પત્તો લગાવતો આગળ વધવા લાગ્યો. જ્યારે તે સેન્ટ પિટ્સબર્ગ પહોંચ્યો ત્યારે તેઓ પેરિસ જવા રવાના થઈ ગયા હતા અને તેમનો પીછો કરી જ્યારે તે પેરિસ પહોંચ્યો ત્યારે તેની જાણમાં આવ્યું કે તેઓ હાલમાં જ લંડન જવા નીકળી ગયા હતા. છેવટે તેણે લંડનમાં તે લોકોને પકડી જ પાડ્યા. ત્યાં શું થયું તે તો આપણે વૃદ્ધ જેફરસનના મોઢેથી જ સારી રીતે જાણી શકીશું અને તેની શબ્દશઃ નોંધ ડૉ. વોટસનની નોંધપોથીમાંથી મળી જશે જેના માટે આપણે તેમના ખૂબ આભારી છીએ.

❖

પ્રકરણ ૬

જોહ્ન વૉટસન, એમ.ડી.ની નોંધપોથીમાંનું જેફરસન હોપનું એકરારનામું

અમારા બંધકના ઉગ્ર પ્રતિકારમાં અમને અમારા માટે કોઈ પણ પ્રકારની ક્રૂરતા નહોતી જણાતી. જ્યારે તેણે જાણ્યું કે તે હવે કંઈ જ કરી શકે તેમ નથી ત્યારે તેણે સૌજન્યશીલ સ્મિત કર્યું અને એવી ચિંતા પણ વ્યક્ત કરી કે આખીયે મારધાડમાં તેનાથી અમારામાંનું કોઈ ઘવાયુ તો નહોતું ને ! "મારા ખ્યાલથી હવે તમે મને પોલીસથાણે લઈ જશો," તેણે શૅરલૉક હોમ્સને કહ્યું, "મારી ઘોડાગાડી બારણા આગળ જ ઊભી છે, જો તમે મારા પગ છોડી નાખો તો હું જાતે જ નીચે જતો રહીશ, હું કંઈ તમે ઊંચકી શકો તેટલો હળવો નથી."

ગ્રેગ્સન અને લેસ્ટ્રેડે એકબીજા સામે જોયું અને તેમને લાગ્યું કે તેની આ કોઈ ચાલાકી હશે, પણ હોમ્સે તરત જ કેદીના કહેવા પ્રમાણે તેના પગ છોડી દીધા. તે ઊભો થયો અને પોતાના પગ લંબાવી ખાતરી કરી કે તેના પગ હવે ખરેખર જ છોડી દેવામાં આવ્યા હતા. જ્યારે મેં તેને ધ્યાનથી જોયો ત્યારે મને ખ્યાલ આવ્યો કે મેં ભાગ્યે જ આવો કોઈ મજબૂત બાંધાનો માણસ જોયો હશે. તીવ્ર તડકાથી બળી ગયેલા તેના ચહેરા પરના દૃઢનિશ્ચયી ભાવ અને ઊર્જા બન્ને તેની વ્યક્તિગત તાકાત જેવાં જ પ્રચંડ હતાં.

"જો પોલીસ ખાતામાં વડા અધિકારીની જગ્યા ખાલી હોય તો તમે જ તેને લાયક છો," તેણે કોઈ પણ જાતના ડોળ વગર મારા સાથીનાં વખાણ કર્યાં, "મારી બાબતમાં તમે જે તાકીદ રાખી છે તે ખરેખર અદ્ભુત છે."

"તમારે હવે મારી સાથે આવવું પડશે," હોમ્સે પેલા બે જાસૂસોને કહ્યું.

"ઘોડાગાડી હું ચલાવી લઈશ," લેસ્ટ્રેડે કહ્યું.

"સરસ ! અને ગ્રેગ્સન મારી સાથે અંદર બેસશે. તું પણ ડૉક્ટર. તેં આ મામલામાં ખૂબ રસ દાખવ્યો છે હવે છેવટ સુધી તેને વળગી રહેવું પડશે."

મેં ખુશ થતાં મંજૂરી દર્શાવી અને અમે બધા એકસાથે નીચે ઊતર્યા. અમારા બંધકે ભાગી જવાનો કોઈ જ પ્રયાસ ન કર્યો પણ ખૂબ જ શાંતિથી ઘોડાગાડીમાં બેસી ગયો કે જે તેની જ ઘોડાગાડી હતી અને અમે પણ તેની પાછળ પાછળ ઘોડાગાડીમાં પ્રવેશ્યા. લેસ્ટ્રેડે ચાલકની બેઠક લીધી અને થોડીક જ વારમાં અમને પોલીસ સ્ટેશને પહોંચાડી દીધા. અમને દરવાન દ્વારા નાનકડા ઓરડામાં લઈ જવામાં આવ્યા જ્યાં પોલીસ ઈન્સ્પેક્ટરે કેદીનું નામ અને જે બે માણસોની હત્યાના ગુના હેઠળ તેની ધરપકડ કરવામાં આવી તેમનાં નામ નોંધ્યાં. અધિકારી એક ધોળા ચહેરાવાળો લાગણીહીન માણસ હતો જે પોતાની ફરજ ખૂબ નિરસ અને યાંત્રિક રીતે બજાવી રહ્યો હતો. “કેદીને અઠવાડિયામાં જ ન્યાયાધીશની પેનલ સમક્ષ હાજર કરવામાં આવશે,” તેણે કહ્યું, “તે સમય દરમિયાન, શ્રીમાન જેફરસન, તમારે કંઈ કહેવું છે ? હું તમને ચેતવણી આપું છું કે જે કંઈ પણ તમે કહેશો તે નોંધી લેવામાં આવશે અને જરૂર પડ્યે તમારી વિરુદ્ધ વાપરવામાં આવશે.”

“મારે ઘણું બધું કહેવાનું છે,” અમારા કેદીએ ધીમેથી કહ્યું, “તમને બધાને હું સંપૂર્ણ વાત જણાવવા માગું છું.”

“શું તમે તે તમારા પર ચાલનારા મુકદ્દમા સુધી બચાવી રાખવા નથી ઈચ્છતા ?” ઈન્સ્પેક્ટરે પૂછ્યું.

“મારા પર ક્યારેય મુકદ્દમો નહીં ચાલે,” તેણે જવાબ આપ્યો, “તમારે ગભરાવાની જરૂર નથી. હું કંઈ આત્મહત્યાનું નથી વિચારી રહ્યો. શું તમે એક ડૉક્ટર છો ?” તેણે પોતાની વેધક નજર મારી તરફ ફેરવતાં પોતાનો છેલ્લો પ્રશ્ન પૂછ્યો.

“હા, હું ડૉક્ટર છું,” મેં જવાબ આપ્યો.

“તો પછી તમારો હાથ અહીં મૂકો,” તેણે સ્મિત કરતાં પોતાનું હાથકડીવાળું કાંડું મારી તરફ ધરતાં કહ્યું.

મેં તેમ કર્યું, અને ખૂબ ધ્યાનપૂર્વક અંદર ચાલતા ધબકારાની તપાસ કરી. તેની છાતીની દીવાલો જાણે અંદર કોઈ શક્તિમાન યંત્ર કામ કરી રહ્યું હોય તેમ થડકી રહી હતી. ઓરડાની શાંતિમાં હું અંદરથી આવતા એક નિરુત્સાહ ધ્વનિને સાંભળી શકતો હતો.

“અરે,” મેં જોરથી કહ્યું, “તમને તો ધોરીનસમાં સોજાની તકલીફ લાગે છે !”

“તેમણે પણ તેવું જ કહ્યું હતું,” તેણે સૌમ્યતાથી કહ્યું. “હું ગયા અઠવાડિયે એક ડૉક્ટર પાસે ગયો હતો અને તેમણે મને કહ્યું હતું તે થોડા દિવસ પહેલાં જ ફાટી ગઈ છે. છેલ્લાં કેટલાંય વર્ષોથી મારી આવી હાલત છે. મને તે ઘણો સમય સોલ્ટ લેઈક સીટીમાં તડકામાં રહેવાથી અને ભૂખ્યા રહેવાથી થયું છે. મેં મારું કામ કરી લીધું છે. હવે મને હું કેટલો જલદી મરું છું તેની કંઈ જ પડી નથી પણ જે કંઈ પણ થયું તેનો હું ખુલાસો આપવા માગું છું. હું નથી ઈચ્છતો કે મને એક સામાન્ય ખૂની તરીકે ઓળખવામાં આવે.”

ઈન્સ્પેક્ટર અને પેલા બે જાસૂસે કેદીને પોતાની વાત કહેવા દેવા પર એક ઉતાવળી ચર્ચા કરી લીધી.

"ડૉક્ટર, તમને લાગે છે કે તેમાં તત્કાળ કોઈ જોખમ રહેલું છે ?" ઈન્સ્પેક્ટરે મને પૂછ્યું.

"હા, ઘણેભાગે તેવું જ લાગે છે," મેં જવાબ આપ્યો.

"આવી સ્થિતિમાં ન્યાયના હિત ખાતર અમારી એ ફરજ બને છે કે અમારે તેનું નિવેદન લઈ લેવું જોઈએ." ઈન્સ્પેક્ટરે કહ્યું, "હવે સાહેબ, તમે તમારી વાત કહેવા સ્વતંત્ર છો જેના માટે હું ફરી તમને ચેતવણી આપું છું કે તેનો ઉપયોગ તમારી વિરુદ્ધ થઈ શકે છે."

"તમારી ઈચ્છા હોય તો હું હવે બેસવા ઈચ્છીશ," કેદીએ બેસતાં કહ્યું, "ધમનીના સોજાની મારી આ બીમારીથી મને જલદી થાક લાગી જાય છે અને આપણા વચ્ચે અડધા કલાક પહેલાં જે ઝપાઝપી થઈ તેનાથી મારી હાલત ઓર કથળી ગઈ છે. હું હવે મોતના દરવાજે ઊભો છું અને હવે હું તમારી સાથે કોઈ જ જુઠ્ઠાણું નહીં બોલું. જે એક એક શબ્દ હું બોલી રહ્યો છું તે બધા જ સાચા છે અને તમે તેનો શું ઉપયોગ કરશો તેની મને કશી જ પડી નથી."

આ શબ્દો સાથે જેફરસન હોપે પોતાની ખુરશીમાં ટેકો લીધો અને પોતાની કથની કહેવાની શરૂ કરી. તે ખૂબ જ ઠંડક અને પદ્ધતિસરનું બોલી રહ્યો હતો. તેણે વર્ણવેલો આખોયે ઘટનાક્રમ સાવ સામાન્ય લાગતો હતો. હું આ આખાયે ઘટનાક્રમની ચોકસાઈ વિષે ખાતરી આપી શકું છું કારણ કે લેસ્ટ્રેડની નોંધપોથીમાંથી મેં તે મેળવ્યું છે જેમાં કેદીના શબ્દોને તેવા ને તેવા જ ટપકાવવામાં આવ્યા છે જેવા તેણે બોલ્યા હતા.

"આ લોકોને હું શા માટે આટલી નફરત કરું છું તે તમારા માટે જરા પણ મહત્ત્વનું નથી," તેણે કહ્યું; "મારા માટે તેટલું જ પૂરતું હતું કે તેઓ બે મોતના અપરાધીઓ હતા - એક પિતા અને પુત્રી - અને તેના માટે જ તેમણે પોતાના જીવ ગુમાવ્યા છે. તેમના ગુના બાદ ઘણો બધો સમય પસાર થઈ ગયો, કોઈ પણ ન્યાયાલય દ્વારા મને તેમના ગુના સામે ન્યાય મળે તે મારા માટે અપૂરતું હતું. મને તેમના ગુનાનું ભાન હતું અને માટે ન્યાય મેળવવા મારે ખુદ ન્યાયાધીશ, પંચ અને જલ્લાદનો ભાગ ભજવવો પડ્યો. જો તમારામાં માનવતા હોત અને તમે મારી જગ્યાએ હોત તો તમે પણ તેમ જ કરત.

"જે છોકરીની મેં વાત કરી તેની સાથે આજથી વીસ વર્ષ પહેલાં હું પરણવાનો હતો. તેણી પર ડ્રેબર સાથે લગ્ન કરવાનું દબાણ કરવામાં આવ્યું અને તેણી ભાંગી પડી. મેં તેના મૃતશરીરની આંગળીમાંથી વિવાહની વીંટી ઉતારી લીધી અને તે વખતે મેં સમ ખાધા કે હું તે બન્નેને તેની સજા આપીને જ રહીશ. મેં તેને મારી સાથે રાખી અને ડ્રેબર અને તેના સાથીનો પીછો કરતો કરતો હું બન્ને ખંડમાં તેમને પકડી ન પાડ્યા ત્યાં સુધી

ફરતો રહ્યો. તેમણે વિચાર્યું કે તેઓ મને થકવી નાખશે પણ તેઓ તેમ નહોતા કરી શકવાના. જો હું કાલે મરી જઈશ - જો કે તેવું જ થવાનું છે, તો હું તેવી ખાતરી સાથે મરીશ કે હું જે કામ માટે જીવતો હતો તે પૂર્ણ કરીને જ મર્યો છું. તેઓ મારા હાથે નાશ પામ્યા છે. મારા માટે હવે કોઈ આશા કે ઈચ્છા આ જગતમાં બચી નથી.

"તેઓ ધનવાન હતા અને હું ગરીબ, માટે તેમનો પીછો કરવો મારા માટે કોઈ સરળ વાત નહોતી. જ્યારે હું લંડન પહોંચ્યો ત્યારે હું ખાલીખમ થઈ ગયો હતો અને માટે મેં વિચાર્યું કે મારે હવે કંઈક કામ શોધી લેવું જોઈએ કે જેથી કરીને હું મારું ગુજરાન ચલાવી શકું. મારા માટે ઘોડો હંકારવો તેટલું જ સ્વાભાવિક હતું જેટલું કે કોઈ માણસ માટે ચાલવું. માટે મેં ઘોડાગાડીના માલિક પાસે કામની અરજ કરી અને થોડાક જ સમયમાં મને કામ મળી ગયું. હું અમુક ચોક્કસ રકમ મારા માલિકને આપી દેતો હતો અને તેના ઉપરની જે રકમ મને મળતી તેનાથી મારું ગુજરાન ચલાવતો. તે રકમ કંઈ વધારે નહોતી પણ હું તેમાં ચલાવી લેતો અને તેમાંથી થોડી બચત પણ કરી લેતો. મારા માટે સૌથી અઘરી વાત એ હતી કે હું આ શહેરના રસ્તા સારી રીતે નહોતો જાણતો, કારણ કે રસ્તાઓ ખૂબ ગૂંચવણ ભરેલા હતા. હું મારી પાસે શહેરનો નકશો રાખતો. પહેલાં તો મેં મૂળભૂત હોટલો અને સ્ટેશનોના રસ્તા ધ્યાનમાં રાખી લીધા અને ધીમે ધીમે બધું જ સરળ થઈ ગયું.

"થોડા સમય પહેલાં જ મને ખબર પડી કે હું જે બે માણસોની શોધ કરી રહ્યો હતો તેઓ ક્યાં રહેતા હતા. જો કે મેં તેના માટે ઘણી બધી પૂછપરછ કરી ત્યાર બાદ જ મને તેમની ભાળ મળી હતી. તેઓ કેમ્બરવેલની કોઈક લોજમાં રોકાયા હતા જે નદીની બીજી બાજુ આવેલી હતી. એકવાર મેં તેમને શોધી કાઢ્યા પછી મને વિશ્વાસ થઈ ગયો કે તેઓ હવે મારા સકંજામાં જ હતા. મેં મારી દાઢી વધારી લીધી હતી માટે તેઓ મને ઓળખી કાઢે તેવી કોઈ જ શક્યતા નહોતી. હું હંમેશા તેમના પર મારી નજર રાખતો અને તક મળવાની રાહ જોતો રહેતો. મને ખાતરી હતી કે આ વખતે તેઓ મારાથી નહીં છટકી શકે.

"તેઓ મારી ખૂબ નજીક હતા. તેઓ લંડનમાં ગમે ત્યાં જાય, હું હંમેશા તેમની પાછળ રહેતો. ક્યારેક ઘોડાગાડીમાં પીછો કરતો તો ક્યારેક ચાલતાં, પણ ઘોડાગાડીમાં પીછો કરવો મારા માટે સારો રહ્યો કારણ કે તેનાથી તેઓ મારાથી દૂર નહોતા જઈ શકતા. વહેલી સવારે કે મોડી રાત્રે આ બે જ સમયે હું સારી કમાણી કરી શકતો હતો. માટે મારા માલિકને હું પૂરતી રકમ નહોતો આપી શકતો. જો કે મને તેની કોઈ જ ચિંતા નહોતી, કારણ કે વહેલા મોડી હું મારા માણસો પર તરાપ મારવાનો જ હતો.

"તેઓ હોશિયાર હતા. તેમણે વિચાર્યું જ હશે કે તેમનો પીછો થવાની સંભાવના હતી માટે તેઓ ક્યારેય એકલા બહાર નહોતા નીકળતા અને રાત્રિ બાદ પણ તેઓ

બહાર નહોતા નીકળતા. બે અઠવાડિયાં સુધી હું તેમનો રોજ પીછો કરતો રહ્યો પણ તેમને ક્યારેય એકલા નહોતો ભાળતો. ડ્રેબર તો અડધો વખત પીધેલી હાલતમાં જ રહેતો, પણ સ્ટ્રેન્ગરસન તો મટકું પણ નહોતો મારતો. હું તેમને વહેલી સવારે અને મોડી રાત્રે ઘણી વાર જોતો પણ મને ક્યારેય મોકો નહોતો મળતો. જો કે હું જરા પણ નિરાશ નહોતો થતો કારણ કે મારા અંતરમાંથી એક અવાજ આવતો કે સમય હવે પાકી ગયો હતો. મને માત્ર એક જ ચિંતા સતાવી રહી હતી કે મારી આ બીમારી મને મારું કામ પતાવ્યા પહેલાં મારી ન નાખે.

"છેવટે એક સાંજે જ્યારે હું ટોર્કોય ટેરેસ શેરીમાંથી હંકારી રહ્યો હતો ત્યારે એક બગીવાળી ઘોડાગાડી મેં તે લોજના બારણા આગળ ઊભેલી જોઈ. ઘોડાગાડી પર સામાન મુકાઈ રહ્યો હતો અને ત્યાર બાદ ડ્રેબર અને સ્ટ્રેન્ગરસન પણ તેની પાછળ પાછળ આવ્યા અને ઘોડાગાડી પર સવાર થઈ રવાના થયા. મેં મારી ઘોડાગાડી પણ હંકારી અને ચોક્કસ અંતર રાખી તેમનો પીછો કરવા લાગ્યો. મને ડર લાગી રહ્યો હતો કે ક્યાંક તેઓ પોતાનો મુકામ તો નહોતા બદલી રહ્યા ને ? હ્યુસ્ટન સ્ટેશને તેઓ ઘોડાગાડીમાંથી ઊતરી ગયા. મેં મારી ઘોડાગાડીનું ધ્યાન રાખવા એક છોકરાને ઊભો રાખ્યો અને હું તેમની પાછળ પાછળ પ્લૅટફૉર્મ પર ગયો. મેં તેમને લિવરપુલની ટ્રેન વિષે પૂછતાં સાંભળ્યા. મેં જમાદારને તેમને એક ગાડી જતી રહી અને કેટલાક કલાક સુધી બીજી કોઈ ટ્રેન નહીં મળે તેવું કહેતાં સાંભળ્યો. આ સાંભળી સ્ટેન્ગરસન અકળાઈ ગયો પણ ડ્રેબરને તો આનંદ થયો હોય તેવું લાગ્યું. હું તેમની ખૂબ નજીક હતો, એટલો નજીક કે હું તેમની એક એક વાત સાંભળી શકતો હતો. ડ્રેબરે કહ્યું કે તેને શહેરમાં થોડું કામ હતું, અને જો પેલો તેની રાહ જુએ તો તે થોડી જ વારમાં તેની સાથે પાછો જોડાઈ જશે. તેના સાથીએ તેની સાથે જવાની જીદ કરી અને તેને યાદ અપાવ્યું કે તેમણે એકબીજાને વળગી રહેવાનું નક્કી કર્યું હતું. ડ્રેબરે જવાબ આપ્યો કે વાત થોડી નાજુક હતી માટે તેણે એકલાએ જ જવું પડશે. સ્ટ્રેન્ગરસને શું કહ્યું તે હું ન સમજી શક્યો, પણ ડ્રેબરે તો તેને તતડાવવા માંડ્યો કે સ્ટ્રેન્ગરસન તેના નોકરથી વિશેષ કંઈ જ નહોતો માટે તેણે તેની સાથે જવાનો આગ્રહ ન રાખવો જોઈએ. માટે તેના સચિવે વાત પડતી મૂકી અને તેના સાહેબને સમજાવ્યું કે જો તે છેલ્લી ટ્રેન ચૂકી જાય તો તે તેને હાલિડેઝ પ્રાઇવેટ હોટલમાં મળે; જેના જવાબમાં ડ્રેબરે કહ્યું કે તે પ્લૅટફૉર્મ પર અગિયાર વાગ્યા પહેલાં હાજર થઈ જશે. આમ કહેતાં તે ત્યાંથી જતો રહ્યો.

"જે ઘડીની હું આજ સુધી રાહ જોઈ રહ્યો હતો તે આવી ગઈ હતી. મારો દુશ્મન મારા સકંજામાં હતો. બે જણ ભેગા હોત તો તેઓ એકબીજાને બચાવી શકે તેમ હતા પણ એકલા તો તેઓ મારી દયા પર જ નિર્ભર હતા. મેં ઉતાવળું કોઈ જ પગલું ન ભર્યું. મારી યોજના ઘડાઈ ગઈ હતી. જ્યાં સુધી ગુનેગારને કોણ મારી રહ્યું છે તેનું અને શા માટે તેને

મારી રહ્યું તેનું તેને ભાન ન થાય ત્યાં સુધી બદલો લેવાનો સંતોષ નથી મળતો. મેં મારી યોજના ઘડી લીધી હતી, મારે મારા ગુનેગારને તેણે કેવો ગુનો કર્યો હતો, તેણે મારી સાથે કેવું ખોટું કર્યું હતું, અને તેના જૂના પાપે તેને શોધી લીધો હતો તેનું ભાન કરાવવું હતું. થોડા દિવસ પહેલાં મને સારી તક મળી ગઈ હતી. થયું હતું એવું કે એક વ્યક્તિ જે બ્રિક્સટન રોડ પર ઘરની શોધમાં હતો તે મારી ઘોડાગાડીમાં કોઈક ઘરની ચાવી ભૂલી ગયો હતો. તેણે તે જ સાંજે ચાવી માટે દાવો કર્યો અને ત્યારે મેં તેને ચાવી પાછી પણ આપી દીધી હતી. પણ તે પહેલાં મેં તે ચાવીની છાપ લઈ લીધી હતી અને તેની નકલ બનાવડાવી લીધી હતી. આ કરવાનો એક માત્ર ઉદ્દેશ એ હતો કે હું તે જગ્યાએ કોઈની પણ ખલેલ વગર મારું કામ પાર પાડી શકું. હવે ડ્રેબરને તે જગ્યાએ કઈ રીતે લઈ જવો તે મારા માટે એક મોટો પ્રશ્ન હતો.

"સ્ટેશનથી નીકળીને તે સીધો દારૂની બે-ત્રણ દુકાને ફર્યો તેમાંની છેલ્લી દુકાનમાં તે થોડો વખત રોકાયો. જ્યારે તે બહાર આવ્યો ત્યારે તે લથડાઈને ચાલતો હતો. તેણે ચિક્કાર દારૂ પીધેલો હતો. મારી સામે જ એક બગીવાળી ઘોડાગાડી ઊભી હતી તેણે તેને હાથ કર્યો અને તેના પર સવાર થઈ ગયો. હું તેની પાછળ પાછળ જ મારી ઘોડાગાડી હંકારી રહ્યો હતો. અમે વોટરલૂ બ્રિજ પાર કરી થોડાક માઈલ સુધી કેટલીયે શેરીઓ પાર કરીને મારા આશ્ચર્ય વચ્ચે અમે જ્યાંથી સ્ટેશન જવા નીકળ્યા હતા તે જ જગ્યાએ એટલે કે તેમણે જ્યાં આટલા દિવસ પોતાનું રોકાણ કર્યું હતું તે વિશી આગળ આવી ગયા. મને કોઈ જ અંદાજ નહોતો કે તે શા માટે અહીં પાછો આવ્યો હતો. મેં તે ઘરથી સો હાથ જેટલા છેટે મારી ઘોડાગાડી ઊભી રાખી. તે ઘરમાં પ્રવેશ્યો અને ઘોડાગાડી ત્યાંથી રવાના થઈ ગઈ. મહેરબાની કરીને મને એક પ્યાલો પાણી આપશો, વાતો કરતાં કરતાં મારું ગળું સુકાઈ ગયું છે."

મેં તેને પાણીનો પ્યાલો આપ્યો અને તેણે પાણી પી નીચે મૂકી દીધો.

"હવે સારું લાગે છે," તેણે કહ્યું, "પછી, હું ત્યાં પા-એક કલાક રોકાયો, કદાચ તેનાથી વધારે. પછી અચાનક જાણે ઘરમાં કોઈક ઝપાઝપી ચાલી રહી હોય તેવો અવાજ સંભળાયો. બીજી જ ક્ષણે ધડામ કરતાં બારણું ખૂલ્યું અને બે માણસો બહાર આવ્યા, તેમાંનો એક ડ્રેબર હતો અને બીજો કોઈક અજાણ્યો છોકરો હતો જેને મેં પહેલાં ક્યારેય નહોતો જોયો. તે છોકરાએ ડ્રેબરને કોલરેથી ઝાલ્યો હતો અને જ્યારે તેઓ દરવાજાના ઉંબરે આવ્યા ત્યારે તેણે ડ્રેબરને એક ફટકો અને એક લાત જોરથી મારી જેનાથી તે સીધો રસ્તા પર ધકેલાઈ ગયો. 'કૂતરા !' તેણે પોતાની લાકડી પછાડતાં બૂમ પાડી. 'એક ભલી છોકરીને અપમાનિત કરવા માટે હું તને બરાબરનો પાઠ ભણાવીશ.' તે તેને પોતાની લાકડી વડે બરાબરનો ફટકારી જ નાખત પણ પેલો લથડિયાં ખાતો ત્યાંથી નાઠો. તે જાણે જીવ બચાવીને ત્યાંથી ભાગ્યો હતો. તે શેરીના ખૂણા સુધી દોડ્યો અને ત્યાં તેને મારી

ઘોડાગાડી દેખાઈ. તેણે મને ઈશારો કર્યો અને ઘોડાગાડીમાં કૂદી પડ્યો. 'મને હોલીડેઝ પ્રાઈવેટ હોટેલ પર લઈ જા.' તેણે કહ્યું.

"જેવો તે મારી ઘોડાગાડીમાં ગોઠવાઈ ગયો કે મારું મન પ્રફુલ્લિત થઈ ઊઠ્યું, મને ડર લાગ્યો કે ક્યાંક આ સમયે મારી ધમનીની બીમારી મને દગો ન દઈ જાય. હું ધીમે ધીમે હંકારી રહ્યો હતો. મને તેમ કરવું જ યોગ્ય લાગ્યું. મારે તેને શહેરથી દૂર લઈ જવો પડશે અને ત્યાં જ હું તેની સાથે મારો હિસાબ ચૂકતે કરીશ. મેં આવું નક્કી કરી રાખ્યું હતું પણ તેણે જ મારું કામ સરળ કરી આપ્યું. તેને દારૂની એવી લત હતી કે તેણે જ મને સીમમાં દારૂના પીઠે લઈ જવા કહ્યું. તેણે મને બહાર તેની રાહ જોવા કહ્યું. ત્યાં તે પીઠું બંધ થયું ત્યાં સુધી રોકાયો અને જ્યારે તે બહાર આવ્યો ત્યારે તે એવી હાલતમાં હતો કે મને સમજાઈ ગયું કે આખોયે મામલો હવે મારા હાથમાં હતો.

"તમે એવું જરા પણ ન વિચારતા કે હું તેને ઠંડા કલેજે મારી નાખવા માગતો હતો. જો હું તેમ કરત તો તે એક કઠોર ન્યાય કહેવાત પણ હું તેમ ન કરી શક્યો. મેં પહેલેથી જ નક્કી કરી રાખ્યું હતું કે જો તેને પોતાનો જીવ બચાવવાની તક મળે તો તેને તે હક ચોક્કસ આપવો. અમેરિકામાંની મારી રખડપટ્ટી દરમિયાન મેં ઘણાં બધાં કામો કર્યાં હતાં. થોડા સમય માટે હું યોર્ક કોલેજની પ્રયોગશાળાની સંભાળ પણ રાખતો હતો અને સફાઈ પણ કરતો હતો. એક વાર એક પ્રાધ્યાપક વિવિધ જાતનાં ઝેર વિષે વ્યાખ્યાન આપી રહ્યા હતા. તે વખતે તેમણે તેમના વિદ્યાર્થીઓને કેટલાંક વનસ્પતિક ઝેર બતાવ્યાં. તેણે કહ્યા પ્રમાણે તે દક્ષિણ અમેરિકાનાં તીરો પરથી મેળવ્યાં હતાં અને તે એટલાં બધાં તીવ્ર હતાં કે તેના માત્ર રાઈ જેવા દાણાથી પણ તુરત મોત નીપજી શકે. મેં જોયું કે બધાના જતા રહ્યા બાદ પણ ઝેરની શીશીઓ ત્યાં પડી હતી. મેં તેમાંથી થોડીક લઈ લીધી. હું એક સારો કંપાઉન્ડર છું એટલે તે ઝેરની મેં નાની નાની ગોળી બનાવી લીધી. તે ગોળીઓને મેં એક શીશીમાં મૂકી જેમાં તેના જેવી જ દેખાતી ગોળીઓ હતી પણ તે ઝેરી નહોતી. તે વખતે જ મેં નક્કી કરી લીધું હતું કે જ્યારે ક્યારેય હું મારા આ બે શિકારને મળીશ ત્યારે તેમની સમક્ષ આ શીશી ધરીશ અને તેમાંથી એક ગોળી તેમને ખાવાની કહીશ અને એક ગોળી હું ખાઈશ. આ ઝેરથી થનારું મોત એટલું જ ખતરનાક હતું અને સાથે સાથે એટલું જ શાંત પણ હતું. તે દિવસથી હું ગોળીની તે શીશી મારી સાથે જ રાખતો હતો અને હવે તેને વાપરવાનો સમય આવી ગયો હતો."

"રાત્રીના બાર વાગવા આવ્યા હતા, રાત બિહામણી અને અંધારી હતી, ધોધમાર વરસાદ વરસી રહ્યો હતો. બહાર ભયંકર શાંતિ હતી. હું એટલો ખુશ હતો કે હું બૂમો પાડવા માગતો હતો. જો તમે પણ મારી જેમ વીસ વર્ષ સુધી કોઈ વસ્તુની શોધમાં હોવ અને તમે બસ તેને મેળવવાના જ હોવ તો તમે મારી લાગણીને ખૂબ સારી રીતે સમજી શકશો. મેં સિગારેટ સળગાવી અને મારી ઉત્તેજનાને કાબૂમાં રાખવા તેમાંથી એક કશ

લીધો. તેમ છતાં પણ મારા હાથ ધ્રૂજી રહ્યા હતા. મારું હૃદય જોરજોરથી ધડકી રહ્યું હતું. ઘોડાગાડી હંકારતી વખતે મારી સમક્ષ જુવાન લ્યૂસી અને વૃદ્ધ જોહ્ન ફેરિઅર ઊભા થઈ ગયા અને અંધારામાંથી મારી સામે હસી રહ્યાં હોય તેવું લાગ્યું. તમે અત્યારે મારી સમક્ષ બેઠા છો તેટલું જ વાસ્તવિક તે દૃશ્ય લાગતું હતું. આખાયે રસ્તે જ્યાં સુધી મેં મારી ઘોડાગાડી બ્રિક્સટન રોડ પરના ઘર આગળ ન રોકી ત્યાં સુધી તેઓ મારી આગળ ને આગળ રહ્યા.

"ત્યાં એક ચકલું પણ નહોતું ફરકી રહ્યું કે કોઈ અવાજ પણ નહોતો સંભળાતો. નિરવ શાંતિ હતી, માત્ર વરસાદના ટપકવાનો જ અવાજ સંભળાઈ રહ્યો હતો. જ્યારે મેં બારીમાંથી બગીમાં જોયું ત્યારે ડ્રેબર પીધેલી હાલતમાં જ ઊંઘી ગયો હતો. મેં તેને બાવડેથી ઢંઢોળ્યો, 'બહાર આવવાનો સમય થઈ ગયો છે, સાહેબ,' મેં કહ્યું.

" 'ઠીક છે, ઠીક છે." તેણે કહ્યું.

"મેં માન્યું કે તેને એમ હશે કે તેણે કહેલી હોટલ પર તે આવ્યો હતો કારણ કે તે બીજું કંઈ જ બોલ્યા વગર બહાર આવી ગયો અને મારી પાછળ પાછળ બગીચાના રસ્તા પર ચાલવા લાગ્યો. મારે તેની સાથે સાથે તેને સ્થિર રાખવા ચાલવું પડ્યું કારણ કે હજુ પણ તેને દારૂ ચડેલો જ હતો. દરવાજા આગળ આવી મેં દરવાજો ખોલ્યો અને આગળના રૂમમાં તેને દોરી ગયો. મેં તમને કહ્યું તે પ્રમાણે પેલાં બે બાપ-દીકરી પણ મારી આગળ આગળ ચાલી રહ્યાં હોય તેવો ભાસ મને થઈ રહ્યો હતો.

"ઘોર અંધકાર છે," તેણે પગ પછાડતાં કહ્યું.

"હું હમણાં જ અજવાળું કરું છું." મેં મારી સાથે લાવેલી મીણબત્તી સળગાવતાં કહ્યું, "હવે, શ્રીમાન એનોક ડ્રેબર," મેં તેની તરફ ફરતાં અને મીણબત્તીનો પ્રકાશ મારો ચહેરો સ્પષ્ટ દેખાય તેમ રાખી મારી વાત શરૂ કરી, "હું કોણ છું ?"

"તેણે મારી સામે ઝાંખી અને પીધેલી આંખે થોડી વાર ટીકીટીકીને જોયે રાખ્યું, અને પછી મેં તેના ચહેરા પર જે ભય જોયો. તેનો આખો ચહેરો બદલાઈ ગયો હતો. તે પરથી મને ખ્યાલ આવી ગયો કે તે મને ઓળખી ગયો હતો. તે આઘાતથી થોડો પાછો ધકેલાયો. તેને પરસેવો છૂટી ગયો. તેની આવી હાલત જોઈ મેં દરવાજાનો ટેકો લેતાં તેના પર એક લાંબુ અટ્ટહાસ્ય કર્યું. મેં એવું સાંભળ્યું હતું કે વેર વાળવું એ એક ખૂબ શાતા આપતી બાબત છે પણ મારી જે અનુભૂતિ હતી તે તો એથી પણ સુંદર હતી."

" 'કૂતરા !' હું તાડૂક્યો; 'હું તારી પાછળ છેક સોલ્ટ લેઈક સીટીથી તે સેન્ટ પિટ્સબર્ગ સુધી આવી પહોંચ્યો પણ દર વખતે તું છટકી જતો હતો. હવે તારા ભાગવાનો અંત આવી ગયો છે, કારણ કે હવે કાં તો હું અથવા તો તું બેમાંથી એક જણ ફરી ક્યારેય આવતીકાલનો સૂરજ નહીં જુએ.' મારા આવા વેણથી તે ઓર પાછો ધકેલાયો અને હું તેના ચહેરા પરના ભાવોથી પારખી શક્યો કે તે મને પાગલ સમજી રહ્યો હતો અને હું

ખરેખર પાગલ જ થઈ ગયો હતો. મારું લમણું હથોડાની જેમ સણકી રહ્યું હતું. મને લાગ્યું કે જો મારી નસકોરી નહીં ફાટે અને મને રાહત નહીં મળે તો મને વાઈ આવી જશે.

'અત્યારે તું લ્યૂસી ફેરિઅર વિષે શું વિચારે છે ?' મેં બારણાને તાળું મારતાં અને ચાવી તેની સામે ઉછાળતાં બૂમ પાડી. 'સજા તને ઘણી મોડી થઈ રહી છે પણ છેવટે સમય તો આવી જ ગયો.' હું જોઈ શકતો હતો કે તેના હોઠ ધ્રૂજી રહ્યા હતા. તે પોતાના જીવન માટે ભીખ માંગત પણ તેને ખબર હતી કે તેનાથી કશું જ નહોતું વળવાનું.

'તું મને મારી નાખીશ ?' તેણે થથરતાં પૂછ્યું.

'હું કોઈ ખૂન નથી કરવાનો,' મેં જવાબ આપ્યો, 'હત્યાની અહીં કોણ વાત કરી રહ્યું છે, પાગલ કૂતરા ? તેના મૃત પિતા પાસેથી તેણીને લઈ જઈને તારા ઘૃણાસ્પદ અને બેશરમ જનાનખાનામાં રાખતી વખતે તે વળી મારી બિચારી લ્યૂસી પર કઈ દયા રાખી હતી ?'

'મેં કંઈ તેણીના પિતાને નહોતા માર્યા,' તેણે બૂમ પાડી.

'પણ તેણીના નિર્દોષ હૃદયના ટુકડા તો તેં જ કર્યા હતા,' મેં તેની સમક્ષ ગોળીની શીશી મૂકતાં કહ્યું, 'ચાલ આપણે ભગવાનને જ ન્યાય તોળવાનું કહીએ. આમાંથી એક ગોળી પસંદ કર અને ખા. એકમાં મોત છે બીજીમાં જીવન. તું જે નહીં લે તે હું લઈશ. જો દુનિયામાં ક્યાંય પણ ન્યાય હોય તો આપણે તેના પર જ બધું છોડીએ.'

'તે ચીસો પાડવા માંડ્યો અને માફીની યાચના કરવા લાગ્યો પણ મેં તેના પર કોઈ ધ્યાન ન આપ્યું અને મારું ચપ્પુ કાઢી તેના ગળા પર ધરી દીધું અને તેને ગોળી લેવાની ફરજ પાડી અને બાકી રહેલી બીજી ગોળી હું ગળી ગયો. એકાદ બે મિનિટ અમે એકબીજાની સામે તાકી રહ્યા અને રાહ જોતા રહ્યા કે કઈ ગોળી મોતની હતી અને કઈ જીવનની. તેના ચહેરા પર તરી આવેલી મોતની રેખાઓ હું ક્યારેય વીસરી નહીં શકું. તેનો ચહેરો જોતાં મને ખ્યાલ આવી ગયો કે તેની રગોમાં ઝેર હતું. આ દૃશ્ય જોતા હું ખડખડાટ હસવા લાગ્યો. પછી તેની નજર સામે મેં લ્યૂસીની વિવાહવીંટી ધરી. તે ક્ષણિક હતું કારણ કે ઝેરની અસર ખૂબ ઝડપી હતી. પીડાથી તેનો ચહેરો મરડાઈ ગયો. તેણે પોતાના હાથ હવામાં ઉછાળ્યા. થોડો લથડ્યો અને પછી એક કારમી ચીસ પાડી પોતાના ભારેખમ શરીર સાથે ભોંય પર પટકાયો.મેં તેને મારા પગ વડે ચત્તો કર્યો અને તેના હૃદય પર હાથ મૂક્યો. કોઈ ધબકાર નહોતા. તે મરી ગયો હતો !

"મારી નસકોરી ફૂટી ગઈ અને મારું લોહી વહેવા લાગ્યું પણ મેં તે પર જરા પણ ધ્યાન ન આપ્યું. મને નથી ખબર કે એવી તે કઈ પ્રેરણા હતી જેનાથી દોરાઈને મેં તે લોહીથી દીવાલ પર તે શબ્દો લખ્યા. કદાચ પોલીસને ગેરમાર્ગે દોરવાના કોઈ અનોખા ખ્યાલથી મેં આવું કર્યું હોય. મેં ન્યૂ યોર્કમાં એક જર્મન માણસને જોયો હતો જેના ઉપર આરએસીએચઈ લખ્યું હતું અને તે વખતે સમાચારપત્રોમાં એવી દલીલો કરવામાં આવી

હતી કે કોઈ ગુપ્ત સંસ્થાનું આ કૃત્ય હતું. મને લાગ્યું કે તે ન્યૂયોર્કવાસીઓ માટે એક ઉખાણું બની ગયું હતું તો લંડનવાસીઓ માટે પણ તેમ જ થશે, માટે મેં મારા જ લોહીમાં મારી આંગળી ડુબાડી અને તેને દીવાલ પર લખી માર્યું. પછી હું મારી ઘોડાગાડી તરફ ચાલતો થયો. ત્યાં કોઈ જ નહોતું અને રાત હજુ પણ તેટલી જ ભેંકાર હતી. મેં હજુ થોડે દૂર મારી ઘોડાગાડી હંકારી હશે અને જે ખિસ્સામાં હું લ્યૂસીની વીંટી રાખતો હતો તેમાં મારો હાથ અનાયાસે પડતાં મને ખબર પડી કે વીંટી ખિસ્સામાં નહોતી. એક ઘડી હું કંપી ગયો, કારણ કે તેની યાદગીરીરૂપ તે એકમાત્ર ચીજ મારી પાસે હતી. મને લાગ્યું કે જ્યારે હું ડ્રેબરના શરીર પર નમ્યો ત્યારે જ તે ત્યાં પડી ગઈ હોવી જોઈએ. હું પાછો તે બાજુ હંકારી ગયો અને ઘોડાગાડી બાજુની શેરી પર છોડી હું તે ઘર તરફ બિંદાસ જવા લાગ્યો, કારણ કે તે વીંટીને મેળવવા માટે હું કંઈ પણ કરવા તૈયાર હતો. જ્યારે હું ત્યાં પહોંચ્યો ત્યારે હું ઘરમાંથી બહાર આવતા એક પોલીસ અધિકારીના હાથમાં જ પડવા જઈ રહ્યો હતો. તેની શંકાથી બચવા માટે મેં એક ચિક્કાર દારૂ પીધેલા દારૂડિયા હોવાનો ડોળ કર્યો.

આ રીતે એનોક ડ્રેબરનો અંત આવ્યો. જે બધું મેં ડ્રેબર સાથે કર્યું હતું તે જ બધું હવે મારે સ્ટ્રેન્ગરસન સાથે કરવાનું હતું અને વૃદ્ધ જોહ્ન ફેરિઅરનો બદલો વાળવાનો હતો. મને ખબર હતી કે તે હોલિડેઝ પ્રાઈવેટ હોટેલમાં રોકાયો હતો. મેં આખો દિવસ તે જગ્યા પર નજર રાખી પણ તે બહાર નહોતો આવ્યો. મને લાગ્યું કે ડ્રેબર સમયસર તેની સમક્ષ હાજર ન થતાં તેને કંઈક અજુગતું બનવાની શંકા ગઈ હશે. તે સ્ટ્રેન્ગરસન હતો, તે એક શાતિર માણસ હતો. તે હંમેશા પોતાની જાતને બચાવતો રાખતો હતો. પણ જો તે એવું વિચાર તો હોય કે અંદર રહીને તે મારાથી બચી જવાનો હતો તો તે તેની ભૂલ હતી. થોડી જ વારમાં મને ખબર પડી ગઈ કે પાછળની બારીઓમાં કઈ બારી તેના ઓરડાની હતી અને પછીની વહેલી સવારે જ મેં તેનો ફાયદો ઉઠાવ્યો. હોટલની પાછળની બાજુએ પડતી નિસરણી પર થઈને હું તેના ઓરડામાં પ્રવેશ્યો. મેં તેને ઊંઘમાંથી જગાડ્યો અને તેને જણાવ્યું કે વર્ષો પહેલાં તેણે જે હત્યા કરી હતી તેનો બદલો વાળવાનો સમય આવી ગયો હતો. મેં તેની સમક્ષ ડ્રેબરના મોતનું વર્ણન કર્યું અને તેને પણ મેં ડ્રેબરની જેમ ઝેરની ગોળી પસંદ કરવાનો અવસર આપ્યો. તેણે આપવામાં આવેલા વિકલ્પોની પસંદગી કરવાની જગ્યાએ પથારીમાંથી છલાંગ મારીને સીધી મારા પર તરાપ મારી. આત્મરક્ષા માટે મેં તેના હૃદયમાં ચપ્પુથી ઘા કર્યો. સામાન્ય કિસ્સામાં આવું જ બનતું હોય છે કારણ કે પરમાત્મા પરમેશ્વરની જ એવી ઈચ્છા હશે કે તે તેના પાપી હાથો વડે ઝેરની ગોળીને ન અડે ને સીધો જ મોતને ભેટે.

"મારે હજુ પણ થોડું કહેવું છે તે કહીને મારી વાતનો અંત આવશે. ત્યાર બાદ એક બે દિવસ મેં ફરી ઘોડાગાડી ચલાવવાનું ચાલુ રાખ્યું કે જેથી કરીને અમેરિકા પાછા

ફરવા જેટલી વ્યવસ્થા હું કરી શકું. હું ઘોડાગાડી લઈને ઊભો જ હતો અને ત્યાં એક ચીંથરેહાલ માણસ આવ્યો, જેણે કહ્યું કે કોઈ જેફરસન હોપની ઘોડાગાડી કોઈક વ્યક્તિ ૨૨૧બી, બેકરસ્ટ્રીટમાં મંગાવે છે. હું કોઈ પણ શંકા કે નુકસાનના ભય વગર ત્યાં પહોંચી ગયો અને આ માણસે મને સાવ જ સફાઈથી મારા હાથમાં હાથકડીઓ પહેરાવી દીધી. આ છે મારી આપવીતી, ભાઈઓ. તમે ભલે મને એક હત્યારા તરીકે માનો પણ હું જાણું છું કે હું તમારા જેવો જ ન્યાયનો એક અધિકારી છું.''

તેનું વર્ણન કમકમાટી ઉપજાવે તેવું હતું અને તેનું વર્તન એટલું પ્રભાવી હતું કે અમે થોડી ક્ષણો માટે મૂંગા થઈ ગયા. અરે, પેલા વ્યવસાયી જાસૂસો પણ તેના દ્વારા વર્ણવવામાં આવેલી તેની આપવીતી સાંભળવામાં મગ્ન થઈ ગયા હતા. તેની આપવીતીના અંતે અમે થોડી ક્ષણો સાવ સૂનમૂન રહ્યા, માત્ર લેસ્ટ્રેડે જ્યારે પોતાની નોંધોને આખરી ઓપ આપી પોતાની પેન્સિલ નીચે મૂકી ત્યારે તેના અવાજથી શાંતિનો ભંગ થયો.

''માત્ર એક મુદ્દો છે જે વિષે મારે થોડી માહિતી જોઈએ છે,'' શૅરલૉક હોમ્સે છેવટે કહ્યું, ''તમારા વતી જે વ્યક્તિ જાહેરાત વાંચીને વીંટી લેવા આવી હતી તે કોણ હતું ?''

કેદીએ મારા મિત્રએ કરેલી મજાક સામે આંખ મીંચકારી. ''હું મારું રહસ્ય ભલે છતું કરું, પણ બીજા કોઈ માણસને હું મુશ્કેલીમાં મૂકવા નથી ઇચ્છતો. મેં તમારી જાહેરખબર વાંચી અને મને લાગ્યું કે કદાચ આ મને ફસાવવાનું કોઈ છટકું હોય અને બની શકે કે જે વીંટી હું મેળવવા ઇચ્છતો હતો તેના માટે જ હોય. મારા મિત્રએ આગળ થઈને વીંટી લેવા આવવાનું નક્કી કર્યું. મને લાગે છે કે તમે પણ તેની ચતુરાઈને કબૂલ કરો છો.''

''તેમાં તો કોઈ જ શંકા નથી,'' હોમ્સે ખડખડાટ હસતાં કહ્યું.

''હવે, મિત્રો,'' ઇન્સ્પેક્ટરે ગંભીરતાથી કહ્યું, ''કાયદો તો તેનું કામ કરશે જ. ગુરુવારે કેદીને ન્યાયાધીશ સમક્ષ હાજર કરવામાં આવશે અને તમારી હાજરી પણ જરૂરી રહેશે. ત્યાં સુધી હું તેની કાળજી લઈશ.'' આવું કહેતાં તેણે ઘંટડી વગાડી અને જેફરસન હોપને બે હવાલદારો વડે કોટડીમાં દોરી જવામાં આવ્યો. પછી હું અને મારો મિત્ર પોલીસ સ્ટેશનમાંથી બહાર નીકળ્યા અને બેકર સ્ટ્રીટ માટે ઘોડાગાડી પકડી.

❖

પ્રકરણ ૭

તારણ

અમને બધાને પહેલેથી જ ચેતવી દેવામાં આવ્યા હતા કે ગુરુવારે અમારે બધાએ ન્યાયાધીશ સમક્ષ હાજર થવાનું હતું, પણ જ્યારે ગુરુવાર આવ્યો ત્યારે અમારે હાજરી આપવાનો કોઈ જ અવસર ન આવ્યો. ઉચ્ચ ન્યાયાધીશે આખીયે બાબતને પોતાના હાથમાં લઈ લીધી અને જેફરસન હોપને આકરી સજા સંભળાવતા પહેલાં તેને ન્યાયાલય સમક્ષ હાજર કરવામાં આવ્યો. તેની ધરપકડની રાત્રે જ તેની ધમની ફાટી ગઈ અને પછીની સવારે તે કોટડીની ભોંય પર મૃત મળી આવ્યો. તેના ચહેરા પર સંતોષ પામ્યાનું સ્મિત હતું. એવું લાગતું હતું કે મરતી વખતે પણ તે પોતાના જીવનમાં પાછું વળીને જોઈ રહ્યો હતો અને પોતાના ઉપયોગી જીવન પર ગર્વ લઈ રહ્યો હતો.

"ગ્રેગ્સન અને લેસ્ટ્રેડ તો તેના મૃત્યુથી આઘાત પામશે," તે સાંજે અમે જ્યારે આ બાબતે વાત કરી રહ્યા હતા ત્યારે હોમ્સે કહ્યું, "હવે તેમની ભવ્ય જાહેરાતનું શું થશે ?"

"મને નથી લાગતું કે તેની ધરપકડ સાથે તેમને કંઈ લેવા દેવા હોય," મેં જવાબ આપ્યો.

"તમે શું કર્યું છે તેનું આ જગતમાં કોઈ જ મહત્ત્વ નથી." મારા સાથીએ કડવાશથી વળતો જવાબ આપ્યો, "પ્રશ્ન એ છે કે તમે એવું શું કરી શકો કે જેથી લોકોને વિશ્વાસ થાય કે તે તમે કર્યું છે ? ચિંતા ન કરવી," તેણે ક્ષણવાર થંભી પોતાની વાત આગળ વધારી, "કોઈ પણ સંજોગોમાં હું આ કેસને ખોવા નહોતો માગતો. કેટલાય વખતથી મારી પાસે આટલો પેચીદો કેસ નહોતો આવ્યો. આમ જોવા જઈએ તો કેસ ખૂબ સરળ હતો. તેમાં ઘણા બધા બોધક મુદ્દાઓ પણ હતા."

"સરળ!" મેં આશ્ચર્યથી પૂછ્યું.

"તે સિવાય તો હું કેસનું કઈ રીતે વર્ણન કરું," મારા આશ્ચર્યના જવાબમાં સ્મિત આપતાં હોમ્સે કહ્યું, "તેની સ્વાભાવિક સરળતાની મોટી સાબિતી એ છે કે મેં કોઈ પણ

જાતની મદદ વગર માત્ર કેટલાંક સામાન્ય તારણો પરથી જ ગુનેગારને ત્રણ જ દિવસમાં પકડી પાડ્યો."

"તે વાત તો સાચી છે," મેં કહ્યું.

"મેં તને પહેલાં પણ સમજાવ્યું છે કે જે કંઈ પણ સામાન્ય બાબતમાંથી બહાર આવતું હોય છે તે કોઈ અડચણરૂપ નહીં પણ માર્ગદર્શનરૂપ સાબિત થતું હોય છે. આ પ્રકારની સમસ્યાનું નિવારણ લાવવા તે એક ખૂબ ઉપયોગી કાબેલિયત છે અને ખૂબ સરળ પણ ખરી, પણ લોકો તેને કંઈ ખાસ ઉપયોગમાં નથી લેતા. મોટાભાગના લોકો સંયોગીકરણથી તારણ પર પહોંચતા હોય છે, કોઈક જ વ્યક્તિ જ પૃથક્કરણ દ્વારા તારણ પર પહોંચતી હોય છે."

"મને લાગે છે," મેં કહ્યું, "મને તારી વાત સમજમાં નથી આવી રહી."

"હું એવી કોઈ અપેક્ષા પણ નથી રાખતો. હવે જોઈએ કે હું કેટલું સ્પષ્ટ કરી શકું છું. મોટાભાગના લોકો આગળ જો તમે આખાયે ઘટનાક્રમનું વર્ણન કરો તો તે પરિણામ પર જરૂર પહોંચી જશે. તેઓ આખાયે ઘટનાક્રમને પોતાના મગજમાં ગોઠવી શકે છે અને તે દ્વારા કોઈક પરિણામ આવ્યું હોવાની દલીલો કરી શકે છે. પણ અમુક જ લોકો એવા છે કે જેને તમે પરિણામ કહેશો તો પોતાની અંતઃસ્ફુરણાથી આખોયે ઘટનાક્રમ ઊભો કરશે અને તે દ્વારા પરિણામ સુધી પહોંચશે."

"સમજમાં આવી રહ્યું છે," મેં કહ્યું.

"આ કેસમાં તમે તારણ આપ્યું અને બાકીનું બધું તમારી જાતે તમે શોધી લીધું. હવે મારી તારણો કાઢવાની શૈલી દ્વારા હું તને આખોયે કેસ સમજાવવાનો પ્રયત્ન કરું. શરૂઆતથી જ શરૂ કરીએ. તને જાણ છે તે પ્રમાણે હું થોડો આગળથી ચાલીને મકાન સુધી પહોંચ્યો. મારું મન કોઈ પણ પ્રકારના ખ્યાલથી મુક્ત હતું. મેં સ્વાભાવિકપણે જ રસ્તા પરથી તપાસ કરવાથી શરૂઆત કરી અને મેં જેમ તને પહેલાં જ સમજાવ્યું હતું તેમ મને ત્યાં ઘોડાગાડીનાં સ્પષ્ટ નિશાન દેખાયાં. પૂછપરછ કરતાં મારી ધારણા પાક્કી થઈ કે રાત્રી દરમિયાન તે ઘોડાગાડી ત્યાં જ રોકાઈ હતી. બે પૈડાં વચ્ચેના સાંકડા અંતરથી મને ખાતરી થઈ ગઈ કે તે કોઈ ખાનગી ઘોડાગાડી નહીં પણ ભાડૂતી ઘોડાગાડી જ હતી. લંડનની સામાન્ય ભાડૂઆતી ઘોડાગાડી સામાન્ય રીતે ઓછી પહોળી હોય છે જ્યારે ખાનગી ઘોડાગાડી તેના પ્રમાણમાં વધારે પહોળી હોય છે."

"પહેલો આ મુદ્દો પ્રાપ્ત થયો. ત્યાર બાદ હું ધીમે ધીમે બગીચાની કેડી પર ચાલ્યો. તે કેડી માટીની બનેલી હતી અને તેના પર પગલાંની છાપ ખૂબ સરળતાથી પડી જાય તેમ હતી. તેમાં કોઈ જ શંકા નથી કે તમને તે બધી છાપો કોઈકે કાદવ ખૂંદ્યા જેવી જ લાગી હશે પણ મારી નિપુણ આંખો માટે તેના પર પડેલું એક એક નિશાન અર્થપૂર્ણ હતું. જાસૂસી વિજ્ઞાનની કોઈ શાખા આટલી મહત્ત્વની નહીં હોય જેટલી પદચિહ્નોને

ઓળખી કાઢવાની કળાની હશે, પણ બદનસીબી એ છે કે તેને જ સૌથી વધારે અવગણવામાં આવી છે. સદ્ભાગ્યે આ કામમાં મને હંમેશા સફળતા મળે છે. અને એકધારા મહાવરાને કારણે પદચિહ્નોનો અભ્યાસ કરવો એ મારો બીજો સ્વભાવ થઈ ગયો છે. મેં તેના પર હવાલદારનાં ભારે પદચિહ્નો જોયાં પણ સાથે સાથે મેં એ પણ જોયું કે તે પહેલાં પણ બે પુરુષોનાં પદચિહ્નો ત્યાં પડેલાં હતાં. તે પદચિહ્નો બીજા કરતાં પહેલાં પડેલાં તે કહેવું તો સાવ સહેલું હતું કારણ કે કેટલીક જગ્યાએ તે પદચિહ્નો અન્ય પદ્ચિહ્નોથી દબાઈ ગયાં હતાં. આ રીતે મારી બીજી કડી ગોઠવાઈ ગઈ જેમાં હું એ તારણ પર પહોંચ્યો કે નિશાચર મુલાકાતીઓ બે હતા જેમાં એક તેની ઊંચાઈ માટે નોંધનીય હતો (તેનાં બે પગલાં વચ્ચેના અંતરની મારી ગણતરી પ્રમાણે), અને બીજો ટાપટીપિયા પોશાકમાં હતો જેનું મેં તેનાં સુંદર અને નાનાં જૂતાંની છાપ પરથી તારણ કાઢ્યું હતું.

“મકાનમાં પ્રવેશતાં મારું છેલ્લું તારણ પાક્કું થઈ ગયું હતું. મારો સુંદર જૂતાંવાળો માણસ મારી સામે ભોંય પર પડેલો હતો. તો પછી લાંબા પુરુષે જ હત્યા કરી હોવી જોઈએ, જો તે હત્યા હોય તો. મૃત માણસના શરીર પર ઘાનું એક પણ નિશાન નહોતું. પણ તેના ચહેરા પરના ઉશ્કેરાટના હાવભાવ પરથી એવું લાગી રહ્યું હતું કે તેણે તેનો કરુણ અંત પહેલાં જ ભાખી લીધો હતો. જે માણસો હૃદયરોગથી કે કોઈ અચાનકના કારણથી મરતા હોય છે તેમના ચહેરા પર ક્યારેય આવા ભાવ નથી હોતા. મૃત માણસના હોઠને સૂંઘતા મને થોડી ખાટી ગંધ આવી અને હું એ તારણ પર પહોંચ્યો કે તેના પર ઝેર લેવા માટે દબાણ કરવામાં આવ્યું હતું. અવરોધનની રીત દ્વારા હું આ તારણ પર આવ્યો હતો કારણ કે બીજી કોઈ કલ્પના દ્વારા આ હકીકત સુધી ન પહોંચી શકાય. એવું માનવાની કોઈ જ જરૂર નથી કે આ ખ્યાલ પહેલાં ક્યારેય સાંભળવામાં નહીં આવ્યો હોય. બળજબરીપૂર્વક ઝેર પીવડાવવાનો ગુનો પણ કંઈ નવો નહોતો. ઓડેસામાં બનેલો ડોલ્સ્કીનો મામલો અને મોન્ટપેલિઅરમાં બનેલો લેટ્યૂરિઅરનો કેસ તેના દાખલા છે.

“અને હવે મહાન પ્રશ્ન એ છે કે શા ઉદ્દેશથી હત્યા કરવામાં આવી. હત્યાનો ઉદ્દેશ લૂંટ નહોતો કારણ કે ત્યાંથી કશું જ નહોતું ચોરાયું. તો પછી શું તે રાજકારણ હતું કે કોઈક સ્ત્રી ? આ પ્રશ્ન મને મૂંઝવી રહ્યો હતો. હું એક પછી એક બન્ને પર કૂદકા મારી રહ્યો હતો. રાજકારણીય ભાડૂતી હત્યારાઓ કામ કરીને ખુશ થઈ જતા હોય છે અને ત્યાંથી ભાગી છૂટતા હોય છે. તેથી વિરુદ્ધ આ હત્યારો તો જાણે હાથે કરીને પોતાની હાજરી દર્શાવવા માગતો હતો તેમ તેણે પોતાનાં નિશાન આખાયે ઓરડામાં છોડ્યાં હતાં. તે જાણે એવું જણાવવા માગતો હતો કે આખો સમય તે ત્યાં જ હતો. તો પછી આ ચોક્કસ એક અંગત કૃત્ય હોવું જોઈતું હતું નહીં કે રાજકારણીય. આ એક પદ્ધતિસરનું વેર વાળવા માટેનું કૃત્ય હતું. જ્યારે દીવાલ પરનું લખાણ શોધાયું ત્યારે હું મારા મત બાબતે ઓર ખાતરીબદ્ધ થયો. આખીયે બાબત ખૂબ અટપટી બની ગઈ હતી. જ્યારે પેલી વીંટી

મળી આવી ત્યારે આખોયે પ્રશ્ન હલ થઈ ગયો. સ્પષ્ટ રીતે હત્યારાએ વીંટીનો ઉપયોગ તેના શિકારને કોઈ મૃત કે ગાયબ સ્ત્રીની યાદ અપાવવા માટે કર્યો હતો. આ મુદ્દા માટે જ મેં ગ્રેગ્સનને તેણે કરેલા ક્લેવલેન્ડના તારની પૂછપરછ વિષે અને શ્રીમાન ડ્રેબરની ભૂતકાલીન કારકિર્દી વિષે તેણે કોઈ પૂછપરછ કરી હતી કે નહીં તે માટે પૂછ્યું હતું, પણ તેણે આપેલો નકારાત્મક જવાબ તો તને યાદ જ હશે.

"ત્યાર બાદ મેં આખાયે ઓરડાનું ઝીણવટથી નિરીક્ષણ કર્યું જેમાં મેં કરેલી હત્યારાની ઊંચાઈની ધારણા પાક્કી થઈ અને સાથે સાથે મને ટ્રીચીનોપોલી સિગાર અને તેના લાંબા નખની માહિતી પણ મળી. ઘર્ષણનાં કોઈ જ નિશાન ન દેખાતાં હું એ તારણ પર આવ્યો કે ભોંય પર જે લોહી પડ્યું હતું તે ખૂનીની ઉત્તેજનાના કારણે તેના નાકમાંથી પડ્યું હોવું જોઈએ. મેં જોયું કે લોહીની ધાર અને તેના પગ એક સાથે આગળ વધી રહ્યા હતાં. આવું તો ત્યારે જ બને જ્યારે કોઈ વ્યક્તિ લોહી-લોહી હોય. લાગણી થકી કોઈ આવી રીતે ભાંગી પડાય તેથી મેં ધારણા કરી કે તે પુરુષ ખડતલ અને રાતા ચહેરાવાળો માણસ હશે. ત્યાર પછીના ઘટનાક્રમે સાબિત કર્યું કે મારી ધારણાઓ તદ્દન સાચી હતી.

"ઘર છોડ્યા બાદ ગ્રેગ્સને જેની અવગણના કરી હતી તે કામ હું પૂરું કરવા ગયો. મેં ક્લેવલેન્ડના પોલીસવડાને તાર કર્યો અને એનોક ડ્રેબરના લગ્ન અંગેની માહિતી મેળવતો તાર કર્યો. જવાબ નિર્ણાયક મળ્યો. વળતો તાર એ જણાવતો હતો કે ડ્રેબરે પહેલેથી જ પ્રેમમાં પ્રતિસ્પર્ધી રહેલા કોઈક જેફરસન હોપ નામના વ્યક્તિ સામે રક્ષણ મેળવવાની અરજ કરી હતી અને આ તે જ જેફરસન હોપ હતો જે હાલ યુરોપમાં હતો. હવે મને ખ્યાલ આવી ગયો હતો કે આખાયે રહસ્યની કડીઓ મારા હાથમાં હતી અને તે બધી ખૂનીને આંતરી લેવા માટે પૂરતી હતી.

"મેં મારા મગજમાં પહેલેથી જ માની લીધું હતું કે ડ્રેબર જોડે જે બીજો માણસ ઘર તરફ ચાલી રહ્યો હતો તે તે જ માણસ હતો જેણે ઘોડાગાડી ચલાવી હતી. રસ્તા પરના નિશાન પરથી એ જોઈ શકાયું હતું કે જે રીતે ઘોડો આખા રોડ પર ફર્યો હતો તે પરથી તો એવું લાગી રહ્યું હતું કે ઘોડો કોઈની દેખરેખ વગર જ આમ તેમ ફર્યો હતો. તો પછી ઘોડાવાળો ક્યાં હોઈ શકે ? તે ઘરમાં તો નહોતો ને ? હવે એવું માનવું તો સાવ અસંગત છે કે કોઈ સાવધાન માણસ વગર વિચાર્યે કોઈ ત્રીજી વ્યક્તિની હાજરીમાં ગુનો કરે, કારણ કે વહેલી મોડી પણ એકના મોઢેથી બીજાના કાને વાત ફેલાય તો આખાયે લંડનમાં તેનો ઢંઢેરો પિટાવાનો જ હોય. તો પછી તેણે ઘોડાગાડીવાળાનું શું કર્યું હશે ? આ બધી વિચારણા મને એક ચોક્કસ તારણ પર લઈ ગઈ કે જેફરસન હોપ મેટ્રોપોલીસના કોચવાનોની વસ્તીમાં જ મળવાનો હતો.

"જો તે ત્યાંથી મળી જાય તો તે માનવાને કોઈ જ કારણ નથી કે તેણે તેનું કામ છોડી દીધું હોય. તેની વિરુદ્ધ તેની દૃષ્ટિએ જો જોવા જઈએ તો જો તે પોતાના વ્યવહારમાં

કોઈ પણ જાતનું પરિવર્તન લાવે તો તેના પ્રત્યે ધ્યાન દોરનારું જોખમ સાબિત થાત. તે ચોક્કસ થોડા સમય માટે પણ તેનું કામ ચાલુ રાખવાનો હતો. તેવી ધારણા કરવાને પણ કોઈ કારણ નહોતું કે તેણે કોઈક બીજા નામ હેઠળ લંડનમાં આશરો લીધો હોય. તે શા માટે કોઈ નવા દેશમાં જ્યાં તેના જૂના નામને પણ કોઈ જાણતું ન હોય ત્યાં પોતાનું નામ બદલે ? આ કારણે માટે મારે આરબ જાસૂસોની એક ટોળકી રચવી પડી અને તેમને ખૂબ આયોજનબદ્ધ રીતે મેં લંડનમાં ઘોડાગાડી ચલાવવાવાળી એક એક પેઢી પર તેની પૂછપરછ કરવા મોકલ્યા અને જ્યાં સુધી મને જોઈતો માણસ ન મળે ત્યાં સુધી તપાસ કરવા કહ્યું. તેમને કેટલી ઝડપથી સફળતા મળી અને આપણે તેનો કેટલો ઉતાવળે ફાયદો ઉઠાવ્યો તે તારી સ્મૃતિમાં હજુ પણ તાજું જ હશે. સ્ટ્રેન્ગરસનનું ખૂન એક અણધારી ઘટના હતી પણ તેને રોકવી પણ અશક્ય હતી. તે ઘટના દ્વારા તું જાણે છે તેમ મારા કબજામાં પેલી નાની-નાની ગોળીઓ આવી. તેના વિષે તો મેં તપાસની શરૂઆતથી જ ધારી લીધું હતું. તું જુએ છે તેમ આખીયે વસ્તુ તર્કબદ્ધ ઘટનાક્રમની કોઈ પણ જાતના અવરોધ વિનાની સાંકળ છે.''

''આ તો અદ્‌ભુત કહેવાય !'' મેં ઉત્તેજિત થતાં મોટેથી કહ્યું. ''તારી આ આવડતની જાણ સામાન્ય લોકોને થવી જ જોઈએ. તારે આખાયે મામલાના રહસ્યને જાહેર કરવું જ જોઈએ. જો તું તેમ નહીં કરે તો તારા વતી તે કામ હું કરવા તૈયાર છું.''

''તારે જે કરવું હોય તે કર, ડૉક્ટર,'' તેણે જવાબ આપ્યો. ''અહીં જો !'' તેણે એક છાપું મને હાથમાં આપતાં પોતાની વાત આગળ વધારી, ''આ જો.''

આ તે દિવસનું *ઈકો* સમાચાર પત્ર હતું અને જે ફકરા તરફ તેમણે આંગળી ચીંધી હતી તેમાં આ મામલા વિષે કેટલીક વિગતો છાપવામાં આવી હતી.

તેમાં છાપવામાં આવ્યું હતું :

''શ્રીમાન એનોક ડ્રેબર અને શ્રીમાન જોસેફ સ્ટ્રેન્ગરસનની હત્યાના આરોપી હોપના અચાનક મૃત્યુથી તેને સંભળાવવામાં આવનાર સજા માટે લોકોમાં જે આતુરતા હતી તે શમી ગઈ છે. આ મામલાની વિગતો હવે ક્યારેય જાણવામાં નહીં આવે. અમને સત્તાવાળાઓ દ્વારા જણાવવામાં આવ્યું છે કે હત્યાઓ પ્રણયની કોઈક જૂની અદાવતના કારણે થઈ હતી જેમાં મોર્મોન સંપ્રદાયની પણ અમુક અંશે ભૂમિકા હતી. એવું જણાયું છે કે બન્ને મૃતકો તેમની જુવાનીમાં લેટર ડેના સંતો હતા અને બીમાર કેદી હોપ પણ સોલ્ટ લેઈક સિટીનો જ હતો. આપણા સરકારી જાસૂસોએ આ મામલાનું રહસ્ય ખૂબ આવડતપૂર્વક અને શાલીનતાથી ઉકેલ્યું છે અને વિદેશીઓને દાખલો પૂરો પાડ્યો છે કે તેઓ પોતાની બધી જ સમસ્યા પોતાના દેશમાં જ પતાવીને આવે નહીં કે અહીં બ્રિટનની ધરતી પર. એક ખુલ્લું રહસ્ય છે કે આખાયે મામલાને સરસ રીતે ઉકેલવાનું શ્રેય સ્કોટલૅન્ડ

યાર્ડના અધિકારી શ્રીમાન લેસ્ટ્રેડ અને ગ્રેગ્સનને જાય છે. ગુનેગારને કોઈક શ્રીમાન શૅરલૉક હોમ્સના ઘરમાં પકડી પાડવામાં આવ્યો હતો, તેઓએ ખુદે પણ જાસૂસી કામમાં ઘણી આવડત બતાવી છે. જો તેમને કેટલાક શીખવનારા મળી જાય તો તે પણ આગળ જતાં પોતાની આવડતો વિસ્તારી શકે છે. એવી આશા છે કે બે જાસૂસી અધિકારીઓને તેમની સેવાના બદલામાં પ્રશંસા પ્રમાણપત્ર એનાયત કરવામાં આવશે."

"જ્યારે આપણે તપાસ શરૂ કરી તે વખતે જ મેં તમને નહોતું કહ્યું ?" શૅરલૉક હોમ્સે ખડખડાટ હસી ઊઠતાં કહ્યું, "આપણાં કર્મોનું એ પરિણામ આવ્યું કે આપણા બદલે તેમને બિરદાવવામાં આવશે."

"ચિંતા ના કર," મેં જવાબ આપ્યો, "મારી પાસે મારી નોંધપોથીમાં આખાયે કેસની દરેક હકીકતો છે અને લોકો તેને ચોક્કસ જાણશે. તે દરમિયાન તું સફળતાના નશામાં મસ્ત રહે."

❖ ❖ ❖

ધ સાઈન ઑવ્ ફોર

પ્રકરણ ૧

તારણનું વિજ્ઞાન

શૅરલૉક હોમ્સે તાપણાની છાજલી પરથી બોટલ લીધી અને પોતાની ચામડાની નાનકડી પેટીમાંથી ઇંજેક્શન બહાર કાઢ્યું. પોતાનાં લાંબાં ધોળાં આંગળાં વડે તેમણે ખૂબ જ નાજુકાઈથી ઇંજેક્શનની સોયને ગોઠવી અને પોતાના શર્ટની બાંયને બાવડા સુધી વાળી. તેણે પોતાની કોણીથી તે કાંડા સુધીની પેશી પર એક વિચારપૂર્ણ દૃષ્ટિ કરી. તે આખોયે ભાગ સોય દ્વારા ભોંકવામાં આવેલાં અસંખ્ય કાણાંઓથી ચિતરાઈ ગયો હતો. છેવટે તેમણે ઇંજેક્શન ભોંક્યું અને સંતોષનો શ્વાસ લઈ આરામખુરશી પર લંબાવી દીધું.

છેલ્લા કેટલાય મહિનાથી દિવસમાં ત્રણ વાર તે આનું આ જ કૃત્ય પુનરાવર્તિત કરે છે તેનો હું સાક્ષી છું તેમ છતાં પણ આ પરંપરાની મને હજુ આદત નથી પડી, ઊલટાનું દિવસે ને દિવસે મને આ દૃશ્યથી વધારે અને વધારે ઘૃણા ઊપજી રહી છે અને માટે મારી વિવેકબુદ્ધિ મને તેના આ કૃત્ય સામે વિરોધ કરવા વધુ ને વધુ પ્રોત્સાહિત કરે છે. વારંવાર મેં સમ ખાધા છે કે મારે આ વિષય પર તેની સાથે વાત કરવી, પણ તેનો ઠંડો અને શાંત સ્વભાવ મને તેની સ્વતંત્રતા પર પ્રહાર કરતાં રોકે છે. તેની મહાન અનુમાનશક્તિ, તેનું બુદ્ધિચાતુર્ય અને મને તેની જે અસાધારણ બાહોશીનો અનુભવ છે તે બધું મને તેમ કરતાં રોકે છે.

તેમ છતાં પણ તે સાંજે મેં હિંમત તો કરી જ નાખી. કદાચ બપોરના ભાણા સાથે મેં જે બ્યૂનનું પીણું લીધું હતું તેની અસર હોય કે પછી તેના આ જાણી જોઈને વારંવાર થતા કૃત્ય પ્રત્યે મારી ચીડની અસર હોય. મને અચાનક એવું લાગ્યું કે હવે હું વધારે સહન નહીં કરી શકું.

“આજે વળી શું લીધું,” મેં પૂછ્યું, “મોર્ફીન કે કોકેઇન ?”

તેણે કોઈક જૂના પુસ્તકમાંથી મારી તરફ નીરસ નજર કરી.

“કોકેઇન છે,” તેણે કહ્યું, “આનાથી સંપૂર્ણ રાહતનો અનુભવ થાય છે, તારે અખતરો કરવો છે ?”

"જરા પણ નહીં," મેં તોછડાઈથી જવાબ આપ્યો, "અફઘાનિસ્તાનમાં સેવા દરમિયાન મારા શરીરને જે નુકસાન થયું છે તેમાંથી હજુ હું બહાર નથી આવ્યો. મને તેના પર ઓર વધારે બોજો નાખવો જરા પણ નહીં પરવડે."

મારા આવેશના જવાબમાં તેણે હળવું સ્મિત કર્યું. "કદાચ તું સાચો છે, વૉટસન." તેણે કહ્યું, "મારી એવી ધારણા છે કે આ દ્રવ્યની શારીરિક અસર ખૂબ ખરાબ હોય છે તેમ છતાં પણ તે આપણા મગજને એવી શ્રેષ્ઠ રીતે ઉત્તેજિત કરે છે કે તેની સામે એની આડઅસર સાવ વામણી લાગે છે."

"ગંભીરતાથી વિચાર !" મેં ગંભીરતાથી કહ્યું. "તેના બદલામાં તું શું ગુમાવી રહ્યો છે તેનું તો વિચાર ! ચોક્કસ તારું મગજ તેનાથી ઉત્તેજિત થતું હશે પણ આની પેથોલોજિકલ અસર કેટલી ખરાબ થશે. બીમારીની પ્રક્રિયાના કારણે કોષ-પરિવર્તન થશે અને તેનાથી શરીરમાં કાયમી અશક્તિ ઊભી થશે. તને પણ ખબર છે કે તારા પર તેની કેવી ખરાબ અસર થાય છે. કંઈ ખરાબ થતાં જરા પણ વાર નહીં લાગે. ક્ષણિક આનંદ માટે તું શા માટે તારામાં રહેલી અસીમ શક્તિઓને દાવ પર લગાવી રહ્યો છે ? યાદ રાખ, હું તારા કોઈ સાથી તરીકે તને સલાહ નથી આપતો પણ એક ડૉક્ટર હોવાને નાતે રહી રહ્યો છું."

તેને મારી વાતની કોઈ અસર થઈ હોય એવું ન લાગ્યું. તેથી ઊલટું તેણે તો પોતાના પંજાનાં આંગળાં એકબીજામાં પરોવ્યાં અને ખુરશીમાં આરામથી ટેકો લીધો. જાણે કોઈ માણસ અચાનક ચર્ચા કરવાના મુડમાં ન આવી ગયો હોય તેવી તેની મુદ્રા હતી.

"મારું મગજ," તેણે કહ્યું, "કોઈ સમસ્યાની ગેરહાજરીમાં સાવ સુન્ન થઈ ગયું છે. મને સમસ્યા આપો, મને કામ આપો, કોઈ ખૂબ ગૂઢ લીપી ઉકેલવાનું કે કોઈ ખૂબ ગૂઢ અનુમાન કરવાનું મને કામ આપો. જો આમ થશે તો હું આપોઆપ મારા ખરા સ્વભાવમાં આવી જઈશ. નહીંતર મારે આ ઉદ્દીપક દ્રવ્યથી જ કામ ચલાવવું પડશે. હું હાલની નિષ્ક્રિય દિનચર્યાથી ખૂબ કંટાળી ગયો છું. હું ઉત્તેજના ઇચ્છી રહ્યો છું. અને તે કારણે જ મેં મારી જાતે જ મારો આ વિચિત્ર કહેવાય તેનો વ્યવસાય પસંદ કર્યો છે, અથવા એમ કહો કે ઊભો કર્યો છે કારણ કે જગતમાં હું જ એક માત્ર---"

"એક માત્ર બિનસરકારી જાસૂસ ?" મેં મારી ભ્રમરો ઊંચી કરતાં કહ્યું.

"એક માત્ર બિનસરકારી સલાહકાર જાસૂસ છું," તેણે જવાબ આપ્યો. "રહસ્યને ઉકેલવાની હું એક માત્ર અંતિમ અદાલત છું. જ્યારે ગ્રેગ્સન કે લેસ્ટ્રેડ કે પછી એથેલ્ની જોન્સ આ બધાને જ્યારે પોતાના કામમાં નિરાશા મળે છે ત્યારે તેઓ પોતાની સમસ્યા મારી સમક્ષ મૂકે છે. તેમણે આપેલી માહિતી હું એક નિષ્ણાત તરીકે તપાસું છું અને તેના પર એક તજ્જ્ઞની સલાહ આપું છું. જોકે આવા મામલાઓમાં હું મારા યોગદાનનો કોઈ જ દાવો નથી કરતો. મારું નામ કોઈ જ સમાચારપત્રમાં ટાંકવામાં નથી આવતું. જો કે

મારી શક્તિઓ દ્વારા હું જે પરિણામ લાવું છું તે જ મારો આનંદ છે અને તે જ મારું સૌથી મોટું ઈનામ છે. તેં પણ જેફરસન હોપના કેસમાં મારી કામ કરવાની પદ્ધતિનો અનુભવ કરી જ લીધો છે.''

''હા, ખરેખર,'' મેં અંતઃકરણથી કહ્યું, ''મારા જીવનમાં હું આટલો બધો સ્તબ્ધ કોઈ જ બાબતથી નથી થયો. મેં તેને એક નાનકડી નોંધપોથીમાં પણ ટાંકી લીધો છે, જેને મેં એક અદ્ભૂત શીર્ષક 'અ સ્ટડી ઈન સ્કાર્લેટ' નામ આપ્યું છે.''

તેણે ઉદાસીથી પોતાનું માથુ હલાવ્યું.

''મેં તેના પર એક નજર નાખી છે,'' તેણે કહ્યું, ''સાચું કહું તો, હું તેના બદલ તને અભિનંદન નહીં પાઠવી શકું. રહસ્યની શોધ કરવી તે એક ચોક્કસ વિજ્ઞાન છે અને તેને નિર્મમ અને વસ્તુલક્ષી શૈલીમાં જ રજૂ કરવું જોઈએ. તેં તો તેના પર રોમાંચના રંગનું આવરણ ચડાવી દીધું છે અને તેના કારણે તેના દ્વારા કોઈ પ્રેમ-વાર્તા કે પછી યુક્લિડના પાંચમા સિદ્ધાંત જેવી અસર ઉદ્ભવે છે.''

''પણ રોમાંચ તો તેમાં હતો જ ને,'' મેં પ્રતિઉત્તર આપ્યો, ''મેં હકીકતો સાથે કોઈ જ ચેડાં નથી કર્યાં.''

''કેટલીક હકીકતો દાબી દેવી જોઈએ અથવા કમે-સે-કમ તેનો થોડોક ભાગ એ રીતે ન દર્શાવવો જોઈએ. આ મામલામાં માત્ર ને માત્ર એક જ બાબતનો ઉદ્દેશ થવો જોઈએ અને તે છે અસર અને કારણો સુધી પહોંચાડતું આશ્ચર્યજનક પૃથક્કરણનું બુદ્ધિચાતુર્ય કે જેના દ્વારા હું રહસ્ય પરથી પરદો ઉઠાવવામાં સફળ રહું છું.''

ખાસ કરીને તેની જાતને આનંદ આપવા માટે રચવામાં આવેલી તેની આ નિંદાથી હું ત્રાસી ગયો. હું પણ સ્વીકારું છું કે તેના એક એક અહંકારી વાક્યો દ્વારા તે મને મારી પુસ્તિકામાં માત્ર ને માત્ર તેના જ વિશિષ્ટ કાર્યનો ઉલ્લેખ કરવા જ જણાવી રહ્યો હતો. તેના આવા વર્તનથી હું ચિડાઈ ગયો હતો. તેની સાથે બેકર સ્ટ્રીટ સાથેનાં વર્ષોના રહેઠાણ દરમિયાન મેં એક કરતાં વધારે વાર તેના ઠંડા વર્તનમાં ઘણીવાર મિથ્યાભિમાનની ઝલક જોઈ છે. મેં તેની કંઈ ખાસ નોંધ ન લીધી પણ મારા ઘવાયેલા પગની સંભાળ લેતો રહ્યો. મારા પગમાં થોડા વખત પહેલાં એક કારતૂસ ઘૂસી ગઈ હતી જે મને હજુ પણ ચાલતી વખતે બદલાતા હવામાનમાં દર્દ કર્યા વિના નહોતી રહેતી.

''હાલમાં જ મારું કામ આખાયે ખંડમાં વિસ્તર્યું છે.'' હોમ્સે થોડી ક્ષણના વિરામ બાદ પોતાના જૂના હુક્કામાં તંબાકુ ભરતાં કહ્યું, ''ગયા અઠવાડિયે જ ફ્રેન્કોઈસ લે વિલાર્ડ દ્વારા મારી સલાહ લેવામાં આવી હતી. ચોક્કસ તું તો તેને ઓળખતો જ હોઈશ, તે ફ્રેન્ચ જાસૂસીતંત્રમાં સેવા બજાવે છે. તે ગજબની અંતઃસ્ફુરણાશક્તિ ધરાવે છે પરંતુ તેની જાસૂસીકળાને ખીલવવા માટે જરૂરી વ્યાપક જ્ઞાન તે ધરાવતો નથી. સફળતાનો આધાર વ્યક્તિની ઈચ્છા અને તેને તેમાં કેટલો રસ છે તેના પર આધારિત હોય છે. હું તેને તેના જેવા જ બીજા બે કેસમાં મદદરૂપ નીવડ્યો હતો. એક કેસ હતો ૧૮૫૭નો

રીગાવાળો. અને બીજો હતો સેન્ટ લૂઈસવાળો ૧૮૭૧માં થયેલો, જેમાં તેને પોતાના મામલાનું સાચું નિરાકરણ મળ્યું હતું. તેના તરફથી મારી મદદને બહુમાન આપતો એક પત્ર પણ મને આપવામાં આવ્યો હતો."

તેણે વિદેશી મહોરવાળો એક ચોળાઈ ગયેલો કાગળ મારી તરફ ફેંક્યો. મેં તેના પર મારી નજર ફેરવી. તેમાં ફ્રેન્ચ માણસ દ્વારા ફ્રેન્ચ શબ્દોમાં હોમ્સનાં ભારોભાર વખાણ કરવામાં આવ્યાં હતાં.

"તે આ પત્રમાં એક વિદ્યાર્થી પોતાના શિક્ષક સાથે વર્તે તેમ જ વર્ત્યો છે." મેં કહ્યું.

"અરે, તેણે મારી મદદને ખૂબ ઊંચી આંકી છે," શૅરલૉક હોમ્સે હળવાશથી કહ્યું, "તેની પાસે પણ ભગવાને આપેલી ઘણી ભેટ છે. એક આદર્શ જાસૂસ પાસે જે મુખ્ય ત્રણ ગુણવત્તા હોવી જોઈએ તેમાંની બે તો તેનામાં છે જ. તેની પાસે નિરીક્ષણની અને તારણો કાઢવાની આવડત છે. તેનામાં માત્ર જ્ઞાનની કમી છે જે સમય જતાં આવતું હોય છે. તે હવે મારું નાનકડું કામ ફ્રેન્ચમાં ભાષાંતરિત કરી રહ્યો છે."

"તારું કામ ?"

"અરે, તને ખબર નથી ?" તેણે ખડખડાટ હસતાં કહ્યું, "હા, મેં કેટલાક નિબંધો લખ્યા છે. તે બધા જ ગુનાઈત વિષયો પર છે. તને કેટલાક દાખલા આપું. તેમાંનો એક નિબંધ ***"વિવિધ જાતની તંબાકુઓની રાખો વચ્ચે રહેલા તફાવત"*** પર છે. તે નિબંધમાં મેં ચાલીસ જાતની સિગાર, ચિરુટ અને હુક્કાની તંબાકુની રાખ વચ્ચેના તફાવતને દર્શાવ્યા છે. આ એક મુદ્દો ગુનાહિત સુનાવણી વખતે હંમેશા ચર્ચાતો રહે છે અને કેટલીક વાર તો એક પગેરા તરીકે તે સૌથી મહત્ત્વનો સાબિત થાય છે. દા.ત. જો તમે ચોક્કસપણે કહી શકો કે જે વ્યક્તિ દ્વારા ખૂન કરવામાં આવ્યું છે તે વ્યક્તિ ભારતીય લુન્કાહ ફૂંકી રહ્યો હતો તો સ્વાભાવિકપણે જ તમારું સંશોધન ક્ષેત્ર સીમિત થઈ જશે. એક કેળવાયેલી નજર માટે ટ્રિકીનોપોલીની કાળી રાખ અને ધોળી રાખ વચ્ચે કોબી બટાટા જેટલો ફરક હોય છે."

"તું તો આટલી ઝીણી બાબતમાં પણ અસામાન્યપણે અદ્‌ભુત છે," મેં તેનાં વખાણ કર્યાં.

"હું તેને ખૂબ મહત્ત્વનાં ગણું છું. પગલાના નિશાન પર પણ મેં એક નિબંધ લખ્યો છે અને તેની છાપને પ્લાસ્ટર ઓફ પેરિસના ઉપયોગથી કઈ રીતે સુરક્ષિત રાખવી તેના પર પણ મેં કેટલીક સવિસ્તર નોંધ લખી છે. હાથના ઘાટ પરથી તે કોઈ તકતી જડનારના છે, કોઈ ખારવાના છે, કોઈ ઝાડ કાપનારના છે, કોઈ બીબાં ગોઠવનારના છે, કોઈ કાપડ વણનારના છે કે પછી કોઈ હીરા ચળકાવનારના છે તે કઈ રીતે નક્કી કરવું તે પર પણ મેં એક નિબંધ લખ્યો છે. વૈજ્ઞાનિક સંશોધક તેમાં વ્યવહારુ રસ ધરાવતો

હોય છે. આ આવડતનો ઉપયોગ ખાસ કરીને નધણિયાતા મૃતદેહો ઓળખવામાં કે અપરાધીનો પૂર્વઇતિહાસ જાણવામાં વધારે ઉપયોગી નીવડે છે. મને લાગે છે કે હું મારી વાતોથી તને કંટાળો આપી રહ્યો છું."

"જરા પણ નહીં," મેં આતુરતાથી જવાબ આપ્યો, "આ તો મને ખૂબ રસ પમાડતી બાબત છે. મેં તને તેનો ઉપયોગ વ્યવહારુ રીતે કરતાં જોયો છે તેથી કરીને તો મને તેમાં ખાસ રસ પડ્યો છે. પણ તેં હમણાં જે નિરીક્ષણ અને તારણોની વાત કરી તે ખરેખર ઘણી બધી બાબતોમાં ઉપયોગી નીવડે તેમ છે."

"કેમ, નહીં," તેણે પોતાની આરામખુરશી પર આરામથી લંબાવતાં અને ચલમમાંથી ઘેરો ભૂરો ધુમાડો કાઢતાં કહ્યું, "દા.ત. મારા નિરીક્ષણે મને જણાવ્યું કે આજે સવારે તું વિગમોર સ્ટ્રીટ પોસ્ટ ઑફિસે જઈ આવ્યો છે અને તારણો મને એવું કહે છે કે તેં ત્યાંથી એક તાર રવાના કર્યો છે."

"એકદમ સાચું !" મેં કહ્યું, "તે બન્ને વાત સાચી છે ! પણ તું આ તારણ પર કઈ રીતે આવ્યો ? કારણ કે આ વાત તો માત્ર હું જ જાણું છું અને મેં તે વાત બીજા કોઈને કહી પણ નથી."

"તદ્દન સાફ છે," તેણે મારા આશ્ચર્ય પર મલકાટ કરતાં કહ્યું, "તે કંઈ ખાસ મહત્ત્વનું નથી, તે સમજાવવું સાવ નકામું છે. અને તેમ છતાં પણ હું તને કહું. મારા નિરીક્ષણે મને જણાવ્યું કે તારા બૂટના તળિયાથી લઈને ઘૂંટી સુધીના ભાગ પર લાલ માટી ચોંટેલી હતી. હાલમાં માત્ર વિગમોર સ્ટ્રીટની ઑફિસ આગળ જ ખોદકામ ચાલુ છે અને ત્યાં જ થોડીક માટી ફેલાયેલી પડી છે અને તેને અવગણીને ત્યાંથી પસાર થવું શક્ય નથી. અને મને જ્યાં સુધી ખબર છે ત્યાં સુધી આ પ્રકારની લાલ માટી આસપાસ બીજે ક્યાંય નહીં પણ ત્યાં જ જોવા મળે છે. આ હતું મારું નિરીક્ષણ અને તેના થકી હું મારા આ તારણ પર પહોંચ્યો."

"એ તો બરાબર પણ આ તારવાળું તારણ તેં કેવી રીતે કાઢ્યું ?"

"અરે, કેમ, મને ખબર છે કે તેં કોઈ જ પત્ર નહોતો લખ્યો કારણ કે આખી સવાર તો હું તારી સાથે જ હતો. અને મેં તારા ખુલ્લા ઢાળિયા પર ટપાલ ટિકિટોનો કાગળ અને કોરા પોસ્ટ કાર્ડની થપ્પી જોઈ હતી. તો પછી તું પોસ્ટ ઑફિસ શા માટે જાય ? તાર કરવા માટે જ જાય ને ? બધાં જ શંકાસ્પદ લક્ષણોને બાદ કરતાં એક જ તારણ બચતું હતું અને તે જ સાચું હતું."

"આ મામલામાં તો ચોક્કસ તેમ જ છે," મેં થોડું વિચાર્યા બાદ જવાબ આપ્યો. "તેં કહ્યું તે પ્રમાણે આ ખરેખર ખૂબ સરળ છે. જો તું મને ઉદ્ધત ન ગણે તો હું તારા સિદ્ધાંતોની હજુ થોડી આકરી ચકાસણી કરી શકું ?"

"તેનાથી ઊલટું," તેણે જવાબ આપ્યો, "તું એમ કરીશ તો મારે કોકેઇનનો

બીજો ડોઝ નહીં લેવો પડે. તું જે કોઈ પણ સમસ્યા મારી સમક્ષ રજૂ કરીશ તેનાથી તો ઊલટાનો મને આનંદ થશે.''

"મેં તને એવું કહેતાં સાંભળ્યો કે કોઈ વ્યક્તિ માટે કોઈ વસ્તુનો રોજિંદો ઉપયોગ કોઈપણ જાતની અંગત છાપ છોડ્યા વગર કરવો મુશ્કેલ છે અને તેને એક નિષ્ણાત નિરીક્ષક તરત જ પારખી લે છે. હવે, મારી પાસે એક ઘડિયાળ છે જે હમણાં જ મારા કબજામાં આવી છે. તો શું તું મને જણાવી શકીશ કે આના માલિકનાં લક્ષણો અને ટેવો કેવાં હશે ?''

મેં તેની આવડતની ચકાસણી કરવાની જિજ્ઞાસાથી તેના હાથમાં ઘડિયાળ મૂકી. જો કે મને પૂરી ખાતરી હતી કે તે અશક્ય હતું. ખાસ કરીને મારો આવું કરવાનો ઉદ્દેશ તેના અભિમાનભર્યા વર્તનને ડામવાનો હતો. તેણે પોતાના હાથમાં ઘડિયાળ લીધી. તેના ડાયલ સામે તાકી તાકીને જોયું, તેણે પહેલાં તો પોતાની નરી આંખે અને પછી સૂક્ષ્મદર્શક કાચ વડે તેને પાછળથી ખોલી તેની બનાવટનું નિરીક્ષણ કર્યું. તેના ખિન્ન ચહેરાને જોઈ હું ભાગ્યે જ હસવાનું ખાળી શક્યો. તેણે છેવટે ઘડિયાળ મને પાછી આપી દીધી.

"તેમાં તો ભાગ્યે જ કંઈ માહિતી છે,'' તેણે કહ્યું, "ઘડિયાળ તાજેતરમાં જ સાફ કરવામાં આવી છે, જેના કારણે મોટા ભાગની હકીકતો નાશ પામી છે.''

"તું સાચો છે,'' મેં જવાબ આપ્યો, "તે મને મોકલતાં પહેલાં સાફ કરવામાં આવી છે.''

મનમાં તો મેં માની લીધું કે તેણે પોતાના બચાવમાં સાવ લૂલું કારણ ધરી દીધું હશે. જો આ ઘડિયાળ સાફ કરવામાં ન આવી હોત તો પણ તે વળી કઈ માહિતી મેળવી લેવાનો હતો ?

"પણ તેનાથી કંઈ મારું સંશોધન પૂરું નથી થઈ જતું,'' સ્વપ્નીલ નિસ્તેજ નજરથી છત તરફ તાકી રહેતાં તેણે કહ્યું, "હું એટલું તો તારણ કાઢી જ શક્યો છું કે આ ઘડિયાળ તારા મોટા ભાઈની હતી જે તેને તારા પિતા તરફથી મળી હતી.''

"તેમાં તો કોઈ જ શંકા નથી કે તે માહિતી તને ઘડિયાળ પાછળ છાપવામાં આવેલા એચ. ડબલ્યૂ. એવા આદ્યાક્ષરો પરથી મળી હશે.''

"ઘડિયાળની તારીખ પચ્ચાસ વર્ષ પહેલાંની છે અને તેના પરના આદ્યાક્ષર પણ તેટલા જ જૂના છે. તેના પરથી તે છેલ્લી પેઢી માટે બનાવવામાં આવી હોવી જોઈએ. જરઝવેરાત મોટે ભાગે મોટા દીકરાને વારસામાં મળતાં હોય છે અને તેનું નામ મોટે ભાગે તેના પિતા જેવું જ હોય છે. અને તે કારણે જ તે તારા સૌથી મોટા ભાઈ પાસે હોવી જોઈએ.''

"સંપૂર્ણ સત્ય,'' મેં કહ્યું, "બીજું કંઈ ?''

"તે એક અસ્વચ્છ અને ખૂબ જ ગંદો અને બેફિકરો માણસ હતો. તે એક સફળ માણસ થઈને મૃત્યુ પામ્યો પણ તેણે પોતાની તકોને જતી કરી હતી, કેટલોક સમય

ગરીબીમાં ગાળ્યો હતો. વચ્ચે વચ્ચે થોડોક સમય તે સફળતામાં પણ જીવ્યો અને છેવટે દારૂ પી પીને તે મૃત્યુ પામ્યો. આટલી જ માહિતી હું તેમાંથી મેળવી શક્યો છું.''

હું આશ્ચર્યનો માર્યો મારી ખુરશીમાંથી ઊછળી પડ્યો અને આખાયે ઓરડામાં ખસિયાણો થઈને આમ તેમ આંટા મારવા લાગ્યો.

''આ કંઈ બરાબર ન કહેવાય, હોમ્સ,'' મેં કહ્યું, ''હું નથી માની શકતો કે તું આટલામાંથી આ તારણ પર પહોંચી શકે. તેં ચોક્કસ મારા દુખિયારા ભાઈના ભૂતકાળની તપાસ કરી હોવી જોઈએ અને હવે તું માત્ર ઘડિયાળના નિરીક્ષણ પરથી આ તારણ પર આવ્યો હોવાનો ડોળ કરે છે ? તું મારી પાસે એવી આશા નહીં રાખી શકે કે હું માની લઈશ કે માત્ર ઘડિયાળના નિરીક્ષણથી જ તું આ તારણ પર આવ્યો હોઈશ ! આ ધૂર્તતા છે અને જો સીધા શબ્દોમાં કહું તો એક મોટો દંભ છે.''

''મારા વહાલા ડૉક્ટર,'' તેણે નમ્રતાથી કહ્યું, ''મહેરબાની કરીને મને માફ કરી દે. હું તો તેને એક સમસ્યા તરીકે જોતો હતો, હું તે તદ્દન ભૂલી ગયો કે તેનો ખુલાસો તારા માટે કેટલો દર્દદાયક સાબિત થશે. મારા પર વિશ્વાસ કર કે જ્યાં સુધી તેં આ ઘડિયાળ મારા હાથમાં નહોતી મૂકી ત્યાં સુધી મને નહોતી ખબર કે તારે કોઈ ભાઈ પણ છે.''

''તો પછી તેટલા માત્રમાંથી તું કઈ રીતે આ બધી હકીકતો મેળવી શક્યો ? તે બધું જ સાવ શબ્દશઃ સત્ય છે.''

''એ તો મારું સદ્ભાગ્ય છે. મેં તો માત્ર શક્યતાઓની ધારણા જ કરી. હું તો મારી ધારણા માટે જરા પણ ચોક્કસ નહોતો.''

''પણ તેમ છતાં પણ આ કંઈ અંધારામાં તીર મારવા જેવી વાત તો નહોતી જ !''

''ના, ના, હું ક્યારેય અંધારામાં તીર નથી મારતો. તે મારી આઘાતજનક ટેવ છે. તને આ વિચિત્ર એટલા માટે લાગ્યું હશે કારણ કે તું મેં દર્શાવેલી વિચારોની હારમાળાને નથી અનુસર્યો અથવા તો જે ઝીણી ઝીણી હકીકતોનું નિરીક્ષણ કરીને મોટા નિષ્કર્ષ પર પહોંચાય છે તેને નથી અનુસર્યો. દા.ત. મેં તારા ભાઈને બેફિકરો કહ્યો. જ્યારે તું ઘડિયાળની ડબ્બીના નીચેના ભાગનું નિરીક્ષણ કરીશ તો તું જોઈશ કે તે બે જગ્યાઓએ માત્ર ઝાંખું જ નથી પડ્યું પણ તેના પર ઘણી બધી જાતના લીસોટા પણ પડ્યા છે જે દર્શાવે છે કે તે ઘડિયાળને ચાવીઓ અને સિક્કાના ખિસ્સામાં જ રાખતો હશે અને તેનાથી જ તેના પર આટલા બધા લીસોટા પડ્યા હોવા જોઈએ. હવે કોઈ માણસ પચ્ચાસ ગિનીની મોંઘી ઘડિયાળને આ રીતે રાખે તે કંઈ બહાદુરીનું કામ ન કહેવાય પણ તે ચોક્કસ એક બેદરકાર માણસ જ હોવો જોઈએ. નહીંતર કંઈ વારસામાં મળેલી આવી કીમતી વસ્તુને કોઈ શા માટે આ રીતે રાખે ?''

મેં તેની સાથે સમ્મત થતાં મારું માથું હલાવ્યું.

''ઇંગ્લૅન્ડના નાણાં ધીરનારાઓમાં એક પરંપરા છે કે તેઓ કોઈ ઘડિયાળ લેતી વખતે ઘડિયાળની ડબ્બીમાં ટાંકણી વડે આંકડા કોતરતા હોય છે કે જેથી કરીને તે ભૂંસાઈ

જવાનો ડર નથી રહેતો. મારા સૂક્ષ્મદર્શક કાચ વડે જોતાં તેમાં ઓછામાં ઓછા ચાર વાર આંકડા કોતરવામાં આવ્યા હતા. તેના પરથી એ તારણ હું કાઢી શક્યો કે તારો ભાઈ વારંવાર પૈસાની ખેંચમાં રહેતો હશે. બીજું તારણ એ છે કે ક્યારેક ક્યારેક આર્થિક રીતે સધ્ધર પણ થઈ જતો હશે કારણ કે તે ગીરે મૂકેલી વસ્તુ પૈસા ચૂકવી પાછી પણ મેળવી લેતો હતો. હવે હું તને ઢાંકણીની અંદર તરફ જોવા કહું છું. જેમાં એક કી હોલ છે અને તેની આસપાસ અસંખ્ય લીસોટા પડ્યા છે. હવે કઈ વ્યવસ્થિત વ્યક્તિ આવી અણઘડ રીતે ચાવી ખાંચમાં નાખતી હોય ? પણ કોઈ દારૂડિયાની ઘડિયાળ તું આવા લીસોટા વગરની ક્યારેય ન જોઈ શકે. તે રાત્રે તેને ચાવી આપતો હશે અને તેના ધ્રૂજતા હાથના કારણે જ આવાં નિશાન ત્યાં પડ્યાં હોવાં જોઈએ. આ બધામાં વળી રહસ્ય જેવું શું છે ?"

"આ તો દિવસ જેવું જ સ્પષ્ટ છે," મેં જવાબ આપ્યો. "હું મારી શંકાઓ બદલ માફી માગું છું. મારે તારી અદ્‌ભુત બુદ્ધિ પર વધારે વિશ્વાસ રાખવો જોઈએ. હું જાણી શકું કે હાલમાં તારી પાસે કોઈ વ્યવસાયી તપાસ છે ખરી ?"

"કોઈ જ નહીં, એટલે જ તો કોકેઈનનો સહારો લેવો પડે છે. હું બૌદ્ધિક કાર્ય વગર નથી જીવી શકતો. બીજું તો વળી જીવવા માટે શું છે ? બારી આગળ ઊભા રહેતાં એ જ રોજિંદી, નિરસ, ભેંકાર, નકામી દુનિયા જોવી પડે છે. જો તો બહાર કેવું વાતાવરણ છે ! પીળુ ધુમ્મસ કેવું શેરી પર ઊતરી આવ્યું છે અને ભૂખરા રંગનાં મકાનો પર કેવો બરફ પથરાઈ ગયો છે. આનાથી વધારે નિરસ, નિસ્તેજ શું હોઈ શકે ? એવી આવડતનો શું ઉપયોગ જેને વાપરવાનું કોઈ ક્ષેત્ર જ ન હોય ? ઘસાઈ પિટાઈ ગયેલા ગુના થાય છે, તેની પદ્ધતિ પણ ઘસાઈ ગયેલી છે, કોઈ ગુણવત્તા જ નથી રહી ગુનાઓ કરવામાં."

હું તેની હતાશાને જવાબ આપવા મોઢું જ ખોલી રહ્યો હતો કે બારણા પર એક કર્કશ ટકોરો સંભળાયો, અમારી મકાનમાલિકણ તાંબાની ટ્રેમાં એક કાર્ડ લઈ ઓરડામાં પ્રવેશી.

"એક યુવતી તમને મળવા આવી છે, સાહેબ," તેણીએ મારા સાથીને સંબોધતાં કહ્યું.

"કુમારી મેરી મોર્સ્ટન," તેણે કાર્ડ વાંચ્યું, "અહ્ ! હું આ નામ વિષે કશું જ નથી જાણતો. યુવતીને ઉપર આવવા કહો, શ્રીમતી હડસન. ડૉક્ટર, અહીં જ બેઠો રહે. હું ઇચ્છું છું કે તું અહીં જ રહે."

❖

પ્રકરણ ૨

કુમારી મોર્સ્ટેનનું નિવેદન

કુમારી મોર્સ્ટેન ઓરડામાં મક્કમ પગલે સ્વસ્થતાનો દેખાવ કરતી પ્રવેશી. તેણી એક સોનેરી વાળવાળી યુવતી હતી. નાનકડી, સુંદર, વ્યવસ્થિત હાથમોજાંમાં અને ઉચ્ચ પસંદ ધરાવતાં વસ્ત્રોમાં સજ્જ હતી. તેમ છતાં પણ, તે વસ્ત્રોમાં એક સાદાઈ હતી જે મર્યાદાસૂચક હતી. તેનો પોશાક ઝાંખા રાખોડી રંગનો હતો. તેના વાળ ઊંચાનીચા હતા અને ગૂંથ્યા વગરના હતા, તેણે એક નાનકડી પાઘડી જેવું પહેર્યું હતું જેની એક બાજુ ધોળું પીછું લગાવવામાં આવ્યું હતું. તેના ચહેરા પર કોઈ જ સ્થિર લક્ષણો નહોતાં જણાતાં, ન તો સૌંદર્યની કોઈ કાંતિ જણાતી હતી, પણ તેના હાવભાવ મીઠડા અને મળતાવડા હતા અને તેની મોટી ભૂરી આંખો અસાધારણ કહેવાય તેવી દીપ્ત અને સહાનુભૂતિભરી હતી. ત્રણ ખંડના મારા રહેવાસ દરમિયાન મને આટલો સ્પષ્ટ સંસ્કારી અને સંવેદનશીલ લક્ષણ ધરાવતો ચહેરો ક્યારેય નહોતો જોવા મળ્યો. હું જોઈ શક્યો કે શૅરલૉક હોમ્સે તેને માટે ગોઠવેલી ખુરશી પર જગ્યા લેતી વખતે તેણીના હોઠ ધ્રૂજી રહ્યા હતા, તેના હાથ કાંપી રહ્યા હતા અને તે અંદરથી ખૂબ ગભરાયેલી લાગતી હતી.

"હું તમારી પાસે આવી છું, શ્રીમાન હોમ્સ," તેણીએ કહ્યું, "કારણ કે તમે મારી શેઠાણી શ્રીમતી સેસિલ ફોરેસ્ટરને એક વાર તેમની કોઈક ઘરેલુ ગૂંચવણમાં મદદ કરી હતી. તેણી તમારી આવડત અને સદ્વ્યવહારથી ખૂબ પ્રભાવિત થઈ હતી."

"શ્રીમતી, સેસિલ ફોરેસ્ટર," તેણે વિચારપૂર્વક નામનું પુનરાવર્તન કર્યું. "મારું માનવું છે કે મેં તેણીને જરાક અમથી સેવા આપી હતી. મને યાદ છે ત્યાં સુધી મામલો સાવ સામાન્ય હતો."

"તેણીને એવું નહોતું લાગતું. પણ કમ-સે-કમ તમે મારા મામલાને તો સામાન્ય નહીં જ કહી શકો. આટલી વિચિત્ર અને ગૂઢ પરિસ્થિતિમાં હું ક્યારેય નથી મુકાઈ."

હોમ્સની આંખો ચમકવા માંડી. તેણે પોતાના હાથ મસળ્યા. હોમ્સ તેની ખુરશી પર આગળ તરફ નમ્યો. તેના બાજ જેવા સુરેખ ચહેરા પર અસામાન્ય એકાગ્રતા હતી.

"તો કહો તમારી કથા," તેણે ચપળ ધંધાદારી અદામાં કહ્યું.

મને મારી સ્થિતિ ખૂબ અગવડભરી લાગી રહી હતી.

"તમે તમારી વાત આગળ વધારો, હું રજા લઉં છું." મેં મારી ખુરશીમાંથી ઊભા થતાં કહ્યું.

"જો તમારા મિત્ર," તેણીએ કહ્યું, "રોકાય તો હું તેમનો ખૂબ આભાર માનીશ. તે મને મદદરૂપ નીવડશે."

હું મારી ખુરશીમાં પાછો ગોઠવાઈ ગયો.

"વિસ્તારપૂર્વકની," તેણે પોતાની વાત શરૂ કરી, "હકીકતો આ પ્રમાણે છે. મારા પિતા ભારતીય રેજિમેન્ટમાં કપ્તાન હતા. હું જ્યારે નાની હતી ત્યારે જ તેમણે મને ઘરે પાછી મોકલી દીધી હતી. મારી માતા મૃત્યુ પામી હતી અને મારે ઇંગ્લૅન્ડમાં કોઈ સગું નહોતું. માટે મને એક સારી હોસ્ટેલમાં મૂકવામાં આવી હતી જ્યાં હું સત્તર વર્ષની થઈ ત્યાં સુધી રહી હતી. ૧૮૭૮માં મારા પિતા કે જે તેમની રેજિમેન્ટના કેપ્ટન હતા તે બાર મહિનાની રજા લઈને ઘરે આવ્યા. તેમણે મને તાર કર્યો કે તેઓ સુરક્ષિત રીતે આવી પહોંચ્યા છે અને હું તેમને એક વાર તો મળી જ લઉં. તેમણે મને લેન્ગ્હામ હોટલનું સરનામું આપ્યું. તેમનો સંદેશો મને યાદ છે ત્યાં સુધી ખૂબ જ સદ્ભાવનાભર્યો અને પ્રેમાળ હતો. લંડન પહોંચી હું સીધી હોટલ લેન્ગ્હામ પહોંચી ગઈ, ત્યાં મને કહેવામાં આવ્યું કે કેપ્ટન મોર્સ્ટૅન ત્યાં જ રહેતા હતા પણ એક રાત્રિ પહેલાં તેઓ બહાર ગયા હતા અને હજુ પાછા ફર્યા નહોતા. મેં આખો દિવસ હોટલમાં તેમની રાહ જોઈ પણ તેમના કોઈ જ સમચાર ન મળ્યા. હોટલના મેનેજરના કહેવાથી તે રાત્રે મેં પોલીસને તે બાબતે જણાવ્યું અને બીજી સવારે બધા જ સમાચારપત્રોમાં અમે જાહેરખબર પણ આપી. અમારી તપાસનું કોઈ જ પરિણામ ન આવ્યું અને તે દિવસથી તે અત્યાર સુધી મને મારા કમનસીબ પિતા બાબતે એક શબ્દ પણ સાંભળવા મળ્યો નથી. તેઓ બિચારા ઘરે એ આશાએ આવ્યા હશે કે તેઓ થોડીક શાંતિ અને આરામ ભોગવશે પણ..."

તેણે પોતાના ગળા પર હાથ ફેરવ્યો અને ગળું ભરાઈ આવવાથી વાતમાં અવરોધ પડ્યો.

"કઈ તારીખે ?" હોમ્સે પોતાની નોંધપોથી ખોલતાં પૂછ્યું.

"૧૮૭૮ના ડિસેમ્બરની ત્રીજી તારીખે તેઓ ગાયબ થયા હતા - લગભગ દસ વર્ષ પહેલાં."

"તેમનો સામાન ?"

"હોટલમાં જ હતો. તેમાં એવું કંઈ જ નહોતું કે તેમની કોઈ ભાળ મળે - કેટલાંક કપડાં, કેટલાંક પુસ્તકો અને આંદામાન ટાપુનો એક મહત્ત્વનો નંબર હતો. તેઓ કેદીઓની જેલના હવાલાના અધિકારી પણ રહ્યા હતા."

"શહેરમાં તેમને કોઈ મિત્ર હતા ?"

"માત્ર એક જ હતા - મેજર શોલ્ટો, તેઓ તેમની જ રેજિમેન્ટના હતા. તેઓ થોડા વખત પહેલાં જ નિવૃત્ત થયા હતા અને તેઓ અપર નોરવૂડમાં રહેતા હતા. અમે તેમનો સંપર્ક પણ કર્યો હતો પણ તેઓને તો એ પણ નહોતી ખબર કે તેમનો સાથી અધિકારી ઇંગ્લૅન્ડમાં હતો."

"આ એક અનોખો મામલો છે," હોમ્સે કહ્યું.

"તમારી સમક્ષ મેં હજુ સૌથી વિચિત્ર પાસું તો રજૂ કર્યું જ નથી. લગભગ છ વર્ષ પહેલાં - ચોક્કસ કહું તો ૧૮૮૨ના મે મહિનાની ચોથી તારીખે ***ટાઇમ્સ*** સમાચારપત્રમાં એક જાહેર ખબર હતી જેમાં કુમારી મેરી મોર્સ્ટેનનું સરનામું માગવામાં આવ્યું હતું અને તેમાં કહેવામાં આવ્યું હતું કે તેણી પોતાનું સરનામું જણાવશે તો તેણીના જ હિતમાં રહેશે. તેમાં કોઈનું નામ કે સરનામું લખવામાં નહોતું આવ્યું. તે વખતે હજુ તો હું શ્રીમતી સેસિલ ફોરેસ્ટરના કુટુંબમાં એક શિક્ષિકા તરીકે પ્રવેશી જ હતી. શ્રીમતી સેસિલની સલાહથી મેં સમાચારપત્રમાં મારું સરનામું આપ્યું. તે જ દિવસે મારા સરનામે મારા નામે એક નાનકડો ડબ્બો આવ્યો જેમાં એક ખૂબ મોટું અને ચળકતું મોતી હતું. ખોખું મોકલનાર વ્યક્તિનું કોઈ જ લખાણ નહોતું. ત્યારથી દર વર્ષે તે જ દિવસે મારા નામે તેવો જ ડબ્બો અને તેવું જ મોતી આવતું રહ્યું. મોકલનારની કોઈ જ માહિતી વગર. નિષ્ણાતના જણાવ્યા પ્રમાણે તે ખૂબ અનોખાં મોતી હતાં જે ખૂબ મૂલ્યવાન હતાં. તમે તમારી જાતે જ જુઓ કે તે કેટલાં સુંદર છે."

તેણે એક ચપટું ખોખું અમારી સમક્ષ ખુલ્લું મૂક્યું અને મેં ક્યારેય ન જોયાં હોય તેવાં સુંદર મોતી મેં તેમાં જોયાં.

"તમારી કથા ખૂબ જ રસપ્રદ છે," શૅરલૉક હોમ્સે કહ્યું, "હવે આગળ તમારે કંઈ કહેવું છે ?"

"હા, ક્યારેય નહીં પણ આજે તો ખરું જ. અને તે માટે જ હું તમારી પાસે આવી છું. આજે સવારે મને આ પત્ર મળ્યો, જે તમે તમારી જાતે જ વાંચશો તો સારું રહેશે."

"આભાર," હોમ્સે કહ્યું, "પરબીડિયું પણ આપો. લંડન, એસ. ડબલ્યુ.નો સિક્કો મારેલો છે. ૭મી જુલાઈની તારીખ છે. ખૂણા પર અંગૂઠાની નિશાની છે - મોટે ભાગે તે ટપાલીની જ હશે. ઉત્તમ ગુણવત્તાનો કાગળ છે. છ પેન્સના એક પેકેટવાળું પરબીડિયું છે. મોકલનાર માણસ પોતાની લેખનસામગ્રી બાબતે ચોકસાઈવાળો છે. કોઈ જ સરનામું લખવામાં નથી આવ્યું."

"આજે રાત્રીના સાત વાગ્યે લિશિયમ થિયેટરના ડાબી બાજુના ત્રીજા થાંભલા આગળ હાજર રહેજો. જો તમને વિશ્વાસ ન આવતો હોય તો બે મિત્રોને સાથે રાખજો. તમારી સાથે છેતરપિંડી થઈ રહી છે અને તમને ન્યાય મળશે. પોલીસને ન લાવતા. જો તેમ કરશો તો બધું જ ખતમ થઈ જશે. તમારો અજાણ્યો મિત્ર.

"ખરેખર, આ તો ખૂબ જ સુંદર એવું નાનકડું રહસ્ય છે ! તમે શું કરવા માગો છો, કુમારી મોર્સ્ટન ?"

"હું તમને તે જ પૂછવા માગું છું."

"તો પછી આપણે ચોક્કસ જવું જ જોઈએ - તમે અને હું અને - હા, ડૉક્ટર વૉટસન. તમારા ખબરપત્રીએ બે મિત્રો લાવવા તો કહ્યું જ છે. ડૉક્ટર વૉટસન અને મેં આ પહેલાં પણ સાથે કામ કર્યું છે."

"પણ શું તેઓ આવશે ?" તેણે આજીજીપૂર્વકના ભાવ સાથે કહ્યું.

"જો હું કંઈ સેવા આપી શકું તેમ હોઉં તો મને તેમ કરતા ગર્વ અને આનંદ થશે." મેં તરત જ જવાબ આપતાં કહ્યું.

"તમે બન્ને ખૂબ દયાળુ છો," તેણીએ જવાબ આપ્યો, "હું એક એકાંત જીવન જીવું છું અને જેમની પાસે મદદની માગ કરી શકું તેવા મારા કોઈ મિત્ર નથી. તો પછી છ વાગ્યે હું અહીં આવી જઉં ?"

"હા, જરા પણ મોડું ન થવું જોઈએ." હોમ્સે કહ્યું, "બીજો એક મુદ્દો છે, શું આ તે જ હસ્તાક્ષર છે જે પેલા મોતીના ખોખા પર લખાઈને આવતા હતા ?"

"તે મારી પાસે જ છે," તેણે અડધો ડઝન જેટલા કાગળના ટુકડા આગળ ધર્યા.

"તમે ખરેખર એક આદર્શ અસીલ છો. તમારી આંતરસૂઝ ખૂબ સારી છે. લાવો હવે તે જોઈ લઈએ." તેણે બધાં જ છાપાંઓને મેજ પર પાથર્યાં અને દરેક પર વારાફરતી નજર દોડાવી. "આ બધા બનાવટી હસ્તાક્ષરો છે, માત્ર પત્રો સિવાય," તેણે કહ્યું, "પણ તેના લેખક બાબતે તેમાં કોઈ જ શંકા નથી. જુઓ કઈ રીતે ગ્રીક 'ઇ' કેવો ઊપસી આવે છે તે જ રીતે 'એસ' અક્ષરના વળાંકો કેવા છે. આ બધા જ પત્રો એક જ વ્યક્તિ વડે લખાયેલા છે. હું તમને કોઈ ખોટી આશા નથી બંધાવતો, કુમારી મોર્સ્ટન, પણ શું આ અક્ષરોમાં અને તમારા પિતાના અક્ષરમાં કોઈ સામ્યતા રહેલી છે ખરી ?"

"કંઈ ખાસ અસમાનતા નથી."

"તમે આવું કહેશો તેવી જ મારી ધારણા હતી. તો પછી આપણે સાંજે છ વાગ્યે મળીએ. ત્યાં સુધી આ પત્રો મારી પાસે રહેવા દો. હું તેની ઝીણવટથી ચકાસણી કરી લઉં. ચાલો ત્યારે, આવજો."

"આવજો," આમ કહેતી અમારી મુલાકાતી એક પછી એક અમારા પર પ્રફુલ્લિત નજર નાખતી અને મોતીઓનું ખોખું પોતાના થેલામાં સરકાવતી ત્યાંથી રવાના થઈ ગઈ.

"કેટલી આકર્ષક સ્ત્રી છે !" મારા સાથી તરફ વળતાં મેં કહ્યું.

તેણે ફરી પોતાની ચલમ સળગાવી અને ખુરશીમાં આંખો બંધ કરી આડો પડ્યો. "ખરેખર !" તેણે ખડખડાટ હસતાં કહ્યું, "મેં તો એવું કંઈ ધ્યાન પર ન લીધું."

"તું ખરેખર એક યંત્રવત્ માણસ છે - એક ગણતરીયંત્ર છે." મેં મોટેથી કહ્યું, "ક્યારેક ક્યારેક તારામાં કંઈક નિશ્ચિત અમાનુષીપણું દેખાય છે."

તેણે મૃદુ સ્મિત કર્યું.

“તે જ તો સૌથી મહત્ત્વનું છે,” તેણે પણ મોટેથી જવાબ આપ્યો, “તમારા નિર્ણય પર કંઈ કોઈની વ્યક્તિગત ગુણવત્તા હાવી ન થવા દેવી જોઈએ. એક અસીલ મારા માટે માત્ર ને માત્ર એક વ્યક્તિ જ છે. સમસ્યાનો રજૂ કરનાર. લાગણીશીલ ગુણવત્તાઓ વિવેકબુદ્ધિની દુશ્મન હોય છે. હું તને ખાતરી આપું કે સૌથી આકર્ષક સ્ત્રી વીમાના પૈસા મેળવવા માટે પોતાના ત્રણ નાનકડાં બાળકોને શૂળીએ લટકાવી દે છે. અને મારી ઓળખાણમાં એવો પરોપકારી વ્યક્તિ પણ છે કે જે સૌથી અનાકર્ષક છે પણ લંડનના ગરીબો માટે અઢી લાખ પાઉન્ડ પણ ખર્ચી જાણે છે.”

“તેમ છતાં પણ આ મામલામાં---”

“હું ક્યારેય અપવાદો નથી બનાવતો. અપવાદ નિયમોને ખોટા સાબિત કરે છે. તારે માટે ક્યારેય એવો પ્રસંગ આવ્યો છે કે તેં હસ્તાક્ષરોના અક્ષરોનો અભ્યાસ કર્યો હોય ? આ ઉતાવળે ચિઠ્ઠી લખી નાખનાર વ્યક્તિ વિષે તારું શું કહેવું છે ?”

હોમ્સે પોતાનું માથુ હલાવ્યું.

“આ લાંબા અક્ષરો તરફ જો,” તેણે કહ્યું, “તે સામાન્ય હારથી કંઈ ખાસ ઊંચા નથી. પેલો ‘ડી’ બની શકે કે એ પણ હોય, અને પેલો ‘એલ’ બની શકે કે ‘ઈ’ હોય. સામાન્ય રીતે લોકો દ્વારા લાંબા અક્ષરો લાંબા જ લખવામાં આવે છે પછી ભલે તે અસ્પષ્ટપણે લખવામાં આવે. તેનો નાનો ‘કે’ થોડો અસ્થિર છે જ્યારે તેના કેપિટલ અક્ષરોમાં સ્વાભિમાન દેખાય છે. હું હવે બહાર જઉં છું. આ બાબતે થોડીક માહિતી મેળવવી છે. હું આવું ત્યાં સુધી તને આ પુસ્તક વાંચવાની ભલામણ કરું છું. તે અત્યાર સુધીનાં નોંધનીય પુસ્તકોમાંનું એક છે. તે વિનવૂડ રીડનું ‘માર્ટીર્ડમ ઑવ્ મેન’ છે. મારે પાછા આવતાં કલાક થશે.”

હું હોમ્સે કહેલું પુસ્તક લઈને બારી આગળ બેઠો પણ મારા વિચારો લેખકની સાહસુ કલ્પનાઓથી ક્યાંય છેટા હતા. મારું મગજ તો બસ અમારી પેલી મુલાકાતી પાછળ જ દોડતું હતું - તેણીનું સ્મિત, તેણીનો ઊંડો ઉન્નત સ્વર, તેના જીવનમાં આવી પડેલું વિચિત્ર રહસ્ય. જો તેણી પોતાના પિતાના ગાયબ થયા વખતે સત્તરની હશે તો અત્યારે તે સત્યાવીસની હશે - એક એવી ઉંમર જ્યારે માણસમાં સ્વચૈતન્ય આવે છે. અનુભવોથી તે સંયમી બનતો હોય છે. હું બેઠો રહ્યો અને જ્યાં સુધી મને ભયંકર વિચારો ન આવવા લાગ્યા ત્યાં સુધી હું વિચારતો જ રહ્યો. હું ઉતાવળે મારા ટેબલ પાસે આવ્યો અને રોગનિદાનશાસ્ત્ર પર કરવામાં આવેલા છેલ્લામાં છેલ્લા ગ્રંથને ફંફોળવા લાગ્યો. આખરે હું શું હતો એક લશ્કરી સર્જન કે જેનો પગ પણ નબળો છે, જેનું બેંકનું ખાતું પણ તેના પગ જેવું જ નબળું છે. હું કઈ રીતે આટલી હદ સુધીનું વિચારી શકું ? તે તો માત્ર એક વ્યક્તિ છે જે પોતાની સમસ્યા લઈને અમારી પાસે આવી છે. જો મારું ભાવિ અંધારઘેર્યું હોય તો તેનો એક પુરુષ તરીકે સામનો કરવો યોગ્ય રહેશે. ખોટાં સપનાંઓ સેવવાથી તે ઊજળું નહોતું થઈ જવાનું.

❖

પ્રકરણ ૩

ઉકેલની શોધમાં

સાડા પાંચ વાગ્યે હોમ્સ પાછો આવ્યો. તે સ્ફૂર્તિલો અને ઉત્સુક લાગતો હતો અને ખૂબ જ સારા મિજાજમાં હતો. તે થોડાક કલાક પહેલાં જેવી અંધારી નિરાશામાં હતો તેના કરતાં તો તેનો આ મિજાજ ક્યાંય અલગ હતો.

"આ બાબતમાં કોઈ જ મોટું રહસ્ય નથી રહેલું," તેના માટે પિરસાયેલો ચાનો કપ લેતાં તેણે કહ્યું, "હકીકતો એક જ ખુલાસો કરે છે."

"શું ! તેં ઉકેલ મેળવી લીધો ?"

"એવું કહેવું તો વધારે પડતું કહેવાશે. મેં એક સૂચક હકીકત મેળવી છે માત્ર તેટલું જ. તે ખરેખર ખૂબ જ સૂચક છે. જો કે વિગતો હજુ ઉમેરવાની બાકી છે. *ટાઈમ્સ* સમાચારપત્રની જૂની ફાઈલો ખોળવાથી મારી જાણમાં આવ્યું છે કે પેલા અપર નોરવૂડના મેજર શોલ્ટો ઘણા વખત પહેલાં બોમ્બેના ચોત્રીસમા પાયદળમાં હતા અને ૧૮૮૨ના એપ્રિલ મહિનાની અઠ્ઠાવીસમી તારીખે તેઓ મૃત્યુ પામ્યા હતા."

"તું ભલે મને બુદ્ધિ વગરનો માને, હોમ્સ, પણ તેમાં શાનું સૂચન છે તે હું નથી સમજી શકતો."

"એમ ! તેં તો મને વિસ્મયમાં મૂકી દીધો. જો તને સમજાતું ન હોય તો તું બધી જ હકીકતોને આ દૃષ્ટિએ જો. કેપ્ટન મોર્સ્ટેન ગુમ થયા. લંડનમાં માત્ર એક જ વ્યક્તિ મેજર શોલ્ટો હતા કે જેની તે મુલાકાત લઈ શકે તેમ હતા. મેજર શોલ્ટોએ શ્રીમાન મોર્સ્ટેનના લંડનમાં હોવાની જાણકારી હોવાનો પણ ઇનકાર કર્યો. તે પછીનાં ચાર વર્ષ બાદ શોલ્ટો મૃત્યુ પામ્યા. તેના મૃત્યુના એક અઠવાડિયા બાદ જ કેપ્ટન મોર્સ્ટેનની દીકરીને મૂલ્યવાન ભેટ મળી જે તેને ત્યાર બાદ દર વર્ષે મળતી રહી અને હવે આટલાં વર્ષો બાદ તેની સાથે અન્યાય થઈ રહેલો છે તેવો પત્ર લખવામાં આવ્યો. તેણીના પિતાના ગુમ થવાથી વિશેષ તેની સાથે વળી બીજો કયો અન્યાય થયો હોવો જોઈએ ? અને શા માટે

શોલ્ટોના મૃત્યુ બાદ જ આ બધી ભેટો તેણીને મોકલવામાં આવી ? ચોક્કસ શોલ્ટોના વારસદારો આ રહસ્ય વિષે જાણતા જ હોવા જોઈએ અને માટે જ તેણીને રાહતરૂપે ભેટ મોકલતા હોય. આ ઉપરાંત તારી પાસે બીજી કોઈ સંભાવના છે જે હકીકતો સાથે જોડાઈ શકે તેમ હોય ?''

''પણ આ તો વિચિત્ર ભરપાઈ કહેવાય ! અને તે પણ કેવી રીતે આપવામાં આવે છે ! આટલાં છ વર્ષ દરમિયાન નહીં ને તેમને વળી હવે પત્ર લખવાની શું જરૂર પડી ? અને તેમાં પણ તેણીને ન્યાય આપવાની વાત કરવામાં આવી રહી છે. હવે વળી કેવો ન્યાય ? તેના પિતા જીવિત હોય તેવું માનવું તો વધારે પડતું કહેવાય. આથી વિશેષ તો આપણે જાણીએ છીએ ત્યાં સુધી તેણી સાથે કોઈ જ અન્યાય નથી થયો.''

''તેમાં કેટલીક મુશ્કેલીઓ છે - ખરેખર કેટલીક મુશ્કેલીઓ છે,'' શૅરલૉક હોમ્સે ચિંતાગ્રસ્ત થતાં કહ્યું, ''પણ આપણી આજ રાતની મુલાકાતથી બધું જ ઊકલી જશે. ચાલ, ઘોડાગાડી આવી ગઈ છે અને કુમારી મોર્સ્ટૅન પણ તેમાં જ છે. તું તૈયાર છે ને ? તો પછી જઈએ, ત્યાં પહોંચતાં પણ આપણને પા એક કલાક તો લાગશે જ.''

મેં મારી ટોપી અને ભારેખમ લાકડી લીધી અને મેં જોયું કે હોમ્સે પણ પોતાના ખાનામાંથી રિવોલ્વર લઈને પોતાના ખિસ્સામાં સરકાવી દીધી હતી. માટે એટલું સ્પષ્ટ હતું કે અમારું આજ રાતનું કામ ખૂબ જ ગંભીર હતું.

કુમારી મોર્સ્ટૅન ઘેરા ડગલામાં ઢબૂરાયેલી હતી, અને તેણીનો આખો ચહેરો શાંત પણ ફિક્કો પડી ગયેલો હતો. અમારું આજનું કામ એવું હતું કે જો તેણી આટલી અકળામણ ન અનુભવતી હોત તો તે એક સ્ત્રી કરતાં કંઈક વિશેષ જ ગણાત. જો કે તેનો આત્મસંયમ ખૂબ સારો હતો. તેણી હોમ્સે પૂછેલા એક એક પ્રશ્નનો ખૂબ સ્વસ્થતાથી ઉત્તર આપતી હતી.

''મેજર શોલ્ટો મારા પિતાના એક ખાસ મિત્ર હતા,'' તેણીએ કહ્યું, ''તેમના મેજર પરના દરેક પત્રો ભ્રામક હતા. તેઓ અને મારા પિતા આન્દામાન ટાપુઓમાં લશ્કરી ટોળકીઓના કમાન હતા માટે તેમણે એક સાથે ખૂબ લાંબો સમય વિતાવ્યો હતો. તે બધું તો ઠીક પણ પેલું કુતૂહલ ઉપજાવનારો કાગળ કે જેને કોઈ જ સમજી નહોતું શક્યું તે મારા પિતાના ટેબલમાંથી મળી આવ્યો હતો, પણ મને તે કંઈ ખાસ મહત્ત્વનું નથી લાગતું તેમ છતાં પણ મને લાગ્યું કે તમને તે જોવાની ઈચ્છા થશે અને માટે જ હું તેને મારી સાથે જ લેતી આવી છું. આ રહ્યો તે.''

હોમ્સે ખૂબ કાળજીથી તે કાગળ ખોલ્યો અને પોતાના ગોઠણ પર તેને કરચલી રહિત કર્યો. પછી તેણે ખૂબ જ પદ્ધતિસર પોતાના સૂક્ષ્મદર્શક કાચ વડે તેને તપાસ્યો.

''આ કાગળ ભારતીય બનાવટનો છે,'' તેણે કહ્યું, ''તેને કેટલોક વખત ટાંકણીથી બોર્ડ પર ચોંટાડી રાખવામાં પણ આવ્યો છે. તેના પરની રેખાકૃતિ કોઈક મોટી ઈમારતના

કોઈક ભાગની લાગે છે જેમાં અસંખ્ય દીવાનખંડ અને પરસાળો છે. એક જગ્યાએ લાલ શાહીથી નાનકડી ચોકડી મારવામાં આવી હતી અને તેની ઉપર 'ડાબેથી ૩.૩૭' ઝાંખી પેન્સિલથી લખવામાં આવ્યું હતું. ડાબી બાજુના ખૂણામાં ચિત્રલિપિથી ચાર ચોકડીઓ એક જ હારમાં કરવામાં આવી હતી. તેની બાજુમાં ખૂબ જ ખરાબ અને આડાઅવળા અક્ષરોમાં 'ચારની નિશાની - જોનાથન સ્મોલ, મહંમદસિંઘ, અબ્દુલ્લાહ ખાન, દોસ્ત અકબર.' લખવામાં આવ્યું હતું. ના, હું સ્વીકારું છું કે આ વસ્તુ આખીયે બાબતમાં કઈ રીતે લાગુ પાડી શકાય તે મને નથી ખબર, તેમ છતાં પણ આ એક મહત્ત્વનો દસ્તાવેજ છે. તેને ખૂબ જ કાળજીથી એક પોકેટ બૂકમાં રાખવામાં આવ્યો હતો કારણ કે તેની એક બાજુ એકદમ સ્વચ્છ છે."

"આ તેમની પોકેટબૂકમાંથી જ અમને મળી આવ્યો હતો."

"તો પછી તેને તે જ રીતે સાચવીને રાખજો, કુમારી મોર્સ્ટન, બની શકે કે આગળ જતાં તે આપણને ઉપયોગી નીવડે. હવે મને શંકા જઈ રહી છે કે પહેલાં જેમ વિચારવામાં આવ્યું હતું તેના કરતાં આ બાબત ખૂબ જ ગંભીર અને ઊંડી છે. મારે તેની પુનઃવિચારણા કરવી પડશે."

તેણે પોતાની ઘોડાગાડીની બેઠક પર ટેકો લીધો અને હું તેની ખેંચાયેલી ભ્રમરો અને ભાવશૂન્ય આંખો જોઈ સમજી ગયો કે તે ખૂબ ઊંડા વિચારમાં સરી પડ્યો હતો. કુમારી મોર્સ્ટન અને હું અમારી હાલની સ્થિતિ અને તેના પરિણામની ધીમા અવાજમાં ચર્ચા કરી રહ્યાં હતાં પણ અમારા સાથીએ તો પોતાના વણઅટક્યા વિચારોને મુસાફરીના અંત સુધી ચાલુ રાખ્યા.

સપ્ટેમ્બર મહિનાની સાંજ હતી, હજુ તો સાત પણ નહોતા વાગ્યા અને દિવસ ઝાંખો પડી ગયો હતો. આખાયે શહેર પર ગાઢ ધુમ્મસ પથરાવા લાગ્યું હતું. કાળાં વાદળાં નિરસ રીતે કાદવિયા શેરીઓમાં ટપકવા લાગ્યાં હતાં. બત્તીઓ ગોળ ધબ્બા પડ્યા હોય તેવો ઝાંખો પ્રકાશ ફેંકી રહી હતી. દુકાનોની બારીઓમાંથી આવતો પ્રકાશ વરાળ જેવો ભાસી રહ્યો હતો. ઝાંખા પ્રકાશમાં દેખાતા ટોળામાં લોકોના દુઃખી, ઉત્સાહી, આનંદી, ઉદાસ ચહેરાઓ દેખાતા હતા. મારે આખી બાબત સાથે કોઈ જ લેવા-દેવા નહોતી તેમ છતાં પણ આખીયે સાંજ એવી ગંભીર અને ઉદાસ હતી કે તેનાથી મને હતાશા અને ગભરામણ થતી રહી હતી અને હું કુમારી મોર્સ્ટનની વર્તણૂક પરથી જોઈ શકતો હતો કે તેણીને પણ મારા જેવો જ અનુભવ થઈ રહ્યો હતો. પણ આખીયે બાબતની જાણે હોમ્સ પર કોઈ અસર જ ન થઈ હોય તેવું લાગતું હતું. તેણે પોતાની નોંધપોથી પોતાના ગોઠણો પર ખુલ્લી મૂકી હતી અને પોતાની ખિસ્સાબત્તીના અજવાળામાં વારંવાર તેમાં કંઈક ને કંઈક નોંધતો રહેતો હતો.

લિશિયમ થિયેટરના પ્રવેશદ્વાર આગળ ટોળાંનાં ટોળાં હતાં. તેની આગળ જ બે પૈડાંવાળી અને ચાર પૈડાંવાળી ઘોડાગાડીઓની હાર લાગેલી હતી અને તેમાંથી ટોળાબંધ

સૂટ-બૂટવાળા પુરુષો અને હીરા તથા સુંદર વસ્ત્રોમાં સજ્જ સ્ત્રીઓ ઠલવાતાં હતાં. હજુ તો અમે નક્કી કરેલા ત્રીજા થાંભલા સુધી પહોંચ્યા જ હતાં ત્યાં ઘોડાગાડીવાળાના પોશાકવાળો એક કાળો, ઠીંગણો ચપળ માણસ આજીજી કરતો અમારી પાસે આવ્યો.

"તમે કુમારી મોર્સ્ટન સાથે આવ્યા છો ?" તેણે પૂછ્યું.

"હું કુમારી મોર્સ્ટન છું અને આ બે સદ્‌ગૃહસ્થો મારા મિત્રો છે," તેણીએ કહ્યું.

તેણે એક વેધક અને પ્રશ્નભરી નજર અમારા બે પર ફેરવી.

"મને માફ કરજો, કુમારી," તે ખૂબ નમ્રતાથી બોલ્યો, "પણ મને તમે ખાતરી આપો કે તમારા આ બે સાથીઓમાંથી કોઈ પોલીસ અધિકારી નથી."

"હું તમને ખાતરી આપું છું કે તેવું નથી." તેણીએ કહ્યું.

તેણે એક તીણી સીટી મારી અને શેરીમાં એક ચાર પૈડાંવાળી ઘોડાગાડી લઈને ઊભેલા આરબે અમારા માટે દરવાજો ખોલ્યો. જે માણસે અમારી સાથે વાત કરી હતી તે ઘોડાગાડીના ડબ્બા પર બેઠો જ્યારે અમે અંદરની બાજુએ બેઠા. અમે હજુ બેઠાં જ હોઈશું ત્યાં તો ચાલકે ઘોડાગાડી દોડાવી મૂકી અને અમે ધુમ્મસછાયી શેરીમાંથી પૂરવેગે દોડવા લાગ્યાં.

સ્થિતિ ખૂબ જ વિચિત્ર હતી. અમે એક અજાણી જગ્યાએ, અજાણી ખેપ પર જઈ રહ્યાં હતાં. બની શકે કે અમને આપવામાં આવેલું આમંત્રણ એક મશ્કરી હોય. અથવા તો બની શકે કે અમારી મુસાફરી અમને કોઈ ચોક્કસ કારણ સુધી લઈ જાય. કુમારી મોર્સ્ટન પહેલાં જેવી જ દૃઢ અને શાંત હતી. હું તેણીને મારા અફઘાનિસ્તાન વખતના સાહસોના કિસ્સા સંભળાવી હળવા રાખવાનો પ્રયત્ન કરી રહ્યો હતો પણ સાચું કહું તો હું પોતે મારી સ્થિતિથી ખૂબ ઉત્તેજિત થઈ ઊઠ્યો હતો અને અમારા ગંતવ્યસ્થાને પહોંચવા આતુર હતો. હું શું કહી રહ્યો હતો તેની મને ખુદને જ કોઈ ખબર નહોતી. તેણીએ ખુદે મને કહ્યું કે મેં તેને કઈ રીતે મારા તંબુ પર તકાયેલી બંદૂકના જવાબમાં મારી બે નાળચાવાળી બંદૂકથી જવાબ આપ્યો હતો તે કિસ્સો મેં તેને પહેલાં પણ કહી દીધો હતો. શરૂઆતમાં તો અમે ક્યાંથી પસાર થઈ રહ્યાં હતાં તેનો ખ્યાલ મને આવ્યો પણ ત્યાર બાદ ધુમ્મસ અને લંડનની જગ્યાઓના મારા સીમિત જ્ઞાનના કારણે મને નહોતી ખબર કે અમે ક્યાંથી પસાર થઈ રહ્યાં હતાં. મને તો માત્ર એટલી જ ખબર હતી કે અમે ઘણે દૂર જઈ રહ્યાં હતાં. પણ શૅરલૉક હોમ્સ અમે જ્યાં જ્યાંથી પસાર થઈ રહ્યાં હતાં તે એક એક જગ્યા જાણવામાં એક પણ વાર અસફળ નહોતો રહ્યો. અમે જ્યાં જ્યાંથી પસાર થઈ રહ્યાં હતાં તે એક એક સ્થળનાં નામ તે બોલતો જતો હતો. દરેક ચોક, દરેક શેરીઓની તેને ખબર હતી.

"રોચેસ્ટર રો," તેણે કહ્યું, "હવે વિન્સેન્ટ ચોક. હવે આપણે વોક્સ હોટ બ્રિજ માર્ગ પર છીએ. સાથે સાથે આપણે સરે પાસેથી પણ પસાર થઈ રહ્યાં છીએ. હવે આપણે પુલ પર છીએ. તમે નદીના નિર્મળ વહેતા પાણીનો અવાજ સાંભળી શકો છો."

અમે બહાર થેમ્સનો વિશાળ પટ જોઈ શકતા હતા, તેના પાણીમાં પુલ પરની બત્તીઓનાં પ્રતિબિંબ ડોલી રહ્યાં હતાં, પણ અમારી ઘોડાગાડી એટલી ઝડપે દોડી રહી હતી કે પલકવારમાં તો અમે સામે છેડેની આડાઅવળા રસ્તાઓવાળી શેરીઓમાં દોડવા લાગ્યા.

"વર્ડ્ઝવર્થ રોડ," અમારા સાથીએ કહ્યું, "પ્રાયોરી રોડ. લાર્ક હોલ લેન. સ્ટોકવેલ પ્લેસ. રોબર્ટ સ્ટ્રીટ. કોલ્ડ હાર્બર લેન. અમારી મુસાફરી કંઈ અમને કોઈ આધુનિક સ્થળે લઈ જવાની હોય તેવું નથી લાગતું."

અમે ખરેખર એક વિચિત્ર અને સાવ અવાવરુ વિસ્તારમાં આવી પહોંચ્યાં. ઈંટોનાં બનેલા સરકારી ઘરોની લાંબી હારમાળા આગળથી અમે પસાર થયાં. ત્યારબાદ બે માળનાં ઘરોની હારમાળા આવી. દરેક ઘરના આંગણામાં એક નાનકડો બગીચો હતો. પછી નવી જ ઊડીને આંખે વળગે તેવી ઇમારતો પાસેથી અમે પસાર થઈ રહ્યાં હતાં. આ જગ્યા શહેરના છેડા જેવી અને ગામની સીમ જેવી હતી. છેવટે અમારી ઘોડાગાડી ત્રીજા મકાન આગળ થોભી. આસપાસના કોઈ જ ઘરમાં કોઈ રહેતું હોય તેવું નહોતું લાગતું. જો કે અમે જે ઘર આગળ થોભ્યાં તે ઘર પણ આસપાસનાં ઘરો જેવું જ અંધારિયું હતું. ફક્ત રસોડાની બારીમાં થોડોક પ્રકાશ ઝગમગી રહ્યો હતો. બારણા પર ટકોરો પાડતાં જ બારણું એક હિન્દુ નોકર દ્વારા તરત જ ખોલવામાં આવ્યું. તેણે પીળા રંગની પાઘડી અને ધોળા કલરનાં ખૂલતાં કપડાં પહેર્યાં હતાં અને તેના ખભે એક પીળા રંગનો ખેસ પણ નાખેલો હતો. આવા ત્રીજી કક્ષાના ઘરમાં પૂર્વનો કોઈક નોકર હોવો ઘણું અસંગત લાગતું હતું.

"સાહેબ તમારી રાહ જ જુએ છે." તે જેવું આમ બોલ્યો તે જ ક્ષણે અંદરના ઓરડામાંથી હુક્કાની ગુડગુડાટીનો અવાજ સંભળાયો.

"ખિદમતગાર, તેમને અહીં મારી પાસે લેતો આવ," અંદરથી અવાજ આવ્યો. "સીધો મારી પાસે જ લાવ."

❖

પ્રકરણ ૪

ટાલિયા માણસની કથા

અમે પેલા હિન્દુસ્તાનના ગુલામની પાછળ પાછળ ગંધાતી, ઝાંખા પ્રકાશવાળી અને નજીવા રાચરચીલાવાળી પરસાળમાં ચાલતાં રહ્યાં. છેવટે જમણી બાજુ આવેલા એક દરવાજા આગળ તે થોભ્યો અને બારણાને ધક્કો મારી ખોલ્યું. બારણું ખૂલતાંની સાથે જ એક પીળો પ્રકાશ અમારા પર પથરાઈ ગયો. ઓરડાની મધ્યમાં એક ઠીંગણો માણસ ઊભો હતો. તેના વાળ લાલ રંગના હતા પણ માથામાં વચ્ચોવચ્ચ ટાલ ચમકી રહી હતી. જાણે એવું લાગી રહ્યું હતું કે ચિડનાં વૃક્ષોથી ઘેરાયેલો કોઈ પર્વત વચ્ચેથી ઊપસી ન આવ્યો હોય. તેણે ઊભા થતાં પોતાના હાથ મરડ્યા, પછી થોડો ઝાટકો ખાતો વળી પાછો થોડું હસ્યો, વળી પાછાં ભવાં ચડાવ્યાં. આમ તે કોઈ પણ એક મુદ્રા સ્થિર રાખી નહોતો શકતો. ભગવાને તેને લબડેલા હોઠ આપ્યા હતા અને તેની દંતાવલી પણ પીળી અને આડીઅવળી હતી જેને તે વારેઘડીએ પ્રયત્નપૂર્વક પોતાના ચહેરાના નીચેના ભાગને પોતાના હાથ વડે વારેઘડીએ ફેરવીને છુપાવવા માગતો હતો. જો તેની ટાલને ધ્યાન પર ના લઈએ તો તે એક યુવાન માણસ હતો. અરે, તે હજુ તો માત્ર ત્રીસનો જ લાગતો હતો.

“કુમારી મોર્સ્ટન,” તેણે તીણા અવાજમાં બોલવાનું ચાલુ રાખ્યું, “આપ સદ્‌ગૃહસ્થો, મહેરબાની કરીને મારા આ નાનકડા અંગત ઓરડામાં પધારો. આ એક નાનકડી જગ્યા છે, કુમારી, પણ મેં તેને મારી પસંદના રાચરચીલાથી સજાવી છે. દક્ષિણ લંડનના નિર્જન પ્રદેશમાં કળાના એક રણદ્વીપ જેવો આ ઓરડો છે.

અમે ઘરના આ ઓરડાને જોઈ આશ્ચર્ય પામ્યા. ઉજ્જડ ઉદાસ જેવા ઘરમાંનો આ ઓરડો ખરેખર કોઈ હીરાની જેમ ચળકી રહ્યો હતો. બારીઓ પર લાગેલા પડદા ખૂબ ઉમદા અને ચમકદાર હતા. દીવાલ પર લટકાવવામાં આવેલા પરદા પણ સુંદર હતા જે

કેટલાક પૂર્વીય ફૂલદાની અને ચિત્રોની આસપાસ સુંદર રીતે બાંધવામાં આવ્યા હતા. સોનેરી અને કાળા રંગની જાજમ પણ એટલી સુંવાળી હતી કે અમારા પગ તેમાં ખૂબ જ સરળતાથી ખૂંપી જતા હતા. જાણે કોઈ પોચી પથારી ન હોય. બે વાઘની મોટી ચામડીઓથી ઓરડો એવો સજાવવામાં આવ્યો હતો કે ઓરડો પૂર્વી વૈભવનું પ્રભુત્વ દર્શાવી રહ્યો હતો. તેમાં વળી એક ખૂણા પર પડેલો મોટો હુક્કો પણ તે વાતને બળ પૂરું પાડી રહ્યો હતો. ઓરડાની મધ્યે ચાંદીના કબૂતરના આકારવાળું ઝુમ્મર લટકી રહ્યું હતું. તેમાં રહેલા દીવાના બળવાથી આખાયે ઓરડામાં એક સુગંધ ફેલાતી હતી.

"શ્રીમાન થેડિયસ શોલ્ટો," પેલા ઠીંગણા માણસે હજુ પણ પોતાના અનિશ્ચિત હાવભાવમાં કહ્યું, "તે મારું નામ છે. તમે ચોક્કસ કુમારી મોર્સ્ટૅન હશો અને આ સદ્‌ગૃહસ્થો---"

"આ શ્રીમાન શૅરલૉક હોમ્સ છે અને આ ડૉ. વોટસન છે."

"એક દાક્તર, અહ !" તેણે ખૂબ ઉત્તેજિત થતાં કહ્યું. "શું તમારી પાસે તમારું સ્ટેથોસ્કોપ છે ? શું તમે મહેરબાની કરીને જરા તપાસશો ? મને શંકા છે કે મારા કમરબંધના વાલ્વમાં કંઈક મુશ્કેલી છે. તમે જરા તપાસી જુઓને. મને તમારો મત જાણવો ગમશે."

તેની અરજ પ્રમાણે મેં તેના ધબકારા સાંભળ્યા પણ મને કોઈ ખામી પકડાઈ નહીં માત્ર કોઈ ભયથી તે પગથી તે માથા સુધી ધ્રૂજી રહ્યો હતો તેટલું જ.

"બધું જ સામાન્ય લાગે છે," મેં કહ્યું, "તમારે ચિંતા કરવાની કોઈ જ જરૂર નથી."

"તમે મારી ચિંતાને માફ કરજો, કુમારી મોર્સ્ટૅન," તેણે કહ્યું, "હું ઘણા લાંબા સમયથી સહન કરી રહ્યો છું. મને મારા વાલ્વ બાબતે શંકા હતી. તે સાવ સામાન્ય છે તે સાંભળીને મને આનંદ થયો છે. કુમારી મોર્સ્ટૅન, શું તમારા પિતા પોતાના હૃદય પરના દબાણને દૂર રાખી શકતા હતા ? તેઓ કદાચ જીવિત હશે અત્યારે."

તે માણસના આવા વિધાનથી હું હબક ખાઈ ગયો. તે આવી નાજુક બાબતને આવી હળવી રીતે કેમ રજૂ કરી શકે ? કુમારી મોર્સ્ટૅન બેસી પડી, તેણીનો ચહેરો રૂની પૂણી જેવો ફિક્કો થઈ ગયો હતો.

"મારું મન કહે છે કે તેઓ મૃત્યુ પામ્યા છે." તેણીએ કહ્યું.

"હું તમને દરેક માહિતી આપી શકું છું," પેલાએ કહ્યું, "અને આથી વિશેષ હું તમને ન્યાય આપવા જે કરી શકીશ તે હું કરીશ. મારો ભાઈ બાર્થોલોમ્યુ કહેશે તેમ. સારું થયું તમે તમારા મિત્રોને અહીં લેતાં આવ્યાં. હવે હું જે કહેવા અને કરવા જઈ રહ્યો છું તેના તેઓ સાક્ષી બનશે. અમે ઇચ્છીએ છીએ કે બહારના કોઈને પણ આ બાબતમાં હસ્તક્ષેપ ન કરવા દેવો, પછી તે પોલીસ હોય કે કોઈ અધિકારી. અમે અમારી રીતે જ આખી બાબતનો નિવેડો વગર કોઈ હસ્તક્ષેપે લાવી શકીએ તેમ છીએ. પ્રચારથી મારા ભાઈ બાર્થોલોમ્યૂને ભારે પજવણી થશે."

તે બેઠા ઘાટની નીચી સેટી પર બેઠો અને અમારી સામે પોતાની ઝળઝળિયાં ભરેલી ભૂરી આંખે જોતો રહ્યો.

"મારા પક્ષે હું ખાતરી આપું છું કે," હોમ્સે કહ્યું, "તમે જે કંઈ પણ કહેશો તે કોઈને પણ કહેવામાં આવશે નહીં."

મેં પણ ખાતરી આપતાં મારું માથું હલાવ્યું.

"સારું કહેવાય ! સારું કહેવાય !" તેણે કહ્યું, "શું તમે ચિયાન્તીનો એક પ્યાલો લેશો, કુમારી મોર્સ્ટેન ? કે પછી ટોકે લેશો ? હું આ સિવાય બીજી કોઈ વાઇન નથી રાખતો. શું હું એક બોટલ ખોલું ? નહીં ? વારુ, તો હું માની લઉં છું કે પૂર્વીય તમ્બાકુના ધુમાડાથી કે તેની સોડમથી તમને કોઈ આપત્તિ નહીં હોય. હું થોડો ગભરાઉં છું અને મને લાગે છે કે હુક્કો મારા માટે એક ઉત્તમ શામક છે."

તેણે હુક્કાના વાટકા પર મીણબત્તી ચાંપી અને ગુડગુડાટી બોલાવી. અમે ત્રણેય અર્ધવર્તુળાકારમાં ચહેરા ઊંચાં રાખી હડપચીને પંજાઓ પર ટેકવીને બેઠાં હતાં, જ્યારે પેલો વિચિત્ર, અસ્થિર હાવભાવ ધરાવતો ઠીંગણો માણસ ઓરડાની મધ્યમાં હુક્કાના ધુમાડા કાઢતો હતો.

"જ્યારે મેં તમારી સાથે સંપર્ક સાધવાનો વિચાર કર્યો," તેણે કહ્યું, "ત્યારે મારે તમને મારું સરનામું આપવા જેવું હતું, પણ મને ડર હતો કે કદાચ તમે મારી અરજનો અસ્વીકાર કરો અને કોઈ અણમાનીતા લોકોને તમારી સાથે અહીં લેતા આવો. અને માટે જ મારે સાવચેતીના પગલારૂપે પહેલાં મારા માણસ વિલિયમને તમને મળવાનું પગલું લીધું, કે જેથી કરીને જો તેને કંઈ અજુગતું લાગે તો અમે વાત આગળ વધારવાનું અટકાવી શકીએ. તમે મારી આ સાવચેતી બદલ મને માફ કરજો. ખાસ કરીને તો પોલીસ આ બાબતમાં ન પડે તેની જ મારી સાવચેતી હતી. હું એક અતડા પ્રકારનો માણસ છું. મને ભીડભાડ જરા પણ નથી ગમતી. હું ભાગ્યે જ અસંસ્કૃત લોકોના ટોળાના સંપર્કમાં આવવાનું પસંદ કરું છું. તમે જોઈ શકો છો તેમ હું થોડા સંસ્કારિતાપૂર્ણ વાતાવરણમાં રહું છું. હું મારી જાતને કળાના પ્રોત્સાહક તરીકે જોઉં છું. તે મારી નબળાઈ છે. હું આધુનિક ફ્રેન્ચ શૈલીનો થોડો પક્ષપાતી છું."

"મને માફ કરજો, શ્રીમાન શોલ્ટો," કુમારી મોર્સ્ટેને કહ્યું, "પણ, તમારી વિનંતીથી તમે જે મને કહેવા માગો છો તે જાણવા હું અહીં આવી છું. મોડી રાત્રી થઈ છે અને માટે હું ઇચ્છું છું કે આખીયે વાતચીત શક્ય તેટલી ટૂંકી હોય."

"ગમે તેમ કરીને પણ થોડો સમય તો જવાનો જ," તેણે કહ્યું, "કારણ કે આપણે નોરવૂડ ભાઈ બાર્થોલોમ્યુને મળવા જવાનું છે. આપણે બધાંએ ત્યાં જવાનું છે અને બ્રધર બાર્થોલોમ્યૂને સમજાવવાનો છે. મને જે યોગ્ય લાગ્યું તેમ કરવાથી તે મારા પર ખૂબ ગુસ્સે છે. ગઈ રાત્રે મારે તેની સાથે ઉગ્ર બોલચાલ થઈ હતી. તમે નહીં માનો તે જ્યારે ગુસ્સે હોય છે ત્યારે ખૂબ ઉગ્ર થઈ જતો હોય છે."

"જો આપણે નોરવૂડ જવાનું હોય તો આપણે હવે રવાના થવું જોઈએ," મેં તરત જ સૂચન કર્યું.

તેના કાન લાલ થયા ત્યાં સુધી તે ખડખડાટ હસતો રહ્યો.

"તે ભાગ્યે જ શક્ય છે," તેણે મોટેથી કહ્યું, "અચાનક જ હું તમને તેની પાસે લઈ જઉં તો તે શું કહેશે તે મને નથી ખબર. ના, પહેલાં તો મારે તમને આખીયે બાબત જણાવવી પડશે. મારે તમને કહેવું જોઈએ કે આખીયે કથામાં કેટલાક એવા મુદ્દા છે જેના વિષે મને ખુદને પણ કોઈ ખબર નથી. આખી હકીકત મારા સમક્ષ જેવી છે તેવી જ હું તમારી સમક્ષ રજૂ કરું છું.

"તમે ધાર્યું હશે તે પ્રમાણે મારા પિતા ઈન્ડિયન આર્મીના મેજર જોહ્ન શોલ્ટો હતા. તેઓ કંઈક અગિયાર વર્ષ પહેલાં નિવૃત્ત થયા હતા અને અપર નોરવૂડની પોન્ડિચેરી લોજમાં રહેવા આવ્યા હતા. તેઓ ભારતમાં ખૂબ સમૃદ્ધ થયા હતા અને જ્યારે પાછા આવ્યા ત્યારે ખૂબ પૈસો લઈને આવ્યા હતા. તેઓ પોતાની સાથે મૂલ્યવાન વસ્તુઓ અને ભારતીય નોકરોનો મોટો સમૂહ લાવ્યા હતા. તેમાંથી તેમણે એક ઘર ખરીદ્યું અને વિશાળ સુખસુવિધા સાથે જીવ્યા. મારો જોડિયો ભાઈ બાર્થોલોમ્યૂ અને હું તેમને બે જ પુત્રો હતા.

"મને સારી રીતે યાદ છે કે કેપ્ટન મોર્સ્ટેનના ગાયબ થવાથી કેવી હલચલ મચી હતી. અમે તેની વિગતો સમાચારપત્રોમાં વાંચી હતી અને અમે જાણતા હતા કે તેઓ મારા પિતાના મિત્ર હતા, માટે તે બાબતની ચર્ચા અમે તેમની હાજરીમાં જ ખુલ્લી રીતે કરતા હતા. તેઓ પણ શું થયું હશે તેની બધી ધારણાઓમાં ભાગ લેતા હતા. અમને ક્યારેય શંકા નહોતી ગઈ કે તેમની છાતીમાં જ આખુંયે રહસ્ય ધરબાયેલું પડ્યું હતું અને આખાયે જગતમાં તે એકલા જ એવા હતા જે આર્થર મોર્સ્ટેનના રહસ્યને જાણતા હતા.

"અમે જોઈ શકતા હતા કે અમારા પિતા પર કોઈક રહસ્ય, કોઈક ચોક્કસ જોખમ તોળાઈ રહ્યું હતું. તેઓ બહાર એકલા જતાં પણ ડરતા હતા અને માટે તેમણે બે મુષ્ટિબાજોને મજૂર તરીકે પોન્ડિચેરી લોજમાં રાખ્યા હતા. વિલિયમ કે જે તમને અહીં લઈ આવ્યો તે તેમાંનો એક હતો. તે ઇંગ્લૅન્ડનો એક વખતનો ઓછા વજનવાળા મુષ્ટિયુદ્ધનો વિજેતા હતો. અમારા પિતા તેમને શાનો ડર હતો તે ક્યારેય નહોતા કહેતા. પણ તેમને હંમેશા કોઈક લાકડાના પગવાળા માણસનો ભય રહેતો. એક વાર તો તેમણે એક લાકડાના પગવાળા માણસ તરફ ગોળી પણ મારી હતી. પાછળથી ખબર પડી કે તે તો કોઈ વેપારી હતો. તે વખતે અમારે મામલાને દબાવવા માટે મોટી રકમ ચૂકવવી પડી હતી. મારા ભાઈ અને મને લાગતું હતું કે તે મારા પિતાનો કોઈક વહેમ હશે પણ ત્યાર બાદ બનેલા બનાવોએ ધીમે ધીમે અમારા ખ્યાલને બદલ્યો હતો.

"૧૮૮૨ની શરૂઆતના સમયમાં મારા પિતાને એક ભારતીય તરફથી પત્ર મળ્યો જેનાથી તેઓ ખૂબ આઘાત પામ્યા હતા. તેમણે જ્યારે તે પત્ર ખોલ્યો ત્યારે નાસ્તાના

ટેબલ પર લગભગ મૂર્છિત જ થઈ ગયા હતા અને તે જ દિવસથી જાણે તેઓ મૃત્યુ તરફ ધકેલાવા લાગ્યા હતા. તે પત્રમાં શું હતું તે તો અમે ક્યારેય નહોતા જાણી શક્યા પણ તેમણે જ્યારે પત્રને હાથમાં રાખ્યો હતો ત્યારે હું જોઈ શક્યો હતો કે તે ટૂંકો અને અણઘડ અક્ષરોમાં લખાયેલો હતો. તેઓ વર્ષોથી ચીડિયાપણાથી પીડાતા હતા પણ હવે તો પરિસ્થિતિ સાવ જ કથળી ગઈ હતી અને એપ્રિલના અંત સુધીમાં તો અમને જણાવવામાં આવ્યું કે તેમના માટે હવે કંઈ જ થઈ શકે તેમ નહોતું, માટે જ તેમણે અમારી સાથે છેલ્લી વાતચીત કરવાની ઇચ્છા દર્શાવી.

"અમે જ્યારે તેમના ઓરડામાં પ્રવેશ્યા ત્યારે તેઓ ઓશીકાના આધારે પથારીમાં પડ્યા હતા અને ભારે શ્વાસ લઈ રહ્યા હતા. તેમણે અમને બારણાને કડી લગાવવાનું અને અમને બન્નેને તેમની એક એક બાજુએ બેસવા કહ્યું. પછી તેમણે અમારા હાથ પોતાના હાથમાં લઈને એક ખૂબ જ મહત્ત્વની કેફિયત રજૂ કરી. અવાજ દર્દના કારણે અને સાથે સાથે લાગણીના કારણે ખૂબ જ તૂટક તૂટક આવી રહ્યો હતો. હું પ્રયત્ન કરીશ કે તેમના પોતાના જ શબ્દોમાં હું આખીયે રજૂઆત કરું."

" 'આ એક જ બાબત છે,' તેમણે કહ્યું, 'જે જીવનની અંતિમ ક્ષણે મારા મન પર એક મોટા બોજારૂપે છે અને તે છે કુમારી મોર્સ્ટેન - બીચારી અનાથ છોકરી પ્રત્યેનું મારું વલણ. શાપિત લાલસા. મારા અત્યાર સુધીના મારા જીવનમાં તે પાપ તરીકે ઘેરો ઘાલીને બેઠેલી છે. મેં ક્યારેય પણ તેણીને આ ખજાનામાંથી એક ફદીયું આપવાનો પણ વિચાર નથી કર્યો પણ હકીકત એ છે કે તેણીને આ ખજાનામાંથી ઓછામાં ઓછો અડધો ખજાનો તો મળવો જ જોઈતો હતો. અને તેમ છતાં પણ મેં તે બાબતે હજુ સુધી કંઈ જ વિચાર્યું નથી. કેવી આંધળી અને મૂર્ખાઈ ભરેલી છે આ લાલસા. તે ખજાનાના ભોગવટાની નરી લાલસાને કારણે હું તેને બીજા કોઈ સાથે ભોગવવાનું વિચારી જ નહોતો શકતો. પેલી ક્વિનિનની શીશીની બાજુમાં પડેલી મોતીઓની માળા છે તે જો. અરે, તેને પણ હું કોઈની સાથે ભાગ પડાવવા નથી ઇચ્છતો તેમ છતાં પણ મેં તેને તેણીને મોકલવા માટે બહાર કાઢી છે. તમે મારા દીકરાઓ, તેણીને આપણા આગરા ખજાનામાંથી સારો એવો ભાગ આપશો પણ જ્યાં સુધી હું મરું નહીં ત્યાં સુધી તેણીને આ મોતીઓની માળા પણ ન મોકલતા---'

" 'હું તમને કહીશ કે મોર્સ્ટેન કેવી રીતે મર્યો,' તેમણે વાત આગળ વધારી. 'તે વર્ષોથી નબળા હૃદયથી પીડાતો હતો પણ તેણે હંમેશા તેને છુપાવ્યું હતું. માત્ર મને જ તેની ખબર હતી. અમે જ્યારે ભારતમાં હતા ત્યારે સંખ્યાબંધ અસાધારણ ઘટનાઓ બાદ અમારા હાથમાં આ વિરાટ ખજાનો આવ્યો હતો. હું તેને અહીં ઇંગ્લેન્ડમાં લેતો આવ્યો અને જે રાત્રે મોર્સ્ટેન લંડન આવ્યો તે જ રાત્રે તે સીધો જ મારી પાસે પોતાનો ભાગ માંગવા આવ્યો. તે સ્ટેશનેથી ચાલતો અહીં આવ્યો હતો અને તેને મારો વિશ્વાસુ નોકર

લાલ ચૌદાર અહીં લઈને આવ્યો હતો જે આજે હયાત નથી. મોર્સ્ટેન અને મારા વચ્ચે ભાગ પાડવામાં મતભેદ થયો અને અમારા વચ્ચે ઉગ્ર બોલચાલ થઈ. મોર્સ્ટેન ગુસ્સાથી ઉત્તેજિત થઈ ગયો અને ખુરશીમાંથી આંચકા સાથે ઊભો થઈ ગયો. જ્યારે તેણે અચાનક પોતાનો હાથ પોતાની બાજુ હલાવ્યો તરત જ તેનો ચહેરો કાળો પડી ગયો અને અચાનક તે પાછળની તરફ પડ્યો અને તેનું માથું ખજાનાના પટારાના ખૂણા સાથે અથડાયું. જ્યારે હું તેના પર નમ્યો ત્યારે હું ભયથી થથરી ગયો, તે મરી ગયો હતો.

" 'ઘણો વખત તો હું એમનો એમ જ સૂનમૂન બેઠો રહ્યો. મને કશું જ કરવાની સૂઝ નહોતી પડતી. પ્રથમ મને એ વિચાર આવ્યો કે હું કોઈકને મદદ માટે બોલાવું પણ હું તેમ નહોતો કરી શકતો, કારણ કે એવી સંપૂર્ણ શક્યતા હતી કે લોકો મને તેની હત્યા માટે જવાબદાર ગણે. તેનું મૃત્યુ ઝઘડો થઈ રહ્યો હતો ત્યારે થયું હતું. અને તેના માથા પર થયેલો જખમ તો મારા વિરુદ્ધ ઉપયોગમાં લેવાય તેમ હતો. વળી એક કાયદેસરની તપાસ ખજાનાની હકીકત સામે લાવ્યા વગર તો પૂરી જ ન થાત અને તેને તો હું સંપૂર્ણ ગુપ્ત જ રાખવા માગતો હતો. તેણે મને કહ્યું હતું કે કોઈ જ નહોતું જાણતું કે તે ક્યાં ગયો હતો. માટે એવું જરા પણ આવશ્યક નહોતું કે કોઈને ત્યાર બાદ પણ તેના વિષે કોઈ માહિતી હોય.

" 'હું હજુ પણ આખીયે બાબત પર વિચારી રહ્યો હતો, જ્યારે મેં ઉપર જોયું તો મારો નોકર લાલ ચૌદાર બારણા આગળ ઊભો હતો. તે ઝડપભેર અંદર પ્રવેશ્યો અને બારણું બંધ કરી દીધું. 'ગભરાશો નહીં સાહેબ,' તેણે કહ્યું, 'કોઈને પણ ખબર નહીં પડે કે તમે તેને મારી નાખ્યો છે. ચાલો આપણે તેને સંતાડી દઈએ અને પછી કોઈને તે બાબતે ખબર નહીં પડે. 'મેં તેને નથી માર્યો,' મેં કહ્યું. લાલ ચૌદરે પોતાનું માથુ હલાવ્યું અને કહ્યું. "મેં બધું જ સાંભળ્યું સાહેબ," તેણે કહ્યું, "મેં તમને ઝઘડતા સાંભળ્યા અને પછી પેલા ધાડ કરતા અવાજને પણ સાંભળ્યો. પણ મેં મારું મોઢું સીવી નાખ્યું છે. ઘરમાં બધાં જ સૂતાં છે. ચાલો આપણે તેને ઠેકાણે પાડીએ." નિર્ણય લેવા માટે તેટલું પૂરતું હતું. જો મારો ખુદનો નોકર મને નિર્દોષ ન માનતો હોય તો હું ન્યાયાલયના પંચ સમક્ષ મારી નિર્દોષતા કઈ રીતે સાબિત કરી શકવાનો હતો ? લાલ ચૌદાર અને મેં શબને ઠેકાણે પાડી દીધું અને થોડાક જ દિવસોમાં લંડનના સમાચારપત્રોમાં કેપ્ટન મોર્સ્ટેનના રહસ્યમય રીતે ગુમ થવાના સમાચાર ચમકવા લાગ્યા. તમે જોઈ શકો છો કે આખીયે બાબતમાં મારો ભાગ્યે જ કોઈ દોષ છે. મારી એક માત્ર ભૂલ એ કે મેં કેપ્ટન સાથે ખજાનાને પણ છુપાવી દીધો અને આમ હું મોર્સ્ટેનના ભાગ સાથે મારા ભાગની જેમ જ વળગી રહ્યો અને માટે હું ઇચ્છું છું કે થયેલા નુકસાનની હું ભરપાઈ કરું. તમારા કાન મારા મોઢા નજીક લાવો. મેં ખજાનો---'

"બરાબર તે જ ક્ષણે તેમના ચહેરાના હાવભાવ ભયંકર રીતે બદલાયા. તેમની આંખો એક જગ્યાએ તાકી રહી, તેમનું જડબું લબડી પડ્યું અને તેમણે એવી કારમી ચીસ

પાડી કે જેને હું ક્યારેય નહીં ભૂલી શકું, 'તેને બહાર રાખો ! ભગવાનને ખાતર તેને બહાર રાખો !' અમે બન્નેએ અમારી પાછળની બારી તરફ કે જ્યાં જોઈને તેઓ બૂમ પાડી રહ્યા હતા તે તરફ જોયું. એક ચહેરો અંદર અમારી તરફ જોઈ રહ્યો હતો. કાચ સાથે દબાઈને ધોળા થયેલા નાકને અમે જોઈ શકતા હતા. તે એક દાઢીવાળો ચહેરો હતો અને તેની નજરમાં તીવ્ર દુષ્ટતા ભરી હતી. હું અને મારો ભાઈ બારી તરફ ધસી ગયા પણ તે માણસ જતો રહ્યો હતો. જ્યારે અમે મારા પિતા પાસે પાછા આવ્યા ત્યારે તેમનું પ્રાણપંખેરું ઊડી ગયું હતું.

"અમે તે રાત્રે આખોયે બગીચો ખોદી નાખ્યો. અમને માત્ર બારી નીચે ફૂલની પથારી પર પડેલી પગલાંની છાપ સિવાય તે વ્યક્તિની જરા સરખી નિશાની પણ જોવા ન મળી. પછી અમને લાગ્યું કે તે છાપ કદાચ અમારી કલ્પના હશે. થોડા જ દિવસોમાં અમને જાણ થઈ કે કોઈક ગુપ્ત સંસ્થા અમારા પર નજર રાખી રહી હતી. તે જ રાત્રે તેમના ઓરડામાં તેમના કબાટ અને ખોખાંઓમાં ખાંખાખોળ કરવામાં આવી હતી અને મારા પિતાની છાતી પર કાગળનો એક ટુકડો પડ્યો હતો જેમાં 'ચાર'ની નિશાની ચીતરવામાં આવી હતી. તેનો અર્થ શું થતો હતો અને અમારો ગુપ્ત મુલાકાતી ખરેખર કોણ હતો ? અમને ક્યારેય ખબર ન પડી. જ્યાં સુધી અમને ખબર છે ત્યાં સુધી અમારા પિતાનો ઓરડો વેરવિખેર કરી નાખવામાં આવ્યો હતો તેમ છતાં પણ તેમની કોઈ જ વસ્તુ ચોરાઈ નહોતી. સ્વાભાવિકપણે મારો ભાઈ અને હું આ પ્રસંગથી ભયભીત થઈ ગયા હતા. આ જ ભયે મારા પિતાને આખી જિંદગી પજવ્યે રાખ્યા હતા પણ અમારા માટે તો હજુ પણ બધું રહસ્યમય જ હતું."

ઠીંગણા માણસે પોતાનો હુક્કો ફરી વાર જગાવ્યો અને થોડીક ક્ષણો વિચારમગ્ન થઈને ફૂંકવા લાગ્યો. અમે તેના ચોંકાવનારા વર્ણનમાં ડૂબી ગયા હતા. કુમારી મોર્સ્ટન પોતાના પિતાના ટૂંકા વર્ણનથી સાવ ફિક્કી પડી ગઈ હતી અને થોડી વાર માટે તો મને ચિંતા થઈ ગઈ કે તેણી ક્યાંક બેભાન ન થઈ જાય. તેણીને મેં બાજુમાં પડેલા વેનિશિયન જગમાંથી પ્યાલો પાણી ભરી આપ્યું. તેણીએ માંડ માંડ બળ એકઠું કરીને પાણીનો પ્યાલો ગળે ઉતાર્યો. શૅરલૉક હોમ્સ શૂન્યમનસ્ક થઈ ખુરશીમાં આંખોનાં પોપચાં ઢાળીને બેઠો રહ્યો. મારી નજર જેવી તેના પર પડી કે તરત જ મને યાદ આવ્યું કે સવારે તે રોજિંદી ઘરેડવાળી જિંદગી વિષે કેવી ફરિયાદો કરી રહ્યો હતો. ખેર, હાલ એક એવી સમસ્યા તેની આગળ આવીને ઊભી છે કે તે તેના ચાતુર્યને તે સારી રીતે વાપરી શકશે. શ્રીમાન થેડિયસ શોલ્ટો પોતે વર્ણવેલી કથાની અમારા પર પડેલી અસર જોઈને ગર્વભેર અમારી સામે જોઈ રહ્યા અને ફરી પાછી હુક્કાની ગડગડાટી સાથે પોતાની કથા આગળ વધારી.

"તમે સમજી શકશો કે," તેણે કહ્યું, "મારો ભાઈ અને હું મારા પિતાએ ઉલ્લેખેલા ખજાનાને કારણે ખૂબ જ ઉત્તેજિત થઈ ગયા હતા. અઠવાડિયાંઓ, અરે મહિનાઓ સુધી

અમે બગીચાનો એક એક ઇંચ ખોદીને જોઈ લીધું પણ અમને કશું જ ન મળ્યું. એ વિચાર અમને ગાંડો કરી મૂકતો હતો કે ખજાનાની જગ્યા તે ક્ષણે અમારા પિતાની જીભે જ હતી પણ તે અમે જાણી ન શક્યા. મોટા મોતીની માળાને જોઈને અમે ધારી શકતા હતા કે બાકીનો ખજાનો કેટલો કીમતી હશે. આ મોતીની માળાને કારણે પણ મારી અને મારા ભાઈ વચ્ચે થોડીક બોલચાલ થઈ હતી. મોતી ખરેખર ખૂબ જ કીમતી હતાં અને તે તેને કોઈને પણ આપવા નહોતો ઇચ્છતો. મારો ભાઈ પણ ઘણોખરો મારા પિતા જેવો જ હતો. તે પણ એવું વિચારતો હતો કે જો આપણે તે કીમતી મોતી કોઈકને આપીશું તો તેની પાછળ કેટલીક ગુસપુસ થશે અને છેવટે તે અમને મુશ્કેલીમાં લાવી મૂકશે. તેને સમજાવવા મારે ભારે જહેમત ઉઠાવવી પડી કે પહેલાં હું કુમારી મોર્સ્ટનનું સરનામું મેળવીશ અને પછી તેણીને આખી માળા નહીં પણ એક એક મોતી અમુક નિશ્ચિત સમયના અંતરે મોકલીશ કે જેથી કરીને તેણી પોતાના હિસ્સાથી વંચિત ન રહે."

"સારો વિચાર કહેવાય," અમારા સાથીએ ઉત્સુકતાથી કહ્યું, "તે તો તમારી સારપ કહેવાય."

પેલા ઠીંગણા માણસે હાથ હલાવી પોતાનો અણગમો વ્યક્ત કર્યો.

"અમે તમારા ટ્રસ્ટી હતા," તેણે કહ્યું, "હું તે જ દૃષ્ટિએ વિચારી રહ્યો હતો પણ મારો ભાઈ બાર્થોલોમ્યૂ તેવું નહોતો વિચારતો. અમારી પાસે પુષ્કળ ધન છે. મને વધારેની ઇચ્છા નથી. તેમ છતાં પણ હકદાર યુવતીને તેના હકથી વંચિત રાખવી એક હલકો મોહ કહેવાય. અને એક ફ્રેન્ચ કહેવત પ્રમાણે દુષ્ટ મોહ માણસને ગુના તરફ દોરે છે. આ મુદ્દા પરનો અમારો મતભેદ ઘણો ઉગ્ર થઈ ગયો હતો જેથી મેં નક્કી કરી લીધું કે મારે જ તે બાબતની વ્યવસ્થા કરવી. માટે મેં મારા ખિદમતગાર અને વિલિયમ્સ સાથે પોન્ડિચેરી લોજ છોડી દીધી. ગઈકાલે મને ખબર પડી કે જે ક્ષણની અમે તત્પરતાથી રાહ જોતા હતા તે આવી ગઈ હતી. ખજાનો શોધાઈ ગયો હતો. મેં તરત જ કુમારી મોર્સ્ટનનો સંપર્ક સાધ્યો હવે આપણે નોરવૂડ જઈને આપણો ભાગ જ માગવો બાકી રહ્યો છે. મેં ગઈ રાત્રે મારા ભાઈ બાર્થોલોમ્યૂને મારો વિચાર જણાવ્યો. કદાચ તે આપણી રાહ જોતો હશે. બની શકે કે તે આપણને આવકાર ન પણ આપે."

શ્રીમાન થેડિયસ શોલ્ટોએ પોતાની કથા પૂરી કરતાં સેટીમાં લંબાવ્યું. અચાનક ઊભા થયેલા રહસ્યમયી સંજોગોને કારણે અમે બધાં દિગ્મૂઢ થઈ ગયાં. સૌ પ્રથમ હોમ્સ પોતાની ખુરશી પરથી ઊભો થયો.

"તમે ઇતિથી અંત સુધી સરસ રીતે રજૂઆત કરી સાહેબ," તેણે કહ્યું, "બની શકે કે તમારા માટે જે કંઈ હજુ અજાણ્યું છે તેના પર અમે કંઈક પ્રકાશ પાડી શકીએ પણ કુમારી મોર્સ્ટને હમણાં કહ્યું તેમ ખૂબ મોડું થઈ ગયું છે માટે આપણે વગર વિલંબે નોરવૂડ માટે નીકળી જવું જોઈએ."

અમારા નવાસવા પરિચિત માણસે તરત જ હુક્કાની નળીનું ફીડલું કર્યું અને પરદા પાછળથી ઘેટાની રૂંવાટીથી બનેલા કોલર અને બાંયની પટ્ટીવાળો એક મોટો લાંબો કોટ કાઢી પહેરવા લાગ્યો. અડધી રાતનો સમય હોવાથી તેણે કોટનાં બટન ઉપરથી નીચે બધાં જ ચુસ્ત રીતે વાસી દીધાં અને પોતાના પોશાકને આખરી ઓપ આપતાં તેણે સસલાની ચામડીવાળી કાનને રક્ષણ આપતા લટકણવાળી ટોપી પહેરી લીધી જેથી કરીને તેના માંદલા અને અસ્થિર હાવભાવવાળા ચહેરા સિવાય બીજું કશું જ દેખાય નહીં.

"મારી તબિયત થોડી નરમગરમ રહેતી હોય છે," તેણે ઘરની બહાર નીકળતાં નીકળતાં કહ્યું, "મારે ફરજિયાતપણે મારી તબિયતની ફિકર કરવી પડે છે."

અમારી ઘોડાગાડી બહાર અમારી રાહ જોઈને જ ઊભી હતી. અમારો કાર્યક્રમ પહેલેથી જ નક્કી હોવાથી જેવા અમે અંદર ગોઠવાયાં કે તરત જ ઘોડાગાડી દોડવા લાગી. થેડિયસ શોલ્ટો ઘોડાગાડીનાં પૈડાંના ખડખડાટ કરતા અવાજ કરતાં પણ મોટા અવાજે અવિરતપણે બોલતો રહ્યો.

"બાર્થોલોમ્યૂ એક ચતુર માણસ છે," તેણે કહ્યું, "તમે શું વિચારો છો કે તેણે કઈ રીતે ખજાનો શોધી કાઢ્યો હશે ? તે એવા તારણ પર આવ્યો કે ખજાનો ઘરમાં જ ક્યાંક હોવો જોઈએ માટે તેણે ઘરના એક એક ઇંચને ફંફોળી માર્યો અને દરેક જગ્યાનું માપ લઈ લીધું એક ઇંચ પણ તેની ગણતરીમાંથી બાકી નહોતું રહ્યું. બીજી બાબતોની સાથે તેની જાણમાં એ પણ આવ્યું કે ઇમારતની ઊંચાઈ ચુમ્મોતેર ફૂટ હતી. પણ શારકામ દ્વારા ખાતરી કરતાં એક-એક ઓરડાની માપણી દ્વારા મેળવેલી ગણતરી પ્રમાણે ઊંચાઈ સિત્તેર ફૂટથી વધારે નહોતી આવતી. ચાર ફૂટની ગણતરી ક્યાંક બાકી રહી જતી હતી. તે માત્ર ઘરની સૌથી ઊંચી જગ્યાએ જ હોઈ શકે. તેણે ઘરના ઊંચામાં ઊંચા ઓરડાની છતના પ્લાસ્ટરને ઠપકારી જોયું અને ત્યાં તેને એક માળિયું મળી આવ્યું જે ક્યારેય કોઈના જોવામાં નહોતું આવ્યું. તેમાં લાકડાના બે ટેકા પર લોખંડની એક મોટી પેટી ગોઠવવામાં આવી હતી. તેણે તેમાં ગાબડું પાડી પટારો નીચે ઉતાર્યો. તેણે બધાં જ રત્નોની ગણતરી કરી ત્યારે તેની કિંમત પાંચ લાખ સ્ટર્લિંગથી ઓછી નહોતી."

આટલી મોટી રકમ સાંભળી અમે એકબીજાની સામે અચરજભરી નજરે જોવા લાગ્યા. શું અમે કુમારી મોર્સ્ટનનો હક્ક રક્ષી શકીશું ? શું તેણી એક જરૂરિયાતમંદ શિક્ષિકામાંથી ઇંગ્લૅન્ડની એક ધનાઢ્ય વારસદાર બની જશે ? ખરેખર એક સારા મિત્ર તરીકે મારા માટે એક આનંદના સમાચાર હતા. જો કે મને એવું કહેતાં શરમ આવતી હતી કે મારા સ્વાર્થે મારા મન અને આત્માને જકડી લીધો હતો. જાણે સીસું રેડાયું હોય તેમ મારું હૃદય ભારે થઈ ગયું હતું. મારા મોઢામાંથી અચકાતાં અચકાતાં અભિનંદનના કેટલાક શબ્દો સરી પડ્યા. તરત જ હું નીચું જોઈ ગયો અને અમારા બકવાસ કરતા નવા સાથી સામે મૂંગો બેસી ગયો. તે ઉદ્વિગ્નતાથી પીડાતો હતો અને એકધારો કંટાળાજનક

બકવાસ કરે રાખતો હતો. તે મૂર્ખાઈપૂર્વક પોતાની વિવિધ યોજનાઓ વિષે બોલે રાખતો હતો. મને વિશ્વાસ છે કે તે રાત્રે તેણે મને પૂછેલા પ્રશ્નનો મેં આપેલો એક પણ જવાબ તેને યાદ નહીં હોય. છેવટે જ્યારે અમારી ઘોડાગાડી આંચકાભેર ઊભી રહી ત્યારે મને હાશ થઈ. અમારા ચાલકે બારણું ખોલ્યું અને અમે બહાર ઊતર્યાં.

"કુમારી મોર્સ્ટન, આ છે પોન્ડિચેરી લોજ," શ્રીમાન થેડિયસ શોલ્ટોએ તેણીને ટેકો આપતાં કહ્યું.

❖

પ્રકરણ ૫

પોન્ડિચેરી લોજની કરુણાંતિકા

અમારા તે રાત્રી-સાહસના અંતિમ ચરણ પર પહોંચ્યા ત્યારે અગિયાર વાગ્યા હતા. અમે ધુમ્મસછાયા વિશાળ શહેરને ક્યાંય પાછળ મૂકી દીધું હતું. રાત ખૂબ જ સુંદર હતી. પશ્ચિમ તરફથી હૂંફાળો પવન ફૂંકાઈ રહ્યો હતો અને પાણીભરેલાં વાદળાં ધીમે ધીમે આકાશમાં ગતિ કરી રહ્યાં હતાં. અર્ધચંદ્ર વાદળાંની પાછળથી ક્યારેક ક્યારેક ડોકાઈ જતો હતો. થોડા અંતર સુધી દેખાય તેટલું અજવાળું તો હતું જ તેમ છતાં પણ થેડિયસ શોલ્ટોએ ઘોડાગાડીની બત્તી રસ્તામાં અજવાળા માટે પોતાની સાથે લઈ લીધી.

પોન્ડિચેરી લોજ સીધી તેની જમીન પર જ બાંધવામાં આવી હતી. તેને ફરતે પથ્થરની ઊંચી દીવાલ બનાવવામાં આવી હતી જેની ટોચ પર કાચના ટુકડા જડવામાં આવ્યા હતા. માત્ર પ્રવેશના હેતુ ખાતર એક સાંકડો લોખંડના ચાપડા મારેલો દરવાજો રાખવામાં આવ્યો હતો, જેના પર અમારા માર્ગદર્શકે કોઈક ટપાલીની જેમ રેટ-ટેપ એમ કરીને ટકોરા પાડ્યા.

"કોણ છે ?" અંદરથી એક કર્કશ અવાજ આવ્યો.

"મેક મર્ડો, એ તો હું છું. તારે તો મારો ટકોરો ઓળખી જવો જોઈએ."

અંદરથી ધાતુઓના ઘર્ષણથી થતો ખણખણાટવાળો કર્કશ અવાજ આવ્યો અને પછી ચાવીના ઘૂમવાનો અવાજ સંભળાયો. ભારેખમ બારણું અંદરની તરફ ખૂલ્યું. એક ઠીંગણો ઊંડી છાતીવાળો માણસ ત્યાં ઊભો હતો. તેના હાથમાં રહેલા ફાનસના પીળા અજવાળામાં તેનું બહાર ધસી આવેલું અવિશ્વાસના ભાવવાળું મોં ચમકી રહ્યું હતું.

"શ્રીમાન થેડિયસ, તમે છો ? પણ આ બીજા લોકો કોણ છે ? મને માલિક તરફથી આવો કોઈ આદેશ નથી આપવામાં આવ્યો."

"શું વાત કરે છે મેક મર્ડો ? મેં ગઈ રાત્રે જ મારા ભાઈને કહ્યું હતું કે હું કેટલાક મિત્રોને લઈને આવીશ."

"આજે તો તે આખા દિવસમાં ક્યારેય પોતાના ઓરડામાંથી બહાર નથી નીકળ્યા, શ્રીમાન થેડિયસ, અને મને આ અંગે કોઈ આદેશ પણ નથી મળ્યા. તમે તો સારી રીતે જાણો છો કે મારે નિયમોને આધીન રહેવું પડે છે. હું તમને તો અંદર આવવા દઉં પણ તમારા મિત્રોએ તો તેઓ જ્યાં છે ત્યાં જ રહેવું પડશે."

આ એક અણધાર્યું નડતર હતું. શ્રીમાન શોલ્ટો તેની સામે વ્યાકુળ અને અસહાય નજરે જોઈ રહ્યા.

"આ તો ખરું કહેવાય, મેક મર્ડો !" તેણે કહ્યું, "જો હું તેમના તરફથી ખાતરી આપું તો તેટલું તારા માટે પૂરતું હોવું જોઈએ. અહીં એક યુવાન સ્ત્રી પણ છે. તેને કંઈ અહીં જાહેર માર્ગ પર આટલી મોડી રાત્રે થોડી ઊભી રહેવા દેવાય ?"

"માફ કરજો, શ્રીમાન થેડિયસ," નોકર પોતાની વાત પર અડી રહ્યો.

"આ લોકો ચોક્કસ તમારા મિત્રો હશે પણ મારા માલિકના ન પણ હોય. માલિક મને મારી ફરજ બજાવવા બદલ પૂરતું વળતર આપે છે અને હું મારી ફરજ બજાવીશ જ. હું તમારા આ મિત્રોને નથી ઓળખતો."

"અરે તમે ઓળખો છો, મેક મર્ડો," શૅરલૉક હોમ્સે ઉલ્લાસપૂર્વક કહ્યું, "હું નથી માનતો કે તમે મને ભૂલી ગયા હોવ. શું તમને પેલો ખેલાડી યાદ નથી જે એલિસન્સના ઓરડામાં તમારા પક્ષે તમારી સાથે ચાર વર્ષ પહેલાં એક રાત્રે ત્રણ કલાક લડ્યો હતો ?"

"જરા પણ નહીં, શ્રીમાન શૅરલૉક હોમ્સ !" ઈનામી મુક્કેબાજે ઉત્સાહથી કહ્યું, "ભગવાન મને માફ કરે, હું તમને કેમ ન ઓળખી શક્યો ? ત્યાં શાંતિથી ઊભા રહેવાની જગ્યાએ તમારે અંદર આવીને મારા જડબા પર એક દઈ દેવી જોઈતી હતી. કોઈ પણ પ્રશ્ન વગર મારે તમને ઓળખી લેવા જોઈતા હતા. પ્રતિભાનો વ્યય કરનારી વ્યક્તિઓમાંના તમે એક છો. તમે જો આ કારકિર્દી અપનાવી હોત તો ચોક્કસ ટોચ પર પહોંચ્યા હોત."

"જો, વૉટસન, મારા માટે બધું જ નિષ્ફળ રહેત, તો મારા માટે આ એક વ્યવસાય તો ચોક્કસ ખુલ્લો છે." હોમ્સે ખડખડાટ હસતાં કહ્યું, "મને ખાતરી છે કે આપણા મિત્ર આપણને બહાર ઠંડીમાં ઊભા નહીં રાખે."

"મહેરબાની કરીને સાહેબ તમે અને તમારા મિત્રો અંદર આવો." તેણે જવાબ આપ્યો, "મને માફ કરજો શ્રીમાન થેડિયસ, પણ માલિકના આદેશ ખૂબ જ કડક છે. મને કહેવામાં આવ્યું હતું કે તમારા મિત્રોને અંદર પ્રવેશવા દેતા પહેલાં મારે ખાતરી કરી લેવી."

અંદર રેતી અને પથ્થરોથી આખીયે પગદંડી ખરડાયેલી હતી. ચોરસ ઘર સાવ જ નિર્જન દીસતું હતું. બધું જ ઈમારતના પડછાયામાં ઢંકાઈ ગયું હતું, માત્ર એક ખૂણો ચંદ્રના કિરણથી પ્રકાશી રહ્યો હતો. વિશાળ ઈમારતમાંની ઉદાસ અને કાતિલ શાંતિ હૃદયને હચમચાવી નાખનારી હતી. અરે, થેડિયસ શોલ્ટો પણ ગભરાઈ રહ્યો હતો, તેના હાથના ધ્રૂજવાથી તેના હાથમાં રહેલું ફાનસ પણ કાંપી રહ્યું હતું.

"મને સમજાતું નથી," તેણે કહ્યું. "કંઈક ભૂલ થઈ લાગે છે. મેં સ્પષ્ટપણે બાર્થોલોમ્યૂને કહ્યું હતું કે આપણે આવીશું તેમ છતાં પણ તેના ઓરડાની બત્તી બંધ છે. મને ખબર નથી પડતી કે આનો અર્થ શું થાય."

"શું તે હંમેશા આ જ રીતે આ જગ્યાની સુરક્ષાનું ધ્યાન રાખે છે?" હોમ્સે પૂછ્યું.

"હા, તે મારા પિતાની પરંપરાને અનુસર્યો છે. તે મારા પિતાનો માનીતો પુત્ર હતો અને મને કેટલીક વાર એવું પણ લાગે છે કે મારા પિતાએ તેને જેટલું કહ્યું છે તેટલું મને નથી કહ્યું. જ્યાં ચંદ્રનો પ્રકાશ પડી રહ્યો છે, પેલી ઉપરની તરફ તે જ બાર્થોલોમ્યૂના ઓરડાની બારી છે. ત્યાં ઘણું અજવાળું છે પણ અંદર કોઈ બત્તી ચાલુ નથી લાગતી."

"કોઈ બત્તી નથી," હોમ્સે કહ્યું, "પણ પેલા બારણાની બાજુની બારીમાંથી ઝાંખો પ્રકાશ આવી રહ્યો છે."

"અરે, તે તો અમારા ઘરની સંભાળ રાખનારનો ઓરડો છે. ત્યાં જ વૃદ્ધ શ્રીમતી બર્નસ્ટોન બેસે છે. તેણી કદાચ આપણને કંઈ જણાવી શકે. પણ તમને અહીં રાહ જોવા વાંધો ન હોય તો બે એક મિનિટમાં તેણીને પૂછીને આવું. કદાચ આપણે બધાં જ ત્યાં જઈશું અને તેણીને આપણા આવવાની ખબર ન હોય તો વળી તે પણ હોબાળો મચાવી દેશે. અરે, આ શું હતું?"

તે અચાનક ધ્રૂજી ગયો અને તેના હાથમાંનું ફાનસ પણ. કુમારી મોર્સ્ટને મારું કાંડુ પકડી લીધું અને અમે બધા કાન સરવા કરી ઊંચા શ્વાસે જેમના તેમ ઊભાં રહ્યાં. અંધાર્યા ઘરમાંથી ભયાવહ શાંતિને ચીરતી એક કારમી દર્દનાક ચીસ અમને સંભળાઈ. તે કોઈક ગભરાયેલી સ્ત્રીની તીણી અને કણસાટ કરતી ચીસ હતી.

"આ તો શ્રીમતી બર્નસ્ટોનનો અવાજ હતો," શોલ્ટોએ કહ્યું, "આ ઘરમાં તેણી જ એક માત્ર સ્ત્રી છે. અહીં ઊભા રહો હું હમણાં જ પાછો આવું છું." તે બારણા તરફ ધસી ગયો અને તેની આગવી શૈલીમાં તેણે બારણા પર ટકોરા માર્યા. અમે જોઈ શક્યા કે તેના ત્યાં જતાં જ પેલી સ્ત્રીએ રાહતનો શ્વાસ લીધો.

"અરે, શ્રીમાન થેડિયસ સાહેબ, તમને જોઈને હું ખુશ થઈ! ખરેખર, સાહેબ, તમને જોઈને મને આનંદ થયો, શ્રીમાન થેડિયસ!" બારણું બંધ થયું ત્યાં સુધી અમે તેણીના પ્રસન્ન અવાજને સાંભળતા રહ્યા.

અમારો ભોમિયો અમારી પાસે ફાનસ મૂકી ગયો હતો. હોમ્સે ધીમે ધીમે તેને આસપાસ ઘુમાવ્યું અને આતુરતાથી ઝીણવટપૂર્વક ઘર અને જમીન પર પડેલા કચરાના મોટા ઢગલાને નીરખવા લાગ્યો. કુમારી મોર્સ્ટન અને હું સાથે જ ઊભાં હતાં અને તેણીનો હાથ હજુ પણ મારા હાથમાં હતો. પ્રેમ એક અદ્‌ભુત અવર્ણનીય વસ્તુ છે કારણ કે અમે બન્ને એવા હતા કે જેમણે ક્યારેય એકબીજાને પહેલાં જોયાં નહોતાં. ક્યારેય એકબીજા સાથે એક શબ્દ પણ નહોતાં બોલ્યાં કે ક્યારેય આકર્ષણની નજરે પણ એકબીજા

સામે નહોતું જોયું, પણ અત્યારે મુશ્કેલ ઘડીમાં એકબીજાની પડખે ઊભાં હતાં. આ ઘટનાથી મને આશ્ચર્ય થયું પણ તે સમયે સહજપણે મારાથી તેમ થઈ ગયું. તેણીએ મને હંમેશા કહ્યું છે કે તેણીને પણ સહજપણે મારી પાસે સુરક્ષા અને આશ્વાસન મેળવવાની લાગણી થઈ હતી. એટલે જ અમે હાથમાં હાથ નાખીને બે બાળકોની જેમ ઊભાં રહ્યાં હતાં. આજુબાજુ બની રહેલી ઘટનાથી અમારાં હૃદય શાંત પડી ગયાં હતાં.

"કેવી વિચિત્ર જગ્યા છે !" તેણીએ આસપાસ નજર ફેરવતાં કહ્યું.

"એવું લાગે છે કે જાણે ઇંગ્લૅન્ડના બધા જ ડક્કા અહીં ખડકી નાખવામાં આવ્યા છે. આ જ પ્રકારનું દૃશ્ય મેં બેલારેટ નજીકની ટેકરીની બાજુએ જોયું હતું જ્યાં ખનિજ સંશોધકો કામ કરી રહ્યા હતા."

"અને તે જ કારણસર," હોમ્સે કહ્યું, "આ પણ ખજાનો શોધવાનાં જ લક્ષણ છે. તમને યાદ હોવું જોઈએ કે તેઓ છ વર્ષથી તેની શોધખોળ કરી રહ્યા હતા. એમાં કોઈ આશ્ચર્ય નથી કે જમીન કોઈક કબરના મોટા ખાડા જેવી લાગે છે."

તે જ ક્ષણે ઘરનું બારણું ધડામ કરતું ખૂલ્યું અને થેડિસ શોલ્ટો હવામાં હાથ ઉલાળતો ભયભીત આંખો સાથે બહાર દોડી આવ્યો.

"બાર્થોલોમ્યુ સાથે કંઈક અજુગતું બન્યું છે !" તેણે બૂમ પાડી, "હું ડરી ગયો છું ! મારા મજ્જાતંતુ કામ નથી આપી રહ્યા." તે ભયનો માર્યો અડધુંપડધું બોલી રહ્યો હતો. તેના મોટા કોટના ઘેટાની રૂંવાટીવાળા કોલરમાંથી તેનું મોઢું ડોકાઈ રહ્યું હતું અને તે કોઈ અસહાય બાળકની જેમ અરજ કરી રહ્યો હતો.

"ઘરમાં આવો," હોમ્સે તેની દૃઢ અને ચપળ અદામાં કહ્યું.

"હા, અંદર આવો !" થેડિસ શોલ્ટોએ અરજ કરી, "હું તમને દિશા બતાવવાની સ્થિતિમાં પણ નથી."

અમે બધાં તેની પાછળ પાછળ પરસાળની ડાબી બાજુ આવેલા પેલા હાઉસકીપરના ઓરડામાં ગયા. બિચારી વૃદ્ધ સ્ત્રી ભયની મારી થથરી રહી હતી. તેની આંગળીઓ પણ ધ્રૂજી રહી હતી પણ કુમારી મોર્સ્ટનને જોઈને તેણીને થોડી રાહત થઈ.

"ભગવાને તમને મોહક ચહેરો આપ્યો છે !" તેણીએ ડૂસકું ભરતાં મોટા અવાજમાં કહ્યું, "તમને જોઈને સારું લાગે છે, પણ મારો આજનો દિવસ ખૂબ જ દુઃખદાયક રહ્યો છે !"

અમારી સાથીએ તેણીનો કસાયેલો હાથ પોતાના હાથમાં લીધો અને તેણીને સહાનુભૂતિ આપતાં કેટલાંક વાક્યો કહ્યાં, જેનાથી તેણીને થોડી રાહત થઈ અને તેના ફિક્કા પડી ગયેલા ચહેરાનો રંગ પાછો આવ્યો.

"માલિકે પોતાની જાતને અંદર બંધ કરી દીધી છે અને મને જવાબ પણ નથી આપતા." તેણીએ વાત શરૂ કરી. "આખો દિવસ મેં તેમના તરફથી કોઈ આદેશ

આવવાની રાહ જોઈ કારણ કે તેઓ ઘણીવાર એકલા રહેવાનું પસંદ કરતા હોય છે પણ કલાક પહેલાં મને ચિંતા થઈ કે ક્યાંક તેમની સાથે કંઈક અજુગતું તો નહોતું બન્યું ને ? હું તરત જ તેમના ઓરડા આગળ ગઈ અને બારણાના ચાવી ભરાવવાના કાણામાંથી જોવા લાગી. શ્રીમાન થેડિયસ તમારે ઉપર જવું જ પડશે અને જાતે જ જોવું પડશે. મેં શ્રીમાન બાર્થોલોમ્યૂને દસ વર્ષ દુઃખ-સુખમાં જોયા છે પણ તેમના ચહેરા પર મેં ક્યારેય આવો ભાવ નથી જોયો."

શૅરલૉક હોમ્સે ફાનસ લીધું અને આગળ ચાલવા લાગ્યો કારણ કે થેડિયસ શોલ્ટો તો એકધારો બકવાસ જ કરી રહ્યો હતો. તે એટલો ધ્રૂજી રહ્યો હતો કે મારે તેને ઉપર ચડતી વખતે સહારો આપવો પડ્યો કારણ કે તે ગમે ત્યારે સંતુલન ગુમાવે તેમ હતો. અમે બે સીડી ચડ્યા તે દરમિયાન હોમ્સે પોતાના ખિસ્સામાંથી સૂક્ષ્મદર્શક કાચ કાઢ્યો અને પગથિયા પર પાથરવામાં આવેલી જાજમ પર મને જે આકાર વગરનાં ધૂળનાં નિશાન લાગતાં હતાં તેનું નિરીક્ષણ કરવા લાગ્યો. તે ધીમે ધીમે પગથિયાં ચડી રહ્યો હતો. તેના હાથમાં ફાનસ હતું અને તેના પ્રકાશમાં તે જમણેથી ડાબે બારીકાઈથી નિરીક્ષણ કરી રહ્યો હતો. કુમારી મોર્સ્ટૅન પણ પેલી ગભરાઈ ગયેલી નોકરડી સાથે અમારી પાછળ જ હતી.

ત્રીજી સીડી લાંબી હતી અને સીધી પરસાળ આગળ પૂરી થતી હતી, તેની જમણી બાજુની દીવાલ ભારતીય ચાકળાથી શોભાવવામાં આવી હતી અને બીજી બાજુ સળંગ ત્રણ દરવાજા આવેલા હતા. હોમ્સ તેજ ગતિએ પદ્ધતિસર આગળ વધી રહ્યો હતો જ્યારે અમે તેની પાછળ પાછળ જ અમારા મોટા પડછાયા પાછળની ખાલી પરસાળ પર પાથરતાં આગળ વધી રહ્યાં હતાં. અમારે ત્રીજા બારણા આગળ જવાનું હતું. હોમ્સે બારણે ટકોરા માર્યા પણ કોઈ જ જવાબ ન આવ્યો અને પછી તેણે બારણાનો હાથો ઘુમાવ્યો અને તેને બળપૂર્વક ખોલવાનો પ્રયાસ કર્યો. તે અંદરથી બંધ હતો. કોઈક મજબૂત અને પહોળા આગળા વડે તેને સજ્જડ બંધ કરવામાં આવ્યો હતો. ચાવીના કાણામાં ચાવી ભરાવવામાં આવી હતી પણ તેમ છતાં પણ કાણું સાવ નહોતું ઢંકાઈ ગયું. શૅરલૉક હોમ્સ નીચે કાણા તરફ વળ્યો અને ઝડપથી શ્વાસ લેતો તરત જ ઊભો થઈ ગયો.

"આમાં કોઈક શેતાની કૃત્યનો ભાસ થઈ રહ્યો છે, વૉટસન." મેં તેને આટલો ભયંકર ક્યારેય નહોતો જોયો. "તારું શું અનુમાન છે ?"

હું કાણા તરફ નમ્યો અને મારા હોશ ઊડી ગયા. ચંદ્રનો પ્રકાશ સીધો જ ઓરડામાં પડતો હતો અને ત્યાં સારું એવું અજવાળું ફેલાયું હતું. પ્રકાશ અસ્થિર રીતે પડી રહ્યો હતો. એક ભયભીત થયેલો ચહેરો મારી તરફ જોઈ રહ્યો હતો. બરાબર તેવી જ ઊંચી ચમચમાટ ટાલ અને તેની આસપાસ તેવા જ બરછટ વાળ અને તેવો જ રક્તહીન ચહેરો. ચહેરાના હાવભાવ કોઈક બિહામણા હાસ્ય જેવા હતા. અસ્વાભાવિકપણે દાંત બહાર

દેખાતા હતા. તેનો ચહેરો અમારા સાથી થેડિયસ સાથે એટલો મળતો આવતો હતો કે મારે ફરીને જોવું પડ્યું કે શું તેઓ અંદર ઓરડામાં નહીં ને અહીં અમારી સાથે જ હતા ને ? પછી મને યાદ આવ્યું કે તેમણે અગાઉ કહ્યું હતું કે તેમનો ભાઈ અને તે પોતે જોડિયા છે.

"ભયંકર કહેવાય !" મેં હોમ્સને કહ્યું, "હવે શું કરીશું ?"

"બારણું તોડવું જ પડશે." તેણે કહ્યું અને પોતાના સઘળા બળ સાથે તે બારણા સાથે અથડાયો. તે થોડું ઘણું તૂટ્યું ખરું પણ ખૂલ્યું તો નહીં જ. ફરીવાર અમે બન્નેએ ભેગા થઈને બારણાને પૂરા જોરથી ધક્કો માર્યો અને ધડામ કરતા અમે બાર્થોલોમ્યૂના ઓરડામાં ઘૂસી ગયા.

આખો ઓરડો કોઈક રાસાયણિક પ્રયોગશાળાની જેમ સજાવવામાં આવ્યો હતો. બારણાની સામેની બાજુએ બૂચ લગાવેલી હારબંધ શીશીઓ ગોઠવવામાં આવી હતી અને ટેબલ પર બર્નર, કસનળીઓ અને વક્ર નળીઓ પડી હતી. એક ખૂણામાં નેતરની ટોપલીમાં ઍસિડની અસ્તરથી ઢાંકેલી મોટી બોટલો પડી હતી. તેમાંની એક આખી હતી કે પછી ટૂટી ગઈ હતી. તેમાંથી ઘેરા રંગની એક ધાર જમીન પર વહી રહી હતી અને હવા ખૂબ જ ગંધાઈ રહી હતી. લાકડાના ડામર જેવી ગંધ આવી રહી હતી. એક ખૂણામાં નિસરણી પડી હતી. લાકડા અને પ્લાસ્ટરથી બનેલી એક પાલખીની વચ્ચે ઉપરની બાજુએ છત ખૂલતી હતી. કમસે કમ એક માણસ ત્યાંથી નીકળી શકે તેટલી તે મોટી હતી. નિસરણીના એક પગથિયા પર ગૂંચળું વાળેલું દોરડું બેદરકારીપૂર્વક નાખવામાં આવ્યું હતું.

ટેબલની બાજુમાં લાકડાની આરામખુરશીમાં મકાનનો માલિક ઢગલો થઈને પડ્યો હતો. તેનું માથું ડાબા ખભા તરફ નમી પડ્યું હતું અને તેના ચહેરા પર એક અકળ હાસ્ય સ્થિર થયેલું હતું. તેનો દેહ કડક અને ઠંડો હતો, અને સ્પષ્ટપણે કેટલાયે કલાકથી મૃત હોય તેવું લાગતું હતું. મને લાગ્યું તેના માત્ર હાવભાવ જ વાંકાચૂંકા નહોતા થયા પણ તેના પગ પણ વાંકા થઈ ગયા હતા અને ખૂબ વિચિત્ર અદામાં વળેલા હતા. તેનો હાથ ટેબલ પર ટેકવાયેલો હતો અને તેની બાજુમાં પથ્થરના માથાવાળું હથોડી જેવું વિચિત્ર હથિયાર પડ્યું હતું. તેની બાજુમાં નોંધપોથીનો એક ફાટેલો કાગળ પડ્યો હતો જેમાં કેટલાક શબ્દો ચીતરી મારવામાં આવ્યા હતા. હોમ્સે તેના પર નજર કરી અને મારા હાથમાં મૂક્યો.

"તું જો," તેણે પોતાની ભ્રમરો અર્થપૂર્ણ રીતે ઊંચી કરતાં કહ્યું.

ફાનસના અજવાળામાં હું તેને વાંચતાં થથરી ગયો, "ચારની નિશાની."

"ભગવાન જાણે આનો શું અર્થ થતો હશે ?" મેં પૂછ્યું.

"તેનો અર્થ હત્યા છે," તેણે પેલા મૃત માણસ પર નમતાં કહ્યું. "મેં આમ જ ધાર્યું હતું. અહીં જો !" તેણે મૃતકના કાનથી ઉપર, કોઈક લાંબી કાંટા જેવી વસ્તુ તરફ આંગળી ચીંધી.

"આ તો કાંટા જેવું લાગે છે," મેં કહ્યું.

"તે એક કાંટો જ છે. તું એને બહાર ખેંચી શકે છે. પણ જરા સંભાળીને, તે ઝેરી છે."

મેં તેને મારી આંગળી અને અંગૂઠાની વચ્ચે લીધો. તે ચામડીમાંથી બહાર ખેંચાયો હતો તેનાથી ભાગ્યે જ કોઈ નિશાન છૂટ્યું હશે. પણ જ્યાં કાણું પડ્યું હતું ત્યાં હવે લોહીનું એક અતિસૂક્ષ્મ બિંદુ હતું.

"આ મારા માટે એક ક્યારેય ઉકેલી ન શકાય તેવું રહસ્ય છે," મેં કહ્યું, "આ તો સ્પષ્ટ થવાની જગ્યાએ ઓર ઘેરું થતું જાય છે."

"તેથી વિરુદ્ધ," તેણે કહ્યું, "તે હવે ઓર સ્પષ્ટ થતું જાય છે. મારે માત્ર કેટલીક ખૂટતી કડીઓને શોધીને તેને એકબીજા સાથે જોડવાની જ જરૂર છે."

જ્યારથી અમે ઓરડામાં પ્રવેશ્યા ત્યારના અમે અમારા સાથીની હાજરીને સદંતર ભૂલી જ ગયા હતા. તે હજુ પણ દરવાજા આગળ ઊભો હતો. તે વિલાપ કરી રહ્યો હતો. અચાનક જ તે ચિડાવા લાગ્યો અને મોટે મોટેથી બૂમો પાડવા લાગ્યો.

"ખજાનો ચોરાઈ ગયો !" તેણે કહ્યું. "તેણે તેને લૂંટી લીધો ! ત્યાં એક બાકોરું છે જેમાંથી અમે પટારાને નીચે ઉતાર્યો હતો. મેં જ તેને તેમાં મદદ કરી હતી ! છેલ્લે હું જ તેને મળ્યો હતો. ગઈ રાત્રે જ હું તેને ઓરડામાં મૂકીને ઘરે ગયો હતો અને દાદર ઊતરતાં ઊતરતાં જ મેં તેને બારણું બંધ કરતાં સાંભળ્યો હતો."

"શું સમય હતો ત્યારે ?"

"ત્યારે દસ વાગ્યા હતા. અને હવે તે મૃત્યુ પામ્યો છે અને જ્યારે પોલીસને બોલાવવામાં આવશે ત્યારે તેમને મારા પર જ શંકા જશે અને મારી ધરપકડ કરવામાં આવશે. હા, મને જેલ ભેગો કરી દેવામાં આવશે. પણ તમે તો તેમ નથી વિચારતાને, મિત્રો ? મને ખાતરી છે કે હું ખૂની હોઉં તેવું તમે નહીં જ માનતા હોવ. જો તેમ હોત તો શું હું તમને અહીં લાવ્યો હોત ? હું તો ગાંડો થઈ જઈશ." તેણે ઝનૂનપૂર્વક પોતાના પગ જમીન પર પછાડ્યા.

"તમારે ડરવાની કોઈ જ જરૂર નથી, શ્રીમાન શોલ્ટો," હૉમ્સે દયાથી તેના ખભા પર હાથ મૂકતાં કહ્યું, "મારી સલાહ માનો અને સીધા જ પોલીસ સ્ટેશને જઈને પોલીસને આખીયે બાબતનો અહેવાલ આપો. તેમને દરેક બાબતે સહકાર આપો. તમે પાછા આવો ત્યાં સુધી અમે તમારી અહીં રાહ જોઈશું."

ઠીંગણો માણસ બેવકૂફીભરી અદામાં હોમ્સની સલાહને અનુસર્યો અને તે ધમ ધમ કરતો દાદર ઊતરી ગયો.

❖

પ્રકરણ ૬

શૅરલૉક હોમ્સે પગેરું શોધ્યું

"હવે વૉટસન," હોમ્સે પોતાના હાથ મસળતાં કહ્યું, "આપણી પાસે અડધો એક કલાક છે. ઝડપથી તેનો સદ્‌ઉપયોગ કરી લઈએ. મારો કેસ તો મેં તને કહ્યું તે પ્રમાણે પૂર્ણ કરી દીધો છે પણ આપણે વધારે પડતા આત્મવિશ્વાસમાં આવી જઈને કોઈ પણ ભૂલ નથી કરવાની. મામલો હવે તદ્દન સરળ થઈ ગયો છે. બની શકે કે તે કંઈક વધારે ઊંડો હોય."

"એમ !" હું એકદમ બોલી ઊઠ્યો.

"ચોક્કસ," તેણે નૈદાનિક અધ્યાપક પોતાના ક્લાસમાં વિદ્યાર્થીઓને સમજાવે તે અદામાં બોલવા માંડ્યું, "તું પેલા ખૂણામાં બેસી રહે કે જેથી કરીને તારા પગલાંની છાપ બાબતને ઓર વધુ ગૂંચવે નહીં. હવે કામ શરૂ કરીએ ! પહેલી વાત એ કે આ લોકો અંદર આવ્યા કઈ રીતે અને પાછા બહાર કઈ રીતે ગયા ? દરવાજો તો ગઈ રાતનો ખૂલ્યો જ નથી. તો પછી બારીઓ ?" તે બારીઓ પાસે ફાનસ લઈ ગયો અને નિરીક્ષણ કરતાં કરતાં પોતાની જાતને સંબોધતો હોય તેમ બબડવા લાગ્યો. "બારીઓ અંદરથી વાસેલી છે. તેનું માળખું પણ મજબૂત છે. બીજા કોઈ મિજાગરા પણ નહોતા. ચાલ, આપણે તેને ખોલી જોઈએ. નજીકમાં પાણીનું કોઈ ભૂંગળું પણ નથી. છત પહોંચની બહાર છે, તેમ છતાં પણ એક માણસ બારી પર ચડ્યો છે. ગઈ રાત્રે થોડોક વરસાદ પડ્યો હતો. બારીના ઉંબરે પગની એક છાપ છે. અને અહીં કાદવવાળું એક ગોળાકાર નિશાન છે અને અહીં ફરસ પર પણ છે અને અહીં ટેબલ પાસે પણ છે. અહીં જો વૉટસન ! આ ખરેખર એક સુંદર સાબિતી છે."

મેં આસપાસ નજર કરી ગોળ ગોળ કાદવિયાં નિશાન દેખાતાં હતાં. "આ કંઈ પગનાં નિશાન નથી," મેં કહ્યું.

"આ આપણા માટે તેનાથી પણ વધારે મહત્ત્વનું છે. આ છાપ લાકડાના દાંડાના છેડાની છે. તું અહીં બારીના ઉંબરા પર જો જૂતાનું નિશાન છે. આ એક ધાતુની એડીવાળું વજનદાર બૂટ છે અને અહીં તેની બાજુમાં લાકડાના પગની છાપ છે."

"આ તો લાકડાના પગવાળો માણસ છે."

"તેમ જ છે. પણ બીજું પણ કોઈક હોવું જોઈએ જે એક બાહોશ અને નિપુણ મદદનીશ હોઈ શકે. ડૉક્ટર, શું તુ પેલી દીવાલનું માપ લઈ શકીશ ?"

મેં બારીની બહાર જોયું. ચંદ્ર હજુ પણ તે ખૂણા પર તેજસ્વી રીતે પ્રકાશી રહ્યો હતો. અમે જમીનથી ખાસ્સા સાઠ ફૂટ જેટલા ઊંચા હતા અને હું જ્યાં ઊભો હતો ત્યાંથી મને પગ મૂકી શકાય તેવું કંઈ જ નહોતું દેખાતું, અરે ઈંટોંમાં પણ કોઈ તિરાડ નહોતી દેખાતી.

"આ અશક્ય છે," મેં જવાબ આપ્યો.

"વગર મદદે તે અશક્ય છે. પણ ધાર કે તારો કોઈ મિત્ર અહીં ઉપર હોય અને ઉપર લાવવા માટે પેલા ખૂણામાં પડેલું દોરડું નીચે નાખે અને ઉપરનો છેડો પેલી દીવાલમાં જડેલા હૂક પર બાંધેલો હોય તો ? હવે હું એ વિચારું છું કે જો તું એક ચપળ માણસ હોય તો લાકડાનો પગ હોવા છતાં પણ ગોઠણ અને હાથની મદદથી ઉપર ચડી શકે અને તેવી જ રીતે તું નીચે પણ ઊતરી શકે અને તારો મદદનીશ દોરડું પાછું ખેંચી લે, હૂકમાંથી પણ છોડી દે. બારીઓ અંદરથી બંધ પણ કરી દે અને જે રીતે તે પાછો આવ્યો હતો તે જ રીતે પાછો જતો રહે. ઝીણા મુદ્દા તરીકે પણ તેની નોંધ લેવા જેવી છે." તેણે દોરડું વાળતાં કહ્યું, "લાકડાના પગવાળો માણસ એક સારો આરોહક છે પણ તેને એક વ્યવસાયી ખલાસી ન કહી શકાય. તેના હાથ સખત હતા. સૂક્ષ્મદર્શક કાચે અહીં એકથી પણ વધારે લોહીના ડાઘ શોધી કાઢ્યા છે. ખાસ કરીને દોરડાના છેડા પર. દોરડાના છેડાના નિરીક્ષણ દ્વારા મને એ પણ જાણવા મળ્યું કે તે ઝડપભેર દોરડા પરથી લપસી પડ્યો હશે અને તેના કારણે તેના હાથની ચામડી પણ છોલાઈ ગઈ હશે."

"આ બધું તો બરાબર છે," મેં કહ્યું, "પણ તેથી તો બાબત ઓર ગૂંચવાડાભરી બની ગઈ છે. હવે આ રહસ્યમયી મદદનીશનું શું ? તે આ ઓરડામાં કઈ રીતે આવ્યો હોય ? "

"હા, મદદનીશ !" હોમ્સે વિચારમગ્ન રીતે શબ્દો પુનરાવર્તિત કર્યા, "આ મદદનીશ વ્યક્તિનાં કેટલાંક લક્ષણ અહીં છે. તેણે આખાયે સામાન્ય લાગતા મામલાને ખૂબ અસામાન્ય બનાવી દીધો છે. હું માનું છું કે આ મદદનીશ આ દેશના ગુનાના ધંધામાં નવોસવો પ્રવેશ્યો છે. તો આ પ્રકારના મામલાઓ મને તે ભારતના હોય તેવું સૂચવે છે અને જો મારી યાદશક્તિ સાચી હોય તો તે સેનેગામ્બિયાના હશે."

"તો પછી તે કઈ રીતે આવ્યો હશે ?" મેં ફરીથી પૂછ્યું, "બારણું બંધ છે, બારી સુધી પહોંચી શકાય તેમ નથી. શું તે ચિમની દ્વારા આવ્યો હતો ?"

"મોટી શક્યતાઓ પહેલેથી જ વિચારી લેવામાં આવે છે." તેણે જવાબ આપ્યો. "મેં પહેલાં જ તે શક્યતા વિચારી જોઈ છે."

"તો પછી ?" હું પાછળ જ પડી ગયો.

"તેં મારો સિદ્ધાંત લાગુ ન પાડ્યો," તેણે માથું હલાવતાં કહ્યું, "મેં તને કેટલીયે વાર કહ્યું છે કે જ્યારે તમે અશક્ય વાતને કાઢી નાખો છો ત્યારે અવિશ્વસનીય વાતને જ સાચી માનવી જોઈએ. આપણે જાણીએ છીએ કે તે બારણા દ્વારા નહોતો આવ્યો કે બારી કે ચિમની દ્વારા પણ નહોતો આવ્યો. આપણે એ પણ જાણીએ છીએ કે તે પહેલેથી પણ ઓરડામાં છુપાયેલો નહોતો કારણ કે અહીંયાં ક્યાંય છુપાવાની જગ્યા જ નહોતી તો પછી તે ક્યાંથી આવ્યો હોવો જોઈએ ?"

"તો પછી તે છત પરના બાકોરામાંથી આવ્યો હોવો જોઈએ," હું મોટેથી બોલી ઊઠ્યો.

"ચોક્કસ તે ત્યાંથી જ આવ્યો હતો. તેણે તેમ જ કર્યું હશે. જરા મારા માટે ફાનસ પકડી રાખ. હવે આપણે આપણી શોધખોળને ઓરડાથી ઉપર ફેલાવીએ. આ તે જ ગુપ્ત ઓરડો છે જેમાં ખજાનો મળ્યો હતો."

તે નિસરણી પર ચડ્યો અને લાકડાના ટેકાને પકડી સીધો માળિયા પર ચડી ગયો. અને ત્યાં મોંભેર લાંબા થઈને ફાનસ પકડી રાખ્યું કે જેથી કરીને હું પણ તેની પાછળ જઈ શકું.

અમે જે નાનકડી કોટડીમાં હતા તે એક બાજુ દસ ફૂટ ફેલાયેલી હતી તો બીજી બાજુ છ ફૂટ. ફરસ લાકડાના ટેકાથી બનેલી હતી અને દરેક ટેકા વચ્ચે પાતળું પ્લાસ્ટર કરવામાં આવ્યું હતું માટે પગ એક પછી એક ટેકા પર મૂકીને જ ચાલી શકાતું હતું. કોટડીમાં કંઈ જ નહોતું અને વર્ષોની ધૂળના થરના થર બાઝેલા હતા.

"આ રહ્યું, અહીં જો," ઢાળવાળી દીવાલ પર હાથ મૂકતાં શૅરલૉક હોમ્સ બોલ્યો, "અહીં એક છૂપો દરવાજો છે જે ઉપર છત તરફ ખૂલે છે. હું તેને પાછળ ધકેલું છું, આ આપણે આવી ગયા હળવા ઢાળવાળી છત પર. તો પછી આ તે જ રસ્તો હોવો જોઈએ જ્યાંથી નંબર એક આવ્યો હોય. ચાલ, આપણે જોઈએ તો ખરા કે તેનાં કોઈ નિશાન અહીં મળી આવે છે કે નહીં ?"

તેણે ફાનસને ભોંય પર ધર્યું અને આ રાતે મેં તેને બીજી વાર આશ્ચર્યચકિત થતાં જોયો. મેં પણ તેના આવા ભાવથી નીચે જોયું. હું ઠંડો બરફ થઈ ગયો. ભોંય પર ઉઘાડા પગની સ્પષ્ટ છાપ દેખાતી હતી પણ તે છાપ સામાન્ય માણસના પગ કરતાં ઘણી નાની હતી.

"હોમ્સ," મેં ગુસપુસિયા અવાજમાં કહ્યું, "શું એક બાળકે આવું ભયંકર કૃત્ય કર્યું હશે !"

તે ફરી સ્વસ્થ થઈ ગયો.

"એક ક્ષણે તો હું પણ અચંબામાં મુકાઈ ગયો," તેણે કહ્યું, "તે પણ સ્વાભાવિક જ છે. મેં મારી સ્મરણશક્તિની ઉપેક્ષા કરી છે અથવા તો મારે ભવિષ્ય ભાખવા શક્તિમાન હોવું જોઈતું હતું. અહીં હવે કંઈ તપાસવા જેવું રહ્યું નથી. ચાલ, આપણે નીચે જઈએ."

"પેલાં પદચિહ્નો વિશે તારા સિદ્ધાંત શું કહે છે ?" જ્યારે અમે પાછા નીચેના ઓરડામાં આવ્યા ત્યારે મેં તેને આતુરતાથી પૂછ્યું.

"મારા વહાલા વૉટસન, તું જાતે થોડું પૃથક્કરણ કરવાનો પ્રયત્ન કર." તેણે અધીરાઈથી કહ્યું, "તું મારી પદ્ધતિ જાણે જ છે. તેને લાગુ પાડ. તે તને પરિણામ સાથે સરખાવવામાં બોધપ્રદ પુરવાર થશે."

"મને તો કંઈ જ સૂઝ નથી પડતી," મેં જવાબ આપ્યો.

"તને થોડા જ વખતમાં બધું સ્પષ્ટ થઈ જશે." તેણે સહજ રીતે કહ્યું, "મને લાગે છે કે અહીં હવે વધારે મહત્ત્વનું કંઈ છે નહીં. તેમ છતાં પણ હું વધારે તપાસ કરીશ."

તેણે ખિસ્સામાંથી સૂક્ષ્મદર્શક કાચ અને માપપટ્ટી કાઢી અને ઝડપભેર ગોઠણિયે પડી આખાયે ઓરડામાં માપવા, સરખાવવા, તપાસવા અને પોતાના લાંબા નાક વાટે કંઈક સૂંઘવા લાગ્યો. અને કોઈ શિકારી પક્ષીની જેમ તેની આંખો પણ ઝીણવટથી આમ તેમ ફરી રહી હતી. તેની હલચલ ચપળ તેમજ શાંતિપૂર્ણ હતી, તેમ છતાં તે ચોરીછૂપીથી કરવામાં આવતી હોય તેવું લાગતું હતું. કોઈ લોહી સૂંઘતો કૂતરો કોઈ ગંધ પકડીને આમ તેમ આંટા મારતો હોય તેવું લાગતું હતું. જો કે મને કોઈ ગંધ નહોતી આવતી. હું વિચારતો હતો કે જો તેણે પોતાની આવડતને કાયદાની વિરુદ્ધ વાપરી હોત તો શું થાત ? આખાયે કમરામાં ઘૂમતાં ઘૂમતાં તે મનોમન કંઈક ગણગણાટ પણ કરી રહ્યો હતો અને છેવટે તેણે એક પ્રસન્ન ચીસ પાડી.

"આપણું નસીબ સારું છે," તેણે કહ્યું, "નંબર એકના બદનસીબે તેનો પગ લાકડાના ડામરમાં પડી ગયો છે. તું અહીં ગંધાતા રગડાની પાસે તેના નાનકડા પગની કિનારીની છાપ જોઈ શકે છે. બરણીમાં તિરાડ પડી છે અને તેમાંનું પ્રવાહી દ્રવી રહ્યું છે."

"તો ?" મેં પૂછ્યું.

"તો, આપણે તેને શોધી લીધો, બીજું શું ?" તેણે કહ્યું.

"હું એક એવા કૂતરાને જાણું છું જે આવી ગંધનો દુનિયાના છેવાડા સુધી પીછો કરી શકે તેમ છે. સામાન્ય કૂતરો જો માછલીને સૂંઘતો સૂંઘતો બીજા જિલ્લા સુધી પહોંચી જઈ શકે તો એક કેળવાયેલો કૂતરો આ ગંધનો યોગ્ય રીતે પીછો કરશે. જવાબ આપણને-પણ અરે ! કાયદાના અધિકૃત પ્રતિનિધિઓ આવી ગયા લાગે છે."

નીચેની તરફથી બૂમબરાડાનો અવાજ આવી રહ્યો હતો અને સાથે સાથે નીચેના ખંડના બારણાનો ધડામ કરતાં બંધ થવાનો અવાજ પણ સંભળાયો.

"એ લોકો આવે તે પહેલાં," હોમ્સે કહ્યું, "આ મૃત માણસના હાથ અને પગ પર તારો હાથ મૂક. શું લાગે છે તને ?"

"સ્નાયુઓ લાકડા જેવા કડક છે," મેં કહ્યું.

"બરાબર. સામાન્ય રીતે મૃત્યુ પછી શરીરમાં આનાથી ઓછી જડતા આવતી હોય છે. તેના ચહેરા પર સ્થિર થયેલા આ વિકૃત હાસ્ય વિષે તારું શું કહેવું છે ?"

"વનસ્પતિક ઝેરથી થયેલું મૃત્યુ," મેં જવાબ આપ્યો, "ઝેરનું અતિસૂક્ષ્મ પ્રમાણ કે જેનાથી ધનૂર ઉત્પન્ન થાય."

"તેના ચહેરાના તણાઈ ગયેલા સ્નાયુઓ જોઈને પ્રથમ જ મને તે વિચાર આવ્યો હતો. ઓરડામાં પ્રવેશતાંની સાથે જ મેં જોઈ લીધું હતું કે તેના શરીરમાં ઝેર કઈ રીતે પ્રવેશ્યું હતું. તે જોયું તે પ્રમાણે મેં તને તેના લમણામાં તાકીને મારવામાં આવેલા કાંટાને બતાવ્યો હતો. તું જોઈ શકે છે કે જે ભાગમાં કાંટો મારવામાં આવ્યો હતો તે જો વ્યક્તિ ખુરશીમાં ટટ્ટાર બેઠી હોય તો ઉપર છત તરફના કાણા તરફ આવેલો હોય. હવે જરા આ કાંટાને તપાસ તો."

મેં તેને ધ્યાનથી હાથમાં લીધો અને ફાનસના પ્રકાશમાં ધર્યો. તે લાંબો, તીક્ષ્ણ અને કાળો હતો અને તેની અણી પર કોઈ ગુંદરિયો પદાર્થ ચોંટાડીને સૂકવવામાં આવ્યો હતો, તેનો બુઠ્ઠો છેડો કોઈ છરી વડે ગોળાકારે કાપવામાં આવ્યો હતો.

"શું આ કોઈ ઇંગ્લિશ કાંટો છે ?" તેણે પૂછ્યું.

"ના, જરા પણ નહીં."

"આ સઘળી માહિતી દ્વારા તું કયા તારણ પર આવે છે ? અરે, પણ આ આવી ગઈ આપણા સરકારી પોલીસ અધિકારીઓની ટોળી."

તે બોલ્યો ત્યાં જ નીચેથી આવતો અવાજ નજીક બારણા સુધી આવી ગયો અને ભૂખરા કોટમાં સજ્જ એક ખૂબ જ બહાદુર દેખાતો હૃષ્ટપુષ્ટ માણસ ધમ ધમ કરતો ઓરડામાં પ્રવેશ્યો. તેનો ચહેરો ચોસલાદાર અને ખડતલ હતો. તેના લોહીમાં રક્તકણોનું પ્રમાણ વધારે હોય તેવું લાગતું હતું કારણ કે તેની ચામડી લાલ હતી અને તેમાં ખૂબ જ નાનકડી આમતેમ જોતી આતુર આંખોનું જોડકું ટમટમી રહ્યું હતું. તેની પાછળ જ ગણવેશમાં સજ્જ એક ઇન્સ્પેક્ટર ઊભો હતો અને તેની પાછળ થેડિયસ શોલ્ટો ધબકતા હૃદયે ઊભો હતો.

"કામમાં લાગી જઈએ !" તે દબાયેલા ખોખરા અવાજમાં બોલ્યો. "મજાનું કામ છે ! પણ આ બધા કોણ છે ? ઘર કેમ કોઈ સસલાના દર જેવું ભર્યું ભર્યું લાગી રહ્યું છે."

"તમે ક્યાંક મને ભૂલી તો નથી ગયા ને શ્રીમાન એથેન્લી જોન્સ ?" હોમ્સે શાંતિથી પૂછ્યું.

"કેમ, જરા પણ નહીં !" તેણે જોરથી શ્વાસ લેતાં કહ્યું. "તમે શ્રીમાન શૅરલૉક હોમ્સ છો, સિદ્ધાંતવાદી. તમે મને યાદ છો ! તમે અમને કારણો અને તારણો અને તેની અસરો પર બીશપગેટ રત્ન મામલા વખતે લાંબુ વ્યાખ્યાન આપ્યું હતું. એ વાત સાચી છે

કે તમે અમને યોગ્ય માર્ગે દોર્યા હતા પણ તમારે એ માનવું જ પડશે કે તેમાં સારા માર્ગદર્શન કરતાં વધારે સારા નસીબે મોટો ભાગ ભજવ્યો હતો."

"તે તો એક સાધારણ બુદ્ધિની વાત હતી."

"અરે, અરે નસીબ સારું હતું તે માનવામાં શું વાંધો હોય. પણ આ બધું શું છે? બહુ ખરાબ ! બહુ ખરાબ ! અહીં તો આકરી હકીકતો આપણી સામે છે. અહીં સિદ્ધાંતો માટે કોઈ જ અવકાશ નથી. નસીબજોગે પોલીસ સ્ટેશનમાં આ સંદેશો આવ્યો ત્યારે હું ત્યાં જ હતો. તમને શું લાગે છે આ વ્યક્તિ કઈ રીતે મૃત્યુ પામી હશે ?"

"મારા માટે આ મામલો કંઈ ખાસ તર્ક લડાવવા લાયક નથી." હોમ્સે ઠંડકથી કહ્યું.

"ના, ના, કેટલીકવાર તમે સમસ્યાનું સાચું કારણ જાણતા હોવ છો તેની અમે ના નથી પાડી શકતા. બારણું બંધ હતું, હું સમજું છું અને દસ લાખની કિંમતના ઝરઝવેરાત ચોરાઈ ગયા છે તે પણ મને ખબર છે. બારીનું શું હતું ?"

"અંદરથી બંધ હતી પણ તેનાં ઉંબરા પર પગનાં નિશાન છે."

"એક મિનિટ, જો તે અંદરથી બંધ હોય તો પછી તેના પર પડેલી પગની છાપ સાથે આ બાબતને કંઈ લેવાદેવા ન હોઈ શકે. એ તો સાવ સામાન્ય બુદ્ધિની વાત છે. આ માણસ ચોક્કસ ફીટ આવવાથી મરી ગયો હોવો જોઈએ. બહુ કીમતી ઝવેરાત પણ ચોરાઈ ગયું છે. અરે મારી પાસે એક સિદ્ધાંત છે ! મારા મગજમાં ઘણીવાર આવા ચમકારા થઈ જાય છે. સાર્જન્ટ, જરા બહાર જાઓ તો અને શ્રીમાન શોલ્ટો તમે પણ. પણ તમારા મિત્રો અહીં રોકાઈ શકે છે --- તમારું આ વિષે શું કહેવું છે, શ્રીમાન હોમ્સ ? શોલ્ટોએ ગઈ રાત્રે તેના ભાઈ સાથે જે બોલચાલ થઈ તે જણાવી દીધી છે. તેનો ભાઈ ફીટ આવવાથી મરી ગયો અને તેના ભાઈ શોલ્ટોએ ખજાનો ચોરી લીધો. કેમ બરાબર ને ?"

"શું એક મૃત માણસ ઊભો થઈને અંદરથી બારણું બંધ કરી શકે ?"

"અહ્, તમારી વાત તો સાચી છે. ચાલો, આપણે સામાન્ય બુદ્ધિથી વિચારીએ. આ થેડિયસ શોલ્ટો તેના ભાઈ સાથે ગઈ રાત્રે હતો. બન્ને વચ્ચે ઝઘડો થયો તે તો આપણે જાણીએ છીએ. શોલ્ટોના ગયા પછી તેના ભાઈને કોઈએ પણ જોયો નહોતો. થેડિયસ તેને તેના ઓરડામાં છોડીને ગયો હતો. તેની પથારી પણ વપરાયા વગરની લાગે છે. થેડિયસ ખૂબ જ ગભરાયેલો લાગે છે. તે દેખાવે પણ કંઈ ખાસ આકર્ષક નથી લાગતો. તમે જુઓ છોને કે હું કેવી રીતે થેડિયસની આસપાસ તેને જેલ ભેગા કરવાનાં જાળાં રચી રહ્યો છું."

"તમે હજુ હકીકતોને પામ્યા નથી લાગતા," હોમ્સે કહ્યું. "લાકડાની સોય જેવી અણિયાણી વસ્તુ મળી આવી છે તેના પરથી હું દાવાથી કહી શકું છું કે તેને ઝેર આપવામાં આવ્યું હતું. તમે તેના લમણે હજુ પણ તેનું નિશાન જોઈ શકો છો. અહીં મેજ

પર તમે અસ્વચ્છ અક્ષરમાં લખેલા કાર્ડને અને તેની બાજુમાં પડેલા આ પથ્થરના માથાવાળા હથિયારને પણ જોઈ શકો છો. આ બધું તમારા સિદ્ધાંતમાં કઈ રીતે બેસે છે ?''

''બધી રીતે બંધ બેસે છે.'' જાડિયા જાસૂસે આડંબરથી કહ્યું, ''આખું ઘર ભારતીય નોકરોથી ભરેલું છે. થેડિયસ જ આ લાવ્યો હશે અને જો આ કાંટો ઝેરી હોય તો થેડિયસે તેનો ઉપયોગ તેને મારવા માટે કર્યો હશે. કાર્ડમાં તો કંઈક ખીચડા જેવું છે. કંઈ સમજાતું નથી. હવે માત્ર એક જ પ્રશ્ન રહે છે કે તે બહાર કઈ રીતે આવ્યો ? અરે, અહીં છતમાં તો કાણું છે.''

ખૂબ જ ઉત્સાહથી તેણે પોતાની કોથળા જેવી કાયાને ઉપર ચડાવી અને માળિયામાં ઘૂસ્યો અને તેની પાછળ જ તેનો જાહેરાત કરતો અવાજ આવ્યો કે તેને ત્યાં એક બારણું મળી આવ્યું છે.

''તે પણ કંઈક શોધી શકે છે !'' હોમ્સે પોતાના ખભા હલાવતાં કહ્યું, ''ક્યારેક તેનામાં પણ કારણ ઝબકી જાય છે.''

''તમે જોયું !'' એથેનલી જોન્સે નીચે પાછા આવતાં કહ્યું, ''છેવટે તો સિદ્ધાંતો કરતાં હકીકતો જ સારી હોય છે. આ મામલા પ્રત્યેનો મારો દૃષ્ટિકોણ પાકો થઈ ગયો છે. ઉપર છત તરફ ખૂલતું એક છૂપું બારણું છે જે થોડુંક ઉઘાડું છે.''

''મેં જ તેને ખોલ્યું હતું.''

''અરે, ખરેખર ! અચ્છા, તો તમે તે જોયું છે એમ ?'' એ જાણે થોડો ઝંખવાયો હોય તેવું લાગ્યું, ''વારુ, જે કોઈએ તેને જોયો હોય તે પણ તે એટલું તો દર્શાવે જ છે કે આપણા ખૂની ચોરો ત્યાંથી જ બહાર ગયા છે. ઇન્સ્પેક્ટર !''

''હા, સાહેબ,'' બહારની પરસાળમાંથી અવાજ આવ્યો.

''શ્રીમાન શોલ્ટોને અહીં આવવા કહો. --- શ્રીમાન શોલ્ટો, મારી એ ફરજ બને છે કે હું તમને જણાવી દઉં કે તમે જે કંઈ પણ બોલશો તેનો તમારી વિરુદ્ધ ઉપયોગ થશે. હું તમને રાણીના નામ હેઠળ તમારા ભાઈની હત્યાના ગુનામાં ધરપકડ કરું છું.''

''મેં કહ્યું હતું ને તમને !'' બિચારો પેલો ઠીંગણો માણસ હાથ ઉલાળતો એક પછી એક અમારા તરફ જોતો જોતો રડવા લાગ્યો.

''તેની જરા પણ ચિંતા ન કરતા, શ્રીમાન શોલ્ટો,'' હોમ્સે કહ્યું, ''મને લાગે છે કે હું તમને આ આરોપમાંથી મુક્ત કરાવીશ.''

''ખોટું વચન ન આપો, શ્રીમાન સિદ્ધાંતવાદી, ખોટું વચન ન આપો !'' જાસૂસ તાડૂક્યો.

''હું માત્ર તેને આ આરોપમાંથી મુક્ત જ નહીં કરાવું, શ્રીમાન જોન્સ, પણ હું તમને પણ મફત ભેટસ્વરૂપે ગઈ રાત્રે અહીં જે બે માણસો હતા તેમાંના એકનું નામ અને વર્ણન આપીશ. તેનું નામ, હું ચોક્કસપણે માનું છું કે જોનાથન સ્મોલ છે. તે ભાગ્યે જ

થોડું ઘણું ભણેલો, નાનો પણ ચપળ છે, તેનો જમણો પગ લાકડાનો છે અને તે અંદરની બાજુએથી ચિરાઈ ગયો છે. તેનો ડાબા પગનો બૂટ બરછટ અને ચોરસ ખૂણાવાળો છે, અને તેની એડી પર લોખંડની પટ્ટી લાગેલી છે. તે એક મધ્ય ઉંમરનો માણસ છે અને સતત તડકામાં રહેવાથી તેની ચામડી પણ બળી ગયેલી છે. સાથે સાથે તે એક ગુનેગાર પણ છે. આ થોડાંક લક્ષણો કદાચ તમને મદદરૂપ થાય. સાથે સાથે એ પણ જણાવવા માગું છું કે તેની હથેળીમાંની ચામડી પણ છોલાયેલી છે. બીજો માણસ---"

"એહ્ ! વળી બીજો માણસ ?" એથેન્લી તિરસ્કારપૂર્ણ અવાજમાં બોલ્યો.

"એ પણ એક કુતૂહલ ઉપજાવનાર વ્યક્તિ છે." હોમ્સે મારી તરફ ફરતાં પોતાની વાત આગળ વધારી, "આ બે જણની વાત કરતાં પહેલાં મારે તને બે શબ્દો કહેવા છે, વૉટસન."

તે મને દાદર આગળ લઈ આવ્યો.

"આ અણધારી ઘટનાએ," તેણે કહ્યું, "આપણને આપણી મૂળ વાત પરથી બેધ્યાન કરી મૂક્યા."

"હું પણ તેવું જ વિચારી રહ્યો હતો," મેં જવાબ આપ્યો ! "કુમારી મોર્સ્ટૅન આ ભયાવહ ઘરમાં રહે તે સારું ન કહેવાય."

"જો તું થાકેલો ન હોય તો તું તેણીને ઘરે મૂકતો આવ. તેણી શ્રીમતી સેસિલ ફોરેસ્ટર સાથે લોઅર કેમ્બરવેલમાં રહે છે, જે અહીંથી કંઈ ખાસ દૂર નથી. હું તારી અહીંયાં તું પાછો આવે ત્યાં સુધી રાહ જોઈશ."

"મારો થાક હવા થઈ ગયો છે. રહસ્ય ન જાણું ત્યાં સુધી મને નથી લાગતું કે હું શાંતિથી બેસી શકીશ. મેં જીવનની નરસી બાજુ જોઈ છે પણ આવા અણધાર્યા ઘટનાક્રમે અને તેની વિચિત્ર વિસ્મયતાએ તો આજે મને થથરાવી મૂક્યો છે. આ મામલામાં હું એકધારો તારી સાથે જ રહેવા માગું છું કારણ કે હું તેમાં ઘણે આઘે આવી ગયો છું."

"તારી હાજરી મારા માટે ખૂબ મદદરૂપ સાબિત થશે," તેણે જવાબ આપ્યો. "આપણે આ મામલા પર સ્વતંત્રપણે કામ કરીશું અને આ માણસ જોન્સને મનફાવે તેમ જાળું રચવા માટે મૂકતા જઈશું. જ્યારે તું કુમારી મોર્સ્ટૅનને એમના ઘરે મૂકે ત્યારે હું ઇચ્છું છું કે તું લેમ્બેથ પાણીના કિનારે આવેલી પિન્ચીન લેનના ત્રણ નંબરના મકાનમાં જતો આવે. જમણા હાથે ત્રીજા નંબરનું તે ઘર છે. તેમાં પ્રાણીપક્ષીને પાળતો શેરમેન નામનો માણસ રહે છે. તને તેની બારીમાં મોઢામાં સિસોટી રાખેલું નાનકડું સસલું દેખાશે. વૃદ્ધ શેરમેનને કહેજે કે મારે થોડી વાર ટોબી જોઈએ છે. તું ટોબીને તારી સાથે જ ઘોડાગાડીમાં અહીં લેતો આવજે."

"તે એક કૂતરો છે, બરાબર ને ?"

"હા, એક વિલક્ષણ વર્ણસંકર કૂતરો જેની સૂંઘવાની શક્તિ અજબની છે. આખાયે લંડનના જાસૂસોની મદદ લેવા કરતાં હું ટોબીની મદદ લેવાનું વધારે પસંદ કરીશ."

"તો પછી હું તેને લઈને જ આવીશ," મેં કહ્યું, "અત્યારે એક વાગ્યો છે. જો મને થાક્યા વગરના ઘોડા મળી જશે તો હું ત્રણ વાગ્યા પહેલાં પાછો આવી જઈશ."

"શ્રીમતી બર્નસ્ટોન અને થેડિયસે કહેલું કે એક ભારતીય નોકર બાજુના કાતરિયામાં સૂવે છે," હોમ્સે કહ્યું, "હું તે બન્ને પાસેથી થોડી માહિતી મેળવી લઉં. પછી હું મહાન જોન્સની પદ્ધતિ પર ધ્યાન આપીશ અને તેના અતિનાજુક મહેણાં પણ સાંભળીશ."

❖

પ્રકરણ ૭

પીપડાનું રહસ્ય

પોલીસ તેમની સાથે એક ઘોડાગાડી લઈને આવી હતી અને તેમાં જ હું કુમારી મોર્સ્ટનને પાછો ઘરે લઈ ગયો. સ્ત્રીની એક પવિત્રતાની આગવી અદા દર્શાવ્યા બાદ તેણીના મોઢા પર ભયનું એક વાદળ છવાઈ ગયું. જો કે તેણીની આવી સ્થિતિ બીજી કોઈ તેનાથી પણ વધારે ગભરાયેલી સ્ત્રીને તેણે જોઈ ત્યાં સુધી જ રહી અને મેં જોયું કે તેણીએ પેલી નોકરાણીને કેવી સૌમ્ય રીતે સાંત્વન આપ્યું હતું. તેમ છતાં પણ અમારા આજ રાતના સાહસથી છેવટે તો તેણી ઘોડાગાડીમાં બેભાન જ થઈ ગઈ અને પછી માંડ તેણી થોડી સ્વસ્થ થઈ શકી. પછીથી તેણીએ મને એવું કહ્યું હતું કે તેણી એવું વિચારતી હતી કે હું ઠંડી અને સફરના કારણે થાકી ગયો હોય તેવું લાગતું હતું. જો કે થોડા ઘણા અંશે તો તેણીએ મારી હૃદયમાંની ઊથલપાથલ તો ભાખી જ લીધી હતી પણ આત્મસંયમે મને પાછો ખેંચી રાખ્યો હતો. મારા તેના પ્રત્યેનાં સહાનુભૂતિ અને પ્રેમ હવા થઈ ગયાં. મને લાગ્યું કે જીવનના એકધારાં વર્ષો મને તે ન શીખવી શક્યાં હોત જે આજના વિચિત્ર અનુભવ દ્વારા હું શીખ્યો હતો. તેણી એક મૃદુ છતાં હિંમતવાન સ્ત્રી હતી. તેમ છતાં પણ મારા મગજમાં બે એવા વિચારો હતા જેણે મારા હોઠો પર આવતા લાગણીના કેટલાક શબ્દોને રોકી રાખ્યા હતા. તેણી કમજોર પડી ગઈ હતી અને શરીર અને મગજથી અસ્વસ્થ થઈ ગઈ હતી અને આવા સમયે તેના પર પ્રેમની લાગણી ઠોકી બેસાડવી તે ખોટું કહેવાય. તે થોડા જ સમયમાં ધનવાન થવાની હતી. જો હોમ્સનું સંશોધન સફળ થાય તો તેણી એક મોટી મિલકતની વારસ બનવાની હતી. શું તે યોગ્ય કહેવાય, શું તે માનવીય કહેવાય કે એક અડધા વેતનવાળા સર્જને આવી નાજુક ક્ષણનો તેવો લાભ લેવો જોઈએ ? શું તેણી કોઈ આવા લાભના લોભી તરીકે તો મને નહીં જુએ ને ? તેણીના મનમાં જો આવો કોઈ વિચાર આવે તો હું તેને જરા પણ સહન નહીં કરી શકું. આ આગ્રાનો ખજાનો અમારા વચ્ચે એવું અંતર ઊભું કરી શકે તેમ છે કે પછી તેને પાર કરવું અશક્ય બની રહેશે.

લગભગ બે વાગ્યાની આસપાસ અમે શ્રીમતી સેસિલ ફોરેસ્ટરને ત્યાં પહોંચ્યા. નોકરો તો ક્યારનાયે સૂઈ ગયા હતા, પણ શ્રીમતી ફોરેસ્ટર કુમારી મોર્સ્ટનના આવેલા વિચિત્ર સંદેશમાં ખૂબ રસ ધરાવતી હતી એટલે તેણીની રાહ જોતી બેઠી હતી. તેણીએ જાતે જ બારણું ખોલ્યું. તેણી એક મધ્ય ઉંમરની સોહામણી સ્ત્રી હતી. તેણીએ જે હૂંફથી જે લાગણીથી કુમારી મોર્સ્ટનને બાથમાં લીધી અને જે મમતાભર્યા અવાજમાં તેણીનું સ્વાગત કર્યું તે જોઈને હું ખુશ થયો. તેણી સાથે કોઈ વ્યવસાયી શિક્ષિકા તરીકે નહીં પણ એક મિત્ર જેવું વર્તન થયું હતું. મારી તેણી સાથે ઓળખાણ કરાવાઈ અને તેણીએ ખૂબ જ આગ્રહપૂર્વક મને અંદર ઘરમાં આવવા અને આખોયે મામલો કહેવા કહ્યું. મેં તેમને સમજાવ્યું કે મારે પાછું ફરવું ખૂબ જરૂરી હતું અને જે કોઈ પણ નવા સમાચાર હશે તે હું તેમને જણાવતો રહીશ. ઘોડાગાડીએ ગતિ શરૂ કર્યા બાદ જ્યારે મેં પાછળ નજર કરી ત્યારે હજુ પણ તે બે સન્નારીઓ ત્યાં ઊભી હતી, તેની પાછળના અધખુલ્લા બારણામાંથી ડોકાતા પ્રકાશિત ઓરડા અને દાદરને હું જોતો રહ્યો. અમારા તે રાતના આટલા રહસ્યમય અભિયાન વચ્ચે પણ મને તે સુંદર શાંત ઈંગ્લિશ ઘરના વાતાવરણે શાતા બક્ષી હતી.

હું જેમ જેમ વિચારતો ગયો કે હવે શું થયું હશે તેમ તેમ બધું ઓર કારમું અને રહસ્યમય બનતું જતું હતું. શાંત, અર્ધપ્રકાશિત માર્ગ પરથી પસાર થતાં થતાં મેં આખાયે બનાવના ઘટનાક્રમને ફરી વિચારી જોયો. મૂળ સમસ્યા હતી તે હવે તદ્દન સ્પષ્ટ થઈ ગઈ હતી અને તે હતી કેપ્ટન મોર્સ્ટનનું મૃત્યુ, મોતીઓની ભેટ, છાપામાંની જાહેરાત અને પત્ર; આ બધી જ બાબતો અમારી સમજમાં આવી ગઈ હતી. તે અમને માત્ર વધારે ઊંડા અને ક્યાંય કરુણ રહસ્ય તરફ દોરી જતાં હતાં. હિન્દુસ્તાની ખજાનો, કૅપ્ટન મોર્સ્ટનના સામાનમાંથી મળી આવેલો વિચિત્ર યોજનાવાળો કાગળ, મેજર શોલ્ટોના મૃત્યુ વખતનું દૃશ્ય, ખજાનાની પુનઃશોધ અને ત્યાર પછી તરત જ તેને શોધી કાઢનારની હત્યા, હત્યાને સંબંધિત અસામાન્ય સામગ્રીઓ, પેલાં પદચિહ્નો, પેલું વિલક્ષણ હથિયાર, કાર્ડ પર લખેલા પેલા શબ્દો, કૅપ્ટન મોર્સ્ટનના નકશા સાથે સંબંધ ધરાવતા લાગે છે - આ પરિસ્થિતિ એટલી ગૂંચવણ ભરેલી છે કે જો મારા મિત્ર કરતા ઓછી બાહોશ વ્યક્તિ તેની જગ્યાએ હોત તો તે ક્યારની પણ નિરાશ થઈ ગઈ હોત.

પિન્ચિન લેન એક જીર્ણશીર્ણ થઈ ગયેલી બે માળની ઈંટોથી બનેલી ઈમારત હતી જે લેંબેથના નીચાણવાળા વિસ્તારમાં આવેલી હતી. ત્રણ નંબરના ઘરના બારણે મારે થોડી વાર ખખડાવવું પડ્યું. છેવટે અંધારામાં મીણબત્તીનો પ્રકાશ દેખાયો. અંદરથી ઝાંખો પ્રકાશ નજીક આવતો દેખાયો અને બારણાની ઉપરની બારીમાં એક ચહેરો ડોકાયો.

“ભાગ, દારૂડિયા,” પેલા ચહેરાએ કહ્યું. “જો હવે બારણું ખખડાવ્યું છે તો હું કેનાલમાંથી ચાલીસે ચાલીસ કૂતરા તારા પર છોડી મૂકીશ.”

“હું તેના માટે જ આવ્યો છું,” મેં કહ્યું.

"જરા હિંમત તો કર !" પેલાએ ગુસ્સાથી ધૂંધવાતા અવાજમાં કહ્યું, "મને જરા મદદ કર, મારા થેલામાં લૂછણિયું છે તે મને અંબાવ, નહીં તો તારી ખેર નથી."

"પણ મારે તો એક કૂતરો જોઈએ છે," મેં બૂમ પાડી.

"હું હવે વધારે મગજમારી નથી કરવાનો !" શ્રીમાન શેરમેને ત્રાડ પાડી, "હવે તું ઊભો રહે, ત્રણ ગણતાંની સાથે જ હું લૂછણિયું નાખીશ."

"શ્રીમાન શૅરલૉક હોમ્સ ---" મેં શરૂ કર્યું પણ એટલા જ શબ્દોની એવી ચમત્કારિક અસર થઈ કે ઘડીકમાં બારી બંધ થઈ ગઈ અને ધડામ કરતાં બારણું ખૂલી ગયું. શ્રીમાન શેરમેન એક લાંબો કૃષકાય માણસ હતો અને તેના ખભ્ભા નમેલા અને ડોક તો જાણે દોરડા જેવી હતી. તેમની આંખો ભૂરા રંગની હતી.

"શ્રીમાન શૅરલૉકના મિત્રોનું હંમેશા સ્વાગત કરું છું," તેણે કહ્યું, "અંદર આવો સાહેબ. પણ આ પ્રાણીથી જરા સાચવીને ચાલજો. તે કરડે છે. શું તું આ સદ્‌ગૃહસ્થને ચૂંટલી ખણીશ ?" તે એક નોળિયા જેવું પ્રાણી હતું. "મહેરબાની કરીને માઠું ન લગાડતા, સાહેબ, તે એક પેટે ચાલતું પ્રાણી છે. તેને કોઈ અણિયાળો દાંત નથી એટલે હું તેને ઓરડામાં દોડવા દઉં છું, જેથી કરીને વાંદા જેવા જીવજંતુઓ દૂર રહે છે. મેં તમારી સાથે હમણાં જે વર્તન કર્યું તે બદલ મને માફ કરજો, કારણ કે શેરીના બાળકો મને અવારનવાર પજવતાં રહેતા હોય છે અને તેમાંના કેટલાક વગર કારણે મારું બારણું ખખડાવતાં હોય છે. શ્રીમાન શૅરલૉક હોમ્સને શું જોઈએ છે, સાહેબ ?"

"તેમને તમારો એક કૂતરો જોઈએ છે."

"અરે, તે ટોબી જ હશે."

"હા, ટોબી જ તેનું નામ છે."

"ટોબી પેલા સાત નંબરના ખાડામાં છે, જે અહીંથી ડાબી બાજુ પર છે."

તે ધીમે ધીમે મીણબત્તી હાથમાં લઈને પોતે પાળેલા પ્રાણીઓના પિંજરા વચ્ચે થઈને આગળ વધ્યો. મીણબત્તીના હાલતા ડોલતા પ્રકાશમાં હું જોઈ શકતો હતો કે દરેક ખૂણામાંથી કોઈક ને કોઈક આંખો અમારી તરફ તાકી રહી હતી. અમારી ઉપરના લાકડાના માળિયામાં પણ મરઘાં-બતકાં જાણે અમારા અવાજથી ખલેલ પામતાં હોય તેમ આમતેમ પડખાં બદલતાં હતાં.

ટોબી એક કદરૂપો, લાંબા વાળવાળો, લટકતા કાનવાળો મિશ્ર ઓલાદનો કૂતરો હતો. તે ધોળા અને છીકણી રંગનો હતો. તે થોડી ઘણી આનાકાની કરતો હતો પણ મને તે વૃદ્ધ પ્રાણીસંગ્રાહક તરફથી મળેલી ખાંડ જ્યારે મેં તેને આપી ત્યારે તે શાંત પડી ગયો અને વગર કોઈ મુશ્કેલીએ મારી પાછળ પાછળ ઘોડાગાડીમાં આવી ગયો. હું જ્યારે પોન્ડિચેરી લોજ પર પહોંચ્યો ત્યારે મહેલની ઘડિયાળમાં ત્રણના ટકોરા થયા. ભૂતપૂર્વ મુક્કાબાજ મૅકમર્ડોની ધરપકડ કરવામાં આવી હતી, અને તે અને શ્રીમાન શોલ્ટો બન્નેને

પોલીસ સ્ટેશન લઈ જવાઈ રહ્યા હતા. ઘરના સાંકડા દરવાજા પર બે હવાલદારો ઊભા હતા પણ તેમણે મને કૂતરા સાથે જાસૂસનું નામ લેતાં અંદર જવા દીધો.

હોમ્સ બારણા આગળ પોતાની હોકલી પીતો ખિસ્સામાં પંજા નાખીને ઊભો હતો.

"અચ્છા તો તને તે મળી જ ગયો !" તેણે કહ્યું, "એથેન્લી જોન્સ જતો રહ્યો છે. તારા ગયા પછી તો તેણે ભારે ઊર્જા બતાવી હતી. તેણે માત્ર થેડિયસની જ નહીં પણ દરવાન, ઘરઘાટી, નોકરાણી અને હિન્દુ નોકરની પણ ધરપકડ કરી છે. હવે આખી જગ્યા આપણી જ છે માત્ર ઉપર પેલો સાર્જન્ટ બેઠો છે એટલું જ. કૂતરાને અહીં જ છોડી દે અને ઉપર આવ."

અમે ટોબીને દીવાનખંડના ટેબલ સાથે બાંધ્યો અને પગથિયાં ચડી ગયા. ઓરડો અમે મૂકીને ગયા હતા તેવો જ હતો માત્ર શબ પર એક ચાદર ઓઢાડવામાં આવી હતી તેટલું જ. અને એક લઘરવઘર દેખાતો પોલીસ સાર્જન્ટ ખૂણામાં આરામથી સૂતો હતો.

"સાર્જન્ટ, મારા પર ધ્યાન આપો," મારા સાથીએ કહ્યું, "હવે કાગળના આ ટુકડાને મારી ડોક ફરતે એવી રીતે બાંધો કે તે મારી આગળની બાજુએ રહે. આભાર. હવે મારે મારા જૂતાં અને મોજાં ઉતારવાં પડશે. તેને તું તારી સાથે નીચે લેતો આવ, વૉટસન. હવે હું ઉપર ચડીશ અને મારો હાથરૂમાલ લાકડાના ડામરના તેલમાં ડુબાડીશ. એટલું થયું. હવે થોડી વાર મારી સાથે ઉપર માળિયા પર આવ."

અમે બાકોરામાંથી ઉપર ગયા. હોમ્સે ફરી પોતાનું ફાનસ નીચે ધૂળ પર પડેલા પદચિહ્નો પર ધર્યું.

"હું ઇચ્છું છું કે તું કાળજીપૂર્વક આ પદચિહ્નોને ધ્યાનમાં લે." તેણે કહ્યું. "તને તેમાં કંઈ નોંધપાત્ર લાગ્યું ?"

"તે તો," મેં કહ્યું, "બાળકના કે નાની સ્ત્રીના લાગે છે."

"તેના કદ સિવાય બીજું કંઈ ?"

"તે બીજાં પદચિહ્નો જેવાં જ લાગે છે."

"તેવું નથી. અહીં જો ! આ નિશાન જમણા પગનું છે. હવે હું મારા ખુલ્લા પગે તેની બાજુમાં જ એક બીજી છાપ પાડીશ. આ બન્ને વચ્ચે મોટો તફાવત શો છે ?"

"તારા પગની બધી જ આંગળીઓ ભેગી છે જ્યારે બીજી છાપમાં બધી જ આંગળીઓ એકબીજાથી છૂટ્ટી છે."

"તદ્દન તેમ જ. તે જ મુદ્દો છે. તેને મગજમાં રાખજે. હવે તું પેલી બારી આગળ જા અને તેના લાકડાના ઉંબરાને સૂંઘ. હું અહીં જ ઊભો રહીશ કારણ કે મારા હાથમાં આ હાથરૂમાલ છે."

તેણે કહ્યું મેં તે પ્રમાણે કર્યું અને ડામરની તીવ્ર ગંધથી મારું નાક ભરાઈ ગયું.

"ત્યાં જ તેણે બહાર જતી વખતે પગ મૂક્યો હતો. જો તું પણ તેને સૂંઘી શકતો હોય તો ટોબીને તેમાં કોઈ જ મુશ્કેલી નહીં નડે. હવે નીચે દોડ અને ટોબીને છોડ પણ જરા સાવધ રહેજે."

જ્યારે હું બહાર ખુલ્લી જમીન પર આવ્યો ત્યારે શૅરલૉક હોમ્સ ઉપર છત પર હતો અને હું જોઈ શકતો હતો તે છતની ધાર પર વિશાળ આગિયાની જેમ ખૂબ જ ધીમે ધીમે ઘસડાતો ઘસડાતો આગળ વધી રહ્યો હતો. ચિમની પાછળ તે ગાયબ થઈ ગયો પણ તરત જ તે મને પાછો દેખાયો અને ફરી પાછો વિરુદ્ધ દિશામાં ધસી ગયો. જ્યારે ફરીને હું બીજી તરફ ગયો ત્યારે મેં તેને છાપરાના એક ખૂણા પર બેઠેલો જોયો.

"એ તું છે, વૉટસન ?" તેણે બૂમ પાડી.

"હા."

"આ જ તે જગ્યા છે. પેલી ત્યાં કાળી વસ્તુ પડી છે તે શું છે ?"

"પાણીનું પીપ."

"ત્યાં ઉપર ?"

"હા."

"નિસરણી દેખાય છે ક્યાંય ?"

"ના."

"મરવા દો ! ખૂબ જ કરાળ જગ્યા છે. તે જ્યાંથી ચડ્યો હતો મારે ત્યાં જ તે જ ચપળતાથી ઊતરવું પડશે. પાણીનું પીપડું ઘણું મજબૂત લાગે છે. ચાલો ત્યારે આવું છું."

પગલાંનો ધમધમાટ અવાજ આવ્યો, અને ફાનસ ધીમેધીમે ખૂબ જ સ્થિર રીતે દીવાલની નીચેની તરફ આવ્યું. અને પછી તેણે પીપડા પર હળવો કૂદકો માર્યો અને ત્યાંથી જમીન પર.

"તેનો પીછો કરવો સરળ રહ્યો," તેણે બૂટ-મોજાં પહેરતાં પહેરતાં કહ્યું, 'નળિયાં ઢીલાં પડી ગયાં છે અને ઉતાવળમાંને ઉતાવળમાં તેણે આ પાડી દીધું. તેનાથી મારું નિદાન પાક્કું થયું છે. તમે ડૉક્ટરો પણ આવી જ રીતે નિદાન કરો છો.

જે વસ્તુ તેણે હાથમાં પકડી હતી તે કોઈ નાના પાકીટ કે બટવા જેવું હતું જેને રંગીન ઘાસથી વણવામાં આવ્યું હતું અને તેની કોર પર ભપકાદાર મણકા સજાવવામાં આવ્યા હતા. તેના કદ અને આકારથી તે સિગારેટની ડબ્બી કરતાં કંઈ ખાસ અલગ નહોતું લાગતું. તેમાં અડધો ડઝન જેટલા કાળા લાકડાના કાંટા હતા. તેનો એક છેડો અણિયાળો હતો જ્યારે બીજો છેડો ગોળ હતો, બરાબર તેવો જ જેવો બાર્થોલોમ્યૂ શોલ્ટોના લમણામાં હતો.

"આ તો ભારે ત્રાસદાયી વસ્તુ છે," તેણે કહ્યું, "જરા ધ્યાન રાખ, તારામાં ક્યાંક ખૂંપી ન જાય. આ વસ્તુને મેળવી મને આનંદ થયો છે કારણ કે બની શકે કે આટલા જ કાંટા તેની પાસે હશે. શું તને છ એક માઈલ ચાલવામાં વાંધો નહીં આવેને ? વૉટસન ?"

"જરા પણ નહીં," મેં જવાબ આપ્યો.

"તારા પગ તે સહન કરી શકશે ?"

"હા, હા."

"આવી ગયો, ડોગી ! ગૂડ ઓલ્ડ ડોગી ! આને સૂંઘ, ટોબી, આને સૂંઘ !" તેણે ડામરના તેલવાળો હાથરૂમાલ કૂતરાના નાક પર ધર્યો. પછી હોમ્સે હાથરૂમાલ ખાસ્સો દૂર ફેંકી દીધો અને કૂતરાના ગળામાં પટ્ટો બાંધ્યો. અને તેને પાણીના પીપ પાસે લઈ ગયો. કૂતરો ક્રમશઃ આગળ વધતો રહ્યો અને કાંપતો કાંપતો બેબાકળો થઈને ભસવા લાગ્યો. તેનું નાક જમીન તરફ હતું અને પૂંછડી હવામાં ઊંચી થઈ ગઈ હતી તે અમને આગળ ને આગળ ઝડપથી દોરી જતો હતો.

પૂર્વ તરફ ધીમે ધીમે મળસકું થઈ રહ્યું હતું. હવે અમે પેલા ઉદાસ ખખડધજ ચોરસ ઘર કરતાં ઘણા દૂર આવી ગયા હતા. તેની ઊંચી દીવાલો અને કાળી બારીઓ અમે જોઈ શકતા હતા. તેમાં જ્યાં ત્યાં કરવામાં આવેલા ખાડા અને આજુબાજુ પડેલા ખોદી કાઢેલી માટીના ઢગલા પડ્યા હતા. આખીયે જગ્યા ગંદકીના ઢગલાઓ અને છોડવાઓથી અસ્તવ્યસ્ત હતી. તેનો અપશુકનિયાળ દેખાવ તેની કાળી કરુણાંતિકા સાથે મેળ ખાતો હતો.

ઘરની સીમાએ બાંધવામાં આવેલી દીવાલ આગળ ટોબી દોડી ગયો અને દીવાલના છાંયડામાં અધીરાઈપૂર્વક ઘૂરકવા લાગ્યો અને છેવટે બે દીવાલ ભેગી થતી હતી તે ખૂણામાં આવેલા નવા જ ઊગેલા બીચના ઝાડ આગળ ઝૂક્યો. તે બાજુની દીવાલની કેટલીક ઈંટો કાઢી નાખવામાં આવી હતી અને જાણે દાદર બનાવ્યો હોય તેમ ગોઠવાયેલી હતી. હોમ્સ તેના પર ચડ્યો અને મારા હાથમાંથી ટોબીને લઈને બીજી તરફ મૂક્યો.

"અહીં લાકડાના પગવાળા માણસના પંજાની છાપ છે," મારા બીજી તરફ આવતાંની સાથે જ તેણે કહ્યું. "તું જોઈ શકે છે કે જરાક અમથું લોહી આ ધોળા પ્લાસ્ટર પર પડેલું છે. આપણું નસીબ કહેવાય કે ગઈકાલનો ભારે વરસાદ નથી થયો ! છેલ્લા અઠ્ઠાવીસ કલાકથી ગંધ હજુ પણ તેમની તેમ જ લાગે છે."

હું માનું છું કે જ્યારે મેં લંડનના રોડ પર ભારે અવરજવર જોઈ ત્યારે મને ગંધ હવે તીવ્ર રહી હશે કે નહીં તે બાબતે શંકા હતી. મારી શંકા થોડી જ વારમાં ખોટી પુરવાર થઈ. ટોબી તો તેમનો તેમ જ વિના કોઈ તકલીફે નાક જમીન પર રાખીને આગળ વધતો રહ્યો. તેનો મતલબ તો સ્પષ્ટ જ થતો હતો કે બીજી બધી ગંધ કરતા ડામરના તેલની ગંધ તીવ્ર હતી.

"એવું ન ધારતો," હોમ્સે કહ્યું, "કે મારા આ કેસની સફળતાનો આધાર હું આ કેમિકલવાળા પગવાળા માણસ પર રાખીને બેઠો છું. મને હવે ખબર છે કે જુદી જુદી રીતોમાં મારે કઈ રીત દ્વારા તેની ભાળ મેળવવી. આ રીત અપનાવવી આપણા માટે

ખૂબ સારી નીવડી છે. જો મેં આ ખ્યાલને અવગણ્યો હોત તો હું મારી જાતને દોષી માનત. જો કે તેનાથી કેસ પહેલાં કરતાં થોડો ઓછો બૌદ્ધિક બની જશે. આમાંથી ચોક્કસ કંઈક હાથ લાગવાનું છે. "

"કંઈક હાથ લાગે પણ ખરું અને કંઈક હાનિ પણ થાય," મેં કહ્યું. "મને ખાતરી છે, હોમ્સ, કે જેફરસન હોપની હત્યાના મામલા કરતાં પણ તું આ કેસમાં ખૂબ અદ્ભુત રીતે તારણો પર પહોંચ્યો છે. પણ હજુ પણ મને એ સમજાતું નથી કે તેં લાકડાના પગવાળા માણસનું તારણ કઈ રીતે કાઢ્યું."

"અરે વહાલા દોસ્ત, તે સાવ જ સરળ હતું. સઘળું પહેલેથી જ દેખીતું અને સ્પષ્ટ હતું. બે અધિકારીઓને દટાયેલા ખજાનાના રહસ્ય વિષે જાણ થઈ. જોનાથન સ્મોલ નામના અંગ્રેજ માણસે તેમના માટે એક નકશો તૈયાર કર્યો. તેને પેલો કેપ્ટન મોર્સ્ટેન પાસેથી મળી આવેલો નકશો યાદ આવ્યો. તેણે તેના પર તેના વતી અને તેના સાથીઓ વતી ચારની નિશાની લખીને સહી કરી. આ નકશાની મદદથી તે અધિકારીઓ કે પછી તેમાંનો એક તે ખજાનો અહીં ઇંગ્લૅન્ડ લેતો આવ્યો હશે અને કાયમ માટે તેણે આંદામાન છોડી દીધું હશે. આપણે ધારી લઈએ છીએ કે જે શરતો હેઠળ તેને અહીં ખજાનો લાવવા દેવામાં આવ્યો હતો તે તેણે પૂરી નહીં કરી હોય. તો પછી પ્રશ્ન એ થાય છે કે જોનાથન સ્મોલ જાતે જ ખજાનો અહીં કેમ નહીં લાવ્યો હોય? જવાબ તદ્દન સરળ હતો. જે તારીખનો પેલો નકશો હતો તે સમય દરમિયાન મોર્સ્ટેન ગુનેગાર સાથે જોડાયેલો હતો. જોનાથન સ્મોલ ખજાનો ન મેળવી શક્યો કારણ કે તે અને તેની સાથે જોડાયેલા લોકો ખુદ ગુનેગાર હતા અને છૂટી શકે તેમ નહોતા."

"બની શકે કે આ નરી કલ્પના હોય," મેં કહ્યું.

"તેના કરતાં પણ વધારે. આ એક માત્ર પરિકલ્પના છે જે હકીકતોને છુપાવી રહી છે. આવનારા ઉત્તરાર્ધ સાથે તે કેવી રીતે બંધ બેસે છે તે જોઈએ. મેજર શોલ્ટોએ ઘણાં વર્ષો સુધી શાંતિ રાખી અને ખજાનાનો કબજો મેળવી ખુશ રહ્યા. પછી તેમને ભારતથી આવેલો પેલો પત્ર મળ્યો જેણે તેમને થથરાવી મૂક્યા. તે શું હતું? તે એક એવો પત્ર હતો જેમાં સંદેશ હતો કે જે વ્યક્તિ સાથે તમે ખોટું કર્યું હતું તે હવે છૂટી ગયો હતો - અથવા તો ભાગી છૂટ્યો હતો. મોટે ભાગે તેમ જ હશે કારણ કે તેને તેની કેદની શરતોની ખબર હતી. તેનાથી તેને કંઈ આશ્ચર્ય નહોતું થવું જોઈતું. તો પછી તે શું કરે? તેણે એક લાકડાના પગવાળા એક વેપારી પર ગોળી ચલાવી. હવે એક જ ગોરી વ્યક્તિનું નામ પેલા નકશા પર હતું. બીજા હિન્દુના અને મુસલમાનોનાં હતાં. તે સિવાય બીજો કોઈ ગોરો માણસ તો હતો નહીં. માટે આપણે ખાતરીપૂર્વક કહી શકીએ છીએ કે લાકડાના પગવાળો માણસ જ જોનાથન સ્મૉલ હશે. હવે તને સમજાયું કંઈ?"

"હા, વાત તદ્દન સ્પષ્ટ અને સાફ છે."

"વારુ, હવે આપણે આપણી જાતને જોનાથન સ્મૉલના સ્થાન પર મૂકીએ. આપણે તેના દૃષ્ટિકોણથી જોઈએ. તે ઇંગ્લૅન્ડ બે ઇરાદાથી આવ્યો હતો, પહેલું તો પોતાનો ખજાનો પાછો મેળવવા અને જે માણસે તેની સાથે ખોટું કર્યું છે તેનો બદલો લેવા. તેણે સૌપ્રથમ તો શોલ્ટો ક્યાં રહે છે તે શોધી કાઢ્યું અને શક્ય છે કે ઘરમાંના કોઈ વ્યક્તિ સાથે તેણે બાતમી માટે ગુપ્ત વ્યવહાર કર્યો હશે. તે હશે આ વડો નોકર લાલરાવ કે જેને આપણે ઘરમાં નહોતો જોયો. જેને શ્રીમતી બર્નસ્ટોને સારા ચારિત્ર્યથી જોજનો દૂર ગણાવ્યો હતો. ખજાનો ક્યાં છુપાવવામાં આવ્યો હતો તે સ્મૉલ નહોતો જાણી શક્યો કારણ કે વૃદ્ધ શોલ્ટો અને તેના મૃત વિશ્વાસુ નોકર સિવાય તે વિશે કોઈ જ નહોતું જાણતું. અચાનક સ્મૉલને જાણ થઈ કે વૃદ્ધ શોલ્ટો મરણપથારીએ હતો. રખેને ખજાનાનું રહસ્ય તેની કબરમાં જ દટાઈ જાય. કોઈ પણ ભોગે નક્કર સુરક્ષા વચ્ચે પણ તે મરી રહેલા માણસના ઓરડાની બારીએ આવીને ઊભો રહ્યો, પણ બે દીકરાઓની હાજરીમાં તે ઓરડામાં ન પ્રવેશી શક્યો. નફરતથી ઘાંઘા થઈને તે રાત્રે તે મૃત માણસના ઓરડામાં ખજાનાને લગતા કોઈ દસ્તાવેજ મળી આવે તેવી આશાએ ગયો અને છેવટે પોતાની મુલાકાતની યાદગીરી રૂપે કાગળનો ટુકડો મૂકતો ગયો. નિઃશંકપણે તેણે પહેલેથી જ વિચારી રાખેલું હશે કે તે શોલ્ટોને મારી નાખશે અને તે કોઈ સામાન્ય હત્યા નહીં હોવાના પુરાવા રૂપે તે ચાર જણની દૃષ્ટિએ ન્યાય મેળવવા થયેલી હત્યા હતી તેવું દર્શાવવા ચિઠ્ઠી ત્યાં છોડવામાં આવી હતી. તવારીખમાં થયેલા ગુનાઓમાં આ એક ખૂબ જ સામાન્ય લક્ષણ હોય છે જે ગુનેગાર તરફ આપણને નિર્દેશ કરે છે. બધી વાત સમજાઈ તને ?"

"સ્પષ્ટપણે."

"હવે જોનાથન સ્મૉલે શું કર્યું હોય ? તેણે ગુપ્ત રીતે ખજાનો મેળવવાના પ્રયત્નો પર નજર રાખી હશે. બની શકે કે તે ઇંગ્લૅન્ડ છોડીને જાય અને સમયાંતરે પાછો આવીને ખબર લેતો રહે. પછી માળિયાની શોધ થયાના સમાચાર તેને મળ્યા હશે. વળી ઘરમાં તેને સમાચાર આપનારો હોય તેની સંભાવના વધી જાય છે કારણ કે પોતાના લાકડાના પગે તે કંઈ કોઈ મદદ વગર બાર્થોલોમ્યૂના ઓરડામાં ન પહોંચી શકે. તેણે તેને પોતાની સાથે લીધો અને તેનો જ ઉઘાડો પગ ડામરના તેલમાં પડ્યો અને ટોબી આપણને તેની સુગંધ પાછળ અહીં છ માઈલ દૂર દોરતો આવ્યો."

"પણ હત્યા જોનાથને નહીં પણ તેના નવા સાથીએ કરી હોવી જોઈએ." મેં કહ્યું.

"તદ્દન તેમ જ. જો કે જોનાથનને તે ન ગમ્યું તેથી તે થોડો અકળાયો અને આંચકા સાથે ઓરડામાં પ્રવેશ્યો. તેને બાર્થોલોમ્યુ શોલ્ટો સાથે કોઈ જ વેર નહોતું. તે કંઈ હત્યાના ગુના હેઠળ પોતાના ગળામાં ફાંસલો નહોતો નંખાવવા માગતો. હવે કંઈ જ થઈ શકે તેમ નહોતું. હત્યા થઈ ગઈ હતી ઝેરે પોતાનું કામ કરી લીધું હતું, માટે જોનાથને પોતાની યાદગીરી છોડી અને ખજાનાના પટારાને નીચે જમીન પર ઉતાર્યો

અને પાછળ ને પાછળ પોતે પણ નીચે ઊતર્યો. આમ આખોયે ઘટનાક્રમ મેં મેળવી લીધો. હવે જો તેના પોતાના દેખાવ વિષે વાત કરું તો તે મધ્ય ઉંમરનો છે અને આકરા તડકાવાળા આંદામાનની તેની સેવાઓને કારણે તેની ચામડી તડકાથી બળી ગયેલી હોવી જોઈએ. તેની ઊંચાઈ તેના બે પગલાં વચ્ચેના અંતરથી મેળવી લેવાઈ છે અને થેડિયસના વર્ણન પ્રમાણે આપણને તે પણ ખબર છે કે તે દાઢીવાળો માણસ છે. મને નથી લાગતું કે હવે કંઈ બાકી રહ્યું હોય."

"તેનો નવો સાથી ?"

"તેમાં વળી કોઈ મોટું રહસ્ય નથી. પણ તે વિષે તું થોડા જ વખતમાં બધું જાણી લઈશ. સવારની આ હવા કેવી ખુશનૂમા છે ! જરા જો તો પેલું નાનકડું વાદળું કેવું કોઈ ગુલાબી ફ્લેમિંગોના પીંછાની જેમ તરી રહ્યું છે. સૂરજનો સોનેરી પ્રકાશ આખાયે લંડન શહેર પર પ્રકાશી રહ્યો છે. તું સાવધાન છે ને ?"

"હા, સરસ રીતે."

"આપણે નાળાની સાથે સાથે તળાવ સુધી જવાનું છે. તું તારી પિસ્તોલ તો લાવ્યો છે ને ?"

"ના, મારી પાસે મારી લાકડી છે."

"બની શકે કે તેમના અડ્ડામાં ઘૂસતાં આપણે તેવી કોઈ વસ્તુની જરૂર પડે. જોનાથનને હું તારા પર છોડું છું પણ બીજા કોઈએ ચાલાકી કરવાનો પ્રયત્ન કર્યો તો તેને હું વીંધી નાખીશ."

આમ કહેતાં તેણે પોતાની પિસ્તોલ કાઢી અને તેનો ઘોડો ચડાવ્યો અને પાછી તેના જેકેટના જમણા ખિસ્સામાં મૂકી દીધી.

આ દરમિયાન અમે ટોબીના માર્ગદર્શન હેઠળ અર્ધ ગ્રામીણ ઘરોની મધ્યમાંથી શહેર તરફ આગળ વધી રહ્યા હતા. હવે અમે ભીડભાડવાળી શેરીઓમાં આવી પહોંચ્યા હતા જ્યાં મજૂરો અને અને ગોદીવાળાઓ કામે લાગી ગયા હતા. સ્ત્રીઓ દુકાનોના દાદરા સાફ કરી રહી હતી. ચાર રસ્તા પરના ખૂણા પર આવેલી જાહેર ઇમારતમાં હજુ કામકાજ શરૂ જ થઈ રહ્યું હતું. રખડુ પુરુષો પોતાની દાઢી સાથે બાંય રગડતા રાતના નશામાંથી બહાર આવી રહ્યા હતા. શેરીના કૂતરાંઓ આરામથી આમતેમ ટહેલી રહ્યા હતા અને અમારા ત્યાંથી પસાર થતાં અમારી સામે વિચિત્ર રીતે જોઈ રહ્યાં હતાં. પણ ટોબીએ તો જાણે તે કંઈ ધ્યાન પર જ ન લીધું હોય તેમ પોતાનું નાક જમીન પર રાખીને આગળ ચાલે રાખ્યું. જો કે ક્યારેક જ્યારે ગંધ તીવ્ર બની જતી હતી ત્યારે તે થોડૂં ઘૂરકી લેતો હતો.

અમે સ્ટ્રીટહૅમ, બ્રિક્સ્ટન, કેમ્બરવેલમાંથી પસાર થતા હવે કેનિંગ્સ્ટન લેનમાંથી પસાર થઈ રહ્યા હતા. જે માણસનો અમે પીછો કરી રહ્યા હતા તે અહીંથી જાણે આડાઅવળા

રસ્તે આગળ ગયો હોય તેવું લાગી રહ્યું હતું. કદાચ તેનો હેતુ તેને કોઈ ધ્યાન પર ન લે તેવો હશે. જ્યાં સુધી તેને નાની ગલીઓ મળી ત્યાં સુધી તેણે મુખ્ય માર્ગને પસંદ નહોતો કર્યો. કેનિંગ્સ્ટન લેનની ફૂટપાથથી તેઓ ડાબી બાજુ બૉન્ડ શૅરી અને માઇલ્સ શેરીમાંથી પસાર થયા હતા. માઈલ્સ શેરી નાઇટ્સ પ્લેસ પર આવીને પૂરી થતી હતી. ટોબી આગળ વધી રહ્યો હતો પણ ઘડીક આગળની તરફ તો વળી પાછળની તરફ દોડતો હતો. આવું કરતી વખતે તેનો એક કાન ઊંચો થતો હતો અને એક કાન નીચે લબડેલો રહેતો હતો. આ દૃશ્ય ચોક્કસપણે એવું દર્શાવી રહ્યું હતું કે કૂતરો કોઈક જાતની અનિશ્ચિતતા અનુભવી રહ્યો હતો. પછી તે ગોળ ગોળ ફરવા લાગ્યો અને વારે ઘડીએ અમારી સામે જોવા લાગ્યો જાણે કે પોતાના ચીડ ઉપજાવતા વર્તન માટે સાંત્વના માગવા ન ઇચ્છતો હોય !

"કૂતરો બાવરો કેમ બની રહ્યો છે ?" હોમ્સે ચિડાઈને બબડાટ કર્યો. "તેઓએ અહીંથી કંઈ ઘોડાગાડી નહીં લીધી હોય કે પછી કોઈ મોટા ફુગ્ગામાં ઊડી પણ ન ગયા હોય."

"બની શકે કે તેઓ થોડી વાર અહીં ઊભા રહ્યા હોય." મેં મારો વિચાર જણાવ્યો.

"બધું બરાબર છે. તેણે પાછું આગળ વધવાનું શરૂ કર્યું છે." મારા સાથીએ રાહતનો શ્વાસ લેતાં કહ્યું.

તે ખરેખર હવે પૂરા આત્મવિશ્વાસ સાથે આગળ વધી રહ્યો હતો કારણ કે આમ તેમ સૂંઘ્યા બાદ તેણે અચાનક જ નિર્ણય લઈ લીધો હોય તેમ તે પૂરી ઊર્જા અને નિશ્ચય સાથે આગળ વધી રહ્યો હતો. ગંધ કદાચ વધુ અને વધુ તીવ્ર થતી જતી હતી કારણ કે હવે તો તેને જમીન પર પોતાનો કાન અડાડી રાખવાની પણ જરૂર નહોતી પડતી અને બસ આગળ ને આગળ વગર અટક્યે દોડ્યે જતો હતો. હું હોમ્સની આંખોની ચમક પરથી એ વાંચી શકતો હતો કે હવે અમારી યાત્રાનો છેડો આવી ગયો હતો.

હવે અમે નાઇન એલ્મ્સથી બ્રોડ્રીક અને નેલ્સનના વિશાળ લાકડાના ગોડાઉન પાસે આવ્યા. કૂતરો હવે ઉત્તેજનાનો માર્યો ધ્રૂજી રહ્યો હતો. લાકડું કાપનારાઓ કામે ચડી ગયા હતા. કૂતરો અંદર આમતેમ આંટા મારવા લાગ્યો. છેવટે જાણે વિજયી થયો હોય તેમ એક હાથલારી પરના પીપડા પર કૂદ્યો. કદાચ તેને કોઈક જગ્યાએથી હાથલારી પર મૂકવામાં આવ્યું હશે. પીપડા પર ઊભાં ઊભાં તે જીભ લબડાવતો અને આંખો મટકાવતો અમારી સામે જોવા લાગ્યો જાણે કે પોતાની કદર કરાવવા ન માગતો હોય. પીપના લાકડાની એક પટ્ટી અને લારીનાં પૈડાં કોઈ કાળા પ્રવાહીથી ખરડાઈ ગયા હતા અને આખીએ હવા ડામરના તેલની તીવ્ર હવાથી ભરાઈ ગઈ હતી.

શૅરલૉક હોમ્સ અને હું એકબીજાની સામે શૂન્યમનસ્ક થઈને જોઈ રહ્યા અને અચાનક ખડખડાટ હસવા લાગ્યા.

❖

પ્રકરણ ૮

બેકર સ્ટ્રીટના ગુપ્તચરોની ફોજ

"હવે શું !" મેં પૂછ્યું, "ટોબી તો ચોકસાઈ ગુમાવી બેઠો છે."

"તે પોતાના જ્ઞાન પ્રમાણે વર્ત્યો છે." તેણે પીપડા પરથી તેને નીચે ઉતારતાં અને તેની સાથે લાકડાના ગોડાઉનમાંથી બહાર નીકળતાં કહ્યું, "તું જોઈ શકે છે ડામરનું ઓઈલ એક જ દિવસમાં લંડનને કેટલી હદે ઘેરી વળે છે, જો કે તેમાં કોઈ જ શંકા નથી કે ગંધ પાછળ ભાગવાના આપણા અભિયાનનો હજી અંત નથી આવ્યો. આપણે આમાં ટોબીનો વાંક ન કાઢવો જોઈએ કારણ કે લાદીના કારખાનાએ તેને થોડો પરેશાન કર્યો છે."

"પણ મારા ખ્યાલથી આપણે મુખ્ય ગંધ પાછી મેળવવી જ પડશે."

"હા. અને નસીબજોગે આપણે વધારે દૂર નથી જવાનું, કારણ કે જે જગ્યાએ આપણો કૂતરો ગુંચવાયો હતો તે નાઇટ્સ પ્લેસવાળા ખૂણે બે રસ્તા વિરુદ્ધ દિશામાં ફંટાતા હતા. આપણે ખોટો રસ્તો લઈ લીધો. હવે માત્ર તે બીજા રસ્તા પર જ આગળ વધવાનું રહ્યું છે."

તેમાં કંઈ ખાસ મુશ્કેલીઓ ન નડી. ટોબી જ અમને તેણે જ્યાં ભૂલ કરી હતી તે જગ્યાએ પાછો લઈ આવ્યો અને ત્યાં એકાદું ચક્કર માર્યા બાદ અમને તદ્દન નવા રસ્તે દોરી ગયો.

"હવે આપણે એ ધ્યાન રાખવું પડશે કે તે ક્યાંક આપણને ડામરના તેલનું પીપડું જ્યાંથી આવ્યું હતું ત્યાં ના લઈ જાય." મેં કહ્યું.

"મેં પણ તેવું જ વિચાર્યું હતું, પણ તે ફૂટપાથ પર જ આગળ વધી રહ્યો છે અને કંઈ ફૂટપાથ પરથી તો ડામરના તેલનું પીપડું ન જ લઈ જવાયું હોય ને ! ના, આપણે સાચી જ ગંધ પાછળ આગળ વધી રહ્યા છીએ."

ટોબી હવે અમને બેલમોન્ટે પ્લેસથી, પ્રિન્સ સ્ટ્રીટ થઈને નદી તરફ લઈ જઈ રહ્યો હતો. બોર્ડ સ્ટ્રીટના છેડેથી તો તે અમને સીધા જ નદીના પાણી તરફ જ લઈ ગયો જ્યાં લાકડાનો એક નાનકડો ડક્કો હતો. ટોબી અમને છેક પાણી સુધી લઈ ગયો અને પછી ત્યાં ઊભા ઊભા તેણે ઘૂરકે રાખ્યું.

"આપણું નસીબ આપણને હાથતાળી દઈ ગયું છે." હોમ્સે કહ્યું, "તેમણે અહીંથી એક હોડી પકડી છે."

ત્યાં નાની નાની ઘણી હોડીઓ હલેસાં અને થાપડા સાથે લાંગરેલી પડી હતી. અમે તે દરેકમાં ટોબીને ફેરવ્યો પણ તેને ત્યાં કોઈ જ ગંધ ન મળી.

ડક્કાની સાવ જ નજીક ઈંટોનું બનેલું એક નાનકડું ઘર આવેલું હતું, તેની બારી પર મોટા અક્ષરમાં 'મોર્ડિકાઈ સ્મિથ' લખેલું પાટિયું લટકી રહ્યું હતું અને તેની નીચે "દિવસ અને કલાકના હિસાબે હોડીઓ ભાડે મળશે" તેવું પણ લખવામાં આવ્યું હતું. બારણા પરના લખાણના આ બીજા વાક્ય અને ડક્કા પર પડેલા કોલસાના મોટા ઢગલાએ અમને જણાવી દીધું કે એક વરાળ હોડી પણ અહીં હતી. શૅરલૉક હોમ્સે ધીમે ધીમે આજુબાજુ નજર કરી અને તેના મોઢા પર મને એક અશુભ ભાવ જોવા મળ્યો.

"બહુ ખરાબ થયું," તેણે કહ્યું. "મારા ધાર્યા કરતા પણ આ લોકો વધારે ચાલાક નીકળ્યા. તેમણે પોતાની પગેરાની નિશાની ભૂંસી નાખી છે. તેમણે અહીં અગાઉથી જ કોઈક વ્યવસ્થા કરી રાખી હતી."

તે ઘરના બારણા આગળ ગયો ત્યારે ઘરનું બારણું ખુલ્લું હતું અને એક વાંકડિયા વાળવાળો કિશોર દોડતો દોડતો દાદરા ઊતરી રહ્યો હતો, જ્યારે તેની પાછળ લાલ મોઢાવાળી સ્ત્રી હાથમાં મોટું પોતું લઈને આવી રહી હતી.

"પાછો આવ, અને નાહી લે જૅક," તેણીએ બૂમ પાડી. "પાછો આવ, શેતાનના બચ્ચા, જો તારા પિતા આવશે અને તને આવો મેલોઘેલો જોશે તો તારું આવી જ બનશે."

"અરે, વહાલા નાનકડા છોકરા !" હોમ્સે વાતમાં પડતાં કહ્યું, "તારા ગાલની ઢેલડી કેવી રતુંબડી છે, બદમાશ ! હવે, જૅક, તને હું શું આપું તો ગમશે ?"

છોકરો જરા વિચાર કરતો ઊભો રહ્યો.

"મને તમે એક શિલિંગ આપશો તો ગમશે," તેણે કહ્યું.

"તેનાથી પણ વધારે શું ગમશે તને ?"

"બે શિલિંગ મળશે તો મને વધારે ગમશે," થોડી વાર વિચાર્યા બાદ તેણે વિલક્ષણ જવાબ આપ્યો.

"તો લે, પકડ ! કેવો મજાનો બાળક છે, શ્રીમતી સ્મિથ !"

"ભગવાન તમારું ભલું કરે, સાહેબ, તે ખૂબ તોફાની છે. તેને સંભાળવો મારા માટે માથાનો દુખાવો છે અને ખાસ કરીને તો જ્યારે તેના પિતા દિવસો સુધી બહાર કામ પર હોય ત્યારે તો આ છોકરો આંખે પાણી લાવી દે છે."

"શું તે બહાર ગયા છે ?" હોમ્સે નિરાશ થતાં કહ્યું. "અરે, અરે, મારે તો શ્રીમાન સ્મિથ સાથે વાત કરવી હતી."

"તેઓ ગઈ કાલ સવારના બહાર ગયા છે, સાહેબ, અને સાચું કહું તો હવે મને

તેમની ચિંતા થઈ રહી છે. પણ જો તમારે હોડીનું કામ હોય, સાહેબ, તો હું તમને તે માટે મદદ કરી શકીશ."

"મારે તેમની વરાળથી ચાલતી હોડી જોઈતી હતી."

"અરે, ભગવાન તમારું ભલું કરે, તેમાં જ તેઓ બહાર ગયા છે. તેમણે પણ ખરું કર્યું છે. મને એમ થાય છે કે થોડાક એવા કોલસામાં તે કેમના વધારે દૂર જઈ શકશે ? બહુ બહુ તો તેઓ વૂલવિચ પહોંચીને પાછા આવી શકશે તેથી આગળ નહીં જઈ શકે. જો તેઓ બીજી હોડીમાં બહાર ગયા હોત તો મને ચિંતા ન થાત કારણ કે ઘણી વાર તેઓ કામ માટે ગ્રેવસેન્ડ જેટલા દૂર ગયા છે અને જો ત્યાં વધારે કામ હોય તો તેઓ ત્યાં રોકાઈ પણ જતા. પણ કોલસા વગરની વરાળહોડીમાં વળી તેઓ ક્યાં સુધી જઈ શકશે ?"

"તે તો તેઓ ડક્કા પરથી પણ ખરીદી શકે."

"ખરીદી શકે, સાહેબ પણ તે તેની રીત નથી. ઘણી વાર મેં તેમને એવું કહેતા સાંભળ્યા છે કે તે લોકો કોલસાની થોડી એવી થેલીઓ માટે વધારે પડતા ભાવ વસૂલતા હતા. બીજી બાજુ મને પેલો લાકડાના પગવાળો માણસ દીઠો ગમતો નથી. તેનો કદરૂપો ચહેરો અને તેની વિલક્ષણ વાતો. કાયમ તે અહીં આવીને શા માટે બારણું ખખડાવતો હશે ?"

"લાકડાના પગવાળો માણસ ?" હોમ્સે આશ્ચર્ય સાથે પૂછ્યું.

"હા, સાહેબ, તપખીરિયા રંગનો, વાંદરા જેવા મોઢાવાળો. તે માણસ ઘણીવાર મારા વૃદ્ધ ઘરવાળાને મળવા આવતો હોય છે. તેણે જ ગઈ કાલે રાત્રે મારા ઘરવાળાને ઊંઘમાંથી ઉઠાડ્યો હતો અને મારો ઘરવાળો જાણે તેને પહેલેથી જ ખબર હોય તેમ વરાળ હોડીને ચાલુ કરી રાખી હતી. હું તમને કહું છું ને, સાહેબ, કે મને તે બાબત જરા પણ યોગ્ય નથી લાગતી."

"પણ મારાં વહાલાં શ્રીમતી સ્મિથ," હોમ્સે પોતાના ખભા ખંખેરતાં કહ્યું, "તમે નકામી તમારી જાતને પરેશાન કરો છો. તમે ખાતરીપૂર્વક કઈ રીતે કહી શકો કે લાકડાના પગવાળો માણસ જ ગઈ કાલે રાત્રે આવ્યો હતો ? મને નથી સમજાતું કે તમે આટલું પાકું કઈ રીતે કહી શકો."

"તેનો અવાજ, સાહેબ, હું તેના અવાજને જાણું છું, તેનો અવાજ જાડો છે. તેણે ત્રણ વાર બારણા પર ટકોરા માર્યા. 'પગ બતાવ, ભઈલા,' મારા ઘરવાળાએ કહ્યું હતું, 'જવાનો સમય થઈ ગયો છે, ચોકીદાર.' મારા વૃદ્ધ ઘરવાળાએ મારા મોટા છોકરા જીનને ઉઠાડ્યો. અને મને કશું પણ વધારે કહ્યા વગર તેઓ જતા રહ્યા. મેં પથ્થર પર લાકડાના પગનો અવાજ સાંભળ્યો હતો."

"શું પેલો લાકડાના પગવાળો માણસ એકલો હતો ?"

"કંઈ કહી ન શકું, પણ મને એટલું તો યાદ છે કે મેં બીજા કોઈનો અવાજ તો નહોતો જ સાંભળ્યો."

"મને માફ કરજો શ્રીમતી સ્મિથ, પણ મારે એક વરાળ-હોડી જોઈએ છે. અને મેં તમારી --- શું નામ કહ્યું તમે ? તેનાં ઘણાં વખાણ સાંભળ્યાં છે."

"ઑરોરા, સાહેબ."

"અહ્ ! તે જ, જે લીલા કલરની પીળી રેખાવાળી, પહોળી હોડી છે ?"

"ના, ના, તે તો એક પાતળી સાંકડી નદી પર ચાલતી બીજી હોડીઓ જેવી જ છે, અને તેને હમણાં જ તાજો કાળો કલર કરવામાં આવ્યો છે અને તેના પર લાલ રંગની બે પટ્ટીઓ પણ મારવામાં આવી છે."

"આભાર. હું આશા રાખું કે શ્રીમાન સ્મિથના સમાચાર તમને જલદી મળે. હું નદી પર જ જઈ રહ્યો છું અને જો મને 'ઑરોરા' ક્યાંય જોવા મળશે તો હું તેમને ચોક્કસ જણાવીશ કે તમે તેમની ખૂબ ચિંતા કરી રહ્યા છો. તમે કાળા ધુમાડિયાવાળી જ કહી ને ?"

"ના સાહેબ. ધુમાડિયું કાળું છે પણ તેના પર ધોળો પટ્ટો પણ છે."

"અરે હા, તેની તો બાજુઓ કાળી છે. રજા લઉં, શ્રીમતી સ્મિથ. ...અહીં એક હલેસાવાળી હોડીવાળો ઊભો છે, વૉટસન. આપણે તે લઈને જ નદી પાર કરીશું."

"આ પ્રકારના માણસોની વિશેષતા એ છે કે," તેણે હોડીમાં જગ્યા લેતાં વાત શરૂ કરી, "કે તેઓ એવું ક્યારેય નથી વિચારી શકતા કે તેમણે આપેલી માહિતી લોકોને કેટલી મદદરૂપ થઈ શકે છે. પણ જો તેઓ આવું જાણતા હોય તો જરા પણ મોઢું ન ખોલે. પણ જો તમે તેમને શાંતિથી વિરોધ કર્યા વગર સાંભળતા રહો તો તેઓ બોલતા જ રહે છે અને આપણા માટે જે જાણવા જેવું હોય તે આપણે જાણી લઈએ છીએ."

"ખરેખર, હવે ઘણું બધું સ્પષ્ટ થઈ ગયું છે," મેં કહ્યું.

"તો પછી હવે તું શું કરીશ ?"

"હું એક વરાળહોડી ભાડે કરીશ અને ઑરોરાને શોધવા નીકળી પડીશ."

"મારા વહાલા મિત્ર, તે તો બહુ મોટું કામ થઈ પડશે. કારણ કે તેને તો અહીંથી માંડીને છેક ગ્રિનવિચ સુધી બીજી બાજુના કિનારે ગમે ત્યાં લાંગરી હોય. તેમાં તો જો તું એકલો જ આ કામ કરે તો તારે દિવસોના દિવસો લાગી જાય."

"તો પછી હું પોલીસની મદદ લઈશ."

"ના, હું તો એથેન્લી જોન્સની જ મદદ લઉં. તે કંઈ એટલો ખરાબ માણસ પણ નથી, અને હું કંઈ તેની પાસે વ્યવસાયિકરૂપે તેને નુકસાન થાય તેવું કંઈ જ નહીં કરાવું. પણ હું મારી રીતે જ તે કામ કરાવવા ઇચ્છીશ, કારણ કે હવે આપણે ઘણા બધા આગળ નીકળી ગયા છીએ."

"તો પછી આપણે છાપામાં જાહેરાત આપી શકીએ અને ડક્કા પરના માણસોની પણ પૂછપરછ કરીએ તો ?"

"તે તો બહુ જ ખરાબ રહેશે ! આપણા માણસો એ જાણી જશે કે તેમનો પીછો થઈ રહ્યો છે માટે તેઓ ઓર આક્રમક બની જશે અને દેશ છોડીને જતા રહેશે. જો તેમ

થશે તો તેઓ ભાગી જવાનું જ વિચારશે પણ જો તેમ નહીં થાય તો તેઓ એવું વિચારશે કે તેઓ સુરક્ષિત છે અને માટે તેઓ જરા પણ ઉતાવળ નહીં કરે. જોન્સની ઊર્જા આપણા કામમાં આવશે કારણ કે તેનો આ કેસ પ્રત્યેનો દૃષ્ટિકોણ તેને છાપામાં છપાવવા તરફ દોરી જશે અને ભાગેડુઓ એમ માનશે કે પોલીસ ખોટા માર્ગે તપાસ કરી રહ્યા છે."

"તો પછી આપણે શું કરવાનું છે ?" મિલબેન્ક પેનિટેન્શિયરી આગળ ઊતરતાં મેં પૂછ્યું.

"આપણે ઘોડાગાડી કરીશું, ઘરે જઈશું, થોડો નાસ્તો કરીશું, અને એક કલાકની ઊંઘ લઈશું. અને હા આપણા નસીબમાં આજની રાત પણ ઊભા પગે રહેવાનું લખાયેલું છે. કૅબી, તાર કચેરીએ ઘોડાગાડી ઊભી રાખજે. આપણે ટોબીને આપણી સાથે જ રાખવાનો છે. કદાચ આગળ પણ તે આપણને ઉપયોગી થાય."

ઘોડાગાડી ગ્રેટ પિટર સ્ટ્રીટની ટપાલ કચેરીએ ઊભી રહી, હોમ્સે ત્યાંથી એક તાર રવાના કર્યો.

"કેવી રીતે ?" ઘોડાગાડીમાં પાછા બેસતા મેં પૂછ્યું.

"મને ખરેખર નથી ખબર."

"તને યાદ છે પેલી જાસૂસોની બેક સ્ટ્રીટ બટાલિયન કે જેમને મેં જેફરસન હોપના કેસમાં રોક્યા હતા ?"

"હા," મેં હસતાં હસતાં કહ્યું.

"આ મામલામાં પણ તેઓ મદદરૂપ થઈ શકે તેમ છે. અને તેમ છતાં પણ જો તેઓ નિષ્ફળ જાય તો હું મારી બીજી યુક્તિઓ અજમાવીશ. પણ હું પહેલાં તેમને જ અજમાવી જોઈશ. પેલો તાર મેં મારા ગોબરા લેફ્ટનન્ટ વિગિન્સ માટે જ કર્યો છે અને હું ધારું છું કે તે પોતાની ટોળકી સાથે આપણો નાસ્તો પતશે ત્યાં સુધીમાં આવી પહોંચશે."

સવારના આઠથી નવનો સમય હતો અને આગલી રાતના વિચિત્ર બનાવો અંગે જ હું એકધારું વિચારી રહ્યો હતો. હું લંગડાતો હતો અને થાકીને લોથપોથ થઈ ગયો હતો. મનથી ગુંચવાઈ ગયો હતો અને તનથી થાકી ગયો હતો. મને આ મામલામાં મારા સાથીની જેમ કોઈ વ્યવસાયિક રસ નહોતો કે ન તો હું આ મામલાને એક બૌદ્ધિક સમસ્યાની દૃષ્ટિએ જોતો હતો. જ્યાં સુધી બાર્થોલોમ્યૂ શોલ્ટોના મૃત્યુની વાત છે ત્યાં સુધી મેં તેના વિષે થોડું સારું સાંભળ્યું હતું અને તેના હત્યારાઓ પ્રત્યે મને કોઈ તીવ્ર અણગમો પણ નહોતો થઈ રહ્યો. પણ પેલા ખજાનાની વાત કરું તો તે વાત થોડી અલગ હતી. તે કે પછી તેનો કેટલોક ભાગ કુમારી મોર્સ્ટેનનો હતો. જો કે તેને પાછો મેળવવાની કેટલીક શક્યતાઓ રહેલી હતી અને તેના માટે હું મારું જીવન ન્યોછાવર કરવા પણ તૈયાર હતો. બની શકે કે જો હું તેણીને તે મેળવી આપું તો તેની અને મારી વચ્ચે સંપત્તિની રીતે ખૂબ મોટું અંતર પડી જવાનું હતું. તેમ છતાં પણ જો હું તેમ વિચારું તો તે એક સ્વાર્થી વિચાર

કહેવાય. જો હોમ્સ ગુનેગારને શોધવા કમર કસી રહ્યો હોય તો મારી પાસે પણ ખજાનો શોધવાનાં મજબૂત કારણો હતાં.

નાહીને હું ફરી પાછો તાજોમાજો થઈ ગયો. જ્યારે હું નાહીને અમારા ઓરડામાં આવ્યો ત્યારે નાસ્તો મારી રાહ જ જોઈ રહ્યો હતો અને હોમ્સ કપમાં કોફી કાઢી રહ્યો હતો.

"આ રહી તે," તેણે ખડખડાટ હસતા એક ખુલ્લા સમાચાર પત્ર તરફ આંગળી ચીંધતા કહ્યું. "ઊર્જાવાન જોન્સ અને સર્વવ્યાપક સંવાદદાતાએ પોતાનું કામ કરી લીધું છે. પણ તને તો આ કેસ બાબતે તેથી પણ વધારે ખબર છે. પણ એ પહેલાં તારો નાસ્તો કરી લે."

મેં તેના હાથમાંથી સમાચાર પત્ર લીધું અને એક ટૂંકી સૂચના વાંચી, તેનું મથાળું કંઈક આ પ્રમાણે હતું :

અપર નોરવૂડમાં એક રહસ્યમયી કારનામું

ગઈ રાત્રીના લગભગ બાર વાગ્યે (સ્ટાન્ડર્ડમાં જણાવ્યા પ્રમાણે) અપર નોર્વૂડ ખાતે આવેલા પોન્ડિચેરી લોજમાં રહેતા બાર્થોલોમ્યૂ શોલ્ટો તેમના ઓરડામાં મૃત હાલતમાં મળી આવ્યા છે. અમારી જાણ પ્રમાણે શ્રીમાન શોલ્ટોના શરીર પર હિંસાના કોઈ જ નિશાન જણાયાં નહોતાં પણ તેમના પિતા પાસેથી તેમને વારસામાં મળેલું દસ લાખનું ઝવેરાત ત્યાંથી ગાયબ છે. હત્યાની શોધ સૌ પ્રથમ શ્રીમાન શૅરલૉક હોમ્સ અને ડૉ. વૉટસને કરી હતી. તેમને શ્રીમાન થેડિયસ શોલ્ટો કે જે મૃતકના ભાઈ છે તેમના દ્વારા તેમના ઘરે લવાયા હતા. સદ્નસીબે શ્રીમાન એથેલ્ની જોન્સ કે જે પોલીસબળના જાસૂસોમાંના નામાંકિત જાસૂસ છે તે ત્યારે પોલીસ સ્ટેશને હાજર હતા અને અડધો કલાકમાં જ તેઓ તપાસ અર્થે ઘટનાસ્થળે પહોંચી ગયા હતા. તેમણે પોતાની આગવી આવડતથી મૃતકના ભાઈ, થેડિયસ શોલ્ટો, ઘરની નોકરાણી શ્રીમતી બર્નસ્ટોન, એક હિન્દુ નોકર લાલરાવ અને એક દરવાન મૅકમર્ડોની હત્યાના ગુના હેઠળ ધરપકડ કરી છે. ચોર કે ચોરો આખાયે ઘરને સારી રીતે જાણતા હોય તેવું જણાય છે કારણ કે શ્રીમાન જોન્સે તેમની તકનીકી અને નિરીક્ષણના જ્ઞાન દ્વારા જાણ્યું છે કે હત્યારાઓ ઘરના દરવાજેથી નહીં પણ મૃતકના ઓરડાની છત પર આવેલા એક છૂપા દરવાજામાંથી ઓરડામાં પ્રવેશ્યા હતા. આ વાત સ્પષ્ટપણે એવું સાબિત કરે છે કે આ કંઈ કોઈ આંધળૂકિયાં કરીને કરવામાં આવેલી ચોરી નથી પણ સમજી વિચારીને યોજનાબદ્ધ રીતે કરવામાં આવેલી ચોરી અને હત્યા છે. આવા સમયે કાયદાના જાસૂસી અધિકારી સ્થળ પર હાજર હોઈ સારો એવો ફાયદો થયો છે. જોકે આ બાબતે આપણા સરકારી જાસૂસી અધિકારીઓને બેદરકાર કહેનારાઓનાં મોઢાં બંધ કરી દીધાં છે.

"અદ્ભુત છે, નહીં !" કોફી પિતા તેણે અટ્ટહાસ્ય કર્યું, "આ વિષે તારું શું કહેવું છે ?"

"હું વિચારું છું કે આપણે હવે સરસ રીતે દાઢી કરી લેવી જોઈએ, ક્યાંક આ લોકો આપણને જ હત્યારા ના સમજી લે."

"હું પણ તેમ જ વિચારુ છું. જો તે ફરી પાછો ઉત્સાહમાં આવી ગયો તો હું આપણી સુરક્ષાની કોઈ જ બાંયધરી નથી આપતો."

તે જ ક્ષણે દરવાજાની ઘંટડી મોટેથી વાગી અને હું સાંભળી શક્યો કે અમારી મકાન-માલિકણ શ્રીમતી હડસન ઊંચા અવાજે કકળાટ કરવા લાગી હતી.

"અરે ભગવાન ! હોમ્સ," મેં અડધા ઊભા થતાં કહ્યું, "ક્યાંક તે લોકો જ આપણને પકડવા તો નથી આવ્યા ને ?"

"ના, તું વિચારે છે તેવું કંઈ નથી. આ તો આપણી બિનસરકારી બેકર સ્ટ્રીટ બટાલિયન છે."

દાદર પર ખુલ્લા પગના ધડબડાટી બોલાવતા અવાજ સંભળાયા અને અડધો ડઝન જેટલા ગંદા આરબો ઓરડામાં ઘૂસી આવ્યા. જો કે આ વખતે તેઓ થોડા શિસ્તમાં હતા જે થોડું રમૂજી લાગતું હતું.

"તમારો સંદેશ મળ્યો, સાહેબ," પેલા ઠીંગણા આગેવાને કહ્યું, "બરાબર સમય પર."

"અચ્છા તો આવી ગયા તમે," હોમ્સે કહ્યું, "ભવિષ્યમાં આ લોકો તને અહેવાલ આપશે, વિગિન્સ, અને તું મને. હું ફરી વાર ઘરમાં આવું આક્રમણ નથી ઈચ્છતો. હવે તમે બધા મારાં સૂચનો ધ્યાનથી સાંભળો. હું ઑરોરા નામની વરાળ-બોટની ભાળ મેળવવા માગુ છું, તે કાળા રંગની લાલ પટ્ટા વાળી છે અને તેનું ધુમાડિયુ કાળા રંગનુ ધોળા પટ્ટાવાળું છે, જેનો માલિક મર્ડોકાઈ સ્મિથ છે, તે નદીમાં જ ક્યાંક સફર કરી રહી છે. મને એક છોકરો મિલબૅન્ક સામે આવેલા મોર્ડેકાઈ સ્મિથના ડક્કા આગળ હોડી પાછી આવે છે કે નહીં તેનું ધ્યાન રાખવા માટે જોઈએ છે. તુ જાતે જ બધાને વહેંચી નાખ અને બન્ને કિનારે ધ્યાન રાખવા જણાવ. અને જેવા કંઈ સમાચાર મળે કે તરત મને જાણ કર. સમજ પડી ?"

"હા, સાહેબ," વિગિન્સે કહ્યું.

"પહેલાં અપાયું હતું તે જ વળતર આપવામાં આવશે, અને જે છોકરો હોડી શોધી કાઢશે તેને એક ગિની ઈનામ આપવામાં આવશે. અત્યારે એક દિવસના આગોતરા આપું છું. હવે તમે જાઓ !"

તેણે દરેકને એક એક શિલિંગ આપ્યા અને તેઓ ફરી પાછા ધડબડાટી બોલાવતા નીચે ઊતરી ગયા કે તરત જ મને તેમનો અવાજ બહાર શેરીમાંથી સંભળાયો.

"જો હોડી પાણી ઉપર જ હશે તો તેઓ તેને ગમે ત્યાંથી શોધી કાઢશે," હોમ્સે નાસ્તાના ટેબલ પરથી ઊભા થઈ પોતાની હૂકલી ચેતાવતાં કહ્યું. "તેઓ ગમે ત્યાં જઈ

શકે છે, બધું જ જોઈ શકે છે અને બધું જ સાંભળી પણ શકે છે. મારી ધારણા છે કે તેઓ સાંજ પહેલાં હોડીની ભાળના સમાચાર આપશે. તે દરમિયાન આપણે કશું જ નહીં કરી શકીએ. માત્ર રાહ જ જોવાની રહેશે. આપણે જ્યાં સુધી ઑરોરા કે શ્રીમાન મોર્ડેકાઈ સ્મિથ બેમાંથી એક પણને શોધી કાઢીએ નહીં ત્યાં સુધી આપણું કામ આગળ નહીં વધારી શકીએ."

"મારા ખ્યાલથી ટોબી આ ટુકડા ખાઈ શકશે. તો હવે તું સૂઈ જઈશ, હોમ્સ ?"

"ના, હું કંઈ થાકી નથી ગયો. મારું બંધારણ ખૂબ સરસ છે. મને યાદ નથી કે મને ક્યારેય કામ કરવાથી થાક લાગ્યો હોય. હા, પણ નવરાશ મને કોરી ખાય છે. હું તો હવે થોડી ચલમ પીશ અને આપણી સુંદર અસીલ આપણા માટે જે આ સમસ્યા લાવી છે તેના પર વિચાર કરીશ. લાકડાના પગવાળો માણસ શોધવો ખૂબ સરળ છે પણ આ બીજા માણસને શોધવો થોડો અઘરો છે."

"વળી પાછો બીજો માણસ !"

"હું તે માણસ બાબતે તારાથી કશુંયે છુપાવવા નથી માગતો. તેં પણ તે બાબતે કોઈક અભિપ્રાય તો બાંધ્યો જ હશે. હવે આપણે મેળવેલી માહિતી પર એક નજર ફેરવ. નાનકડાં પદચિહ્નો, પગરખાં પહેર્યા વગરનાં છુટ્ટી આંગળીઓવાળાં પદચિહ્નો, પેલું પથ્થરના માથાવાળું હથોડી જેવું હથિયાર, કામની ચપળતા, નાનકડો ઝેરી કાંટો. આ બધા પરથી તુ શું તારણ પર આવ્યો છે ?"

"કોઈ ઘાતકી વ્યક્તિ !" મેં ઉદ્ગાર કાઢ્યો. "કદાચ પેલા જોનાથન સ્મૉલ સાથે જોડાયેલા હિન્દુઓમાંનો કોઈ એક."

"તે, અશક્ય છે," તેણે કહ્યું. "જ્યારે પહેલી વાર મેં પેલા વિચિત્ર હથિયારને જોયું ત્યારે મને પણ તેવો વિચાર આવ્યો હતો પણ પેલાં લાક્ષણિક પદચિહ્નોએ મને મારા ખ્યાલ પર ફરી વિચારવા પ્રેર્યો હતો. ભારતીય દ્વિપના કેટલાક રહેવાસીઓ ઠીંગણા હોય છે પણ આવા પદચિહ્નો કંઈ તે લોકોના ન હોઈ શકે. મૂળ હિન્દુ લોકોના પગ પાતળા અને લાંબા હોય છે. પગરખાં પહેરેલા મુસલમાનોનાં આંગળાં લાંબાં હોય છે અને તેમનો અંગૂઠો પગરખાંની પટ્ટી દ્વારા આંગળીથી દૂર હોય છે. આ ઝીણો કાંટો પણ એક જ રીતે મારવામાં આવ્યો હોય અને તે ફૂંકણી વડે. હવે આપણે આપણા હત્યારાને શોધવો ક્યાં ?"

"દક્ષિણ અમેરિકા," મેં ખચકાતાં કહ્યું.

તેણે પોતાનો હાથ ઉપર તરફ લંબાવ્યો અને કબાટમાંથી એક મોટું પુસ્તક ઉતાર્યું.

"હાલમાં જ પ્રકાશિત થયેલો આ એક ભૌગોલિક શબ્દકોશ છે. તેમાં નવી માહિતીઓ ઉમેરવામાં આવી છે. હવે જોઈએ આપણને તેમાંથી શું મળે છે ?"

"આંદામાનના ટાપુઓ સુમાત્રાથી ૩૪૦ માઈલ ઉત્તરે બંગાળના અખાતમાં આવેલા છે.

હમ્ ! હમ્ ! આ બધું શું છે ? ભેજવાળું વાતાવરણ, પરવાળાના ખડકો, શાર્ક માછલીઓ, પોર્ટ બ્લેર, ગુનેગારોની જેલો, રૂટલૅન્ડ ટાપુ, --- અરે આ રહ્યું !

"આંદામાન ટાપુઓના આદિવાસીઓ આફ્રિકાના બૂશમૅન, અમેરિકન ઇન્ડિયન્સના ડીગર અને ફ્યૂજિઅન્સના ટેરા ડેલમાંની ટૂંકા માણસોવાળી જાતિઓમાં સૌથી નાનું કદ ધરાવે છે. તેમની સામાન્ય ઊંચાઈ ચાર ફૂટ કરતાં ઓછી હોય છે જો કે તેમાંના ઘણા બધા વયસ્ક તેના કરતાં પણ ઓછી ઊંચાઈ ધરાવે છે. તેઓ ક્રૂર, તુંડમિજાજી અને જિદ્દી પ્રકારના લોકો હોય છે અને તેમ છતાં પણ જો તેમને એક વાર કોઈ વ્યક્તિ પર વિશ્વાસ બેસી જાય તો તેની સાથે તે જીવનો ભોગ આપીને પણ મિત્રતા પાળતા હોય છે.

આ બાબત નોંધજે, વૉટસન, હવે આ સાંભળ.

"તેઓ કુદરતી રીતે જ કદરૂપો, મોટો અને બેડોળ ચહેરો ધરાવતા હોય છે, તેમની આંખો ક્રૂર હોય છે અને તેમનાં ચહેરાના ભાવો વિકૃત હોય છે. તેમના પગ અને હાથ આશ્ચર્યજનક રીતે નાના હોય છે. તેમના આવા ક્રૂર અને હઠીલા સ્વભાવને કારણે બ્રિટિશ સરકાર તેમને ક્યારેય પોતાને વશ નથી કરી શકી. તેઓ સમુદ્રમાં નુકસાન પામેલા જહાજના મુસાફરો પર ક્રૂરતા આચરે છે. બચી ગયેલા મુસાફરોનું તેઓ પથ્થરના માથાવાળા હથિયાર વડે ક્રૂરતાથી માથું છૂંદી નાખે છે અથવા તો ઝેરી તીરથી તેમને વીંધી નાખે છે. આ નિર્દયી હત્યા બાદ તેની કાચીને કાચી જ મિજબાની ઉડાવવામાં આવે છે.

બહુ મળતાવડા લોકો છે, વૉટસન ! જો આ માણસ ખરેખર આ જ લક્ષણો ધરાવતો હશે તો ચોક્કસ આપણું કામ હજુ વધારે વિકરાળ થવાનું છે. મને એ વિચારીને અચરજ થાય છે કે જોનાથન સ્મૉલે આવી વ્યક્તિ સાથે કઈ રીતે પાલો પાડ્યો હશે ?"

"પણ આવા વિચિત્ર વ્યક્તિના સંપર્કમાં તે કઈ રીતે આવ્યો હશે ?"

"તેની તો મને ખબર નથી પણ આપણને ખબર છે કે સ્મૉલ આંદામાનના ટાપુઓથી અહીં આવ્યો છે અને તેમાં પણ કોઈ શંકા નથી કે આ આદિવાસી પણ તેની સાથે જ આવ્યો હોવો જોઈએ. અરે વૉટસન, તારા તો આંટા આવી ગયા લાગે છે. જરા આ સોફામાં આડો પડ અને જો કે હું તને કેવો ઊંઘાડી દઉં છું."

તેણે ખૂણામાંથી પોતાનું વાયોલિન લીધું અને તેને મધુર રીતે વગાડવું શરૂ કર્યું. કુદરતે તેને આપેલી આ અમૂલ્ય ભેટ આપી છે તે બાબતે કોઈ જ શંકા નથી. તેના સંગીતમાં હું ક્યારે ઊંઘમાં સરી પડ્યો તેની મને ખબર ન રહી હું તો જાણે કોઈ સ્વપ્નનગરીમાં પહોંચી ગયો હોય તેવું લાગ્યું અને જાણે મેરી મોર્સ્ટનનો સુંદર ચહેરો મારી તરફ જોઈ રહ્યો હોય તેવું લાગ્યું.

❖

પ્રકરણ ૯

સાંકળમાં ભંગાણ

મોડી બપોરે મારી આંખ ઊઘડી, હું મારી જાતને થોડી ઊર્જાવાન અને તાજી અનુભવી રહ્યો હતો. શૅરલૉક હોમ્સને સૂતી વખતે મેં જે હાલતમાં જોયો હતો તેમ તે ત્યાં જ બેઠો હતો, માત્ર તેનું વાયોલિન તેના હાથમાં નહોતું એટલું જ, અને કોઈક પુસ્તક વાંચવામાં તે લીન થઈ ગયો હોય તેવું લાગતું હતું. હું હલ્યો તેવું જ તેણે મારી સામે જોયું, અને મેં તેના ચહેરા પરની તાણને પારખી લીધી.

“તું તો ઘસઘસાટ ઊંઘી ગયોને કંઈ !” તેણે કહ્યું, “મને બીક લાગી કે મારો અવાજ ક્યાંક તને ઉઠાડી ન મૂકે.”

“મેં કંઈ નથી સાંભળ્યું,” મેં જવાબ આપ્યો. “શું કોઈ સમાચાર આવ્યા છે ?”

“બદનસીબે મને કોઈ જ સમાચાર નથી મળ્યા. મારે માનવું પડશે કે મને આશ્ચર્યની સાથે સાથે નિરાશા પણ થઈ રહી છે. અત્યાર સુધીમાં કંઈક મેળવવાની મેં આશા રાખેલી. વિગિન્સ હમણાં જ આવીને ગયો. તેણે કહ્યું હોડીનું કોઈ જ પગેરું નથી મળ્યું. એક એક કલાકની તપાસ આપણા માટે ઉત્તેજનાભરી છે.”

“હું કંઈ કરી શકું ? હવે હું પૂરી સ્ફૂર્તિમાં છું, અને બીજી રાત્રીની સહેલ માટે ફરી તૈયાર થઈ ગયો છું.”

“ના, આપણે કંઈ જ કરી શકીએ તેમ નથી. આપણે માત્ર રાહ જ જોવાની છે. જો આપણે જાતે જ તપાસ કરવા જઈશું અને કદાચ પણ જો કોઈ સમાચાર આવશે તો તે આપણી ગેરહાજરીમાં આવશે અને આપણને મળશે નહીં. તારે જે કરવું હોય તે તું કરી શકે છે પણ મારે તો સમાચાર મેળવવા અહીં જ રહેવું પડશે.”

“તો પછી હું કેમ્બરવેલ જઈને શ્રીમતી સેસિલ ફૉરેસ્ટરને મળતો આવું, તેને ગઈકાલે મારી સાથે વાત કરવાની ખૂબ ઇચ્છા હતી.”

“માત્ર શ્રીમતી સેસિલ ફૉરેસ્ટરને મળવા ?” હોમ્સે આંખોમાં નટખટ ચમક સાથે પૂછ્યું.

"કુમારી મોર્સ્ટનને મળવા પણ. તેમને શું થયું તે જાણવાની તાલાવેલી હતી."

"હું તેમને કંઈ વધારે ન જણાવવાનું પસંદ ન કરું," હોમ્સે કહ્યું. "સ્ત્રીઓ પર સંપૂર્ણપણે ભરોસો ન કરી શકાય. પછી તે ગમે તેટલી સારી કેમ ન હોય ?"

મેં તેની આ ટિપ્પણી પર જરા પણ દલીલ ન કરી.

"હું એક-બે કલાકમાં પાછો આવી જઈશ." મેં કહ્યું.

"બરાબર છે ! પણ જો તું નદી પાર કરવાનો હોય તો આ ટૉબીને પાછો આપતો આવજે. કારણ કે મને નથી લાગતું કે હવે આપણને તેની કોઈ જરૂર હોય."

મેં અમારા મિશ્રજાતિના શ્વાનને સાથે લીધું. તેના વૃદ્ધ માલિકને ચૂકવવા હૉમ્સે મને અડધો પાઉન્ડ આપ્યો. કેમ્બરવેલમાં મેં જોયું કે ગઈ રાત્રીની અમારી દોડાદોડીએ કુમારી મોર્સ્ટનને થકવી નાખી હતી પણ તેણી સમાચાર સાંભળવા ખૂબ આતુર હતી. શ્રીમતી ફોરેસ્ટરને પણ ખૂબ આતુરતા હતી. અમે જે કંઈ પણ કર્યું હતું તે બધું જ મેં તેમને જણાવી દીધું. જો કે કેટલીક ભયાનક બાબતો મેં તેમને જણાવી નહીં. મેં તેમને શ્રીમાન શોલ્ટોના મૃત્યુ વિષે કહ્યું. જો કે કશું જ મેં વિગતે નહોતું કહ્યું કારણ કે આટલું જ તેમના માટે એટલું બિહામણું હતું કે વધારે કંઈ કહેવું યોગ્ય ન લાગ્યું.

"આ તો વિચિત્ર કહેવાય !" શ્રીમતી ફોરેસ્ટર મોટેથી બોલી ઊઠી. "એક ઘવાયેલી સ્ત્રી, દસ લાખનો ખજાનો, એક કાળો નરમાંસ ભક્ષી માણસ અને એક લાકડાવાળા પગવાળો બદમાશ; આ સૌએ આખાયે સ્થળને અળખામણું કરી મૂક્યું."

"અને આ બે શૂરવીરોનું પ્રશંસનીય બચાવકાર્ય," કુમારી મોર્સ્ટને મારી સામે તેજસ્વી નજર નાખતાં ઉમેર્યું.

"અરે, મૅરી તારું નસીબ તો આ શોધખોળથી બદલાઈ જવામાં જ છે. પરંતુ મને તું તેનાથી કંઈ ખાસ ઉત્તેજિત હોય તેવું નથી લાગતું. તું જરા વિચાર તો કર કે આટલી બધી સંપત્તિથી તો આખું જગત તારા ચરણોમાં આવી જશે."

આ સાંભળીને તેના ચહેરા કે તેની વર્તણૂકમાં કોઈ જ બદલાવ ન જોતાં મારા શરીરમાંથી આનંદની એક કંપારી પસાર થઈ ગઈ. તેની જગ્યાએ તેણીએ તો માત્ર પોતાનું માથું જ હલાવ્યું અને જાણે આ મામલામાં તેને ખાસ કંઈ એટલો બધો રસ ન હોય તેવું દર્શાવ્યું.

"મને તો શ્રીમાન થેડિસ શોલ્ટોનો વિચાર આવે છે," તેણીએ કહ્યું. "બીજુ કંઈ નહીં પણ તે ખૂબ પ્રામાણિક અને દયાપૂર્વક વર્ત્યા છે. કમસે કમ આપણી જવાબદારી તેમને આ આરોપમાંથી મુક્ત કરવાની તો છે જ."

સાંજ થતા પહેલાં હું કેમ્બરવેલથી નીકળી ગયો હતો અને અંધારું થતાં થતાંમાં તો હું પાછો ઘરે આવી ગયો હતો. મારા સાથીનાં પુસ્તક અને તેની હૂકલી તેની ખુરશી પાસે પડ્યાં હતાં પણ તે ગાયબ હતો. મેં તેણે લખેલી કોઈ ચિઠ્ઠી વિષે આમ તેમ ફાંફાં માર્યા પણ મને કંઈ મળ્યું નહીં.

"મારા ખ્યાલથી શ્રીમાન શૅરલૉક હોમ્સ ક્યાંક બહાર ગયા લાગે છે ?" શ્રીમતી હડસન ઉપર આવતાં મેં તેમને પૂછ્યું.

"ના, સાહેબ, તે તેમના ઓરડામાં જ છે. શું તમને ખબર છે, સાહેબ," તેણીએ પોતાનો અવાજ ધીમો કરતાં કહ્યું, "મને તેમના સ્વાસ્થ્યની ખૂબ ચિંતા થઈ રહી છે."

"કેમ એમ, શ્રીમતી હડસન ?"

"તમારા ગયા પછી, સાહેબ, તેમણે બસ એકધારું ચાલ્યે જ રાખ્યું છે, ખૂબ ચાલ્યે રાખ્યું. હું તો તેમના પગલાંના આ એકધારા અવાજથી થાકી ગઈ હતી. પછી મેં તેમને પોતાની જાત સાથે વાતો કરતા સાંભળ્યા, અને જ્યારે જ્યારે દરવાજાની ઘંટડી વાગતી ત્યારે ત્યારે તે દાદર આગળ આવીને મને પૂછતા, "કોણ છે, શ્રીમતી હડસન ?" અને હવે તે પોતાના ઓરડામાં જતા રહ્યા છે અને ત્યાં પણ તેમનું એકધારું ચાલવાનું તો ચાલુ જ છે. ભગવાનને પ્રાર્થના કે તેઓ બીમાર ન પડી જાય, સાહેબ. મેં તેમને દવા લેવાની સલાહ પણ આપી પણ તેમણે એવી રીતે મારી સામે જોયું કે હું ક્યારે તેમના ઓરડામાંથી બહાર આવતી રહી તે જ મને યાદ નથી."

"મને નથી લાગતું તમારે આમાં ચિંતા કરવાની કોઈ જરૂર હોય, શ્રીમતી હડસન," મેં જવાબ આપ્યો. "મેં તેમને આ રીતે પહેલાં પણ જોયા છે. તેના મગજમાં કેટલીક વાતો છે જે તેમને પરેશાન કરી રહી છે."

મેં હળવાશથી અમારી મકાનમાલિકણને સમજાવવાનો પ્રયત્ન કર્યો પણ છેક મોડી રાત સુધી મેં તેને એકધારો પોતાના ઓરડામાં આંટા મારતો સાંભળ્યો એટલે મને પણ ચિંતા થવા લાગી.

નાસ્તાના સમયે તે સાવ જ નંખાઈ ગયેલો અને નિસ્તેજ લાગતો હતો અને તેનો ચહેરો જાણે તાવ આવતો હોય તેમ જરાક ફિક્કો પડી ગયો હતો.

"મેં તને કાલે રાત્રે તારા ઓરડામાં એકધારો આંટા મારતાં સાંભળ્યો હતો." મેં કહ્યું.

"હા, હું કાલે રાત્રે સૂઈ જ નહોતો શક્યો." તેણે કહ્યું. "આ દુષ્ટ સમસ્યાએ તો મારું જીવવું હરામ કરી નાખ્યું છે. બધી જ કડીઓ આપણા હાથમાં છે અને માત્ર આ એક જ બાબતે આપણને અટકાવી રાખ્યા છે. મને તે લોકોની ખબર છે, હોડીની ખબર છે, બધી જ ખબર છે અને તેમ છતાં પણ મને કોઈ સમાચાર જ નથી મળતા. મેં બીજા કેટલાક લોકોને પણ આ કામમાં લગાડી દીધા છે. નદીના બન્ને કાંઠા તપાસી લેવામાં આવ્યા છે પણ ત્યાંથી કોઈ જ સમાચાર નથી, કે નથી તો શ્રીમતી સ્મિથને પણ તેના પતિના કોઈ ખબર. તેઓ ક્યાંક હોડીમાં કોલસા ભરીને દૂર ભાગી ન ગયા હોય. પણ તેમાં પણ કેટલીક અડચણો છે."

"અથવા તો શ્રીમતી સ્મિથે આપણને ખોટા રસ્તે ચડાવ્યા હોય તેવું પણ બને."

"ના, તેવી કોઈ જ શક્યતા નથી, કારણ કે મને એટલી તો માહિતી મળી જ હતી કે તેવી કોઈ હોડીને નદી પર ક્યાંક જોવામાં આવી હતી."

"એવું પણ બને કે હોડીને ક્યાંક દૂર હંકારી જવામાં આવી હોય ?"

"મેં તે શક્યતાને પણ ચકાસી જોઈ, અને એક શોધટુકડી પણ તે માટે મોકલી છે જે છેક રિચમન્ડ સુધી તેની તપાસ કરશે. જો આજે કોઈ જ સમાચાર નહીં મળે તો કાલે મારે જાતે જ હોડીને બદલે તે લોકોની તપાસ માટે નીકળી જવું પડશે. પણ મને ખાતરી છે કે આપણને કંઈક સમાચાર તો મળશે જ."

પણ વિગિન્સ કે બીજા કોઈ પાસેથી અમને હોડી બાબતે એક શબ્દ પણ સાંભળવા ન મળ્યો. તે દિવસે મોટા ભાગનાં છાપામાં નોરવૂડની કરુણાંતિકાના લેખ છપાયા. બધું જ થેડિયસ શોલ્ટો વિરુદ્ધ જતું હતું. કોઈ પણ તાજી માહિતી તેમાં નહોતી છપાઈ. તેમાં વધારાનું એટલું જ છાપવામાં આવ્યું હતું કે આજે તેની કાયદેસર કાર્યવાહી કરવામાં આવશે. તે સાંજે હું પાછો કેમ્બેરવેલ પેલી બે સન્નારીઓને અમારી અસફળતાના સમાચાર આપવા ગયો અને પાછા આવતાં મેં જોયું તો હોમ્સ હતોત્સાહ અને ચીડિયો થઈ ગયો હતો. તે મારા પ્રશ્નોના ભાગ્યે જ જવાબ આપતો હતો અને પોતાના કોઈક રાસાયણિક પ્રયોગમાં મગ્ન હતો. તેના આ પ્રયોગથી ઓરડામાં એટલી ગંધ આવતી હતી કે છેવટે મારે તે દુર્ગંધથી ઓરડા બહાર ભાગી જવું પડ્યું. વહેલી સવારે પણ મને તેના ઓરડામાંથી તેની કસનળીઓની ખનખનનો અવાજ આવતો હતો એટલે મને તરત જ ખ્યાલ આવી ગયો કે તે આખી રાત તેના ગંધ મારતા અખતરાઓમાં વ્યસ્ત હતો.

વહેલી સવારે હું આંચકા સાથે ઊઠી ગયો અને મારા આશ્ચર્ય વચ્ચે તે મારી પથારી આગળ કોઈ કઠોર નાવિકના વેશમાં ઊભો હતો. તેણે ખારવાઓ પહેરે તેવો જાડો ટૂંકો ડગલો પહેર્યો હતો અને ગળામાં બરછટ લાલ ખેસ લપેટ્યો હતો.

"હું હવે નદી પર તપાસ કરવા જઈ રહ્યો છું, વૉટસન," તેણે કહ્યું. "મારા મગજમાં હવે એક બાબત ઘૂમી રહી છે અને હવે આમાંથી બહાર નીકળવાનો મને એક જ રસ્તો દેખાઈ રહ્યો છે."

"તો પછી હું પણ તારી સાથે આવું ?" મેં કહ્યું.

"ના, તું અહીં જ મારા પ્રતિનિધિ તરીકે રહીશ તો મને વધારે ઉપયોગી થઈશ. મારે પરાણે જ અહીંથી જવું જ પડે છે, કારણ કે હવે તો ચોક્કસ કોઈપણ સમયે અહીં વિગિન્સ પાસેથી કોઈક સંદેશ આવે તેમ છે. હું ઇચ્છું છું કે અહીં આવનારી કોઈ પણ ખબર કે તાર માટે તું તૈયાર રહે અને તારી જાતે જ તેના પર નિર્ણય લે. શું તારા પર આધાર રાખી શકું ?"

"ચોક્કસ."

"મને દહેશત છે કે તું મને તાર નહીં કરી શકે કારણ કે મને ખુદને ખબર નથી કે હું

ક્યાં હોઈશ. જો મારું નસીબ સારું હશે તો મારે વધારે દૂર નહીં જવું પડે. હું પાછો ફરું તે પહેલાં મને કંઈક સમાચાર તો મળી જશે અથવા તો અહીં કોઈ સંદેશ આવી જશે.''

નાસ્તાના સમય સુધી મને તેના તરફથી કોઈ જ સમાચાર ન મળ્યા. પણ મને સ્ટાન્ડર્ડ સમાચાર પત્ર ખોલતાં જ આ મામલાને લગતા એક તાજા જ સમાચાર મળ્યા :

અપર નોરવૂડ કરુણાંતિકાના સંદર્ભમાં અમારી પાસે એવી માહિતી છે કે મામલો પહેલાં જેટલો સીધો અને સરળ લાગતો હતો તેવો નથી. તે ખૂબ ગૂઢ થતો જાય છે. તાજા મળી આવેલા પુરાવાઓ પરથી એવું લાગી રહ્યું છે કે શ્રીમાન થેડિયસ શોલ્ટોને તેના ભાઈની હત્યા સાથે કોઈ જ લેવા દેવા નથી. તેને અને તેની નોકરાણી શ્રીમતી બર્નસ્ટોનને ગઈકાલે સાંજે છોડી મૂકવામાં આવ્યાં છે. એવું માનવામાં આવી રહ્યું છે કે પોલીસને અન્ય કોઈ ગુનેગારનું પગેરું મળ્યું છે અને તે સ્કોટલૅન્ડ યાર્ડના શ્રીમાન એથેલ્ની જોન્સની આવડત દ્વારા શોધી કઢાયું છે. હવે થનારી ધરપકડ ગમે તે ઘડીએ થઈ શકે છે.

''ચાલો, આ કંઈક સંતોષકારક સમાચાર છે,'' મેં વિચાર્યું. ''કોઈ પણ સંજોગોમાં મિત્ર શોલ્ટો તો છૂટી ગયો. મને ખ્યાલ નથી આવતો કે વળી આ હાલમાં જ મળી આવેલું પગેરું કયું હશે કે પછી પોલીસે એમ જ બકવાટ કર્યો હશે.''

મેં છાપાને ટેબલ પર મૂક્યું અને ત્યાં જ મારી નજર જાહેર ખબરના પાના પરની એક જાહેરાત પર પડી. જે આ પ્રમાણે હતી :

ખોવાયેલ છે - નાવિક મોર્ડેકાઈ સ્મિથ અને તેમનો દીકરો જીમ. તેમણે બુધવારની વહેલી સવારે ત્રણ વાગ્યે તેમની વરાળ-નૌકા 'ઑરોરા' સાથે સ્મિથનો ડક્કો છોડ્યો હતો. તે કાળા રંગની લાલ પટ્ટાવાળી હોડી છે અને તેનું ધુમાડિયું કાળા રંગનું ધોળા પટ્ટાવાળું છે. સ્મિથના ડક્કા આગળ, શ્રીમતી સ્મિથ કે પછી ૨૨૧ બી બેકર સ્ટ્રીટમાં નૌકાની કે શ્રીમાન મોર્ડેકાઈ સ્મિથ વિષે માહિતી લાવનારને પાંચ પાઉન્ડનું ઈનામ આપવામાં આવશે.

ચોક્કસ આ હોમ્સનું જ કામ હોય. બેકર સ્ટ્રીટનું સરનામું તેટલું માનવા માટે પૂરતું હતું. આ જાહેરાતે મને ચોંકાવી મૂક્યો કારણ કે ભાગેડુઓ પણ આ ખબરને પત્નીની પતિ પ્રત્યેની ચિંતા કે બીજી કોઈ શંકાએ જોઈ શકશે.

તે દિવસ ખૂબ કપરો અને લાંબો રહ્યો. જ્યારે જ્યારે બારણે ઘંટડી વાગતી ત્યારે ત્યારે હું દાદર પર જઈને ઊભો રહેતો કે કદાચ કોઈ સમાચાર હશે કે પછી ખુદ હોમ્સ હશે કે પછી તેણે આપેલી જાહેરાતનો જવાબ આપવા કોઈ આવ્યું હોય પણ તેવું કંઈ જ નહોતું થતું. મેં વાંચવાનો પ્રયત્ન કર્યો પણ મારું ધ્યાન તેમાં લાગ્યું નહીં. મારું ધ્યાન તો માત્ર અમારા આ કામ પર અને પેલા બે નરાધમો કે જેનો અમે પીછો કરી રહ્યા હતા

તેમાં જ પરોવાયેલું હતું. શું મારા મિત્રનાં તારણો સાચ્ચાં હશે કે પોતાની વાત ગળે ઉતારવા માટે જ આટલી દોડાદોડી કરી રહ્યો હતો ? એવું તો નહોતું ને કે તેના હોશિયાર અને કલ્પનાશીલ મગજે આ અવિચારી સિદ્ધાંત ઠોકી બેસાડ્યો હોય. મેં તેને ક્યારેય ખોટો પડતો નહોતો જોયો. મારા ખ્યાલથી તેના સૂક્ષ્મ તર્કથી કદાચ કોઈ ભૂલ થઈ ગઈ હોય. તેમ છતાં બધા જ પુરાવાઓ મેં મારી આંખોએ જોયા છે અને તેની પાછળનાં કારણોને પણ સાંભળ્યાં છે. જ્યારે આખાયે ઘટનાક્રમને મેં એક વાર ફરી વિચારી જોયો ત્યારે હું તેના કોઈ પણ તારણ, કારણ કે સમજણને ખોટી ન માની શક્યો.

બપોરના ત્રણ વાગ્યે બારણાની ઘંટડી મોટેથી રણકી અને નીચે હોલમાં એક સત્તાવાહી અવાજ મને સંભળાયો. મારા આશ્ચર્ય વચ્ચે તે બીજું કોઈ નહીં પણ શ્રીમાન એથેલ્ની જોન્સ હતા. તેણે આત્મવિશ્વાસ સાથે નોરવૂડવાળો મામલો પોતાના હાથમાં લઈ લીધો હતો. તેના હાવભાવ ખૂબ હતાશા અને સાથે સાથે નમ્રતાથી માફી માગતા હોય તેવા લાગતા હતા.

“શુભ દિવસ, સાહેબ, શુભ દિવસ,” તેણે કહ્યું, “શ્રીમાન શૅરલૉક હોમ્સ મારા ખ્યાલથી બહાર ગયા લાગે છે.”

“હા, અને મને નથી ખબર કે તેઓ ક્યારે પાછા આવશે. પણ જો તમે રાહ જોઈ શકો તેમ હોવ તો ખુરશીમાં બેસો અને આ સીગાર પીઓ.”

“આભાર, મને તેમાં કોઈ વાંધો નથી,” તેણે પોતાના લાલ ટપકાવાળા હાથરૂમાલથી ચહેરો લૂછતાં કહ્યું.

“વ્હિસ્કી અને સોડા લેશો ?”

“હા, અડધો પ્યાલો. ગરમીના દિવસો ચાલી રહ્યા છે અને હું આ નોરવૂડના મામલાને લઈને પણ ઘણો પરેશાન છું. તમે તો મારી કાર્યશૈલી જાણતા જ હશો !”

“હા, તમને મેં ત્યાં કામ કરતા જોયા છે.”

“હા, પણ મારે તે બાબતે ફરી પાછું વિચારવું પડશે. મેં શ્રીમાન શોલ્ટો પર ફાંસલો બરાબરનો કસ્યો હતો પણ તેણે સાબિત કરી બતાવ્યું છે કે પોતાના ભાઈના ઓરડામાંથી બહાર નીકળ્યા બાદની દરેક ઘડીએ તેઓ કોઈની ને કોઈની આંખ સામે જ હતા. માટે તેના ભાઈનો હત્યારો તે ન હોઈ શકે. આ ખૂબ ગૂંચવાડાભર્યો મામલો છે અને મારી વ્યવસાયિક આબરૂ દાવ પર લાગેલી છે. પણ જો મને થોડી મદદ મળી રહેશે તો આનંદ થશે.”

“બધાને ક્યારેકને ક્યારેક તો તેની જરૂર પડતી જ હોય છે,” મેં કહ્યું.

“તમારા મિત્ર શ્રીમાન શૅરલૉક હોમ્સ એક અદ્ભુત માણસ છે, સાહેબ,” તેણે ખોંખારો ખાતાં ધીમા અવાજે કહ્યું, “તે એવો માણસ છે જેને ક્યારે પણ માત કરી શકાતો નથી. મને ખબર છે કે તેણે ઘણા બધા મામલાઓમાં પ્રકાશ પાડ્યો છે, પણ તેની

સમક્ષ પણ આવો મામલો તો ભાગ્યે જ આવ્યો હશે. તે પોતાના સિદ્ધાંતોમાં થોડા અનિયમિત છે અને ખૂબ ઉતાવળા પણ છે પણ સરવાળે હું એવું વિચારું છું કે તેઓ એક બાહોશ અધિકારીઓવાળા ગુણ ધરાવે છે. આજે સવારે જ મને તેમની તરફથી એક તાર મળ્યો હતો અને તેના દ્વારા હું સમજી ગયો હતો કે તેમને આ શોલ્ટોવાળા મામલાને લઈને કોઈક પગેરું મળ્યું હોવું જોઈએ. આ રહ્યો તેમનો સંદેશ."

સીધા બેકર સ્ટ્રીટ જાઓ. જો હું પાછો ન આવ્યો હોઉં તો મારી રાહ જુઓ. હું શોલ્ટો પ્રકરણમાં ખૂબ જ આગળ આવી ગયો છું. જો તમે તેનો અંત આણવા માગતા હો તો આજે રાત્રે અમારી સાથે આવો.

"આ તો સરસ કહેવાય. તેને ફરી રસ્તો મળી ગયો લાગે છે." મેં કહ્યું.

"ઊંહ…, તો તેમનાથી કોઈ પણ ભૂલ થઈ હોવી જોઈએ," જોન્સે જાણે તેનાથી સંતોષ થતો હોય તેમ કહ્યું. "અચ્છા, તો આપણામાંના શ્રેષ્ઠ પણ ક્યારેક ગોથું ખાઈ જતા હોય છે. બની શકે કે આ ચેતવણી પણ ખોટી હોય પણ એક સરકારી અધિકારી તરીકે મારી ફરજ બને છે કે મારે તેના પર ધ્યાન આપવું જોઈએ. પણ દરવાજે કોઈક આવ્યું લાગે છે, કદાચ તે જ હશે."

દાદર પર ભારે પગલાંનો અવાજ આવ્યો અને સાથે સાથે ઊંડા શ્વાસોચ્છ્વાસનો સિસોટીવાળો અવાજ પણ આવ્યો. જાણે તેને ચડવામાં તકલીફ પડતી હોય તેમ તે ઉપર આવતા બે વાર રોકાયો હોય તેવું લાગ્યું. છેવટે તે અમારા દરવાજે આવી પહોંચ્યો. તેનો દેખાવ તેના અવાજ પ્રમાણે જ હતો. તે એક મોટી ઉંમરનો માણસ હતો. વહાણવટુઓ જેવો તેનો પોશાક હતો. તેણે જૂનાપુરાણો ખારવાઓ પહેરે તેવો ડગલો પહેર્યો હતો અને તેના બટન પણ છેક ડોક સુધી બંધ કરવામાં આવ્યા હતા. તેનો વાંસો વળી ગયો હતો, તેના ગોઠણ ધ્રૂજી રહ્યા હતા અને જાણે તેને અસ્થમા થયો હોય તેમ તેનો શ્વાસ ફૂલી રહ્યો હતો. તેની હડપચી આસપાસ તેણે રંગીન ખેસ લપેટ્યો હતો. હું તેનો જરીક અમથો જ ચહેરો જોઈ શકતો હતો; તેની ધોળી ગુચ્છાદાર ભ્રમરોમાંથી તેની કાળી આંખો ડોકિયાં કરી રહી હતી અને તેની દાઢી પણ ગુચ્છાદાર હતી. આ બધું જ મને કોઈ સમ્માનનીય ખારવાનાં લક્ષણો તરફ દોરી જતું હતું પણ કદાચ તે વર્ષોથી ગરીબીમાં જીવતો હોય તેવું લાગતું હતું.

"ભલા માણસ, શું છે આ બધું ?" મેં પૂછ્યું.

હું તેની સામે તાકી તાકીને જોઈ રહ્યો.

"શું શ્રીમાન શૅરલૉક હોમ્સ અહીં છે ?" તેણે પૂછ્યું.

"ના, પણ હું તેમના કામ માટે જ અહીં બેઠો છું, જો તમારી પાસે કોઈ સંદેશ હોય તો તમે મને કહી શકો છો."

“આ તો મારે તેમને ને માત્ર તેમને જ કહેવાનું છે.” તેણે કહ્યું.

“પણ હું કહું છું ને કે હું તેમના કામ માટે જ બેઠો છું. શું તમે મોર્ડેકાઈ સ્મિથની હોડી વિષે કંઈ કહેવા માગો છો ?”

“હા. મને ખબર છે કે તે ક્યાં છે. અને હું તે પણ જાણું છું કે તે જે માણસો પાછળ છે તેઓ ક્યાં છે. અને ખજાનો ક્યાં છે તે પણ હું જાણું છું. હું બધું જ જાણું છું.”

“તો પછી મને જણાવો, હું તેને બધી વાત જણાવીશ.”

“પણ મારે તો તેમની સાથે જ વાત કરવાની હતી,” કોઈ વૃદ્ધ માંડમાંડ બોલી શકતો હોય તેમ તેણે પોતાની વાતને પુનરાવર્તિત કરી.

“તો પછી તમારે રાહ જોવી પડશે.”

“ના, ના, હું કંઈ આખો દિવસ બેસી રહેવા નવરો નથી. જો શ્રીમાન હોમ્સ અહીં ન હોય તો પછી તે ખુદ જ બધું જાણી લે. તમને મારે કશું કહેવાની જરૂર નથી.”

તે બારણા તરફ જવા લાગ્યો, પણ એથેન્લી જોન્સ તેની આગળ જ ઊભો રહી ગયો.

“ભઈલા, જરા ઊભો તો રહે,” તેણે કહ્યું. “તારી પાસે મહત્ત્વની માહિતી છે અને તારે આમ જતું ન રહેવું જોઈએ. તારી મરજી હોય કે ન હોય પણ જ્યાં સુધી અમારો મિત્ર નહીં આવે ત્યાં સુધી તારે અહીં બેસવું જ પડશે.”

વૃદ્ધ માણસે થોડું દોડીને બારણા બહાર જવાનો પ્રયત્ન કર્યો પણ એથેન્લી જોન્સ તેની સામે પથ્થરની જેમ ઊભો રહ્યો. હવે તે સમજી ગયો હતો કે તેની આનાકાની નહીં ચાલે.

“આ તો ખૂબ ખરાબ વર્તણૂક કહેવાય !” તેણે પોતાની લાકડી પછાડતાં કહ્યું. “હું અહીં કોઈ સારા માણસને મળવા આવ્યો હતો અને તમે બન્ને ! તમારા જેવા માણસો મેં મારી જિંદગીમાં નથી જોયા કે જે મને આ રીતે બળજબરીથી રોકી રાખે !”

“તમારે ચિંતા કરવાની જરૂર નથી,” મેં કહ્યું. “જે કંઈ પણ તમે આ સમય દરમિયાન ખોશો તેનું અમે વળતર આપી દઈશું, જરા અહીં સોફા પર આરામથી બેસો, તમારે વધારે રાહ નહીં જોવી પડે.”

તે ચિડાઈને સોફા પર બેસી ગયો અને પોતાનો ચહેરો પોતાના પંજા પર ટેકવીને બેઠો રહ્યો. જોન્સ અને મેં અમારી સિગારેટ ફૂંકવાની શરૂ કરી અને સાથે સાથે વાતો કરવાની પણ શરૂ કરી. અચાનક હોમ્સનો અવાજ આવ્યો.

“મને એમ કે તમે મને એક સિગાર માટે પૂછશો,” તેણે કહ્યું.

“અમે અમારી ખુરશીમાં જ સ્થિર થઈ ગયા. હોમ્સ અમારી સાથે જ બેઠો હતો.”

“હોમ્સ !” મારા મોઢામાંથી ઉદ્‌ગાર નીકળી ગયો. “તું અહીં છે ! તો પેલો વૃદ્ધ ક્યાં ગયો ?”

“વૃદ્ધ આ રહ્યો,” તેણે કહ્યું, ધોળા વાળનો ગુચ્છો બતાવતાં તેણે કહ્યું. “આ રહ્યો તે - તેના નકલી વાળ, તેની દાઢી, તેની ભ્રમરો. મને એ તો ખ્યાલ હતો જ કે મારો

વેશપલટો કમાલનો છે. પણ તમે લોકો પણ મને નહીં ઓળખી શકો તેની મને નહોતી ખબર."

"અરે, બદમાશ !" જોન્સે ખડખડાટ હસતાં કહ્યું, "તમારે તો એક અભિનેતા બનવા જેવું હતું. તમારા આ ધ્રૂજતા ઘૂંટણ તમને અઠવાડિયાના દસ પાઉન્ડ આસાનીથી કમાવી અપાવત. મારા ખ્યાલથી હું તમારી આંખોની ચમક ઓળખી ગયો હતો અને માટે જ મેં તમને અહીંથી બહાર ન જવા દીધા."

"મેં તે જ પહેરવેશમાં આખો દિવસ કામ કર્યું," તેણે પોતાની સિગાર ચેતાવતાં કહ્યું, "જ્યારથી મારા આ મિત્રએ મારાં કારનામાંઓ પ્રકાશિત કરવા માંડ્યા છે ત્યારથી ઘણા ગુનેગારો મને ઓળખતા થઈ ગયા છે. માટે મારે આવો સીધોસાદો વેશપલટો કરવો પડ્યો. તમને મારો તાર મળ્યો ?"

"હા, તેથી જ હું અહીં આવ્યો છું."

"તમારો કેસ કેટલો આગળ વધ્યો છે ?"

"સરવાળે જરા પણ નહીં. મારે મારા બે કેદીઓને પુરાવાને અભાવે છોડી દેવા પડ્યા અને બીજા બે વિરુદ્ધ પણ મારી પાસે કોઈ જ પુરાવા નથી."

"ચિંતા ના કરો. તેની જગ્યાએ અમે તમને બીજા બે આપીશું. પણ તે માટે તમારે મારા કહ્યા પ્રમાણે કરવું પડશે. તમને સરકારી બધો જ યશ મળશે પણ તમારે હું કહું તેમ જ કરવું પડશે. સંમત છો ?"

"સંપૂર્ણપણે, જો તમે ગુનેગારોને પકડવામાં મદદ કરતા હો તો કેમ નહીં ?"

"વારુ, તો પછી સૌપ્રથમ મારે એક ઝડપી પોલીસ બોટ જોઈશે. તે વરાળથી ચાલતી હોવી જોઈએ અને બરાબર સાત વાગ્યે તે વેસ્ટમિનિસ્ટર્સ દાદરના ડક્કા આગળ હાજર હોવી જોઈએ."

"તેમાં કોઈ જ સમસ્યા નથી. ત્યાં હંમેશા એક હોડી હાજર જ હોય છે પણ તેમ છતાં પણ હું ટેલિફોન કરીને પાક્કું કરી લઈશ."

"પછી મારે બે ખડતલ માણસો જોઈશે, કદાચ કોઈ ધોલધપાટ થાય તો."

"હોડીમાં એમ પણ બે કે ત્રણ તેવા માણસો હોય જ છે. બીજું કંઈ ?"

"જ્યારે આપણે તે લોકોને બાનમાં લઈશું ત્યારે જ આપણે ખજાનો મેળવી શકીશું. અને મારા મિત્રને તે પટારો તેની હક્કદાર સ્ત્રી સમક્ષ લઈ જવામાં આનંદ થશે અને તેણી જ તેને સૌપ્રથમ ખોલે તો સારું રહેશે, કેમ વૉટસન ?"

"મારા માટે તે આનંદની વાત છે."

"સાચું કહું તો આ નિયમો વિરુદ્ધની પ્રક્રિયા છે," જોન્સે પોતાનું માથું હલાવતાં કહ્યું, "જો કે સમૂળગી બાબત જ નિયમો વિરુદ્ધની છે. પણ ત્યાર બાદ ખજાનો સત્તાધીશોને સોંપવામાં આવશે, કમસે કમ આખીયે કાયદાકીય વિધિ પતી ન જાય ત્યાં સુધી."

"ચોક્કસ. તેમાં કોઈ જ સમસ્યા નથી. બીજો એક મુદ્દો. મારે આ બાબતને લગતી કેટલીક વિગતો ખુદ જોનાથન સ્મૉલના મોઢે સાંભળવી છે. તમને તો ખ્યાલ જ હશે કે મને મારા મામલાઓમાં વિગતો મેળવવી ખૂબ ગમે છે. તેની સાથેની મારી બિનસરકારી પૂછપરછમાં તમને કોઈ વાંધો ન હોવો જોઈએ, પછી ભલે તે પૂછપરછ અહીં હું મારા ઓરડામાં કરું કે બીજે ક્યાંય. જો કે તેને ભાગી જવા માટે જરા પણ મચક નહીં આપવામાં આવે."

"હાલ તો પરિસ્થિતિના માલિક તમે જ છો. હજુ મારી પાસે કોઈ જોનાથન સ્મૉલના અસ્તિત્વનો કોઈ પુરાવો પણ નથી. તેમ છતાં પણ જો તમે તેને પકડી લો તો હું તમારી પૂછપરછ સામે કોઈ વાંધો નહીં ઉઠાવું."

"બધું જ સમજાઈ ગયું, બરાબર ?"

"સંપૂર્ણપણે, બીજું કંઈ ખરું ?"

"માત્ર તેટલું જ કે હું તમને અમારી સાથે આજ સાંજનું ખાણું લેવાનો આગ્રહ કરું છું. તે અડધો કલાકમાં જ તૈયાર થઈ જશે. આજના જમવામાં છીપલાંવાળી માછલી અને જંગલી મરઘો છે, અને તેની સાથે આપણે થોડી વ્હાઇટ વાઇન પણ લઈશું... વૉટસન, તેં હજુ એક રસોયા તરીકેની મારી આવડતને અનુભવી નથી. આજે અનુભવી જો."

❖

પ્રકરણ ૧૦

ઠીંગણા આદિવાસીનો અંત

અમારું જમવાનું ખરેખર સ્વાદિષ્ટ હતું. તેની પસંદગી ખરેખર ઉત્તમ હતી. તે આનંદોલ્લાસની ટોચ પર હતો. મને નહોતી ખબર કે તે આટલી હદે શ્રેષ્ઠ હશે. તે કોઈ પણ વિષય પર સારું એવું બોલી શકે છે - પછી તે મધ્યયુગીન નાટકો બાબતે હોય, મધ્યયુગીન કવિતાઓ બાબતે હોય, વાયોલિનવાદન હોય, બુદ્ધિઝમ હોય, કે પછી ભવિષ્યની યુદ્ધનૌકાઓ વિષે. તે દરેક વિષય પર જાણે તેણે તેના પર ખાસ અભ્યાસ કર્યો હોય તેવી રીતે બોલી શકે છે. એથેલ્ની જોન્સ હવે રાહત અનુભવી રહ્યો હતો, તેણે સાંજનું વાળું પણ પ્રસન્નચિત્તે લીધું. મારી વાત કરું તો હું અમારા આ સંશોધનના છેડા પર પહોંચવાથી અને હોમ્સને પ્રસન્ન જોઈને ગર્વ અનુભવી રહ્યો હતો. જે કારણસર અમે બધા ભેગા મળીને જમી રહ્યા હતા તેનો જમતાં જમતાં કોઈએ પણ ઉલ્લેખ ન કર્યો.

જમવાનું ટેબલ સાફ થયું એટલે હોમ્સે ઘડિયાળમાં જોયું અને ત્રણ પ્યાલા ભર્યા.

તેણે પોતાનો પ્યાલો ઊંચો કર્યો અને કહ્યું, “આપણા કામની સફળતા માટે. હવે અભિયાન પર જવાનો સમય થઈ ગયો છે. તારી પિસ્તોલ તૈયાર છે, વૉટસન ?”

“મારી પાસે મારા ટેબલના ખાનામાં મારી જૂની સર્વિસ રિવોલ્વર છે.”

“તો લઈ લે તારી સાથે. સારું રહેશે. તૈયાર રહેવું સારું. ઘોડાગાડી આવી ગઈ છે મેં તેને પોણા છએ આવવાનું કહ્યું હતું.”

અમે જ્યારે વેસ્ટમિનિસ્ટરના ડક્કાએ પહોંચ્યા ત્યારે પોણા સાત વાગ્યા હતા. હોડીમાં અમારી રાહ જોવાઈ રહી હતી. હોમ્સે તેના પર એક બારીક નજર ફેરવી.

“તે એક પોલીસ બોટ છે તેવું દર્શાવતું બીજું કંઈ છે ?”

“હા, પેલું લીલું ફાનસ.”

“કાઢી નાખો તેને.”

તેને કાઢી નાખવામાં આવ્યું. અમે હોડી પર ચડ્યા અને લંગર છોડી દેવામાં આવ્યા. એક માણસ એન્જિન પાસે હતો જ્યારે બીજા બે આગળની બાજુએ હતા.

"કઈ તરફ ?"

"ટાવર તરફ. તેમને કહો કે જેકોબ્સન યાર્ડની બરાબર સામેની બાજુએ ઊભી રાખે."

"અમારી હોડી ખરેખર ઝડપી હતી. અમે મોટી મોટી માલવાહક હોડીઓને પાછળ છોડી રહ્યા હતા, જાણે તે ત્યાંથી ખસતી જ ન હોય. હોમ્સને હોડીની ઝડપથી સંતોષ હતો અને તેના ચહેરા પર હળવાશ હતી."

"આપણે નદી પરની કોઈ પણ વસ્તુને આંબી શકીએ તેમ છીએ." તેણે કહ્યું.

"હા, આપણને માત આપી શકે તેવી કેટલીક જ હોડીઓ નદીમાં છે."

"આપણે ઑરોરાને પકડવી પડશે, તેને લોકો ચીલઝડપવાળી નૌકા તરીકે ઓળખે છે. હવે હું તને આખીયે સ્થિતિ જણાવું. તને તો ખબર જ છે કે નાની એવી વિગત પરથી પણ હું કેટલું મોટું અનુમાન લગાવી શકું છું."

"હા."

"મેં મારા મગજને આ બધા જ વિચારોમાંથી સંપૂર્ણપણે આરામ આપવાનું નક્કી કર્યું અને મારી જાતને રાસાયણિક પૃથક્કરણમાં પરોવી. એક મહાન વાક્ય છે કે કામને બદલવું એ એક મોટા આરામ લેવા બરાબર છે. મેં પણ તેમ જ કર્યું. મેં રાસાયણિક પ્રયોગો કરવાં શરૂ કર્યાં. હાઇડ્રોજનને ઓગાળવાની ક્રિયામાં મને સફળતા મળતાં હું ફરી પાછો આપણી શોલ્ટો કુટુંબની સમસ્યા તરફ વળ્યો અને મેં એક વાર ફરી આખીયે બાબતને વિચારી જોઈ. મારા છોકરાઓએ નદીના બે કિનારા અને આખી નદીને ફંફોસી મારી હતી પણ તેમને કંઈ જ નહોતું મળ્યું. નૌકાને ન તો ક્યાંક લાંગરવામાં આવી કે ન તો તે ક્યાંય તરતી દેખાઈ હતી કે ન તો તે પાછી તેનાં સ્થાને પહોંચી હતી. તેઓ આટલી જલદી તો તેનાં નિશાન ન જ છુપાવી શકે. પછી તો માત્ર એક જ કલ્પનાતીત વિચાર બાકી રહે છે. મને એટલી તો ખબર હતી કે આ માણસ, સ્મૉલ પાસે કંઈક આવડત હતી, પણ હું તેને આટલો બધો કુશળ નહોતો ધારતો. પણ તે કુશળ હતો અને તેવું ત્યારે જ બને જ્યારે તેણે ઉચ્ચ ભણતર મેળવ્યું હોય. પછી મને ખ્યાલ આવ્યો કે કેટલાક સમયથી તે ઇંગ્લૅન્ડમાં હતો કારણ કે તેણે એકધારી પોન્ડિચેરી લોજ પર નજર રાખી હતી. જો તેની પાસે આખાયે મામલાને થાળે પાડવા માટે એક જ દિવસ હોય તો તે કંઈ તાત્કાલિક સૂચના આપીને ન જઈ શકે. થોડો ઘણો સમય તો તેને તેમાં લાગે જ. મારી આવી કલ્પના હતી."

"મને તારું આ અનુમાન થોડુંક નબળું લાગે છે," મેં કહ્યું, "તેના કરતાં તો એવી શક્યતા વધારે છે કે તેણે પોતાનું કામ પાર પાડ્યું હોય તે પહેલાં જ તેણે બધી વ્યવસ્થા કરી લીધી હોય."

"ના, હું તેવું ભાગ્યે જ વિચારું. હું માનું છું ત્યાં સુધી સ્મૉલે એવું વિચાર્યું હશે કે તેના સાથીના આવા વિચિત્ર દેખાવના કારણે તેમના વિશે વિવિધ જાતની વાતો ઊડે અને કદાચ તેમને આ નોરવૂડવાળા મામલા સાથે સાંકળવામાં આવે. તે એટલો તો

બુદ્ધિશાળી હતો કે તે વિષે વિચારે. તેમણે તેમના સ્થાનેથી અંધારામાં જ પ્રયાણ કરવાનું ચાલુ કર્યું હોય અને અજવાળું થાય તે પહેલાં ફરી પાછા ક્યાંક સંતાઈ જવાનું વિચાર્યું હોય. શ્રીમતી સ્મિથના જણાવ્યા પ્રમાણે તેમણે ત્રણ વાગ્યા પછી નૌકા લીધી હતી અને જેવી સવાર પડી હશે અને લોકો કામે લાગ્યા હશે કે તરત તેઓએ ક્યાંક આશરો લીધો હશે. માટે જ મારું એવું માનવું છે કે તેઓ વધારે દૂર નહીં ગયા હોય. તેમણે સ્મિથનું મોઢુ બંધ રાખવા અને વહેલી તકે નૌકા લઈને ફરાર થઈ જવા તેનાં ખિસ્સા ભરી દીધાં હશે અને ઉતાવળે ઉતાવળે પોતાના રહેઠાણે ખજાનાનો પટારો લઈને જતા રહ્યા હશે. તે દરમિયાન તેમણે બે રાત્રી છાપામાં આખાયે મામલા વિષે શું સમાચાર આવે છે તે જોયે રાખ્યું હશે અને જો કોઈ શંકા ગઈ તો તરત જ ત્યાંથી અંધારાની આડશમાં તેઓ ગ્રેવસેન્ડ કે પછી ડૉન્સ ખાતે પહોંચીને અમેરિકા કે કોલોનિઝ તરફ પ્રયાણ કરશે."

"પણ હોડીનું શું ? તે કંઈ તેઓ પોતાની વીશીમાં થોડા લઈ ગયા હોય ?"

"ન જ લઈ ગયા હોય. હું માનું છું કે હોડીને થોડી સમય માટે અદશ્ય કરી દેવામાં આવી હશે. પછી મેં મારી જાતને સ્મૉલની જગ્યાએ મૂકી જોઈ અને તેની જેવી ક્ષમતા સાથે જ હું તે બાબતે વિચારવા લાગ્યો. તેણે ચોક્કસ એવું વિચાર્યું હશે કે હોડીને પાછી મોકલી અને જો પોલીસ તેની શોધખોળ કરતી હશે તો તેઓ તેને ઓળખી જશે અને તેને પણ પોલીસ તેની પાછળ છે તેવી ખબર પડી જશે. તો પછી તે હોડીને છુપાવે કઈ રીતે અને જરૂર પડ્યે હાથવગી કઈ રીતે રાખી શકે ? મેં તરત જ તેની જગ્યાએ મારી જાતને મૂકીને વિચારી જોયું. તે માટે મને માત્ર એક જ રસ્તો સૂઝયો. હું તે હોડીને કોઈ હોડીની મરમ્મત કરનારા પાસે લઈ જઉં અને તેનો દેખાવ જ બદલી નાખવાનું કહું. અને આમ હું હોડીને છુપાવી પણ શકું અને થોડા કલાકોમાં તેને પાછી પણ મેળવી શકું."

"આ તો ઘણું સરળ લાગે છે."

"આ સરળ બાબત પર જ આપણે આધાર રાખવાનો છે. મેં તે અનુમાન પર જ આગળ વધવાનો નિર્ણય લીધો. અને મેં નદી બાજુ આવેલી હોડીઓનું સમારકામ કરતી દરેકેદરેક જગ્યાઓ પર તપાસ કરી. પંદર જગ્યાઓ પર મને કશું જ ન મળ્યું પણ સોળમી જગ્યા એટલે કે જેકોબ્સના કારખાનામાં તપાસ કરતાં મારી જાણમાં આવ્યું કે ઑરોરાને બે દિવસ પહેલાં ત્યાં આગળ એક લાકડાના પગવાળા માણસ દ્વારા સોંપવામાં આવી હતી, તેમાં કોઈક નજીવી તકલીફના કારણે તે સમારકામ માટે આવી હતી. "પણ તેમાં કોઈ જ ખામી નહોતી," કારીગરે કહ્યું. "એ રહી તે પેલી લાલ પટ્ટાવાળી." તે જ ક્ષણે મોર્ડેકાઈ સ્મિથ, તેનો ગુમ થયેલો માલિક તેમાંથી બહાર આવ્યો. તે બિલકુલ પીધેલી હાલતમાં હતો. કદાચ હું તેને ઓળખી શક્યો ન હોત પણ તેણે જ તેનું અને તેની હોડીનું નામ કહ્યું. 'મારે મારી હોડી આજે રાત્રે બરાબર આઠ વાગ્યે જોઈએ છે.' તેણે કહ્યું, 'બરાબર આઠ વાગ્યે, કારણ કે બે જણ તેની રાહ જોતા ઊભા હશે.' તેઓને તેને

ખાસ્સા એવા પૈસા આપ્યો હોવા જોઈએ, કારણ કે તે પૈસાથી નાહી રહ્યો હતો, પેલા કારીગરને તે ક્યારનો શિલિંગ જ બતાવી રહ્યો હતો. મેં થોડું અંતર રાખીને તેનો પીછો કર્યો તો તે કોઈ દારૂના પીઠામાં ગાયબ થઈ ગયો. હું પાછો જહાજવાડામાં આવી ગયો. રસ્તામાં મેં મારા એક માણસને સાથે લીધો અને તેને તે લોકો પર નજર રાખવા ત્યાં ગોઠવી દીધો. મેં તેને ત્યાં પાણી આગળ ઊભા રહેવાનું કહ્યું છે, અને તેઓ જ્યારે પણ ત્યાંથી નીકળે ત્યારે તેને રૂમાલ હલાવવાની સૂચના આપી છે. આપણે હવે આપણી મંજિલ પર જ છીએ અને તેમ છતાં પણ જો આપણે ગુનેગારોને અને ખજાનાને નહીં મેળવી શકીએ તો તે ઘણું વિચિત્ર કહેવાશે.

"તેં સારી યોજના ઘડી છે, પછી તે સારા માણસો હોય કે ખરાબ," જોન્સે કહ્યું, "મારી પાસે અહીં જેકોબ્સ યાર્ડમાં કેટલાક પોલીસકર્મીઓ છે, તેઓ જેવા બહાર આવશે કે તરત તેમની ધરપકડ થઈ જશે."

"તેવું ક્યારેય નહીં બને. આ માણસ, જેની આપણે વાત કરી રહ્યા છીએ, તે સ્મૉલ એક ચતુર માણસ છે. તેની આગળ તે પોતાનો કોઈક ગુપ્તચર મોકલશે અને જો તેને કંઈ શંકાસ્પદ લાગશે તો તે બીજા એક અઠવાડિયા માટે ગાયબ થઈ જશે."

"પણ તેં મોર્ડેકાઇ સ્મિથને તો પકડી જ લીધો હતો, તો પછી તે જ તને તેમની જગ્યાએ લઈ જઈ શક્યો હોત." મેં કહ્યું.

"તેમ કરવા ગયો હોત તો મારો સમય જ બગડ્યો હોત. કારણ કે સોમાંથી એક જ શક્યતા હતી કે સ્મિથને તે લોકોના ઠેકાણાની ખબર હોય. તેને જ્યારે આટલા બધા પૈસા મળતા હોય તો તે શા માટે કોઈ પ્રશ્ન પૂછે ? તે તેને દરેક સૂચના સંદેશા દ્વારા જ આપતો હશે. મેં તેના દરેક પાસા પર વિચારી જોયું હતું અને મને આ જ રસ્તો યોગ્ય હતો."

આ આખીયે વાતચીત ચાલી રહી હતી ત્યારે અમે થેમ્સ પર આવેલા એક પછી એક પુલને પાર કરીને નદીમાં આગળ વધી રહ્યા હતા. સૂર્યનું છેલ્લું કિરણ સેન્ટ પોલની ટોચ પર પડી રહ્યું હતું. અમે ટાવર પાસે પહોંચ્યા ત્યારે સાંજ પડી ગઈ હતી.

"પેલું રહ્યું જેકોબ્સ યાર્ડ," હોમ્સે આંગળી ચીંધતાં કહ્યું. "અહીં જરા હોડી ધીમી પાડો અને ઊભી રાખો." હોમ્સ થોડી વાર કિનારા તરફ તાકી રહ્યો. "મને મારો માણસ તેની જગ્યાએ દેખાય છે," તેણે કહ્યું, "પણ કોઈ હાથરૂમાલ નથી દેખાતો."

"આપણે નીચેની તરફ જઈને તેમની રાહ જોઈએ તો ?" જોન્સે આતુરતાથી કહ્યું.

આ પળે તો અમે બધા જ ઉત્તેજિત હતા. અરે, પોલીસવાળા અને પેલા હોડીનું ધ્યાન રાખનારાઓ પણ આતુર હતા.

"આપણે બધી જ બાજુથી વિચારીને ચાલવાની જરૂર છે." હોમ્સે કહ્યું, "દસમાંથી એક સંભાવના છે કે તેઓ ઉતરાણ બાજુ જાય પણ આપણે તે ચોક્કસ ન કહી શકીએ. આ

બાજુએથી આપણને વાડાનો પ્રવેશ પણ દેખાશે અને તે લોકો આપણને નહીં જોઈ શકે. આજની રાત ચોખ્ખી અને અજવાળાવાળી રહેવાની છે. આપણે અહીં જ રોકાવું જોઈએ. અંદરથી કંઈક પ્રકાશ આવી રહ્યો છે."

"તે તો અંદર કંઈક કામ ચાલતું હશે તેનો પ્રકાશ છે."

"શું પેલો કોઈ હાથરૂમાલ છે ? કદાચ કોઈ ધોળું વાવટું ફરકી રહ્યું લાગે છે."

"હા, તે તારો છોકરો છે," મેં મોટેથી કહ્યું. "હું તેને સ્પષ્ટ રીતે જોઈ શકું છું."

"અને પેલી રહી ઑરોરા," હોમ્સે ઉદ્ગાર કાઢ્યો, "જબરી દોડાવી મૂકી છે, પૂરઝડપે, ચાલ એન્જિનિયર તેની પાછળ દોડાવી મૂક. જો તે આપણા કરતાં આગળ નીકળી ગઈ તો હું મારી જાતને ક્યારેય માફ નહીં કરી શકું."

તે પલકવારમાં તો યાર્ડના પ્રવેશમાંથી બહાર આવી નીકળી ગઈ. હવે તે હવામાં ઊડી રહી છે, ગજબની ઝડપે ભાગી રહી છે. જોન્સ તેની સામે ગંભીરતાથી જોઈ રહ્યો અને પોતાનું માથુ હલાવ્યું.

"તે ખૂબ ઝડપી છે," તેણે કહ્યું, "મને શંકા છે કે આપણે તેને પકડી શકીશું કે કેમ."

"આપણે તેને પકડવી જ પડશે !" હોમ્સે બૂમ પાડી, "દોડાવ, ભઈલા, દોડાવ, ગમે તે ભોગે પણ આપણે તેને આંબવાનું જ છે."

હવે અમે તેની ઘણી નજીક આવી ગયા હતા. અમારી બોટનું એંજિન તેની પૂરી તાકાતથી ચાલી રહ્યું હતું. અમારી હોડી આગળ એક મોટી પીળી બત્તી લગાવવામાં આવી હતી જેનો પ્રકાશ ઘણે દૂર સુધી પાણીમાં પડતો હતો. તેની આગળ જ પાણી પર ઝાંખી ઝાંખી ઑરોરા ભાગી રહી હતી અને તેની ગતિના કારણે પાછળ પાણીમાં જે ફીણ થતાં હતાં તે તેની દિશા દર્શાવતા હતા. અમે મોટી આગબોટો, વેપારીઓનાં વહાણો આગળથી પૂરઝડપે પસાર થઈ રહ્યા હતા, તેમાંથી અમારા માટે બૂમો પડાઈ રહી હતી. પણ અમે તો ઑરોરાની પાછળ પડ્યા હતા તેની ગતિ પણ તેવીને તેવી જ હતી, પરંતુ અમે તેની ઘણા નજીક આવી ગયા હતા.

"દોડાવ, છોકરા દોડાવ !" હોમ્સે નીચે એન્જિન રૂમમાં નજર કરતાં ત્રાડ પાડી. "એન્જિનને બને તેટલું દોડાવો."

"મારા ખ્યાલથી આપણે તેની થોડા નજીક આવ્યા છીએ," જોન્સે ઑરોરા સામે જોતા કહ્યું.

"ખરેખર," મેં કહ્યું. "થોડી જ મિનિટોમાં આપણે તેને આંબી જઈશું."

અચાનક અમારી હોડી ખેંચાઈ અને અમે સમતોલન ગુમાવી દીધું. માંડ માંડ મહાપ્રયત્ને સુકાનને અમે કાબૂમાં લાવ્યા અને અથડાતાં અથડાતાં બચી ગયા, પણ હજુ અમે અમારો રસ્તો પાછો પકડીએ ત્યાં તો ઑરોરા અમારાથી બસ્સો વાર દૂર જતી રહી હતી. અમારા બોઈલરો તેની પૂરી ક્ષમતાએ કામ કરી રહ્યા હતા અને અમે અમારી અને ઑરોરા વચ્ચેનું અંતર ઓછું કરી રહ્યા હતા. અમે વેસ્ટ ઇન્ડિયા ડૉક્સ અને પછી ડેપ્ટફોર્ડ

રીચ અને પછી ઈઝલ ઓપ ડોગ્સ આગળથી પલકવારમાં પસાર થઈ ગયા. પેલી ઝાંખી વસ્તુ હવે ધીમે ધીમે સ્પષ્ટ થવા લાગી હતી. જોન્સે અમારી સર્ચ લાઈટ તેના પર ફેરવી જેથી કરીને અમે તેના પરની આકૃતિઓ સ્પષ્ટપણે જોઈ શકીએ. એક માણસ હોડીની પૂંછડી આગળ બેઠો હતો, જેના ગોઠણ વચ્ચે કંઈક કાળું કાળું દેખાઈ રહ્યું હતું અને તેના પર તે નમેલો હતો. તેની બાજુમાં કંઈક કાળું કાળું પડ્યું હતું જે કંઈક ન્યુફાઉન્ડલૅન્ડના કૂતરા જેવું લાગી રહ્યું હતું. એક છોકરાના હાથમાં હોડીનું સુકાન હતું. ભઠ્ઠીના રાતા પ્રકાશમાં હું વૃદ્ધ સ્મિથને જોઈ શકતો હતો જે પોતાનો જીવ બચાવવા ભઠ્ઠીમાં એકધારા કોલસા નાખી રહ્યો હતો. તેમને શરૂઆતમાં કદાચ ખ્યાલ નહોતો આવ્યો કે કોઈક તેમનો પીછો કરી રહ્યું હતું પણ જ્યારે અમે દરેકેદરેક વળાંક પર અનુસરી રહ્યા હતા તેનો જ્યારે તેમને ખ્યાલ આવ્યો ત્યારે તેમને ખાતરી થઈ ગઈ અમે તેમનો પીછો કરી રહ્યા હતા. મેં મારી જિંદગીમાં મારી કારકિર્દી દરમિયાન વિવિધ દેશોમાં ઘણી દોડાદોડી કરી છે પણ આ રીતે થેમ્સ નદી પર કોઈનો પીછો હવાની જેમ ઊડીને નથી કર્યો. ખરેખર આ અનુભવે મને ઉત્તેજિત કરી મૂક્યો હતો. ઑરોરાના તૂતક પરનો માણસ હજુ પણ ત્યાં જ હતો અને તેના હાથ એકધારા હલી રહ્યા હતા, જાણે તે કોઈ કાર્યમાં વ્યસ્ત ન હોય. વારે ઘડીએ તે અમારા વચ્ચેનું અંતર નજરથી માપી માપીને જોતો રહેતો હતો. જ્યારે જ્યારે અમે તેની નજીક આવી જતા હતા ત્યારે ત્યારે જોન્સ તેમને થોભી જવાના બરાડા પાડે રાખતો હતો. હવે અમે તેમનાથી માત્ર ચાર હોડી જેટલા જ છેટા હતા. બન્ને હોડીઓ ગજબની ઝડપે દોડી રહી હતી. નદીની એક બાજુ બાર્કિંગ લેવલ હતું જ્યારે બીજી બાજુ પ્લમ્સ્ટીડ માર્થીસ હતું. અમારા બૂમો પાડવાથી તૂતક પરનો માણસ ઊછળીને ઊભો થઈ ગયો અને અમારા તરફ હાથ ઉલાળવા માંડ્યો અને ખોખરા અવાજમાં અમને ભાંડવા માંડ્યો. તે એક કદાવર અને તાકાતવાન માણસ હતો. મેં જ્યારે તેને ધ્યાનથી જોયો ત્યારે મને તેના ગોઠણ આગળ લાકડાનો પગ જોડાયેલો દેખાયો. તેની આવી બૂમો સાંભળી તરત જ તૂતક પર એક બીજો પડછાયો ઊભો થતો દેખાયો. મારા જીવનમાં મેં આટલો ઠીંગણો માણસ પહેલાં ક્યારેય નહોતો જોયો. તેનું માથું સાવ જ આકાર વગરનું હતું, તેના વાળ ક્યારેય ઓળ્યા ન હોય તેવા ગૂંચવાયેલા અને અસ્તવ્યસ્ત હતા. જેવી આ વ્યક્તિ અમારી નજરમાં આવી કે તરત જ હોમ્સે પોતાની રિવોલ્વર હાથમાં લઈ લીધી અને મેં પણ મારી પિસ્તોલ બહાર કાઢી લીધી. તેણે કંઈક ધાબળા જેવું ઓઢ્યું હતું તેનું માત્ર માથું જ બહાર દેખાતું હતું. તેનો ચહેરો જ એવો બિહામણો હતો કે કોઈપણ માણસની ઊંઘ ઊડી જાય. મેં કોઈના ચહેરા પર પહેલી વાર આવા ક્રૂર અને જંગલી હાવભાવ જોયા હતા.

"જો તે પોતાનો હાથ ઊંચો કરે તો તેને વીંધી જ નાખજો," હોમ્સે તરત જ કહ્યું.

હવે અમે માત્ર એક હોડી જેટલા જ છેટા હતા. હવે અમે તે બન્નેને સ્પષ્ટપણે જોઈ શકતા હતા. તેણે એક કારમી ચીસ પાડી, અમે સર્ચલાઈટના પ્રકાશમાં તેના પીળા દાંત

જોઈ શક્યા. ભગવાનની મહેરબાની હતી કે અમે તે લોકોને સ્પષ્ટ જોઈ શકતા હતા. કારણ કે અમે જોઈ શક્યા કે તેણે ધાબળામાંથી કંઈક લાકડાની ફૂટપટ્ટી જેવડું બહાર કાઢ્યું અને તેને પોતાના હોઠ આગળ ધર્યું અને અમારી પિસ્તોલ એક સાથે ફૂટી. તેણે ગોથું ખાધું અને રૂંધાયેલા અવાજે નદીના વહેણમાં પડી ગયો. તે જ વખતે લાકડાના પગવાળા માણસે પોતાની જાતને સુકાન પર નાખી અને દક્ષિણી કિનારા પર હોડી લઈ જવાનો પ્રયાસ કર્યો. તે એક કાદવવાળી જગ્યા હતી. ચંદ્રના પ્રકાશમાં અમે જોઈ શકતા હતા કે તે એક કળણવાળો પ્રદેશ હતો. ઑરોરાનું મોરું કાદવમાં ખૂંપી ગયું હતું જ્યારે તેનો પાછળનો ભાગ હવામાં ઊંચકાઈ ગયો હતો. ભાગેડુ તરત જ હોડીમાંથી બહાર નીકળ્યો, પણ તે ખુદ કાદવમાં ખૂંપતો જતો હતો. જેટલો તે તેમાંથી નીકળવાનો પ્રયત્ન કરતો હતો તેટલો તે તેમાં વધારે ખૂંપતો જતો હતો. હવે તે નહોતો તો આગળ જઈ શકતો હતો કે ન તો પાછળ જઈ શકતો હતો. આખરે તે અકળાઈને બૂમો પાડવા લાગ્યો હતો અને પોતાના બીજા પગ વડે લાતો મારવા લાગ્યો હતો, પણ તેના આ બધા જ પ્રયત્ના તેને તે લપસણા કિનારામાં વધારે અને વધારે ખૂંપાડતા જતા હતા. કાદવમાં તે એટલો બધો જકડાઈ ગયો હતો કે છેવટે અમારે અમારી બોટને બાજુ પર લઈ, તેના ખભા પર દોરડા નાખીને તેને હોડી વડે ખેંચીને બહાર કાઢવો પડ્યો. પેલા બે સ્મિથ બાપ-દીકરો ચૂપચાપ પોતાની હોડીમાં ભરાઈ રહ્યા હતા. છેવટે તેમને બહાર આવવાનું કહેતાં તેઓ બહાર આવ્યા હતા. ઑરોરાને પણ અમારે દોરડાથી બહાર કાઢવી પડી. તૂતક પર નક્કર લોઢાની નાની એવી તિજોરી પડી હતી તે ચોક્કસ પેલા શોલ્ટોનો ખજાનો જ હશે. તે એક ભારેખમ વસ્તુ હતી, માટે અમે ખૂબ જ કાળજીથી અમારી નૌકાની કેબિનમાં તેને લાવ્યા. પાછા ફરતાં અમે દરેક દિશામાં અમારી સર્ચલાઇટ ઘુમાવી જોઈ પણ પેલા આદિવાસીની અમને કોઈ ભાળ ન મળી. હવે તો થેમ્સના તળિયામાં જ તેના જે કોઈ અવશેષ હશે તે પડ્યા હશે.

"અહીં જુઓ," હોમ્સે બાકોરા તરફ આંગળી ચીંધી. "અમે અમારી પિસ્તોલ લઈ ફરી તૈયાર થઈ ગયા." જ્યાં અમે ઊભા રહ્યા હતા તેની બરાબર પાછળના ભાગ પર પેલો ઝેરી કાંટો ખૂંપેલો હતો. જે સમયે અમે લોકોએ પેલા આદિવાસી તરફ પિસ્તોલ તાકી તે જ ક્ષણે તેણે આ ઝેરી કાંટો અમારી તરફ ફેંક્યો હશે. હોમ્સે પોતાની આગવી અદામાં હળવાશથી ખભો હલાવ્યો અને મરકવા લાગ્યો. પણ મારે તો માનવું જ પડશે કે હું ભયનો માર્યો ફિક્કો પડી ગયો હતો કારણ કે જો તે કાંટો અમારામાંથી કોઈને વાગ્યો હોત તો તેના તો રામ જ રમી ગયા હોત.

❖

પ્રકરણ ૧૧

આગ્રાનો મહાન ખજાનો

અમારો બંદીવાન નૌકાની કેબિનમાં રાખેલી પેલી લોખંડની નાની તિજોરી આગળ બેઠો હતો. તે તિજોરીને મેળવવા તેણે શું શું નહોતું કર્યું ! તે સતત તડકામાં રહેવાને કારણે તામ્રવર્ણો થઈ ગયો હતો. તેની આંખો સાહસિક હતી, તેના ચહેરા પર જગ્યાએ જગ્યાએ કરચલીઓ પડી ગઈ હતી જે દર્શાવી રહી હતી કે તેણે પોતાનું મોટા ભાગનું જીવન ખુલ્લામાં અને કઠોર આબોહવામાં પસાર કર્યું હતું. તેની દાઢીવાળી આગળ પડતી હડપચી તેના અનોખા વ્યક્તિત્વનો અણસાર આપતી હતી. તેની ઉંમર પચ્ચાસ આસપાસની હશે કારણ કે તેના ઘણા બધા વાળ રાખોડી થઈ ગયા હતા. તેનો ચહેરો કંઈ એટલો બધો અણગમો ઉપજાવે તેવો નહોતો, જો કે તેની જાડી ભ્રમરો અને આગળ ધસી આવેલી હડપચી તેના ગુસ્સે થવાથી ઉગ્ર હાવભાવ ઉપસાવતી હતી. અત્યારે તે પોતાના હાથકડીવાળા હાથ ખોળામાં ટેકવીને બેઠો હતો. તેનું માથું તેની છાતી તરફ ઢળેલું હતું, જ્યારે તેની નજર તો પેલી નાનકડી તિજોરી પર જ ચોંટી રહેલી હતી કે જેના કારણે જ તેણે આવું બધું કરવું પડ્યું હતું. જો કે તેના ચહેરા પર નારાજગી કરતાં દુઃખના ભાવ વધારે દેખાતા હતા. એક વાર તો તેણે મારી સામે એવી રીતે જોયું કે મને તેની આંખોમાં માનવતા ઝળકી આવતી દેખાઈ.

"જોનાથન સ્મૉલ," હોમ્સે પોતાની સિગાર ચેતાવતાં કહ્યું, "મને દુઃખ છે કે આ બધાનો અંત આ રીતે આવ્યો."

"મને પણ સાહેબ," તેણે નિખાલસતાથી જવાબ આપ્યો, "મને નથી લાગતું કે મેં મારી હદ બહારનું કંઈ કર્યું હોય. હું બાઇબલ પર હાથ રાખી સમ ખાઈને તમને કહી શકું કે શ્રીમાન શોલ્ટો સામે મેં હાથ પણ ઊંચો નહોતો કર્યો. એ તો પેલા ઠીંગણા આદિવાસી ટોન્ગાનું કામ હતું જેણે પોતાનો ઝેરી કાંટો તેના લમણામાં ફૂંક્યો હતો. મારો તેમાં કોઈ જ ભાગ નથી, સાહેબ. તેના મૃત્યુથી મારા ખુદના સગાનું મૃત્યુ થયું હોય તેવું મને દુઃખ થયું હતું.

મેં તેને દોરડાના છેડાથી જડની જેમ માર્યો પણ ખરો પણ હવે કંઈ જ થઈ શકે તેમ નહોતું. જે થવાનું હતું તે થઈ ગયું હતું. હું તેને સુધારી શકું તેમ નહોતો.''

''સિગાર લો,'' હોમ્સે કહ્યું, ''અથવા તો થોડો દારૂ લો, કારણ કે તમે ખૂબ ભીના થઈ ગયા છો. તમે આ ઠીંગણા માણસ પર આટલો બધો આધાર કેવી રીતે રાખી શક્યા કે તે તમે દોરડાથી ઉપર આવો ત્યાં સુધી શ્રીમાન શોલ્ટોને રોકી રાખી શકે ?''

''તમે તો એવી રીતે કહી રહ્યા છો જાણે કે તે સમયે તમે ત્યાં હાજર હોવ, સાહેબ. હકીકત એ છે કે મારી એવી ધારણા હતી કે ઓરડામાં કોઈ હશે નહીં, કારણ કે હું તે ઘરની દિનચર્યા સારી રીતે જાણતો હતો અને તે સમયે સામાન્ય રીતે શ્રીમાન શોલ્ટો રાત્રીનું ભોજન લેવા નીચે જતા હોય છે. આખાયે કારનામાને હું હવે વધારે રહસ્યમય રાખી શકું તેમ નથી. સારું એ જ રહેશે કે હું સત્ય હકીકત જણાવી દઉં. હવે, જો મારી સામે વૃદ્ધ મેજર હોત તો ચોક્કસ મેં તેને ઠંડે કલેજે પતાવી દીધો હોત. પણ મારા પર કોઈ શાપ હશે કે મારે આ યુવાન શોલ્ટો કે જેની સાથે મારે કોઈ જ દ્વેષ નહોતો તેના મૃત્યુના આરોપમાં સંડોવાવું પડ્યું.''

''તમે સ્કોટલૅન્ડ યાર્ડના શ્રીમાન એથેલ્ની જોન્સના તાબામાં છો. તે તમને મારા ઓરડામાં લાવશે અને હું તમારી પાસેથી આખીયે બાબતની સત્ય હકીકતો વિગતે જાણવા માગીશ. તમારે બધું સાચેસાચું કહી દેવાનું છે. જો તમે તેમ કરશો તો કદાચ હું તમને કંઈક મદદરૂપ થઈ શકીશ. મને લાગે છે કે હું તે સાબિત કરી શકીશ કે પેલા ઝેરી કાંટાએ એટલું ઝડપથી કામ કર્યું હતું કે તમે ઓરડામાં પ્રવેશો તે પહેલાં તો તેનું મૃત્યુ થઈ ગયું હતું.''

''તે તો પેલાએ કર્યું હતું, સાહેબ. મેં ક્યારેય મારા જીવનમાં એવું નહોતું વિચાર્યું કે આવો વળાંક આવશે. હું જ્યારે બારીમાંથી ઉપર ચડ્યો ત્યારે મેં જોયું કે તેનું માથું તેના ખભા તરફ ઢળી ગયું હતું અને મારી સામે વેદનાનો માર્યો દાંતિયા કરી રહ્યો હતો. તે જોઈને મને ખરેખર ધ્રાસ્કો પડ્યો હતો અને તેના માટે તો મેં પેલા ટોંગાને મારી જ નાખ્યો હોત જો તેણે પોતાની જાતને બચાવી ન હોત તો. આખરે તે એવી જ જાતિમાંથી આવતો હતો જ્યાં આવી હિંસા અને આવા ઝેરી કાંટા વપરાતા હોય છે. તેણે મને પાછળથી કહ્યું હતું કે ઝેરી કાંટાની પેટી ત્યાં જ ક્યાંક પડી ગઈ હતી અને મારા ખ્યાલથી તેના થકી જ તમે અમારું પગેરું શોધી શક્યા હતા. જો કે તે માટે મને તમારા માટે કોઈ જ દ્વેષભાવ નથી. પણ તે એક કમનસીબ બાબત કહેવાય કે,'' તેણે કડવા સ્મિત સાથે ઉમેર્યું, ''હું, કે જેનો આખાયે ખજાના પર અડધોઅડધ અધિકાર છે તેણે શું પોતાની જિંદગીનો અડધો ભાગ આંદામાનમાં મોજાંને રોકવાની પાળો બનાવવામાં કાઢવો પડશે અને બાકીનું જીવન ડાર્ટમૂરમાં ગટરલાઇન ખોદવામાં કાઢવો પડશે ? મારા માટે તે એક અપશુકનિયાળ દિવસ હતો જે દિવસે મેં વેપારી ઍકમેટ અને તેની પાસે રહેલા આગ્રાના

ખજાના પર મારી નજર બગાડી. તે ખજાનો મારા જીવનમાં, અરે, તે જેના પણ સંપર્કમાં આવ્યો છે તેના જીવનમાં તે શાપથી વિશેષ કંઈ જ સાબિત નથી થયો. તેનાથી જ મેજર શોલ્ટોના જીવનમાં ડર અને અપરાધભાવના પેદા થયા હતા અને મારા માટે તો તે આખી જિંદગીની ગુલામી જ સાબિત થશે.''

તે જ વખતે એથેલ્ની જોન્સ તે નાનકડી કેબિનમાં ઘૂસી આવ્યો.

''અહીં તો મિજબાની ચાલી રહી છે,'' તેણે કહ્યું, ''મને એમ કે મને પણ તે બોટલમાંથી ચૂસકી લેવા મળશે, હોમ્સ. પણ આપણે બધાએ એકબીજાને અભિનંદન આપવાં જોઈએ કે આપણે આપણા અભિયાનમાં સફળ રહ્યા પણ પેલાને આપણે જીવતો ન પકડી શક્યા. જો કે આપણી પાસે બીજો કોઈ વિકલ્પ પણ નહોતો. હું એમ કહું છું, હોમ્સ, કે તમારે એ સ્વીકારવું જ પડશે કે તમે ખૂબ સારું કામ કર્યું છે. આપણે તેને આંબવા આપણાથી જે થઈ શકતું હતું તે કર્યું છે.''

''અંત ભલો તો બધું જ ભલું,'' હોમ્સે કહ્યું, ''પણ મને સાચે જ ખ્યાલ નહોતો કે ઑરોરા આટલી વેગીલી હશે.''

''સ્મિથ કહે છે કે તે નદી પરની સૌથી ઝડપી હોડી છે અને તેણે તેમ પણ કહ્યું હતું કે એન્જિન પાસે તેને મદદ કરનાર જો હજુ એક વધારે માણસ હોત તો તમે ક્યારેય તેને આંબી શક્યા ન હોત. તેણે સમ ખાઈને કહ્યું છે કે તેને નોરવૂડ પ્રકરણની કોઈ જ જાણકારી નથી.''

''તેને ખરેખર ખબર નહોતી,'' પેલો કેદી મોટેથી બોલી ઊઠ્યો, '' - એક શબ્દની પણ તેને ખબર નહોતી. મેં તો તેની હોડી વિષે સાંભળ્યું હતું કે તે ખૂબ વેગીલી હતી અને માટે જ તેનો સંપર્ક કર્યો હતો. અમે તેને કશું જ નથી કહ્યું, પણ અમે તેને સારું એવું વળતર આપ્યું હતું અને જો તે અમને ગ્રેવસેન્ડ આગળ ઊભેલા બ્રાઝિલ જતા અમારા વહાણ ધી એસ્મેરાલ્ડ સુધી પહોંચાડી દેત તો તેને અમે સારી એવી રકમ આપવાના હતા.''

''જો તેણે કંઈ ખોટું નહીં કર્યું હોય તો અમે ધ્યાન રાખીશું કે તેની સાથે પણ કંઈ ખોટું ન થાય. અમે ભલે અમારા ભાગેડુઓને પકડી પાડ્યા હોય પણ તે માટે અમે તેમને ખોટી રીતે પરેશાન નહીં કરીએ.'' હોમ્સે કહ્યું.

''થોડી જ વારમાં આપણે વૉક્સહૉલ બ્રિજ પર પહોંચી જઈશું,'' જોન્સે કહ્યું, ''અને ડૉ. વૉટસન, હું તમને આ ખજાનો મારા પર મોટી જવાબદારી લઈને આપી રહ્યો છું. સાચું કહું તો આ નિયમો વિરુદ્ધ છે પણ આપણી વચ્ચે પહેલાં સમજૂતી થઈ છે એટલે હું મારું વચન પાળીશ. મારી ફરજ તરીકે મારે તમારી સાથે એક પોલીસ અધિકારીને મોકલવો પડશે કારણ કે તમારી પાસે ખૂબ જ કીમતી વસ્તુ છે. ઘોડાગાડી તમે જ ચલાવશો, બરાબર ?''

"હા, હું જ હંકારીશ."

"પણ આપણી પાસે તેની ચાવી નથી કે જેથી કરીને આપણે એક વાર તેને તપાસી શકીએ. તમારે તેને તોડીને ખોલવું પડશે. ભઈલા, ચાવી ક્યાં છે ?"

"નદીના તળિયે." સ્મૉલે ટૂંકમાં જવાબ આપ્યો.

"ઠીક છે ! આ બાબત મારે તારી સાથે વધારે માથાકૂટ નથી કરવી. અમારે તારી સાથે બીજાં ઘણાં કામ પાર પાડવાનાં છે. ડૉક્ટર, મારે તમને સાવચેત રહેવા કહેવાની જરૂર નથી લાગતી. તમે ખોખું તમારી સાથે પાછું બેકર્સ સ્ટ્રીટવાળા તમારા ઘરે પાછું લેતા આવજો. તમે અમને ત્યાં મળી શકશો."

તેમણે મને લોખંડના ભારે ખોખા અને એક ઉત્સાહી પોલીસ અધિકારી સાથે વૉક્સહૉલ ઉતાર્યો. પા કલાકમાં અમે શ્રીમતી સેસિલ ફૉરેસ્ટરના ઘરે પહોંચી ગયાં. નોકરને આવા મોડા સમયે મુલાકાતી આવતાં આશ્ચર્ય થયું. શ્રીમતી સેસિલ ફૉરેસ્ટર સાંજ ગાળવા ક્યાંક બહાર ગયાં હતાં અને મોડા આવવાનાં હતાં. કુમારી મોર્સ્ટન દીવાનખંડમાં હતાં એટલે હું પોલીસ અધિકારીને ઘોડાગાડી આગળ રાખી લોખંડનું ખોખું લઈને સીધો જ દીવાનખંડમાં ગયો.

તેણી ખુલ્લી બારી આગળ બેઠી હતી. તેણીએ સફેદ રંગનો બારીક કાપડનો, ગળા અને કમર આગળ નારંગી રંગની છાંટવાળો પોશાક પહેર્યો હતો. ફાનસનો આછો પ્રકાશ તેણી પર એવી રીતે પડી રહ્યો હતો જાણે તેણી કોઈ બાસ્કેટ-ચેરમાં ટેકો દઈને ન બેઠી હોય ! તેણીનો ચહેરો ઝાંખા પ્રકાશમાં ઓર સોહામણો લાગતો હતો અને તેણીના વાળ પણ કોઈ ધાતુની જેમ ચમકી રહ્યા હતા. તેણીનો એક હાથ ખુરશીના હાથા પર ટેકવાયેલો હતો. તેણી જાણે કોઈ ઉદ્વેગમાં હોય તેવું લાગી રહ્યું હતું. મારા પગના અવાજથી તે ઝબકીને ખુરશીમાંથી ઊભી થઈ ગઈ અને આશ્ચર્યચકિત થઈ ગઈ. મને જોઈને આનંદથી તેના ફિક્કા ચહેરા પર થોડું લોહી ધસી આવ્યું.

"મને કોઈ ઘોડાગાડીનો અવાજ તો સંભળાયો હતો," તેણે કહ્યું, "પણ મને એમ કે શ્રીમતી ફૉરેસ્ટર વહેલી પાછી આવી હશે, પણ મને એ તો જરા પણ ખ્યાલ નહોતો કે તે તમે હશો. શું સમાચાર લાવ્યા છો ?"

"સમાચાર કરતાં પણ સારી વસ્તુ તમારા માટે લાવ્યો છું." મેં ઉત્સાહભેર ટેબલ પર ખોખું મૂકતાં કહ્યું. હું એટલો ઉત્સાહમાં હતો કે મારું હૃદય જોરજોરથી ધબકી રહ્યું હતું. "હું તમારા માટે એવી વસ્તુ લાવ્યો છું કે આખાયે જગતના સમાચાર પણ તેની સામે ફિક્કા પડે. હું તમારું નસીબ લાવ્યો છું."

તેણીએ લોખંડના બોક્ષ પર નજર કરી.

"તો શું આ પેલો ખજાનો છે ?" તેણીએ આશ્ચર્ય પામ્યા વગર ઠંડકથી પૂછ્યું.

"હા, આ આગ્રાનો મહાન ખજાનો છે. આમાંનો અડધો તમારો છે અને અડધો થેડિયસ શોલ્ટોનો છે. તમને બન્નેને વીસ-વીસ હજાર પાઉન્ડ મળશે. જરા વિચાર તો કરો !

તમારી વાર્ષિક આવક દસ હજાર પાઉન્ડની થઈ જશે. ઇંગ્લૅન્ડમાં આવી આંગળીના વેઢે ગણાય તેટલી જ સ્ત્રી હશે જે આટલી ધનવાન હશે. અદ્દ્ભુત કહેવાય, નહીં ?"

મને લાગ્યું હું મારો આનંદ કંઈ વધારે પડતો જ વ્યક્ત કરી રહ્યો હતો અને તેણીને તો જાણે કોઈ અસર જ નહોતી થઈ, કારણ કે મેં જોયું કે તેણે પોતાની ભ્રમરો થોડી ઊંચી કરી હતી અને મારી સામે તે આતુરતાથી જોઈ રહી હતી.

"જો મને તે મળશે," તેણીએ કહ્યું, "તો હું તમારી ઋણી રહીશ."

"ના, ના." મેં જવાબ આપ્યો, "ના, ના, મારાં નહીં પણ મારા મિત્ર શૅરલૉક હોમ્સનાં. કોઈ પણ સંજોગોમાં તેના બુદ્ધિચાતુર્ય વગર અમે તે ન મેળવી શક્યા હોત. તેમ છતાં પણ છેલ્લી ક્ષણે અમે તેને ગુમાવી જ દીધો હોત."

"મહેરબાની કરીને બેસો અને મને શાંતિથી બધી વાત કરો, ડૉ. વૉટસન," તેણીએ કહ્યું.

મેં તેણીને હું છેલ્લી વાર મળ્યો ત્યારથી તે અત્યારે તેણી સામે હાજર થવા સુધીની બધી જ વાત વિગતવાર જણાવી. હોમ્સના સંશોધનની નવી રીત, ઑરોરાની ભાળ, એથેલ્ની જોન્સનો દેખાવ, અમારું તે સાંજનું કારનામું અને થેમ્સ નદી પર અમે ઑરોરાનો પીછો કર્યો તે. તેણી મારા આખાયે વર્ણનને અધખુલ્લા મોંએ અને ચમકતી નજરે સાંભળતી રહી. જ્યારે મેં તેણીને પેલા ઝેરી કાંટા વિષે કહ્યું કે જેનાથી અમે જરાક જેટલા બચી ગયા હતા ત્યારે તેણી એવી ગભરાઈ ગઈ કે મને બીક લાગી ક્યાંક તેણી બેભાન ના થઈ જાય.

"કશું નથી થયું," મેં તેણી માટે એક પ્યાલો પાણી ભરવા માંડ્યો ત્યારે તેણીએ કહ્યું, "હું ઠીક છું. મને તો એ આઘાત લાગ્યો કે મેં મારા મિત્રોને કેવા નરકમાં મૂકી દીધા હતા."

"બધું પતી ગયું છે," મેં જવાબ આપ્યો. "કંઈ જ નહોતું. હવે હું તમને વધારે નિરાશાજનક વિગતો નહીં કહું. ચાલો આપણે કંઈક સારી વાત કરીએ. આ રહ્યો ખજાનો. તેનાથી વિશેષ તેજસ્વી શું હોઈ શકે ? હું તેને અહીં મારી સાથે લેતો આવ્યો કારણ કે મને લાગ્યું કે સૌપ્રથમ તમે તેને ખોલશો તો તમને ખુશી મળશે."

"તે મારા માટે ખરેખર રસપ્રદ વાત છે," તેણીએ કહ્યું તો ખરું પણ તેના અવાજમાં જરા પણ તત્પરતા નહોતી. તેનાથી તો સ્પષ્ટપણે એવું જ લાગતું હતું કે તેને આટલી કીમતી વસ્તુમાં કોઈ રસ જ નહોતો.

"સુંદર ખોખું છે !" તેણીએ ખોખા પર નમતાં કહ્યું, "આ હિન્દુસ્તાની બનાવટ લાગે છે, મારા ખ્યાલથી."

"હા, તેમ જ છે બેનારસનું ધાતુકામ છે."

"ખૂબ ભારે છે !" તેણીએ તેને ઉઠાવતાં ઉદ્દ્ગાર કાઢ્યો, "ખોખાની જ કિંમત ખાસ્સી થતી હશે, ચાવી ક્યાં છે ?"

"સ્મૉલે તે થેમ્સમાં નાખી દીધી છે," મેં જવાબ આપ્યો, "મારે શ્રીમતી ફોરેસ્ટરના સોયાનો ઉપયોગ કરવો પડશે."

ત્યાં નજીકમાં જ એક વૃદ્ધાની તસવીર પાસે સોયો પડ્યો હતો. મેં તે લીધો અને ખોખાના નકુચામાં ભરાવી ધડામ કરતાં ખોખું ખોલી નાખ્યું. અમારા આશ્ચર્યનો પાર ન રહ્યો. ખોખું ખાલી હતું.

તેમાં કોઈ જ શંકા નહોતી કે તે ખૂબ વજનદાર હતું. ખોખાનું પતરું પોણા ઇંચ જેટલું જાડું હતું. તે ખૂબ જ મજબૂત હતું. કોઈ કીમતી વસ્તુઓ માટેની તિજોરી જેવું જ તે હતું. પણ તેમાં તો ઝવેરાતનો એક ટુકડો પણ નહોતો. એ તદ્દન ખાલી હતું.

"ખજાનો ખોવાઈ ગયો છે," કુમારી મોર્સ્ટને ઠંડકથી કહ્યું.

તેના આ શબ્દો સાંભળી અને તેનો અર્થ સમજાતાં જ મારા શરીરમાંથી એક કંપારી છૂટી ગઈ. આ આગ્રાના ખજાનાએ મને ઘણો ગરીબ બનાવી દીધો હતો. મારો આ વિચાર ખરેખર સ્વાર્થી, વિશ્વાસઘાતી, ખોટો કહેવાય પણ હવે મારી અને તેણી વચ્ચે કોઈ જ અવરોધ નહોતો.

"ભગવાનનો આભાર !" મેં વિચારમાંથી બહાર આવતાં કહ્યું.

તેણી મારી સામે પ્રશ્નાર્થભર્યા સ્મિત સાથે જોતી રહી.

"તમે આવું કેમ કહો છો ?" તેણીએ પૂછ્યું.

"કારણ કે હવે તમે મારી પહોંચમાં છો," મેં તેણીનો હાથ મારા હાથમાં લેતાં કહ્યું. તેણીએ કોઈ વિરોધ પણ ન કર્યો. "કારણ કે હું તમને ચાહું છું, મેરી. એટલી પ્રામાણિકતાથી ચાહું છું જેટલું આ જગતમાં કોઈ પુરુષે કોઈ સ્ત્રીને નહીં ચાહી હોય. કારણ કે આ ખજાનાએ મારા હોઠ સીવી નાખ્યા હતા. હવે તે જતો રહ્યો છે તો હું તમને કહી શકીશ કે હું તમને કેટલો ચાહું છું. અને માટે જ મેં કહ્યું 'ભગવાનનો આભાર'."

"તો પછી હું પણ "ભગવાનનો આભાર," કહું છું," મેં તેણીને મારી તરફ ખેંચતાં તેણીએ ગુસપુસ અવાજમાં કહ્યું.

તે ખજાનો જેણે પણ ગુમાવ્યો હોય તેણે, મને તો તે રાત્રે મારો ખજાનો મળી ગયો હતો.

❖

પ્રકરણ ૧૨

જોનાથન સ્મોલની વિચિત્ર કથા

આફત તો પેલા પોલીસ અધિકારી પર આવી પડી હતી કારણ કે જેવો હું પેલો ખાલી ડબ્બો લઈને તેની સામે ગયો કે તેના ચહેરાનો તો રંગ સાવ જ ઊડી ગયો હતો.

"ઇનામ હવે નહીં મળે !" તેણે ઉદાસ થતાં કહ્યું, "કારણ કે પૈસા નહીં તો ચુકવણી પણ નહીં. જો ખજાનો હોત તો આજની રાત સૅમ બ્રાઉન અને મારા માટે દસ-દસ પાઉન્ડનું ઇનામ મળ્યું હોત."

"શ્રીમાન થેડિયસ શોલ્ટો ધનવાન માણસ છે," મેં કહ્યું, "તે તમને ખજાનો મળે કે ન મળે પણ ઇનામ તો આપવાના જ."

તેમ છતાં પણ પોલીસ અધિકારીએ નિરાશ થતાં પોતાનું માથુ ધુણાવ્યું.

તેની ભવિષ્યવાણી સાચી હતી કારણ કે જ્યારે અમે ખાલી ડબ્બો બેકર સ્ટ્રીટ લઈ ગયા ત્યારે પેલો જાસૂસ તો હક્કાબક્કા રહી ગયો હતો. તેઓ હજી હમણાં જ ત્યાં પહોંચ્યા હતા કારણ કે તેમણે તેમનો કાર્યક્રમ બદલ્યો હતો. પહેલાં તેઓ સ્ટેશને ગયા અને પછી તે, હોમ્સ અને કેદી બેકર સ્ટ્રીટ આવ્યા. મારો સાથી તેના કાયમી ઠંડકવાળા હાવભાવ સાથે આરામથી ખુરશીમાં ટેકો દઈને બેઠો રહ્યો. જ્યારે સ્મૉલ શૂન્યમનસ્કપણે હોમ્સની સામે બેઠો રહ્યો. જેવો મેં ખાલી ડબ્બો તે લોકો સમક્ષ રજૂ કર્યો કે તરત જ તે ખુરશી પર ટેકો દઈને ખડખડાટ હસવા લાગ્યો.

"આ તારું કામ છે, સ્મૉલ," એથેલ્ની જોન્સે ગુસ્સે થતાં કહ્યું.

"હા, મેં તેને એવી જગ્યાએ મૂક્યો છે કે તમે ક્યારેય તેના સુધી નહીં પહોંચી શકો." તેણે આનંદની ચિચિયારી કરી, "તે મારો ખજાનો છે. અને જો હું તેને ન મેળવી શકું તો મારે એટલું તો ધ્યાન રાખવું જ પડશે કે તેને બીજું કોઈ પણ ન મેળવી શકે. હું તમને સ્પષ્ટપણે કહું છું કે અહીં જીવતો કોઈ જ માણસ તે ખજાનાનો હકદાર નથી. અને જો કોઈ હકદાર છે તો તે આંદામાનની જેલમાં સડતા પેલા ત્રણ જણ અને હું છીએ. મને હવે ખબર છે કે તે મારા કશા પણ કામનો નથી અને તેઓના પણ કોઈ કામનો નથી. મેં

આ બધું જેટલું મારા માટે કર્યું છે તેટલું જ તેમના માટે પણ કર્યું છે. અમે ત્રણ જ ચારની નિશાની રહ્યા છીએ. મને ખાતરી છે કે તેઓ એવું જ ઇચ્છત જેવું મેં કર્યું છે અને માટે જ મેં તે ખજાનાને શોલ્ટો કે મોર્સ્ટનના સગાવાળાઓને આપવાની જગ્યાએ થેમ્સ નદીમાં પધરાવી દીધો. અમે ઍકમેટની જેમ તેઓને ધનવાન બનાવવા નહોતા ઇચ્છતા. તમને ખજાનો ચાવી પેલા ઠીંગણા ટોન્ગા સાથે મળી જશે. જ્યારે મેં જોયું કે તમારી હોડી અમને આંબી જવાની હતી ત્યારે લૂંટનો માલ તરત જ મેં સુરક્ષિત જગ્યાએ મૂકી દીધો. તમને આ દોડાદોડીમાં કંઈ જ નહીં મળે.''

''તું અમને છેતરી રહ્યો છે, સ્મૉલ,'' એથેલ્ની જોન્સે ઉગ્રતાથી કહ્યું, ''જો તું ખરેખર ખજાનો થેમ્સમાં પધરાવી દેવા માગતો હોત તો તે ખોખામાં જ તેને પધરાવી દીધો હોત. આમ છૂટો ફેંકવાનો તારો શું આશય હોય ?''

''મારા માટે તે ફેંકવો જેટલો સરળ રહેત તેટલો જ તે તમારા માટે પાછો મેળવવો સરળ રહેત.'' તેણે ચતુરાઈથી જવાબ આપ્યો, ''જે માણસ મને મેળવવામાં આટલો ચતુર હોય તે લોખંડના ડબ્બાને પણ નદીમાંથી કાઢી લેવા સક્ષમ હોય. હવે તો તે પાંચ માઈલથી પણ વધારે વિસ્તારમાં ફેલાઈને પડ્યો હશે તે શોધવો હવે અઘરો પડશે. મારા માટે પણ તેમ કરવું ઘણું અઘરું હતું. તમે જ્યારે પીછો કરતા અમારી નજીક પહોંચી ગયા ત્યારે હું અડધો પાગલ જેવો થઈ ગયો હતો. હવે કશું જ સારું નહોતું થવાનું. મેં મારા જીવનમાં ઘણી ઊથલપાથલ જોઈ છે પણ હું ક્યારેય ઢોળાઈ ગયેલા દૂધ પાછળ રડ્યો નથી.''

''આ એક ખૂબ ગંભીર બાબત છે, સ્મૉલ,'' જાસૂસે કહ્યું, ''જો તેં કાયદાને મદદ કરી હોત અને ખજાનાને આમ ફેંકી ન દીધો હોત તો કદાચ તારા બચવાની કોઈ શક્યતા રહેત.''

''ન્યાય !'' કેદી તાડૂક્યો, ''મહાન ન્યાય ! તે કોની લૂંટ હતી, શું તે અમારી નહોતી ? ન્યાય ત્યારે ક્યાં ગયો હતો જ્યારે અમે ખજાનો તેવી વ્યક્તિઓના હાથમાં મૂક્યો જેમનો તેને લૂંટવામાં કોઈ જ હાથ નહોતો. સાંભળો કે મેં કઈ રીતે તેને મેળવ્યો હતો. વીસ વર્ષ જેટલો લાંબો સમય ભેજવાળી ગંદી જગ્યા, આખો દિવસ મેન્ગ્રૂવના ઝાડ નીચે કામ કરે રાખવું, ગુનેગારોની ગંધાતી કોટડીઓમાં રહેવું, જ્યાં મચ્છર આપણને તોડી નાખતા હોય, ટાઢિયો તાવ આવે રાખતો હોય, ગોરા માણસ પર હંમેશા જુલમ કરવા તત્પર એવા કાળિયા પોલીસવાળાઓના હાથ નીચે રહેવું. આવી બધી યાતનાઓ ભોગવીને મેં આગ્રાનો ખજાનો મેળવ્યો હતો અને તમે મારી સાથે ન્યાયની વાત કરો છો, કારણ કે તે બધું મેં આ બધા ગેરલાયક લોકો તેને ભોગવે તે માટે કર્યું છે. ગુનેગારની કોટડીમાં આખી જિંદગી હું સડું અને બીજા લોકો મારા ખજાનાને માણતા રહે ! તેના કરતાં તો ટોન્ગાનો ઝેરી કાંટો મને વાગી જાય તે વધારે પસંદ કરું.''

આખરે સ્મૉલની ધીરજ ખૂટી ગઈ હતી અને તેના મોઢામાંથી શબ્દોનો ધોધ વહી રહ્યો હતો. તેની આંખો ક્રોધની મારી ફાટી રહી હતી અને ઉત્તેજનામાં તે એકધારા

પોતાના હાથ આમતેમ હલાવી રહ્યો હતો. તેનાથી હાથકડીઓના ખણખણાટનો અવાજ આવી રહ્યો હતો. હવે તેના આવા ઉદ્વેગ અને ઉચાટભર્યા ચહેરાને જોઈને હું સમજી ગયો હતો કે શા માટે મેજર શોલ્ટો તેના ભાગી છૂટવાના સમાચારથી ભયભીત થઈ ઊઠ્યા હતા અને આખી જિંદગી ભયના ઓથાર નીચે જીવ્યા હતા.

"તમે ભૂલી ગયા લાગો છો કે અમને આ બાબતમાં કશી જ જાણકારી નથી," હોમ્સે તરત જ કહ્યું. "અમે તમારી વાત નથી સાંભળી એટલે અમે કઈ રીતે કહી શકીએ કે તમારી સાથે ખરેખર ન્યાય થયો છે કે નહીં ?"

"વારુ, સાહેબ, તમે મારી સાથે ખૂબ જ નરમાશથી વાત કરો છો. જો કે મારે તમારો આભાર પણ માનવો જોઈએ. આ હાથકડી મારા હાથમાં નાખવા બદલ, તેમ છતાં મને તેનો કોઈ રંજ નથી. જે થયું તે સારું થયું અને પ્રામાણિક રીતે થયું છે. જો તમારે મારી કથા સાંભળવી હોય તો મારે પણ તેને મારા મનમાં ધરબી નથી રાખવી. હું જે કંઈ પણ તમને કહું છું તે સાવ જ સાચું છે, તેનો એક એક શબ્દો સાચો છે. તમારો આભાર, જો તમે પેલો પાણીનો પ્યાલો મારી પાસે મૂકશો તો. ગળું સુકાતાં હું તેનાથી તેને ભીંજવી શકીશ.

"હું વોર્કેસ્ટરશાયરનો છું, પરશોર નજીક મારો જન્મ થયો હતો. તમે તપાસ કરશો તો અત્યારે પણ મારા કુટુંબના ઘણા લોકો ત્યાં રહેતા હશે. મને ઘણી વાર ત્યાં જઈ આવવાનું મન થતું પણ મેં મારા કુટુંબને ક્યારેય કશું જ સમ્માનનીય નહોતું આપ્યું એટલે મને શંકા રહેતી કે હું તેમને મળીશ તો તેઓ ખરેખર ખુશ થશે ખરા ? તેઓ સ્થાયી, ચર્ચે જનારા ધાર્મિક માણસો છે, જ્યારે હું એક રખડુ માણસ છું. છેવટે જ્યારે હું અઢાર વર્ષનો થયો ત્યારે મેં તેમને વધારે તકલીફ ન આપી. હું એક છોકરીના પ્રેમમાં પાગલ હતો પણ મને તેમાં અસફળતા મળી હતી. માટે છેવટે હું રાણીની ફોજ થર્ડ બફ્ફર્સમાં જોડાયો, જેની હજુ ભારતમાં શરૂઆત જ થઈ રહી હતી.

"મારા નસીબમાં વધારે સૈનિકપણું ભોગવવાનું નહીં લખ્યું હોય. હજુ તો હૂં કૂચ કરતાં અને મારી બંદૂક ચલાવતાં જ શીખ્યો હતો. તે વખતે મેં ગંગા નદીમાં તરવાની મૂર્ખામી કરી અને મને એક મગરે પકડી લીધો. મારાં નસીબ સારાં હતાં કે અમારા સાર્જન્ટ જોહ્ન હોલ્ડર તે વખતે પાણીમાં જ હતા અને તે વખતના તેઓ ઉત્તમ તરવૈયા હતા. મારો ડાબો પગ મગરે એવી રીતે સાફ કરી નાખ્યો હતો જાણે કે કોઈ સર્જન ડૉક્ટરે કાપ્યો ન હોય ! મારો પગ કપાવાથી કે પછી બહુ બધું લોહી વહી જવાથી હું બેભાન થઈ ગયો અને જો હોલ્ડરે મને પકડી ન રાખ્યો હોત તો કદાચ હું તણાઈ જ ગયો હોત. છેવટે જ્યારે મારી સારવાર બાદ હું મારા આ લાકડાના પગ સાથે ઊભો થયો ત્યારે હું સૈન્યને સેવા આપવાને લાયક નહોતો રહ્યો. મારા માટે સૈન્યમાં કોઈ જ કામ નહોતું.

"એ સમયે તો હું મારા નસીબને ભરોસે જ હતો, કારણ કે હજુ તો વીસી પણ નહોતી વટાવીને હું એક બેકાર લંગડો થઈ ગયો હતો. પણ અચાનક મારું ખરાબ નસીબ

મારે માટે આશીર્વાદરૂપ નીવડ્યું. એબલ વ્હાઈટ કરીને એક માણસ હતો તે ગળીના છોડવા વાવવાનો મોટો વ્યવસાય કરતો હતો તેને તેના મજૂરો ઉપર નજર રાખનાર માણસની જરૂર હતી. નસીબજોગે તે અમારા કર્નલનો મિત્ર હતો અને તે કર્નલને મારી સાથે થયેલા અકસ્માત વખતથી જ મારામાં રસ હતો. તેણે મને તે કામ અપાવવા ભારે દબાણ કર્યું. અને કામ પણ ઘોડા પર ફરીને જ કરવાનું હતું એટલે મારા લંગડા પગને કોઈ તકલીફ પડે તેમ નહોતી. મારે માત્ર એટલું જ કરવાનું હતું કે ઘોડા પર બેસીને ખેતી પર અને તેમાં કામ કરતા મજૂરો પર નજર રાખવાની હતી અને આળસુઓનો અહેવાલ આપવાનો હતો. મને વળતર પણ સારું મળતું હતું. મારે હવે બાકી રહેલું જીવન ગળીની ખેતી પાછળ જ પસાર કરવાનું હતું. શ્રીમાન એબેલ વ્હાઈટ એક દયાળુ માણસ હતા. તેઓ ઘણીવાર મારી ઓરડીમાં આવતા અને મારી સાથે હૂકલી પીતા. આવી જગ્યાએ ગોરા લોકો ગોરાઓ સાથે સારી એવી હૂંફ અનુભવતા હતા કારણ કે તેમને ઘણીવાર ઘરની યાદ ખૂબ સતાવતી.

“પણ મારા નસીબે મારો કંઈ લાંબો સાથ ન આપ્યો. અચાનક જ એક દિવસ વગર કોઈ સૂચનાએ બળવો ફાટ્યો. એક મહિને પાછું બધું શાંત અને સ્થિર થઈ ગયું પણ પછી તરત જ સેંકડો હજારો ભારતીયોએ બળવો પોકાર્યો. આખું ભારત ભડકે બળ્યું તે બધું તો તમે મારા કરતાં પણ સારી રીતે જાણતા હશો, કારણ કે મને વાંચવાનો કંઈ ખાસ શોખ નથી. હું તો માત્ર મારી નરી આંખે જોયેલું જ જાણતો હતો. અમારી જગ્યા મુત્રા નામના ઉત્તર-પૂર્વ તરફ આવેલા સ્થળે હતી. દર રાત્રે આકાશમાં મકાનોના બળવાના ધુમાડા છૂટતા. રોજ રાત્રે આમ જ ચાલતું. હવે તો જે ગણ્યાગાંઠ્યા યુરોપિયન લોકો હતા તેઓ પણ પોતાની પત્નીઓ સાથે અમારે ત્યાં થઈને આગ્રા તરફ ભાગવા લાગ્યા હતા કારણ કે સૌથી નજીકની ચોકી ત્યાં જ આવેલી હતી. શ્રીમાન એબલ વ્હાઈટ એક જિદ્દી માણસ હતા. તેમના મગજમાં એવું ઠસી ગયું હતું કે આ જુવાળ હતો તે ક્ષણભરનો જ હતો. જેવો તે ઊઠ્યો હતો તેવો જ શમી જવાનો હતો. તે તો શાંતિથી પોતાના વાડામાં વ્હિસ્કીની ચૂસકીઓ લઈ રહ્યા હતા પણ તે જ વખતે લોકો તેમને ત્યાં હુમલો કરવા આવી ચડ્યા. નિઃશંકપણે અમે તેમનાથી કંટાળી ગયા હતા. અમે એટલે હું અને ડોસન. ડોસન તેની પત્ની સાથે આખીયે જગ્યાનો હિસાબકિતાબ અને વ્યવસ્થાપન સંભળાતો હતો. છેવટે એક બપોરે અમારા પર હુમલો થયો. તે વખતે હું થોડે દૂર બીજા ખેતર પર આંટો મારવા ગયો હતો. સાંજ થતા હું ધીમે ધીમે ઘરે પાછો વળી રહ્યો હતો. દૂર મને જમીન પર કંઈક ઢગલો થઈને પડ્યું હોય તેવું દેખાયું. મેં નજીક જવા ઘોડો દોડાવી માર્યો તો મારા આશ્ચર્ય વચ્ચે તે ડૉસનની પત્ની હતી જે ચીંથરેહાલ હાલતમાં પડી હતી. શિયાળ અને જંગલી કૂતરાઓએ તેને ફાડી ખાધી હતી. મારું તો હૃદય જ બેસી ગયું. આગળ ગયો તો ડોસન ખુદ ઊંધો થઈને જમીન પર મરેલી હાલતમાં પડ્યો હતો. તેના

હાથમાં ગોળીઓ વગરની ખાલી પિસ્તોલ હતી. તેની પાસે જ જમીન પર ચાર ભારતીય સૈનિક મડદું થઈને પડ્યા હતા. હું ઘોડા પર જ હતો. મને સૂઝ નહોતી પડતી કે મારે કઈ દિશામાં જવું જોઈએ. હજુ હું તે જ વિચારી રહ્યો હતો કે સામે એબલ વ્હાઇટના બંગલામાંથી આગના ગોટાના ગોટા નીકળવા લાગ્યા. મને ખબર હતી કે હું મારા માલિક માટે કંઈ જ કરી શકું તેમ નહોતો. હવે તો મારે મારો જ જીવ બચાવવાનો હતો. હું દૂરથી જ જોઈ શકતો હતો કે સેંકડો ભારતીય લોકો તે બળતા ઘરની આસપાસ ગીતો ગાઈ રહ્યા હતા અને નાચી રહ્યા હતા. તેમાંના કેટલાક મારી તરફ આંગળી ચીંધી રહ્યા હતા અને તે જ ક્ષણે મારા પર ગોળીઓનો વરસાદ થયો. મેં તરત જ ઘોડો દોડાવી માર્યો અને કેમે કરીને મોડી રાત્રે આગ્રા નજીક પહોંચી ગયો.

"ત્યાં પહોંચ્યો તો ખબર પડી કે ત્યાં પણ અમારા માટે કોઈ જ સલામતી નહોતી. જ્યાં ક્યાંય પણ ગોરાઓને જોવામાં આવતા ત્યાં જ તેમને ઠાર કરી દેવામાં આવતા. બધેથી તેમણે ભાગવું જ પડતું. તે સેંકડો સામેની લાખોની લડત હતી. ક્રૂરતા એ હતી કે જે માણસો અમારી સામે લડી રહ્યા હતા તે અમારા જ શીખવેલા સૈનિકો હતા. અમારા જ ઘોડા અને અમારી જ બંદૂકો સાથે. આગ્રામાં ત્રીજી બંગાળી પલટણ અને કેટલાક શીખો હતા, બે ટુકડી ઘોડાવાળી અને તોપખાનાવાળી હતી. અમે પણ અમારી પોતાની ઊભી કરેલી એક ટુકડી વડે તેમને લડત આપતાં આપતાં જુલાઈ મહિનામાં શાહગંજ પહોંચી ગયા. અમે તેમને ઘણો સમય લડત આપી પણ છેવટે અમારું દારૂખાનું ખલાસ થઈ ગયું એટલે અમે પાછળ પડવા લાગ્યા.

"દરેક બાજુએથી ખરાબ સમાચાર જ આવતા હતા જેમાં કોઈ નવાઈ નહોતી, કારણ કે જો તમે નકશામાં અમારી સ્થિતિ જોઈ હોત તો તમને ખ્યાલ આવત કે અમે આખાયે જુવાળની બરાબર મધ્યમાં હતા. અમારી જગ્યાએથી લખનૌ પૂર્વ તરફ સો માઈલ કરતાં પણ દૂર હતું અને દક્ષિણ તરફ એટલું જ દૂર કાનપુર હતું. બધી જ દિશામાંથી માત્ર હત્યા, અત્યાચાર અને જબરજસ્તીના જ સમાચાર હતા.

"આગ્રા શહેર એક વિશાળ શહેર છે. અમારી ટુકડીમાંના કેટલાયે લોકો આગ્રાની આડીઅવળી ગલીઓમાં ખોવાઈ ગયા. અમારો આગેવાન અમને બધાને લઈને નદી તરફ આગળ વધી રહ્યો હતો. છેવટે તેણે પોતાને અને અમને સૌને આગ્રાના કિલ્લામાં છુપાવ્યા. મને નથી ખબર કે તમારામાંના કોઈએ તે આગ્રાના જૂના કિલ્લા વિષે કંઈ સાંભળ્યું કે વાંચ્યું હશે કે નહીં. તે એક વિલક્ષણ જગ્યા હતી, અતિ વિલક્ષણ. તેના એક એક ખૂણા પણ તેટલા જ વિલક્ષણ. સૌ પ્રથમ તો એ કે તેની ભવ્યતા જ અદ્‌ભુત હતી. મને લાગે છે કે તેનો ઘેરાવો જ કંઈ કેટલાયે એકર હશે. ત્યાં હાલમાં જ બનાવવામાં આવેલો એક ભાગ હતો જ્યાં અમારા રખેવાળો, સ્ત્રીઓ, બાળકો, ખાવા-પીવાનો સામાન બધું જ આરામથી રહી શકે તેમ હતું. આ ઉપરાંત પણ ત્યાં ઘણા બધા ઓરડા હતા. પણ આ હાલમાં જ બનાવેલો ભાગ જૂના ભાગ આગળ તો સાવ જ નાનો લાગતો હતો. પણ

તે જૂના ભાગમાં કોઈ જ નહોતું જતું. તે જગ્યા તો જાણે વીંછીઓ અને કાનખજૂરા માટે હોય તેવું લાગતું હતું. તેમાં ઘણા બધા વેરાન ખંડો હતા અને ઘણીબધી ગોળાકાર જગ્યાઓ હતી. તેને લાંબી લાંબી પરસાળો હતી જે ક્યાંક અંદર વળતી હતી તો ક્યાંક બહાર જતી હતી. એટલે ત્યાં ભૂલા પડી જવું સાવ જ સરળ હતું. અને આ જ કારણે ભાગ્યે જ કોઈ અંદર જતું પણ એકાદ ટુકડી બત્તી લઈને અંદર આંટા મારવા જઈ આવતી.

"કિલ્લાની સામેની બાજુએ તો નદી વહેતી હતી માટે એ બાજુથી અમને સુરક્ષા મળી રહેતી હતી પણ કિલ્લાની પાછળની બાજુએ ઘણા બધા દરવાજાઓ હતા માટે અમારે તે બાજુને સુરક્ષિત રાખવી ખૂબ જ જરૂરી હતી. ખાસ કરીને અમે જ્યાં આશરો લઈને બેઠા હતા તેટલી જગ્યા તો અમારે રક્ષવી જ પડે તેમ હતી. અમે ગણ્યાગાંઠ્યા જ લોકો હતા. માટે સ્વાભાવિકપણે જ દરેક દરવાજે અમે પહેરો રાખી શકવા શક્તિમાન નહોતા. માટે અમે કિલ્લાની વચ્ચોવચ્ચ આવી ગયા હતા જ્યાં દરેક દરવાજે એક ગોરો માણસ અને એક મૂળભારતીય રખેવાળી માટે ઊભા રહેતા. મને રાત્રીના થોડા કલાક દક્ષિણ-પૂર્વ તરફના એકલવાયા નાનકડા દરવાજાનું ધ્યાન રાખવાની કામગીરી સોંપાઈ હતી. બે શીખ સિપાઈને મારા હાથ નીચે આપવામાં આવ્યા અને મને એવી સૂચના આપવામાં આવી હતી કે જો કંઈ સમસ્યા જેવું લાગે તો મારે મારી બંદૂક ફોડવી અને મધ્ય સ્થાન પરથી આવતા મારા સિપાઈ સાથીઓની રાહ જોવી. સંત્રીઓ અમારાથી બસ્સો પગલાં દૂર હતા અને અમારી વચ્ચે એટલી બધી આડીઅવળી ગલીઓ અને પરસાળો આવેલી હતી કે મને શંકા હતી કે જરૂર પડ્યે તેઓ સમયે મદદ માટે આવી શકશે કે નહીં.

"જો કે મને આપવામાં આવેલી નાનકડી જવાબદારીનો બહુ ગર્વ હતો કારણ કે મને પહેલી વાર આવું કોઈ કામ સોંપવામાં આવ્યું હતું. બે રાત્રી સુધી મેં મારો પહેરો બે પંજાબીઓ સાથે કર્યો. તેઓ ઊંચા અને તેજસ્વી છોકરાઓ હતા. મહમદસિંહ અને અબ્દુલ્લાહ ખાન બન્ને જૂના કુસ્તીબાજો હતા. તેમણે જલિયાંવાલામાં અમારી વિરુદ્ધ શસ્ત્રો ઉપાડ્યાં હતાં. તેઓ અંગ્રેજી ખૂબ સરસ રીતે બોલી શકતા હતા પણ મને તેઓ અવગણતા હોય તેવું લાગતું હતું. તેઓ એક સાથે ઊભા રહેવાનું પસંદ કરતા હતા અને આખી રાત તેમની પંજાબી ભાષામાં બકબક કરે રાખતા હતા. મારી વાત કરું તો હું હંમેશા દરવાજાની બહારની બાજુ ઊભો રહેતો. ત્યાંથી હું નદીના વહેતા પાણીને અને શહેરની બત્તીઓને જોતો રહેતો. ઢોલ નગારાંનો ધમધમાટી બોલાવતો અવાજ અને બળવાખોરોના ચરસ પીધેલી હાલતમાં થતાં હોકારા-પડકારા અમને યાદ અપાવી રહ્યા હતા કે અમારા ખતરનાક પાડોશીઓ નદીની પેલે પાર જ હતા. દર બે કલાકે અધિકારીઓ બધું બરાબર છે તેની ખાતરી કરવા એક આંટો મારી જતા.

"મારી રખેવાળીની ત્રીજી રાત્રી ધીમા ધીમા વરસાદના કારણે અંધારી અને ગંદી રહી. તેવા હવામાનમાં કલાકો સુધી બહાર ઊભું રહેવું ખૂબ કંટાળાજનક હતું. મેં

મારા શીખ સાથીઓ સાથે વાતો કરવાનો એકધારો પ્રયત્ન કર્યો પણ મને કંઈ સફળતા ન મળી. રાત્રે બે વાગતાંમાં તો હું તે રાતથી થાકી ગયો. છેવટે મને લાગ્યું કે મારા સાથીઓ મારી સાથે વાત નહીં કરે ત્યારે મેં મારી બંદૂક બાજુ પર મૂકી હૂકલી કાઢીને કશ લેવા માંડ્યો. ત્યાં તો પેલા બે શીખો મારા પર ચડી બેઠા. તેમાંના એકે તો મારી બંદૂક મારા લમણા પર ધરી દીધી. જ્યારે બીજાએ તો મારા ગળા પર ચાકુ ધરી દીધું અને મને ધમકી આપી કે જો હું જરા પણ હલ્યો તો તે ચાકુ મારા ગળામાં ઉતારી દેશે.

"પહેલાં તો મને એવું લાગ્યું કે આ લોકો બળવાખોરોના સાથીઓ છે અને હવે તેઓ અમારા પર ઓચિંતો હુમલો કરશે. જો અમારા બધા જ દરવાજા આવા સિપાહીઓના હાથમાં હોત તો બધું જ ધૂળધાણી થઈ જાત અને કાનપુરમાં જેવી હાલત સ્ત્રીઓ અને બાળકોની થઈ હોત તેવી જ અહીં થાત. મેં મારું મોઢું બૂમ પાડવા માટે ખોલ્યું. જો કદાચ તે મારો છેલ્લો પ્રયત્ન હોય તો કમસેકમ બીજા લોકો તો ચેતી જાય. જે માણસે મને પકડી રાખ્યો હતો તેણે કદાચ મારો વિચાર વાંચી લીધો હોય કે ગમે તે. તે મારા કાનમાં ગણગણ્યો : 'જરા પણ અવાજ ન કરતો. કિલ્લો સંપૂર્ણ સુરક્ષિત છે. અહીં નદીની આ બાજુ એક પણ બળવાખોર નથી.' ગમે તે હોય પણ મને તેના અવાજમાં સચ્ચાઈ લાગી અને મને એ પણ ખબર હતી કે જો હું મારો અવાજ ઊંચો કરીશ તો તેઓ ચોક્કસ મને ઢાળી દેશે. મને તે મારા સાથીઓની છીકણી આંખમાં વંચાઈ રહ્યું હતું. આખરે તેઓને મારી પાસે શું ઇચ્છે છે તેની રાહ જોતો હું ચૂપચાપ ઊભો રહ્યો."

"'સાહેબ, મને ધ્યાનથી સાંભળો. બેમાંના લાંબા માણસે મને કહ્યું કે જેને તે લોકો અબ્દુલ્લાહ ખાન કહેતા હતા. 'કાં તો તમારે અમારો સાથ આપવાનો છે કાં હંમેશને માટે ચૂપ રહેવાનું છે. આ વાત એટલી મોટી છે કે તેને અમે અવગણી શકીએ તેમ નથી. તમારા પવિત્ર નિશાન ક્રોસ પર હાથ મૂકીને સમ ખાઓ કે તમે તમારા મન અને આત્માથી અમારી સાથે છો. નહીંતર અમને પેલા બળવાખોરોના ઝુંડમાં તમને નાખતાં વાર નહીં લાગે અને ત્યાં તમારું શું થશે તે તો તમે સારી રીતે જાણતા હશો. તમારી પાસે કોઈ જ વચ્ચેનો માર્ગ નથી. બે જ રસ્તા છે. મૃત્યુ અને જીવન અમે તમને નિર્ણય લેવા માટે માત્ર ત્રણ જ મિનિટ આપી શકીએ તેમ છીએ કારણ કે આપણી પાસે સમય ઓછો છે અને બીજો આંટો આવે તે પહેલાં આપણે કામ પતાવવાનું છે.'

" 'હું કઈ રીતે નિર્ણય લઉં ?' " મેં કહ્યું, 'તમે હજુ મને એ કહેતા નથી કે તમે મારી પાસેથી શું ઇચ્છો છો. અને તેમ છતાં પણ હું તમને ચેતવું છું કે જો કિલ્લાની સુરક્ષાની વિરુદ્ધમાં કંઈ હશે તો હું ચૂપ નહીં રહું માટે તું તારે તારું ચાકુ હુલાવી દે, સ્વાગત છે તારું.'

" 'કશું જ કિલ્લાની વિરુદ્ધ નથી,' તેણે કહ્યું, 'હું તમને એટલું જ કરવા કહું છું કે જે તમારા દેશના લોકો અહીં કરવા આવ્યા છે. અમે તમને ધનવાન થવા કહીએ છીએ.

જો આજે રાત્રે તમે અમારો સાથ આપશો તો અમે એક પાક્કા શીખના સમ ખાઈને કહીએ છીએ કે તમને પણ તમારો હિસ્સો આજની લૂંટમાંથી આપવામાં આવશે. ખજાનાનો ચોથો ભાગ તમારો હશે. આનાથી વધારે સારું અમે કશું ન કરી શકીએ.'

" 'કયા ખજાનાની વાત કરો છો ?' મેં પૂછ્યું, 'હું ધનવાન બનવા તમારા જેટલો જ તત્પર છું, પણ મને એટલું તો કહો કે આ કેવી રીતે થશે ?'

" 'તો પછી સમ ખાઓ,' તેણે કહ્યું, 'તમારા પિતાના લોહીની, તમારી માતાના સમ્માનની અને ઈશ્વરની કે તમે અમારી તરફ ક્યારેય આંગળી નહીં ચીંધો અને ક્યારેય એક શબ્દ પણ નહીં ઉચ્ચારો, અત્યારે નહીં અને ક્યારેય નહીં.'

" 'હું સમ ખાઈશ,' મેં જવાબ આપ્યો, 'પણ કિલ્લાને કોઈ જોખમ ન થવાનું હોય તો.'

" 'તો પછી હું અને મારા સાથી સમ ખાઈએ છીએ કે તમને ખજાનાનો ચોથો ભાગ મળશે જે આપણા ચારમાં બરાબર વહેંચવામાં આવશે.'

" 'પણ આપણે તો ત્રણ છીએ,' મેં કહ્યું.

" 'ના, દોસ્ત અકબરને પણ હિસ્સો આપવાનો છે. આપણે રાહ જોઈએ તે દરમિયાન હું તમને તે બાબતે જણાવું છું. મહમદસિંહ, તું દરવાજે ઊભો રહી પેલા લોકોની રાહ જો અને કોઈ આવે તો અમને જાણ કર. હું તમને આ વાત એટલા માટે કહું છું કે તમે પવિત્ર સોગંદ ખાધા છે અને માટે હું તમારા પર વિશ્વાસ કરું છું. શીખો અંગ્રેજ લોકોને જાણે છે અને અંગ્રેજ લોકો શીખને જાણે છે. હવે હું જે કહેવા જઈ રહ્યો છું તે ધ્યાનપૂર્વક સાંભળો.

" 'ઉત્તરમાં એક રાજા છે જે ખૂબ જ ધનવાન છે. જો કે તેની જમીન ઘણી થોડી છે. ઘણું બધું તેને તેના પિતા પાસેથી વારસામાં મળ્યું છે અને ઘણું ખરું તેણે પોતે ભેગું કર્યું છે. કારણ કે તે પોતાના સોનાને ખર્ચવા કરતાં તેને ભેગું કરવામાં વધારે માને છે. જ્યારે આપત્તિ આવી પડે ત્યારે તે સિંહ અને વાઘ બન્નેને મિત્રો બનાવે છે એટલે કે તે તમારી કંપની અને બળવાખોરો બન્નેનો મિત્ર છે. છેવટે તેને એવું લાગ્યું કે અંગ્રેજોનું રાજ હવે વધારે ચાલશે નહીં માટે તેણે પોતાની સંપત્તિ વહેંચી નાખી. તેની પાસે જેટલું સોનું અને ચાંદી હતાં તે તેણે પોતાની પાસે રાખ્યાં પણ જે કીમતી રત્નો, મોતીઓ હતાં તે તેણે એક લોખંડના ડબ્બામાં મૂક્યાં અને વેપારીના વેશમાં રહેલા એક વિશ્વાસુ નોકરને આપ્યાં અને તેને આગ્રાના કિલ્લા તરફ મોકલ્યો અને જ્યાં સુધી બધું શાંત ન પડે ત્યાં સુધી તેને ત્યાં જ રહેવાનું કહેવામાં આવ્યું. આમ જો બળવાખોરો જીતે તો પોતાની પાસે રહેલું ધન પોતાની પાસે રહે અને જો કંપની જીતે તો તેનાં રત્નો તેની પાસે સચવાયેલાં રહે.

" 'આ વેપારીના વેશવાળી વ્યક્તિ કે જે ઍકમેટના નામ હેઠળ મુસાફરી કરી રહ્યો હતો તે હવે આગ્રા શહેરમાં છે અને આ કિલ્લામાં આવવા ઇચ્છે છે. તે મારા દૂધભાઈ દોસ્ત અકબર સાથે મુસાફરી કરીને અહીં આવ્યો છે અને તે જ આ બધું રહસ્ય

જાણે છે. દોસ્ત અકબરે વચન આપ્યું છે કે તે તેને કિલ્લાની બાજુના દરવાજા પાસે તેને લાવશે અને તે માટે તેણે આ દરવાજો પસંદ કર્યો છે. આ તે જ આવી રહ્યો લાગે છે તે અહીં મહમદસિંહ અને મને મળવા જ આવ્યો છે. આ જગ્યા એકલવાયી છે અને કોઈને પણ આ લોકોના આવવાની જાણ નહીં થાય. જગતને ક્યારેય ખબર નહીં પડે કે રાજાનો આ મૂલ્યવાન ખજાનો આપણી વચ્ચે વહેંચાયો છે. આ વિષે તમારું શું કહેવું છે, સાહેબ ?'

"વૉર્સેસ્ટરશાયરમાં અમારું જીવન ખૂબ શાંત હતું પણ જ્યાં હોય ત્યાં આગ અને લોહીની સ્થિતિમાં બધું બદલાઈ જતું હોય છે. તમે ક્ષણે ક્ષણે મોત નીચે જીવતા હોવ છો. વેપારી ઍકમેટ મરે કે જીવે તે મારા માટે કંઈ ખાસ મહત્ત્વની વાત નહોતી પણ ખજાનાની વાત આવતાં જ મારું મન તે બાજુ વળી ગયું અને મને વિચાર આવ્યો કે જો મને તે મળી ગયો તો હું મારા જૂના દેશમાં શું શું કરી શકવાનો હતો. અને જ્યારે હું મારા લોકો વચ્ચે પાછો ફરીશ અને જ્યારે તેઓ જાણશે કે તેમનો નઠારો દીકરો ખિસ્સામાં આટલું બધું ધન લઈને પાછો ફર્યો છે ત્યારે તેઓ ફાટી આંખે જોતા રહી જશે. માટે જ મેં મારું મન બનાવી લીધું. અબ્દુલ્લાહ ખાન, એવું વિચારતો હતો કે હું આનાકાની કરીશ એટલે ફરી તેણે મને સમજાવવા માંડ્યું."

" 'ગંભીરપણે વિચારો, સાહેબ,' તેણે કહ્યું, 'જો આ માણસ આપણા ઉપરીના હાથમાં આવી જાય તો ચોક્કસ તેને ગોળીએ વીંધી નાખવામાં આવશે અને આ માણસનું મોત નક્કામું જશે. તો શા માટે આપણે જ તેને આપણા તાબામાં ના લઈ લઈએ અને આપણું ભવિષ્ય ઊજળું ન કરીએ. જો રત્નો આપણા ઉપરીના હાથમાં જશે તો તે કંપનીની તિજોરીમાં જ ઠલવાશે. તેના કરતાં તો શા માટે આપણે જ તેને ન મેળવીએ અને એકબીજામાં વહેંચીએ કે જેથી કરીને આપણે અમીર બનીએ. આ વાતની કોઈને પણ જાણ નહીં થાય કારણ કે અત્યારે આપણે તેઓ કરતાં ક્યાંય દૂર છીએ. આનાથી સારો ઉદ્દેશ શું હોઈ શકે ? ફરી કહો, કે તમે અમારી સાથે છો કે નહીં, કે પછી અમે તમારી સાથે અમારા દુશ્મન તરીકે જ વર્તીએ ?'

" 'હું મારા મન અને આત્માથી તમારી સાથે છું.' મેં કહ્યું.

" 'બરાબર છે,' તેણે મને મારી બંદૂક પાછી આપતાં કહ્યું, 'તમે યાદ રાખજો કે અમે તમારા શબ્દો પર વિશ્વાસ રાખ્યો છે અને તમારે અમારા શબ્દો પર વિશ્વાસ રાખવાનો છે. તે સમ ક્યારેય પણ તૂટવા ન જોઈએ. હવે આપણે માત્ર મારા ભાઈ અને વેપારીની જ રાહ જોવાની છે.'

" 'તારા ભાઈને ખબર છે કે તમે શું કરવાના છો ?' મેં પૂછ્યું.

" 'આ તેની જ યોજના છે. હવે આપણે દરવાજા પર જઈને મહમદ સાથે રખેવાળી કરીએ.'

"હજુ પણ વરસાદ ઝરમર ઝરમર વરસી રહ્યો હતો કારણ કે હજુ તો ચોમાસાની શરૂઆત જ થઈ હતી. આકાશમાં ઘેરાં વાદળો છવાયાં હતાં અને ભાગ્યે જ કંઈ જોઈ

શકાતું હતું. અમારા દરવાજા આગળ જ કિલ્લાને ફરતી નાનકડી ખાઈ આવેલી હતી જે સુકાયેલી હતી એટલે તેને ઓળંગવી સરળ હતી. મારા માટે તે સ્થિતિ ખૂબ જ વિચિત્ર હતી. બે મહાકાય પંજાબીઓ વચ્ચે એવા માણસની રાહ જોઈને ઊભું રહેવું કે જેનું થોડા જ વખતમાં મોત થવાનું હતું.

“અચાનક જ મારી નજર ખાઈની પેલે પારથી આવતા ઝાંખા પ્રકાશ પર પડી. જે ક્યારેક ક્યારેક કોઈક ઢગલા પાછળ લુપ્ત થઈ જતો હતો અને ફરી પાછો ધીમે ધીમે અમારી તરફ આવી રહ્યો હતો.”

“ ‘આ આવ્યા તે લોકો !’ મારા મોઢામાંથી ઉદ્ગાર નીકળી ગયો.

“તમે તેને સામાન્ય રીતે પડકારો, સાહેબ,” અબ્દુલ્લાહે મારા કાનમાં ગુસપુસ કરી, “તેને ડરવાનું કોઈ જ કારણ ન આપો. તેને શાંતિથી અમારી સાથે અંદર જવા દો અને બાકીનું અમારા પર છોડી દો અને તમે અહીં રખેવાળી કરતાં ઊભા રહો. ફાનસને ખુલ્લું રાખો કે જેથી કરીને આપણે તે માણસનો ચહેરો ઓળખી શકીએ.”

“હવે પ્રકાશ અમારી સાવ નજીક આવી ગયો હતો અને હું બે કાળી આકૃતિને ખાઈની પેલી બાજુ જોઈ શકતો હતો. મેં તેમને મારી તરફ આવવા દીધા અને જ્યાં સુધી દરવાજા નજીક ન આવ્યા ત્યાં સુધી મેં તેમની રાહ જોઈ અને પછી મેં તેમને પડકાર્યા.

“ ‘કોણ જઈ રહ્યું છે ત્યાં ?’ મેં નક્કર અવાજમાં કહ્યું.

“ ‘મિત્રો,’ જવાબ આવ્યો. મેં મારા ફાનસ પરનું પાટિયું હટાવ્યું અને તેમની તરફ પ્રકાશ ફેંક્યો. તેમાંનો એક દાઢીવાળો પડછંદ શીખ હતો. મેં આટલો કદાવર માણસ ક્યારેય નહોતો જોયો. બીજો માણસ થોડો સ્થૂળ અને ગોળમટોળ હતો. તેના માથા પર પીળી પાઘડી હતી અને તેના હાથમાં રહેલી શાલથી કંઈક પોટલા જેવું ઢાંકેલું હતું. તે જાણે આખેઆખો તાવથી ધ્રૂજી રહ્યો હતો. તે ડાબે-જમણે વારે ઘડીએ જોઈ રહ્યો હતો અને જાણે કોઈ ઉંદર કોઈ સાહસ કરવા નીકળ્યો હોય ને કેમ આજુબાજુ જુએ તેમ તેની આંખો ચમકી રહી હતી. તેને મારવાના વિચારથી જ મારા શરીરમાંથી એક કંપારી છૂટી ગઈ. પણ તરત જ મને ખજાનાનો વિચાર આવ્યો અને મારું હૃદય પથ્થર બની ગયું. જ્યારે તેણે મારો ગોરો ચહેરો જોયો ત્યારે તે આનંદમાં આવી ગયો અને સીધો જ મારી તરફ ધસી આવ્યો.

“ ‘આભાર, સાહેબ,’” તેણે હાંફતાં હાંફતાં કહ્યું, “એક દુખિયારા વેપારી એકમેટને રક્ષણ આપવા બદલ. હું રાજપૂતાનાથી મુસાફરી કરી અહીં આવ્યો છું અને હવે મારે આગ્રાના કિલ્લાનો આશરો લેવો પડે તેમ છે. મને લૂંટી લેવામાં આવ્યો છે અને મારી સાથે ખૂબ ગાળાગાળી થઈ છે, કારણ કે હું કંપનીનો મિત્ર છું. મારા માટે આ રાત્રી ખૂબ જ શુકનવંતી છે કે ફરી એક વાર હું સુરક્ષિત સ્થળ પર આવી ગયો છું.”

“તારી પાસે આ પોટલીમાં શું છે ?” મેં પૂછ્યું.

"એક લોખંડનો ડબ્બો," તેણે જવાબ આપ્યો, "તેમાં એક-બે કુટુંબની નાની મોટી વસ્તુઓ હતી જેનું બીજાઓ માટે કોઈ જ મહત્ત્વ નહોતું. પણ મારા દુર્ભાગ્યે તેને મેં ગુમાવી દીધી છે. તેમ છતાં પણ હું કંઈ ભિખારી નથી થઈ ગયો પણ જો તમે મને અહીં આશરો આપશો તો હું તમને અને તમારા ઉપરીને સારો બદલો આપી શકું તેમ છું."

"હું ખુદ તેની સાથે વાત કરવા બાબતે મારા પર વિશ્વાસ નહોતો રાખી શકતો. કારણ કે મારી સામે તેનું ભવિષ્ય હતું, તેને અમે ઠંડા કલેજે પતાવી દેવાના હતા. માટે હવે કામ પતાવવું તે જ એક ઉત્તમ ઉપાય હતો.

" 'તેને ઉપરી અધિકારી પાસે લઈ જાઓ,' મેં કહ્યું. બે શીખ તેને અંદર લઈ ગયા અને તેની પાછળ પેલો લાંબો માણસ ગયો. આવું ઠંડું મોત મેં ક્યારેય જોયું નહોતું. હું ફાનસ સાથે બહાર દરવાજા આગળ જ ઊભો રહ્યો.

"મેં તેમનાં વજનદાર પગલાંનો અવાજ અંદર પરસાળમાં જતો સાંભળ્યો. અચાનક તે અવાજ બંધ થઈ ગયો અને ઝપાઝપીનો અવાજ સંભળાવા લાગ્યો. પછીની જ ક્ષણે મારી તરફ જાણે કોઈ મોટા શ્વાસ લઈ લઈને દોડી રહ્યું હોય તેવો અવાજ સંભળાયો. મેં તરત જ મારું ફાનસ પરસાળ તરફ ધર્યું અને જોઉં છું તો પેલો જાડિયો માણસ મારી તરફ પવનવેગે દોડી રહ્યો છે. તેનો ચહેરો લાલચોળ થઈ ગયો હતો અને તેની પાછળ જ વાઘની જેમ પેલો દાઢીવાળો શીખ પોતાના હાથમાં છરી લઈને દોડી રહ્યો હતો. મેં પેલા ઠીંગણા વેપારી જેટલી ગતિમાં દોડતા માણસને પહેલાં ક્યારેય નહોતો જોયો. તે પેલા શીખના હાથમાં જ નહોતો આવતો અને જો તે મને ઓળંગીને બહાર જતો રહ્યો હોત તો કદાચ પછી ક્યારેય અમારા હાથમાં ન આવ્યો હોત. પહેલાં તો મને તેના માટે કૂણી લાગણી થઈ પણ પછી તરત જ મને ખજાનાનો વિચાર આવ્યો અને મેં તેના પગમાં મારી બંદૂક ભરાવી દીધી જેથી તે બે ગોથાં ખાઈ ગયો. હજુ તો તે લથડિયાં ખાતાં ખાતાં ઊભા થવાનો પ્રયત્ન કરતો હતો ત્યાં જ તો પેલા શીખે તેના કાળજામાં બે વાર ચપ્પુ હુલાવી દીધું. પેલો માણસ ન તો હાલ્યો કે ન ચાલ્યો, ત્યાં ને ત્યાં જ, તે જ હાલતમાં પડ્યો રહ્યો. મને લાગ્યું કે કદાચ પડી જતાં તેની ડોક બટકી ગઈ હશે. તમે જુઓ છો ને કે હું કેવી રીતે મારું વચન પાળી રહ્યો હતો. હું તમને એક એક હકીકતો કહું છું પછી તે મારી વિરુદ્ધ હોય કે મારા પક્ષમાં.

તે નમ્યો અને હોમ્સે તેના માટે તૈયાર કરેલાં પાણી અને વ્હિસ્કીના મિશ્રણને લેવા પોતાનો હાથ લંબાવ્યો. મારી વાત કરું તો હું કબૂલ કરું છું કે હું તેના વિકરાળ સ્વરૂપ અને ઠંડા કલેજે પાર પાડેલા કામના વર્ણનથી થથરી ગયો હતો. તેને તો બરાબરની સજા થવી જોઈએ, કમ સે કમ તેને મારા તરફથી તો કોઈ જ સહાનુભૂતિ નહોતી મળવાની. શૅરલૉક હોમ્સ અને જોન્સ ગોઠણ પર હાથ ટેકવીને તેની કથા રસપૂર્વક સાંભળતા હતા પણ તેમના ચહેરા પર પણ નફરતનો ભાવ જ હતો. કદાચ તેને પણ તેનો ખ્યાલ આવી ગયો હશે. તે પોતાની કથા ફરી કહેવા લાગ્યો.

"બધું ખૂબ જ ઘૃણાસ્પદ હતું, તેમાં કોઈ જ શંકા નથી," તેણે કહ્યું. "મારી જગ્યાએ જે કોઈ પણ વ્યક્તિ હોત તેણે પોતાનું ગળું કપાય તેના કરતાં તો ખજાનાનો હિસ્સો લેવાનું જ પસંદ કર્યું હોત. બીજી બાજુ હવે તે કિલ્લામાં પ્રવેશી જ ગયો હતો ત્યારે તેના અથવા મારા જીવનનો પ્રશ્ન હતો. જો તે ખરેખર ત્યાંથી ભાગી ગયો હોત તો આખાયે કાવતરાની ગંધ બધે જ ફેલાઈ જાત અને કદાચ મારું કોર્ટ માર્શલ પણ કરી દેવામાં આવત અથવા તો આવી સ્થિતિમાં જે વ્યક્તિ પ્રામાણિક નથી રહેતી તેની માટેની સજા મને કરવામાં આવત અને તે પ્રમાણે મને વીંધી નાખવામાં આવત."

"તમારી વાત ચાલુ રાખો," હોમ્સે ટૂંકમાં કહ્યું.

"પછી, અમે તેને અંદર લઈ ગયા, અબ્દુલ્લાહ, અકબર અને હું. તે ખાસ્સો એવો વજનદાર હતો અને આટલા વજન માટે તે ખૂબ ટૂંકો હતો. મહમદસિંઘ દરવાજાની રખેવાળી કરવા ત્યાં જ રોકાયો. શીખે તેને માટે તૈયાર કરેલી જગ્યાએ અમે તેની લાશને લઈ ગયા. તે થોડીક દૂર હતી જ્યાં એક ગોળાકાર પરસાળ એક મોટા ખંડ તરફ જતી હતી. અમે તેને ત્યાં લઈ ગયા. ત્યાં ઈંટની એક દીવાલ સંપૂર્ણપણે ભાંગી ગઈ હતી અને ભોંય પરની તે જગ્યામાં મોટો ખાડો પડી ગયો હતો જેના કારણે એક કુદરતી કબર રચાઈ ગઈ હતી. અમે ઍકમેટને ત્યાં દાટી દીધો અને તેના પર તૂટેલી ઈંટો ગોઠવી દીધી. આટલું પતાવી અમે બધા જ ખજાના પાસે ગયા.

"તેની પર જ્યાં પહેલો હુમલો થયો હતો ત્યાં જ ખજાનો પડી ગયો હતો. તે અહીં ટેબલ પર પડેલો છે તે જ ડબ્બો હતો. ચાવીને એક રેશમી દોરી વડે ડબ્બા ઉપરના નકશીકામ કરેલા હાથા પર લટકાવવામાં આવી હતી. અમે તેને ખોલ્યું, તેના પર ફાનસનો પ્રકાશ પડવાથી આખોયે ડબ્બો ઝગમગી ઊઠ્યો. બરાબર આવું જ દૃશ્ય હું નાનો હતો ત્યારે મેં કોઈક વાર્તામાં વાંચ્યું હતું. આપણી આંખો અંજાઈ જાય તેવું તે દૃશ્ય હતું. જ્યારે અમે તેને જોઈને ધરાઈ ગયા ત્યારે અમે તેને બહાર કાઢી તેમાં જે જે વસ્તુઓ હતી તેની યાદી બનાવવા માંડી. તેમાં એકસો ને તેતાલીસ હીરા હતા, જેમાંનો એક હતો પ્રખ્યાત 'ધી ગ્રેટ મોગલ' અને એવું કહેવામાં આવે છે કે તે દુનિયાનો બીજો સૌથી મોટો હીરો હતો. પછી તેમાં સત્તાણું ખૂબ જ સુંદર નીલમ હતાં, અને એકસો સિત્તેર લાલ માણેક હતાં, તેમાંનાં કેટલાંક ઝીણાં હતાં. આ ઉપરાંત તેમાં ચાલીસ ભૂરાં માણેક હતાં, બસ્સો દસ નીલમણી હતાં, એકસઠ અકીક હતા અને ખાસ્સા એવા જથ્થામાં પીરોઝ, પરવાળા, અકીક, ભૂરાં લીલા રંગનાં માણેક, અને બીજા કેટલાયે કીમતી પથ્થરો હતા જેના વિવિધ નામની મને તે વખતે ખબર નહોતી. આ ઉપરાંત તેમાં ત્રણસો સુંદર મોતી હતાં. તેમાંનાં બાર એક સોનાના ખૂણા પર જડવામાં આવ્યાં હતાં. જો કે છેલ્લે જ્યારે ડબ્બો મારા કબજામાં આવ્યો ત્યારે આ બાર મોતી તેમાંથી ગાયબ હતાં.

"આખીયે યાદી બનાવી લીધા બાદ અમે રત્નોને પાછાં ડબ્બામાં મૂકી દીધાં અને તેને દરવાજા પાસે મહમદસિંઘને બતાવવા લઈ ગયા. ત્યાર બાદ ફરી અમે એકબીજાને

વફાદાર રહેવાના સમ ખાધા અને ક્યારેય આ રહસ્ય કોઈને પણ નહીં જણાવવાના પણ સમ ખાધા. અમે બધાએ નક્કી કર્યું કે જ્યાં સુધી દેશમાં શાંતિ ફરી ન સ્થપાય ત્યાં સુધી ખજાનાને ક્યાંક છુપાવી રાખવો અને ત્યાર બાદ ચારેય વચ્ચે તેને સરખે ભાગે વહેંચવો. હાલ તેનો ભાગ પાડવાનો કોઈ જ અર્થ નહોતો કારણ કે જો અમારામાંથી કોઈની પણ પાસે તે મળી આવે તો ચોક્કસ અમારા પર શંકા થયા વગર રહે નહીં અને આખાયે કિલ્લામાં ક્યાંય એકાંત જેવું નહોતું કે અમે તેને ત્યાં સાચવીને રાખી શકીએ. માટે અમે તે ડબ્બાને જ્યાં પેલાની લાશ દાટી હતી તે ખંડમાં લઈ ગયા. અને એક નક્કર દીવાલમાં અમુક ચોક્કસ ઈંટોને ખોતરીને તેમાં જગ્યા બનાવી અમે તેને ત્યાં છુપાવ્યો. અમે આખીયે જગ્યાની ખાસ નોંધ લીધી અને બીજે દિવસે મેં તેનો નકશો બનાવ્યો અને તેની ચાર નકલ બનાવી. અમારા દરેક માટે અને તેના છેડે અમારા ચારની નિશાની કરી કારણ કે અમે હંમેશા જે કંઈ પણ કરવું તે તમામ ચાર માટે કરવાના સમ ખાધા હતા કે જેથી કરીને કોઈ એક તેનો લાભ ન ઉઠાવે. તે સમ મેં મારા હૃદય પર હાથ મૂકીને લીધા હતા જે મેં આજ સુધી પણ તોડ્યા નથી.

"ત્યાર બાદ ભારતીય બળવાનું શું થયું તે વિષે મારે તમને માહિતી આપવાની કોઈ જ જરૂર નથી. તમે બધા તે સારી રીતે જાણતા હશો. વિલ્સને દિલ્હી લઈ લીધું અને સર કોલીને લખનૌને મુક્ત કર્યું અને આખોયે બળવો પડી ભાંગ્યો. નવી ટુકડીઓ ગોઠવવામાં આવી અને નાના સાહેબે સરહદો પર કંઈ ખાસ જોમ બતાવ્યું નહીં. કર્નલ ગ્રેથેડ આવ્યા અને આગ્રાને બળવાખોરોમાંથી મુક્ત કરાવ્યું અને અમે ચારેય અમારો ખજાનો મેળવવાની આશા સેવવા લાગ્યા. પણ અચાનક જ અમારી આશા પર પાણી ફરી વળ્યું. અમારા ચારેયની ઍકમેટની હત્યા બદલ ધરપકડ કરવામાં આવી.

"તે કઈ રીતે થયું તે કહું. રાજાએ જ્યારે કીમતી રત્નો ઍકમેટના હાથમાં મૂક્યા ત્યારે તેને ખબર હતી કે તે એક વિશ્વાસુ માણસ હતો. પૂર્વમાં કેટલાક શંકાસ્પદ લોકો હોવાની રાજાને જાણ હતી એટલે રાજાએ પહેલા વિશ્વાસુ પાછળ બીજો વિશ્વાસુ માણસ તેની પર નજર રાખવા માટે રોક્યો. આ બીજા માણસને એવો હુકમ હતો કે તેણે ક્યારેય ઍકમેટને પોતાની નજર બહાર જવા ન દેવો અને તે તેના પડછાયાની જેમ તેની પાછળ જ રહ્યો. તે રાત્રે તેણે જોયું કે તે કિલ્લાના દરવાજામાં પ્રવેશ્યો છે, તેણે એવું જ વિચાર્યું હતું કે ઍકમેટે કિલ્લામાં આશરો લઈ લીધો છે અને તેવી જ રીતે તેણે પણ કિલ્લામાં પ્રવેશ મેળવી લીધો પણ બીજા દિવસે તેને ઍકમેટની કોઈ જ ભાળ મળી નહીં. તેને આ બધું ખૂબ વિચિત્ર લાગતું હતું એટલે તેણે સાર્જન્ટને આ બાબતે વાત કરી અને સાર્જન્ટે તે વાત અમારા ઉપરીને કરી. તરત જ એક ઝડપી તપાસ કરવામાં આવી અને તેમને ઍકમેટની લાશ મળી ગઈ. જ્યારે અમે એમ વિચારતા હતા કે બધું જ સુરક્ષિત હતું ત્યારે જ અમે પકડાઈ ગયા અને અમને ત્રણેયને જેલ ભેગા કરી દેવામાં આવ્યા અને અમારા પર

ખટલો ચાલ્યો. અમારા ત્રણ પર એટલા માટે ખટલો ચાલ્યો કારણ કે તે વખતે અમે ત્રણ જ તે દરવાજાની રખેવાળી કરતા હતા અને ચોથા માણસની એટલા માટે ધરપકડ કરવામાં આવી કારણ કે તે મૃત માણસનો સાથી હતો. ખટલા દરમિયાન ખજાના બાબતે એક શબ્દ પણ ઉચ્ચારવામાં ન આવ્યો કારણ કે રાજા તો ભારત બહાર જતો રહ્યો હતો અને હવે તેમાં કોઈને કંઈ ખાસ રસ નહોતો. પણ ખૂન તો થયું જ હતું અને તે પણ દેખીતું હતું કે હત્યા સાથે અમારે નિસબત હતી. પેલા ત્રણ શીખને આજીવન કેદની સજા ફટકારવામાં આવી અને મને મૃત્યુની સજા આપવામાં આવી. જો કે પાછળથી મારી સજા પણ બીજાઓ જેટલી કરી નાખવામાં આવી.

"અમે જે સ્થિતિમાં આવી ગયા હતા તે ખૂબ કરુણ હતી. ત્યાં કાયમ અમારા પગ બાંધી રાખવામાં આવતા હતા અને ત્યાંથી ભાગી છૂટવાની તો જરા જેટલી પણ આશા અમને નહોતી દેખાતી. અમારા દરેકના મનમાં એક મોટુ રહસ્ય ધરબાઈ ગયું હતું કે જે શક્ય હોત તો અમારામાંના દરેકને મહેલના ઠાઠમાં મૂકી દે તેમ હતું. અમારું મન તે વિચારથી બેબાકળું બની જતું હતું. તે વિચારે તો મને પાગલ કરી મૂક્યો હતો પણ મેં હંમેશા મારી જાત પર સંયમ રાખ્યો અને સમય પસાર કરે રાખ્યો.

"આખરે મને એક અવસર મળ્યો. મને આગ્રાથી મદ્રાસ મોકલવામાં આવ્યો અને ત્યાંથી આંદામાનના ટાપુઓમાંના એક બ્લૅર આઈલૅન્ડ મોકલવામાં આવ્યો. મારી વર્તણૂક પહેલેથી જ સારી હતી માટે થોડા જ સમયમાં મને થોડી રાહત આપવામાં આવી. મને માઉન્ટ હેરિએટ પર આવેલા હોપ ટાઉનમાં એક ઝૂંપડી આપવામાં આવી અને હું ત્યાં રહેવા લાગ્યો. તે ખૂબ ભેજવાળી અને તાવ આવી જાય તેવી જગ્યા હતી. અમારી આસપાસ માત્ર જંગલી આદિવાસીઓ જ રહેતા હતા, જેઓ હંમેશા અમારા પર ઝેરી કાંટો ફૂંકીને અમને મારવા તત્પર રહેતા. ત્યાં ખોદકામનું અને કોળાંની ખેતીનું કામ વધારે ચાલતું. આ ઉપરાંત પણ બીજાં ઘણાં કામ ત્યાં થતાં માટે આખો દિવસ અમે વ્યસ્ત જ રહેતા, માત્ર સાંજે જ અમારી પાસે થોડો સમય બચતો. તે સમય દરમિયાન હું વાઢકાપના ડૉક્ટર માટે દવા બનાવવાનું કામ શીખ્યો. એક એક ક્ષણે હું માત્ર ત્યાંથી ભાગી છૂટવાનો મોકો જ શોધતો રહેતો પણ ત્યાંથી બીજી કોઈ પણ ધરતી સેંકડો માઈલ દૂર આવેલી હતી, અને દરિયો એટલો પ્રતિકૂળ હતો કે ત્યાંથી ભાગી છૂટવું ખૂબ મુશ્કેલીભર્યું હતું.

"સર્જન ડૉક્ટર સમર્ટન એક ઉતાવળિયો, ખેલદિલ યુવાન હતો. સાંજે તેના ઓરડામાં ઘણા યુવાન અધિકારીઓ પત્તાં રમવા ભેગા થતા. જ્યાં હું દવાઓ બનાવતો તે ઓરડો તેની બાજુમાં જ હતો. આ બન્ને ઓરડાની વચ્ચેની દીવાલમાં એક નાનકડી બારી હતી. ઘણી વાર જ્યારે હું એકલતા અનુભવતો ત્યારે ફાનસ ઓલવીને તે ઓરડાની તે નાનકડી બારીમાંથી તેમની વાતો સાંભળતો અને તેમની રમત નિહાળતો. હું ખુદ

પણ પત્તાંની રમતનો સારો ખેલાડી હતો માટે તે લોકોને રમતા જોવા પણ મને તેટલું જ ગમતું. ત્યાંની લશ્કરી ટુકડીઓના અધિકારી મેજર શોલ્ટો, કેપ્ટન મોર્સ્ટૅન અને લેફ્ટેનન્ટ બ્રોમ્લી બ્રાઉન ઉપરાંત સર્જન પોતે અને તેમના બે-ત્રણ જેલ અધિકારીઓ હંમેશા આવી નાનકડી મિજબાનીઓ ગોઠવતા.

"તે વખતે એક વાતની મેં ખાસ નોંધ લીધી કે સૈનિકો હંમેશા હારતા અને નાગરિકો હંમેશા જીતતા. હું એવું કહેવા નથી માગતો કે કંઈક ગડબડ હતી પણ આવું હમેશા બનતું રહેતું. આ જેલ અધિકારીઓ રમવા ઉપરાંત પણ કંઈક કરતા હતા. તેઓ હમેશા પોતાની રમતને માણતા જ્યારે બીજા તો માત્ર સમય પસાર કરવા માટે જ રમતા હતા અને આડેધડ પોતાનાં પત્તાં ખોલતા. દરેક રાતે સૈનિકો ગરીબ અને ગરીબ જ થતા ગયા અને જેમ જેમ તેઓ ગરીબ થતા જતા હતા તેમ તેમ તેમને ઓર વધારે રમવાની લાલચ થતી. મેજર શોલ્ટોને આમાં ભારે ફટકો લાગ્યો હતો. તેઓ કેટલીક વાર કેટલીક બાજી જીતી જતા અને તેમના હૃદયને શાંતિ વળે ત્યાં તો ફરી તેમનું નસીબ તેમને હાથતાળી દઈ જતું. આમ ને આમ તેમણે ખૂબ દારૂ પીવા માંડ્યો, એટલી હદે કે તેમના સ્વાસ્થ્ય પર અસર થવા લાગી.

"એક રાત્રે તેમણે રોજ કરતાં પણ વધારે દારૂ પીધો હતો. મેજર શોલ્ટો અને કેપ્ટન મોર્સ્ટૅન જ્યારે પોતાના ક્વાર્ટર્સ તરફ જઈ રહ્યા હતા ત્યારે હું મારી ઝૂંપડીમાં બેઠો હતો. તેઓ ગાઢ મિત્રો હતા. તેઓ ક્યારેય એકબીજાથી અલગ નહોતા રહેતા. મેજર પોતાની પાયમાલી માટે કકળાટ કરી રહ્યો હતો.

"બધું જ પૂરું થઈ ગયું, મોર્સ્ટૅન," મારી ઝૂંપડી આગળથી પસાર થતી વખતે તે આવું બોલ્યો, "હું પાયમાલ થઈ ગયો છું."

" 'બકવાસ ના કર, ડોસા !' મોર્સ્ટૅને તેના ખભા પર ધબ્બો મારતાં કહ્યું, 'મેં પણ ઘણું ગુમાવ્યું છે, પણ---' હું આટલું જ સાંભળી શક્યો પણ મારા વિચારોને જાગૃત કરવા માટે તેટલું પૂરતું હતું."

" 'મારે તમારી એક સલાહની જરૂર છે, મેજર,' મેં કહ્યું.

" 'શાની, સ્મૉલ ?' તેણે હોઠમાંથી ચીરૂટ બહાર કાઢતાં કહ્યું.

" 'હું તમને પૂછવા માગું છું, સાહેબ,' મેં કહ્યું, 'એવી કોઈ વ્યક્તિ ખરી કે જેને એક છૂપો ખજાનો સોંપી શકાય ? મને ખબર છે કે દસ લાખનો ખજાનો ક્યાં પડ્યો છે. હું તેને મારી જાતે ઉપયોગમાં લઈ શકું તેમ નથી. તો મેં વિચાર્યું કે મારે તેને કોઈ યોગ્ય સત્તાધીશને સોંપી દેવો જોઈએ અને કદાચ તેઓ મારી સજા માફ કરે અને મને મુક્ત કરે.'

" 'દસ લાખ, સ્મૉલ !' તેણે મારી સામે આશ્ચર્યભરી નજર કરી, જાણે હું બકવાસ ન કરી રહ્યો હોઉં !

" 'તદ્દન સાચું, સાહેબ -- અને તે પણ કીમતી રત્નો અને મોતીના સ્વરૂપમાં. તે ત્યાં કોઈના પણ માટે છૂપો પડ્યો છે અને વધારે મહત્ત્વની વાત તો એ છે કે તેનો માલિક

દેશ છોડીને ભાગી ગયો છે અને હવે પોતાની સંપત્તિ પાછી મેળવી શકે તેમ નથી, માટે જેને તે ખજાનો પહેલો મળે તે જ તેનો માલિક બનશે.'

" 'સરકારને, સ્મૉલ,' તેણે અચકાતાં અચકાતાં કહ્યું, 'સરકારને.' પણ તેણે તે એવા ખચકાટ સાથે કહ્યું હતું કે હું તેનું મન જાણી ગયો.

" 'તો તમે એવું વિચારો છો, સાહેબ કે મારે તેની માહિતી ગવર્નર જનરલને આપવી જોઈએ ?' મેં ઠંડકથી કહ્યું.

" 'અરે, અરે, તારે એટલી બધી ઉતાવળ કરવાની જરૂર નથી. રખેને તારે પસ્તાવું પડે. મને આખી વાત કહે, સ્મૉલ. મને આખી હકીકત જણાવ.'

" મેં તેને આખી વાત કહી, પણ ઘણા ફેરફારો કરીને કે જેથી કરીને તે ખજાનાની જગ્યાને ઓળખી ન જાય. મેં મારી વાત પૂરી કરી. તે સ્તબ્ધ થઈ ગયો હતો. તેના મગજમાં કેટલાયે વિચારોનું વાવાઝોડું ચાલી રહ્યું હતું. તે હું તેના હોઠોના ધીમા ફફડાટ પરથી પામી ગયો હતો. તેના મનમાં ધમાલ મચી ગઈ હતી.

" 'આ ખૂબ મહત્ત્વની બાબત છે, સ્મૉલ,' છેવટે તેણે મૌન તોડ્યું. 'તારે આ વિષે એક પણ શબ્દ કોઈને કહેવાનો નથી. હું તને તરતમાં જ પાછો મળું છું.'

"બે રાત પછી તે અને તેના મિત્ર કૅપ્ટન મોર્સ્ટૅન મારી ઝૂપડીમાં અંધારી રાતે ફાનસ લઈને આવી પહોંચ્યા.

" 'હું ઈચ્છું છું કે તું તારા જ મોઢે કેપ્ટન મોર્સ્ટૅનને આખી વાત કહે, સ્મૉલ,' તેણે કહ્યું.

" 'મેં પહેલાંની જેમ જ આખી વાત ફરી કેપ્ટન મોર્સ્ટૅનને કહી સંભળાવી.'

" 'વાત તો સાચી લાગે છે પણ,' તેણે કહ્યું 'શું આમાં ખરેખર પડવા જેવું છે ?'

" કેપ્ટન મોર્સ્ટૅને માથુ હલાવ્યું.

" 'અહીં જો, સ્મૉલ,' મેજરે કહ્યું. 'મેં અને મારા મિત્રે આ બાબતે ઘણો વિચાર કર્યો અને અમને એવું લાગે છે કે આમાં સરકારે માથું મારવા જેવું કંઈ છે નહીં, છેવટે તો આ તારી પોતાની અંગત વાત છે અને તારે જ તેનું નિરાકરણ લાવવું જોઈએ. હવે પ્રશ્ન એ છે કે તારે તેના બદલામાં શું જોઈએ છે ? અમે તે બાબતે વિચારી શકીએ પણ તે પહેલાં અમારે તારી શરતો જાણવી પડશે કદાચ અમને તે મંજૂર ન પણ હોય.' તેણે ખૂબ જ ઠંડકથી અને જાણે તેને કંઈ જ ન પડી હોય તેમ વાત કરવાનો પ્રયત્ન કર્યો પણ તેની ચમકતી આંખમાંથી મને ઉત્તેજના અને લાલચ દેખાઈ આવતાં હતાં.

" 'સારું ત્યારે, સાહેબો,' મેં પણ તેટલી જ ઠંડકથી જવાબ આપવાનો પ્રયત્ન કર્યો, પરંતુ હું પણ તે લોકો જેટલો જ ઉત્તેજિત હતો, 'જે માણસ આજીવન કારાવાસની સજા ભોગવતો હોય તેના માટે તેની સ્વતંત્રતાથી વિશેષ કોઈ બદલો ન હોઈ શકે. હું ઈચ્છું છું કે તમે મને સ્વતંત્ર થવામાં મદદ કરો અને મારા ત્રણ સાથીઓને પણ મુક્ત

કરાવો. ત્યાર પછી અમે તમને ભાગીદાર બનાવીશું અને ખજાનાના પાંચ ભાગ પાડીશું અને આપણી વચ્ચે વહેંચીશું.'

" 'અહ્ !' તેણે કહ્યું, 'પાંચમો ભાગ ! તે કંઈ ખાસ લોભામણું ન કહેવાય.'

" 'દરેકના ભાગે પચ્ચાસ-પચ્ચાસ હજાર આવશે,' મેં કહ્યું.

" 'પણ અમે તને કઈ રીતે છોડાવીશું ? તને સારી રીતે ખબર છે કે તે અશક્ય છે.'

" 'એટલું બધું અશક્ય નથી,' મેં જવાબ આપ્યો. 'તે વિષે મેં પહેલેથી જ વિચારી રાખ્યું છે. અમારા માટે મોટી સમસ્યા એ છે કે અમે ભાગી છૂટવા માટે પ્રવાસને યોગ્ય હોડી નથી મેળવી શકતા. કલકત્તા કે મદ્રાસ બન્ને જગ્યાએ અસંખ્ય શઢવાળી નૌકાઓ છે કે જે અમને સારી રીતે ઉપયોગમાં આવી શકે તેમ છે. તમે અમારા માટે એકની વ્યવસ્થા કરો. અમે તેના પર રાત્રી દરમિયાન ચડી જઈશું અને જો તમે અમને ભારતના કોઈ પણ દરિયાકાંઠે છોડી દેશો તો ત્યાં તમારી જવાબદારી પૂરી થશે.'

" 'પણ જો અમે એકને જ છોડાવી શકીએ તો,' તેણે કહ્યું.

" 'બધાને અથવા કોઈને પણ નહીં,' મેં જવાબ આપ્યો. 'અમે સમ ખાધા છે. અમારે ચારેય જણાએ એક સાથે જ કામ કરવું.'

" 'સાંભળે છે, મોર્સ્ટન,' તેણે કહ્યું, 'સ્મૉલ તેના શબ્દોનો પાકો છે. તે પોતાના મિત્રોને દગો દે તેમાંનો નથી. મારા ખ્યાલથી આપણે તેના પર વિશ્વાસ કરવો જોઈએ.'

" 'આ એક અધમ કૃત્ય છે,' બીજાએ જવાબ આપ્યો. 'તેમ છતાં પણ તું કહે તેમ અમને તેના બદલામાં સારું એવું વળતર મળવાનું છે.'

" 'સારું, સ્મૉલ,' મેજરે કહ્યું, 'અમે ચોક્કસ તે બાબતે વિચારીએ અને તને ફરી પાછા મળીએ. સૌપ્રથમ તો અમારે તારી વાત સાચી છે કે નહીં તેની ચકાસણી કરવી પડશે. હવે અમને એ કહે કે ડબ્બો ક્યાં છુપાવ્યો છે કે જેથી કરીને હું ફરજ પરથી રજા લઈને ભારત જાઉં અને તમારા માટે નૌકાની વ્યવસ્થા કરું.'

" 'એટલી બધી ઉતાવળ કરવાની કોઈ જરૂર નથી,' મેં તેના આવા ઉતાવળા વર્તન સામે ઠંડકથી કહ્યું, 'તે માટે મારા ત્રણ સાથીઓની મારે મંજૂરી મેળવવી પડશે. મેં તમને પહેલાં જ કહ્યું છે તેમ અમે ચાર અથવા તો કોઈ જ નહીં.'

" 'બકવાસ !' તે તાડૂક્યો, 'તે ત્રણ કાળિયાઓને વળી આપણી શરત સાથે શું લેવા-દેવા ?'

"કાળા કે પીળા," મેં કહ્યું, 'તેઓ મારી સાથે છે અને અમે બધા સાથે છીએ.'

"આખરે બીજી મુલાકાતમાં વાત થાળે પડી, જ્યારે મહમદસિંહ, અબ્દુલ્લાહ ખાન અને દોસ્ત અકબર બધા જ હાજર થયા. અમે આખીયે બાબત પર ફરી ચર્ચા કરી અને છેવટે આખી વ્યવસ્થા ગોઠવી. અમે બન્ને અધિકારીઓને ખજાનાનો નકશો આપ્યો

અને ખજાનો જે ઈંટો પાછળ હતો તેની નિશાની કરી આપી. મેજર શોલ્ટોએ ભારત જઈને અમારી વાતની ખાતરી કરવાની હતી અને જો તેમને ડબ્બો મળે તો તેમણે તેને ત્યાં જ પાછો મૂકી દેવાનો અને અમારા માટે એક નાનકડી શઢવાળી બધી જ જરૂરિયાતો સાથેની નૌકા રટલૅન્ડ આઈલેન્ડ આગળ તૈયાર રાખવી અને ફરી પાછા પોતાની ફરજ પર આવી જવું. પછી કૅપ્ટન મોર્સ્ટૅને રજા લઈને અમને મળવા આગ્રા આવવું અને ત્યારે અમારે ખજાનાની વહેંચણી કરવી, અને તેમણે જ પોતાની સાથે મેજરનો ભાગ લઈ જવો. આ બધું જ અમે વિધિપૂર્વકના સમ ખાઈને એક એક શબ્દ મોટેથી બોલીને નક્કી કર્યું. મારે આખી રાત કાગળ અને શાહી સાથે મંડ્યા રહેવું પડ્યું અને છેક સવારે મેં બે નકશા તૈયાર કર્યા જેમાં અમારા ચારેની નિશાની પણ મૂકી હતી - મારી, અબ્દુલ્લાહની, અકબરની અને મહમદની.

"ભાઈઓ, મેં તમને મારી વાર્તાથી હવે થકવી નાખ્યા છે અને મને ખબર છે કે મારા મિત્ર શ્રીમાન જોન્સ મને જેલ ભેગો કરવા અધીરા થઈ ગયા છે. હું તેને બને તેટલી ટૂંકમાં પતાવવા માગું છું. દુષ્ટ શોલ્ટો ભારત ગયો પણ તે ફરી ક્યારેય પાછો ન આવ્યો. ત્યાર બાદ થોડા જ સમય બાદ મને કૅપ્ટન મોર્સ્ટૅને મેઈલ-બોટની મુસાફરોની યાદી આપી જેમાં શોલ્ટોનું નામ હતું. પાછળથી એવી ખબર પડી કે તેના કોઈક કાકા મૃત્યુ પામ્યા હતા અને તેને વારસામાં તેમની સંપત્તિ મળી હતી તેથી તેઓ સૈન્ય છોડીને જતા રહ્યા હતા. તેણે અમારા પાંચે સાથે દગાખોરી કરી હતી. ત્યાર બાદ તરત જ મોર્સ્ટૅન આગ્રા ગયો અને ધાર્યા પ્રમાણે જ તેને ત્યાં ખજાનો ન મળ્યો. તે બદમાશ એક પણ શરત પાળ્યા વગર અમારો ખજાનો લૂંટીને જતો રહ્યો હતો. ત્યાર પછી હું માત્ર બદલા માટે જ જીવતો રહ્યો છું. હું દિવસ અને રાત તેનો જ વિચાર કરતો રહેતો. બદલાની ભાવનાએ મારા પર કબજો કરી લીધો હતો. હું બદલો લેવા ઘાંઘો થઈ ગયો હતો. મને કાયદાની કશી જ નહોતી પડી. બસ હવે મારે ગમે તેમ કરીને ભાગી છૂટવું હતું. શોલ્ટોને પકડવો હતો અને તેનુ ગળું દાબી દેવું હતું - તે જ મારો એક માત્ર વિચાર હતો. હવે આગ્રાનો ખજાનો પણ મારા માટે વિશેષ મહત્ત્વ નહોતો ધરાવતો.

"મેં મારી જિંદગીમાં ઘણા નિર્ધાર કર્યા હતા પણ તેમાંનો એક પણ પૂરો નહોતો કર્યો. મેં તમને પહેલાં કહ્યું તે પ્રમાણે મેં મારો ઘણો સમય દવાઓ બનાવવા પાછળ ખર્ચ્યો હતો. જ્યારે ડૉ. સમર્ટન બીમાર હોવાથી તળેટીમાં ગયા હતા ત્યારે કેદીઓની એક ટોળકી જંગલમાંથી ત્યાંના એક આદિવાસીને ઉઠાવી લાવી હતી. તે તાવનો માર્યો અધમૂઓ થઈ ગયો હતો. મેં તેની સારવાર હાથ પર લીધી. તે કોઈ ઝેરી સાપની જેમ ફૂંફાડા મારી રહ્યો હતો. એક-બે મહિના મેં તેને સારવાર આપી અને તેને ચાલતો-ફરતો કરી દીધો. તેને ખબર નહીં પણ મારા પ્રત્યે લાગણી થઈ અને તે ફરી પાછો ક્યારેય જંગલમાં ન ગયો. અવારનવાર મારી ઝૂંપડી આસપાસ ડોકાયે રાખતો. તેની પાસેથી હું થોડી ઘણી તેની ભાષા શીખ્યો અને તેથી તો હું તેનો ઓર માનીતો થઈ ગયો.

“ટોન્ગા તેનું નામ હતું - તે એક સરસ નાવિક હતો અને તેની પોતાની એક મોટી હોડી હતી. જ્યારે મને ખબર પડી કે તે મને સમર્પિત થઈ ગયો હતો અને મારા માટે ગમે તે કરી છૂટવા તૈયાર હતો, કે તરત જ મને મારા નાસી જવાનો ખ્યાલ આવ્યો. તે બાબતે મેં તેની સાથે વાત કરી. અમારી વચ્ચે નક્કી થયું કે એક ચોક્કસ રાત્રે તેણે જૂના ડક્કા કે જ્યાં કોઈ જ પહેરો નહોતો રહેતો ત્યાં આગળ પોતાની નાવ ઊભી રાખવી અને મારે ત્યાં પહોંચી જવું.

“નાનકડો ટોન્ગા એક દૃઢ અને સાચો માણસ હતો. કોઈ નસીબદારને જ આટલો વિશ્વાસુ સાથી મળે. જે રાતનું અમારે નક્કી થયું હતું તે રાત્રે તે ત્યાં પોતાની નાવ લઈને હાજર હતો. ક્યારેય નહીંને ત્યારે તે જૂના ડક્કા પર એક કેદી રખેવાળ ત્યાં રખેવાળી કરતો ઊભો હતો - અધમ પઠાણ. તેણે ક્યારેય મને નુકસાન પહોંચાડવાનો કે નીચો દેખાડવાનો મોકો જતો નહોતો કર્યો. મને હંમેશા બદલો લેવાની ભાવના થતી અને મારો એ મોકો મને મળી ગયો હતો. કદાચ તેવું લખાયું જ હશે કે આ દ્વીપને છોડતી વખતે મારો તેની સાથે સામનો થાય અને મારો બદલો વળે. તે કાંઠા તરફ મોઢું રાખીને ઊભો હતો અને તેના ખભા પર તેની નાનકડી બંદૂક લટકી રહી હતી. હું આમતેમ પથ્થર માટે ફાંફા મારી રહ્યો હતો કે જેથી કરીને હું તેના પર પ્રહાર કરી શકું પણ મને કંઈ જ ન મળ્યું.

“પછી એક વિચિત્ર ખ્યાલ મારા મનમાં ઝબક્યો અને મારા હાથમાં એક હથિયાર આવ્યું. હું અંધારા ખૂણામાં ગોઠવાયો અને મેં મારો લાકડાનો પગ છૂટો કર્યો. ત્રણ ફલાંગમાં તો હું તેના ઉપર જઈ ચડ્યો. તેણે તેની બંદૂક ખભા પર લટકાવી હતી પણ તે હજુ તેને લેવાનું વિચારે તે પહેલાં તો મેં તેને જકડી લીધો હતો અને તેની ખોપરી પર મારા લાકડાના પગથી જોરદાર ફટકો માર્યો. તમે અહીં લાકડામાં પડેલી આ ફાટ જોઈ શકો છો. અમે બન્ને એક સાથે નીચે ગબડ્યા, કારણ કે હું સમતોલન ન જાળવી શક્યો પણ જ્યારે હું ઊભો થયો ત્યારે મેં જોયું કે તે જરા પણ નહોતો હલતો. હું હોડી પર સવાર થઈ ગયો અને કલાકમાં તો અમે સમુદ્રમાં ખાસા દૂર નીકળી ગયા. ટોન્ગા તેની પાસે જે કોઈ પણ વસ્તુ હતી તે બધી જ પોતાની સાથે લેતો આવ્યો હતો. તેનાં હથિયારો અને તેના ભગવાન. બીજી વસ્તુઓની સાથે તેની પાસે એક લાંબી ભાલા જેવી વસ્તુ પણ હતી અને આંદામાનમાં મળતા નાળિયેરની છાલની સાદડી પણ તે પોતાની સાથે લાવ્યો હતો જેનો મેં શઢ તરીકે ઉપયોગ કર્યો હતો. દસ દિવસ સુધી અમે નસીબના ભરોસે આગળ વધતા રહ્યા પણ અગિયારમા દિવસે અમને એક વેપારી મળી ગયો જે સિંગાપોરથી જિદ્દાહ તરફ પોતાનો સામાન લઈને જઈ રહ્યો હતો. તેઓ વિચિત્ર લોકો હતા. હું અને ટોન્ગા તેમની સાથે સારી રીતે હળીમળી ગયા હતા. તેમનો એક ગુણ ખૂબ સરસ હતો. તે અમને એકલા રહેવા દેતા અને કોઈ જ પ્રશ્ન નહોતા પૂછતા.

"જો હું આખાયે સાહસની વાત કરીશ તો તમે લોકો કંટાળી જશો. કોઈ ને કોઈ કારણસર અમે લંડન નહોતા પહોંચી શકતા પણ તેમ છતાં પણ મારું લક્ષ્ય હું ક્યારેય નહોતો ભૂલ્યો. મને રાત્રે શોલ્ટોનાં જ સપનાં આવતાં. મેં મારા સપનામાં તેને સેંકડો વાર માર્યો હશે. છેવટે થોડાંક વર્ષ પહેલાં અમે ઈંગ્લૅન્ડ પહોંચ્યા. મને શોલ્ટોનું રહેઠાણ જાણવામાં કંઈ ખાસ તકલીફ ન પડી. મેં હવે તે વાત જાણવા પાછળ મારી જાતને રોકી કે તેણે ખજાનો વાપરી નાખ્યો હતો કે હજુ પણ તેની પાસે તે પડ્યો હતો. મેં મને આ કામમાં મદદરૂપ થાય તેવા કેટલાક મિત્રો બનાવ્યા. હું કોઈનાં નામ નહીં આપું કારણ કે હું બીજા કોઈને ખોટા પરેશાન કરવા નથી ઈચ્છતો. છેવટે મને જાણ થઈ કે તેની પાસે હજુ પણ રત્નો હતાં. પછી મેં તેની પાસે જવા ઘણા બધા પ્રયત્નો કર્યા. પણ તે ચેતી ગયો હતો અને હંમેશા બે મુક્કાબાજોને તેના રક્ષણ માટે પોતાની આસપાસ રાખતો હતો અને જો તે ન હોય તો પોતાના ખિદમતગારને કે પુત્રોને પોતાની આસપાસ રાખતો.

"એક દિવસ મને સમાચાર મળ્યા કે તે મરી રહ્યો છે. આ સાંભળીને હું ગાંડો થઈ ગયો કે આ રીતે તો હું તેને મારા પંજામાંથી નહીં જ છટકવા દઉં. હું ઉતાવળે તેના બગીચામાં પહોંચી ગયો અને તેના ઓરડાની બારીમાંથી તેને જોવા લાગ્યો. મેં તેને પથારીમાં આડો પડેલો જોયો. તેની એક-એક બાજુ તેના બે પુત્રો બેઠા હતા. હું ત્યાં જઈને તેને પતાવી દેવા માગતો હતો પણ ત્યાં જ તેની નજર મારા પર પડી અને તેનું જડબું લટકી પડ્યું અને મને ખબર પડી ગઈ કે તે મરી ગયો. તે જ રાત્રે હું તેના ઓરડામાં ગયો અને ખજાના વિષયના કોઈ દસ્તાવેજ મળી જાય કે જેમાં તેણે ખજાનો ક્યાં છુપાવ્યો હતો તેની જાણકારી હોય તો તે માટે મેં શોધખોળ કરી. પણ મને કશું જ ન મળ્યું અને હું બહાર નીકળી ગયો. પણ ત્યાંથી નીકળતા મારા મનમાં એક વિચાર સળવળ્યો કે જ્યારે ક્યારેય હું મારા શીખ સાથીઓને મળું તો તેમને કહી શકું કે મેં આપણી સાથે થયેલા અન્યાયનો બદલો લીધાની નિશાનીરૂપે તેની મરણપથારીએ આપણા ચારની નિશાની મૂકી હતી.

"અમે એ વખતે અમારું ગુજરાન બિચારા ઠીંગણા ટોંગાનું વિવિધ જાતના મેળાઓમાં એક કાળા આદિવાસી તરીકેનું પ્રદર્શન કરીને ચલાવતા હતા. તે ત્યાં કાચું માંસ ખાઈને અને પોતાનું આદિવાસી નૃત્ય કરીને લોકોનું મનોરંજન કરતો અને અમે દિવસની માંડ માંડ એક પેની કમાઈ શકતા હતા. હજુ પણ મને પોન્ડિચેરી લોજના સમાચાર મળતા રહેતા પણ વચ્ચે ખાસ્સાં એવાં વર્ષ મને કોઈ જ સમાચાર સાંભળવા નહોતા મળ્યા. માત્ર એટલા જ સમાચાર મળતા કે તેઓ આખાયે ઘરમાં ખજાનાની શોધ ચલાવી રહ્યા હતા. અને છેવટે જે ક્ષણની અમે આટલાં વર્ષોથી રાહ જોતા હતા તે આવી ગઈ. ખજાનો શોધી લેવામાં આવ્યો હતો. તે મકાનના સૌથી ઉપરના માળે જ્યાં શ્રીમાન બાર્થોલોમ્યૂ શોલ્ટોની રાસાયણિક પ્રયોગશાળા હતી તેની ઉપર ચણી નાખવામાં આવ્યો હતો. એક વાર તો હું ત્યાં જઈને આખીયે જગ્યાનું નિરીક્ષણ કરી આવ્યો પણ હું છેક તે

ઓરડા પર ન પહોંચી શક્યો. તેમ છતાં મને ગમે ત્યાંથી ખબર પડી ગઈ હતી કે ઉપર ક્યાંક કોઈક છૂપો દરવાજો હતો. અને સાથે સાથે મેં શ્રીમાન શોલ્ટોના જમવાના સમયની પણ માહિતી મેળવી લીધી હતી. મને એવું લાગતું હતું કે ટોન્ગાની મદદથી હું આખીયે બાબત સારી રીતે પાર પાડી દઈશ. મેં તેની કમરે લાંબુ દોરડું વીંટ્યું હતું. તે કોઈ બિલાડીની જેમ ચડી શકતો હતો અને તે તરત જ છત પર ચડી ગયો પણ તેના દુર્ભાગ્યે બાર્થોલોમ્યૂ તેના ઓરડામાં જ હતો અને તેણે તેને મારી નાખ્યો. ટોંગાને એમ લાગ્યું કે તેણે બાર્થોલોમ્યૂને મારીને બુદ્ધિનું કામ કર્યું હતું એટલે જ્યારે હું દોરડા પર ચડીને ઉપર આવ્યો ત્યારે તે ગર્વથી ટટ્ટાર થઈને ઊભો હતો. પણ તેના આશ્ચર્ય વચ્ચે મેં તેની પીઠ થાબડવાની જગ્યાએ તેને દોરડાના છેડા વડે જંગલીની જેમ માર્યો અને તેને કેટલીયે ગાળો દીધી. પછી મેં ખજાનાનો ડબ્બો લીધો અને તેને નીચે ઉતાર્યો અને પાછળ પાછળ હું પણ નીચે ઊતરી ગયો. જો કે જગ્યા છોડતા પહેલાં ત્યાં પણ મેં અમારા ચારની નિશાની મૂકી અને મનમાં સંતોષનો શ્વાસ લીધો કે આખરે જે આ ખજાના માટે સૌથી વધારે હક્કદાર હતું તેની પાસે ખજાનો પાછો આવી ગયો હતો. પછી ટોંગાએ દોરડું ખેંચી લીધું અને બારી બંધ કરી દીધી અને જે રસ્તે ઓરડામાં પ્રવેશ્યો હતો તે જ રસ્તે બહાર નીકળી ગયો.

"મને નથી લાગતુ કે હવે મારે તમને કશું કહેવાનું બાકી રહે છે. મેં નદીના લોકોને સ્મિથની હોડી ઑરોરાનાં વખાણ કરતાં સાંભળ્યા હતા એટલે મેં વિચાર્યું કે તે જ અમને અહીંથી ભાગી છૂટવામાં મદદરૂપ થશે અને અમે તેને વચન આપ્યું હતું કે જો તે અમને અમારા વહાણ સુધી પહોંચાડી દેશે તો અમે તેને મોટી રકમ આપીશું. તેને થોડી ઘણી શંકા તો હતી પણ તેને અમારા રહસ્યમાં જરા પણ રસ નહોતો. આ બધું જ સાચું છે અને જો તે બધું હું તમને બધાને કહી રહ્યો છું તો તે માત્ર એટલા માટે નથી કહેતો કે હું એવું માનું છું કે હું કશું જ છુપાવીશ નહીં તો મારી જાતને બચાવી શકીશ પણ હું આખાયે જગતને જણાવવા માગું છું કે મેજર શોલ્ટોએ મારી સાથે કેવું ખોટું કર્યું હતું અને તેના દીકરાના મૃત્યુ માટે હું તદ્દન નિર્દોષ છું."

"આ ખરેખર એક નોંધનીય ઘટનાક્રમ હતો," શૅરલૉક હોમ્સે કહ્યું, "અત્યંત રસપ્રદ મામલાનો અને સંપૂર્ણ બંધબેસતો અંત. તમે છેલ્લી માહિતીઓ આપી તેમાં મારા માટે કંઈ જ નવું નહોતું. માત્ર એટલું નવું હતું કે તમે તમારું દોરડુ સાથે લઈને આવ્યા હતા તે મને નહોતી ખબર. ખેર, પણ મને એવું હતું કે ટોન્ગાના બધા જ ઝેરી કાંટા ખોવાઈ ગયા છે પણ તેમ છતાં પણ બોટ પર તેણે તેનાથી અમારા પર પ્રહાર કર્યો હતો."

"હા, તે બધા જ તેણે ગુમાવી દીધા હતા પણ તેની ફૂંકણીમાં જે એક બચ્યો હતો તે જ તેની પાસે હતો."

"આહા, બરાબર," હોમ્સે કહ્યું, "તે વિષે મેં નહોતું વિચાર્યું."

“આ સિવાય બીજા કોઈ મુદ્દા પર તમે કંઈ પૂછવા માંગો છો ?” અમારા કેદીએ શિષ્ટાચારપૂર્વક પુછ્યું.

“મને નથી લાગતું, આભાર,” મારા સાથીએ જવાબ આપ્યો.

“હોમ્સ,” એથેલ્ની જોન્સે કહ્યું, “તમે ચોક્કસ એક રમૂજી માણસ છો અને અમે એ પણ માનીએ છીએ કે તમે ગુનાને સારી રીતે ઓળખો છો, પણ ફરજ એ ફરજ છે. તમે જે કંઈ મારી પાસે ઇચ્છ્યું તે પ્રમાણે મેં કર્યું પણ હવે ગુનેગારને જેલમાં તો જવું જ પડશે. નીચે ઘોડાગાડી ઊભી છે અને દરવાજે બે ઇન્સ્પેક્ટર પણ ઊભા છે માટે મને રજા આપો. તમારા બન્નેનો હું મને મદદરૂપ થવા બદલ આભાર માનું છું. ખટલા વખતે તમારે હાજર રહેવું પડશે. શુભરાત્રી.”

“તમને બન્ને સદ્‌ગૃહસ્થોને શુભરાત્રી.” જોનાથન સ્મૉલે કહ્યું.

“પહેલાં તું, સ્મૉલ,” જોન્સે ઓરડો છોડતાં કહ્યું, “મારે સાવચેતી રાખવી પડશે ક્યાંક આંદામાનમાં તેં પેલા માણસને તારા લાકડાના પગથી તેની ખોપરી ફાડી નાખી હતી તેવું તું મારી સાથે ન કરી બેસે.”

“આખરે આપણા નાટકનો અંત આવ્યો,” ત્યાર બાદ શાંતિથી જ્યારે અમે ચિરૂટ ફૂંકતા હતા ત્યારે મેં કહ્યું, “મને ડર છે કે કદાચ આ છેલ્લો મામલો હશે જેમાં મને તારી પદ્ધતિઓનો અભ્યાસ કરવાનો મોકો મળ્યો છે. કુમારી મોર્સ્ટને મને તેના ભાવિ પતિ તરીકે સ્વીકારવાનું સમ્માન આપ્યું છે.”

તેણે ગમગીન નિસાસો નાખ્યો.

“હું પણ તેટલો જ ઉદાસ છું,” તેણે કહ્યું, “હું ખરેખર તને શુભેચ્છા નથી પાઠવી શકતો.”

મને થોડું દુઃખ થયું.

“શું તારી પાસે મારી પસંદગીથી અસંતુષ્ટ થવાનું કોઈ કારણ ખરું ?” મેં પૂછ્યું.

“ના, જરા પણ નહીં. હું તો તેને દુનિયાની સૌથી પ્રેમાળ યુવતી માનું છું. તેણી જે રીતે આ મામલામાં પ્રામાણિકતાથી વર્તીને પોતાના પિતાના સામાનમાંથી આગ્રાના ખજાનાનો નકશો આપણને આપ્યો તે પણ વખાણવા લાયક છે. પણ પ્રેમ એક લાગણીશીલ વાત છે અને જે કંઈ પણ લાગણીશીલ હોય છે તેનાથી વેગળું એક સત્ય હોય છે જેને હું બધી જ બાબતોથી ઉપર મૂકું છું. મારે તો ક્યારેય લગ્ન ન કરવાં જોઈએ, રખેને મારી નિર્ણયશક્તિ પર તેની કોઈ અસર પડે.”

“મને વિશ્વાસ છે,” મેં ખડખડાટ હસતાં કહ્યું, “કે મારી નિર્ણયશક્તિ કપરી પરીક્ષામાં પણ ટકી રહેશે. પણ તું ઘણો થાકી ગયો લાગે છે.”

“હું અઠવાડિયા સુધી આવો સુસ્ત જ રહીશ.”

“વિચિત્ર,” મેં કહ્યું, “તારું પણ ખરું છે ! ઘડીકમાં તું તારી ઊર્જાથી ભર્યોભર્યો

બધી જ સમસ્યાનું સમાધાન લાવી દે છે અને બીજી ઘડીએ તું એક આળસુ માણસની જેમ ઢીલોઢફ થઈને વર્તે છે.''

''હા,'' તેણે કહ્યું, ''મારામાં એક અસલ પ્રમાદી વ્યક્તિ બનવા સાથે સાથે એક અતિ ઊર્જાવાન પ્રકારની વ્યક્તિ બનવાનાં લક્ષણો સાથેસાથે જ અસ્તિત્વ ધરાવે છે. આવા સમયે મને હંમેશા ગટેની પેલી પંક્તિઓ યાદ આવી જાય છે :

''એ એક કરુણા છે કે કુદરતે તને એક એવો માણસ બનાવ્યો છે કે જેમાં એક ગૌરવશીલ અને એક શઠ બન્ને પ્રકારનાં વ્યક્તિત્વની બક્ષિસ આપી છે.

''એ બધું તો ઠીક છે પણ આ નોરવૂડ પ્રકરણમાં મેં તને પહેલાં જ કહ્યું હતું કે ઘરમાં જ કોઈક ભેદી હોવો જોઈએ અને તે બીજું કોઈ નહીં પણ આ લાલરાવ જ હશે. આખરે તેણે પોતાના ફાયદા માટે એક માછલી તો ફસાવી જ લીધી હતી.''

''જો કે આમાં તને તો કોઈ જ ફાયદો ન થયો. મને આ બનાવ દ્વારા એક પત્ની મળી અને જોન્સને આખાયે મામલાનો યશ ખાટવાનો મળ્યો, પણ તને શું મળ્યું ?''

''મારા માટે,'' શૅરલૉક હોમ્સે કહ્યું, ''હજુ એક કોકેઇનની બાટલી બચી છે.'' આમ કહેતાં તેણે પોતાનો લાંબો ધોળો હાથ તેને લેવા લંબાવ્યો.

❖ ❖ ❖

ધ કેસબૂક ઓવ્ શેરલૉક હોમ્સ

પ્રખ્યાત અસીલ

"હવે તેનાથી કશું જ નુકસાન નહીં થાય." જ્યારે મેં આટલાં વર્ષોમાં દસમી વાર તેની પાસે આ મામલા વિષે લખવાની રજા માગી ત્યારે તેનો આ જવાબ હતો. તો આમ છેવટે મને મારા મિત્ર તરફથી તેની કારકિર્દીના સર્વોચ્ચ મામલાનો વૃત્તાંત છાપવાની રજા મળી ગઈ.

હોમ્સ અને મને બન્નેને ટર્કીશ સ્નાનનો જબરો શોખ છે. અમે તેના માટે પાગલ છીએ. વરાળ કાઢતા સ્નાનના તે ઓરડામાં હોમ્સ એટલો આરામ અનુભવતો હોય છે કે તે તે ક્ષણે એક તર્કશાસ્ત્રી મટીને એક સામાન્ય માણસ બની જતો હોય છે. નોર્થમ્બર એવેન્યુના ઉપરના માળે એક ઓરડામાં આ સ્નાનની અદ્‌ભુત વ્યવસ્થા કરવામાં આવી છે. તેના એક ખૂણામાં બે બાથ ટબ આવેલાં છે જ્યાં હું અને હોમ્સ - ૧૯૦૨ના સપ્ટેમ્બર મહિનાની ત્રીજી તારીખે આરામથી સ્નાન માણી રહ્યા હતા અને ત્યારથી જ હું આ વૃત્તાંતના વર્ણનની શરૂઆત કરી રહ્યો છું.

કેટલાય વિચાર બાદ મેં તેને પૂછી જ લીધું કે શું તેના હાથમાં કોઈ કેસ આવ્યો હતો ? તેણે તરત જ તેના જવાબમાં પોતાની બાજુ ટીંગાતા ઓવરકોટની અંદરના ખિસ્સા તરફ હાથ લંબાવ્યો અને એક પરબીડિયું બહાર કાઢી મારા હાથમાં મૂક્યું.

"બની શકે કે આ કોઈ સાવ સામાન્ય નકામી, મૂર્ખતાપૂર્ણ બાબત હોય; અથવા તો જીવનમરણનો પ્રશ્ન હોય," તેણે નોંધ મને આપતાં કહ્યું. "સંદેશાથી મને આથી વધારે કશી જ ખબર નથી પડી."

તે આગલી સાંજની તારીખની મહોર મારેલો કાર્લ્ટન ક્લબથી આવેલો સંદેશો હતો. જે આ પ્રમાણે હતો.

સર જેમ્સ ડેમેરી, શ્રીમાન હોમ્સને ખૂબ-ખૂબ અભિનંદન પાઠવે છે અને આવતી કાલે ૪.૩૦ તેમને મળવા માગે છે. સર જેમ્સ કહે છે કે જે બાબત પર તેઓ

શ્રીમાન હોમ્સની સલાહ લેવા માગે છે તે ખૂબ જ નાજુક અને અતિ મહત્ત્વની છે. તેમને વિશ્વાસ છે કે શ્રીમાન હોમ્સ આ મુલાકાતને મંજૂર રાખશે અને તે માટે તેમણે કાર્લ્ટન ક્લબ પર ફોન કરીને તેને પાક્કી કરવાની રહેશે.

"મારે એ કહેવાની જરા પણ જરૂર નથી કે મેં ફોન કરીને મુલાકાત પાક્કી કરી લીધી છે, વૉટસન," પત્ર પાછો આપતાં હોમ્સે મને કહ્યું, "તને આ ડેમેરી માણસ વિષે કોઈ જાણકારી છે ?"

"એટલું જ કે આ નામ સમાજમાં ખૂબ જ જાણીતું છે."

"અચ્છા, પણ હું તને તેથી પણ વધારે કહી શકું છું. આ વ્યક્તિ નાજુક બાબતો સમાચારપત્રોથી દૂર રાખવા માટેની સારી આબરૂ ધરાવે છે. તને પેલો હૅમરફોર્ડ વિલવાળો મામલો યાદ હશે તેણે તેમાં સર જ્યોર્જ લ્યૂઈસ સાથે સારી વાટાઘાટો કરી હતી. તે કૂટનીતિમાં ખૂબ જ બાહોશ માણસ ગણાય છે. મને લાગે છે કે આ કોઈ નક્કામી બાબત નહીં હોય પણ તેને ખરેખર એક ગંભીર મામલામાં આપણી જરૂર હશે."

"આપણી ?"

"હા, જો તને વાંધો ન હોય તો, વૉટસન."

"મને તો મજા આવશે."

"સારું તો હવે પછીની વાત ૪.૩૦ વાગે. ત્યાં સુધી આપણે મગજમાંથી તે મામલો કાઢીને નિરાતનું સ્નાન માણીએ."

તે વખતે હું ક્વીન એન્ડ સ્ટ્રીટ ખાતેના મારા પોતાના ઘરમાં રહેતો હતો, પણ હું નક્કી કરેલા સમય પહેલાં બેકર સ્ટ્રીટ પહોંચી ગયો હતો અને નક્કી કરેલા સમયે સર જેમ્સ ડેમેરી પણ હાજર થઈ ગયા હતા. આ વ્યક્તિને વર્ણવવી જરા પણ આવશ્યક નથી, કારણ કે તેમનું પ્રતિભાશાળી વ્યક્તિત્વ - પહોળો, હજામત કરેલો ચહેરો અને બધાથી વિશેષ તેમનો રણકાદાર અવાજ - મોટા ભાગના લોકોમાં પરિચિત હતું. નિખાલસતા હંમેશા તેમની માંજરી આઈરીશ આંખોમાંથી છલકાતી હોય છે અને તેમના ચહેરા પર સતત સ્થાયી રહેતા સ્મિત પર હંમેશા રમૂજ તરતી રહેતી હોય છે. તેમની રેશમી ઊંચી ટોપી, તેમનો ઘેરો ફ્રોક કોટ અને તેમનાં વસ્ત્રોની એક-એક વિગત, છેક તેમના કાળા મફલરમાંની પર્લ પિનથી માંડીને તેમના જૂતાં પર ચમકતી જાંબલી પટ્ટી સુધી; આ બધું જ તેમની વસ્ત્રો પ્રત્યેની પ્રખ્યાત ઊંડી રુચિ દર્શાવી જાય છે. અમારો નાનકડો ઓરડો આ વિશાળ વ્યક્તિત્વથી ઝળહળી ઊઠ્યો હતો.

"ચોક્કસ, મને ખાતરી હતી જ કે ડૉ. વૉટસન પણ મને મળશે જ," તેણે અતિ નમ્રતાથી કહ્યું, "આપણા આ મામલામાં તેમનો સહકાર ખૂબ જ જરૂરી છે, શ્રીમાન હોમ્સ. આપણો જેની સાથે પનારો પડ્યો છે તેને હિંસા સાથે ગાઢ સંબંધ છે. મારે એ પણ કહેવું જોઈએ કે તેના જેવો ખતરનાક માણસ આખા યુરોપમાં ક્યાંય નથી."

"મારા એવા ઘણા બધા વિરોધીઓ છે જેમને આ જ વિશેષણો ખૂબ જ સારી રીતે લાગુ પડે છે," હોમ્સે સ્મિત સાથે જવાબ આપ્યો. "તમે ધૂમ્રપાન નથી કરતા ? તો પછી મારે હોકલી જગાવવી પડશે, તે બદલ મને માફ કરજો. જો તમારો આ માણસ મૃત પ્રોફેસર મોર્ટાર્ટી કરતાં અને જીવિત કર્નલ સાબાસ્ટીયન મોરાન કરતાં પણ ખતરનાક હોય તો આપણી મિટિંગ ખરેખર ખૂબ જ કામની સાબિત થશે. હું તેનું નામ પૂછી શકું ?"

"તમે ક્યારેય બેરોન ગ્રુનર વિષે સાંભળ્યું છે ?"

"તમારો મતલબ પેલો ઓસ્ટ્રિયન હત્યારો ?"

કર્નલ ડેમેરી પ્રસન્નતાથી પોતાના મોજાવાળા હાથ હવામાં ફેલાવી ખડખડાટ હસવા લાગ્યા.

"તમારાથી કશું જ છૂપું નથી, શ્રીમાન હોમ્સ ! અદ્ભુત ! તો તમે પહેલેથી તેને એક હત્યારા તરીકે સ્વીકારી લીધો છે એમ ?"

"ખંડ પર થતા ગુનાની વિગતોની જાણકારી રાખવી મારો વ્યવસાય છે. પ્રાગમાં શું બન્યું તે વળી કોણે છાપામાં નહીં વાંચ્યું હોય ! અને તે વ્યક્તિ પર શંકા જવી સ્વાભાવિક છેઃ આ એક ખૂબ જ સ્પષ્ટ ટેક્નિકલ મુદ્દો છે અને સાક્ષીના રહસ્યમય મૃત્યુએ તેને બચાવ્યો છે ! મને ખાતરી છે કે જ્યારે સ્પ્લૂજેન ઘાટ આગળ પેલો અકસ્માત થયો ત્યારે તેણે તેની પત્નીને મારી નાખી હતી અને મને જાણે તે મેં મારી સગી આંખે થતાં જોયું હોય તેટલી હદે ખાતરી છે. મને તે પણ ખબર હતી કે તે ઇંગ્લૅન્ડ ભાગી આવ્યો છે અને વહેલા મોડા મને તેના પર તપાસ કરવાનો ચોક્કસ મોકો મળવાનો હતો. સારું, સારું. પણ હવે આ બૅરોન ગ્રુનરે વળી કયું નવું તોફાન મચાવ્યું છે ? ક્યાંક પેલી જૂની બાબત તો ફરી નથી ખૂલી ને ?"

"ના, આ તેના કરતાં પણ વધારે ગંભીર છે. ગુનો થઈ ગયા બાદ તેની તપાસ કરવી સહેલી છે પણ તેને થતો અટકાવવો ખૂબ જ અઘરો છે. આ એક ખૂબ જ દુઃખજનક બાબત છે, શ્રીમાન હોમ્સ, કે એક ખૂબ જ ભયંકર ઘટના - એક ખૂબ જ ભયાનક સ્થિતિ - નું નિર્માણ થઈ રહ્યું છે. આવી સમસ્યા તમારી આંખો સમક્ષ આકાર લઈ રહી હોય અને તમને ખબર હોય કે તેનું કેવું ભયંકર પરિણામ આવનાર છે તેમ છતાં પણ તમે તે બાબતે કશું જ ન કરી શકો તેમ હોવ ત્યારે તમારી કેવી હાલત થતી હોય છે ?"

"સાચી વાત છે."

"તો તો પછી જે અસીલ તરફથી હું આ સમસ્યા તમારી સમક્ષ લાવ્યો છું તેમના પ્રત્યે તમને પૂરતી સહાનુભૂતિ હશે."

"મને ખ્યાલ નથી આવતો કે તમે એક વાટાઘાટ કરનાર વ્યક્તિ છો તો પછી મુખ્ય વ્યક્તિ કોણ છે ?"

"શ્રીમાન હોમ્સ, હું તમને અરજ કરું છું કે મહેરબાની કરીને આ પ્રશ્ન પર દબાણ ન કરો. એ ખૂબ મહત્ત્વનું છે કે હું તેમના સમ્માનનીય નામને આ મામલામાં

ખુલ્લું નહીં પાડવાની ખાતરી આપું. તેઓ એક ખૂબ જ મોભાદાર વ્યક્તિ છે અને તેમનો ઉદ્દેશ પણ ખૂબ જ પ્રામાણિક છે, પણ તેમણે આ બાબતમાં અજ્ઞાત રહેવાનું નક્કી કર્યું છે. મારે એ કહેવું પડશે કે તમને તમારી ફી મળી જશે અને તમને સંપૂર્ણ સ્વતંત્રપણે વર્તવાની છૂટ પણ રહેશે. તમારા મૂળ અસીલનું સાચું નામ જાણવું જરા પણ જરૂરી નથી તેની હું ખાતરી આપું છું."

"મને માફ કરજો," હોમ્સે કહ્યું, "મને મારા કેસના છેડે રહસ્ય પસંદ છે અને તેનાથી હું ટેવાયેલો પણ છું પણ બન્ને છેડે તેવું રહસ્ય ટિંગાયેલું હોય તો તે મને જરા પણ અનુકૂળ નથી. મને ખેદ છે, સર જેમ્સ, કે હું આ મામલામાં આગળ નહીં વધી શકું."

અમારો મુલાકાતી ખૂબ જ અસ્વસ્થ થઈ ગયો. તેમનો વિશાળ લાગણીશીલ ચહેરો નિરાશા અને ઉદ્વેગથી ઝાંખો પડી ગયો.

"તમને ખબર નથી કે તમે જે ઇચ્છી રહ્યા છો તે કેટલું અસંભવ છે, શ્રીમાન હોમ્સ," તેમણે કહ્યું, "તમે મને એક ખૂબ જ ગંભીર દ્વિધામાં મૂકી દીધો છે, કારણ કે મને ખાતરી છે કે જ્યારે હું તમને આ મામલાની હકીકતો જણાવીશ ત્યારે તમને આ કેસ હાથમાં લેવાનો ગર્વ થશે અને તેમ છતાં મારું વચન મને તમે કહ્યું તેમ કરતાં રોકે છે. હું બની શકે તે બધું જ તમારી સમક્ષ રજૂ કરવા તૈયાર છું. શું હું તેમ કરી શકું ?"

"તેમ છતાં પણ હું તમને કહી દઉં કે હું તમને તે માટે કોઈ જ વચન આપતો નથી."

"તે સમજી શકાય તેવું છે. સૌ પહેલાં મને ખાતરી છે કે તમે જનરલ ડી મેરવિલે વિષે સાંભળ્યું જ હશે ?"

"બાયબર કિસ્સાથી પ્રખ્યાત ડી. મોરવિલે ? હા, મેં તેમના વિષે સાંભળ્યું છે."

"તેમની એક દીકરી છે, વાયોલેટ ડી. મેરવિલે; યુવાન, ધનવાન, સુંદર, સર્વાંગસંપૂર્ણ, દરેક બાબતે અદ્ભુત સ્ત્રી. તેમની આ પ્રેમાળ, નિર્દોષ એવી દીકરીને અમે તે બદમાશના પંજામાંથી મુક્ત કરાવવા માગીએ છીએ."

"બેરોન ગ્રુનરે તેણીને કયા બંધનથી પકડી રાખી છે ?"

"એક સ્ત્રી માટે જે સૌથી મજબૂત બંધન હોય છે તેવા બંધનથી. તેણે તેણીને પ્રેમના બંધનથી પકડી રાખી છે. તમે તો સાંભળ્યું જ હશે કે આ બદમાશ અત્યંત સોહામણો છે, ખૂબ જ આકર્ષક છે, મૃદુ અવાજ અને એક ખૂબ જ રોમૅન્ટિક વ્યક્તિત્વ ધરાવે છે. એવું કહેવાય છે કે સ્ત્રીઓ તો તેની આગળ પાણી પાણી થઈ જાય છે તે તેટલો બધો આકર્ષક છે."

"પણ આ બદમાશ કુમારી વાયોલેટ મેરવિલેના સંપર્કમાં ક્યાંથી આવ્યો ?"

"આ બધું ભૂમધ્ય સમુદ્ર પરની યાટની સહેલગાહ વખતે શરૂ થયું હતું. તેમાં વિવિધ જાતના મુસાફરો સહેલગાહ કરવા આવ્યા હતા. તેમાંનો એક આ બેરોન પણ હતો. જો કે સહેલગાહ સંસ્થાને તેના મૂળ ચારિત્ર્યની ખબર નહોતી અને જ્યારે ખરી

હકીકત સામે આવી ત્યારે ઘણું મોડું થઈ ગયું હતું. તે બદમાશે પોતાનો જાદુ આ યુવતી પર ચલાવી દીધો હતો અને એટલી હદે તેણીને તેનાથી મોહગ્રસ્ત કરી મૂકી હતી કે તેણે તેણીનું દિલ જીતી લીધું હતું. તેણી સંપૂર્ણપણે તે બદમાશના ઓછાયા હેઠળ આવી ગઈ હતી અને તેણીને તેના સિવાય બીજું કશું જ નહોતું દેખાતું. તેણી તેની પાછળ ઘેલી થઈ ગઈ છે. તેના સિવાય તેણી માટે આ જગતમાં કશું જ મહત્ત્વનું નથી. તેણી તેના વિરુદ્ધ એક શબ્દ પણ સાંભળવા તૈયાર નથી. તેણીના આ ગાંડપણને દૂર કરવા માટે દરેકેદરેક ઉપાય કરવામાં આવ્યા પણ બધું જ નકામું પુરવાર થયું છે. ઊલટાનું તેણીએ તેની સાથે આવતા મહિને લગ્ન કરવાનું નક્કી કર્યું છે. તેણી પુખ્ત વયની હોવાથી તેને તેમ કરતાં રોકવી અશક્ય છે."

"તેણીને તેના ઓસ્ટ્રિયન કાવતરા બાબતે ખબર છે ?"

"આ બદમાશે તેના ભૂતકાળમાં થયેલા દરેક જાહેર લફરાની ખૂબ જ સિફતથી તેની સમક્ષ રજૂઆત કરી છે. અને આમ કરી તેણે પોતાની જાતને તેણી સમક્ષ નિર્દોષ બતાવી છે. તેણીએ તેની બધી જ દલીલો ખૂબ જ વિશ્વાસપૂર્વક માની લીધી છે અને બીજા કોઈની પણ વાત સાંભળવા તેણી તૈયાર નથી."

"હે ભગવાન ! ચાલો આમ કરીને તમે તમારા અસીલનું નામ જાહેર કરી દીધું છે. તે બીજું કોઈ નહીં પણ જનરલ ડી. મેરવિલે છે."

અમારા મુલાકાતી પોતાની ખુરશીમાં થોડા બેચેન થઈ ઊઠ્યા.

"હું તેમ કહીને તમને છેતરી શકું છું, શ્રીમાન હોમ્સ, પણ તે જરા પણ સાચું નથી. ડી. મેરવિલે આ ઘટનાથી સાવ જ ભાંગી પડ્યા છે. યુદ્ધભૂમિ પર જે લોહપુરુષનું મન જરા પણ ડગતું નહોતું તે વ્યક્તિ આજે પોતાની દીકરીની આવી હાલતથી સાવ જ નબળી પડી ગઈ છે અને તેમની પાસે આ બુદ્ધિમાન ઑસ્ટ્રિયન બદમાશ સામે લડવાની જરા પણ શક્તિ નથી બચી. મારો અસીલ આ વૃદ્ધનો એક વર્ષો જૂનો મિત્ર છે અને તેઓ જનરલને ખૂબ જ અંગત રીતે જાણે છે અને તેઓ તેમના આ દુઃખથી ખૂબ જ વ્યથિત હોવાથી તેમજ તેમની છોકરીને તેઓ તેણી જ્યારે ટૂંકા સ્કર્ટ પહેરતી હતી ત્યારથી જાણતા હોવાથી તેઓને તેમના માટે ખૂબ જ હમદર્દી છે. તેઓ આ કરુણાને મૂંગા મોઢે કશા પણ પ્રયત્ન વગર જોવા માટે જરા પણ તૈયાર નથી. વળી આ કોઈ એવી બાબત નથી કે જેમાં સ્કૉટલૅન્ડ યાર્ડ પણ કંઈ કરી શકે. આ તેમની જ સલાહ હતી કે તમને આ સમસ્યાના નિવારણ માટે રોકવામાં આવે પણ તેમાં તેમનો જરા પણ ઉલ્લેખ કરવામાં ન આવે. મને તેમાં કોઈ જ શંકા નથી, શ્રીમાન હોમ્સ, કે તમે તમારી આવડતથી મારા અસીલને ખૂબ જ સરળતાથી શોધી શકો તેમ છો પણ હું તમને અરજ કરું છું, શ્રીમાન હોમ્સ, કે તે વ્યક્તિના સમ્માન ખાતર તમે તેવું કશું જ નહીં કરો."

હોમ્સે એક અસ્થિર સ્મિત કર્યું.

"મને લાગે છે તે બાબતે હું તમને વચન આપી શકું છું," તેણે કહ્યું, "હું એ પણ કહું છું કે તમારી આ સમસ્યા મને ખરેખર રસ પમાડે તેવી છે અને હું તે વિષે તપાસ કરવા પણ તૈયાર છું. પણ હું તમારા સંપર્કમાં કેવી રીતે રહીશ ?"

"કાર્લટન ક્લબ મને ખોળી કાઢશે. પણ કટોકટીના સમય માટે મારો એક અંગત ટેલિફોન નંબર છે - 'XX 31' "

હોમ્સે તેની નોંધ પોતાની પોકેટ બૂકમાં ટપકાવી અને પોતાના ઘૂંટણ પર પડેલી મેમોરેન્ડમ બૂક સામે જોઈ હસ્યો.

"બેરોનનું હાલનું સરનામુ શું છે ?"

"વેરનોન લૉજ, કિંગ્સ્ટન નજીક તે એક ખૂબ વિશાળ મકાન છે. તે કેટલીક શંકાઓ હેઠળ પણ એક ખૂબ જ ધનવાન જીવન માણી રહ્યો છે. જેનાથી તે ઓર ખતરનાક સાબિત થાય તેમ છે."

"તે હાલ તેના ઘરે જ મળશે ?"

"હા."

"તમે જે બધું મને કહ્યું તે સિવાય પણ તમે હજુ બીજી માહિતી તે માણસ વિષે આપી શકો તેમ છો ?"

"તેના શોખ ઘણા મોંઘા છે. તે ઘોડાદોડની હરીફાઈનો શોખીન છે. થોડા સમય માટે તે હર્લિંગ્હામ ખાતે પોલો રમતો હતો પણ આ પ્રાગવાળા કાવતરાના કારણે તેણે તેનું તે સ્થાન છોડવું પડ્યું. તે પુસ્તકો અને ચિત્રો સંગ્રહ કરવાનો પણ શોખીન છે. તે કળાનો કદરદાન માણસ છે. મારી જાણમાં છે ત્યાં સુધી તે ચીનાઈ માટીનાં વાસણોનો નિષ્ણાત છે અને તેણે તેના પર એક પુસ્તક પણ લખ્યું છે."

"એક વિચક્ષણ મગજવાળો માણસ લાગે છે," હોમ્સે કહ્યું, "આવાં લક્ષણો દરેક મહાન ગુનેગારોમાં જોવા મળતાં હોય છે. મારો જૂનો ગુનેગાર મિત્ર ચાર્લી પિસ વાયોલિનનો શોખીન હતો. જ્યારે વેઇન રાઇટ પણ એક ઉમદા કલાકાર હતો. આવાં તો હું ઘણાં બધાં ઉદાહરણો હું આપી શકું તેમ છું. સારું તો, સર જેમ્સ, તમે તમારા અસીલને જણાવી દેજો કે હું મારું સઘળું ધ્યાન બેરોન ગ્રુનર પર કેન્દ્રિત કરું છું. આથી વિશેષ હું કશું જ નથી કહી શકતો. મારે મારા પોતાના માહિતી મેળવવાના સ્રોતો છે અને મને ખાતરી છે કે આપણે આ બાબતમાં આગળ વધવાનો એકાદ રસ્તો તો શોધી જ કાઢીશું."

અમારા અસીલના ગયા બાદ હોમ્સ ઊંડા વિચારોમાં ડૂબી ગયો. મને તો જાણે એવું લાગ્યું કે તે મારી હાજરીને પણ ભૂલી ગયો હોય. છેવટે તે પોતાની વિચારોની દુનિયામાંથી બહાર આવ્યો.

"તો, વૉટસન, તું આ બાબતે શું વિચારે છે ?" તેણે પૂછ્યું.

"મને તો લાગે છે તારે પહેલાં પેલી યુવતીને જ મળવું જોઈએ."

"વહાલા વૉટસન, જ્યારે તેણીના બિચારા હૃદયભંગ પિતા તેણીના મનને ન હલાવી શક્યા ત્યાં હું એક અજાણ્યો માણસ તેણીને કેવી રીતે સમજાવી શકવાનો હતો ? તેમ છતાં જો આપણે કંઈ જ ન કરી શક્યા તો આ રસ્તો પણ અજમાવવો જ પડશે. પણ મને લાગે છે કે આપણે એક જુદા જ ખૂણેથી આપણી તપાસ શરૂ કરવી પડશે. આ બાબતમાં આપણને શાઇનવેલ જોહ્નસન ઘણો મદદરૂપ થશે."

અત્યાર સુધીમાં મને ક્યારેય આ શાઇનવેલ જોહ્નસનનો ઉલ્લેખ કરવાનો મોકો નથી મળ્યો, કારણ કે મારા મિત્રના છેલ્લા છેલ્લા મામલાઓમાંથી મેં ભાગ્યે જ અમુક કેસોને તમારી સમક્ષ રજૂ કર્યા છે. આ સદીનાં શરૂઆતનાં વર્ષોમાં તેણે હોમ્સની ઘણા બધા મામલાઓમાં મદદ કરી હતી. જોહન્સનનું નામ પહેલાં ગુનાજગતમાં એક ખૂબ જ ખતરનાક બદમાશ તરીકે જાણીતું હતું અને તે જેલ પણ જઈ આવ્યો છે. છેવટે તેણે પોતાની જાત હોમ્સને સોંપી દીધી અને તે હોમ્સનો ખબરી બની ગયો. તે લંડનના ગુનાજગતમાંથી ખૂબ જ મહત્ત્વની માહિતી હોમ્સને આપતો. જોહ્ન્સન આમ તો ક્યારનોયે પોલીસના હાથમાં આવી ગયો હોત પણ આજ સુધી તેનો એક પણ ગુનો ન્યાયાલય સુધી નથી પહોંચ્યો. તેની આ ખબરી તરીકેની પ્રવૃત્તિ ક્યારેય તેના સાથીઓની નજરમાં નથી આવી શકી. તેની આગવી જાણકારીઓના કારણે લંડનની એક એક નાઈટ ક્લબ, એક એક જુગારખાનાં અને એક એક સસ્તી વીશીઓમાં તેને ખૂબ જ સરળતાથી પ્રવેશ મળી જતો હોય છે અને તેની બારીક બાજનજર અને ચપળ મગજે તેને એક આદર્શ ખબરી પુરવાર કર્યો છે. હાલની વિશિષ્ટ પરિસ્થિતિને કારણે આ વખતે શૅરલૉક હોમ્સે ફરી તેની મદદ લેવાનું નક્કી કર્યું હતું.

હોમ્સે તરત ને તરત આ કેસ બાબતે શું શું પગલાં લીધાં તે હું નહોતો જાણી શક્યો કારણ કે તે સમયે હું પણ મારા કામમાં વ્યસ્ત હતો. પણ તે સાંજે અમે બન્નેએ સિમ્પ્ટોન ખાતે મુલાકાત ગોઠવી હતી. ત્યાં અમે એક નાના ટેબલ પર ગોઠવાયા. તેણે નીચે સ્ટ્રેન્ડ વિસ્તારના વ્યસ્ત જીવન પર નજર ફેરવતાં જે કંઈ ઘટ્યું તેની મારી સમક્ષ ચર્ચા કરવી શરૂ કરી.

"જોહ્નસન પોતાના કામમાં લાગી પડ્યો છે," તેણે કહ્યું, "તે ગુનાજગતના અંધારામાંથી ચોક્કસ આપણા માટે આ માણસને લગતાં અજાણ્યાં રહસ્યોને શોધી કાઢશે. આગળ જતાં આપણે તેનો જ ઉપયોગ કરવાનો છે."

"પણ જો આ યુવતી તેનાં જાણીતા રહસ્યોને પણ માનવા તૈયાર ના હોય તો વળી તાજાં રહસ્યોને જાણીને થોડી કંઈ પોતાનો નિર્ણય બદલી નાખવાની હતી ?"

"કોને ખબર, વૉટસન ? સ્ત્રીનું હૃદય અને મગજ બન્ને પુરુષો માટે સમજવાં ખૂબ જ ગૂઢ છે. હત્યા કદાચ તેના માટે માફીપાત્ર હોય અથવા તો તે બાબતે તે પોતાના મનને

ગમે તેમ કરીને સમજાવી શકે તેમ હોય પણ અમુક કોઈક નાની એવી બાબત તેણી માટે માફીને પાત્ર ન હોય તેવું પણ બને. બેરોન ગ્રુનરે મને કહ્યું હતું---"

"તેણે તને કહ્યું હતું !?"

"અરે હા, મેં તને મારી યોજના વિષે તો કંઈ જણાવ્યું જ નથી. તો, વૉટસન, સાંભળ. હું સૌપ્રથમ તો આ માણસ પર મારી પાક્કી પકડ જમાવવા માગું છું. મને હંમેશા સામેવાળી વ્યક્તિને રૂબરૂ મળવું ગમે છે અને તેની આંખોમાં આંખો નાખીને તે ખરેખર શાનો બનેલો છે તે જાણવું ગમે છે. હું જોહ્ન્સનને તેના માટેની સૂચનાઓ આપી ઘોડાગાડી લઈને કિંગ્સ્ટન ખાતે આવેલા બેરોનના ઘરે પહોંચી ગયો. તે ત્યારે ખૂબ જ સૌજન્યશીલ મિજાજમાં હતો."

"તે તને ઓળખી ગયો ?"

"તેમાં તો કોઈ જ મુશ્કેલી નહોતી કારણ કે મેં ખુદ મારું કાર્ડ મોકલ્યું હતું. તે એક ઉત્તમ પ્રતિપક્ષી છે. બરફ જેવો ઠંડો, તારા કોઈક આધુનિક દર્દીની જેમ એક ખૂબ જ સુંવાળા અવાજવાળો અને એક કાળોતરા નાગ જેવો જ ઝેરી. તેનામાં ગુનાજગતનો એક ઉત્તમ કળાકાર વિકસી રહ્યો છે. તેણે મારું ઉત્તમ ચાથી સ્વાગત કર્યું. પણ તેની પાછળ અત્યંત ક્રૂરતા રહેલી હતી. હા, પણ આ બેરોન એડલબર્ટ ગ્રુનર તરફ મારું ધ્યાન દોરવા બદલ હું ઘણો ખુશ થયો છું."

"તું કહે છે તે સૌજન્યશીલ હતો ?"

"એક એવી બિલાડી જે હંમેશા ઉંદરને ઝપટવાની રાહમાં હોય. કેટલાક લોકોની સૌજન્યશીલતા હિંસા કરતાં પણ ખતરનાક હોય છે. તેનો આવકાર ખૂબ જ લાક્ષણિક હતો. 'મને ખ્યાલ હતો જ કે વહેલામોડા તમારી સાથે મારી મુલાકાત થશે જ, શ્રીમાન હોમ્સ,' તેણે કહ્યું. 'નિઃશંકપણે તમને જનરલ ડી. મેરવિલે દ્વારા જ પોતાની પુત્રી સાથેનાં મારાં લગ્નને અટકાવવા માટે જ રોકવામાં આવ્યા હોવા જોઈએ. તેમ જ છે, નહીં ?'

"હું સમ્મત થયો.

" 'વહાલા માણસ,' તેણે કહ્યું, 'આમ કરવાથી તમે માત્ર તમારું ઊભું કરેલું સમ્માન જ ગુમાવવાના છો. આ કંઈ એવો મામલો નથી કે જેમાં તમે સફળ થાઓ. તમને આમાં જોખમ સિવાય કશું જ નથી મળવાનું. હું તમને સલાહ આપું છું કે તમે આ કેસ છોડી દો.'

" 'સારી સલાહ છે,' મેં જવાબ આપ્યો, 'પણ આ જ સલાહ હું તમને આપવા માગું છું. મને તમારા તીક્ષ્ણ મગજ માટે ઘણો આદર છે, બૅરોન, અને તમારા વ્યક્તિત્વને જોતાં તો તેમાં જરા પણ ઓછપ નથી આવી. હવે મને સીધી જ વાત કરવા દો. કોઈ પણ તમારા ભૂતકાળને ઉખેળીને તમને નુકસાન પહોંચાડવા નથી માગતું. તે બધું પૂરું થઈ ગયું છે અને હવે તમે ખૂબ જ સરળ જીવન જીવી રહ્યા છો, પણ જો તમે આ લગ્નને

વળગી રહેશો તો અહીં ઇંગ્લૅન્ડમાં તમારા એટલા બધા દુશ્મનો ઊભા થઈ જશે કે તમારા માટે ઇંગ્લૅન્ડમાં રહેવું ભારે થઈ પડશે. શું તમે તેના માટે તૈયાર છો ? તેના કરતાં તો તે જ સારું રહેશે કે તમે તે યુવતીને એકલી મૂકી દો. જો તેણી સમક્ષ તમારા કાળા ભૂતકાળની હકીકતો છતી થશે તો તે તમારા માટે જરા પણ યોગ્ય નહીં રહે.'

"બેરોનના નાક હેઠળ એક ખૂબ જ પાતળી વાળની રેખા આવેલી છે. મારા શબ્દો સાંભળી કુતૂહલથી તેની આ રેખા કોઈ જંતુની મૂછની જેમ હલવા લાગી અને છેવટે તેણે એકાએક હળવું સ્મિત કર્યું."

" 'મારા કુતૂહલ બદલ મને માફ કરજો, શ્રીમાન હોમ્સ,' તેણે કહ્યું, 'પણ હાથમાં એક પણ પત્તા વગર તમે તમારી રમત રમી રહ્યા છો, બહુ કહેવાય. મને નથી લાગતું કે તેનાથી તમને કશો ફાયદો થાય. આ ખરેખર તમારી મૂર્ખામી કહેવાય. તમારી પાસે એક પણ મહત્ત્વનું પત્તું નથી અને હશે તો પણ સાવ જ નક્કામું પત્તું જ હશે.'

" 'અચ્છા, તો તમને એવું લાગે છે.'

" 'મને તેવું લાગતું નથી પણ મને તેની ખાતરી છે. હવે મને તમારી સમક્ષ બધું જ સ્પષ્ટ કરી લેવા દો. હું મારા પક્ષે એટલો મજૂબત છું કે હું મારાં પત્તાં તમારી સમક્ષ ખુલ્લાં કરી શકું તેમ છું. પહેલી વાત એ કે હું આ સ્ત્રીના સમગ્ર ધ્યાનને આકર્ષિત કરવામાં સદ્નસીબે ખૂબ જ સફળ રહ્યો છું. મેં તેને મારા ભૂતકાળમાં ઘટેલા દરેક દુઃખદ પ્રસંગની સંપૂર્ણ માહિતી આપી દીધી છે. મેં તેણીને એ પણ કહ્યું છે કે કેટલાક ચોક્કસ વ્યક્તિત્વો અને ઉદ્દેશો ધરાવતી વ્યક્તિઓ - મારા ખ્યાલથી તમે તમારી જાતને સારી રીતે જાણતા જ હશો - તેણી પાસે આવશે અને આવી વાતો તેણી સમક્ષ કરશે, માટે જ તેણીને મેં ચેતવણી આપી છે કે તેમની સાથે કેવી રીતે વર્તવું. તમે સંમોહન વિષે તો સાંભળ્યું જ હશે, શ્રીમાન હોમ્સ ? તમે જોઈ શકશો કે તે કેટલું કારગત છે, કારણ કે મેં તેને ખૂબ જ સરસ રીતે અજમાવ્યું છે. તો તેણી તમારા માટે સંપૂર્ણ તૈયાર છે અને મને કોઈ જ શંકા નથી કે તમે તેણીને મળવા માટે સમય લઈ જ લીધો હશે કારણ કે તેણી પોતાના બિચારા પિતાને ખૂબ જ માન આપે છે - માત્ર મારા મામલા સિવાય.'

"તો, વૉટસન, હવે કશું જ કહેવા સાંભળવાનું નહોતું રહ્યું. એટલે મેં તેની રજા લીધી અને એક ખૂબ જ ઠંડા આત્મસમ્માન સાથે બારણા તરફ વળ્યો. બારણા બહાર પગ જ મૂકવા જઈ રહ્યો હતો ત્યાં તેણે મને રોક્યો.

" 'શ્રીમાન હોમ્સ,' તેણે કહ્યું, 'તમે પેલા ફ્રેન્ચ એજન્ટ લૅ બ્રુનને જાણો છો ?'

" 'હા,' મેં કહ્યું.

" 'તમને ખબર છે તેનું શું થયું ?'

" 'મેં સાંભળ્યું હતું કે તેના પર અપાચે દ્વારા હુમલો થયો છે અને તે જીવનમરણ વચ્ચે ઝોલાં ખાઈ રહ્યો છે.'

" 'સાચી વાત છે, શ્રીમાન હોમ્સ, પણ જોગાનુજોગ કહો કે ગમે તે, તે પણ મારા મામલામાં હજુ અઠવાડિયા પહેલાં જ તપાસ કરતો હતો અને આ ઘટના ઘટી. આમ ન કરતા, શ્રીમાન હોમ્સ. તે તમારા માટે જરા પણ સારું નહીં રહે. આ વાતની ઘણાને ખબર પડી ગઈ છે. હું છેલ્લે છેલ્લે તમને જણાવી દઉં છું કે તમે તમારા રસ્તે જાઓ અને મને મારા રસ્તે જવા દો. આવજો !'

"તો, વૉટસન, હવે મેં તને બધી જ માહિતી આપી દીધી છે."

"આ માણસ તો ખરેખર ખતરનાક લાગે છે."

"અત્યંત ખતરનાક. આ એક એવી વ્યક્તિ છે જે કહેવા કરતાં કરે છે વધારે."

"શું તારે આ મામલામાં દખલ કરવી ખરેખર જરૂરી છે ? શું આ બદમાશ તેણીને પરણે તો શું ખરેખર કંઈ ખોટું થઈ જવાનું છે ?"

"તેણે અગાઉ પણ પોતાની પત્નીને મારી નાખી છે. અને માટે જ આ એક ખૂબ જ ગંભીર બાબત છે - આપણા અસીલને બાજુ પર રાખીએ તો પણ. જો કે હાલ આપણે તે વિષે ચર્ચા કરવી જરૂરી નથી. તારી કૉફી પૂરી થાય એટલે મારી સાથે ઘરે આવ. શાઈનવેલ અહેવાલ આપવા આવવાનો છે."

તે નક્કી કરેલા સમયે હાજર થઈ ગયો. તે માણસ બરછટ લાલ ચહેરાવાળો હતો. તેની આંખો કાળી અને ઊંડી હતી અને તેની આ જ આંખો તેનામાં રહેલા વિચક્ષણ મગજની ચાડી ખાઈ જતી હતી. એવું લાગતું હતું કે જાણે પોતાના વ્યવસાયમાં તે અત્યંત પાવરધો હોય. તેની બાજુમાં તેણે ભેગી કરેલી માહિતી રૂપે એક પાતળી યુવાન સ્ત્રી ઊભી હતી, તેનો ચહેરો ફિક્કો પણ લાગણીશીલ હતો. તેના દેખાવ પરથી તેણે ગુનાની દુનિયામાં વર્ષોથી થાપટો ખાધી હોય તે દેખાઈ આવતું હતું.

"આ કુમારી કીટી વિન્ટર છે," શાઈનવેલે પોતાના જાડા હાથ તેણી તરફ હલાવતાં તેણીની ઓળખ આપી. "તેણી જે કંઈ પણ જાણે છે તે તેણી ખુદ જ જણાવશે. પણ શ્રીમાન હોમ્સ, તમારા સંદેશાના એક જ કલાકમાં મેં તેણીને શોધી કાઢી છે."

"મને શોધવી અઘરી નથી," યુવાન સ્ત્રીએ કહ્યું, "લંડનની પોલીસ પણ મને દરેક વખતે શોધી કાઢે છે. પોર્કી શાઈનવેલ માટે પણ મારું તે જ ઠેકાણું હતું. અમે જૂના મિત્રો છીએ. પોર્કી, તું અને હું પણ પાપી તો છીએ જ, પણ જો આ દુનિયા પર ક્યાંય થોડો સરખો પણ ન્યાય બાકી રહ્યો હોય તો અમારા કરતાં પણ એક એવી નીચ વ્યક્તિ છે જે અમારા કરતાં પણ નીચલી કક્ષાના નર્કમાં રહેવાને લાયક છે ! હા, શ્રીમાન હોમ્સ, તમે જે માણસની પાછળ છો, હું તેની જ વાત કરું છું."

હોમ્સે સ્મિત કર્યું, "બસ તમારી શુભ કામનાઓ અમારી સાથે હોય, કુમારી વિન્ટર."

"તે જે નર્કને લાયક છે તેને ત્યાં મોકલવામાં જો હું તમારી મદદ કરી શકીશ તો હું ધન્ય થઈ જઈશ." અમારી મુલાકાતીએ ગુસ્સો ઠાલવતાં કહ્યું. તેના ધોળા ચહેરા પર

ભારોભાર નફરત હતી. તે એટલી આક્રોશમાં લાગતી હતી કે ભાગ્યે જ કોઈ સ્ત્રી તેમ કરી શકે અને પુરુષ તો ક્યારેય આવું સ્વરૂપ ધારણ ન કરી શકે. "તમારે મારા ભૂતકાળમાં જવાની કોઈ જ જરૂર નથી, શ્રીમાન હોમ્સ. તેનું કોઈ જ અસ્તિત્વ નથી. આજે હું જે સ્થિતિમાં છું તે માત્ર ને માત્ર એડલબર્ટ ગ્રુનરના કારણે જ છું. હું હવે માત્ર તેને નરક ભેગો જ કરવા માગું છું." તેણે ગુસ્સાથી હવામાં હાથ ઉછાળતાં કહ્યું, "હું હવે માત્ર એટલું જ ઈચ્છું છું કે તેણે અત્યાર સુધી જેટલાને નરક ભેગાં કર્યાં છે તેના બદલામાં હું તેને તેમની ભેગો કરું.'

"તને ખબર છે કે ખરેખર પરિસ્થિતિ શું છે ?"

"પોર્કી શાઇનવેલે મને આખી બાબત જણાવી હતી. તેણે હવે બીજી કોઈ મૂર્ખીને પોતાની જાળમાં ફસાવી છે અને તેણી સાથે લગ્ન કરવા જઈ રહ્યો છે. તમે તે લગ્નને રોકવા માગો છો. બિચારી તેના આકર્ષણમાં આવી ગયેલી છોકરીના જીવનને બરબાદ થતું રોકવા માટે તમારી પાસે તે બદમાશ વિષે પૂરતી માહિતી હોવી ખૂબ જરૂરી છે."

"તેણી તેના આકર્ષણમાં નહીં પણ ગાંડા પ્રેમમાં પાગલ થઈ છે. તેણીને તેની બધી જ હકીકતો જણાવવામાં આવી છે. પણ તેણીને તેની કોઈ જ અસર નથી થઈ."

"હત્યા વિષે જણાવ્યું ?"

"હા."

"હે ભગવાન, તેણી ચોક્કસ એક મૂર્ખી જ હોવી જોઈએ."

"તેણી તેના બધા ગુનાને બદનક્ષી તરીકે જ માને છે."

"તમે તેણી આગળ કોઈ પુરાવા રજૂ કરી શકો તેમ નથી ?"

"તું અમને તેમ કરવામાં મદદ કરીશ ?"

"હું ખુદ જ એક પુરાવો નથી શું ? જો હું તેણી આગળ જઈને તેણે મારી સાથે જે જે કર્યું---"

"તું તેમ કરીશ ?"

"હું કરીશ. હું કેમ નહીં કરું ?"

"આ ઉપાય અજમાવવા જેવો છે. પણ તેણે તેના ભૂતકાળના મોટાભાગના ગુના વિષે તેણીને જણાવી દીધું છે અને તેણી તરફથી તેને માફી પણ મળી ગઈ છે અને મને ખ્યાલ છે કે તે ફરીવાર આ પ્રશ્ન ઊભો થવા દેવા માગતી નથી."

"મને ખાતરી છે કે તેણે બધું જ તેણીને નહીં કહ્યું હોય," કુમારી વિન્ટરે કહ્યું, "હું તેના બે ખૂબ જ હિંસક હત્યાના ગુનાને જાણું છું. તેણે તેની સુંવાળી ભાષાવાળા મીઠા અવાજમાં મને તે વિષે કહ્યું હતું, 'તે એક મહિનામાં મરી ગયો.' તેણે ખૂબ જ હળવાશથી આ વાત કરી હતી પણ મેં તેની નોંધ લીધી હતી. તમને ખ્યાલ જ હશે કે તે વખતે હું તેના

પ્રેમમાં હતી. જે કંઈપણ મારી સાથે થયું છે તે આ બિચારી સાથે પણ થવાનું છે ! માત્ર એક જ બાબતથી મને આઘાત લાગ્યો છે - હું એક છીકણી ચામડાના પૂંઠાવાળી નોંધપોથીની વાત કરી રહી છું જેને તેણે એક તિજોરીના તાળામાં સુરક્ષિત મૂકી રાખી છે. મને લાગે છે જો તે રાત્રે તે બરાબરનો પીધેલી હાલતમાં ન હોત તો તેણે મને તે ન બતાવી હોત."

"તેમાં શું છે ?"

"હું કહું છું, શ્રીમાન હોમ્સ, આ બદમાશને સ્ત્રીઓનો શિકાર કરવાનો શોખ છે. કોઈને જેમ જંતુ અને પતંગિયાં પકડવાનો શોખ હોય તેમ આને સ્ત્રીઓનો શિકાર કરવાનો શોખ છે અને તેના આ જ શોખનો વૃત્તાંત તેણે તે નોંધપોથીમાં લખ્યો છે. તેમાં જે તે સ્ત્રીની તસવીરો, નામ અને દરેક વિગતો લખેલી છે. તે એક કાળાં કારનામાંની નોંધપોથી છે. કોઈ સાવ હીન માણસ પણ આવી નોંધપોથી ન રાખે. પણ આ તો એડલબર્ટ ગ્રુનરની નોંધપોથી છે. 'જે આત્માને મેં છિન્નભિન્ન કરી નાખી' તેનું શીર્ષક છે. આ પુસ્તક તેને જેલભેગો કરી શકે તેમ છે. પણ તેને મેળવવું જરા પણ સહેલું નથી."

"તે ક્યાં છે ?"

"હાલ, તે ક્યાં છે તે હું તમને કેવી રીતે કહી શકું ? મારે તેને છોડ્યે વર્ષ કરતાં પણ વધારે સમય થઈ ગયો છે. તે વખતે તે તેને ક્યાં રાખતો હતો તેની મને ખબર હતી. તે એક ખૂબ જ ચીવટવાળો બદમાશ છે. તે કદાચ હાલ પણ તેને તેના અભ્યાસખંડની કોઈક તિજોરીના તાળામાં બંધ રાખતો હશે. તમે તેનું ઘર જોયું છે ?"

"હું તેના અભ્યાસખંડમાં જઈ આવ્યો છું." હોમ્સે કહ્યું.

"અરે વાહ, બહુ સરસ ! જો તમે આજે સવારે જ તેના પર તપાસ ચાલુ કરી હોય તો તમે ઘણા ઝડપી કહેવાવ, શ્રીમાન હોમ્સ. ચોક્કસ આ બદમાશને આ વખતે તેની ટક્કરનો માણસ મળ્યો છે. અભ્યાસખંડના બહારના ભાગમાં તેનો ચીનાઈ માટીના વાસણોનો સંગ્રહ સજાવવામાં આવ્યો હશે. પછી તેના ટેબલની પાછળના દરવાજામાં અંદરનો અભ્યાસખંડ આવેલો છે, જે એક નાનકડો ઓરડો છે અને ત્યાં પોતાનાં મહત્ત્વનાં કાગળિયાં અને બીજી વસ્તુઓ રાખતો હોય છે."

"તેને લૂંટારાઓની બીક નથી લાગતી ?"

"એડલબર્ટ કંઈ ડરપોક નથી. તેનો મોટામાં મોટો દુશ્મન પણ તેમ નહીં કરે. તે પોતાનું ધ્યાન ખૂબ સારી રીતે રાખી જાણે છે. તેણે રાત્રે લૂંટની ચેતવણી આપતો એલાર્મ લગાવ્યો છે. આ ઉપરાંત લૂંટારુઓને ત્યાંથી કશું જ મળવાનું નથી, સિવાય કે તેઓ તેનાં ચિનાઈ માટીનાં વાસણો ચોરી જાય."

"તેની ચોરીથી પણ કોઈ ફાયદો નથી." શાઇનવેલ જોહ્નસને નિર્ણાયક અવાજમાં કહ્યું, "આવી વસ્તુ કે જેને તમે ઓગાળી પણ ન શકો અને વેચી પણ ન શકો તેની ચોરી કોઈ શા માટે કરે ?"

"સાચી વાત છે," હોમ્સે કહ્યું, "તો, હવે, કુમારી વિન્ટર, જો તમે આવતી કાલે સાંજે પાંચ વાગ્યે અહીં આવી શકો તો તે દરમિયાન હું તમારી આ સ્ત્રી સાથેની એક મુલાકાત ગોઠવવાની વ્યવસ્થા કરવા માગું છું. જો તમે સાથ આપશો તો તમારી ઘણી મદદ રહેશે. મારે કહેવાની જરૂર નથી કે મારા અસીલ તમને તેનું યોગ્ય વળતર---"

"મને તે કશું જ નથી જોઈતું, શ્રીમાન હોમ્સ," યુવાન સ્ત્રીએ ગુસ્સામાં કહ્યું, "હું અહીં કંઈ પૈસા માટે નથી આવી. મારે તો આ માણસને કાદવમાં પડતો જોવો છે. હું તે અને માત્ર તે જ ઈચ્છું છું. તે જ મારું ઈનામ છે. તમે જ્યાં સુધી આ માણસ પાછળ છો ત્યાં સુધી હું સતત તમારી સાથે જ છું. માત્ર આવતી કાલે જ નહીં પણ હંમેશ માટે. પોર્કી તમને કહેશે કે હું તમને ક્યાં મળીશ."

ત્યાર બાદ હું હોમ્સને બીજા દિવસની સાંજ સુધી નહોતો મળ્યો. બીજી સાંજે ફરી અમે સ્ટ્રેન્ડ ખાતેની હોટલમાં જમવા માટે ભેગા થયા. ત્યાં મેં તેને કુમારી વાયોલેટ અને તેની મુલાકાત વિષે પૂછ્યું ત્યારે તેણે ખભા ઉછાળ્યા. પછી તેણે મને આખી મુલાકાત વિષે કહ્યું. જેને હું તમારી સમક્ષ હવે રજૂ કરું છું. તેના રુક્ષ કર્કશ મુલાકાતના નિવેદનને મારે રોજિંદા જીવનના સુંવાળા શબ્દોમાં બદલવું પડશે.

"મુલાકાત ગોઠવવામાં તો કોઈ જ પરેશાની ન નડી," હોમ્સે કહ્યું, "કારણ કે તે યુવતીને પહેલેથી જ આવી કોઈ મુલાકાત ગોઠવાવાની જાણ હતી જ. જનરલનો મારા પર ફોન આવી ગયો હતો કે તેણી મુલાકાત માટે તૈયાર છે અને આપણી ગુસ્સાવાળી કુમારી વિન્ટર પણ નક્કી થયા પ્રમાણે હાજર થઈ ગઈ હતી. સાડા પાંચે અમે લોકો ઘોડાગાડીમાંથી ૧૦૪, બર્કેલી સ્ક્વૅર આગળ ઊતરી ગયાં. ત્યાં જ આપણા વૃદ્ધ સૈનિક રહે છે. તે ઘર કોઈ ચર્ચ જેવું વિશાળ હતું. એક દરવાન અમને પીળા પરદાથી સુસજ્જ એક વિશાળ બેઠકખંડમાં લઈ ગયો. ત્યાં એક સ્ત્રી અમારી રાહ જોઈ રહી હતી. તેણીનો ચહેરો ફિક્કો અને ઉદાસ હતો પણ તેણી દૂર પહાડની ટોચ પરના બરફ જેવી ઠંડી અને અડગ હતી.

"મને ખ્યાલ નથી આવતો, વૉટસન, કે હું તેણીનું સ્પષ્ટ વર્ણન તારી સમક્ષ કેવી રીતે કરું. કદાચ અમારી મુલાકાત પહેલા તું તેણીને મળ્યો હોત તો તારી પાસેના સુંદર શબ્દકોશથી તું તેણીનું વર્ણન ખૂબ જ સારી રીતે કરી શક્યો હોત. તેણી સુંદર હતી પણ જાણે કોઈ બીજી દુનિયાની ઉચ્ચ વિચારો ધરાવતી કોઈ યુવતી હોય તેવી લાગતી હતી. મેં મધ્યયુગના કલાકારો દ્વારા દોરાયેલાં ચિત્રોમાં આવા ચહેરા જોયા છે. આ બદમાશે તેની પહોંચ બહાર હોય તેવી આટલી અત્યંત સુંદર સ્ત્રીને કેવી રીતે ભોળવી હશે - ફસાવી હશે ? તને ખ્યાલ આવી ગયો હશે કે તે બન્ને સામસામેના છેડાનાં વ્યક્તિત્વો હતાં. એક સાવ જ આધ્યાત્મિક અને એક નર્યું પાશવી, એક ગુફાવાસી અને એક આકાશવિહારી. તેં આવું સામસામા છેડાનું કજોડકું તો પહેલાં ક્યારેય નહીં જોયું હોય.

"તેણીને ખબર હતી કે અમે શાના માટે આવ્યા હતા. ચોક્કસ પેલા દુષ્ટે જ તેણીના કાન ભંભેર્યા હતા અને અમારી વિરુદ્ધ ઝેર ઘોળ્યું હતું. જો કે કુમારી વિન્ટરની હાજરીથી તેણી થોડી આશ્ચર્ય પામી હતી. તેણીએ સાવ જ નિર્લેપ રીતે અમને બન્નેને ખુરશીમાં બેસવાનો ઇશારો કર્યો.

" 'તો, સાહેબ,' તેણીએ હિમનદીને અડીને આવતા ઠંડા પવન જેવા અવાજમાં કહ્યું, 'તમારું નામ મારા માટે જાણીતું છે. હું માનું છું ત્યાં સુધી તમે મને મારા ભાવિ પતિ બેરોન ગ્રુનર વિરુદ્ધ ભડકાવવા આવ્યા છો. હું માત્ર મારા પિતાની અરજથી જ આ મુલાકાત માટે તૈયાર થઈ છું અને હું તમને અગાઉથી જ ચેતવણી આપી દેવા માગું છું કે તમે જે કંઈ પણ કહેશો તેની મારા મગજ પર કોઈ જ અસર નથી થવાની.'

"હું તેણી માટે ખૂબ જ દુઃખી હતો, વૉટસન. એક ઘડી તો જાણે હું તેનો પિતા હોઉં અને તેણી મારી એક માત્ર દીકરી હોય તેમ વિચારવા લાગ્યો. હું કંઈ હંમેશા આવું નથી અનુભવતો. હું હંમેશા મારા દિમાગનો ઉપયોગ કરું છું, હૃદયનો નહીં. પણ તેમ છતાં મેં મારી સમગ્ર હૂંફ અને લાગણીથી તેણીને મનાવવાનો પ્રયત્ન કર્યો. મેં તેણી સમક્ષ તેણી જો આ નરાધમ સાથે લગ્ન કરશે તો તેણીની કેવી હાલત થશે તેનું ચિત્ર વર્ણવ્યું. મેં તેણી આગળ બધા જ પ્રયત્નો કર્યા. તેને ડરાવી, નિરાશ કરી, શરમાવી બધું જ, પણ તેણી ટસની મસ ન થઈ. મારા બધા જ કર્કશ શબ્દોથી તેના ચહેરાની ન તો રેખા બદલાઈ કે ન તો રંગ બદલાયો. ત્યારે મને પેલા નરાધમે જે સંમોહનની વાત કરી હતી તે યાદ આવી. તેણીને જોઈને કોઈ પણ કહી શકે કે તેણી પોતાની અલગ સ્વપ્નનગરીમાં જીવતી હતી. તેના જવાબમાં કોઈ જ અનિશ્ચિતતા નહોતી.

" 'શ્રીમાન હોમ્સ, મેં તમને ખૂબ જ શાંતિથી સાંભળ્યા,' તેણીએ કહ્યું, "મારા મગજ પર તેની અસર ધાર્યા પ્રમાણે જ પડી છે. મને પહેલેથી જ ખ્યાલ છે કે એડલબર્ટનો, એટલે કે મારા ભાવિ પતિનો ભૂતકાળ ખૂબ જ તોફાની રહ્યો છે. જેમાં તેને કડવી નફરત અને અન્યાયનો સામનો કરવો પડ્યો છે. તમે આ છેલ્લાં માણસ છો જે બધો બકવાસ મારી સમક્ષ લાવ્યા છો. મને ખ્યાલ છે કે તમે એક વ્યવસાયી એજન્ટ છો અને જો તમને સારી ચુકવણી કરવામાં આવે તો તમે બેરોનની વિરુદ્ધની જેમ તેના પક્ષમાં પણ ઊભા રહી શકો છો. કોઈ પણ સંજોગોમાં હું ઇચ્છું છું કે તમે સમજો કે હું તેને અનહદ ચાહું છું અને તે પણ મને ચાહે છે અને આખા જગતનો તેના વિષેનો અભિપ્રાય આ બારી બહાર કલબલ કરતાં પક્ષીઓ જેવો જ છે. ક્યારેય પણ તેનો ઉદાત્ત સ્વભાવ નિમ્ન થયો હશે તો તેમાં ચોક્કસ કોઈક કારણ હશે અને તે માટે મેં તેને માફ કર્યો છ, સમજી ગયા ?' આમ કહી તેણે પોતાની નજર મારી સાથે આવેલી સ્ત્રી તરફ ફેરવી - "આ યુવાન સ્ત્રી કોણ છે ?"

"હું હજુ જવાબ આપવા જાઉં ત્યાં જ કુમારી વિન્ટર ભડકી. આ એક આગ અને ઠંડા બરફનો સામનો હતો.

“ ‘હું તમને કહું છું કે હું કોણ છું,’ તેણી પોતાની ખુરશી પરથી ઊછળી પડી અને જોરથી બોલી ઊઠી. ‘હું તેની છેલ્લી પત્ની છું. હું તે સોમાંની એક છું જેનો તેણે ઉપયોગ કર્યો છે, જેને તેણે બરબાદ કરી છે અને રઝળવા માટે ફેંકી દીધી છે. તે તારી સાથે પણ તેમ જ કરવાનો છે. તારી હાલત મારા કરતાં પણ ખરાબ થવાની છે. હું તને કહું છું, મૂર્ખ સ્ત્રી, જો તું આ માણસ સાથે લગ્ન કરીશ તો તે તને પણ મારી નાખશે. પછી તે તારું હૃદય ભાંગે કે પછી ડોક ભાંગે પણ તે કોઈ પણ રીતે તને બરબાદ કરી મૂકશે. તેને તારા પ્રેમની કશી જ દરકાર નથી. મને તારા અંજામની કશી જ પડી નથી, તું મરે કે જીવે. આ તો મારી આ નરાધમ પ્રત્યેની નફરત બોલી રહી છે અને તેણે મારા પર જે વિતાડ્યું છે તેનો જ બદલો હું લેવા માગું છું. પણ બધું સરખું છે. મારી સામે આ રીતે જોવાની કોઈ જ જરૂર નથી, ઉદાત્ત સ્ત્રી, કારણ કે બની શકે કે જે આપદામાંથી હું પસાર થઈ છું તેમાંથી જો તું પસાર થાય તો તારી મારા કરતાં પણ ખરાબ હાલત થાય.’

“ ‘મારે આ બાબતે જરા પણ વાત નથી કરવી,’ કુમારી ડી મેરવિલેએ ઠંડકથી કહ્યું, ‘મને એકવારમાં કહી દેવા દો કે મારા ભાવિ પતિના જીવનમાં એવા ત્રણ પ્રસંગ બન્યા છે જેમાં કાવતરા બાદ સ્ત્રીઓએ તેને ફસાવ્યો છે અને આ તે ત્રણમાંની જ કોઈક હશે.’

“ ‘ત્રણ પ્રસંગો !’ મારી સાથી ચીસ પાડી ઊઠી. ‘મૂર્ખ ! પાગલ છોકરી !’

“ ‘શ્રીમાન હોમ્સ, હું તમને પ્રાર્થના કરું છું કે હવે આ મુલાકાતનો અંત લાવો,’ તેણે ઠંડા અવાજમાં કહ્યું, ‘મેં મારા પિતાની તમને મળવાની ઈચ્છાને માન આપ્યું છે, પણ હું આ વ્યક્તિને સાંભળવા બંધાયેલી નથી.’

“કુમારી વિન્ટર એક આવેગ સાથે આગળ ધસી ગઈ, જો મેં તેણીને બાવડેથી પકડી ન લીધી હોત તો તેણીએ આ પ્રેમાળ સ્ત્રીના વાળ ખેંચી લીધા હોત. હું તેને દરવાજા તરફ ખેંચી ગયો અને સદ્‌નસીબે ભવાડો થાય તે પહેલાં અમે ઘોડાગાડીમાં બેસી ગયાં, કારણ કે તેણી હવે બેકાબૂ થઈ ગઈ હતી. હું પણ ઘણો ઉત્તેજિત થઈ ગયો હતો, વૉટસન, કારણ કે જે સ્ત્રીને અમે સતત બચાવવાનો પ્રયાસ કરતા હતા તેણીનું વર્તન ખૂબ જ ઠંડું અને આત્મસંયમી હતું. તો હવે તને ખ્યાલ આવી ગયો હશે કે આપણે કેવી સ્થિતિમાં છીએ અને હવે મારે નવતર યોજના ઘડવી પડશે, કારણ કે આમ તો કામ નહીં બને. તો વૉટસન, હું સતત તારા સંપર્કમાં રહીશ કારણ કે બની શકે કે તારે પણ તેમાં ભાગ ભજવવાનો વારો આવે. જો કે શક્યતા એવી વધારે છે કે હવે પછીનું પગલું આપણા તરફથી નહીં પણ તેમના તરફથી ઉપાડવામાં આવે.”

અને તેમ જ થયું. તેમણે ખરેખર પોતાની યોજના પાર પાડી લીધી. તેમણે કહો કે તેણે કારણ કે મને નથી લાગતું કે આવું કોઈ સ્ત્રી કરી શકે. આ ફટકો મારા માટે ખૂબ જ આઘાતજનક હતો, કારણ કે આ સમાચાર સાંભળી મારા પર આભ તૂટી પડ્યું હતું.

આ ઘટના ગ્રાન્ડ હોટલ અને ચેરીંગક્રોસ સ્ટેશન વચ્ચે ઘટી હતી જ્યાં એક લંગડો છાપાં વેચવાવાળો સાંજનું પેપર વેચી રહ્યો હતો. મારે હોમ્સ સાથે છેલ્લે વાત થઈ તેના બે દિવસ પછીની આ સાંજ હતી. તે છાપાના મુખ્ય સમાચાર ખૂબ જ ભયંકર હતા :

શૅરલૉક હોમ્સ પર
જીવલેણ હુમલો

મને લાગ્યું કે થોડી ક્ષણ તો હું સાવ જ સુન્ન થઈ ગયો હતો. પછી મને યાદ છે ત્યાં સુધી મેં છાપાવાળાનાં હાથમાંથી છાપું આંચકી લીધું અને પૈસા ચૂકવ્યા વગર જ છાપું હાથમાં લઈ એક દવાવાળાની દુકાનના દરવાજે ઊભો રહી ગયો તેવું મને ઝાંખું ઝાંખું યાદ છે. ત્યાં મારી નજર એક ફકરા પર પડી. જે આ પ્રમાણે હતો :

અમારી જાણમાં આવ્યું છે કે શ્રીમાન શૅરલૉક હોમ્સ, લંડનના એક ખૂબ જ જાણીતા ખાનગી જાસૂસ પર જીવલેણ હુમલો કરવામાં આવ્યો છે અને તેમની સ્થિતિ ખૂબ જ ગંભીર છે. આ ઘટનાની સ્પષ્ટ વિગતો મળવા પામી નથી પણ ઉપરછલ્લી માહિતી પ્રમાણે ઘટના બપોરના બાર વાગ્યે રિજેન્ટ સ્ટ્રીટ ખાતેની કાફે રોયલ બહાર ઘટી હતી. હુમલો બે લાકડીધારી શખ્સો દ્વારા કરવામાં આવ્યો હતો અને શ્રીમાન હોમ્સના માથા અને શરીર પર માર મારવામાં આવ્યો હતો. ડૉક્ટરોના જણાવ્યા પ્રમાણે ઈજાઓ ખૂબ જ ગંભીર છે. તેમને ચેરિંગ ક્રોસ હૉસ્પિટલ લઈ જવામાં આવ્યા હતા અને ત્યાર બાદ તેમના એકધારા આગ્રહથી તેમને તેમના બેકર સ્ટ્રીટ ખાતેના ઘરમાં ખસેડવામાં આવ્યા છે. જે બે શખ્સોએ તેમના પર હુમલો કર્યો હતો તેઓ સમ્માનનીય વસ્ત્રોમાં સજ્જ હતા. તેઓ હાજર લોકોથી છટકીને કાફે રોયલ થઈને ગ્લાસ હાઉસ સ્ટ્રીટની પાછળ ભાગી ગયા હતા. તેમાં કોઈ જ શંકા નથી કે તેઓ તે જ ગુનેગાર ટોળકીના બદમાશો હશે જેમને શ્રીમાન હોમ્સે અવારનવાર માત આપી હતી.

મારે એ કહેવાની જરા પણ જરૂર નથી કે મારી નજર જેવી આ ફકરા પર પડી કે તરત જ હું એક ઘોડાગાડીમાં બેસી ગયો અને સીધો જ બેકર સ્ટ્રીટ દોડી ગયો. હું ત્યાં પહોંચ્યો ત્યારે મેં જોયું કે જાણીતા સર્જન સર લેસ્લી ઓકશૉટ નીચેના ખંડમાં હતા અને તેમની ઘોડાગાડી બહાર પડી હતી.

“કોઈ જ જોખમ નથી.” તેમણે મને અહેવાલ આપ્યો. “માથામાં બે ઘા થયા છે અને થોડી ગંભીર ઈજાઓ થઈ છે. કેટલાક ટાંકા લેવાની જરૂર હતી. તેમને મૉર્ફિન આપવામાં આવ્યું છે. તમારી પણ થોડીક મિનિટની વાતચીતથી તેમને કશું જ નુકસાન નહીં થાય.”

આ સલાહ સાંભળી હું સીધો જ હોમ્સના અંધારા ઓરડામાં ધસી ગયો. હોમ્સ સફાળો જાગી ગયો અને મને ધીમા અવાજમાં મારું નામ બોલાતું સંભળાયું. પરદા પોણા ભાગ જેટલા પાડવામાં આવ્યા હતા. સૂરજનું એક કિરણ સીધું જ પાટાપિંડીવાળા હોમ્સના માથા પર પડતું હતું. સફેદ પાટા પર લોહીના ડાઘા પણ જોઈ શકાતા હતા. હું તેની બાજુમાં બેઠો અને મારું માથું તેના તરફ ઝુકાવ્યું.

"બધું બરાબર છે, વૉટસન, ગભરાવાની જરા પણ જરૂર નથી," તેણે ખૂબ જ નબળા અવાજમાં કહ્યું, "જેટલું દેખાય છે તેટલું ખરાબ નથી."

"ભગવાનનો આભાર !"

"તને ખબર છે એક લાકડી હોત તો હું પહોંચી વળ્યો હોત. એકને તો મેં ઠેકાણે પાડી પણ દીધો હતો પણ બીજો મને ઘણો ભારે પડી ગયો."

"હું શું કરી શકું, હોમ્સ ? આ તે જ બદમાશ હતો. તેણે જ તેના ગુંડા તને મારવા મોકલ્યા હતા. જો તું કહેતો હોય તો હું તેને છતો કરી દઉં."

"અરે, ભલા વૉટસન ! ના, આપણે કશું જ કરી શકીએ તેમ નથી, સિવાય કે પોલીસ તે બદમાશોને પકડી પાડે. પણ તેમની ભાગવાની વ્યવસ્થા તો ક્યારેનીયે થઈ ગઈ હશે તેની મને પાક્કી ખાતરી છે. એક મિનિટ, મારી પાસે પણ કેટલીક યોજનાઓ છે. પહેલી વાત તો એ કે મારી ઈજાઓને વધારી વધારીને કહેવામાં આવે. છાપાવાળા સમાચાર મેળવવા તારી પાસે જ આવશે. તારે આ અફવા ફેલાવવાની છે, વૉટસન. એવું પણ કહી દે કે હું માંડ માંડ એક અઠવાડિયાથી વધારે જીવી શકીશ. કંઈ પણ - બસ વધારે પડતું ન લાગવું જોઈએ !"

"પણ સર લેસ્લી ઑકશૉટ !"

"અરે, તેમની ચિંતા કરવાની જરૂર નથી. તેમણે મારી ખરાબમાં ખરાબ હાલત જોયેલી છે. તેમની ચિંતા ન કર. તેમને હું સમજાવી દઈશ."

"બીજું કંઈ ?"

"હા, શાઈનવેલ જોહ્નસનને કહેજે કે પેલી છોકરીને ક્યાંક છુપાવી દે. તે બદમાશો હવે તેણી પાછળ પડ્યા હશે. તેમને ખબર જ હશે કે તેણી આ મામલામાં મારી સાથે હતી. જો તેઓ મારી પર હુમલો કરી શકે તો તેણીને પણ નહીં છોડે. આ ખૂબ જ જરૂરી છે. આજે રાત્રે જ કામ પતવું જોઈએ."

"હું જાઉં હવે, બીજું કંઈ ખરું ?"

"મારી હોકલી અને તમાકુ ટેબલ પર મૂકતો જા. બરાબર ! રોજ સવારે મારી મુલાકાતે આવતો રહેજે, જેથી કરીને આપણે આપણી યોજના આગળ વધારતાં રહી શકીએ."

તે જ સાંજે હું જોહ્નસન પાસે ગયો અને કુમારી વિન્ટરને સુરક્ષિત જગ્યાએ

ખસેડી દેવાની વ્યવસ્થા કરી અને તેણીને જ્યાં સુધી જોખમ ન ટળે ત્યાં સુધી છુપાઈ રહેવાની ચેતવણી આપી.

છ દિવસ સુધી લોકો પર એવી છાપ રહી કે હોમ્સ મરણપથારીએ હતો. દરેક સમાચાર ખૂબ જ ગંભીર હતા અને દરેક ફકરો પણ ખૂબ જ અસરકારક હતો. જો કે મારી એકધારી મુલાકાતો મને ધરપત આપતી હતી કે પરિસ્થિતિ એટલી ખરાબ નહોતી. તેનો ખડતલ બાંધો અને તેની ઈચ્છાશક્તિની ખૂબ જ સરસ અસર તેના સ્વાસ્થ્ય પર પડી હતી. તેની હાલતમાં ખૂબ જ ઝડપી સુધારો હતો. મને તો શંકા જતી હતી કે તે ખરેખર સાજો થઈ રહ્યો હતો કે પછી મારી આગળ નાટક કરતો હતો. માણસમાં રહસ્ય રાખવાની એક આગવી આવડત હોય છે. જેની ઘણી બધી નાટકીય અસરો થતી હોય છે અને તેની નજીકની વ્યક્તિને પણ તેની યોજનાનો ખ્યાલ નથી આવતો. તે હંમેશા પોતાની યોજનાને છેક સુધી પોતાના સુધી જ મર્યાદિત રાખતો. હું અન્યો કરતાં તેની સૌથી નજીક હતો તેમ છતાં અમારા બન્ને વચ્ચેનું અંતર ઘણું બધું હતું.

સાતમા દિવસે ટાંકા તોડી નાખવામાં આવ્યા, તેમ છતાં છાપામાં હોમ્સની ગંભીર બીમારીના જ સમાચાર છપાયા હતા. તે જ સમાચારપત્રમાં બીજી પણ એક ખબર છાપવામાં આવી હતી. જે મેં મારા મિત્રને વાંચી સંભળાવી. સમાચાર હતા કે નૌકા રુરીટાનિયા કે જે લિવરપુલથી શુક્રવારે ઊપડવાની છે તેના કેટલાક મુસાફરોમાં બેરોન એડલબર્ટ ગ્રુનરનો પણ સમાવેશ થાય છે. તે પોતાના વ્યાવસાયિક કામ માટે અમેરિકા જઈ રહ્યો છે. તેઓ પોતાનાં કુમારી વાયલેટ ડી મેરવિલે - ઢીંકણા ફલાણાની દીકરી - સાથેનાં લગ્ન પહેલાં પતાવવા માગે છે. હોમ્સે ખૂબ જ ઠંડકથી પણ સંપૂર્ણ એકાગ્રતાથી આ સમાચાર સાંભળ્યા અને તેના ફિક્કા ચહેરા પરના ભાવથી હું પામી ગયો કે તેને આ સમાચારથી ફટકો પડ્યો હતો.

"શુક્રવાર !" તેણે મોટેથી કહ્યું. "માત્ર ત્રણ જ દિવસ. મને લાગે છે કે આ બદમાશ પોતાની જાતને ખતરાથી દૂર રાખવા માગે છે પણ તેમ નહીં થાય, વૉટસન ! તેમ નહીં જ થાય ! હવે વૉટસન, હવે તારે મારા માટે કંઈક કરવાનો સમય આવી ગયો છે."

"હું અહીં તેના માટે જ છું, હોમ્સ."

"અચ્છા, તો પછી સાંભળ. હવે પછીના ચોવીસ કલાક તારે ચીનાઈ માટીનાં વાસણોનો ગહન અભ્યાસ કરવા પાછળ ખર્ચવાના છે."

તેણે તે માટે મને કોઈ જ સ્પષ્ટતા ન આપી અને મેં પણ કોઈ સ્પષ્ટતા માગી નહીં. અનુભવે હું શીખી ગયો હતો કે પૂછપરછ વગર આદેશ માનવામાં ઘણી સફળતા રહેલી હતી. પણ તેને છોડીને જ્યારે હું બેકર સ્ટ્રીટમાં ચાલવા લાગ્યો ત્યારે મારા મગજમાં એક જ વાત ફરી રહી હતી કે તેની આવી વિચિત્ર ફરમાઈશને મારે કેમ કરી પૂરી કરવી. છેવટે હું સેન્ટ જેમ્સ સ્ક્વૅર ખાતે આવેલી લંડન લાઈબ્રેરીમાં ગયો. આખી બાબત મારા

લાઈબ્રેરિયન મિત્ર લોમેક્સ સમક્ષ મૂકી અને એક દળદાર પુસ્તક સાથે હું મારા ઘરે રવાના થયો.

એવું કહેવાય છે કે એક વકીલ જ્યારે એક કેસ ઉપર કામ કરતો હોય છે ત્યારે તેમાં સંપૂર્ણ ઓતપ્રોત થઈ જતો હોય છે પણ પછીના જ દિવસે તે બધું જ ભૂલી જાય છે. હું કંઈ સિરામિક વાસણોનો નિષ્ણાત નહોતો બની જવા માગતો અને તેમ છતાં તે આખી સાંજ અને આખી રાત અને બીજી સવારે પણ હું થોડો થોડો વિરામ લઈને તે વિષયનો અભ્યાસ કરવામાં ડૂબી ગયો અને વિવિધ નામો યાદ કરવાનો પ્રયત્ન કરવા લાગ્યો. પછી મેં વાસણ પર લગાવવામાં આવતા હૉલમાર્કનો અભ્યાસ કર્યો જે વિવિધ કલાકારોની કૃતિ પ્રમાણે અલગ અલગ હોય છે. વિવિધ તારીખો, હેગ વૂની નિશાનીઓ, થન્ગ લોની સુંદર કૃતિઓ, ટેંગ યિંગનાં લખાણો અને સંગ તથા યુઆનનાં સમયની આંજી નાખતી સુંદર કૃતિઓ; આ બધાંનો મેં સંપૂર્ણ એકાગ્રતાથી અભ્યાસ કર્યો. બીજી સાંજે જ્યારે હું હોમ્સની મુલાકાતે ગયો ત્યારે મારી પાસે તે વિષયની બધી જ માહિતી હતી. હવે તે પથારીમાંથી ઊભો થઈ ગયો હતો. જો કે સમાચારપત્રોના અહેવાલથી કોઈને પણ ખ્યાલ ન આવે કે તે હવે ઘણો સ્વસ્થ હતો. તે પોતાની પ્રિય આરામખુરશીમાં પોતાનું પાટાપિંડુવાળું માથું પોતાનાં હાથ પર ટેકવીને બેઠો હતો.

"અરે, હોમ્સ," મેં કહ્યું, "બિચારા કોઈને છાપું વાંચીને તો એમ જ લાગે કે તું મરવા પડ્યો છે."

"તે જ," તેણે કહ્યું, "સમાચાર તો હું ફેલાવવા માગું છું અને હવે, વૉટસન, તેં તારો પાઠ શીખી લીધો ?"

"કમ સે કમ મેં તેમ કરવાનો પ્રયત્ન તો ચોક્કસ કર્યો છે."

"સરસ. તું તે વિષય પર એક બૌદ્ધિક વાતચીત કરી શકે ખરો ?"

"મને લાગે છે કે હું કરી શકીશ."

"તો પછી તાપણાની છાજલી પરથી મને પેલું નાનકડું ખોખું આપ."

તેણે તેનું ઢાંકણું ખોલ્યું અને ખૂબ જ કાળજીપૂર્વક કોઈ મખમલનાં કાપડમાં લપેટેલી વસ્તુ બહાર કાઢી. તેણે તેના પરથી કપડું હટાવ્યું અને તેમાંથી એક ખૂબ જ સુંદર ઘેરા વાદળી રંગની રકાબી કાઢી.

"આ વસ્તુને ખૂબ જ કાળજીપૂર્વક સંભાળવી પડે છે, વૉટસન. આ મિંગ ડાયનેસ્ટીની પ્રાચીન એગશેલ(ઈંડાના કોચલા પર થતી હોય તેવી) વાસણકળા છે. આટલી ઉત્તમ કળાકૃતિ ક્યારેય જોવા નથી મળી. આ રકાબીનો આખો સેટ કદાચ કોઈ રાજાની ખંડણી કરતાં પણ વધારે કિંમતનો થાય. કળાના ખરા પારખુની જો આ વસ્તુ પર નજર પડે તો તે પાગલ થઈ જાય."

"મારે તેનું શું કરવાનું છે ?"

હોમ્સે મને એક વિઝિટિંગ કાર્ડ આપ્યું, જેના પર છાપ્યું હતું : "ડૉ. હિલ, બાર્ટોન, ૩૬૯, હાફમૂન સ્ટ્રીટ."

"આજ સાંજ માટે તારું આ નામ રહેશે, વૉટસન. તારી બેરોન ગ્રુનર સાથે મુલાકાત ગોઠવવવામાં આવી છે. મને રોજિંદા કાર્યક્રમની જાણ છે એટલે તે સાડા આઠ સુધીમાં તો નવરો થઈ જાય છે. હું તેને એક આગોતરી નોંધ મોકલી દઈશ જેમાં તારી સાથે તેની મુલાકાત ગોઠવવામાં આવશે. તારે તેને મળીને એટલું કહેવાનું છે કે તું તેની પાસે મિંગ ચાઈનાનો એક ઉત્કૃષ્ટ નમૂનો લઈને આવ્યો છું. જો કે તું એક દાક્તરી માણસ પણ છે માટે તે પાત્ર તો તું આરામથી સ્વાભાવિકપણે ભજવી શકીશ. તું ચાઈના વાસણોનો શોખીન સંગ્રાહક છે અને તારી પાસે આ વસ્તુ આવી છે, તેં બેરોનના આ વિષયના રસ વિષે સાંભળ્યું છે અને તું તેને કોઈક કિંમત પર વેચવા માગે છે."

"કઈ કિંમતે ?"

"સારો પ્રશ્ન છે, વૉટસન ! જો તને તારી જ વસ્તુની કિંમત ખબર ન હોય તો તું ત્યાં જ માત ખાઈ જઈશ. આ રકાબી મારા માટે સર જેમ્સ લેતા આવ્યા છે અને તે તેમણે પોતાના મિત્રના સંગ્રહમાંથી લીધી છે. આ વસ્તુની તોલે બીજું કંઈ નહીં આવે તેવું કહીશ તો તેમાં કોઈ જ અતિશયોક્તિ નથી."

"કદાચ હું તેવું કહું કે આ વસ્તુની કિંમત હું કોઈ નિષ્ણાત દ્વારા જાણવા માગું છું."

"ઉત્તમ, વૉટસન ! આજે તો તારું મગજ ખૂબ જ તેજવંતુ છે ને કાંઈ ! શું ચાલાકી વાપરી છે તેં !"

"પણ જો તે મને ન મળે તો ?"

"અરે, તે તને મળવાનો જ છે. તેને સંગ્રહ કરવાનું મોટું ગાંડપણ છે - અને ખાસ કરીને આ વિષયમાં તે પાગલ છે, કારણ કે તે તેનો નિષ્ણાત પણ છે. બેસ, વૉટસન, હું જ તને પત્ર લખી આપું. તેને જવાબ આપવાની કોઈ જ જરૂર નથી. તારે માત્ર તેમ જ કહેવાનું છે કે તું આવે છે અને શા માટે."

તે એક ખૂબ જ વખાણવા લાયક પત્ર હતો, ટૂંકો અને સભ્ય. સંગ્રાહકને વધારે જાણવા માટે ઉત્સુક કરતો પત્ર. ડિસ્ટ્રિક્ટ મેસેન્જર દ્વારા તેને મોકલી દેવામાં આવ્યો. તે જ સાંજે તે કીમતી વસ્તુને હાથમાં લઈ અને ખિસ્સામાં ડૉ. હિલ બાર્ટોનનું વિઝિટીંગ કાર્ડ લઈને હું મારા સાહસ પર નીકળી પડ્યો.

સુંદર વિશાળ મકાન જોઈ સર જેમ્સે જણાવ્યું હતું તેમ બેરોન ગ્રુનર એક સારી સંપત્તિ ધરાવતો માણસ લાગતો હતો. એક લાંબો બન્ને બાજુ ઘાસવાળો નાનકડો રસ્તો સીધો જ અમને મૂર્તિઓવાળા ચોગાનમાં લઈ ગયો. તેજીના સમયમાં આ ઘર દક્ષિણ આફ્રિકાના એક ધનવાન દ્વારા બનાવવામાં આવ્યું હતું. ઘર ખૂબ જ વિશાળ વિસ્તારમાં ફેલાયેલું હતું. દરેક ખૂણા પર સુંદર મિનારા હતા. તેનું બાંધકામ ખૂબ જ આકર્ષક અને

મન મોહી લે તેવું હતું. ઘરનો એક નોકર મને અંદર લઈ ગયો અને ત્યાંથી બીજો એક નોકર મને બેરોન પાસે લઈ ગયો.

તે એક વિશાળ તિજોરી આગળ ઊભો હતો. જેમાં ચાઈનિઝ વાસણોનો વિશાળ સંગ્રહ ગોઠવવામાં આવ્યો હતો. હું ઓરડામાં પ્રવેશ્યો કે તરત તેણે મારી તરફ જોયું. તેના હાથમાં છીકણી રંગનો નાનકડો વાઝ હતો.

"મહેરબાની કરીને બેસો, ડૉક્ટર," તેણે કહ્યું, "હું હમણાં મારા જ કીમતી ખજાનાને નિહાળી રહ્યો હતો અને વિચારી રહ્યો હતો કે મારે ખરેખર તેમાં ઉમેરો કરવાની જરૂર છે ખરી ? ટેન્ગની સત્તરમી સદીની આ નાનકડી કૃતિ ચોક્કસ તમને આકર્ષિત કરશે. મને ખબર છે તમે આટલી સુંદર કૃતિ આ પહેલાં ક્યારેય નહીં જોઈ હોય. તમે મિંગની રકાબીની જે વાત પત્રમાં લખી હતી તે હાલ તમારી પાસે છે ?"

મેં ખૂબ જ કાળજીપૂર્વક તે વસ્તુ બહાર કાઢી અને તેના હાથમાં મૂકી. તે પોતાના ટેબલ આગળ બેઠો અને બત્તીને રકાબી પર ગોઠવી. કારણ કે અંધારું થઈ રહ્યું હતું અને તે તેને તપાસવા માગતો હતો. આમ કરતાં મને તેના ચહેરા પરની લાક્ષણિકતા જોવાનો અવસર મળી ગયો.

તે ચોક્કસ એક ખૂબ જ સોહામણો પુરુષ હતો. તેની યુરોપિયન સુંદરતા ખરેખર વખાણવા લાયક હતી. કદમાં તે મધ્યમ કદનો જ હતો પણ તેનું બંધારણ ખૂબ જ ચપળ અને આકર્ષક હતું. તેનો ચહેરો પૂર્વના તામ્રવર્ણા ચહેરા જેવો જ હતો અને તેની મોટી કાળી વિચારમગ્ન આંખો કોઈ પણ સ્ત્રીને મોહિત કરવા માટે પૂરતી હતી. તેની મૂછો અને વાળ કાળા હતા. મૂછો ટૂંકી અને ખૂણા કાઢેલી હતી અને ખૂબ ધ્યાનપૂર્વક બનાવેલી હતી. તેના હાવભાવ એકધારા અને પ્રસન્ન હતા. માત્ર તેના સીધા પાતળા હોઠ જ તેની ખરી ઓળખ આપી રહ્યા હતા. મેં એક હત્યારાના મોઢાની હંમેશા આવી જ કલ્પના કરી છે - એક ક્રૂર, ઊંડા ઘાવાળો ચહેરો. તેની મૂછો ખરેખર વિચિત્ર હતી તે જાણે કુદરત દ્વારા તેના શિકારી હોવાની ચેતવણી આપતો સંદેશો ન હોય તેવી છાપ ઊભી કરતી હતી. તેનો અવાજ આકર્ષક હતો અને તેની વર્તણૂક પણ સારી હતી. ઉંમરની વાત કરું તો મારા અંદાજ પ્રમાણે તે ત્રીસ વર્ષથી સહેજ મોટો લાગતો હતો. જો કે પાછળથી મને ખબર પડી કે તે ખરેખર બેતાલીસ વર્ષનો હતો.

"ખૂબ જ સુંદર, ખૂબ જ સુંદર, ખરેખર !" તે છેવટે બોલ્યો. "અને તમે કહો છો તમારી પાસે આનો છનો સેટ છે. મારા માટે આશ્ચર્યની વાત એ છે કે આવી સુંદર કૃતિ બજારમાં વેચાવા આવી છે અને મને તેની કોઈ જ જાણકારી નથી ! આખા ઇંગ્લૅન્ડમાં આવી કૃતિ માત્ર એક જ છે. અને તે કંઈ બજારમાં વેચાવા નથી આવી. જો તમને વાંધો ન હોય તો શું હું તમને પૂછી શકું કે તમને આ ક્યાંથી મળી ?"

"તેની ખરેખર જરૂર છે ?" મેં નિશ્ચિતપણે પૂછ્યું, "તમે જોયું કે આ એક અસલ

નમૂનો છે અને જો આની કિંમતની વાત કરું તો મારે તે માટે એક નિષ્ણાતની સલાહની જરૂર પડશે.''

''બહુ રહસ્યમય કહેવાય,'' તેણે પોતાની કાળી આંખમાં શંકા ઉપજાવતાં કહ્યું, ''આવી કીમતી વસ્તુનો વ્યવહાર કરતી વખતે તે વ્યક્તિને તેની ખરી કિંમતની ખબર હોવી જોઈએ. આ રકાબી ચોક્કસ અસલ છે તે બાબતે મને જરા પણ શંકા નથી પણ ધારો કે - મને આ વસ્તુ લેવાની ઈચ્છા હોય અને હું તેને ખરીદી પણ લઉં પણ મને પાછળથી ખબર પડે કે તે વસ્તુને વેચવાની તમારી પાસે કોઈ જ સત્તા નહોતી તો ?''

''તે માટે હું તમને કોઈ પણ પ્રકારની બાંયધરી આપવા તૈયાર છું.''

''અચ્છા, તો તમે તે માટે કેટલી હદ સુધીની બાયંધરી આપી શકો તેમ છો ?''

''તે વિષે તો મારો ખજાનચી જ જવાબ આપશે.''

''ઠીક છે, પણ મને નથી લાગતું કે આપણી વચ્ચે આ વ્યવહાર શક્ય બને.''

''તમારી મરજી. તમે વ્યવહાર કરી પણ શકો છો અને ન કરવો હોય તો પણ વાંધો નથી.'' મેં સ્વાભાવિકતાનું નાટક કરતાં જવાબ આપ્યો, ''મેં તો તમે આ કળાના શોખીન હોવાથી તેને ખરીદવાની એક તક આપી છે. બાકી આ સિવાય બીજે પણ હું જઈ શકું છું.''

''તમને કોણે કહ્યું કે હું કદરદાન છું ?''

''મને ખ્યાલ છે કે તમે આ વિષય પર એક પુસ્તક પણ લખ્યું છે.''

''તમે પુસ્તક વાંચ્યું છે ?''

''ના.''

''વહાલા, સાહેબ, હવે ખરેખર મારા માટે આ આખી બાબત સમજવી ઘણી અઘરી થઈ પડી છે. તમે એક ખૂબ જ કીમતી કળાના શોખીન અને સંગ્રાહક છો અને તેમ છતાં તમે એમ કહો છો કે તમે તમારા હાથમાં જે વસ્તુ છે તેની ખરી કિંમત જાણવા એક આદર્શ પુસ્તક વાંચવાની તસદી પણ નથી લીધી. આ વિચિત્રતાને તમે કેવી રીતે સ્પષ્ટ કરશો ?''

''હું એક ખૂબ જ વ્યસ્ત માણસ છું. હું એક પ્રેક્ટિસ કરતો ડૉક્ટર છું.''

''તે કંઈ જવાબ નથી. જો કોઈ માણસને કોઈ શોખ હોય તો તે કોઈ પણ રીતે પોતાના શોખ માટે સમય કાઢી જ લેતો હોય છે. પછી તે ગમે તેટલો વ્યસ્ત કેમ ન હોય. ચાલો જવા દો તે વાતને, પણ તમે તમારી નોંધમાં લખ્યું હતું કે તમે કળાના કદરદાન છો.''

''હા, હું છું.''

''તો પછી તમને ચકાસવા માટે હું કેટલાક પ્રશ્ન પૂછી શકું ? હું તમને કહેવા માગું છું, ડૉક્ટર, - જો તમે ખરેખર ડૉક્ટર હોવ તો - કે આ મુલાકાત હવે વધારે અને વધારે શંકાસ્પદ બનતી જાય છે. હું પૂછવા માગું છું કે તમને એમ્પેરર શોમું વિષે શું જાણકારી છે અને તમે તેને શાશો-ઈન નારા સાથે કેવી રીતે સાંકળશો ? વહાલા સાહેબ,

તો તમે તેમાં પણ મૂંઝાઓ છો ? હવે મને જરા નોર્ધન વેઇ ડાયનેસ્ટી અને તેનું સિરામિકના ઇતિહાસમાં સ્થાન જણાવશો ?''

હું ગુસ્સાથી ઊકળીને ખુરશીમાંથી ઊભો થઈ ગયો.

''આ હવે અસહ્ય થઈ રહ્યું છે, સાહેબ,'' મેં કહ્યું, ''હું અહીં તમારા જ લાભ ખાતર આવ્યો છું. હું કંઈ અહીં કોઈ શાળાના છોકરાની જેમ પરીક્ષા આપવા નથી આવ્યો. બની શકે કે હું આ વિષયમાં તમારા પછીનો ઉત્તમ જાણકાર હોઉં, પણ આ રીતે હું તમારા એક પણ પ્રશ્નનો જવાબ નથી આપવાનો.''

તે એકધારું મારી સામે જોઈ રહ્યો. તેની વિશાળ કાળી આંખો એકદમ ચમકી. તે ક્રૂર હોઠ વચ્ચેથી મને ચમકતા દાંતની પાતળી રેખા દેખાઈ.

''આ શું રમત છે ? તમે અહીં જાસૂસી કરવા આવ્યા છો. તમે હોમ્સના મળતિયા છો. અચ્છા, તો તમે મારી સાથે રમત રમી રહ્યા છો. મેં સાંભળ્યું છે કે તે મરી રહ્યો છે અને તેણે તેની જગ્યાએ પોતાના માણસને મારા પર નજર રાખવા માટે મોકલી દીધો છે. તમે ચાલાકીથી મારા ઘરમાં ઘૂસી આવ્યા છો અને હવે જે સરળતાથી ઘૂસી ગયા તેટલી સરળતાથી બહાર નહીં નીકળી શકો.''

તે પોતાના પગ પર ઊછળી પડ્યો અને હું પણ બે પગલાં પાછળ ખસી ગયો અને મારી જાતને હુમલા માટે તૈયાર કરી લીધી. પણ એટલું તો પાક્કું જ હતું કે મારે તેને છેતરવાની આશા નહોતી રાખવા જેવી. તેણે તેના ટેબલના ખાનામાં હાથ નાખ્યો અને મારી તરફ ધસી આવ્યો. પછી અચાનક તેના કાન પર કંઈક અવાજ પડ્યો. તેના કાન સરવા થઈ ગયા.

''અરે !'' તેણે બૂમ પાડી. ''અરે !'' અને તે તેની પાછળના ઓરડામાં ધસી ગયો.

બે પગલામાં તો હું તે ખુલ્લા બારણા આગળ પહોંચી ગયો અને આખુંયે દૃશ્ય મને સ્પષ્ટ દેખાયું. બગીચામાં પડતી બારી ખુલ્લી હતી. તેની બાજુમાં કોઈ ભૂતની જેમ એક કાળી આકૃતિ દેખાતી હતી પણ તેના માથા પરનો પાટો અને ધોળો ચહેરો જોઈ મને આશ્ચર્ય થયું, તે શૅરલૉક હોમ્સ હતો. પછીની જ ક્ષણે તે બારી કૂદી ગયો અને મને ઝાડીઓમાંથી તેના પસાર થવાનો અવાજ સંભળાયો. એક ગર્જના સાથે ઘરનો માલિક પણ તેની પાછળ બારી આગળ ધસી ગયો.

અને પછી ! અચાનકની એક ઘટના ઘટી પણ ખૂબ જ સ્પષ્ટ રીતે જોઈ શકાય તેવી. પાંદડાંઓમાંથી કોઈક સ્ત્રીનો હાથ બહાર આવ્યો. તે જ ઘડીએ બેરોને એક બિહામણી ચીસ પાડી. આ ચીસ મને આખી જિંદગી યાદ રહેશે. તેણે પોતાના બે હાથોથી પોતાનો ચહેરો ઢાંકી દીધો અને ઓરડામાં આમ તેમ ભમવા માંડ્યો અને ગાંડાની જેમ દીવાલ પર પોતાનું માથું પછાડવા લાગ્યો. પછી તે જાજમ પર પડી ગયો અને આળોટવા લાગ્યો અને ચીસાચીસ કરવા લાગ્યો.

"પાણી ! ભગવાનને ખાતર પાણી આપો !" તેણે ચીસ પાડી.

મેં તરત જ બાજુના ટેબલ પરથી પાણીનો જગ લીધો અને તેની મદદે દોડી ગયો. તે જ વખતે વડો નોકર અને બીજા બધા નોકરો હોલમાંથી અભ્યાસખંડમાં દોડી આવ્યા. મને હજુ પણ યાદ છે કે જેવો મેં તે ઘાયલ મકાનમાલિકને સીધો કર્યો અને તેનો ચહેરો પ્રકાશમાં ધર્યો કે તરત જ તેમાંનો એક તો બેભાન જ થઈ ગયો હતો. તેના આખાયે ચહેરા અને કાન પરથી તેજાબ નીતરી રહ્યો હતો. એક આંખ તો સાવ જ સફેદ અને દૃષ્ટિહીન્ન થઈ ગઈ હતી. જ્યારે બીજી સાવ લાલ થઈ ગઈ હતી. જે લાક્ષણિકતાઓનાં હું થોડી ક્ષણો પહેલાં વખાણ કરી રહ્યો હતો તે હવે કોઈ સુંદર ચિત્ર પર ચિત્રકારે કૂચડો ફેરવી દીધો હોય તેમ ધોવાઈ ગઈ હતી. તે લાક્ષણિકતાઓ હવે ઝાંખી, પાશવી અને ભયાનક અને નિસ્તેજ બની ગઈ હતી.

તેજાબના હુમલાની વાત છે ત્યાં સુધી હું તમને તે બધું ટૂંકમાં જ સમજાવી દઉં. કોઈક બારી પર ચડી આવ્યું, જ્યારે બીજું કોઈક ત્યાંથી ઝાડીઓમાં ધસી ગયું અને ઘાસ પર જતું રહ્યું, પણ અંધારું થઈ ગયું હતું અને વરસાદ પણ પડવા લાગ્યો હતો. ઘાયલ ગ્રુનર પોતાની ચીસો વચ્ચે આ એક વાક્ય પણ બકે રાખતો હતો. "તે પેલી બિલાડી કેટી વિન્ટર હતી !" તે બોલતો હતો. "અરે શેતાન સ્ત્રી ! તેણે આનો બદલો ચૂકવવો જ પડશે ! તેણે ભોગવવું જ પડશે ! હે ભગવાન ! આ દર્દ મારી સહનશક્તિ બહારનું છે !"

મેં તેનો ચહેરો ધોયો અને તેના પર રૂ પાથર્યું અને અફીણનો એક ડોઝ પણ આપ્યો. મારા માટેની તેના મગજમાં રહેલી બધી જ શંકાઓ આ કારમી ઘટનાના કારણે ક્યાંય છૂ થઈ ગઈ હતી અને તે જાણે મને એવી રીતે વળગી રહ્યો હતો જાણે મારામાં જ તેની સારવાર કરવાની ક્ષમતા ન હોય ! તેનું જીવન એક જ ક્ષણમાં સાવ જ બરબાદ થઈ ગયું હતું. તેનો સુંદર ચહેરો કદરૂપો થઈ ગયો હતો. છેવટે જ્યારે તેના ફેમિલી સર્જન આવ્યા અને દર્દીને પોતાના હાથમાં લીધો ત્યારે મને ત્યાંથી છુટકારો મળ્યો. તેમની સાથે કોઈ નિષ્ણાત ડૉક્ટર પણ આવ્યા હતા. તરત ને તરત એક પોલીસ ઇન્સ્પેક્ટર પણ હાજર થઈ ગયો હતો અને મેં તેને મારું સાચું ઓળખકાર્ડ આપ્યું હતું, કારણ કે તે ઘડીએ ખોટું કાર્ડ આપવું એક મૂર્ખામી જ કહેવાત, કારણ કે શૅરલૉક હોમ્સના કારણે હું સ્કૉટલૅન્ડ યાર્ડમાં ખૂબ જ જાણીતો હતો અને દેખ્યે ઓળખાઈ જાઉં તેવો હતો. પછી હું તે બિહામણા ઉદાસ ઘરમાંથી બહાર નીકળી ગયો અને કલાકમાં બેકરસ્ટ્રીટ પહોંચી ગયો.

હોમ્સ તેની આરામખુરશીમાં બેઠો હતો અને તે ખૂબ જ થાકેલો અને ફિક્કો લાગતો હતો. તેની ઈજાઓને બાજુ પર મૂકીએ તો તે તે સાંજની ઘટનાથી હચમચી ગયો હતો અને તેણે ખૂબ જ ચિંતાગ્રસ્ત રીતે બેરોનના જે હાલ થયા તેનું વર્ણન મારા મોઢે સાંભળ્યું હતું.

"તેના પાપનું ફળ, વૉટસન - પાપનું ફળ !" તેણે કહ્યું, "વહેલું મોડું આમ જ થવાનું હતું. ભગવાનને ખબર હતી કે તેના પાપનો ઘડો હવે છલકાઈ ગયો હતો." તેણે

ટેબલ પરથી છીકણી પુસ્તક હાથમાં લેતાં કહ્યું, "પેલી કીટી જે નોંધપોથીની વાત કરતી હતી તે આ રહી. જો આનાથી લગ્નભંગ નહીં થાય તો બીજા કશાથી નહીં થાય, પણ લગ્નભંગ થશે જ, વૉટસન. થવાં જ જોઈએ. કોઈ સ્વાભિમાની સ્ત્રી આ સહન ન કરી શકે."

"આ તેની પ્રેમપોથી છે ?"

"અથવા તો કહો કે તેની હેવાનિયતની હિસાબનીશી છે. જે ચાહો તે કહી શકો છો. જ્યારનું કીટીએ આ ડાયરીની વાત કરી હતી ત્યારનું મારા મગજમાં થયા કરતું હતું કે જો આપણે તેને મેળવી શક્યા તો તે એક ખૂબ જ ઉત્તમ હથિયાર સાબિત થવાનું હતું આ નરાધમ વિરુદ્ધ." તે વખતે હું મારો વિચાર જણાવી શકું તેમ નહોતો કારણ કે, ત્યારે બધું ઘણું અસ્પષ્ટ હતું. પણ તે મારા મનમાં એકધારું ઘુમરાયા કરતું હતું. પછી મારા પરના હુમલાએ મને તેના પર વિચારવાનો અવસર આપ્યો. એમ પણ ગ્રુનરને સમાચાર વાંચ્યા પ્રમાણે મારા માટે હવે કંઈ ખાસ સજાગ રહેવાની જરૂર નહોતી. જે થાય છે તે સારા માટે જ થાય છે. હું હજુ પણ વધારે રાહ જોવાનો હતો પણ તેના અમેરિકાના પ્રવાસના સમાચારે મને આ કામ જલદી કરવા મજબૂર કર્યો. આવા ગંભીર દસ્તાવેજને તે ક્યારેય અહીં એકલું મૂકવાની મૂર્ખામી ન કરે. માટે જ આપણે બને તેટલું જલદી કામ પતાવવાનું હતું. રાતની ચોરી જરા પણ શક્ય નહોતી. તે તેની ખૂબ જ કાળજી રાખતો હતો. પણ સાંજે અવસર મળી રહે તેમ હતો. માત્ર તેને કોઈ અતિ મહત્ત્વની બાબત પાછળ રોકીને અને ત્યાં જ મને તારી અને પેલી ભૂરી રકાબીની જરૂર પડી. પણ હજુ મારે તે નોંધપોથીની ચોક્કસ જગ્યા જાણવાની બાકી હતી અને મને ખબર હતી કે મને તે માટે થોડી જ મિનિટ મળવાની હતી અને માટે જ છેલ્લી ઘડીએ મારે કીટીને મારી સાથે લેવી પડી. મને વળી શું ખબર કે તેની પાસેનાં પડીકામાં શું હતું ? મને તો એમ કે તે મારી મદદ કરવા આવી હતી પણ તેને પણ પોતાનું કામ હતું.

"તેને ખ્યાલ આવી ગયો હતો કે હું તારી પાસેથી આવ્યો હતો."

"મને ભય હતો જ કે તેને શંકા જશે, પણ તેં તેને ઘણો લાંબો સમય રોકી રાખ્યો અને મને પાપ-પોથી મેળવવા માટે ઘણો સમય મળી રહ્યો. જો કે હું ભાગી શક્યો ખરો પણ મને ઓળખી પાડવામાં આવ્યો. અરે, સર, જેમ્સ, તમે આવ્યા, મને આનંદ થયો !"

અમારા રાજદ્વારી મિત્ર હોમ્સના બોલાવ્યાથી આવ્યા હતા. તેમણે ખૂબ જ એકાગ્રતાથી આખોયે ઘટનાક્રમ સાંભળ્યો.

"તમે અદ્‌ભુત કર્યું છે - અદ્‌ભુત !" તેમણે જ્યારે આખો વૃત્તાંત સાંભળ્યો ત્યારે અભિભૂત થતાં કહ્યું, "પણ ડૉ. વૉટસન કહે છે તે પ્રમાણે જો આ ઈજાઓ આટલી ભયંકર હોય તો પછી લગ્ન રોકવાનો આપણો ઉદ્દેશ ખૂબ જ સરળતાથી પાર પડી જશે અને આપણે આ પાપી-પોથીનો ઉપયોગ કરવાની પણ જરૂર નહીં પડે."

હોમ્સે પોતાનું માથું હલાવ્યું.

"ડી મેરવિલે પ્રકારની સ્ત્રીઓ તે રીતે નથી વર્તતી. તેણી આ નરાધમને અનહદ પ્રેમ કરે છે, બની શકે કે તેની બદસૂરતીથી તેણીના પ્રેમમાં કોઈ ઘટાડો ન થાય, ઊલટાનો વધારો થાય. ના, ના, આપણે તેની શારીરિક બાજુને નહીં પણ તેની આત્મીય બાજુને તોડવાની જરૂર છે. આ નોંધપોથી તેણીને જમીન પર લાવી દેશે. અને આ સિવાય બીજું કંઈ તેને જમીન પર લાવી શકે તેમ નથી. આ તેના પોતાના હસ્તાક્ષરમાં છે અને તેણી તેને જરા પણ અવગણી નહીં શકે."

સર જેમ્સ કીમતી રકાબી અને તે પુસ્તક પોતાની સાથે લઈ ગયા. મારું કામ પતી ગયું હતું અને હું પણ તેમની સાથે જ નીચે ઊતરી ગયો. એક ઘોડાગાડી નીચે તેમની રાહ જોઈ રહી હતી. તે તરત જ તેમાં ચડી ગયા. ઉતાવળે કોકાડેલ જવાનો ઘોડાગાડીવાળાને આદેશ આપ્યો અને હંકારી ગયા. તેમણે પોતાનો ઓવરકોટ ઘોડાગાડી પર જડેલા રાજદ્વારી ચિહ્નને ઢાંકવા બહાર લટકાવ્યો. પણ ઝાંખા અજવાળામાં મારા ધ્યાનમાં તે ચિહ્ન આવી ગયું અને હું ખૂબ જ આશ્ચર્ય પામ્યો. પછી હું તરત જ પાછો હોમ્સના ઓરડામાં દોડી ગયો.

"મને ખબર પડી ગઈ છે કે આપણા અસીલ કોણ છે," મેં બૂમ પાડી, "અરે હોમ્સ, તે તો ---"

"તે એક પ્રામાણિક મિત્ર અને સ્ત્રીદાક્ષિણ્ય ધરાવતા સદ્‌ગૃહસ્થ છે," હોમ્સે પોતાનો હાથ પકડતાં કહ્યું. "એટલું જ આપણા માટે પૂરતું છે. અને હંમેશા તેમ જ રહે તો સારું."

મને નથી ખબર કે ત્યાર બાદ પેલા પાપના હિસાબવાળા પુસ્તકનો શું ઉપયોગ થયો. સર જેમ્સે કદાચ તેની વ્યવસ્થા કરી લીધી હશે. અથવા તો બની શકે કે તે પુસ્તકને હૃદયભંગ સ્ત્રીના પિતા દ્વારા જ તેણી સમક્ષ રજૂ કરવામાં આવ્યું હોય. તેની અમે ધારી હતી તેવી જ અસર થઈ હતી. ત્રણ દિવસ બાદ મોર્નિંગ પોસ્ટમાં એક ફકરો છપાયો કે બેરોન એડલબર્ટ ગ્રુનર અને કુમારી વાયોલેટ ડી મેરવિલે વચ્ચેનાં લગ્ન બંધ રાખવામાં આવ્યાં છે. તે જ સમાચારપત્રમાં કુમારી કીટી વિન્ટરને એસિડ હુમલો કરવા બદલનો સમન્સ બજાવવામાં આવ્યો હતો. જો કે બધી જ હકીકતો જાણ્યા બાદ તેણીને તેના ગુનાની સરખામણીએ નાની સજા કરવામાં આવી હતી. શૅરલૉક હોમ્સને પણ લૂંટ માટે દોષિત ઠેરવવામાં આવ્યો હતો પણ તેનો ઉદ્દેશ સારો હોવાથી અને અમારા અસીલ સધ્ધર હોવાથી બ્રિટિશ કાયદો પણ હોમ્સ પ્રત્યે સુંવાળો થયો હતો. મારા મિત્રને કઠેડામાં ઊભા રહેવાની નોબત જ નહોતી આવી.

❖

સૈનિક મિત્રની શોધમાં

મારા મિત્ર વૉટસનનો આગ્રહ કહો કે દુરાગ્રહ તે ઘણા લાંબા સમયથી મારી પાછળ પડ્યો હતો કે હું ખુદ મારો અનુભવ મારા અક્ષરોમાં લખું. હું તેને ઘણીવાર તેના લખાણની ટીકાઓ કરતાં કહેતો આવ્યો છું કે તે લોકોને આકર્ષવા માટે પોતાના અંદાજમાં હકીકતો રજૂ કરે છે અને અન્ય મહત્ત્વની બાબતોને મહત્ત્વ નથી આપતો. ત્યારે તે હંમેશા મને મેણું મારતો આવ્યો છે કે મારે ખુદ જ મારો અનુભવ લખવાનો પ્રયત્ન કરી જોવો જોઈએ અને હવે જ્યારે હાલ મેં હાથમાં કલમ લીધી છે ત્યારે મને ભાન થઈ રહ્યું છે કે લખાણ હંમેશા વાચકને રસપ્રદ લાગે તેવું જ હોવું જોઈએ. આ જે કેસની વાત હું તમારી સમક્ષ કરવા જઈ રહ્યો છું તે ખૂબ જ રસપ્રદ છે અને મારા જીવનમાં થયેલી વિચિત્ર ઘટનાઓમાંની એક છે અને માટે વૉટસન પાસે આ મામલાની કોઈ જ નોંધ નહીં મળી શકે. હવે હું જ્યારે મારા જૂના મિત્રની અને ચરિત્રલેખકની વાત કરું છું ત્યારે મને કહી દેવા દો કે તે હંમેશા પોતાના લખાણમાં મારી બૌદ્ધિકતાની ભારોભાર પ્રશંસા કરે છે. તેને ક્યારેય મારા આગળના પગલાની જાણ નથી હોતી તે પણ મારા એક એક તારણથી તમારી જેમ જ આશ્ચર્ય પામે છે. તેના માટે પણ ભવિષ્ય એક બંધ પુસ્તક જેવું જ છે. પણ મારે એટલું તો કહેવું જ જોઈએ કે તે એક ઉમદા મદદનીશ છે.

મારી નોંધપોથીની તારીખ પ્રમાણે આ મામલો ૧૯૦૩ના જાન્યુઆરીમાં મારી સમક્ષ આવ્યો હતો. તે બોઅર યુદ્ધ પૂર્ણ થયું તે પછીના દિવસો હતા. શ્રીમાન જેમ્સ. એમ. ડૉડ એક કદાવર, પ્રસન્નચિત્ત, તામ્રવર્ણા અને રૂઆબદાર સૈનિક હતા. તેઓ મારી મુલાકાતે આવ્યા હતા. વહાલો વૉટસન તે વખતે પોતાની પત્ની ખાતર મારાથી દૂર થઈ ગયો હતો. બસ આ એક જ માત્ર સ્વાર્થી પગલું તેણે અમારા સંબંધો દરમિયાન લીધું હતું. હું એકલો રહેતો હતો.

મારી હંમેશા એ ટેવ રહી છે કે હું બારી આગળની મારી પ્રિય આરામખુરશીમાં બારી આગળ પીઠ રાખીને બેસું અને મારા મુલાકાતીઓ મારી સામેની ખુરશીમાં બેસે

જેથી કરીને બત્તીનો સીધો જ પ્રકાશ તેમના પર પડે અને હું તેમનું સ્પષ્ટપણે નિરીક્ષણ કરી શકું. શ્રીમાન જેમ્સ એમ. ડોડને સૂઝતું નહોતું કે તેમણે પોતાની વાતની શરૂઆત કઈ રીતે કરવી. પણ મેં તેમને તે માટે કોઈ મદદ ન કરી કારણ કે હું તેમને શાંતિથી નીરખવા માગતો હતો. મને મારા અસીલોને મારી આવડતોથી વાકેફ કરવા ખૂબ ગમે છે. માટે મેં મારા મુલાકાતીને મારાં તેમના વિશેનાં કેટલાંક તારણો જણાવ્યાં.

"મારા ખ્યાલથી. આપ, સાઉથ આફ્રિકામાં સમય વિતાવીને આવ્યા છો, સાહેબ."

"હા, સાહેબ," તેમણે થોડા આશ્ચર્યથી જવાબ આપ્યો.

"ઇમ્પિરિયલ સૈન્યમાંથી, જો હું સાચો હોઉં તો."

"તદ્દન."

"નિઃશંક મિડલસેક્ષ રેજિમેન્ટમાંથી ?"

"તેમ જ છે, શ્રીમાન હોમ્સ, તમે ખરેખર જાદુગર છો."

મેં તેમનાં અત્યંત આશ્ચર્યચકિત ચહેરા તરફ સ્મિત કર્યું.

"જ્યારે આવા વિશાળ કદનો એક સદ્‌ગૃહસ્થ તામ્રવર્ણા ચહેરા સાથે મારા ઓરડામાં પ્રવેશ્યો ત્યારે મને ખ્યાલ આવી ગયો હતો કે આપણા ઇંગ્લૅન્ડનો સૂર્ય માણસને આટલી હદે શ્યામ નથી પાડતો અને પોતાના હાથરૂમાલને ખિસ્સામાં રાખવાની જગ્યાએ બાંયમાં ભરાયેલો રાખે તેને ઓળખવો કંઈ ખાસ અઘરો નહોતો. તમારી ટૂંકી દાઢી પણ સામાન્ય માણસો જેવી નથી. આવી દાઢી તો મિડલસેક્સના ઘોડેસવારો રાખતા હોય છે. તમારા વિઝિટીંગ કાર્ડથી મને ખ્યાલ આવી ગયો હતો કે તમે થ્રોંગ મોર્ટડન સ્ટ્રીટના સ્ટોક બ્રોકર છો. બીજી વળી કઈ રેજિમેન્ટમાં તમે જોડાયા હોવ ?"

"અચ્છા, તો તમે બધું જ જાણો છો."

"તમે જાણો છો તેટલું જ, પણ મેં મારી જાતને હું જે જોઉં છું તેની નોંધ લેવા કેળવી છે. અચ્છા, તો શ્રીમાન ડોડ તમે અહીં કંઈ મારી પાસે નિરીક્ષણનું વિજ્ઞાન શીખવા તો નહીં જ આવ્યા હોવ. ત્યાં વળી ટક્સ બરી ઓલ્ડ પાર્કમાં શું થયું ?"

"શ્રીમાન હોમ્સ--- !"

"વહાલા સાહેબ, તેમાં કોઈ જ રહસ્ય નથી. તમારો પત્ર તે જ મથાળા સાથે મારી પાસે આવ્યો હતો અને તમારા પત્રમાં મારી સાથે મુલાકાત ગોઠવવાનો જે વારંવારનો આગ્રહ તમે રાખ્યો હતો તેના પરથી સ્પષ્ટ હતું કે ત્યાં કંઈક ઘટ્યું હતું."

"હા, સાચી વાત છે, પણ પત્ર તો બપોરે લખવામાં આવ્યો હતો અને ત્યાર બાદ જ એક પછી એક ઘટના ઘટી હતી. જો કર્નલ એમ્સવર્થે મને તેમના ઘરની બહાર કાઢી ન મૂક્યો---"

"બહાર કાઢી મૂક્યા !"

"લગભગ એવું જ થયું હતું. આ કર્નલ એમ્સવર્થ ખરેખર એક આક્રમક વ્યક્તિ છે. તે પોતાના દિવસોમાં સૈન્યના એક અત્યંત શિસ્ત ધરાવતા કર્નલ હતા અને તેમની ભાષા પણ ખૂબ જ ઉદ્ધત હતી. જો ગોડફ્રે ખાતર હું ત્યાં ન ગયો હોત તો હું આમ કર્નલને સાંખી ન લેત."

મેં મારી હોકલી સળગાવી અને ખુરશીમાં ટેકો દઈને બેઠો.

"તમે જે કંઈ કહેવા માગો છો તે વધારે સ્પષ્ટ રીતે કહો તો સારું રહેશે."

મારો અસીલ એકાએક ઉગ્ર થઈ ગયો.

"હું તો એવા ખ્યાલમાં આવી ગયો હતો કે તમારાથી કશું જ છૂપું નથી. કહ્યા વગર જ તમે બધું જાણી લો છો," તેણે કહ્યું. "પણ હું તમને બધી જ હકીકતો જણાવું છું. અને ભગવાન પાસે આશા રાખું છું કે તમે મને આ બધાનો અર્થ જણાવી શકો. આખી રાત મારા મગજમાં આ વાત ઘુમરાયા કરી છે. અને જેમ જેમ હું તે વિષે વિચારતો ગયો તેમ તેમ હું વધારે અને વધારે ગુંચવાતો ગયો હતો."

"માત્ર બે વર્ષ પહેલાં ૧૯૦૧ના જાન્યુઆરીમાં જ્યારે હું સૈન્યમાં જોડાયો ત્યારે યુવાન ગોડફ્રે એમ્સવર્થ પણ મારી જ રેજિમેન્ટમાં જોડાયો હતો. તે કર્નલ એમ્સવર્થનો એકનો એક દીકરો હતો. અને તેનામાં પણ પોતાના વડવાઓનું લડવૈયું લોહી વહી રહ્યું હતું. માટે તેમાં કોઈ જ નવાઈ નહોતી કે તે સ્વેચ્છાએ જ સૈન્યમાં જોડાયો હતો. આખીયે રેજિમેન્ટમાં તેના જેવો સારો કોઈ જ છોકરો નહોતો. અમારા વચ્ચે મિત્રતા બંધાઈ. એવા પ્રકારની મિત્રતા જે ત્યારે જ બંધાય જ્યારે બન્ને વ્યક્તિ એક જેવું જ જીવન જીવતા હોય. એક સરખા સુખમાંથી પસાર થતા હોય અને એક સરખા દુ:ખમાંથી પસાર થતા હોય. તે મારો ગાઢ મિત્ર હતો અને સૈન્યમાં આ એક સારી વાત હતી. અમે એક વર્ષ યુદ્ધમાં જોતરાઈ ગયા તે દરમિયાન પણ અમે એકબીજાની પડખે ઊભા રહ્યા. ત્યાર બાદ પ્રિટોરિયા બહાર આવેલા ડાયમન્ડ હિલ ખાતે તેને એલિફન્ટ ગનની ગોળી વાગી. મને કેપટાઉનની એક હૉસ્પિટલમાંથી તેની ખબર આપતો પત્ર મળ્યો અને એક પત્ર મને સાઉથેમ્પ્ટન તરફથી મળ્યો. ત્યાર બાદ મને તેના વિષે એક શબ્દ પણ સાંભળવા નથી મળ્યો, શ્રીમાન હોમ્સ. તે વાતને આજે છ મહિના કરતાં પણ વધારે સમય વીતી ગયો છે પણ મારા મિત્રના કોઈ જ સમાચાર નથી.

"જ્યારે યુદ્ધ પૂરું થયું અને અમે બધા પોતપોતાના ઘરે પાછા ફર્યા ત્યારે મેં તેના પિતાને પણ ગોડફ્રેના સમાચાર પૂછતો પત્ર લખ્યો પણ તેમના તરફથી પણ કોઈ જ જવાબ ન મળ્યો. થોડા દિવસ રાહ જોયા બાદ મેં ફરી પાછો તેમને પત્ર લખ્યો. આ વખતે તેમનો જવાબ આવ્યો. પણ તે ખૂબ જ ટૂંકો અને રુક્ષ હતો. ગોડફ્રે દુનિયાની સફરે જવા નીકળી ગયો છે અને વર્ષ પહેલાં પાછા આવવાની કોઈ જ શક્યતા નથી. માત્ર આટલું જ."

"મને આ જવાબથી જરા પણ સંતોષ ન થયો. આ આખીયે બાબત મને ખૂબ અસ્વાભાવિક લાગતી હતી. તે એક સારો છોકરો હતો અને તે આવું અચાનકનું પગલું

ભરે તેવો છોકરો નહોતો. તે તેવો જરા પણ નહોતો. પછી ક્યાંકથી મારા જાણવામાં આવ્યું કે તે સારી એવી સંપત્તિનો વારસદાર હતો. અને એ પણ જાણવામાં આવ્યું કે તેને અને તેના પિતાને કંઈ ખાસ નહોતું બનતું. ડોસો ઘણીવાર આખલા જેવો આક્રમક થઈ જતો હતો પણ ગોડફ્રે તેને ખૂબ જ સારી રીતે પહોંચી વળતો હતો. ના, મને તેના આવા સમાચારથી જરા પણ સંતોષ નહોતો. કોઈ પણ ભોગે હું આ બાબતના તળિયે પહોંચવા માગું છું. બન્યું એવું કે મારે મારા કેટલાક અંગત વ્યવહાર પતાવવા પડે તેમ હતા, કારણ કે હું બે વર્ષથી ઘરની બહાર હતો અને છેક આ અઠવાડિયે હું તેમાંથી નવરો પડ્યો છું. પણ હવે હું ગોડફ્રેના મામલાને પાછો ઉખેળવા માગું છું અને કોઈ પણ ભોગે સાચી હકીકત જાણવા માગું છું.''

શ્રીમાન જેમ્સ એમ. ડૉડ એક એવી વ્યક્તિ હતી જેની દુશ્મની કરતાં દોસ્તી ભલી. વાત કરતી વખતે તેમની ભૂરી આંખો વાંરવાર પહોળી થતી અને તેમનું ચોરસ જડબું ઓર સખત થતું.

''અચ્છા, તો તમે શું કર્યું ?'' મેં પૂછ્યું.

''મારું પહેલું પગલું તેના ઘરે જવાનું હતું. ટક્સબરી ઓલ્ડ પાર્ક જે બેડફોર્ડ નજીક આવેલું છે ત્યાં તેનું ઘર આવેલું છે. મારે ત્યાં જઈને મારી જાતે જ તપાસ કરવી હતી. આ વખતે મેં ગોડફ્રેના પિતાની જગ્યાએ તેની માતાને પત્ર લખ્યો કે હું ગોડફ્રેનો ગાઢ મિત્ર છું અને તેમની સાથે અમારા અનુભવો વાગોળવા માગું છું અને ત્યાં નજીકમાં જ આવ્યો હોવાથી જો તેમને કોઈ વાંધો ન હોય તો મળવા માગું છું વગેરે વગરે. તેના જવાબમાં મને તેણી તરફથી એક હૂંફાળો જવાબ મળ્યો અને મને રાત્રીરોકાણનો પ્રસ્તાવ પણ મળ્યો. આમ હું સોમવારે ત્યાં પહોંચી ગયો હતો.

''ટક્સબરી ઓલ્ડ હૉલ એ એક અવાવરું જગ્યાએ આવેલું રહેઠાણ છે. ગમે તે જગ્યાએથી પાંચ માઈલ જેટલું દૂર આવેલું છે. સ્ટેશન પરથી પણ તમને ત્યાં જવા માટે કોઈ ઘોડાગાડી ન મળી શકે. માટે મારે મારી પેટી લઈને ત્યાં ચાલતા જ જવું પડ્યું. અંધારું થતાં હું ત્યાં પહોંચી ગયો. તે એક વિશાળ મકાન હતું, વિશાળ પાર્કમાં ફેલાયેલું હતું. મારા માનવા પ્રમાણે તેમાં આધુનિકથી માંડીને પ્રાચીન બાંધણીનો સમાવેશ થતો હતો. તેમાં દરેક સમયની ઝાંખી થતી હતી. એલિઝાબેથન લાકડાના પાયાઓ હતા તો વિક્ટોરિયન બાંધણીની પરસાળ હતી. મકાનમાં ઘણી બધી વ્યવસ્થાઓ ઊભી કરવામાં આવી હતી અને દીવાલોને કંઈ કેટલાંયે જૂનાં ચિત્રો વડે શણગારવામાં આવી હતી. આખું ઘર અંધાર્યું અને રહસ્યમય લાગતું હતું. એક વૃદ્ધ વડો નોકર હતો જેનું નામ રાફ હતું. તે પણ તે મકાન જેટલો જ પુરાણો હતો, અને તેની પત્ની પણ. તેણી ગોડફ્રેની આયા હતી અને મેં ગોડફ્રેને એવું કહેતાં સાંભળ્યો હતો કે તેણી તેની માતા પછીની તેની સૌથી અંગત વ્યક્તિ હતી. માટે હું તેણીના દેખાવ પર નહીં પણ તેણી વિષે સાંભળેલી

વાતોનો ભરોસો કરતો હતો. તેની માતા પણ સારી હતી. એક સુંદર મજાની નાનકડી સ્ત્રી. માત્ર એક કર્નલ જ એવા હતા જેના પ્રત્યે મને થોડો અણગમો હતો.

"ઘરમાં પ્રવેશતાંવેંત જ અમારી વચ્ચે બોલાચાલી થઈ ગઈ અને મને તરત જ સ્ટેશને પાછા જવાનું મન થયું પણ મને લાગ્યું કે તેઓ મારી પાસે કંઈક તેવું જ કરાવવા માગતા હશે. મને સીધો જ તેમના અભ્યાસખંડમાં લઈ જવામાં આવ્યો જ્યાં મને કદાવર, નમેલી પીઠવાળા, ઝાંખી ચામડી અને ભૂખરી દાઢીવાળા કર્નલ પોતાના ટેબલ પાછળ બેઠેલા જોવા મળ્યા. તેમનું લાલ નાક કોઈ ગીધની ચાંચની જેમ બહાર ધસી આવતું હતું. તેમની માંજરી આંખો તેમની જાડી ભ્રમર હેઠળથી મારા તરફ તાકી રહી હતી. હવે મને ખ્યાલ આવતો હતો કે શા માટે ગોડફ્રે ભાગ્યે જ પોતાના પિતાનો ઉલ્લેખ કરતો હતો.

" 'તો, સાહેબ,' તેમણે મને કઠોર અવાજમાં કહ્યું. 'મને તમારી આ મુલાકાતનું ખરું કારણ કહેવા કૃપા કરશો ?'

"મેં તેમની પત્નીને લખેલા પત્ર પ્રમાણેનો જ જવાબ આપ્યો."

" 'હા, હા, તમે કહ્યું હતું કે તમે આફ્રિકાથી ગોડફ્રેને જાણો છો. જો કે અમને આ વિષે કશી જ જાણકારી નથી.'

" 'મારી પાસે તેની તરફથી આવેલા બે પત્રો છે.'

" 'મને તે જોવા આપશો ?'

"મેં આપેલા બન્ને પત્રો પર તેમણે નજર ફેરવી અને મને તેમણે તે પાછા આપ્યા."

" 'હા, તો શું ?' તેમણે પૂછ્યું.

" 'હું તમારા દીકરા ગોડફ્રેનો ગાઢ મિત્ર છું, સાહેબ, ઘણી બધી યાદો અને બંધનોએ અમને એક કર્યા છે. શું એ સ્વાભાવિક નથી કે મને તેના અચાનક મૌન પ્રત્યે કુતૂહલ થાય અને તેનું શું થયું તે જાણવાનું મન થાય ?'

" 'મને યાદ છે ત્યાં સુધી, સાહેબ, મેં તમને અગાઉના પત્રવ્યવહારમાં તેના વિષેની માહિતી આપી દીધી છે. તે દુનિયાની સફરે ગયો છે. તેના આફ્રિકાના હુમલાના કારણે તેની તબિયત ઘણી બગડી ગઈ હતી અને તેમાંથી બહાર આવવા માટે જ તેને તેની માતાએ અને મેં હવાફેર માટે સફરે મોકલ્યો છે. મહેરબાની કરીને આ સમાચાર તેના બધા જ મિત્રોને આપી દેજો.'

" 'ચોક્કસ,' મેં જવાબ આપ્યો. 'પણ જો તમે મને તે જે જહાજમાં ગયો છે તેનું નામ જણાવો, તે જે રૂટ પરથી પસાર થવાનો છે તે અને તેની તારીખ પણ જણાવો તો શક્ય છે કે હું તેની સાથે પત્રવ્યવહાર કરી શકું.'

"મારી આ અરજથી મારા યજમાન ગુંચવાઈ ગયા અને થોડા ચિડાઈ પણ ગયા. તેમની જાડી ભ્રમરો સંકોચાઈ ગઈ અને તેમની આંખો ઝીણી થઈ ગઈ અને તેઓ અધીરાઈપૂર્વક પોતાની આંગળીઓ ટેબલ પર ટપકારવા લાગ્યા. પછી તેમણે મારી

સામે એ રીતે જોયું જાણે તેમની સામેના શતરંજના ખેલાડીએ તેમની સામે કોઈ મજબૂત ચાલ ના ચાલી હોય, અને તેનો સામનો કેવી રીતે કરવો તે જાણે નક્કી ન કરી લીધું હોય તેવો તેમનો દેખાવ હતો.

“ ‘શ્રીમાન ડૉડ, ઘણા બધા લોકોને,’ તેમણે કહ્યું, “તમારી આ ઉદ્ધતાઈ પસંદ નહીં પડે. સ્પષ્ટપણે તમારા વર્તનમાં ઉદ્દંડતા વર્તાઈ આવે છે. શા માટે તમને આ બાબતમાં આટલો બધો રસ છે ?”

“ ‘તમારે આને મારો તમારા દીકરા પ્રત્યેનો સ્નેહ માનવો જોઈએ, સાહેબ.’

“ ‘તદ્દન એ વિચારીને જ હું અત્યાર સુધી આટલો નમ્ર રહ્યો છું. તેમ છતાં હું તમને અરજ કરું છું કે આ તપાસને અહીં જ પડતી મૂકો. દરેક પરિવારને તેનાં અંગત રહસ્યો હોય છે અને તેના અલગ ઉદ્દેશ પણ હોય છે. જેને બહારની વ્યક્તિઓ માટે જાહેર ન કરી શકાય. મારી પત્ની તમારી પાસેથી ગોડફ્રેના ભૂતકાળની ઘણીબધી વાતો સાંભળવા આતુર છે પણ હું તમને કહું છું કે તમારે ભૂતકાળ અને વર્તમાનને અલગ જ રાખવા જોઈએ. તેને ભેગા કરવાની કોઈ જ જરૂર નથી. આવી તપાસનો કોઈ જ ઉપયોગી હેતુ નથી હોતો. ઊલટાનું આપણે તેનાથી ખૂબ જ નાજુક અને મુશ્કેલ સ્થિતિમાં મુકાઈ જઈએ છીએ.’

“આમ મારી પૂછપરછનો મને કોઈ જ સીધો જવાબ ન મળ્યો અને હું એક મૃત છેડે આવી ગયો, શ્રીમાન હોમ્સ. તેને માનવા સિવાય મારો છૂટકો નહોતો. તત્કાળ તો મેં તેમની વાત માનવાનો ડોળ કર્યો અને જે કોઈ સ્થિતિ હતી તેનો સ્વીકાર કર્યો. પણ મારા મનમાં એટલું તો પાક્કું થઈ ગયું હતું કે હું કોઈ પણ સંજોગોમાં મારા મિત્રની ભાળ મેળવીને જ રહીશ અને બધું સ્પષ્ટ કરીને જ રહીશ. તે એક ઉદાસ સાંજ હતી. મારા મિત્રની માતા એકધારી મને તેના પુત્ર વિષે વારંવાર અનેક પ્રશ્નો પૂછે રાખતી હતી પણ તેણીના પ્રશ્નોથી હું ખૂબ જ મૂંઝાઈ ગયો હતો. હું તેણીના પ્રશ્નોનો જવાબ આપી શકું તેમ નહોતો. મારે તેમને ટાળવા કેટલાંય બહાનાં બનાવવા પડતાં હતાં અને હું જેમ બને તેમ મારા શયનખંડમાં વહેલો જતો રહેવા માગતો હતો. મારો ઓરડો ભોંયતળિયા પર જ આવેલો હતો. તે એક વિશાળ ઓરડો હતો પણ તેમાં કંઈ ખાસ ફર્નિચર નહોતું. ઓરડો પણ બાકીના ઘર જેવો જ ઉદાસ હતો. મેં બારીઓના પરદા હટાવ્યા અને બહાર બગીચામાં જોયું. તે એક ચાંદનીના શીતળ ઉજાસવાળી સુંદર રાત હતી. પછી હું તાપણા આગળ ખુરશી લઈને બેઠો અને બત્તી ટેબલ તરફ રાખી. હું નવલકથામાં મારી જાતને પરોવવાનો પ્રયાસ કરવા લાગ્યો. થોડી જ વારમાં રાફ મારા ઓરડામાં આવતાં મારા વાંચનમાં ખલેલ પડી. તે તાપણા માટે લાકડાં લઈને આવ્યો હતો.

“ ‘મને થયું તમને રાત્રે વધારે લાકડાંની જરૂર પડશે, સાહેબ. વાતાવરણ થિજાવી નાખે તેવું છે અને અહીંના ઓરડા પણ ખૂબ જ ઠંડા છે.’

"ઓરડો છોડતા પહેલાં તે થોડો અચકાયો અને જ્યારે મેં મારી પાછળ જોયું ત્યારે તે મારી સામે જોઈ રહ્યો હતો. તેનો ચહેરો કરચલીવાળો હતો.

" 'મને માફ કરજો, સાહેબ પણ જમતી વખતે તમે નાના શેઠ ગોડફ્રે વિષે જે કહ્યું તે મેં સાંભળ્યું હતું. તમને ખબર છે, સાહેબ, મારી પત્ની તેમની આયા હતી અને આમ હું કહી શકું છું કે હું તેનો પિતા છું. સ્વાભાવિક છે કે અમને પણ તેમની વાત સાંભળવામાં રસ હોય અને તમે પણ કહેતા હતા કે તે ખૂબ જ સારા માણસ છે, સાહેબ ?'

" 'અમારી આખીયે રેજિમેન્ટમાં તેમનાં જેવો બહાદુર કોઈ જ નહોતો. એકવાર તો તેણે મને બોઅર્સની ગોળીથી બચાવ્યો હતો નહીંતર આજે હું તમારી સાથે વાતો ન કરી રહ્યો હોત.'

"વૃદ્ધ નોકરે પોતાના પાતળા હાથ ઘસ્યા.

" 'હા, સાહેબ, હા. અમારા ગોડફ્રે એવા જ છે. તેઓ હંમેશા હિંમતવાન રહ્યા છે. આખાયે પાર્કમાં એવું કોઈ ઝાડ નથી જેના પર તે ન ચડ્યા હોય. તેમને કશું જ રોકી શકે તેમ નહોતું. તે એક ખૂબ જ ઉમદા છોકરો હતો અને એક ઉમદા પુરુષ પણ હતા.'

"હું ઝાટકાભેર ઊભો થઈ ગયો.

" 'અહીં જુઓ !' મેં મોટેથી કહ્યું, 'તમે કહ્યું તે *હતા.* તમે તો એવી રીતે બોલો છો જાણે તે મરી ન ગયો હોય. આ બધું શું રહસ્ય છે ? ગોડફ્રે એમ્સવર્થનું શું થયું છે ?'

"મેં તેનો ખભો પકડી રાખ્યો, પણ તે આઘો ખસી ગયો.

" 'હું તમારો કહેવાનો અર્થ નથી સમજી શકતો, સાહેબ. નાના શેઠ ગોડફ્રે વિષે માલિકને જ પૂછો. તેમને ખબર છે. મારે આમાં જરા પણ દખલ ન કરવી જોઈએ.'

"તે ઓરડા બહાર નીકળવા જ જતો હતો પણ મેં તેને બાવડેથી પકડી લીધો.

" 'સાંભળો,' મેં કહ્યું, 'મારે આખી રાત તમને આમ ભલે પકડી રાખવા પડે પણ તમારે મારા એક પ્રશ્નનો જવાબ તો આપવો જ પડશે. શું ગોડફ્રે મરી ગયો છે ?'

"તે મારી નજરનો સામનો ન કરી શક્યો. તે જાણે સમોહિત થઈ ગયો હોય તેવો તેનો ચહેરો હતો. તેના મોઢામાંથી પરાણે પરાણે જવાબ આવ્યો. જવાબ ખૂબ જ આઘાતજનક અને ધારણા બહારનો હતો.

" 'ભગવાનને હું પ્રાર્થના કરું છું કે તે મરી ગયા હોત તો સારું હતું !' તે મોટેથી બોલી હાથ છોડાવી ઓરડા બહાર ધસી ગયો.

"તમને ખ્યાલ આવી જ ગયો હશે કે તે વખતે મારા મનમાં એકધારો અજંપો હતો અને હું તે વિચારતો ખુરશીમાં બેઠો રહ્યો. આ વૃદ્ધ માણસના શબ્દો મને એક જ બાબત તરફ ઈશારો કરતા હતા. સ્પષ્ટપણે મારો મિત્ર કોઈક ગુનામાં સંડોવાઈ ગયો હતો અથવા તો કુટુંબને શરમનાક સ્થિતિમાં મૂકી દે તેવું કોઈ કૃત્ય તેણે કર્યું હતું. વૃદ્ધ માણસે તેના દીકરાને સજા અને બદનામીથી બચાવવા ક્યાંક ભગાડી મૂક્યો હતો અથવા

ક્યાંક છુપાવી દીધો હતો. ગોડફ્રે એક ભોળિયો છોકરો હતો. તે તેની આસપાસના લોકોથી ખૂબ જ સરળતાથી પ્રભાવિત થઈ જતો હતો. તેમાં કોઈ જ શંકા નહોતી કે તે ખરાબ લોકોની જાળમાં ફસાયો હશે અને તેણે કંઈક ખોટું કર્યું હશે અને બરબાદીને નોતરી હશે. પણ તેમ છતાં મારી એ ફરજ હતી કે હું તેને શોધું અને મદદ કરી શકું તેમ હોઉં તો મદદ પણ કરું. હું આખી બાબત પર વિચાર કરી રહ્યો હતો ત્યાં મેં ઉપર જોયું તો મારી સામે ગોડફ્રે એમ્સવર્થ ખુદ ઊભો હતો."

મારો અસીલ ઊંડી લાગણીને કારણે થોડી વાર શૂન્યમનસ્ક બની ગયો.

"મહેરબાની કરી આગળ કહો," મેં કહ્યું, "તમારી સમસ્યા કેટલાંક ખૂબ જ અસામાન્ય લક્ષણો ધરાવે છે."

"તે બારી બહાર ઊભો હતો, શ્રીમાન હોમ્સ, તેનો ચહેરો બારીના કાચ પર ચંપાયેલો હતો. તમને પહેલાં કહ્યું છે તેમ મેં બહાર નજર કરવા માટે બારીના પરદા હટાવ્યા હતા. જે હજુ પણ ખુલ્લા જ હતા. બારી ફરસ સુધી લાંબી હતી અને હું તેની આખી લંબાઈ જોઈ શકતો હતો પણ તેના ચહેરા પર મારી નજર જડાઈ ગઈ હતી. તે અત્યંત ફિક્કો પડી ગયો હતો - આટલો ફિક્કો મેં આજ સુધી કોઈ માણસને નહોતો જોયો. કદાચ કોઈ ભૂત આવું જ દેખાતું હશે. પણ તેની આંખો જ્યારે મારી આંખને મળી ત્યારે મને ખ્યાલ આવ્યો કે તે કોઈ જીવંત વ્યક્તિની જ આંખો હતી. તેણે જ્યારે જોયું કે હું પણ તેની સામે જોઈ રહ્યો હતો ત્યારે તે પાછળ ખસી ગયો અને અંધારામાં દોડી ગયો.

"તેનામાં ખરેખર કંઈક આઘાત લાગે તેવું હતું, શ્રીમાન હોમ્સ. તેનો ફિક્કો ડરામણો ચહેરો જ નહીં, પરંતુ તેનાં કરતા પણ વિશેષ તેનામાં કંઈક એવું અસામાન્ય હતું જે તે શાંત છોકરાના નિર્મળ વ્યક્તિત્વ પર જરા પણ બંધબેસતું નહોતું લાગતું. તેને પરિણામે મારા મનમાં એક ભયાનક ભાવ ઊપસી આવ્યો.

"પણ જ્યારે કોઈ માણસ બોઅર્સ આગળ એક-બે વર્ષ લડ્યો હોય ત્યારે તેનામાં એક અસામાન્ય ચપળતા આવી જતી હોય છે. હજુ તે ત્યાંથી ભાગ્યો જ હશે ત્યાં તો હું બારી આગળ પહોંચી ગયો. તેને પકડવો મુશ્કેલ હતો. મારે તેનો પીછો કરતાં થોડી વાર લાગી. પછી હું બગીચામાં આવ્યો અને જે દિશામાં તે ગયો હોય તે ધારણા સાથે હું તે દિશામાં દોડી ગયો.

"રસ્તો ઘણો લાંબો હતો અને અજવાળું પણ કંઈ ખાસ નહોતું, પણ મને એવું લાગી રહ્યું હતું કે જાણે મારી આગળની તરફ કશું હલી ન રહ્યું હોય. હું દોડ્યો અને તેના નામની બૂમ પણ પાડી પણ તે વ્યર્થ રહ્યું. જ્યારે હું રસ્તાના છેડે પહોંચ્યો ત્યારે ત્યાંથી બીજા ઘણા બધા રસ્તા નીકળતા હતા જે ઘણા બધા આઉટહાઉસ તરફ જતા હતા. હું ત્યાં મૂંઝાઈને ઊભો રહ્યો અને ત્યાં જ મને કોઈક બારણાના બંધ થવાનો અવાજ સંભળાયો. તે અવાજ મારી પાછળના ઘરમાંથી નહોતો આવ્યો પણ મારી આગળની બાજુએથી

અંધારામાંથી ક્યાંકથી આવ્યો હતો. હવે મને ખાતરી થઈ ગઈ હતી કે તે મારો કોઈ ભ્રમ નહોતો પણ મેં ખરેખર ગોડફ્રેને જોયો હતો. ગોડફ્રે મારાથી ભાગી ગયો હતો અને ક્યાંક ઘૂસીને તેણે જ બારણું બંધ કરી દીધું હતું તેટલું મારા મનમાં પાક્કું હતું.

"આથી વિશેષ હું કશું જ ન કરી શક્યો. આખી રાત આ બાબત પર વિચાર કરતો પડખાં ફેરવતો રહ્યો અને હકીકતને જાણવા વિવિધ જાતના વિચારો કરતો રહ્યો. બીજા દિવસે કર્નલ થોડા નરમ હતા. તેમનાં પત્નીએ જ મને સલાહ આપી કે આજુબાજુ કેટલીક જોવાલાયક જગ્યાઓ છે અને આ તકનો લાભ લઈ તરત જ મેં તેમની પાસે હજુ એક રાત રોકાઈ જવાની માંગ કરી. જો કે કર્નલ થોડા મૂંઝાઈ ગયા પણ તેમ છતાં પણ નાખુશ થઈને તેમણે મને ત્યાં હજુ એક રાત રોકાવાની પરવાનગી આપી દીધી અને મને આમ પાર્કમાં નિરીક્ષણ કરવાનો બીજો દિવસ મળી ગયો. હવે મને એટલી તો ચોક્કસ ખબર હતી કે આસપાસમાં જ ક્યાંક ગોડફ્રેને છુપાવવામાં આવ્યો હતો. પણ ક્યાં અને શા માટે તે હજુ શોધવાનું બાકી હતું.

"તે મકાન એટલું વિશાળ હતું કે તેમાં આખી ને આખી રેજિમેન્ટ છુપાવી શકાય અને કોઈને ખબર પણ ન પડે. જો રહસ્ય ત્યાં જ ધરબાયેલું હતું તો મારા માટે તે જાણવું અઘરું હતું. પણ બંધ થતાં બારણાનો જે અવાજ મેં સાંભળ્યો હતો તે મકાનમાંથી નહોતો આવ્યો પણ બહારથી ક્યાંકથી આવ્યો હતો. મારે હવે બગીચામાં તપાસ કરવાની હતી. મને તેમ કરવામાં જરા પણ મુશ્કેલી ન નડી કારણ કે વૃદ્ધ રહેવાસીઓ પોતપોતાના કામમાં વ્યસ્ત હતા અને મને મુક્ત છોડી દેવામાં આવ્યો હતો.

"ત્યાં પાર્કમાં ઘણા બધા આઉટહાઉસ આવેલાં હતાં, પણ બગીચાના છેડે એક છૂટી ઇમારત આવેલી હતી, જે કોઈ માળી કે પ્રાણીઓના રખેવાળના રહેવા માટે ઘણી મોટી હતી. શું આ જ જગ્યાએથી ગઈકાલે રાત્રે બારણું બંધ થવાનો અવાજ આવ્યો હતો ? હું તે તરફ બેદરકારીપૂર્વક ચાલવા લાગ્યો, જાણે હું બસ એમ જ બગીચામાં આંટો મારતો હોઉં તેવો ડોળ કરતો તે ઇમારત પાસે પહોંચી ગયો. હું હજુ ત્યાં પહોંચ્યો જ હોઈશ ત્યાં તો એક નાના કદનો ટૂંકી દાઢીવાળો વ્યવસ્થિત માણસ માથે ટોપી પહેરીને તે ઇમારતના દરવાજામાંથી બહાર આવ્યો. મારા આશ્ચર્ય વચ્ચે તેણે બારણાને તાળું મારી દીધું અને ચાવી ખિસ્સામાં નાખી દીધી. પછી ચહેરા પર થોડા આશ્ચર્યના ભાવ સાથે તેણે મારી સામે જોયું.

" 'તમે અહીં મુલાકાત માટે આવ્યા છો ?' તેણે પૂછ્યું.

"મેં તેમને જણાવ્યું કે હું મુલાકાત માટે જ આવ્યો હતો અને ગોડફ્રેનો મિત્ર હતો.

" 'પણ મને અહીં આવીને યાદ આવ્યું કે તે તો દુનિયાની સફરે ગયો છે, નહીંતર મને મળીને તેને ઘણો આનંદ થયો હોત,' મેં વાત આગળ વધારી.

" 'સાચી વાત છે,' તેણે જાણે કંઈ અપરાધભાવ અનુભવતાં કહ્યું, 'પણ તમે થોડા વખત પછી તેમને ચોક્કસ મળી શકશો.' આમ કહી તેઓ ત્યાંથી જતા રહ્યા પણ મેં

જ્યારે પાછું વળીને જોયું તો દૂર બગીચાના છેડે આવેલી એક ઝાડીની પાછળથી તેઓ મારા પર નજર રાખી રહ્યા હતા.

"હું મકાનની એટલો નજીક પહોંચી ગયો હતો કે હું બધું જ ખૂબ જ સરસ રીતે જોઈ શકતો હતો, પણ બારીઓ પર જાડા પડદા પાડવામાં આવ્યા હતા અને કોઈને જોતાં તો એમ જ લાગે કે તે મકાન ખાલી હતું. જો હું ત્યાં વધારે રોકાયો હોત અને દખલગીરી કરી હોત તો મને તરત ને તરત જ ઘર છોડી દેવાનું ફરમાન કરવામાં આવ્યું હોત પણ હું મારો ખેલ ખરાબ કરવા નહોતો માગતો એટલે હું ચૂપચાપ તે મકાનથી દૂર જતો રહ્યો અને મારી તપાસ પુનઃ ચાલુ કરવા માટે રાત પડવાની રાહ જોવા લાગ્યો. જ્યારે સાવ જ અંધારું થઈ ગયું અને બધું જ શાંત પડી ગયું ત્યારે હું મારા ઓરડામાંથી બહાર નીકળ્યો અને ચૂપચાપ જરા પણ અવાજ કર્યા વગર તે ઈમારત તરફ જવા લાગ્યો.

"મેં પહેલાં કહ્યું હતું કે તેની બારીઓ પર જાડા પરદા પાડવામાં આવ્યા હતા, પણ ત્યાં પહોંચીને મને ખ્યાલ આવ્યો કે બારીઓ પર એક શટર પાડી દેવામાં આવ્યું હતું. જો કે તેમાંની એકમાંથી થોડો પ્રકાશ બહાર આવતો જોઈ શકાતો હતો. મારું નસીબ સારું હતું કે તે બારીનું શટર તૂટેલું હતું અને પડદા પણ અડધા જ પાડવામાં આવ્યા હતા અને હું ઓરડાની અંદર જોઈ શકતો હતો. તે એક પ્રસન્ન જગ્યા લાગતી હતી. ઓરડામાં ઘણો પ્રકાશ હતો અને તાપણું પણ ઝળહળી રહ્યું હતું. મારી સામેની બાજુએ સવારે જે ઠીંગણા માણસને હું ઘરની બહાર મળ્યો હતો તે બેઠો હતો. તે છાપું વાંચતાં વાંચતાં હોકલી પી રહ્યો હતો."

"કયું પેપર ?" મેં પૂછ્યું.

મારો અસીલ તેના વૃત્તાંતમાં ખલેલ પહોંચવાથી થોડો અસ્વસ્થ થઈ ગયો.

"તે મહત્ત્વનું છે ?"

"ખૂબ જ મહત્ત્વનું છે."

"પણ મેં તેની કોઈ ખાસ નોંધ નહોતી લીધી."

"અચ્છા, તો તમે એટલું તો જોયું હશે ને કે તેનાં પાનાં છાપા જેવાં હતાં કે અઠવાડિક સામયિક જેવાં નાનાં હતાં ?"

"હવે જ્યારે તમે કહી રહ્યા છો તો તે કંઈ મોટા પાનાં નહોતાં કદાચ તે *સ્પેક્ટેટર* અઠવાડિક હોવું જોઈએ. મારું ધ્યાન તે બાબત પર ન ગયું, કારણ કે તે વખતે મારું ધ્યાન તે માણસની સામે એટલે કે બારી આગળ ખુરશીમાં બેઠેલા બીજા એક માણસ પર કેન્દ્રિત થયેલું હતું. હું સમ ખાઈને કહી શકું છું કે તે ગોડફ્રે જ હતો. જો કે હું તેનો ચહેરો નહોતો જોઈ શકતો પણ તેના ખભાના જાણીતા વળાંકથી હું સારી રીતે પરિચિત હતો. તે માથું નમાવીને જાણે કોઈ ઉદાસીમાં ડૂબેલો હોય તેવું લાગતું હતું. તેનું શરીર તાપણા તરફ ફરેલું હતું. હું હજુ એ મૂંઝવણમાં હતો કે હવે મારે શું કરવું જોઈએ ત્યાં જ મારા ખભા પર તીક્ષ્ણ ટકોરા પડ્યા, મેં તે તરફ જોયું તો કર્નલ એમ્સવર્થ મારી બાજુમાં ઊભા હતા.

" 'આ બાજુ સાહેબ !' તેમણે ધીમા અવાજમાં કહ્યું. તે ચૂપચાપ ઘર તરફ જવા લાગ્યા અને હું તેમની પાછળ પાછળ મારા શયનખંડમાં ગયો. તેમણે આગળના ખંડમાંથી એક સમયપત્રક લીધું.

" 'સવારે સાડા આઠની લંડન જતી એક ગાડી છે,' તેમણે કહ્યું, 'સવારે આઠ વાગ્યે તમને લેવા ઘોડાગાડી આવી જશે.'

"તેઓ ગુસ્સાથી લાલ થઈ ગયા હતા અને ખરેખર હું ત્યારે ખૂબ જ મુશ્કેલ પરિસ્થિતિમાં મુકાઈ ગયો હતો. મેં માંડ માંડ મારા આવા વર્તન માટે તેમની પાસે માફી માગી અને આ બધું મેં મારા મિત્ર માટેની આતુરતા માટે જ કર્યું હતું તે સમજાવવાનો પ્રયત્ન કર્યો.

" 'આ બાબતની ચર્ચા કરવાનો હવે કોઈ જ અર્થ નથી,' તેમણે કઠોરતાથી કહ્યું, 'તમે મારા કુટુંબની અંગત બાબતમાં માથું મારવાનો પ્રયત્ન કર્યો છે. તમે અહીં મહેમાન તરીકે આવ્યા હતા અને હવે અહીં જાસૂસી કરી રહ્યા છો. મારે હવે કશું જ વધારે કહેવું નથી. સાહેબ, હું માત્ર એટલું જ ઇચ્છું છું કે હવે ક્યારેય હું તમને જોવા માગતો નથી.'

"તેમની આ વાત સાંભળી હું મારો પિત્તો ગુમાવી બેઠો, શ્રીમાન હોમ્સ, અને હું પણ થોડો ઉદ્ધત થઈ ગયો.

" 'મેં તમારા છોકરાને જોઈ લીધો છે અને તમારા પોતાના કોઈક અંગત કારણસર તમે તેને દુનિયાથી છુપાવી રાખ્યો છે. મને જરા પણ ખ્યાલ નથી આવતો કે તમે શા માટે તેને આ રીતે લોકોથી દૂર કરી નાખ્યો છે, પણ હવે આવું વધારે નહીં ચાલે. હું તમને ખાતરી આપું છું કે જ્યાં સુધી મને મારા મિત્રના ભલાની ખાતરી નહીં થાય ત્યાં સુધી હું મારો પ્રયત્ન ચાલુ રાખીશ અને સત્ય સુધી પહોંચીને જ રહીશ. હું તેમ કરવામાં કોઈ જ કસર નહીં રાખું. તમારી કોઈ જ ધાક-ધમકીથી હું પાછળ નથી ખસવાનો.'

"વૃદ્ધ કર્નલ હવે રઘવાયો થઈ ગયો હતો અને મને તો એમ જ લાગ્યું કે હવે તો મારું આવી જ બન્યું હતું. મેં અગાઉ પણ કહ્યું છે કે તે કદાવર, હિંસક અને અને ગુસ્સાવાળો હતો અને તેની સામે મારી જાતને ટકાવી રાખવી મુશ્કેલ હતી. તેમ છતાં ગુસ્સાથી એકધારું મારી સામે તેમણે થોડી વાર જોયે રાખ્યું અને પછી ઓરડામાંથી બહાર નીકળી ગયા. પછી તો મેં સવારની લંડન આવતી ગાડી પકડી લીધી અને મનમાં લંડનમાં ઊતરીને સીધા જ તમારી સમક્ષ સમસ્યા રજૂ કરવાનો નિર્ધાર કરી લીધો. જે વિષે જોકે આગલા દિવસે જ તમને લખી દીધું હતું."

મારા મુલાકાતીએ પોતાની સમસ્યા મારી સમક્ષ આ પ્રમાણે રજૂ કરી હતી. એક બુદ્ધિશાળી વાચકને ખ્યાલ આવી જ ગયો હશે કે આ એક એવી સમસ્યા હતી જેનું નિરાકરણ લાવવામાં થોડી મુશ્કેલી નડવાની હતી અને આમાં એવા વિકલ્પો ખૂબ જ મર્યાદિત હતા જેના દ્વારા સમસ્યાના મૂળ સુધી પહોંચી શકાય. મામલો ખૂબ જ સામાન્ય

હતો પણ તેમાંની કેટલીક બાબતો અને કેટલાક મુદ્દા ખૂબ જ રસ પમાડે તેવા અને નાવીન્યસભર હતા અને માટે મારે તેને મારી નોંધપોથીમાં સામેલ કરવો પડ્યો. હવે હું મારી સમક્ષ રજૂ કરવામાં આવેલી માહિતીઓનું મારી પદ્ધતિથી તાર્કિક વિશ્લેષણ કરવાનો હતો અને શક્ય નિવારણોને તેમાંથી તારવવાનો હતો.

"નોકરો," મેં પૂછ્યું, "મકાનમાં કેટલા નોકરો હતા ?"

"મારી જાણકારી પ્રમાણે પેલો વૃદ્ધ નોકર અને તેની પત્ની બસ બે જ નોકરો હતા. તેઓ ખૂબ જ સાદગીથી જીવતાં હતાં."

"અચ્છા, તો પેલા અલગ મકાનમાં કોઈ જ નોકર નહોતો ?"

"ના, અથવા તો પેલો દાઢીવાળો જો કદાચ તેવું કામ કરતો હોય તો ખબર નહીં. પણ તે નોકર કરતાં ઘણી ઊંચી પાયરીનો લાગતો હતો."

"આ ખરેખર નોંધવા જેવી બાબત છે. તમને એવો કોઈ ખ્યાલ છે કે મુખ્ય મકાનમાંથી આ નાનકડા મકાનમાં ખોરાકની વ્યવસ્થા થતી હોય ?"

"હવે જ્યારે તમે યાદ કરાવ્યું ત્યારે મને યાદ આવે છે કે મેં વૃદ્ધ રાફને હાથમાં ટોકરી સાથે બગીચામાં થઈને તે ઘરની દિશામાં જતો જોયો હતો. જો કે તે વખતે મારા મનમાં તે ખાવાનું લઈ જતો હશે તેવો વિચાર નહોતો આવ્યો."

"તમે તે બાબતે કોઈ સ્થાનિક પૂછપરછ કરી હતી ?"

"હા, કરી હતી. મેં સ્ટેશન માસ્ટર અને ગામડાની લોજવાળાને તે વિષે પૂછ્યું હતું. મેં તેમને માત્ર તેટલું જ પૂછ્યું હતું કે તેમણે કોઈ ગોડફ્રે એમ્સવર્થ નામના સૈનિકને જોયો હતો ? ત્યારે બન્નેએ મને ખાતરીપૂર્વક જવાબ આપ્યો કે તે તો દુનિયાની સફરે ગયો છે. તે ઘરે આવ્યા પછી તરત જ સફર માટે નીકળી ગયો હતો. આ વાતને આખા વિસ્તારે સ્વીકારી લીધી છે."

"તમે તમારી શંકાઓ વિષે તેમને કંઈ જણાવ્યું ?"

"ના, જરા પણ નહીં."

"તે બહુ સારું કર્યું. આ બાબતની ખરેખર તપાસ કરવા જેવી છે. હું તમારી સાથે ટક્સબરી ઓલ્ડ પાર્ક પાછો જઈશ."

"આજે ?"

તે વખતે મારી પાસે બે મહત્ત્વના મામલા ચાલુ તપાસમાં હતા. તેમાંનો એક એબિશાળાનો મામલો હતો જેમાં ડ્યૂક ઓફ ગ્રે મિનિસ્ટર ખૂબ જ ગાઢ રીતે સંકળાયેલા હતા અને પાછું મારી પાસે ટર્કીના સુલતાનનું ફરમાન પણ આવ્યું હતું અને મારે ફરજિયાતપણે હાજર થવું પડે તેમ હતું, કારણ કે તે બહુ મોટી બાબત હતી. માટે બીજા અઠવાડિયાની શરૂઆત સિવાય હું આ મામલાને હાથ પર લઈ શકું તેમ નહોતો અને માટે પછીના અઠવાડિયે હું શ્રીમાન જોન્સ એમ. ડૉડની સાથે બેડફોર્ડશાયર જવા રવાના

થયો. યુસ્ટન હંકારી જઈને મેં ત્યાંથી બીજા એક ખૂબ જ ગંભીર અને અતિમહત્ત્વના સદ્‌ગૃહસ્થને અમારી સાથે લીધા જેમની સાથે મેં જરૂરી ગોઠવણ કરી હતી.

"આ મારા એક જૂના મિત્ર છે," મેં ડૉડને કહ્યું, "બની શકે કે તેમની હાજરી આપણા માટે સદંતર બીનજરૂરી સાબિત થાય પણ એક સંભાવના એવી પણ છે કે આપણને તેમની જરૂર પડે. પણ હાલ પૂરતું આપણે આ મામલામાં વધારે ઊંડા ઊતરવાની જરૂર નથી."

વૉટસનનાં વર્ણનોમાં તમે વાંચ્યું હશે કે જ્યાં સુધી મારા મનમાં કેસ સંપૂર્ણપણે સ્પષ્ટ ન થઈ જાય ત્યાં સુધી તેને હું ક્યારેય બીજા સમક્ષ છતો કરવામાં શબ્દોનો વ્યય નથી કરતો. ડૉડને થોડુંક આશ્ચર્ય થયું પણ તેને વધારે કશું જ કહેવામાં ન આવ્યું અને અમે ત્રણેએ મુસાફરી આરંભી. ટ્રેઈનમાં ડૉડને મેં હજુ પણ એક પ્રશ્ન પૂછ્યો. હું ઈચ્છતો હતો કે તે અમારા મિત્ર સાંભળે.

"તમે કહો છો કે તે તમારા મિત્રનો ચહેરો સ્પષ્ટ રીતે બારી બહાર જોયો હતો, એટલો સ્પષ્ટ કે તે તમારો મિત્ર જ છે તે તમે ઓળખી કાઢ્યું હતું ?"

"કોઈ પણ સંજોગોમાં મને તેમાં જરા પણ શંકા નથી. તેનું નાક બારીના કાચ આગળ ચંપાયેલું હતું અને બત્તીનો પ્રકાશ પણ તેના ઉપર જ પડતો હતો."

"એવું ના હોઈ શકે કે કોઈક બીજાએ તેના જેવો દેખાવ ધારણ કર્યો હોય ?"

"ના, ના. તે તે જ હતો."

"પણ તમે કહો છો કે તે બદલાઈ ગયો હતો ?"

"માત્ર તેનો વાન જ બદલાઈ ગયો હતો. તેનો ચહેરો - હવે હું કેવી રીતે તેનું વર્ણન કરું ? તે અત્યંત ફિક્કો થઈ ગયો હતો. જાણે બ્લિચ કરવામાં ન આવ્યો હોય !"

"સમાન રીતે તેના આખા ચહેરા પર ફિક્કો રંગ ફેલાયેલો હતો ?"

"મને નથી લાગતું. મેં તો માત્ર તેનું કપાળ જ જોયું હતું કારણ કે તે બારીના કાચ સાથે ચપાયેલું હતું."

"તમે તેને બોલાવ્યો હતો ?"

"એક ક્ષણ માટે તો હું સાવ જ અવાક અને ભયભીત થઈ ગયો હતો. પછી મેં તેનો પીછો કર્યો અને બૂમ પાડી પણ મને કોઈ જ જવાબ નહોતો મળ્યો."

વ્યવહારિક રીતે મારો કેસ પૂર્ણ થઈ ગયો હતો અને હવે માત્ર એક જ પ્રસંગ બાકી રહ્યો હતો, ત્યાર પછી બધું જ સ્પષ્ટ થઈ જવાનું હતું. સ્ટેશનેથી લાંબી મુસાફરી બાદ અમે તે વિશાળ ઘર આગળ આવી પહોંચ્યા. તે મારા અસીલે વર્ણન કર્યા પ્રમાણેનું જ હતું. વૃદ્ધ નોકર રાફે બારણું ખોલ્યું. મેં ઘોડાગાડી આખા દિવસ માટે ભાડે કરી હતી અને મારા વૃદ્ધ મિત્રને અરજ કરી હતી કે તેમને જ્યાં સુધી બોલાવવામાં ન આવે ત્યાં સુધી અંદર જ રહેવાનું હતું. રાફ એક કરચલીવાળા ચહેરાવાળો ઠીંગણો વૃદ્ધ હતો. તેણે

નોકરના પરંપરાગત કપડાં પહેર્યાં હતાં. કાળો કોટ અને પેપર-સોલ્ટ પાટલૂન. તેણે હાથમાં છીકણી રંગનાં ચામડાનાં મોજાં પહેર્યાં હતાં જે અમને જોતાં જ કાઢી નાખ્યાં અને હોલના ટેબલ પર મૂક્યાં. મારા મિત્ર વૉટસનનાં વર્ણનોમાં તમે વાંચ્યું હશે કે મારામાં ગંધ પારખવાની ગજબની શક્તિ છે. મેં પણ મારી ટોપી તે જ ટેબલ પર મૂકી અને તે મોજાંની એકદમ નજીક મારું નાક લઈ ગયો અને સુગંધ પારખી લીધી. મારો કેસ હવે સંપૂર્ણપણે પૂર્ણ થયાની ખાતરી સાથે હું સ્ટડીમાં ગયો હતો. અરે, મારે આ વાત અત્યારે નહોતી કરવા જેવી ! વૉટસન મામલાને છેક સુધી રહસ્યમય રાખી શકે છે.

કર્નલ એમ્સવર્થ તેમના ઓરડામાં નહોતા, પણ તેઓ રાલ્ફનો સંદેશો મળતાં જ હાજર થઈ ગયા. અમે તેમના ઉતાવળિયા ભારે પગલાંનો અવાજ પરસાળમાં સાંભળ્યો. તેઓ ગુસ્સાથી લાલચોળ થઈને અભ્યાસખંડમાં દોડી આવ્યા. આવી રીતે મેં કોઈ વૃદ્ધને ક્યારેય આટલો આક્રમક નહોતો જોયો. તેમના હાથમાં અમારાં વિઝિટીંગ કાર્ડ હતાં અને તેમણે તે ફાડીને બાજુ પર નાખી દીધાં અને પગ પછાડ્યા.

“શું મેં તને આ પહેલાં નથી કહ્યું, ખણખોદિયા છોકરા, કે તારે આ ઘરમાં ક્યારેય પગ નથી મૂકવાનો ? ક્યારેય અમને તારો ચહેરો બતાવવાનો નથી ? જો તું ફરી પાછો મારી રજા વગર અંદર આવ્યો તો હું તને ધોઈ નાખીશ. હું તને વીંધી નાખીશ ! ખરેખર હું તેમ જ કરીશ ! અને તમારી વાત કરું, સાહેબ,” તેણે મારી તરફ ફરતાં કહ્યું, “હું તમને પણ તે જ ચેતવણી આપું છું. હું તમારા વ્યવસાય વિષે સારી રીતે માહિતગાર છું. પણ તમે તમારી આ આવડતનો બીજે ક્યાંક ઉપયોગ કરશો તો સારું રહેશે. તેની અહીં કશી જ જરૂર નથી.”

“હું અહીંથી ક્યાંય નથી જવાનો,” મારો અસીલ છેવટે અડગ થઈને બોલ્યો. “જ્યાં સુધી હું મારા મિત્ર ગોડફ્રેના મોઢે નહીં સાંભળું કે તે કોઈ જ દબાણમાં નથી ત્યાં સુધી અહીંથી નહીં ખસું.”

અમારા ક્રોધિત યજમાને ઘંટડી વગાડી.

“રાલ્ફ,” તેમણે કહ્યું, “કાઉન્ટી પોલીસને ટેલિફોન કર અને ઇન્સ્પેક્ટરને કહે કે બે હવાલદારને અહીં તરત જ મોકલે. તેમને કહે કે અહીં ઘરમાં લૂંટારા ઘૂસી આવ્યા છે.”

“એક મિનિટ,” મેં કહ્યું, “તમને ભાન હોવું જોઈએ, શ્રીમાન ડૉડ, કે કર્નલ એમ્સવર્થનો પોતાના ઘર પર પૂરો અધિકાર છે અને તે અહીં ચાહે તેમ કરી શકે તેમ છે. બીજી બાજુ તમારે એ પણ સમજવું જોઈએ કે તે આ બધું માત્ર પોતાના પુત્રના હિતમાં જ કરી રહ્યા છે. જો મને કર્નલ એમ્સવર્થ સાથે પાંચ મિનિટ વાત કરવા દો તો હું તેમનો આ બાબત પ્રત્યેનો સંપૂર્ણ દૃષ્ટિકોણ બદલી નાખીશ.”

“મને આટલી સરળતાથી બદલી શકાય તેમ નથી,” વૃદ્ધ સૈનિકે કહ્યું. “રાલ્ફ, મેં કહ્યું તેમ કર. તું વળી શાની રાહ જોઈને બેઠો છે ? પોલીસને ટેલિફોન કર !”

"તેવું કરવાની કોઈ જ જરૂર નથી," મેં પાછા ખસતાં કહ્યું. "કોઈ પણ જાતની પોલીસની દખલગીરી આખા મામલાને ઉઘાડો પાડી દેશે." મેં મારી નોંધપોથી બહાર કાઢી અને છૂટા પાના પર એક શબ્દ લખી નાખ્યો. "આ," મેં તે કર્નલના હાથમાં મૂકતાં કહ્યું, "આ જ કારણે અમે અહીં આવ્યા છીએ."

"તે તે શબ્દ પર તાકી રહ્યા અને તેમના ચહેરા પરથી આશ્ચર્ય સિવાયના બધા જ ભાવ અદૃશ્ય થઈ ગયા.

"તમને કેવી રીતે ખબર ?" પોતાની ખુરશીમાં બેસતાં તેમણે કહ્યું.

"મારો એ વ્યવસાય છે કે હું એક એક બાબત જાણું તે મારો ધંધો છે."

તે ઊંડા વિચારમાં ખોવાઈ ગયા અને તેમના મોટા પંજાનાં આંગળાં તેમની દાઢીમાં ફરવા લાગ્યાં. પછી જાણે તે હારી ગયા હોય તેવો ભાવ તેમના ચહેરા પર દેખાયો.

"જો તમે ગોડફ્રેને મળવા માગતા હોવ તો મળી શકો છો. મારો આમાં કોઈ જ હાથ નથી પણ તમે જ મને તેમ કરવા મજબૂર કર્યો છે. રાફ, ગોડફ્રે અને શ્રીમાન કેન્ટને કહે કે અમે પાંચ મિનિટમાં તેમને મળવા આવીએ છીએ."

તે દરમિયાન અમે બગીચામાં થઈને પેલી રહસ્યમય ઈમારત આગળ પહોંચ્યા. ટૂંકી દાઢીવાળો ટૂંકો માણસ બારણા આગળ આશ્ચર્યચકિત ચહેરે અમારી સામે જોતો ઊભો હતો.

"આ ઘણું અચાનકનું છે, કર્નલ એમ્સવર્થ," તેમણે કહ્યું, "આનાથી આપણી આખી યોજના ધૂળધાણી થઈ જશે."

"મારું આમાં કશું જ ચાલે તેમ નથી, શ્રીમાન કેન્ટ. અમને તે માટે મજબૂર કરવામાં આવ્યા છે. શ્રીમાન ગોડફ્રે અમને મળી શકશે ?"

"હા, તે અંદર રાહ જોઈ રહ્યા છે." તેઓ ફર્યા અને અમને એક વિશાળ સાદા રાચરચીલાવાળા બેઠકખંડમાં દોરી ગયા. એક માણસ તાપણા આગળ અમારી તરફ પીઠ કરીને બેઠો હતો અને તેને જોતાં જ મારો અસીલ તેની તરફ લાંબા હાથ કરી ધસી ગયો.

"અરે ગોડફ્રે, ભલા માણસ, આ સારું કહેવાય ?"

પણ પેલાએ તેને પાછો ધકેલ્યો.

"મને અડતો નહીં, જીમ્મી. મારાથી દૂર રહે. હા, તું મારી સામે તાકી રહે ! હું હવે પહેલાંના લાન્સ કોર્પોરલ એમ્સવર્થ જેવો સોહામણો નથી લાગતો, લાગું છું ?"

તેનો દેખાવ ખરેખર અસામાન્ય હતો. કોઈ પણ જોતાં જ કહી શકે કે તે તીક્ષ્ણ નાકનકશાવાળો એક સોહામણો યુવાન હતો. અને દક્ષિણ આફ્રિકાના આકરા સૂરજથી તેનો રંગ તામવર્ણો થઈ ગયો હતો, પરંતુ તેના શરીર પર ક્યાંક ક્યાંક ધોળાં ચકામાં પડી ગયાં હતાં.

"આ કારણે જ હું મુલાકાતીઓને મળવાનું ટાળું છું," તેણે કહ્યું, "તું મને મળવા આવ્યો તેથી મને જરા પણ ખરાબ નથી લાગ્યું પણ આ તારા મિત્ર વગર પણ તે થઈ શક્યું હોત. જો કે મને લાગે છે કે તેની પાછળ યોગ્ય કારણ હશે, પણ આથી મને ગેરફાયદો થશે."

"હું તને ખાતરી આપું છું, ગોડફ્રે, કે તારી સાથે બધું જ ઠીક થઈ રહેશે. પેલી રાત્રે જ્યારે તેં બારીમાંથી મારી તરફ જોયું અને તું ભાગી ગયો ત્યારે મારા મનમાં ઉચાટ હતો અને હું કોઈ પણ સંજોગોમાં આ રહસ્યને વણઉકલ્યું છોડવા નહોતો માગતો."

"રાફે મને કહ્યું હતું કે તું આવ્યો હતો અને હું મારી જાતને તને જોતાં રોકી નહોતો શક્યો. મને એમ કે તું મને નહીં જોઈ શકે પણ જ્યારે મને બારી ખૂલવાનો અવાજ આવ્યો કે તરત જ હું મારા દર તરફ દોડી ગયો."

"પણ ખરેખર વાત શું છે એ તો કહે ?"

"આ કંઈ લાંબી વાત નથી," તેણે સિગારેટ સળગાવતાં કહ્યું, "તમે પેલી પ્રિટોરિયા બહારની બફલસ્પ્રીટની લડાઈવાળી સવાર તો યાદ જ હશે ? તને સમાચાર મળ્યા હતા કે મને ગોળી વાગી હતી ?"

"હા, મને સાંભળવા મળ્યું હતું પણ મને ક્યારેય તેની વિગતો જાણવા નહોતી મળી."

"અન્ય સૈનિકોમાંથી અમે ત્રણ સૈનિકો છૂટા પડી ગયા હતા. તે દેશ ખૂબ જ છૂટોછવાયો તૂટક તૂટક છે. અમારી સાથે સિમ્પ્સન હતો કે જેને આપણે બદમાશ સિમ્પ્સન કહેતા હતા અને બીજો હતો એન્ડરસન અને ત્રીજો હું. અમે એક પછી એક બોઅર્સને સાફ કરી રહ્યા હતા. પણ કેમ કરીને તેમણે અમારામાંના બેને ગોળી મારી દીધી અને તેઓ મરી ગયા. મને પણ ખભામાં એલિફન્ટ બૂલેટ વાગી હતી. તેમ છતાં કેમે કરીને હું મારા ઘોડા પર વળગેલો રહ્યો અને પછી કેટલાક માઈલ દૂર હું તેના પરથી પડી ગયો."

"જ્યારે મેં પરાણે મારી જાતને થોડી ઘણી સ્વસ્થ કરી ત્યારે રાત પડી ગઈ હતી. પછી હું સાવ જ નબળાઈ અનુભવતો બીમાર હાલતમાં માંડ માંડ પોતાના પગ પર ઊભો થયો. મારા આશ્ચર્ય વચ્ચે મારી સાવ જ નજીક એક મકાન આવેલું હતું. તે ખૂબ જ વિશાળ અને અસંખ્ય બારીઓવાળું મકાન હતું. તે વખતે ખૂબ જ ઠંડી હતી. તને તો યાદ છે કે ત્યાંની ઠંડી અહીંની ઠંડી કરતાં કેટલી અલગ અને વિચિત્ર હોય છે. હું અંદર હાડકા સુધી ઠરી ગયો હતો અને મારી એક માત્ર આશા ગમે તેમ કરીને તે ઘરમાં ઘૂસવાની હતી. હું ધ્રૂજતા પગે મારી જાતને અંદર ખેંચી ગયો, મને જરા પણ ભાન નહોતું કે હું શું કરી રહ્યો હતો. મને એટલું ઝાંખું ઝાંખું યાદ છે કે હું કોઈક પગથિયાં ચડ્યો હતો, ખુલ્લા બારણામાં પ્રવેશ્યો હતો અને એક વિશાળ અસંખ્ય પથારીઓવાળા ઓરડામાં પહોંચી ગયો હતો અને એક સંતોષના હાશકારા સાથે મેં મારી જાતને તેમાંની એક પથારીમાં

પડતી મૂકી હતી. પથારી જરા પણ આરામદાયક નહોતી પણ મને તેની કશી જ નહોતી પડી. જે કંઈ ત્યાં પથારી આગળ પડ્યું હતું તેનાથી મેં મારી જાતને ઢાંકી અને ઘસઘસાટ સૂઈ ગયો.

"છેક સવારે મારી આંખો ઊઘડી અને આંખ ખોલતાં જ જાણે મને એવું લાગ્યું કે એક દવાખાનાના વાતાવરણની જગ્યાએ હું કોઈ વિચિત્ર દુઃસ્વપ્નનગરીમાં પહોંચી ગયો હતો. પડદા વગરની વિશાળ બારીઓમાંથી આફ્રિકાનો આકરો સૂરજ મારી પર પડી રહ્યો હતો. અને મારી સમક્ષ વિશાળ ડોર્મેટરીની ધોળી દીવાલો ઊભી હતી. મારી સામે એક નાનકડો વિચિત્ર માણસ ઊભો હતો. તેનું માથું ઘણું મોટું હતું અને શરીર સાવ જ પાતળું હતું. તે ડચ ભાષામાં ઉત્તેજિત થઈને કંઈક બબડતો હતો. તે તેના ડરામણા છીકણી કૂચડા જેવા હાથ હવામાં ઉલાળતો હતો. તેની પાછળ એક ટોળું ઊભું હતું અને જાણે સ્થિતિથી થોડું આશ્ચર્ય થયું હોય તેવો તે બધાના ચહેરા પર ભાવ હતા. પણ જ્યારે મેં તેમની પર નજર ફેરવી ત્યારે હું ગભરાઈ ગયો. તેમાંનો એક પણ સામાન્ય માનવ વ્યક્તિ નહોતો. તેમાંની દરેક વ્યક્તિ વાંકીચૂંકી અથવા તો કદરૂપી અથવા તો વિચિત્ર રીતે કઢંગી થઈ ગયેલી હતી. તે વિચિત્ર લોકોનું હાસ્ય પણ સાંભળવું ગમે તેવું નહોતું.

"એવું લાગતું હતું કે જાણે તેમાંનું કોઈ પણ ઇંગ્લીશ નહોતું જાણતું, પણ સ્થિતિ સ્પષ્ટ કરવી ખૂબ જ જરૂરી હતી. કારણ કે મોટા માથાવાળો માણસ ખૂબ જ ગુસ્સે થઈ ગયો હતો અને વિચિત્ર ચીસો પાડતો હતો. તેણે મારા પર પોતાના કદરૂપા હાથ મૂક્યા અને મને પથારી બહાર કાઢવાનો પ્રયાસ કરવા લાગ્યો. વામન શેતાન કોઈક આખલા જેવો જ બળવાન હતો અને જો એક વૃદ્ધ માણસ કે જે ત્યાંનો સત્તાધીશ હતો તે મને બચાવવા ન આવ્યો હોત તો મને ખબર નથી કે તેણે મારી શું હાલત કરી હોત. તે ડચ ભાષામાં કેટલાક કડક શબ્દો બોલ્યો અને મારો વિરોધી દૂર ખસી ગયો. પછી તે મારી તરફ ફર્યો અને મારી સામે કુતૂહલથી તાકી રહ્યો.

" 'અહીં વળી તમે કેવી રીતે આવી ચડ્યા ?' તેણે કુતૂહલથી પૂછ્યું, 'એક મિનિટ ! મને લાગે છે તમે ઘણા થાકી ગયા છો અને તમારો ખભો પણ ગોળીથી વિંધાયો છે. તમને તાત્કાલિક સારવારની જરૂર છે. હું એક ડૉક્ટર છું અને હું તમારો ઘા તરત જ સાફ કરી દઉં છું. પણ ભલા માણસ તમે આ જગ્યા કરતાં રણભૂમિમાં વધારે સુરક્ષિત રહ્યા હોત. તમે રક્તપિત્તિયાઓની હૉસ્પિટલમાં છો. અને તમે રક્તપિત્તિયાની પથારીમાં સૂતા હતા.'

"શું હવે વધારે કશું જ કહેવાની મારે જરૂર છે, જીમ્મી ? લડાઈ શરૂ થઈ હોવાથી ત્યાંના તમામ દર્દીઓને ત્યાંથી બીજે ખસેડવામાં આવ્યા હતા અને બ્રિટનની જીત થતાં ફરી પાછા તેઓને હૉસ્પિટલમાં લાવવામાં આવ્યા હતા. ત્યાંના મેડિકલ સુપ્રિન્ટેન્ડન્ટે મને કહ્યું હતું કે તેઓ આ બીમારીથી સંપૂર્ણ સુરક્ષિત હોવા છતાં તેમણે આજ સુધી

ક્યારેય પણ મેં જે કર્યું તેમ કરવાની હિંમત નહોતી કરી. પછી તેમણે મને એક અંગત ઓરડામાં રાખ્યો, મારી દયાથી સારવાર કરી અને અઠવાડિયામાં મને પ્રિટોરિયાની સામાન્ય હૉસ્પિટલમાં ખસેડી દેવામાં આવ્યો.

"તો આ છે મારી કરુણ કથા. ઘરે પહોંચ્યા સુધી મને આશા હતી કે મને તે રોગનો ચેપ નહીં લાગ્યો હોય પણ મેં જ્યારે મારા ચહેરા પર તે નિશાન જોયાં ત્યારે મને ખ્યાલ આવી ગયો હતો કે હું તેનાથી નહોતો બચી શક્યો. મારે હવે શું કરવાનું હતું ? હું આ એકાંત ઘરમાં રહેવા લાગ્યો. અમારા બે નોકર પર અમે સંપૂર્ણ ભરોસો રાખીએ છીએ. આ જ મકાનમાં હું રહસ્યમયી જીવન જીવતો રહ્યો. શ્રીમાન કેન્ટ જેઓ એક સર્જન છે તે મારી સાથે રહેવા તૈયાર થઈ ગયા. દેખાવે બધું બહુ સરળ લાગે છે પણ એટલું સરળ છે નહીં. એકવાર આવા ખાડામાં પડ્યા પછી તેમાંથી બહાર આવવાનો કોઈ જ ઉપાય બચતો નથી. મારા માટે મારા જેવા જ અજાણ્યા રોગી સાથે જીવન વિતાવવું ઘણું ભયાનક હતું. માટે મેં આ ગુપ્તતાભર્યું જીવન જીવવાનું નક્કી કર્યું. અરે જીમ્મી, તને પણ આ માટે અંધારામાં રાખવો પડ્યો. પણ મારા પિતાએ તમને બધાને અહીં શા માટે આવવા દીધા તે મને સમજાતું નથી."

કર્નલ એમ્સવર્થે મારી તરફ આંગળી ચીંધી.

"આ સદ્‌ગૃહસ્થે મને તેમ કરવા મજબૂર કર્યો." તેમને મેં જે કાગળિયું આપ્યું હતું તે ખોલતાં કહ્યું. તેમાં મેં "રક્તપિત્ત" લખ્યું હતું. "મને લાગ્યું કે આ માણસ જો આટલું બધું જાણતો હોય તો તેને આખી વાત જણાવી દેવાનું જ ઠીક રહેશે."

"અને તેમ જ છે," મેં કહ્યું. "કોને ખબર તેમાંથી કોઈક સારું પરિણામ ઊપજે ? મારા ખ્યાલથી અત્યાર સુધી શ્રીમાન કેન્ટે જ દર્દીને તપાસ્યો હશે." પછી મેં શ્રીમાન કેન્ટ તરફ ફરતાં તેમને પૂછ્યું. "કે શું તમે આવા ઉષ્ણપ્રદેશના રોગોના નિષ્ણાત છો ? અને તમને તેની પૂરી જાણકારી છે ?"

"હું એક સામાન્ય દાક્તરી માણસ છું અને મારું જ્ઞાન પણ સામાન્ય છે." તેમણે અક્કડ થતાં કહ્યું.

"મને તેમાં કોઈ જ શંકા નથી કે તમે ચોક્કસ એક સારા ડૉક્ટર છો પણ મારી વાત સાથે તમે પણ સંમત થશો કે આવા કિસ્સામાં બીજો અભિપ્રાય પણ મૂલ્યવાન હોય છે. મને સમજાય છે કે દર્દીને ગુપ્ત રાખવા માટે જ તમારા પર દબાણ કરવામાં આવ્યું હશે અને માટે જ તમે તેમ નહીં કરી શક્યા હોવ."

"તેમ જ છે," કર્નલ એમ્સવર્થે કહ્યું.

"મને આવી સ્થિતિ ઊભી થવાની છે તેવો પહેલેથી જ અંદેશો હતો." મેં સમજાવ્યું. "અને હું મારી સાથે મારા મિત્રને લાવ્યો છું જેની સલાહ આપણા માટે વિશ્વાસપાત્ર રહેશે. મેં પણ તેમની એકવાર વ્યાવસાયિક મદદ કરી હતી અને આજે તેઓ પણ મારી

સાથે એક નિષ્ણાત કરતાં પણ વધારે એક મિત્ર તરીકે મદદ કરવા તૈયાર થયા છે. તેમનું નામ સર જેમ્સ સોન્ડર્સ છે."

આ નામ સાંભળી શ્રીમાન કેન્ટ ખૂબ જ ખુશ થયા અને તેમને એક મહાન નિષ્ણાતને મળવાનો મોકો મળવાથી તેઓ અભિભૂત થઈ ગયા અને બોલી ઊઠ્યા કે, "મને તેમને મળતાં ગર્વ થશે."

"તો પછી હું સર જેમ્સને અંદર બોલાવી લાવું. તેઓ બહાર બગીમાં બેઠા છે. તે દરમિયાન, કર્નલ એમ્સવર્થ, આપણે તમારા અભ્યાસખંડમાં જ તેમની રાહ જોઈશું અને ત્યાં હું તમને આખી બાબત સમજાવીશ."

અને અહીં મને મારા વૉટસનની કમી વર્તાય છે. તે મારા એકએક તારણને તેની પાછળ રહેલા તર્ક સાથે આબાદ રીતે રજૂ કરતો હોય છે, પણ જ્યારે હું ખુદ મારી વાત જણાવતો હોઉં છું ત્યારે મને રજૂઆતની આવી કોઈ મદદ નથી મળતી. અમે જ્યારે કર્નલ એમ્સવર્થના અભ્યાસખંડમાં ગયા ત્યારે ત્યાં ગોડફ્રેની માતા પણ હાજર હતાં.

"આ પ્રક્રિયા," મેં કહ્યું, "ત્યારે શરૂ થાય છે જ્યારે આપણે બધી જ અશક્યતાઓને બાજુ પર મૂકી દઈએ છીએ, પછી ભલેને તે અસંભવિત કેમ ન લાગતી હોય, એટલું ખરું કે તેમાં સત્ય હોવાની સંભાવનાઓ રહેલી હોવી જોઈએ. બની શકે કે તેમાં ઘણી બધી સ્પષ્ટતાઓ કરવાની બાકી રહેતી હોય, પરંતુ જ્યાં સુધી તેમાંથી દરેકને મજબૂત આધાર ન મળે ત્યાં સુધી તેને વારંવાર તપાસવી પડતી હોય છે. હવે આપણે આખી તર્કશૃંખલાને મુદ્દાસર તપાસીએ. સૌપ્રથમ જ્યારે મારી સમક્ષ આ મામલાની સંપૂર્ણ હકીકતો રજૂ કરવામાં આવી અને જે રીતે ગોડફ્રેનાં ગાયબ થવાના અને ફરી પાછાં દૃશ્યમાન થવાની હકીકતો રજૂ કરવામાં આવી ત્યારે મેં તેમાંથી ત્રણ શક્યતાઓ તારવી. પહેલી એ હતી કે તેને તેના પિતાના આઉટહાઉસમાં રાખવામાં આવ્યો હતો કારણ કે કદાચ તેના પર ગાંડપણનો હુમલો થયો હોય અને તે તેને ગાંડાની હૉસ્પિટલમાં મોકલવા ન માગતા હોય એટલે તેને ત્યાં છુપાવ્યો હોય. બીજી શક્યતા એ હતી કે તેણે કોઈક ગુનો કર્યો હોય અને તેને ત્યાં છુપાવવામાં આવ્યો હોય. ત્રીજી શક્યતા એ હતી કે તેને કોઈ રોગ થયો હોય અને તેને છુપાવવામાં આવ્યો હોય. આ સિવાય મને બીજી કોઈ જ શક્યતાઓ નહોતી દેખાતી. માત્ર આ ત્રણ શક્યતાઓ જ એકબીજા જેટલી સમતુલા ધરાવતી હતી.

"ગુનાવાળી શક્યતાને ચકાસવાની કોઈ જ જરૂર નહોતી, કારણ કે આ વિસ્તારમાં ઉકલ્યા વગરનો કોઈ જ ગુનો નોંધાયો નહોતો. તેની મને ખાતરી હતી. તેમ છતાં પણ એવો કોઈ ગુનો થયો હોય જે હજુ સુધી પ્રકાશમાં ન આવ્યો હોય તો આ કુટુંબ માટે તે જ યોગ્ય રહેત કે ગુનેગાર દીકરાને ક્યાંક બહાર મોકલી દે. નહીં કે તેને ઘરમાં છુપાવી રાખે. માટે મારી આ ધારણા પણ સદંતર રદ થઈ ગઈ.

"ગાંડપણની શક્યતાઓ વધારે નક્કર હતી. આઉટહાઉસમાં બીજા માણસની હાજરી કોઈ સંભાળ રાખનાર વ્યક્તિ તરફ નિર્દેશ કરતી હતી. આ ઉપરાંત આ વ્યક્તિને

ઘર બહાર નીકળીને બારણાને તાળું મારતી જોવામાં આવી હતી. જે આ સંભાવનાને ઓર મજબૂત બનાવતી હતી. બીજી બાજુ આ બંધન કોઈ પાગલ માણસ માટે રાખવામાં આવ્યું હોય તેવું નહોતું લાગતું કારણ કે જો તેમ હોત તો તે પોતાના મિત્રને જોવા માટે દોડી ન આવત. તમને કદાચ યાદ હશે કે મેં તમને પ્રશ્ન પૂછ્યો હતો કે શ્રીમાન કેન્ટ કયું છાપું વાંચી રહ્યા હતા ત્યારે તમે તે 'લેન્સર' અથવા 'બ્રિટિશ મેડિકલ જર્નલ' હોવાનું કહ્યું હતું. જે મને ખૂબ જ મદદરૂપ સાબિત થયું હતું. આપણા કાયદા પ્રમાણે કોઈ ડૉક્ટરની દેખરેખ હેઠળ પાગલ વ્યક્તિને ઘરમાં રાખવો જરા પણ ગેરકાયદેસર નહોતું. તો શા માટે આ હકીકત આ કુટુંબે છુપાવવી પડે? ફરીવાર મને આ ગાંડપણનો સિદ્ધાંત બંધબેસતો ન લાગ્યો.

"હવે માત્ર એક જ શક્યતા બાકી રહેતી હતી, ભલે તે બંધબેસતી ન હોય પણ બધું જ આ અનુમાન સાથે મેળ ખાતું હતું. સાઉથ આફ્રિકામાં રક્તપિત સામાન્ય રોગ હતો. કોઈ અસામાન્ય સંજોગો હેઠળ બની શકે કે ગોડફ્રે આ રોગનો ભોગ બન્યો હોય. અને આ જાણીને તેનાં કુટુંબીજનોને તેને અલાયદા દવાખાનામાં દાખલ કરાવવાનો ભય લાગ્યો હશે. માત્ર એક નક્કર ગુપ્તતા જ આ આખી ઘટનાને ગુપ્ત રાખી શકે તેમ હતી અને કોઈ પણ જાતની અફવાઓ ઊભી ન થાય અને સત્તાવાળાઓ પાસે પણ કોઈ સમાચાર ન જાય. એક સમર્પિત દાક્તરી માણસ કે જેને તેના કામ માટે પૂરતાં નાણાં ચૂકવવામાં આવ્યાં હોય તે ખૂબ જ સરળતાથી રોગીની સંભાળ લઈ શકે છે. દર્દીને રાત પડ્યા બાદ ઘરમાં બંધ રાખવાની કોઈ જ જરૂર નહોતી. તેને આસપાસ ફરવાની સંપૂર્ણ સ્વતંત્રતા હતી. આ રોગનું એક ખૂબ જ સામાન્ય લક્ષણ ચામડી પર ચકામાં પડવાનું છે. હવે મારો કેસ એકદમ નક્કર થઈ ગયો હતો. એટલો નક્કર કે છેવટે મેં તે પુરવાર પણ કરી દીધું. જ્યારે હું અહીં આવ્યો ત્યારે મેં રાફના હાથમાં છીકણી રંગનાં ચામડાનાં મોજાં પહેરેલાં જોયાં. જેના પર મને શંકા જતાં મેં ચાલાકીથી તેને સૂંઘી લીધા અને મને તેમાંથી જંતુનાશકની ગંધ આવી. આ પરથી મારી રહીસહી શંકા પણ દૂર થઈ ગઈ. મેં કાગળિયા પર માત્ર એક જ શબ્દ લખ્યો અને તમારું સંપૂર્ણ રહસ્ય છતું થઈ ગયું, કર્નલ. જો મેં તે લખવાની જગ્યાએ તેનું ઉચ્ચારણ કર્યું હોત તો હું તમારો વિશ્વાસ ન મેળવી શક્યો હોત."

હું જ્યારે આ આખુંયે પૃથક્કરણ પૂરું કરવામાં જ હતો ત્યાં અભ્યાસખંડનું બારણું ખૂલ્યું અને મહાન ચર્મચિકિત્સક ઓરડામાં પ્રવેશ્યા. પણ તેમના હાવભાવ ખૂબ જ હળવા અને આંખો માનવતાભરી હતી. તે કર્નલ તરફ ગયા અને તેમની સાથે હસ્તધૂનન કર્યું.

"મારા વ્યવસાયમાં મારે મોટે ભાગે ખરાબ સમાચાર જ આપવાના આવે છે અને ભાગ્યે જ સારા સમાચાર આપવાનો મને મોકો મળતો હોય છે," તેમણે કહ્યું, "આ ખરેખર એક સ્વાગત કરવા જેવા અતિ શુભ સમાચાર છે. તેને રક્તપિત નથી થયો."

"શું ?"

"આ ચામડીનો માત્ર એક સામાન્ય રોગ છે. અથવા તો તેમની ચામડીને કોઈક ચેપ લાગ્યો છે, પણ તેની સારવાર કરવી શક્ય છે અને તે જરા પણ ચેપી નથી. હા, શ્રીમાન હોમ્સ, આ એક ખૂબ જ નોંધનીય જોગાનુજોગ છે. પણ શું આ ખરેખર એક જોગાનુજોગ છે ? મને લાગે છે ત્યાં સુધી આ છોકરો તે રક્તપિત્તિયાની હૉસ્પિટલમાં રહ્યો અને તેની પથારીમાં સૂતો તેના ભયથી જ બીમાર પડી ગયો છે, ભયભીત રહ્યો છે, પરંતુ તેને શારીરિક રીતે કોઈ જ નુકસાન નથી થયું. હું આ માટે મારી આખી કારકિર્દીને હોડમાં મૂકવા તૈયાર છું. - પણ અરે ! આ બહેન તો બેભાન થઈ ગયાં ! મારા ખ્યાલથી શ્રીમાન કેન્ટ તેણીની સંભાળ લેશે એટલે તેણી ઠીક થઈ જશે. તેણી તેના સુખદ આઘાતમાંથી બહાર ન આવે ત્યાં સુધી તેમણે તેણીની સાથે રહેવું જોઈએ."

❖

તાજનો હીરો

ડૉ. વૉટસન માટે આ એક ખૂબ જ સુખદ બાબત હતી કે તેઓ ફરી પાછા એકવાર બેકર સ્ટ્રીટના પહેલા માળ પર આવેલા પોતાના ઓરડામાં પાછા આવી ગયા હતા. આ જગ્યા પર તેમના ઘણા બધા સાહસી મામલાઓની શરૂઆત થઈ હતી. તેમણે આજુબાજુ નજર કરી, બધું તેમનું તેમ જ હતું. દીવાલ પર વૈજ્ઞાનિક ચાર્ટ લગાવેલા હતા તે તેમના તેમ જ હતા. ટેબલ પરનો તે જ રસાયણનો ડાઘો. ખૂણામાંનું રસાયણોની નાની બોટલોનું કબાટ. કોલસાના ખોખામાં જૂની હોકલી અને તમાકુ પડ્યાં હતાં. બધું તેમનું તેમ જ હતું. પણ છેવટે તેમને એક તાજો ચહેરો જોવા મળ્યો. તે બીલી હતો. તેનો ચહેરો હંમેશા હસતો રહેતો હતો. તે ઘણો નાનો હતો પણ ખૂબ જ પ્રામાણિક અને ચતુર છોકરો હતો. હોમ્સના એકલવાયા, શાંત સ્વભાવના કારણે મને જે એકલતા ખટકતી હતી તેને દૂર કરવા માટે તે સારો છોકરો હતો.

"બધું તેમનું તેમ જ છે, બીલી. અહીં કશું જ બદલાયું નથી. મારા ખ્યાલથી મારો મિત્ર પણ તેવો ને તેવો જ હશે, કેમ ?"

બીલીએ શયનખંડના બંધ બારણા પર ચિંતાથી નજર કરી.

"મારા ખ્યાલથી તેઓ હજુ પણ સૂઈ રહ્યા છે," તેણે કહ્યું.

તે વખતે સુંદર ગ્રીષ્મ ઋતુના સાંજના સાત વાગ્યા હતા, પણ ડૉ. વૉટસન તો પોતાના મિત્રની આવી અનિયમિતતાથી ટેવાયેલા હતા. એટલે તેનું તેમને જરા પણ આશ્ચર્ય નહોતું થયું.

"આનો અર્થ એ થાય છે કે તેમના હાથમાં કોઈ કેસ છે, કેમ ?"

"હા, સાહેબ, અને તે તેની પાછળ એવા પડ્યા છે કે મને તેમની તબિયતની ચિંતા થાય છે. તેઓ વધારે ને વધારે ફિક્કા અને દૂબળા થતા જાય છે અને કશું ખાતા પણ નથી. જ્યારે શ્રીમતી હડસને તેમને પૂછ્યું કે શ્રીમાન હોમ્સ તમે ક્યારે જમશો ત્યારે તેમણે જવાબ આપ્યો હતો કે પરમ દિવસે સાંજે સાડા સાત વાગ્યે. તમને તો તેમનો મિજાજ ખબર જ હશે, જ્યારે તેઓ કોઈ કેસ પર કામ કરતા હોય છે ત્યારે..."

"હા, બીલી, મને ખબર છે."

"તેઓ કોઈકનો પીછો કરી રહ્યા છે. ગઈ કાલે તેઓ કોઈ કારીગરના વેશમાં કામની શોધમાં બહાર ગયા હતા અને આજે તેમણે કોઈ વૃદ્ધ સ્ત્રીનું રૂપ ધારણ કર્યું હતું. હવે હું તેમને ખૂબ જ સારી રીતે ઓળખી ગયો છું." બિલીએ સોફા પાસે પડેલી મોટી છત્રી તરફ ઈશારો કરતા કહ્યું. "આ વૃદ્ધ સ્ત્રીના પોશાકનો જ એક ભાગ છે."

બીલીએ જાણે તે રહસ્યમયી વાત કહેતો હોય તેમ પોતાનો અવાજ ધીમો કરતાં કહ્યું, "મને તમને કહેતા જરા પણ વાંધો નથી પણ વાત બીજાના કાને ન જવી જોઈએ. આ પેલા તાજના હીરાનો મામલો છે."

"શું - એક લાખ પાઉન્ડની લૂંટનો મામલો છે ?"

"હા, સાહેબ. તેમને તે પાછો મળવો જ જોઈએ, સાહેબ. અહીં પેલા સોફા પર જ વડાપ્રધાન અને ગૃહપ્રધાન બેઠા હતા. શ્રીમાન હોમ્સ તેમની સાથે ખૂબ જ સારી રીતે વર્ત્યા હતા. તેમણે તેમને સાંત્વના આપી હતી કે તે તેમની બનતી મદદ કરશે. પછી તો લૉર્ડ કેન્ટલમેર---"

"અરે !"

"હા, સાહેબ. તમને તો તેનો અર્થ સમજાઈ જ ગયો હશે. તે એક અકડુ માણસ છે, સાહેબ. - જો મારાથી તેમ કહી શકાતું હોય તો. અરે, વડાપ્રધાન અને ગૃહપ્રધાન તો બિચારા એટલા સારા હતા, એટલા નમ્ર હતા. પણ આ લૉર્ડ તો ખૂબ જ અકડુ હતા. શ્રીમાન હોમ્સને પણ તેઓ કંઈ ખાસ ના જચ્યા. તેમને તો શ્રીમાન હોમ્સ પર ભરોસો જ નહોતો આવતો અને તેઓ તેમની મદદ લેવા જ નહોતા માગતા. પણ તેમનું કંઈ ચાલ્યું નહીં."

"તો, શ્રીમાન હોમ્સને તેની ખબર છે ?"

"શ્રીમાન હોમ્સને જે જાણવા જેવું લાગે છે તે હંમેશા જાણી જ લે છે."

"સારું, તો આપણે આશા રાખીએ કે શ્રીમાન હોમ્સને આ કેસમાં સફળતા મળે અને લૉર્ડ કેન્ટલમેર ખોટા પડે. પણ બીલી, બારી પર પડદો શેનો પાડવામાં આવ્યો છે ?"

"શ્રીમાન હોમ્સે ત્રણ દિવસ પહેલાં તે લગાવ્યો હતો. તેની પાછળ એક રહસ્યમય વાત છે."

બીલી તે તરફ ગયો અને પરદાને હટાવ્યો.

ડૉ. વૉટસન આશ્ચર્યનો ઉદ્‌ગાર કાઢતાં પોતાની જાતને રોકી ન શક્યા. ત્યાં તેના મિત્રની અદલ પ્રતિકૃતિ પડી હતી. તે જ ડ્રેસિંગ ગાઉન અને બીજું બધું. તેનો પોણા ભાગનો ચહેરો બારી તરફ ફરેલો હતો અને નીચે જાણે કોઈ અદશ્ય પુસ્તક વાંચતો હોય તેમ નમેલો હતો અને તેનું બાકીનું આખું શરીર ખુરશીમાં પડ્યું હતું. બીલીએ માથું અલગ કર્યું અને હવામાં ધર્યું.

"અમે વારંવાર તેની સ્થિતિ બદલતા રહીએ છીએ કે જેથી કરીને તે વધારે જીવંત લાગે. જો પરદો પડેલો હોય તો જ હું તેને અડવાની હિંમત કરી શકું છું. પણ જ્યારે પરદો હટાવેલો હોય ત્યારે તમને તે શેરીમાંથી પણ દેખાઈ જાય છે.

"અમે આ રીતનો કીમિયો પહેલા પણ કરી ચૂક્યા છીએ."

"મારા આવ્યા પહેલાં," બીલીએ કહ્યું. તેણે પરદો હટાવ્યો અને બહાર શેરીમાં ડોકિયું કર્યું. "ત્યાં પેલી બાજુથી કેટલાક લોકો અમારી પર નજર રાખતા હોય છે. મને હજી પણ પેલી બારી આગળ કોઈક દેખાય છે. તમે જાતે જ જોઈ લો."

વૉટસન એક પગલું આગળ જ વધ્યો હતો ત્યાં શયનખંડનું બારણું ખૂલ્યું અને લાંબો પાતળો હોમ્સ બહાર આવ્યો. તેનો ચહેરો ઘણો ફિક્કો પડી ગયો હતો અને સાવ જ લંઘાઈ ગયો હતો. પણ તેની ચાલ અને વર્તણૂક પહેલાં જેવાં જ ચપળ હતાં. એક જ છલાંગમાં તે બારી આગળ પહોંચી ગયો અને ફરી પાછો પરદો પાડી દીધો.

"આટલું પૂરતું છે, બિલી," તેણે કહ્યું. "તારે તારા જીવને જોખમમાં મૂકવાની જરૂર નથી, વહાલા છોકરા, અને હજુ મારે તારી જરૂર છે. તો, વૉટસન તને ફરી તારા જૂના ઘરમાં જોઈને આનંદ થયો. તું ખૂબ જ કટોકટીની ક્ષણે આવ્યો છે."

"હા, મને ખબર પડી."

"તું હવે જઈ શકે છે, બીલી. આ છોકરો સમસ્યા ઊભી કરશે, વૉટસન. મારે વળી ક્યાં સુધી તેને જોખમમાં મુકાવા દેવો ?"

"કેવું જોખમ, હોમ્સ ?"

"અચાનકનું મૃત્યુ. હું આ જ સાંજે કશુંક બનવાની ધારણા માંડી રહ્યો છું."

"શું બનવાની ધારણા ?"

"હત્યાની, વૉટસન."

"ના, ના, તું મજાક તો નથી કરી રહ્યો ને, હોમ્સ ?"

"અરે ભાઈ, મજાક કરવા માટે બીજી ઘણી સારી બાબતો મારી પાસે છે. પણ તે દરમિયાન આપણે આરામથી બેસીએ, બેસીશને ? દારૂ લઈશ ? લાઈટર અને સિગાર તેની જૂની જગ્યાએ જ પડ્યાં છે. હવે તારી જૂની જાણીતી કાયમની ખુરશીમાં બેસ. આ દિવસોમાં હું દારૂ અને તમાકુથી જ મારું ગુજરાન ચલાવું છું."

"પણ ખાવાનું જ નહીં, તેવું કેમ ચાલે ?"

"કારણ કે જ્યારે તમે ભૂખ્યા રહો છો ત્યારે તેના ઘણા બધા ફાયદા હોય છે. પાચનશક્તિ જેટલી વધારે વપરાય તેટલી મગજને ખોટ પડે છે. હું મગજનો ઉપયોગ કરતો માણસ છું, વૉટસન, અને તે સિવાયનું મારું આખું શરીર માત્ર ને માત્ર માંસનો લોચો જ છે, મારે સૌથી વધારે ધ્યાન મારા મગજનું રાખવાનું હોય છે."

"પણ તે જોખમી છે, હોમ્સ ?"

"હા, આ જોખમ તો હવે ઉઠાવવું જ રહ્યું. હવે તું તારી યાદશક્તિ પાક્કી કરી લે અને હત્યારાનું આ નામ અને સરનામું યાદ રાખી લે. જેથી કરીને જરૂર પડ્યે તું સ્કૉટલૅન્ડ યાર્ડને તે આપી શકે. તેનું નામ સિલ્વિયસ છે - કાઉન્ટ નિગ્રેટો સિલ્વિયર છે. લખી લે, ભઈલા લખી લે ! ૧૩૬, મૂરસાઈડ ગાર્ડન, એન.ડબલ્યુ. લખ્યું ?"

વૉટસનના પ્રામાણિક ચહેરા પર ચિંતાનો ઓછાયો ફરી વળ્યો. તે હોમ્સના જોખમ ખેડવાના સ્વભાવને ખૂબ સારી રીતે જાણતો હતો, પણ વૉટસન હંમેશા કામ કરવાને તત્પર રહેતો હતો અને જરૂર પડ્યે હાજર થઈ જતો.

"હોમ્સ, મારે બેત્રણ દિવસ કશું જ કામ નથી. હું તને મદદ કરી શકું છું."

"હજુ પણ તારી આ ટેવ ગઈ નથી, વૉટસન. તારા સદ્ગુણોમાં તેં જૂઠું બોલવાનો પણ ઉમેરો કરી લીધો છે. તને જોતાં જ ખ્યાલ આવી જાય છે કે તું એક ખૂબ જ વ્યસ્ત દાક્તરી માણસ છે. અને તારે કલાકે કલાકે કોઈની ને કોઈની મુલાકાતે જવાનું થતું હોય છે."

"પણ તે આટલું મહત્ત્વનું તો નથી જ હોતું. એ બધું છોડ અને મને એ કહે કે તું આ માણસની ધરપકડ કેમ નથી કરાવતો ?"

"હા, વૉટસન, હું કરી શકું છું અને તેની જ પેલાને બીક છે."

"તો પછી કેમ નથી કરાવતો ?"

"કારણ કે, હજુ મને ખબર નથી કે ખોવાયેલો હીરો ક્યાં છે ?"

"હા, મને બીલીએ તાજના હીરાની વાત કરી છે."

"હા, મેઝારીના હીરો. મેં મારી જાળ ગોઠવી દીધી છે અને માછલી બસ ફસાવામાં જ છે. પણ હજુ મને હીરો નથી મળ્યો. તો પછી ચોરોને પકડીને ફાયદો શું ? જો આપણે રંગે હાથ તેમને પકડીશું તો જ સમાજનું ભલું થશે. પણ હું તેમની ધરપકડ માટે કામ નથી કરી રહ્યો. મારે તો બસ હીરો જ પાછો મેળવવાનો છે."

"અને તારી માછલીઓમાં આ કાઉન્ટ સિલ્વિયસનો સમાવેશ થાય છે ?"

"હા, અને તે કોઈ જેવી તેવી માછલી નથી પણ શાર્ક છે. તે ભયંકર રીતે કરડે છે. બીજી વ્યક્તિ સૅમ મર્ટન છે. જે એક મુક્કાબાજ છે. તે કંઈ ખરાબ વ્યક્તિ નથી. પણ કાઉન્ટે તેનો ઉપયોગ કર્યો છે. સૅમ કંઈ શાર્ક જેવો જોખમી નથી. તે તો માત્ર એક આખલો જ છે. પણ તે મારી જાળમાં ફસાઈ ગયો છે એટલે હવે છૂટવા માટે તરફડિયાં મારી રહ્યો છે."

"અને આ કાઉન્ટ સિલ્વિયસ ક્યાં છે ?"

"આજની આખી સવાર હું તેની પાછળ જ ફરતો રહ્યો છું. તેં પહેલાં પણ મને વૃદ્ધાના વેશમાં જોયો જ છે. હું તે વેશમાં જેટલો સ્વાભાવિક લાગું છું તેવો બીજા કશામાં નથી લાગતો. અરે, એકવાર તો આ બદમાશ કાઉન્ટે વિનય દાખવતાં મારી છત્રી પણ

મારા માથા પર ધરી રાખી હતી. 'જો તમારી રજા હોય તો, મદામ.' તેણે અડધા ઇટાલિયન ઉચ્ચારણમાં અને દક્ષિણી રીતભાતમાં કહ્યું હતું. તેનો મિજાજ ત્યારે ખૂબ જ નમ્ર હતો, બાકી તો તે હંમેશા ચસ્કેલા મિજાજમાં જ હોય છે. જીવનમાં હંમેશા તરેહ તરેહના લોકો આવતા રહેતા હોય છે, વૉટસન."

"પણ આમ કરવા જતાં કંઈક ઊલટું થઈ ગયું હોત તો ?"

"હા, કદાચ બની ગયું હોત. મેં તેનો જૂના સ્ટ્રેબેન્ઝી વર્કશોપથી મિનોરીઝ સુધી પીછો કર્યો હતો. સ્ટ્રેબેન્ઝી એર-ગન બનાવવાનો ધંધો કરે છે. અને તે માણસ તે જ પાવરધા હથિયાર સાથે આ જ ક્ષણે સામેની બારી પાછળ ગોઠવાયો છે. તેં મારું પૂતળું જોયું ? હા, બીલીએ તને તે બતાવ્યું હશે. કોઈ પણ ઘડીએ તેના લમણામાં ગોળી ઘૂસી જવાની સંભાવના છે. અરે બીલી, આ શું છે ?"

છોકરો હાથમાં કાર્ડ લઈ ફરી પાછો ઓરડામાં હાજર થયો હતો. હોમ્સે કાર્ડ તરફ ભ્રમરો ઊંચી કરતાં અને કુતૂહલભર્યું સ્મિત કરતાં કાર્ડ જોયું.

"આ તો ભાઈ સામે ચાલીને આવ્યા છે. મને તો આવી કોઈ જ અપેક્ષા નહોતી. આ બરાબરનો છંછેડાયો લાગે છે, વૉટસન ! આ માણસની હિંમત દાદ માગી લે તેવી છે. તેં આ માણસની શૂટર તરીકેની ખ્યાતિ તો સાંભળી જ હશે, પણ જો તે પોતાના ખાતામાં મારો પણ સમાવેશ કરવા માગતો હશે તો તેની આ ઉત્તમ કારકિર્દીનો અંત આવ્યો સમજજે. તો તેને ખ્યાલ આવી ગયો છે કે હું તેની પાછળ પડ્યો છું."

"પોલીસને બોલાવી લઈએ ?"

"હું બોલાવીશ જ. પણ અત્યારે નહીં. તું જરા બારીમાંથી ડોકિયું કરી જો. શું તને શેરીમાં કોઈ બદમાશ જેવો માણસ દેખાય છે ?"

વૉટસને પરદાની પાછળથી શેરીમાં નજર ફેરવી.

"હા, દરવાજે એક બદમાશ જેવો દેખાતો માણસ ઊભો છે."

"તે સૅમ મર્ટન જ હશે - વિશ્વાસપાત્ર પણ મૂરખ સૅમ. આ સદ્‌ગૃહસ્થ ક્યાં છે, બીલી ?"

"વેઇટિંગ રૂમમાં, સાહેબ."

"હું જ્યારે ઘંટડી વગાડું ત્યારે તેને ઉપર મોકલ."

"હા, સાહેબ."

"હું ઓરડામાં ન હોઉં તો પણ તેને અહીં જ રહેવા કહેજે."

"હા, સાહેબ."

વૉટસન બારણું બંધ થયું ત્યાં સુધી અધીરાઈપૂર્વક ચૂપ રહ્યો અને પછી તે આતુરતાથી પોતાના સાથી તરફ ફર્યો.

"જો, હોમ્સ, આ સાવ જ અશક્ય છે. આ એક પાગલ માણસ છે, જેને કશું જ લાગુ નથી પડતું. તે તારી હત્યા કરવા જ આવ્યો હશે."

"મને તેનું જરા પણ આશ્ચર્ય નથી."

"હું અહીં તારી સાથે જ રહીશ."

"તારે વચ્ચે આવવાની જરા પણ જરૂર નથી."

"તેની વચ્ચે ?"

"ના, વહાલા ભઈલા, મારી વચ્ચે."

"ના, હું તને અહીં એકલો નહીં જ છોડું."

"હા, તું તેમ જ કરીશ, વૉટસન, અને તારે તેમ જ કરવાનું છે, કારણ કે તેં ક્યારેય મારો ખેલ નથી બગાડ્યો અને આ વખતે પણ તું છેક સુધી મારી મદદ કરીશ તેની પણ મને ખાતરી છે. આ માણસ પોતાની ગરજે અહીં આવ્યો છે પણ મારે મારું કામ તેની પાસેથી કઢાવવાનું છે." હોમ્સે પોતાની નોંધપોથીમાં કેટલીક પંક્તિઓ લખી.

"સ્કૉટલૅન્ડ યાર્ડ ઘોડાગાડી લઈ જા અને આ સી.આઈ.ડી.ના ટુઘાલને આપ અને પોલીસ સાથે પાછો આવ. આપણે આ બદમાશની ધરપકડ કરીશું."

"મને આમ કરતાં આનંદ થશે."

"તું પાછો આવીશ ત્યાં સુધીમાં કદાચ હીરો ક્યાં છે તે જાણવાની તક મને મળી ગઈ હશે." તેણે ઘંટડી વગાડી. "મારા ખ્યાલથી આપણે શયનખંડના દરવાજેથી બહાર નીકળી જવું જોઈએ. તે રસ્તો આપણા માટે ઠીક રહેશે. હું મારા આ શિકારને છૂપી રીતે જોવા માગું છું અને તું તો એ સારી રીતે જાણે છે કે હું તે કેવી સરસ રીતે કરી શકું છું."

"આમ, એક મિનિટ બાદ બીલી ખાલી ઓરડામાં કાઉન્ટ સિલ્વિયસને દોરી લાવ્યો. પ્રખ્યાત ગેમ શૂટર અને નગરનો જાણીતો માણસ શરીરે કદાવર હતો, શ્યામ હતો, ઘાટી મૂછ અને ચપટા પાતળા ક્રૂર હોઠ ધરાવતો હતો. તેનું નાક કોઈ ગીધના નાક જેવું હતું. તે સુંદર વસ્ત્રોમાં સજ્જ હતો. તેમાં પણ તેની સુંદર નેક-ટાઇ અને તેના પર ચમકતી પિન તેનાં સૌંદર્યમાં ઓર વધારો કરતાં હતાં. ઓરડાનું બારણું બંધ થતાં તે આખાયે ઓરડામાં આમતેમ ભયનો માર્યો નજર ફેરવવા લાગ્યો. જાણે તેના માટે કોઈ છટકું ગોઠવાયાની તેને ભીતિ ન થઈ હોય. પછી જ્યારે તેને ખુરશીમાં બેઠેલી હોમ્સની પ્રતિકૃતિનું માથું અને ડ્રેસિંગ ગાઉનવાળો ખભો દેખાયો ત્યારે તેને પહેલાં તો ખૂબ જ કુતૂહલ થયું અને પછી તેણે એક હિંસક ગર્જના કરી. પછી તેની આંખોમાં જાણે તેને કોઈ ક્રૂર આશા જન્મી હોય તેવા ભાવ જન્મ્યા. જાણે તેને હત્યા કરવાની તલબ ન લાગી હોય. તેના પર કોઈ નજર તો નહોતું રાખી રહ્યું ને તે જોવા તેણે ફરી પાછી આસપાસ નજર ફેરવી અને પછી ચંપાતે પગલે પોતાની જાડી લાકડી હાથમાં લઈ ખુરશી તરફ ચાલ્યો. તે બસ છેલ્લું પગલું ભરવા અને હુમલો જ કરવા જ જઈ રહ્યો હતો ત્યાં જ તેને બાજુના શયનખંડનું બારણું ખૂલવાનો અવાજ સંભળાયો."

"તોડતો નહીં, કાઉન્ટ ! તેને તોડતો નહીં !"

ગભરામણનો માર્યો હત્યારો બે ડગલાં પાછળ ખસી ગયો. એક ઘડી તો તેણે પોતાની ભારે લાકડી અડધી ઊંચી કરી લીધી જાણે નકલીને મારવાની જગ્યાએ તે અસલને જ મારવા ન માગતો હોય ! પણ હોમ્સની સ્થિર ભૂરી આંખોમાં કંઈક એવો મર્મ હતો કે તેના હાથ આપોઆપ નીચા થઈ ગયા.

"આ એક સુંદર મજાની વસ્તુ છે," હોમ્સે પૂતળા તરફ જતાં કહ્યું, "પૂતળા બનાવનાર પ્રખ્યાત ફ્રેન્ચ કલાકાર ટ્રેવર્નિયરે આ બનાવ્યું છે. તે તારો મિત્ર સ્ટ્રાઉબેન્ઝી જેટલો એર-ગન બનાવવામાં માહેર છે તેટલો જ પૂતળા બનાવવામાં માહેર છે."

"એર-ગન, સાહેબ ! તમે કહેવા શું માગો છો ?"

"તમારી ટોપી અને લાકડી પેલા ટેબલ પર મૂકી દો. આભાર તમારો ! મહેરબાની કરીને હવે બેસી જાઓ અને તમારી રિવોલ્વર પણ જરા બાજુ પર મૂકી દેશો તો સારું રહેશે. ખૂબ સરસ, હવે બેસી જાઓ. તમારી મુલાકાત ખૂબ જ નસીબવંત છે, કારણ કે મારે તમારી સાથે થોડીવાર વાતો કરવી હતી."

કાઉન્ટના ચહેરા પર બરાબરનું ખુન્નસ ભરાયું હતું.

"મારી પણ ઈચ્છા છે કે હું તમારી સાથે કેટલીક વાતો કરું, હોમ્સ, અને તે માટે જ હું અહીં આવ્યો છું. જો કે હું એ વાતને જરા પણ નકારતો નથી કે હું હમણાં તમને મારવાનો જ હતો."

હોમ્સે ટેબલ પર પોતાનો પગ લંબાવ્યો.

"મને ખ્યાલ હતો જ કે તમારા મગજમાં તેવું જ કંઈક ચાલતું હતું," તેણે કહ્યું. "પણ આવી વ્યક્તિગત દુશ્મની શા માટે ?"

"કારણ કે તમે તમારી હદ વટાવી ચૂક્યા છો. તમે મારી પાછળ તમારા માણસો લગાવ્યા છે."

"મારા માણસો ! ના, મેં તેમ જરા પણ નથી કર્યું !"

"બકવાસ ! મેં તેમને મારો પીછો કરતા જોયા છે. બે માણસો મારી પાછળ લગાવવામાં આવ્યા હતા, હોમ્સ."

"આ સાવ નજીવી બાબત છે, કાઉન્ટ સિલ્વિયસ, પણ તમને કદાચ ખ્યાલ હોવો જોઈએ કે લોકો મને હોમ્સ નહીં પણ શ્રીમાન હોમ્સ તરીકે સંબોધે છે. અને તમારે પણ તેનું ખાસ ધ્યાન રાખવું જોઈએ. હું આવા સંબોધનથી જરા પણ ટેવાયેલો નથી."

"સારું, તો શ્રીમાન હોમ્સ."

"ઉત્તમ ! પણ હું તમને ખાતરી આપું છું કે મેં મારા કોઈ એજન્ટને તમારી પાછળ નથી લગાડ્યા."

કાઉન્ટ સિલ્વિયસે બદમાશ હાસ્ય કર્યું.

"તમારી જેમ બીજા માણસો પણ સારું નિરીક્ષણ કરી જાણે છે તે ન ભૂલશો. ગઈ કાલે કોઈ વૃદ્ધ પુરુષ મારો પીછો કરતો હતો અને આજે સવારે કોઈ વૃદ્ધ સ્ત્રી મારી પાછળ પડી હતી. તે બન્ને આખો દિવસ મારી નજરમાં આવ્યા કર્યાં હતાં."

"ખરેખર, સાહેબ, તમે તો આમ કહીને મારાં વખાણ કરી રહ્યા છો. તમે તો મારી છદ્મવેષની કળાના પારખુ નીકળ્યા."

"અચ્છા, તો તે તમે ખુદ હતા ?"

હોમ્સે પોતાના ખભા ઉછાળ્યા. "તમે પેલા ખૂણામાં પેલી છત્રી જુઓ છો તે તમે ખૂબ જ નમ્રતાથી મિનોરીઝ આગળ મારા મસ્તક પર ધરી રાખી હતી. કદાચ તે વખતે તમને શંકા નહીં ગઈ હોય."

"જો મને ખબર હોત, તો તમે ક્યારેય ---"

"આ ઘરમાં પાછા ન આવી શક્યા હોત, કેમ ? તેવું જ કહેવા માગો છો ને તમે ? મને તેનું પહેલેથી ભાન છે. આપણે હંમેશા આપણી સામે આવી પડતી તકોને અવગણવાની મૂર્ખામી કરતા હોઈએ છીએ અને તમારા મામલામાં પણ તેમ જ થયું છે. અને હવે જુઓ આપણે ક્યાં છીએ !"

કાઉન્ટની આંખો ઓર ક્રૂર થઈ અને તેની ભ્રમરો હજુ વધારે તંગ થઈ ગઈ. તે પોતાના ગુસ્સા પર કાબૂ નહોતો રાખી શકતો.

"તમારી આ બધી હરકતો બાદ તો સમસ્યા ઓર વણસી ગઈ છે. તે તમારો કોઈ આડતિયો નહીં પણ તમે ખુદ જ હતા, એમ ! બહુ ખરાબ કહેવાય ! તમે કહ્યું તમે મારા પર નજર રાખતા હતા. શા માટે ?"

"જવા દો ને હવે, કાઉન્ટ. તમે મને એ કહો કે તમે અલ્જિરિયાના વાઘનો શિકાર સરસ રીતે કરી જાણો છો, ખરું કે નહીં ?"

"કેમ ?"

"પણ આવું કામ શા માટે કરવું ?"

"કેમ ? તે એક રમત છે. ઉત્તેજનાભરી - જોખમભરી !"

"અને ચોક્કસ દેશને જંગલી જાનવરોથી બચાવવા માટે પણ ?"

"તદ્દન !"

"આ સવાલોના જવાબમાં જ મારું કારણ રહેલું છે !"

કાઉન્ટ પોતાના પગ પર ઊછળ્યો અને તરત જ તેનો હાથ તેના પાછળના ખિસ્સા તરફ ગયો.

"બેસી જાઓ, સાહેબ, બેસી જાઓ ! બીજું એક ખૂબ જ વ્યવહારિક કારણ મારી પાસે છે. મને પેલો તાજનો હીરો જોઈએ છે !"

કાઉન્ટ સિલ્વિયસ પોતાની ખુરશીમાં દુષ્ટ હાસ્ય કરતો બેસી રહ્યો.

"મારે શું લેવાદેવા તેની સાથે !" તેણે કહ્યું.

"તમને ખબર છે કે હું તેના માટે જ તમારી પાછળ પડ્યો છું. અને તે જ કારણસર આજે રાત્રે તમે અહીં હું કેટલું જાણું છું તે જાણવા અને મને પોતાના રસ્તામાંથી દૂર કરવા આવ્યા છો. જો કે હું તમને કહી દઉં કે તમારા દષ્ટિકોણે મને હટાવવો ખૂબ જ જરૂરી છે કારણ કે હું બધું જ જાણું છું. માત્ર એક જ બાબત હું નથી જાણતો અને તે તમારે મને જણાવવાની છે."

"અચ્છા, ખરેખર ! અને મને જણાવશો તમે શું નથી જાણતા ?"

"હાલ તાજનો હીરો ક્યાં છે ?"

કાઉન્ટ હોમ્સ સામે તીક્ષ્ણ નજરે જોઈ રહ્યો.

"અચ્છા, તો તમે એ જાણવા માગો છો, એમ ? પણ હું તમને કેવી રીતે કહી શકું કે તે ક્યાં છે ?"

"તમે કહી શકો છો અને કહેશો પણ ખરા."

"ખરેખર !"

"તું મને છેતરી નહીં શકે કાઉન્ટ સિલ્વિયસ." હોમ્સ તેની સામે એકધારી વેધક નજરે તાકી રહ્યો. "હું તારા દિમાગની આરપાર જોઈ શકું છું."

"તો પછી ચોક્કસ તમને એ પણ ખબર હોવી જોઈએ કે હીરો ક્યાં છે ?"

"હવે, કાઉન્ટ, જો તું સીધો ચાલતો હોય તો આપણે શાંતિથી વાત કરીએ અને જો તેમ નહીં કરે તો તને જ નુકસાન થશે."

કાઉન્ટ સિલ્વિયસે પોતાની નજર છત પર ફેંકી.

હોમ્સે તેના પર એક વિચારપૂર્ણ નજર કરી જાણે ચેસનો કોઈ ખેલાડી પોતાનું આગલું પગલું ન વિચારતો હોય તેવા તેના ચહેરા પરના ભાવ હતા. પછી તેણે ટેબલનું ખાનું ખેંચ્યું અને તેમાંથી એક નોંધપોથી બહાર કાઢી.

"તને ખબર છે. આમાં હું શું રાખતો હોઉં છું ?"

"ના, સાહેબ, મને નથી ખબર !"

"આમાં હું તને રાખું છું !"

"મને !"

"હા, ભઇલા, *તને* ! તારા જીવનના દરેક ગુનાઓ આ નોંધપોથીમાં નોંધાયેલા છે."

"બદમાશ, હોમ્સ !" કાઉન્ટ ઊકળતી આંખે હોમ્સ સામે જોઈ રહ્યો. "હવે મારી ધીરજનો અંત આવી ગયો છે !"

"મારી આ નોંધપોથીમાં એક એક વિગત છે. શ્રીમતી હેરોલ્ડના મૃત્યુની એક એક હકીકત કે જેણીએ તારા નામે બ્લાયમરની મિલકત કરી અને પછી તું કેવી રીતે તેને જુગારમાં હારી ગયો."

"તમે સપનું તો નથી જોઈ રહ્યા ?"

"અને કુમારી મિનિ વૉરેન્ડરની સંપૂર્ણ જિંદગીનો ઈતિહાસ પણ આ નોંધપોથીમાં છે."

"છટ્ ! તેમાંથી તમને કશું જ નહીં મળે."

"આ ઉપરાંત પણ ઘણું બધું છે, કાઉન્ટ. રિવેરા જતી ૧૩ ફેબ્રુઆરી ૧૮૯૨ની ટ્રેઇનમાં થયેલી લૂંટની વિગતો પણ છે અને તે જ વર્ષમાં ક્રેડિટ લ્યોનેઈસ ખાતેની ચેકવાળી છેતરપિંડીની વિગત પણ મારી પાસે છે."

"ના, ત્યાં તમે ખોટા છો."

"તો પછી અન્યમાં હું સાચો છું ! હવે, કાઉન્ટ, તું હાલ પત્તાંની રમત રમવા બેઠો છે અને જ્યારે સામેના ખેલાડી પાસે બધાં જ ચડિયાતાં પત્તાં હોય ત્યારે રમતને પડતી મૂકવી જ યોગ્ય રહે છે."

"આ બધી વાતને હીરા સાથે શું લેવા દેવા ?"

"કોઈ જ ઉતાવળ નથી, કાઉન્ટ. તારા આતુર મગજ પર જરા અંકુશ રાખ ! મને મારી જ શૈલીમાં મુદ્દા પર આવવા દે. મારી પાસે તારી વિરુદ્ધ આ બધું જ છે, પણ આ બધાથી વિશેષ મારો કેસ તારા અને તારા મુક્કાબાજ સાથી વિરુદ્ધનો છે. આ હીરાનો કેસ મારી સમક્ષ સંપૂર્ણ સ્પષ્ટ થઈ ગયો છે."

"ખરેખર !"

"મારી પાસે જે ઘોડાગાડીવાળો તને વ્હાઇટ હૉલ લઈ ગયો તે અને જે તને ત્યાંથી આગળ લઈ ગયો હતો તે બન્નેની જુબાની છે. આ ઉપરાંત એક સાક્ષી પણ છે જેણે તને ઘટનાસ્થળે જોયો હતો. આ ઉપરાંત મારી પાસે આઇકી સેન્ડર્સની જુબાની પણ છે, જેણે શરૂઆતમાં આનાકાની કરી હતી પણ પાછળથી જુબાની આપવા તૈયાર થઈ ગયો હતો અને આમ મારી પાસે એક એક પુરાવા છે. તારો ખેલ ખતમ સમજ."

કાઉન્ટનું લમણું જાણે ફાટું ફાટું થઈ રહ્યું હતું. તેના કાળા વાળવાળા પંજા ખૂલબંધ થતા હતા. તે પોતાનાં વર્તન પર માંડ માંડ અંકુશ રાખી રહ્યો હતો. તેણે બોલવાનો પ્રયાસ કર્યો પણ તેને શબ્દો નહોતા મળતા.

"આ આખી બાજી સાથે હું રમ્યો છું," હોમ્સે કહ્યું, "મેં મારાં બધાં જ પત્તાં ટેબલ પર છતાં કરી દીધાં છે. પણ માત્ર એક જ પત્તું ખૂટે છે અને તે હીરાના બાદશાહનું પત્તું છે. પણ મને ખબર નથી તે ક્યાં છે."

"અને ક્યારેય ખબર પડશે પણ નહીં."

"ના ? હવે તો તારે નમતું જોખવું જ પડશે, કાઉન્ટ, તારે હવે સ્થિતિ સમજવી જ પડશે. તું હવે વીસ વર્ષ માટે જેલભેગો થવાનો છે અને સૅમ મર્ટન પણ. હવે તને આ હીરામાંથી કશું જ મળવાનું નથી, કશું જ નહીં. પણ જો તું મને હીરો આપી દે તો કદાચ

હું કંઈક રસ્તો કાઢું, અમને તારી કે સૅમની જરૂર નથી. અમારે હીરો જોઈએ છે. તે આપી દે અને જ્યાં સુધી મને લાગેવળગે છે ત્યાં સુધી તું સંપૂર્ણ સ્વતંત્ર છે, સિવાય કે તું કોઈ નવા કારનામાં ન કરે. પણ તેં જો હજુ પણ કંઈ વધારે બખડજંતર કર્યું તો તું મારા હાથમાંથી નહીં બચી શકે. પણ આ વખતે મને માત્ર હીરો પાછો મેળવવા માટે જ રોકવામાં આવ્યો છે."

"પણ જો હું ના પાડું તો ?"

"અરે, તો પછી વાત પૂરી થઈ, હીરો નહીં તો તું !"

હોમ્સની ઘંટડીના જવાબમાં બીલી ઓરડામાં આવ્યો.

"મારા ખ્યાલથી, કાઉન્ટ, હવે તારા મિત્ર સૅમને પણ આ વાતચીતમાં સામેલ કરવો જોઈએ. એમ પણ તેનું હિત પણ આપણે ધ્યાનમાં રાખવું જોઈએ. બીલી, આપણા બારણા આગળ એક કદાવર, બદમાશ જેવો દેખાતો સદ્‌ગૃહસ્થ ઊભો હશે. તેને ઉપર આવવા કહે."

"સાહેબ, જો તે ન આવે તો ?"

"હિંસાની કોઈ જ આવશ્યકતા નથી, બીલી. તેની સાથે જીભાજોડી કરવાની કોઈ જ જરૂર નથી. તું તેને માત્ર એટલું જ કહીશ કે કાઉન્ટ સિલ્વિયસ તેને બોલાવે છે એટલે આનાકાની વગર આવી જશે."

"હવે તમે શું કરવા જઈ રહ્યા છો ?" બીલી ઓરડામાંથી ગયો એટલે કાઉન્ટે પૂછ્યું.

"હમણાં થોડી વાર પહેલાં જ મારો મિત્ર વૉટસન મારી સાથે જ હતો. મેં તેને કહ્યું હતું કે મારી જાળમાં એક શાર્ક અને એક મૂરખ માછલી ફસાયાં છે. હવે હું જાળ ખેંચી રહ્યો છું અને તેઓ એક જાળમાં મારી સામે જ હશે."

કાઉન્ટ પોતાની ખુરશીમાંથી ઊભો થઈ ગયો. તેણે પોતાના હાથ પીઠ પાછળ કર્યા. હોમ્સે પણ પોતાના ડ્રેસિંગ ગાઉનના ખિસ્સામાં હાથ નાખ્યો અને કંઈક બહાર કાઢ્યું.

"તમે તમારી પથારીમાં જ મરવાનું પસંદ કરશો, હોમ્સ."

"મારી હંમેશા તેવી જ ઇચ્છા રહી છે. પણ તેનું હાલ કોઈ મહત્ત્વ ખરું ? પણ મને એટલી ખાતરી છે કાઉન્ટ કે તારી વિદાય આડા પડ્યા પડ્યા નહીં પણ ઊભા ઊભા જ થવાની છે. પણ હાલ ભવિષ્ય ભાખવાની કોઈ જ જરૂર નથી. હાલની ક્ષણ તો આપણે ખૂબ જ આનંદથી પસાર કરવાની છે. આવતીકાલની ચિંતામાં વર્તમાનને શા માટે બગાડવો ?"

કાઉન્ટની ગુનેગાર આંખોમાં એકાએક કોઈ જંગલી પશુ જેવો ચમકારો થયો. હોમ્સ પણ સામે વિકરાળ થયો અને જાણે પોતાની જાતને તૈયાર કરતો હોય તેમ ગોઠવાયો.

"તારે તારી રિવોલ્વરને હાથ લગાડવાની જરા પણ જરૂર નથી. તેનો કશો જ ફાયદો નહીં થાય, વહાલા મિત્ર," તેણે શાંત અવાજમાં કહ્યું.

"તું સારી રીતે જાણે છે કે તારે તેવી હિંમત જરા પણ ન કરવી જોઈએ, પછી હું તને ભલેને તેમ કરવાનો મોકો કેમ ન આપું ? રિવોલ્વર એક ઘોંઘાટ કરતી વસ્તુ છે, કાઉન્ટ, તારે તો એરગનને જ વળગી રહેવું જોઈએ. અરે ! મને લાગે છે દાદર પર તમારા કદાવર મિત્રના ભારે પગલાંનો જ અવાજ સંભળાઈ રહ્યો છે. શુભ દિવસ, શ્રીમાન મર્ટન. શેરીમાં હવે અંધારું થવા માંડ્યું છે, કેમ ?"

ઈનામવિજેતા મુક્કેબાજ પોતાના કદાવર યુવાન શરીર સાથે દરવાજા આગળ ઊભો રહ્યો. તેને શું કરવું તે સૂઝતું નહોતું. તે મૂઢની જેમ ઊભો હતો. હોમ્સની ખુશમિજાજ વર્તણૂકનો તેનો અનુભવ નવો હતો. તેને ખબર નહોતી પડતી કે તેણે કેમ વર્તવું. પછી તે પોતાના સાથી તરફ મદદ માટે ફર્યો.

"શું વાત છે, કાઉન્ટ ? આ માણસ શું ઈચ્છે છે ? શું છે આ બધું ?" તેનો અવાજ ઘેરો અને કર્કશ હતો.

કાઉન્ટે પોતાના ખભા ઉછાળ્યા. પણ હોમ્સે તેની જગ્યાએથી જવાબ આપ્યો.

"જો ટૂંકમાં જણાવું, શ્રીમાન મર્ટન, તો હું કહું છું કે તમારો ખેલ ખતમ થઈ ગયો છે."

મુક્કેબાજ હજુ પણ પોતાના મિત્રને સંબોધીને જ વાત કરી રહ્યો હતો.

"આ માણસ શું મજાક કરી રહ્યો છે ? હાલ હું મજાકના મિજાજમાં જરા પણ નથી."

"ના, ના, હું પણ મજાકના મિજાજમાં નથી," હોમ્સે કહ્યું, "પણ હું તમને વચન આપું છું કે સાંજ પડતાં સુધીમાં તો તમે ઓર ગંભીર મિજાજમાં આવી જશો. હવે, સાંભળો, કાઉન્ટ સિલ્વિયસ. હું એક વ્યસ્ત માણસ છું અને હું મારો સમય જરા પણ બગાડવા માગતો નથી. હું પેલા શયનખંડમાં જાઉં છું. તમે મારા ઘરને મારી ગેરહાજરીમાં તમારું ઘર જ સમજી શકો છો. મારી ગેરહાજરીમાં તમે તમારા મિત્રને સ્થિતિ કેવી છે તેની વિસ્તૃત જાણકારી સારી રીતે આપી શકો છો. ત્યાં સુધી હું મારા શયનખંડમાં મનની શાંતિ માટે થોડું વાયોલિન વગાડી લઉં. પાંચ જ મિનિટમાં હું પાછો આવીશ અને ત્યારે મને જવાબ મળી જવો જોઈએ. ત્યાં સુધી તમે વિકલ્પ પસંદ કરી લો કે તમારે હીરો આપવો છે કે જેલભેગા થવું છે ?"

હોમ્સ ખૂણામાંથી વાયોલિન લઈ પોતાના ઓરડામાં ગયો. થોડી જ ક્ષણો બાદ અંદરથી વાયોલિનના કર્ણપ્રિય સૂર સંભળાવા માંડ્યા.

"આ બધું શું છે ?" મર્ટને પોતાના સાથીને આતુરતાથી પૂછ્યું.

"તેને હીરાની ખબર છે ?"

"હા, તે વિષે જાણે છે. મને ખબર નથી કે તેને કેટલી ખબર છે ?"

"હે ભગવાન !" મુક્કેબાજનો ફિક્કો ચહેરો ઓર ફિક્કો થઈ ગયો.

"આઈકી સૅન્ડર્સે બધું જ ભસી માર્યું લાગે છે."

"તેણે આવું કર્યું ? હું તેને ઠેકાણે પાડી દઈશ."

"તેની કોઈ જરૂર નથી. આપણને તેમ કરવાથી કોઈ ફાયદો નથી થવાનો. પણ હાલ આપણા માટે એ પ્રશ્ન છે કે હવે આપણે શું કરવું."

મુક્કેબાજ કંઈક બોલતાં બોલતાં અટકી ગયો અને પછી આસપાસ શંકાશીલ નજરે જોવા લાગ્યો અને પછી શયનખંડનાં બંધ બારણા તરફ જોયું. "આ બદમાશ ક્યાંક આપણને સાંભળતો ના હોય ?"

"આવા વાયોલિનના અવાજમાં તે વળી શું સાંભળવાનો હતો ?"

"સાચી વાત છે. પણ પેલા પરદા પાછળ કોઈ હોય તો ! આ ઓરડામાં ઘણા બધા પડદા છે." તે આજુબાજુ જોતો હતો ત્યાં જ તેની નજર પેલા પૂતળા પર પડી અને પછી તે તરફ આંગળી ચીંધતો તાકી રહ્યો.

"છટ્ ! તે તો એક પૂતળું જ છે." કાઉન્ટે કહ્યું.

"નકલી પૂતળું છે ? અચ્છા, હવે ખ્યાલ આવ્યો ! આપણો પેલો કળાકાર પણ આવાં જ આબેહૂબ પૂતળાં બનાવે છે. પણ પેલા પરદા શાના છે, કાઉન્ટ ?"

"અરે, તેલ લેવા ગયા તે પરદા. આપણે વાતો કરવામાં સમય બગાડી રહ્યા છીએ અને આપણી પાસે સમય છે નહીં. તે આ હીરા માટે આપણને દબાણમાં લઈ રહ્યો છે."

"સાલો બદમાશ !"

"પણ જો આપણે તેને હીરો ક્યાં છે તે જણાવી દઈએ તો તે આપણને છોડી દેશે."

"શું ! હીરો તેને આપી દેવાનો ? એક લાખ પાઉન્ડ તેના હાથમાં આપી દેવાના ?"

"હીરો અથવા આપણે. બન્નેમાંથી એક."

સૅમ પોતાનું ટાલિયું માથું ખજવાળવા માંડ્યો.

"તે અંદર એકલો છે. તેને પતાવી દઈએ પછી આપણે તેનાથી બચવાની જરૂર નથી."

કાઉન્ટે પોતાનું માથું ધુણાવ્યું.

"તેની પાસે હથિયાર છે અને તે સાવધ છે. જો આપણે તેને ગોળીએ દઈએ તો પણ અહીં આવી જગ્યાએથી ભાગવું અઘરું થઈ પડે તેમ છે. બીજી બાજુ શક્ય છે કે પોલીસને બધી ખબર હોય. અરે ! આ શું ?"

અચાનક બારી તરફથી કોઈક અસ્પષ્ટ અવાજ આવ્યો. બન્ને જણ આસપાસ ઘૂમી વળ્યા પણ બધું જ શાંત હતું. ખુરશીમાંની હોમ્સની પ્રતિકૃતિ સિવાય આખા ઓરડામાં અન્ય કશું જ નહોતું.

"શેરીમાંથી અવાજ આવ્યો લાગે છે," મર્ટને કહ્યું, "હવે અહીં જુઓ, કાઉન્ટ, તમારી પાસે ભેજું છે. તમે ચોક્કસ આમાંથી કોઈક રસ્તો કાઢી શકશો. જો મારધાડ સિવાય કોઈ ઉપાય નથી તો પછી બધું તમારા હાથમાં છે."

"મેં તેના કરતાં પણ હોશિયાર માણસોને ઉલ્લુ બનાવ્યા છે." કાઉન્ટે જવાબ આપ્યો. "હીરો અહીં મારા ગુપ્ત ખિસ્સામાં છે. મારે તેને બીજે ક્યાંય છુપાવવાનું જોખમ નહોતું લેવું. આજે રાત્રે તો તે ઇંગ્લૅન્ડ બહાર મોકલી દેવામાં આવશે અને રવિવાર પહેલાં તો તેના આમ્સ્ટરડેમમાં ચાર ટુકડા પણ કરી દેવામાં આવશે. તેને વાન સેડર વિષે કશી જ ખબર નથી."

"મને તો એમ કે વાન સેડર આવતા અઠવાડિયે જવાનો છે."

"હા, તેવી જ યોજના હતી પણ હવે તો તેણે વહેલામાં વહેલું નીકળી જવું પડશે. આપણામાંથી એકે હીરો લઈને અહીંથી છટકીને લાઈમ સ્ટ્રીટ પહોંચીને તેને આખી વાત કહેવી પડશે."

"પણ તે તેને છુપાવીને કેવી રીતે લઈ જશે ? હજુ તેની વ્યવસ્થા પણ આપણે કરવાની બાકી છે."

"ગમે તેમ કરીને તેણે આ જોખમ ઉઠાવવું જ પડશે. અત્યારે આપણી પાસે જરા પણ સમય નથી." ફરીવાર રમતવીરને કંઈક ખતરાનો ભણકારો થયો અને તે સચેત નજરે બારી તરફ જોવા લાગ્યો. હા, અવાજ શેરીમાંથી જ ક્યાંકથી આવ્યો હતો.

"હોમ્સની વાત કરીએ," તેણે આગળ બોલવાનું ચાલુ રાખ્યું, "આપણે તેને ખૂબ જ સરળતાથી મૂર્ખ બનાવી શકીશું. તેં જોયું ? તેણે કહ્યું છે કે તે મૂર્ખ જો તેને હીરો મળી જશે તો આપણી ધરપકડ નહીં કરાવે. આપણે તેને ખોટા રસ્તે દોરીશું અને તેને ખબર પડે કે તેને છેતરવામાં આવ્યો છે તે પહેલાં તો હીરો હોલૅન્ડમાં પહોંચી જશે અને આપણે પણ દેશ બહાર જતા રહ્યા હોઈશું."

"આ વિચાર સારો છે !" સૅમ મર્ટને દાંતિયાં કરતાં કહ્યું.

"તું અહીંથી ડચમેન પાસે જા અને તેને અહીંથી રફુચક્કર થવા કહે, હું આ બદમાશને ખોટા નિવેદનથી ગેરમાર્ગે દોરીશ. હું તેને કહીશ કે હીરો લિવરપુલમાં છે. જ્યારે તેને ખબર પડશે કે હીરો લિવરપુલમાં નથી ત્યાં સુધીમાં તો આપણે ભૂરા સમુદ્ર પર ક્યાંય દૂર નીકળી ગયા હોઈશું. આ હીરો લે અને તેને આપી દે."

"મને આશ્ચર્ય થાય છે કે તું તેને સાથે લઈને ફરે છે."

"આનાથી વધારે સુરક્ષિત જગ્યા બીજી કઈ હોઈ શકે ? જો આપણે તેને વ્હાઇટ હૉલમાંથી ચોરી લીધો તો બીજું કોઈ તેને મારી હોટલમાંથી ના ચોરી શકે ?"

"જરા એક વાર મને આના પર નજર ફેરવવા દો." આમ કહી મુક્કાબાજે હાથ લંબાવ્યા.

કાઉન્ટ સિલ્વિયસે પોતાના સાથી સામે એક અવજ્ઞાભરી નજર કરી અને પેલાના હાથને તરછોડ્યો.

"તમે સમજો છો શું ! આમ મારો હાથ તરછોડવાનો શું અર્થ ? અહીં જુઓ શ્રીમાન, હું તમારા આ વ્યવહારથી હવે કંટાળી ગયો છું."

"અરે, અરે, એમાં આટલા ગુસ્સે થવાની શું જરૂર છે, સૅમ ? આપણને હાલ ઝઘડવું જરા પણ પાલવે તેમ નથી. તારે ખરેખર હીરો જોવો હોય તો અહીં બારી આગળ આવ. તેને પ્રકાશમાં જોઈએ ! અહીં આવ !"

"આભાર તમારો !"

એક જ કૂદકે હોમ્સ તેની પ્રતિકૃતિની ખુરશીમાંથી ઊભો થયો અને આંખના પલકારામાં તેના હાથમાંથી કીમતી હીરો આંચકી લીધો. હવે તેના એક હાથમાં હીરો હતો જ્યારે બીજા હાથમાં રિવોલ્વર હતી જે કાઉન્ટના માથા પર તકાયેલી હતી. બન્ને દુષ્ટો એક ઘડી આંચકો ખાઈ ગયા અને થોડા પાછળ ખસી ગયા. હજી તેઓ આ આઘાતમાંથી બહાર જ આવે ત્યાં સુધીમાં તો હોમ્સે ઘંટડી રણકાવી દીધી હતી.

"કોઈ ચાલાકી નહીં, ભાઈઓ - કોઈ જ ચાલાકી નહીં, જરા પણ નહીં ! જરા મારા ફર્નિચરની દરકાર રાખો ! હવે તમારે એ સ્પષ્ટપણે સમજી લેવું જોઈએ કે તમે જરા પણ અનુકૂળ સ્થિતિમાં નથી. નીચે પોલીસ રાહ જ જોઈ રહી છે."

કાઉન્ટની આક્રમકતા પર મૂંઝવણ અને ભય હાવી થઈ ગયાં હતાં. તે હેબતાઈ ગયો હતો.

"તું શેતાન અહીં - ?" તેના મોઢામાંથી ઉદ્‌ગાર નીકળી ગયો.

"તારું આ આશ્ચર્ય સ્વાભાવિક છે. તને પેલા પરદા પાછળના બેડરૂમમાં ખૂલતા દરવાજાની ખબર નથી. મને લાગ્યું કે જ્યારે હું મારું પૂતળું ખસેડતો હતો ત્યારે તમને તેનો અવાજ સંભળાઈ ગયો હતો પણ નસીબ મારી સાથે હતું. અને આમ મને તમારી વાતચીત સાંભળવાનો મોકો મળી ગયો અને તમને મારી હાજરીની ખબર પણ ન પડી."

કાઉન્ટે હથિયાર નાખી દીધાં.

"અમે તમને માની ગયા, હોમ્સ, મને લાગે છે તમે જ સૌથી મોટા શેતાન છો."

"તેનાથી જરા પણ ઊતરતો નથી," હોમ્સે નમ્ર સ્મિત સાથે જવાબ આપ્યો.

સૅમ મર્ટનની નીચી બૌદ્ધિક ક્ષમતા ધીમે ધીમે પરિસ્થિતિને સ્વીકારી રહી હતી. હવે તો દાદરા પર પોલીસનાં ભારે પગલાંનો અવાજ પણ સંભળાઈ રહ્યો હતો, ત્યાં જ તેણે પોતાનું મૌન તોડ્યું.

"પોલીસ આવી ગઈ છે !" તેણે કહ્યું, "તેમ છતાં હજુ પણ આ અંદરના ઓરડામાંથી શેનો અવાજ આવી રહ્યો છે."

"અરે ! અરે !" હોમ્સે જવાબ આપ્યો. "તારી વાત સાચી છે તેને વાગવા દો ! આધુનિક ગ્રામોફોન એક ખૂબ જ અદ્ભુત શોધ છે."

તરત જ પોલીસ ઓરડામાં પ્રવેશી અને બન્નેના હાથમાં હાથકડીઓ લગાવવામાં આવી અને બન્ને ગુનેગારોને ઘોડાગાડી ભણી લઈ જવામાં આવ્યા. વૉટસને હોમ્સને તેની આ નવી સફળતા બદલ ઉત્સાહથી અભિનંદન પાઠવ્યાં. ફરીવાર બીલી કોઈક કાર્ડ લઈને ઓરડામાં આવ્યો અને તેમની વાતચીતમાં ખલેલ પડી.

"સાહેબ, લૉર્ડ કેન્ટલમેર આવ્યા છે."

"તેમને ઉપર લેતો આવ, બીલી. આ માણસને આ હીરામાં સૌથી વધારે રસ હતો", હોમ્સે કહ્યું. "આ ખરેખર એક ઉમદા અને પ્રામાણિક માણસ છે પણ થોડા જુનવાણી મિજાજનો છે. આ આખી ઘટનાની તેમને જરા પણ ખબર નથી."

બારણું ખૂલ્યું અને એક પાતળી કાયાવાળી રૂઆબદાર વ્યક્તિ ઓરડામાં પ્રવેશી. તે વ્યક્તિ થોડી ઉદ્ધત લાગતી હતી. તેનાં કપડાં પણ એકબીજા સાથે મેળ નહોતાં ખાતાં. હોમ્સે તેની સાથે હસ્તધૂનન કરી તેનું અભિવાદન કર્યું પણ તેના તરફથી કોઈ જ પ્રતિભાવ ન મળ્યો.

"કેમ છો, લૉર્ડ કેન્ટલમેર ? બહાર બહુ ઠંડી છે પણ અહીં અંદર વાતાવરણ એકદમ હૂંફાળું છે. શું હું તમારો ઓવરકોટ ઉતારવામાં મદદ કરું ?"

"ના, આભાર, મારે તેને નથી ઉતારવો."

તેમ છતાં હોમ્સે પોતાનો આગ્રહ ચાલુ રાખ્યો અને તેની બાંયને સ્પર્શ્યો.

"મહેરબાની કરીને કાઢવા દો, મારો મિત્ર તમને જણાવશે કે હવામાનના આવા અસામાન્ય ફેરફારની માણસ પર કેવી અસર થતી હોય છે."

તેમણે નાખુશ થતાં પોતાનો કોટ ઉતાર્યો.

"હું એકદમ મજામાં છું, અને એમ પણ મારે અહીં વધારે રોકાવાની જરૂર નથી. હું અહીં માત્ર એટલું જ જોવા આવ્યો છું કે તમે તમારી શોધમાં કેટલે પહોંચ્યા છો ?"

"આ ખરેખર ખૂબ જ અઘરું કામ છે, ખૂબ જ અઘરું."

"મને પહેલેથી ખ્યાલ હતો જ કે તેમ જ થવાનું હતું."

વૃદ્ધ નામદારની વર્તણૂકમાં તોછડાઈ હતી.

"દરેક માણસને તેની એક મર્યાદા હોય છે, શ્રીમાન હોમ્સ, અને તેણે તે સારી રીતે જાણી લેવી જોઈએ અને તેમ કરવાથી તેને આત્મસંતોષ મળે છે."

"હા, સાહેબ, હું ખૂબ મૂંઝાઈ ગયો હતો."

"તેમાં કોઈ જ શંકા નથી."

“ખાસ કરીને એક મુદ્દા પર. કદાચ તમે મને તેમાં મદદ કરી શકો ?”

“તમે મારી મદદ ઘણી મોડી માંગી. પણ મને એમ કે તમે તમારી પદ્ધતિથી જ કામ પાર પાડી દેશો. તેમ છતાં હું તમને મદદ કરવા તૈયાર છું.”

“તમને તો ખબર જ છે, લૉર્ડ કેન્ટલમેર, કે આપણે નિઃશંકપણે ચોર સામે કેસ મજબૂત કરી દીધો છે.”

“તો પછી તેમને પકડી લો.”

“સાચી વાત છે, પણ પ્રશ્ન એ છે કે તેમની સામે પછી કેસ દાખલ કેવી રીતે કરવો ?”

“તેમને પકડ્યા સિવાય આ બધી વાત કરવાનો શું અર્થ છે ?”

“આપણી યોજના આમ તો સંપૂર્ણપણે તૈયાર છે. પણ તેમની સામે પાક્કા પુરાવા તરીકે શું રજૂ કરવું ?”

“હીરાનો કબજો સાબિત કરવાનો હોય.”

“આપણે તેમની તેના આધારે ધરપકડ કરી શકીએ ?”

“ચોક્કસ.”

હોમ્સ સામાન્ય રીતે ખાસ હસતો નહોતો પણ વૉટસન આજે તેને હસતો જોઈ રહ્યો હતો.

“એક મિનિટ, સાહેબ.” તેણે કહ્યું, “હીરો થોડી વાર માટે પોતાની પાસે રાખવો તે ખરેખર ગુનો છે પણ તેને સાથે લઈ ચાલતી પકડવી તે તેથી પણ મોટો ગુનો છે.”

“સાહેબ, હવે આ અસહનીય થઈ રહ્યું છે ! મને જવા દો.”

“તમારો હાથ તમારા ઓવરકોટના જમણા ખિસ્સામાં નાખો.”

“તમે કહેવા શું માગો છો, સાહેબ ?”

“હું કહું છું તેમ કરો.”

તેમના હાથમાં તાજનો હીરો જોઈ આપ નામદાર હક્કાબક્કા થઈ ગયા. તેમની હથેળી કાંપવા લાગી અને તેમની આંખો આશ્ચર્યથી ચમકી રહી.

“અરે ! અરે ! આવું કેવી રીતે થયું, શ્રીમાન હોમ્સ ?”

“બહુ ખરાબ કહેવાય, સાહેબ, બહુ ખરાબ કહેવાય !” હોમ્સે મોટેથી કહ્યું. “મારા આ મિત્ર તમને જણાવશે કે મને વ્યવહારિક મજાક કરવાની ખરાબ આદત છે. અને હું ક્યારેય આવી નાટ્યાત્મક ક્ષણને જતી કરવા નથી માગતો. હું સ્વીકારું છું કે મેં ખૂબ મોટી છૂટ લીધી. ખૂબ જ મોટી છૂટ - મેં તમે આવ્યા ત્યારે જ તમારા ઓવરકોટના ખિસ્સામાં હીરો નાખી દીધો હતો.”

વૃદ્ધે હીરા પરથી નજર હટાવી હોમ્સ સામે જોઈ સ્મિત કર્યું.

“સાહેબ, હું તમારી સાથે ઘણો ઉદ્ધત રહ્યો. પણ મને આનંદ છે કે હીરો મળી ગયો.”

"શ્રીમાન હોમ્સ, પણ તમારી આ મજાકે ખરેખર મને મૂંઝવી માર્યો હતો અને તેનો સમય પણ યોગ્ય નહોતો પણ મેં તમારી આવડત પર શંકા કરી તે બદલ દિલગીર છું."

"મામલો હજી સંપૂર્ણ પૂરો નથી થયો, વિગતો હજુ અધૂરી છે. પણ મને વિશ્વાસ છે કે જ્યારે તમે તમારા ઉચ્ચ વર્તુળમાં મારી સફળતાનો ઉલ્લેખ કરશો ત્યારે મને મારો બદલો મળી ગયો હશે. બીલી, આપ નામદારને બહાર સુધી મૂકી આવ અને શ્રીમતી હડસનને કહે કે બે જણનું જમવાનું બને તેટલું જલદી તૈયાર કરે."

❖

વિચિત્ર પ્રસ્તાવ

આ થ્રી ગેબલ્સવાળો મામલો જે નાટકીય રીતે અમારી સમક્ષ આવ્યો તે રીતે અત્યાર સુધી હોમ્સનો એક પણ મામલો અમારી સમક્ષ પ્રગટ નહોતો થયો. હું હોમ્સને કેટલાય વખતથી નહોતો મળ્યો એટલે મને એ વાતનો જરા પણ અંદાજ નહોતો કે આજકાલ તેની પ્રવૃત્તિ શું હતી. તે સવારે તે વાતો કરવાના મિજાજમાં હતો. હું તેની સામેની મારી હમેશની ખુરશીમાં બિરાજમાન હતો અને તે મારી સામેની ખુરશીમાં સિગારેટના ધુમાડાની રિંગો ઉડાડતો બેઠો હતો. અમે બન્ને તાપણા નજીક બેઠા હતા. ત્યાં જ અમારો મુલાકાતી આવ્યો. હું એમ કહીશ કે એક રઘવાયો સાંઢ ઓરડામાં પ્રવેશ્યો હતો તો તમને સ્થિતિનો ચોક્કસ ખ્યાલ આવશે.

બારણું ધડામ કરતું ખૂલ્યું અને એક કદાવર નિગ્રો ઓરડામાં ધસી આવ્યો. જો તે આક્રમક ન હોત તો એક હાંસીને પાત્ર માણસ લાગત, કારણ કે તેણે ચોકડીવાળો રાખોડી રંગનો સૂટ પહેર્યો હતો અને તેના પર ચળકતી ભડકતી ટાઈ બાંધી હતી. તેનું પહોળું મોઢું અને ચપટું નાક આગળ ધસી આવ્યાં હતાં અને તેની કાળી કાળી દ્વેષીલી આંખોમાં એક જાતનો રોષ ભડકી રહ્યો હતો. તે અમારા બન્ને તરફ વારાફરતી જોઈ રહ્યો હતો.

"તમારામાંથી શ્રીમાન હોમ્સ કોણ છે ?" તેણે પૂછ્યું.

હોમ્સે સ્મિત સાથે પોતાની પાઈપ ઊંચી કરી.

"અચ્છા ! તો તે તમે છો ?" તે મુલાકાતીએ નારાજગીપૂર્વક આગળ ટેબલ તરફ ધસી આવતાં કહ્યું. "અહીં જુઓ, શ્રીમાન હોમ્સ, તમારે બીજા લોકોનાં કામમાં માથું ન મારવું જોઈએ. લોકોને તેમનું કામ જાતે જ કરવા દો. સમજી ગયા, શ્રીમાન હોમ્સ ?"

"આગળ કહો," હોમ્સે કહ્યું. "બીજું કંઈ ખરું ?"

"અચ્છા ! હજુ બીજું પણ સાંભળવું છે ?" પશુએ ઘૂરકિયું કર્યું, "તો સાંભળો, મને તમને ઠેકાણે પાડતાં જરા પણ વાર નહીં લાગે. તમારા જેવા ઘણાને હું સીધા કરી

ચૂક્યો છું. કોઈની સામે જ્યારે હું પડું છું ત્યારે તેના હાલ બેહાલ થઈ જાય છે. સમજી લેજો, શ્રીમાન હોમ્સ !"

તેણે કોઈક વસ્તુ મારા મિત્ર તરફ નાખી. હોમ્સે તે ખૂબ જ રસપૂર્વક તપાસી. "આ વળી તેં ક્યાંથી પેદા કરી ?" તેણે પૂછ્યું. "કે પછી ખરેખર મહેનત કરીને તેં આ મેળવ્યું છે ?"

આ કદાચ મારા મિત્રની બરફ જેવી ઠંડક હોય અથવા એક જાતનો કટાક્ષ હોય. કોઈ પણ રીતે અમારો મુલાકાતી થોડો ઠંડો પડી ગયો.

"સારું તો મેં તમને ચેતવણી આપી દીધી છે," તેણે કહ્યું. "મારો એક મિત્ર છે, તેને લોકોને સીધા કરવામાં ઘણી મજા આવે છે. મારો કહેવાનો અર્થ સમજી ગયા ? અને તેને પોતાના કામમાં કોઈની પણ દખલગીરી સહન નથી થતી. સમજી ગયા તમે ? તમને કાયદાની કશી પડી નથી અને મને પણ નથી પડી. માટે જો તમે અમારા રસ્તામાં આવ્યા તો હું તમને જોઈ લઈશ. તે ભૂલતા નહીં."

"હું છેલ્લા કેટલાક સમયથી તમને મળવા માગતો હતો," હોમ્સે કહ્યું, "મેં તમને બેસવા ના કહ્યું, કારણ કે મને તમારી ગંધ નથી ગમતી. પણ તમે ક્યાંક પેલા મુક્કાબાજ સ્ટિવ ડીઝી તો નથી ને ?"

"હા, તે મારું જ નામ છે, શ્રીમાન હોમ્સ, અને તમે તે તમારા મગજમાં કોતરી નાખજો, કારણ કે તમને તેની જરૂર પડશે."

"તેની તો તને જરૂર પડવાની છે," હોમ્સે અમારા મુલાકાતીના બિહામણા ચહેરા સામે જોતાં કહ્યું. "પણ આ મામલો હોલબોર્નના પીઠા બહાર ઊભા રહેતા પર્કિન્સની હત્યાનો છે - અરે ! તું ક્યાં જઈ રહ્યો છે !"

નિગ્રો બે પગલાં પાછળ આવ્યો અને તેનો ચહેરો જાણે સીસા જેવો થઈ ગયો.

"મારે કોઈ જ બકવાસ નથી સાંભળવો," તેણે કહ્યું. "મારે વળી આ પર્કિન્સ સાથે શું લેવાદેવા, શ્રીમાન હોમ્સ ? જ્યારે આ પર્કિન્સ પર હુમલો થયો ત્યારે હું બર્મિંગહામ બૂલ રિંગમાં તાલીમ લઈ રહ્યો હતો."

"હા, આ બધી દલીલો તું ન્યાયાધીશ આગળ કરજે, સ્ટિવ." હોમ્સે કહ્યું, "હું તને અને બાર્નિ સ્ટોકડેલને જ શોધી રહ્યો છું ---"

"હે ભગવાન !"

"બહુ થયું. આ મામલાથી દૂર રહે. મને તારી જરૂર પડશે ત્યારે હું તને શોધી લઈશ."

"શુભ સવાર, શ્રીમાન હોમ્સ, આવજો ત્યારે. મને આશા છે કે તમે આપણી આ મુલાકાતનો ઊંધો અર્થ નહીં લો."

"જતા પહેલાં મને એટલું તો કહેતો જા કે તને અહીં કોણે મોકલ્યો હતો ?"

"અરે, તેમાં વળી કયું મોટું રહસ્ય છે ? તમે હમણાં જેનું નામ લીધું તેણે જ મને મોકલ્યો છે."

"અને તેને આમ કરવા કોણે કહ્યું હતું ?"

"મને નથી ખબર, શ્રીમાન હોમ્સ. તેણે મને માત્ર એટલું જ કહ્યું 'સ્ટિવ, શ્રીમાન હોમ્સને મળ અને તેને કહે કે જો તે હેરોના મામલામાં પડ્યા તો તેનો જીવ જોખમમાં મુકાઈ જશે.' બસ આટલી જ વાત થઈ હતી." નવા કોઈ પ્રશ્નો કરવામાં આવે તે પહેલાં જ અમારો મુલાકાતી આવ્યો હતો તેટલી જ ત્વરાથી ઓરડામાંથી બહાર નીકળી ગયો. હોમ્સે મર્માળું સ્મિત કરતાં રાખ કાઢવા પોતાની હોકલી ઠપકારી.

"મને આનંદ છે કે તારે તેના આખલા જેવા માથાને ભાંગવાની નોબત ન આવી, વૉટસન. મેં તારા હાથમાંના પોકર અને તારી પકડ જોઈ લીધાં હતાં. પણ તે જરા પણ નુકસાનકારક માણસ નથી. તે ખાલી દેખાવે જ વિકરાળ છે. બાકી તેં જોયું ને કેવો સરળતાથી આપણા તાબે થઈ ગયો. તે સ્પેન્સ જોહ્ન ગેંગનો માણસ છે અને આગળ ઘણા બધા નાના મોટા ગુનામાં સંડોવાયેલો છે. મને સમય મળશે ત્યારે તેનો પણ મેળ પાડી દઈશ. પણ તેનો સરદાર બાર્નિ ઘણો ચતુર છે. તેઓ હિંસક હુમલો, બળાત્કાર અને ધાકધમકીવાળા ગુનાના નિષ્ણાત છે. હું માત્ર એટલું જ જાણવા માગતો હતો કે ખાસ આ મામલામાં તેમની પાછળ કોણ ઊભું હતું ?"

"પણ તેઓ તને શા માટે ધમકી આપે છે ?"

"આ હેરો વેલ્ડનો મામલો છે. મેં એટલા માટે તેમાં રસ લેવાનું નક્કી કર્યું કારણ કે જ્યારે કોઈ આટલી હદ સુધીની તકલીફ લેતું હોય ત્યારે ચોક્કસ તેમાં કંઈક તો હોવું જ જોઈએ."

"પણ ખરેખર છે શું ?"

"આ આખલો આવ્યો તે પહેલાં હું તને તે બાબતે જ જણાવવાનો હતો. મારી પાસે શ્રીમતી મેબર્લીની ચિઠ્ઠી છે. જો તું મારી સાથે આવતો હોય તો આપણે તેમને તારમાં જવાબ મોકલી દઈએ."

શ્રીમતી મેબર્લીની ચિઠ્ઠી આ પ્રમાણે હતી :

શ્રીમાન શૅરલૉક હોમ્સ,

મને આ ઘરમાં કેટલાક વિચિત્ર અનુભવો થઈ રહ્યા છે. જે બાબતે હું તમારી સલાહ લેવા માગું છું. આવતી કાલે ગમે તે સમયે હું તમને ઘરે જ મળીશ. મારું ઘર વેલ્ડ સ્ટેશનેથી થોડુંક જ ચાલતાં આવી જશે. મારા ખ્યાલથી મારા મૃત પતિ મોર્ટિમર મેબર્લી પણ આપના અસીલ રહી ચૂક્યા છે.

તમારી વિશ્વાસુ
મૅરી મેબર્લી

સરનામું હતું "ધ થ્રી ગેબલ્સ, હેરો વેલ્ડ."

"તો વાત આમ છે !" હોમ્સે કહ્યું, "અને જો તારી પાસે સમય હોય તો આપણે આપણા કામ પર લાગી જઈએ."

ટ્રેઈનની નાનકડી મુસાફરી અને ઘોડાગાડીની નાનકડી સફર અમને તે ઘર પાસે લઈ ગઈ. તે ઈંટો અને લાકડાનું બનેલું નાનકડું ઘર હતું. ઉપરના માળની ત્રણ મોટી બારીઓના કારણે તેનું નામ સાર્થક થતું હતું. તેની પાછળ છૂટક છૂટક પાઈનનાં વૃક્ષો ઊગેલાં હતાં જે વાતાવરણને ગમગીની બક્ષતાં હતાં. આમ ઘરનો આગળનો ભાગ ખૂબ જ ઉદાસ અને નિસ્તેજ લાગતો હતો. જો કે અંદર પ્રવેશતાં અમે જોયું કે ઘરમાં પૂરતું રાચરચીલું ગોઠવવામાં આવ્યું હતું. જે સ્ત્રીએ અમારું સ્વાગત કર્યું તેણી એક વૃદ્ધા હતાં. તેણી એક શિષ્ટ અને સુસંસ્કૃત સ્ત્રી હતી.

"મને તમારા પતિ સારી રીતે યાદ છે, માદામ." હોમ્સે કહ્યું, "જો કે તેમણે મારી સલાહ લીધી તેને ઘણાં વર્ષો વીતી ગયાં છે."

"તમે મારા પુત્ર ડગ્લાસથી તો સારી રીતે માહિતગાર હશો જ ?"

હોમ્સે રસપૂર્વક તેણી તરફ જોયું.

"અરે ! તો તમે ડગ્લાસ મેબર્લીની માતા છો ? એમ ! હું તેને જરા જરા ઓળખું છું. પણ હા, આખું લંડન તેને ઓળખે છે. તે એક અદ્‌ભુત માણસ છે ! હાલ તે ક્યાં છે ?"

"મરી ગયો છે, શ્રીમાન હોમ્સ, મરી ગયો છે ! તે રોમમાં હતો અને ત્યાં ન્યૂમોનિયાની બીમારીથી ગયા મહિને જ મૃત્યુ પામ્યો છે."

"મને દુઃખ છે. આવા માણસનું આટલી નાની ઉંમરે મૃત્યુ થાય તેવી કોઈને કલ્પના પણ ન થાય. મેં અત્યાર સુધી કોઈને આટલા જીવંત નથી જોયા. તેઓ ખૂબ જ અર્થપૂર્ણ જીવન જીવ્યા છે !"

"ખૂબ જ સાર્થક, શ્રીમાન હોમ્સ. તે જ તો તેની બરબાદીનું કારણ હતું. તમે તેને ચોક્કસ એક ખુશમિજાજ અને મહાન વ્યક્તિ તરીકે યાદ કરતા હશો પણ તમને તેના ઉદાસ અને ગંભીર મિજાજની ખબર નથી. તે હૃદયભંગ થઈ ગયો હતો. એક જ મહિનામાં મેં મારા સુંદર દીકરાને સાવ નંખાઈ જતો જોયો છે."

"પ્રેમ-પ્રકરણ - કોઈ સ્ત્રી ?"

"અથવા તો કહો ચુડેલ. જો કે મેં અહીં તમને મારા દીકરાની વાતો કરવા નથી બોલાવ્યા, શ્રીમાન હોમ્સ."

"ડૉ. વૉટસન અને હું તમારી મદદ માટે જ આવ્યા છીએ."

"અહીં કંઈક વિચિત્ર બની રહ્યું છે. હું અહીં આ ઘરમાં એકાદ વર્ષથી રહું છું અને હું એક નિવૃત્ત જીવન જીવતી હોવાથી પાડોશમાં બહુ ખાસ કોઈને મળતી પણ નથી. ત્રણ દિવસ પહેલાં મને મકાનની દલાલી કરતી એક વ્યક્તિ મળવા આવી હતી. તેણે કહ્યું હતું

કે આ ઘરમાં તેના એક ગ્રાહકને ઘણો રસ છે અને જો હું તેને વેચવા માગતી હોઉં તો મને માગી કિંમત મળશે. મને તેની આ વાત સાંભળીને ઘણું આશ્ચર્ય થયું, કારણ કે બજાર બાજુ તો આવાં ઘણાં બધાં મકાનો ખાલી પડ્યાં છે. જો કે મને તેની વાતમાં રસ પડ્યો એટલે મેં તેને એવી કિંમત જણાવી જે મેં આ મકાન માટે આપેલી કિંમત કરતા પાંચસો પાઉન્ડ વધારે હતી. તેણે આ વાત માની લીધી. પણ પછી તેણે મને એમ કહ્યું કે તેનો ગ્રાહક ઘરની સાથે સાથે ફર્નિચર પણ ખરીદવા માગે છે અને તેની કિંમત આપવા પણ તૈયાર છે. આ ઘરનું કેટલુંક ફર્નિચર મારા જૂના ઘરનું છે અને તમે જોઈ શકો છો કે તે કેટલું સુંદર છે. એટલે મેં તેની પણ સારી એવી કિંમત લગાવી. તે માટે પણ તે તરત જ સમ્મત થઈ ગયો. હું હંમેશા આખું જગત ફરવા માગતી હતી અને સોદો એટલો સારી કિંમતે નક્કી કરવામાં આવ્યો હતો કે હું મારું આખું જીવન હવે મને મન ફાવે તેમ જીવી શકું તેમ હતી.

"ગઈ કાલે તે માણસ કરારનામા સાથે આવી પહોંચ્યો. સદ્નસીબે મેં તે મારા વકીલ શ્રીમાન સુત્રોને બતાવ્યો જે અહીં હેરોમાં જ રહે છે. તેમણે મને કહ્યું કે આ એક ખૂબ જ વિચિત્ર દસ્તાવેજ છે. તમને ખબર છે કે જો તમે આ કરાર પર સહી કરશો તો તમે અહીંથી કાયદેસર રીતે કશું જ નહીં લઈ જઈ શકો - તમારી અંગત વસ્તુ પણ નહીં." પછી સાંજે જ્યારે દલાલ પાછો આવ્યો ત્યારે મેં તેને આ મુદ્દા વિષે સ્પષ્ટતા કરી અને તેને કહ્યું કે હું માત્ર ફર્નિચર જ વેચવા માગું છું.

"'ના, ના, દરેક વસ્તુ,'" તેણે કહ્યું.

" 'પણ મારાં કપડાં ? મારાં ઘરેણાં ?'

" 'હા, હા, તમારી અંગત વસ્તુઓ તમને મળી શકશે પણ એક પણ વસ્તુ તપાસાયા વિના અહીંથી બહાર નહીં નીકળે. મારા ગ્રાહક એક ખૂબ જ પ્રામાણિક માણસ છે પણ તેમની કામ કરવાની રીત સાવ અલગ છે. તેઓ કાં તો બધું જ ખરીદશે અથવા તો કશું જ નહીં.'

" 'તો તો પછી કશું જ ખરીદવાની જરૂર નથી,' મેં કહ્યું. અને ત્યાં જ આખી વાતચીતનો અંત આવ્યો, પણ આ આખી બાબત મને એટલી વિચિત્ર લાગી કે મેં વિચાર્યું - "

અહીં અમારી વાતમાં ખલેલ પડી.

હોમ્સે ચૂપ થવા પોતાનો હાથ ઉઠાવ્યો. ખૂબ જ ચપળતાથી તે રૂમના છેડે આવેલા દરવાજા તરફ ધસી ગયો ફટાક કરતું બારણું ખોલ્યું અને એક કોથળા જેવી સ્ત્રીને ખભેથી પકડી પાડી. તેણી એક કદરૂપી મરઘી જેવી સ્ત્રી હતી.

"મને છોડી દો ! તમે આ શું કરી રહ્યા છો ?" તેણીએ પોતાની જાતને છોડાવતાં કહ્યું.

"અરે મદામ, હું તો એટલું પૂછવા આવી હતી કે જો મુલાકાતી રોકાવાના હોય તો સાંજના ભાણાની વ્યવસ્થા કરું. ત્યાં તો આ ભાઈ મારા પર કૂદી પડ્યો."

"હું તેને પાંચ મિનિટથી સાંભળી રહ્યો હતો પણ હું તમારા અત્યંત રસપ્રદ નિવેદનમાં ખલેલ પાડવા નહોતો માગતો. ચાલાક સુઝાન, કેમ ? તારો શ્વાસ આવા છૂપા કામ માટે ઘણો ભારે કહેવાય."

સુઝાન ઝંખવાઈ ગઈ અને હોમ્સ સામે અવાક થઈને જોઈ રહી. "તમે જે હોવ તે, પણ તમને મને આમ ખેંચવાનો શું હક્ક છે ?"

"અચ્છા, તો હું તારી હાજરીમાં જ એક પ્રશ્ન પૂછું છું. શ્રીમતી મેબર્લી, શું તમે મારી સલાહ લેવા મને પત્ર લખ્યો છે તેવું કોઈને કહ્યું હતું ?"

"ના, શ્રીમાન હોમ્સ, કોઈને નહોતું કહ્યું."

"તમારો પત્ર કોણે પોસ્ટ કર્યો હતો ?"

"સુઝાને."

"તદ્દન સાચું. તો સુઝાન, હવે મને એ કહે કે તેં તારી શેઠાણી મારી સલાહ માગી રહી છે તેવા ખબર કોને આપ્યા હતા ?"

"ખોટી વાત છે, મેં કોઈને સંદેશો નથી મોકલ્યો."

"હવે, સુઝાન, બદમાશ લોકો વધારે નથી જીવતા તે તને ખબર જ છે. ખોટું બોલવું ખરાબ બાબત છે. તેં કોને કહ્યું હતું, બોલ ?"

"સુઝાન !" તેની શેઠાણીએ બૂમ પાડી, "મને ખબર છે કે તું કંઈ ભલી સ્ત્રી નથી. હવે મને યાદ આવે છે કે તું પેલી ઝાડીઓમાં કોઈની સાથે વાત કરી રહી હતી."

"તે મારી અંગત વાત હતી," સ્ત્રીએ નફ્ફટાઈથી જવાબ આપ્યો.

"જો હું એમ કહું કે તેં બાર્નિ સ્ટૉકડેલ સાથે વાત કરી હતી તો ?" હોમ્સે પૂછ્યું.

"જો તમને ખબર જ હોય તો શા માટે પૂછો છો ?"

"મને ખાતરી નહોતી પણ હવે થઈ ગઈ છે. તો હવે, સુઝાન, જો તું મને એ જણાવીશ કે બાર્નિ પાછળ કોણ છે તો હું તને દસ પાઉન્ડ આપીશ."

"તેની સામે મને હજાર પાઉન્ડ આપવાવાળા તૈયાર છે."

"અચ્છા, ધનવાન માણસ છે ? ના, તું તો હસી - કોઈ શ્રીમંત સ્ત્રી લાગે છે. હવે આપણે ઘણા આગળ આવી ગયા છીએ. હવે તારે નામ જ આપવાની જરૂર છે અને દસની નોટ લઈ ચાલતી પકડ."

"નરકમાં તને જોઈ લઈશ."

"અરે સુઝાન ! જરા જીભ સંભાળીને વાત કર !"

"હું અહીંથી જાઉં છું. બહુ થયું હવે. કાલે સવારે મારો સામાન લેવા કોઈક આવી જશે." તે બારણું પછાડતી જતી રહી.

"આવજે... સુઝાન." પાગલ સ્ત્રીએ બારણું પછાડતાં તે અમારી તરફ ફર્યો અને વાત આગળ વધારી. "આ ટોળકીને ધંધા સાથે જ લેવાદેવા છે. જુઓ તો ખરી તેઓ તમારા નાક નીચે રમત રમી ગયા અને તમને ખબર પણ ના પડી. તમારા પત્ર પર રાતના દસ વાગ્યાનો સમય છપાયો હતો અને સુઝાને બાર્નિને સંદેશ પણ આપી દીધો. અને તે દરમિયાન બાર્નિ પોતાના શેઠને પણ મળી આવ્યો અને તેની સલાહ પણ લઈ આવ્યો ! તે કે તેણી - હું તેણી પર વળગી રહેવા માગું છું, કારણ કે સુઝાનની આંખોમાં તેવો જ કોઈક ભાવ વાંચવા મળ્યો હતો. પછી બ્લેક સ્ટિવને બોલાવવામાં આવ્યો અને તે અગિયાર વાગ્યે તો મને ધમકી આપવા પણ આવી ગયો. તેઓ કેટલું જલદી કામ કરે છે તમને ખબર પડી ?"

"પણ તેઓને શું જોઈએ છે ?"

"હા, તે જ પ્રશ્ન છે. તમારા પહેલાં આ ઘર કોનું હતું ?"

"ફર્ગ્યુસન નામના કોઈ સમુદ્રી કપ્તાનનું હતું."

"તેમની કોઈ ખાસ વાત ?"

"મારા સાંભળવામાં તો નથી આવી."

"મને થાય છે તેણે આ ઘરમાં કશુંક દાટ્યું તો નહીં હોય ને ! આજકાલ લોકો પોસ્ટ ઑફિસમાં પૈસા જમા કરે છે, તે સમયે ઘરમાં દાટતા હતા. પહેલાં તો મને એ વિચાર આવ્યો કે અહીં કશુંક કીમતી દાટવામાં આવ્યું હોવું જોઈએ. જો તેમ જ હોય તો શા માટે તેમને તમારા ફર્નિચરની જરૂર પડે ? તમારી પાસે રાફેલ અથવા તો શેક્સપિયરની કોઈ કૃતિ તો નથી ને કે જેની તમને ખબર ન હોય ?"

"ના, મારી પાસે તો એવી કોઈ જ વસ્તુ નથી, સિવાય કે ક્રાઉન ડર્બિનો કપ-રકાબીનો સેટ."

"તેનાથી તો કશું જ સાબિત નથી થતું. તેના કરતાં તો તે સીધી તેની જ માગણી ન કરી લે ? જો તેમને તમારો ટી-સેટ જ જોઈતો હોય તો તેમને તમારા આખા ઘરને ટીપણાં-કબાટો સાથે ખરીદવાની શું જરૂર ? સીધેસીધો ટી-સેટ જ ના ખરીદી લે ? ના, મારું માનવું છે ત્યાં સુધી તે લોકો કોઈક એવી વસ્તુ પાછળ છે જેની તમારા ઘરમાં હાજરી હોવાની તમને જ ખબર નથી અને જો તમને તેની ખબર પડે તો તમે તે આપવા તૈયાર ન થાઓ."

"મને પણ તેવું જ લાગે છે," મેં કહ્યું.

"ડૉ. વૉટસન પણ આ વાત સાથે સંમત થાય છે."

"તો, શ્રીમાન હોમ્સ. તે કઈ વસ્તુ હોઈ શકે ?"

"અચ્છા, તો આ માનસિક નિરીક્ષણ બાદ આપણે જે મુદ્દા પર આવ્યાં છીએ તે થોડો અસ્પષ્ટ છે. તમે આ ઘરમાં એક વર્ષથી રહો છો ?"

"લગભગ બે વર્ષથી."

"આ બે વર્ષ દરમિયાન તમારી પાસે કોઈકે કશું માગ્યું નથી અને હવે અચાનક ત્રણ-ચાર દિવસમાં તમારી પાસે માગણી કરવામાં આવી રહી છે. આના પરથી તમને શું લાગે છે."

"મને માત્ર એટલું જ સમજાય છે કે," મેં કહ્યું, "કોઈક એવી વસ્તુ, પછી તે ભલે ગમે તે હોય, તે છેલ્લા થોડાક સમય દરમિયાન આ ઘરમાં આવી હોય."

"ચાલો, આ વાત પણ માનવા જેવી છે," હોમ્સે કહ્યું, "હવે, શ્રીમતી મેબર્લી, નજીકના સમયમાં તમારા ઘરમાં કોઈ વસ્તુ આવી છે ખરી ?"

"ના, આ વર્ષે તો મેં કશું જ નથી ખરીદ્યું."

"ખરેખર ! બહુ કહેવાય. મારા ખ્યાલથી આપણે હજુ પણ બાબતને થોડીક આગળ વધવા દેવી જોઈએ. તમારા વકીલ એક કાબેલ વ્યક્તિ છે ?"

"શ્રીમાન સુત્રો ઘણા કાબેલ છે."

"આ સુઝાન સિવાય તમારે બીજી કોઈ નોકરાણી છે ? કે તે એકલી જ હતી ?"

"હા, એક યુવાન છોકરી પણ છે."

"તો પછી તેણીને સૂત્રો પાસે મોકલો અને તેમને અહીં તમારા ઘરમાં બે-ત્રણ રાત રોકાવા કહો. તમારે કદાચ સુરક્ષાની જરૂર પડે."

"કોની સામે ?"

"કોને ખબર ? આ બાબત હજુ પણ ઘણી બધી ગૂંચવણભરી છે. જો હું તે કઈ વસ્તુની પાછળ છે તે ન શોધી શક્યો તો મારે બીજા છેડેથી મારી તપાસની શરૂઆત કરવી પડશે અને મુખ્ય વ્યક્તિ સુધી પહોંચવું પડશે. આ ઘરદલાલે તમને તેનું કોઈ સરનામું આપ્યું છે ?"

"તેનું કાર્ડ જ આપ્યું છે. જેના પર 'હેન્સ-જોહ્ન્સન, હરાજી અને આકારણી કરનાર' તેટલું જ લખ્યું છે."

"મને નથી લાગતું કે તે આપણને ડિરેક્ટરીમાં તેમનું નામ મળે. પ્રામાણિક માણસો તેમના ધંધાનું સ્થળ છુપાવતા નથી. સારું, તો જો કોઈ નવા સમાચાર આવે તો મને જણાવજો. મેં તમારો કેસ હાથ પર લઈ લીધો છે અને મારા પર વિશ્વાસ મૂકી શકો છો."

જ્યારે અમે હૉલમાંથી પસાર થયા ત્યારે હોમ્સની કશું જ નહીં ચૂકનાર નજરમાં કેટલીક પેટીઓ અને પટારા આવ્યા જે ખૂણામાં પડ્યા હતા. તેના પર લેબલ લગાવવામાં આવ્યાં હતાં.

'મિલાનો', 'લુસર્ન' તે ઇટાલીથી આવ્યા હતા.

"તે મારા બિચારા ડગ્લાસની વસ્તુઓ છે."

"તમે તેને હજુ ખોલી નથી ? તે અહીં ક્યારની આવી છે ?"

"તે હજુ ગયા અઠવાડિયે જ આવી છે."

"પણ તમે તો કહ્યું... અરે, આ જ આપણી ખૂટતી કડી હોઈ શકે. આપણને શું ખબર કે આમાં કશુંક કીમતી નહીં હોય ?"

"તેવી કોઈ જ શક્યતા નથી, શ્રીમાન હોમ્સ. મારા બિચારા ડગ્લાસ પાસે કશું જ નહોતું. તેની પાસે વળી શું કીમતી હોઈ શકે ? એ બિચારા પર તો દેવું હતું."

હોમ્સ વિચારમાં ખોવાઈ ગયો.

"વધારે મોડું કર્યા વિના, શ્રીમતી મેબર્લી," છેવટે તે બોલ્યો, "આ વસ્તુઓ ઉપર તમારા ઓરડામાં લઈ જાઓ. બને તેટલી જલદી તેમાંની બધી જ વસ્તુઓ તપાસો. હું કાલે સવારે આવું ત્યારે મને તેની વિગતો જણાવજો."

એટલું તો પાક્કું જ હતું કે થ્રી ગેબલ્સ મકાન પર ચાંપતો જાપતો રાખવામાં આવી રહ્યો હતો, કારણ કે જ્યારે અમે કેડીના છેડે પહોંચ્યા ત્યારે ત્યાં આગળ અમને પેલો સવારવાળો નિગ્રો છાંયડા પાછળ સંતાયેલો દેખાયો. અમે તરત જ તેની પાસે પહોંચી ગયા. હોમ્સે તેના ખિસ્સામાં હાથ નાખ્યો.

"તમારી બંદૂક કાઢો છો, શ્રીમાન હોમ્સ ?"

"ના ભાઈ, મારી અત્તરની શીશી શોધું છું, સ્ટિવ."

"તમે ખરેખર રમૂજી છો, શ્રીમાન હોમ્સ, ખરું ને ?"

"પણ તારા માટે આ જરા પણ રમૂજી નથી, સ્ટિવ. જો હું તારી પાછળ પડીશ તો તને ભારે થઈ પડશે. આજે સવારે જ મેં તને ચેતવી દીધો છે."

"હા, શ્રીમાન હોમ્સ, તમે જે કહ્યું તે પર મેં ખૂબ જ વિચાર કર્યો અને હવે હું મેસર પર્કિન્સવાળા મામલા પર જરા પણ ચર્ચા કરવા નથી માગતો. પણ બની શકે કે હું તમને મદદ કરી શકું, શ્રીમાન હોમ્સ. હું તમને મદદ કરીશ."

"અચ્છા, તો પછી મને કહે કે તારી પાછળ કોણ છે ?"

"હે ભગવાન, મારી મદદ કરો ! શ્રીમાન હોમ્સ, મેં પહેલાં જ તમને બધું કહી દીધું છે. મારા શેઠ બાર્નિએ જ મને આદેશ આપ્યા હતા, બસ તેટલું જ."

"જો, સ્ટિવ. આ વાત મગજમાં કોતરી રાખ કે પેલા ઘરમાંની સ્ત્રી અને તે ઘર હેઠળનું બધું જ મારી સુરક્ષા હેઠળ છે. તે જરા પણ ભૂલતો નહીં."

"બરાબર છે, શ્રીમાન હોમ્સ. હું યાદ રાખીશ."

"આ કાળિયાને તો મેં બરાબરનો બિવડાવી દીધો છે, વૉટસન." આગળ ચાલતાં હોમ્સે કહ્યું, "જો તેને ખબર હોત કે તેનો શેઠ કોણ છે તો તે ચોક્કસ તેની જોડે બેવડી રમત રમતો હોત. આપણા માટે એટલું સારું છે કે સ્પેન્સ જોહ્નની ટોળકીને ઘણી સારી રીતે હું ઓળખું છું અને આ સ્ટિવ તેમાંનો જ એક છે. હવે, વૉટસન, આ કેસમાં આપણી

મદદ પેલો લૅન્ગડેલ પાઇક સારી રીતે કરી શકશે. હાલ હું તેની પાસે જઈ રહ્યો છું. હું પાછો આવીશ ત્યારે ઘણી બધી બાબતો સ્પષ્ટ થઈ ગઈ હશે.''

ત્યાર પછી હોમ્સને આખો દિવસ મેં નહોતો જોયો, પણ હું કલ્પી શકતો હતો કે તેણે દિવસ કેમ પસાર કર્યો હશે. કારણ કે લૅન્ગડેલ પાઇક હોમ્સ માટે કોઈ હરતાફરતા માહિતીકોષ જેવો હતો. તે સામાજિક ષડયંત્રો અને કૌભાંડોની બધી જ ઘટનાઓથી માહિતગાર રહેતો હતો. આ હરતીફરતી માહિતીની દુકાન પોતાનો આખો દિવસ સેન્ટ જેમ્સ સ્ટ્રીટ ક્લબની બારી આગળ પસાર કરતો અને આખાયે મહાનગરના બધા જ સમાચાર મેળવવાના સ્ટેશનનું અને પ્રસારિત કરવાના ટ્રાન્સમિટરનું કામ કરતો. એવું કહેવાય છે કે તેની એક ફકરાની માહિતી માટે તેને છાપાંવાળા ચાર આંકડાની રકમ પણ સરળતાથી ચૂકવી દેતા. લંડનના પેટાળમાં પણ જો ક્યાંય મોટી વાત ધરબાયેલી પડી હોય તો આ માણસ તેને લંડનની જમીન પર ખેંચી લાવે તેવો હતો. હોમ્સે ઘણીવાર તેની મદદ કરી છે અને તેણે પણ હોમ્સની ઘણીવાર મદદ કરી છે.

જ્યારે બીજા દિવસની વહેલી સવારે હું મારા મિત્રને મળ્યો ત્યારે મને રાહત થઈ કે કંઈ ખાસ ઘટના નહોતી ઘટી અને બધું સામાન્ય હતું. પણ તે ધરપત કંઈ ખાસ સમય માટે ના ટકી. હું ત્યાં પહોંચ્યો તેની થોડી જ ક્ષણો બાદ એક તાર આવ્યો જે આ પ્રમાણે હતો :

મહેરબાની કરીને જલદી આવો. મારી અસીલના ઘરમાં લૂંટ થઈ છે. પોલીસે કબજો સંભાળી લીધો છે.

સૂત્રો

હોમ્સે સિસોટી વગાડી. ''આ નાટકે તો મારી ધારણા કરતાં ઘણું જલદી રૂપ બદલી લીધું. આ ધંધા પાછળ ચોક્કસ કોઈ પાવરધી વ્યક્તિ છે, વૉટસન, અને જે કંઈ પણ મેં સાંભળ્યું છે ત્યાર બાદ તો મને તેનું જરા પણ આશ્ચર્ય નથી થતું. આ સૂત્રો એટલે તેણીનો વકીલ. મેં એક ભૂલ કરી. મારે આ વકીલ કરતાં તને જ ત્યાં રોકાઈ જવા કહેવું જોઈતું હતું. આ માણસ ભલીવાર વગરનો નીકળ્યો. હવે હેરો વેલ્ડ જવા સિવાય છૂટકો નથી.''

ગઈકાલે અમે જે થ્રી ગેબલ્સ હાઉસ જોયું હતું તેમાં આજે ઘણો બધો તફાવત હતો. આજુબાજુનાં કેટલાક લોકો ઘરના દરવાજા આગળ ટોળું વળીને ઊભા હતા. કેટલાક હવાલદાર બારીઓ અને અન્ય વસ્તુઓનું નિરીક્ષણ કરી રહ્યા હતા. અંદર પહોંચતાં અમને રાખોડી વાળવાળા એક વૃદ્ધ મળ્યા જેની ઓળખાણ તેમણે વકીલ તરીકે કરાવી. જ્યારે ત્યાં ઊભેલા ઉતાવળિયા લાલ મોઢાવાળા ઇન્સ્પેક્ટર જાણે હોમ્સને વર્ષોથી ઓળખતા હોય તેમ હાથ મિલાવ્યા.

"શ્રીમાન હોમ્સ, મને લાગે છે આ કેસમાં તમારી કોઈ જ જરૂર નથી, આ એક સામાન્ય લૂંટ છે. અમે સાધારણ પોલીસ તેને પહોંચી વળીએ તેમ છીએ. અહીં, કોઈ જ નિષ્ણાતની જરૂર નથી."

"મને ખાતરી છે કે આ મામલો એક કાબેલ હાથમાં છે," હોમ્સે કહ્યું, "તમે કહ્યું આ એક સાવ સામાન્ય લૂંટ છે ?"

"તેવું જ છે. અમને ખબર છે કે લૂંટ કરનાર કોણ છે અને તેમને ક્યાં શોધવા. આ કામ પેલી બાર્નિ સ્ટૉકડેલનું જ કામ છે અને તેમની સાથે કોઈ નિગ્રો પણ છે. તે અહીં આસપાસ જોવામાં આવ્યો હતો."

"ઉત્તમ ! તેઓ શું ચોરી ગયા ?"

"લાગતું નથી કે તેઓ કંઈ ખાસ લઈ ગયા હોય. શ્રીમતી મેબર્લીને ક્લોરોફોમ સૂંઘાડવામાં આવ્યું હતું. અને પછી ઘર... અરે, આ આવી ગયાં શ્રીમતી મેબર્લી."

અમારી અસીલ ઘણી ફિક્કી પડી ગઈ હતી અને થોડી બીમાર પણ લાગતી હતી. તે પોતાની નાનકડી નોકરાણીના સહારે ઓરડામાં પ્રવેશી.

"તમે મને યોગ્ય સલાહ આપી હતી, શ્રીમાન હોમ્સ," તેણે સ્મિત કરતાં કહ્યું, "પણ મેં તેના પર ધ્યાન ન આપ્યું ! હું શ્રીમાન સૂત્રોને તકલીફ આપવા નહોતી માગતી અને પછી રાત્રે લૂંટ થઈ ગઈ."

"મને તો આજે સવારે જ સાંભળવા મળ્યું," વકીલે સમજાવ્યું, "શ્રીમાન હોમ્સે મને કાલે સલાહ આપી હતી કે કોઈ મિત્રને રાત્રે રોકાવા બોલાવી લેવા. મેં તેમની સલાહ અવગણી અને હવે હું પસ્તાઉં છું."

"તમે ઘણાં અસ્વસ્થ લાગો છો," હોમ્સે કહ્યું, "કદાચ તમે આખી હકીકત કહેવા જેટલાં પણ સ્વસ્થ નથી લાગતાં."

"તે બધી હકીકતો મારી પાસે છે," ઈન્સ્પેક્ટરે ભારે નોંધપોથી થપથપાવતાં કહ્યું.

"તેમ છતાં, જો માજી પોતે કહી શકતાં -"

"કશું જ વધારે કહેવા માટે નથી. મને તેમાં કોઈ જ શંકા નથી કે પેલી ચાલાક સૂઝાને જ તેમના ઘરમાં પ્રવેશવાની વ્યવસ્થા કરી આપી હતી. તેઓ આ આખાયે ઘરના ઇંચે ઇંચને સારી રીતે જાણતા હોવા જોઈએ. મારા નાક પર ક્લોરોફોર્મ સૂંઘાડવામાં આવ્યું હતું અને મને ખબર નથી કે હું કેટલો સમય બેભાન અવસ્થામાં રહી હોઈશ. જ્યારે હું ભાનમાં આવી ત્યારે એક માણસ મારી બાજુમાં હતો જ્યારે બીજો મારા છોકરાના સામાનમાંથી કોઈક કાગળનો જથ્થો હાથમાં લઈને ઊભો હતો. દીકરાના સામાનની જ કેટલીક વસ્તુ આમતેમ વિખેરાઈને પડી હતી. તેઓ ભાગે તે પહેલાં મેં તેમાંના એકને પકડી લીધો હતો."

"તમે બહુ મોટું સાહસ કર્યું," ઈન્સ્પેક્ટરે કહ્યું.

"હું તેને વળગી રહી પણ તેણે મને હડસેલી દીધી અને બીજાએ મને કશુંક માર્યું અને ફરી પાછી હું બેભાન થઈ ગઈ. પછી શું થયું તેની મને ખબર નથી. મેરીએ અવાજ સાંભળ્યો અને બારી આગળ મદદ માટે બૂમો પાડવા લાગી. આ સાંભળી બોલીસ દોડતી આવી ગઈ પણ બદમાશો ભાગી ગયા હતા."

"તેઓ શું લઈ ગયા ?"

"મને કોઈ કીમતી ચીજ ગાયબ થયાનું ધ્યાનમાં નથી આવ્યું અને મારા દીકરાના સામાનમાં પણ કંઈ ખાસ કીમતી વસ્તુ નહોતી."

"તે લોકોએ કોઈ પગેરું નથી છોડ્યું ?"

"એક કાગળિયું હતું જે મેં તેના હાથમાંથી ખેંચવાનો પ્રયત્ન કર્યો હતો. જે ચોળાઈને જમીન પર પડ્યું હતું. તેમાં મારા છોકરાના હસ્તાક્ષર હતા."

"હા, પણ તે કંઈ ખાસ કામનું નથી," ઈન્સ્પેક્ટરે કહ્યું. "લાગતું નથી કે તે ચોરો માટે ખાસ મહત્ત્વનું હોય -"

"સાચું કહ્યું તમે," હોમ્સે કહ્યું, "અક્કલ વગરના લૂંટારા હતા ! તેમ છતાં જરા મને તે કાગળિયું જોવા આપશો ?"

ઈન્સ્પેક્ટરે પોતાની પોકેટબૂકમાંથી ઘડી વાળેલો કાગળ હોમ્સને આપ્યો.

"મને આમાં કશું જ કંઈ ખાસ મહત્ત્વનું નથી લાગતું." તેણે શાણપણથી કહ્યું, "મારી તમને એક સલાહ છે, શ્રીમાન હોમ્સ, કે મારા પચ્ચીસ વર્ષના અનુભવ પ્રમાણે આપણને ગમે ત્યાંથી આંગળીની છાપો કે બીજું કંઈ મળવાનો મોકો રહેલો હોય છે."

હોમ્સે કાગળિયું તપાસ્યું.

"આ બાબતે તમારું શું માનવું છે, ઈન્સ્પેક્ટર ?"

"મને જ્યાં સુધી લાગે છે ત્યાં સુધી, કોઈ કરુણ નવલકથાનો અંત લાગે છે."

"કોઈ કરુણ સત્યકથાના અંતનો તે પુરાવો પણ હોઈ શકે," હોમ્સે કહ્યું, "તમે આ પાના પર મારેલા નંબરની નોંધ લીધી. તેના પર બસ્સો પિસ્તાલીસ સંખ્યા મારવામાં આવી છે. તો પછી બાકીના બસ્સો ચુમ્માલીસ પાનાં ક્યાં ગયાં ?"

"મારા ખ્યાલથી લૂંટારા લઈ ગયા હશે. કદાચ તેમના કામનું હશે." ઈન્સ્પેક્ટરે રમૂજ કરી.

"ઘરમાં આવાં કાગળિયાંની ચોરી માટે ધાડ પાડવી બહુ આશ્ચર્ય ઉપજાવે તેવી બાબત છે. આ બાબત તમને કંઈક શંકાસ્પદ નથી લાગતી, ઈન્સ્પેક્ટર ?"

"હા, સાહેબ, એવું લાગે છે કે ઉતાવળમાં તેમને જે હાથમાં આવ્યું તે તેઓ લઈ ગયા. હું તો તેમને જે હાથમાં આવ્યું તેનો આનંદ માણવાની શુભેચ્છા પાઠવું છું."

"તે લોકો મારા દીકરાની વસ્તુ પાછળ કેમ પડ્યા હતા ?" શ્રીમતી મેબર્લીએ પૂછ્યું.

"નીચેના માળેથી તેમને કંઈ કીમતી વસ્તુ નહીં મળી હોય અને પછી તેઓ નસીબ અજમાવવા ઉપરના માળે આવ્યા હશે. મને તેવું જ લાગે છે. તમારું આ વિષે શું માનવું છે, શ્રીમાન હોમ્સ ?"

"મારે તે માટે ધ્યાનથી વિચારવું પડશે, ઈન્સ્પેક્ટર. અહીં બારી આગળ આવ, વૉટસન." ત્યાં ઊભા રહીને અજવાળામાં તેણે કાગળિયા પરનું લખાણ વાંચવું શરૂ કર્યું. તે કોઈક વાક્યની અધવચ્ચેથી શરૂ થતું હતું જે આ પ્રમાણે હતું :

"...આખા ચહેરા પર વાઢકાપથી લોહી વહી રહ્યું હતું. પણ જ્યારે તેણે તે પ્રેમાળ ચહેરો જોયો ત્યારે તેનાં હૃદયમાંથી જે લોહી વહ્યું હતું તેની તો કોઈ સીમા જ નહોતી. તે સુંદર ચહેરા માટે તો તે પોતાનું જીવન કુરબાન કરવા તૈયાર હતો. પણ તે જ ચહેરો હાલ તેના લાચારી અને અપમાન જોઈને હસી રહ્યો હતો. તેણી હસી રહી હતી - હા, તેણી હસી રહી હતી. એક હૃદયહીન ડાકણ હસી રહી હતી અને તે તેની સામે જોઈ રહ્યો હતો. બસ તે જ ક્ષણે પ્રેમ મરી ગયો અને નફરતે જન્મ લીધો. માણસ કોઈક લક્ષ્ય લઈને જીવતો હોય છે. પછી તે તારા સુખ માટે નહીં તો તારા દુઃખ માટે અને તે પણ બદલો વાળવા, મારી વહાલી."

"વિચિત્ર વાક્યરચના છે !" હોમ્સે કાગળિયું ઈન્સ્પેક્ટરને આપતાં સ્મિત સાથે કહ્યું, "તમે નોંધ લીધી કે 'તે' કેવી રીતે 'હું' બની ગયો ? લેખક જાણે આ અંતિમ ક્ષણે ખુદ નાયક બની ગયો હોય અને પોતાની જ વાત સંભળાવતો હોય તેવું લાગે છે."

"આ કંઈ ખાસ આકર્ષક લખાણ નથી લાગતું," ઈન્સ્પેક્ટરે કાગળ પાછું પોતાની નોંધપોથીમાં મૂકતાં કહ્યું. "અરે ! તમે જઈ રહ્યા છો, શ્રીમાન હોમ્સ ?"

"મને નથી લાગતું અહીં મારા માટે કંઈ ખાસ બાકી રહ્યું હોય. એમ પણ કેસ તમારા જેવી સક્ષમ વ્યક્તિના હાથમાં હોય પછી ચિંતા કરવાની ક્યાં જરૂર છે. અરે હા, શ્રીમતી મેબર્લી, તમે કહ્યું હતું તમે પ્રવાસ કરવા માગો છો ?"

"તે મારું હંમેશનું સપનું રહ્યું છે, શ્રીમાન હોમ્સ."

"તમે ક્યાં જવા માગો છો - કેરો, મેડેઇરા, રિવીએરા ?"

"અરે, જો મારી પાસે રૂપિયા હોય તો હું આખું જગત ફરવા માગું છું."

"અચ્છા, આખું જગત ! શુભ સવાર, આવજો. હું તમને સાંજે એક સંદેશો મોકલીશ." બારી આગળથી જ્યારે અમે પસાર થયા ત્યારે ઈન્સ્પેક્ટરે સ્મિત કર્યું અને માથું હલાવ્યું. "આ ચતુર માણસોમાં કેટલીકવાર ગાંડપણના અંશ પણ દેખાઈ આવે છે." તેના કટાક્ષભર્યા સ્મિતનો કદાચ આ જ અર્થ થતો હતો.

"હવે, વૉટસન, આપણે આપણી સફરના છેલ્લા પડાવ પર પહોંચી ગયા છીએ." જ્યારે અમે લંડનના ઘોંઘાટિયા વાતાવરણમાં પાછા આવી ગયા ત્યારે હોમ્સે કહ્યું,

"મારા ખ્યાલથી હવે આપણે આખા મામલાને સ્પષ્ટ કરી દેવો જોઈએ અને તે માટે તું મારી સાથે આવે તો સારું રહેશે, કારણ કે જ્યારે તમે ઈઝાડોરા ક્લેઇન જેવી સ્ત્રી સાથે કામ પાર પાડવા જતા હોવ ત્યારે સાથે કોઈ સાક્ષી લઈ જવો સારો."

અમે ઘોડાગાડી કરી અને ગ્રોસઓવર સ્ક્વેર ખાતેના કોઈક સરનામા ભણી હંકારી ગયા. હોમ્સ થોડીવાર વિચારોમાં ડૂબેલો રહ્યો પણ થોડી જ વારમાં તે તેમાંથી બહાર આવી ગયો.

"તો, વૉટસન, તને હવે બધું સ્પષ્ટ સમજાઈ ગયું હશે, કેમ ?"

"ના, હું નથી માનતો કે મને બધું સમજાઈ ગયું છે. હું માત્ર એટલું જ સમજ્યો છું કે આપણે એક એવી સ્ત્રીને મળવા જઈ રહ્યા છીએ જે આ ઘટના સાથે સંકળાયેલી છે."

"તદ્દન ! પણ ઈઝાડોરા ક્લેઇન નામથી તને કંઈ ઝબકારો નથી થતો ? તેણી ચોક્કસ એક ખૂબ જ સુંદર સ્ત્રી છે. આ જગતમાં તેની તોલે આવે તેવી એક પણ સ્ત્રી નથી. તેણી શુદ્ધ સ્પૅનિશ છે. પ્રિનામ્બુકો પેઢીનું શુદ્ધ લોહી તેનામાં વહી રહ્યું છે. તેણી ખાંડના રાજા, જર્મન ક્લેઇનને પરણી હતી અને હાલ તેણી એક ખૂબ ધનવાન અને પ્રેમાળ વિધવા છે. તેના ઘણા બધા મજનૂઓ હતા. જેમાંનો એક આ ડગ્લાસ મેબર્લી પણ હતો. તે લંડનમાં સૌથી રૂપાળો યુવાન ગણાતો. તે સામાન્ય છોકરા જેવો ઉછાંછળો નહોતો પણ તે બધા કરતાં અલગ હતો. પણ આપણી આ ઈઝાડોરા 'કઠોર હૃદયની સ્ત્રી' હતી, જ્યારે તેનો સ્વાર્થ સધાઈ જતો ત્યારે ત્યાં આગળ વાત પૂરી થઈ જતી. અને જો સામેવાળી વ્યક્તિ વાતનો અંત લાવવા તૈયાર ન થતી તો આ બાઈ તેને ઠેકાણે પાડી દેતી."

"અચ્છા, તો પેલી નવલકથા તેની આપવીતી -"

"હા, હવે તારો તાળો મળ્યો. મેં સાંભળ્યું છે કે તેણી લૂમોન્ડના કોઈક યુવાન ડ્યૂકને પરણવા જઈ રહી છે અને તે તેના દીકરાની ઉંમરનો છે. કદાચ આપ નામદારને ઉંમર સાથે કોઈ લેવા દેવા નહીં હોય, પણ જો મોટું કૌભાંડ બહાર આવે તો આ લગ્ન જોખમમાં મુકાઈ જાય તેમ છે. એટલે તાત્કાલિક - અરે ! આપણે આવી પહોંચ્યા."

વેસ્ટ એન્ડના ખૂણા પર આવેલું તે એક સૌથી સુંદર મકાન હતું. એક યંત્રમાનવ જેવો નોકર અમારું કાર્ડ અંદર લઈ ગયો અને તરત ને તરત એવા સંદેશા સાથે પાછો આવ્યો કે શેઠાણી ઘરે નથી. "તો પછી અમે તેમની રાહ જોઈશું." હોમ્સે વળતો જવાબ આપ્યો.

યંત્રમાનવ જેવો માણસ ઊકળી ગયો.

"ઘરે નથી એટલે *તમારા* માટે ઘરે નથી," નોકરે કહ્યું.

"સરસ," હોમ્સે જવાબ આપ્યો, "અચ્છા, તો પછી અમારે રાહ જોવાની જરૂર નથી. મહેરબાની કરીને આ ચિઠ્ઠી તમારી શેઠાણીને આપો."

હોમ્સે પોતાની નોંધપોથીનાં છૂટાં પાનાં પર ત્રણ-ચાર શબ્દો લખ્યા અને દરવાનને તે ચિઠ્ઠી આપી.

"તેં શું લખ્યું, હોમ્સ ?" મેં પૂછ્યું.

"મેં માત્ર એટલું જ લખ્યું છે કે 'તો પછી પોલીસ આવશે' મને લાગે છે, એટલાથી આપણું કામ થઈ જશે."

તેમ જ થયું. એક મિનિટ બાદ અમે એક સુંદર મજાના અરેબિયન નાઈટ્સમાં વર્ણવવામાં આવતા હોય છે તેવા દીવાનખંડમાં પહોંચી ગયા. તે એક અદ્ભુત વિશાળ કમરો હતો. અમને અંદર પ્રવેશતા જોઈ સ્ત્રી પોતાની બેઠક પરથી અમારું સ્વાગત કરવા ઊભી થઈ. તેણી લાંબી અને સુડોળ કાયા ધરાવતી હતી અને તેનો ચહેરો કોઈ મુખવટા જેટલો સંપૂર્ણ લાગતો હતો. તેણીની આંખો કાળી અને સુંદર હતી. તે જાણે અમારા બન્નેનું ખૂન કરવા માગતી હોય તેવા તેમાં ભાવ હતા.

"આ ધમકીભર્યા અપમાનજનક સંદેશાનો શું અર્થ થાય છે ?" તેણી ચિઠ્ઠી હાથમાં હલાવતાં બોલી.

"મારે તેની સ્પષ્ટતા આપવાની કોઈ જરૂર નથી, માદામ. હું તમારી બુદ્ધિમત્તાની ખૂબ જ કદર કરું છું અને તમે તેનો અર્થ સારી રીતે સમજી ગયાં હશો, પણ મારે કહેવું પડશે કે તમારી બુદ્ધિમત્તા ખોટા માર્ગે વપરાઈ રહી છે."

"એવું કેવી રીતે, સાહેબ ?"

"જેમ કે તમારા ભાડૂતી ગુંડાઓ મને મારું કામ નહીં કરવા મને ધમકાવી જાય છે. જો જોખમની મને તેટલી જ બીક લાગતી હોય અને આવી ધમકીથી હું ડરી જતો હોઉં તો મેં આ વ્યવસાય જ ન અપનાવ્યો હોત અને આમ કરીને તમે જ મને યુવાન મેબર્લીના કેસમાં રસ લેવા મજબૂર કર્યો છે."

"મને સમજાતું નથી કે તમે શાની વાત કરી રહ્યા છો. મારે વળી ભાડૂતી ગુંડા સાથે શું લેવાદેવા ?"

હોમ્સ મોઢું ફેરવીને બારણા તરફ ચાલવા લાગ્યો.

"હા, મેં તમારી બુદ્ધિમત્તાને થોડી ઓછી આંકી, સારું ત્યારે ગુડઆફ્ટર નૂન."

"ઊભા રહો ! તમે ક્યાં જઈ રહ્યા છો ?"

"સ્કૉટલૅન્ડ યાર્ડ."

હજુ તો અમે બારણાના અડધે રસ્તે જ પહોંચ્યા હતા ત્યાં તો તેણીએ હોમ્સનું બાવડું ઝાલી લીધું. તેણી એક ક્ષણમાં લોઢામાંથી મીણ જેવી નરમ થઈ ગઈ હતી.

"અહીં આવો અને બેસો, સાહેબો. ચાલો આપણે આ વાતને અહીં જ પૂરી કરી દઈએ. મને લાગે છે મારે તમારી સાથે નિખાલસ રહેવું જોઈએ, શ્રીમાન હોમ્સ. તમે તો એક સદ્ગૃહસ્થ લાગો છો. જે કોઈ સ્ત્રીની અંતઃસ્ફુરણાને સારી રીતે જાણી લે છે. હું તમારી સાથે મિત્ર જેવું જ વર્તન કરીશ."

"પણ હું તેવું કોઈ વચન નથી આપતો, માદામ. હું કાયદો ભલે ના હોઉં પણ હું કાયદાને અને ન્યાયને ખૂબ માન આપું છું. હું તમારી વાત સાંભળવા તૈયાર છું અને પછી જ વિચારીશ કે મારે કેમ વર્તવું."

"ખરેખર, મેં એક બહાદુર માણસને ધમકાવવાનો પ્રયાસ કર્યો તે મારી મૂર્ખામી કહેવાય."

"વધારે મૂર્ખતાભરી વાત તો એ છે, મેડમ, કે તમે તમારી જાતને બદમાશોના હાથમાં મૂકી દીધી છે જે ગમે ત્યારે તમને બ્લૅકમેઇલ કરી શકે છે."

"ના, ના ! હું તેટલી સીધી નથી. મેં તમને નિખાલસ રહેવાનું કહ્યું છે. ત્યારે હું તમને કહી દઉં કે કોઈ નહીંને માત્ર બાર્નિ સ્ટૉકડેલ અને તેની પત્ની સુઝાનને જ ખબર હશે કે તેઓ કોને માટે કામ કરી રહ્યા છે, અને જો તેમની વાત કરું તો મેં કંઈ પહેલીવાર તેમની પાસે કામ નથી કરાવ્યું -" તેણીએ એક ચાલાક સ્મિત કર્યું.

"અચ્છા. તો તમે પહેલાં પણ તેમનો ઉપયોગ કર્યો છે."

"તે ચૂપ રહે તેવા કૂતરા છે. જેમના પર હું પૂરો ભરોસો કરી શકું છું."

"આવા કૂતરા વહેલામોડા પોતાને ખોરાક આપનારાના હાથ જ કરડી ખાતા હોય છે. તેઓ તેમની લૂંટ માટે થોડા જ સમયમાં પકડાઈ જશે. પોલીસ તેમની પાછળ જ છે."

"તેઓ જે કંઈ પણ થશે તેનો સામનો કરી લેશે. તેમને તેના જ તો પૈસા આપવામાં આવે છે. હું ક્યાંય ચિત્રમાં આવવાની નથી."

"જ્યાં સુધી હું તમને આ બાબતમાં નહીં ઘસડી લાવું ત્યાં સુધી જ."

"ના, ના, તમે એવું નહીં કરો. તમે એક સદ્‌ગૃહસ્થ છો. આ એક સ્ત્રીનું રહસ્ય છે."

"પહેલાં તો તમારે આ હસ્તપ્રત પાછી આપવી પડશે."

તેણી ખડખડાટ હસવા લાગી અને પછી તાપણા પાસે ગઈ. ત્યાં બળેલા કાગળનો જથ્થો પડ્યો હતો. તેણીએ તેને સળિયાથી ઉથલાવ્યો.

"હું આને પાછા આપી શકીશ ?" તેણીએ પૂછ્યું. તેણી જાણે અમને પડકાર ફેંકતી હોય તેવા સ્મિત સાથે અમારી સામે રૂઆબદાર છટામાં ઊભી રહી ગઈ. મને લાગ્યું કે હોમ્સને આજ સુધી આવો કોઈ ગુનેગાર નહીં મળ્યો હોય ! આ થોડી માથાભારે સ્ત્રી હતી. જો કે હોમ્સને આવી બધી બાબતો કંઈ ખાસ અસર નથી કરતી હોતી. તે તો બસ શાંત થઈને બેઠો રહ્યો.

"આમ કરીને તમે તમારું ભાવી જોખમમાં મૂકી દીધું છે," તેણે ખૂબ જ ઠંડકથી કહ્યું, "તમે તમારા કામમાં ખૂબ જ ઉતાવળાં રહ્યાં છો. પણ આ વખતે થોડું વધારે પડતું થઈ ગયું છે."

તેણીએ છણકો કરી સળિયો નીચે નાખી દીધો.

"તમે જબરા કઠોર છો !" તેણીએ વ્યગ્ર થતાં કહ્યું, "હું તમને આખી વાત કહું ?"

"તેના કરતા હું જ તમને કહું તો ?"

"પણ તમારે તેને મારી દૃષ્ટિએ જોવી જોઈએ, શ્રીમાન હોમ્સ. તમને કદાચ એક સ્ત્રીના દૃષ્ટિકોણથી આખી બાબત સારી રીતે સમજાશે. તમને સમજાશે કે જ્યારે કોઈ મહત્ત્વાકાંક્ષા છેલ્લી ઘડીએ ધૂળધાણી થતી હોય ત્યારે કોઈ સ્ત્રી માટે તે કેટલું બધું કારમું હોય છે. શું આવી સ્ત્રી જે સ્વરક્ષણ કરતી હોય તેના પર આળ લગાવવું યોગ્ય છે ?"

"પણ પહેલું પાપ તો તમારું હતું."

"હા, હા ! હું તે સ્વીકારું છું. ડગ્લાસ એક વહાલો લાગે તેવો છોકરો હતો. પણ તે મારી યોજનામાં બંધ નહોતો બેસતો. તે લગ્ન કરવા માગતો હતો, શ્રીમાન હોમ્સ, લગ્ન. લગ્ન ?! તે પણ આવા સાવ સામાન્ય, નિર્ધન માણસ સાથે ? પણ તે મારી વાત માનવા તૈયાર નહોતો. પછી મેં મારી અનિચ્છાએ તેને પાઠ ભણાવવાનું નક્કી કર્યું."

"ગુંડાઓને ભાડે કરીને તમારા પોતાના જ ઘરના આંગણામાં પોતાની નજર સામે મારપીટ કરીને ?"

"તમે તો જાણે બધું જ જાણતા હોવ તેવું લાગે છે. હા, તમારી વાત સાચી છે. બાર્નિ અને તેના ગુંડાઓએ જ તેને માર્યો હતો. હા, હું સ્વીકાર કરું છું કે તે થોડું વધારે પડતું થઈ ગયું હતું. પણ પછી તેણે શું કર્યું ? શું કોઈ સદ્‌ગૃહસ્થ કોઈ સ્ત્રી સાથે આવું કરે ? તેણે એક પુસ્તક લખ્યું અને તેમાં તેણે પોતાની જ વાર્તા લખી. તેમાં હું એક વરુ હતી અને તે એક ઘેટો. બધું તેમ જ હતું માત્ર નામો જ અલગ હતાં. પણ લંડનમાં કોઈને પણ તે ઓળખતાં વાર ન લાગે કે તે કોની કથા હતી ?" આ બાબતે તમે શું કહો છો, શ્રીમાન હોમ્સ ?

"કેમ, આ તો તેના હક્કની વાત હતી."

"એવું લાગતું હતું જાણે ઇટાલીની હવા તેના લોહીમાં ના વહી રહી હોય ! તેનામાં કોઈ ઇટાલીયન ભૂત ન ઘૂસી ગયું હોય ! તેવું તેનું વર્તન હતું. તેણે મને તે વિષે પત્ર લખ્યો અને સાથે આ પુસ્તકની એક નકલ પણ મોકલી, મને ત્રાસ આપવા માટે. તેણે કહ્યું હતું કે તેણે બે નકલ બનાવી હતી એક મારા માટે અને એક પ્રકાશક માટે."

"તમને કેવી રીતે ખબર કે તે હજુ પ્રકાશક પાસે નહોતી પહોંચી ?"

"મને તેના પ્રકાશકની ખબર હતી. આ કંઈ તેની એક માત્ર નવલકથા નહોતી, તે તો તમે જાણતા જ હશો. મેં શોધી કાઢ્યું કે ઇટાલીથી તો પ્રકાશકને આવા કોઈ જ સમાચાર નહોતા મળ્યા. પછી તો ડગ્લાસનું અચાનક મૃત્યુ થઈ ગયું. જ્યાં સુધી આ હસ્તપ્રતની બીજી નકલ આ દુનિયામાં અસ્તિત્વ ધરાવતી હતી ત્યાં સુધી મારા માટે કશું જ સુરક્ષિત નહોતું. તે તેના સામાનમાં જ ક્યાંક હતી અને તે સામાન તેની માતાને મોકલી દેવામાં આવ્યો હતો. મેં આ આખી ટોળકીને તેની પાછળ લગાડી. તેમાંની એક

તો તેની માતાના ઘરમાં નોકર તરીકે રહેવા લાગી હતી. હું આખુંયે કામ ખૂબ જ પ્રામાણિકતાથી પાર પાડવા માગતી હતી. મેં તેમ જ કર્યું. હું તે માટે આખું ઘર અને તેમાંની બધી જ વસ્તુને ખરીદવા તૈયાર થઈ ગઈ. મેં તેણીને ઊંચામાં ઊંચી કિંમત આપવાનો પ્રસ્તાવ મૂક્યો. મેં માત્ર ત્યારે જ બીજો રસ્તો અપનાવ્યો જ્યારે બધા જ નિષ્ફળ ગયા. હવે, શ્રીમાન હોમ્સ, હું માનું છું કે હું ડગ્લાસ સાથે ખૂબ જ કઠોર રહી - અને ભગવાન જાણે છે મને તેનું ઘણું દુઃખ છે ! પણ મારું આખું ભવિષ્ય જ્યાં દાવ પર લાગ્યું હોય ત્યારે હું આ સિવાય બીજું શું કરી શકું ?"

શૅરલૉક હોમ્સે પોતાના ખભા ઉછાળ્યા.

"ઠીક, ઠીક, હંમેશ પ્રમાણે આ વાત પણ મારે ઘરમેળે જ પતાવવી પડશે. ફર્સ્ટ ક્લાસ સુવિધાઓ સાથે દુનિયા ફરવાનો ખર્ચ કેટલો થતો હશે ?"

સ્ત્રી આશ્ચર્યથી તાકી રહી.

"પાંચ હજાર પાઉન્ડમાં થઈ શકે ?" હોમ્સે પૂછ્યું.

"મને પણ તેવું જ લાગે છે." સ્ત્રીએ કહ્યું.

"ખૂબ સરસ. મારા ખ્યાલથી તમારે મને તેટલી રકમનો ચેક લખી આપવો પડશે. અને મારે એ જોવાનું રહેશે કે તે શ્રીમતી મેબર્લીને મળી જાય. તમારા આ કારનામાંના બદલામાં તમારે તેને તાજી હવા ખાવાનો અવસર તો આપવો જ જોઈએ. તે દરમિયાન, જો તમે તમારી જાત પર કાબૂ રાખો તો સારું ! તલવાર જોડે રમત રમતાં ક્યાંક પોતાના હાથ જ ન કાપી બેસતાં !" હોમ્સ ચેતવણી આપતો અને હાથમાં ચેક લેતો બારણા તરફ ચાલવા લાગ્યો.

❖

સેક્સ વેમ્પાયર

હોમ્સ છેલ્લી ટપાલમાં આવેલો તાર વાંચી રહ્યો હતો અને પછી જાણે ખડખડાટ હસવાની અણી પર હોય તેવું મોં કર્યું અને ચિઠ્ઠી મારા તરફ નાખી.

"આ એક એવી ચિઠ્ઠી છે જેમાં આધુનિકતા અને મધ્યયુગનું વિચિત્ર મિશ્રણ છે - અને વ્યવહારુતા તેમ જ કલ્પનાનું પણ. હવે તો હદ થવી જોઈએ." હોમ્સે કહ્યું. "તું જ કહે તું આ બાબતે શું ધારે છે, વૉટસન ?"

મેં ચિઠ્ઠી વાંચી, તે આ પ્રમાણે હતી :

૪૬, ઓલ્ડ જ્યૂરી
૧૯, નવેમ્બર
રી વેમ્પાયર્સ

સાહેબ,

અમારા ગ્રાહક શ્રીમાન રોબર્ટ ફર્ગ્યુસન, કે જેઓ ફર્ગ્યુસન એન્ડ મૂરહેડના ટી બ્રોકર છે અને જેઓ મિન્સિંગ લેનમાં રહે છે, તેમણે અમારી સાથે વેમ્પાયરને લગતી તવારીખ માટેની માહિતી મેળવવા પૂછપરછ કરી હતી. અમારી સંસ્થા માત્ર મશીનરીની આકારણીનું જ કામ કરતી હોવાથી આ બાબત અમારી હદની બહાર આવતી હોવાથી અમે તેમને કોઈ માહિતી પૂરી પાડી શકતા નથી. અને માટે અમે શ્રીમાન ફર્ગ્યુસનને તમારી સલાહની સૂચના આપી છે. અમે હજુ પણ મેટિલ્ડા બ્રિજવાળા કેસની તમારી સફળ તપાસને ભૂલ્યા નથી.

તમારા વિશ્વાસુ મેરિસન અને ડોડ
ઈ.જે.સી.

"મેટિલ્ડા બ્રિજ કંઈ કોઈ યુવાન સ્ત્રીનું નામ નથી, વૉટસન," હોમ્સે મજાકિયા અવાજમાં કહ્યું, "તે એક એવા વહાણનો કેસ હતો જે સુમાત્રા સાથે સંકળાયેલો હતો અને જેના માટે વિશ્વ હજુ તૈયાર નહોતું. પણ આપણને વળી આ વેમ્પાયર્સ વિશે શું ખબર

હોય ? આ કંઈ આપણી હકૂમતમાં થોડી આવે છે ? ઉતાવળમાં કંઈ પણ કહેવું વધારે પડતું કહેવાય, પણ મને લાગે છે આપણે કોઈ પરિકથાની વાત કરી રહ્યા છીએ. જરા હાથ લંબાવ અને ‘વી’ મૂળાક્ષરનો માહિતીકોશ મને અંબાવ.”

હું પાછળ નમ્યો અને એક કદાવર કોશ કબાટમાંથી કાઢ્યો. હોમ્સે તેને તેના ગોઠણ પર ગોઠવ્યો અને તેની આંખો ખૂબ જ ધીમે જૂના બધા જ મામલાઓ પર ફરવા લાગી. તેમાં જીવનના અંત સુધીની સંગ્રહવા લાયક માહિતીઓ પણ હતી.

“ ‘ગ્લોરીયા સ્કૉટની સફર’ તેણે કહ્યું, “આ મામલો ઘણો ખરાબ હતો. મને યાદ છે કે તેં તેના પર એક અહેવાલ તૈયાર કર્યો હતો અને મને તે જરા પણ પસંદ નહોતો આવ્યો. વિક્ટર લિન્ચ, પેલો છેતરપિંડીવાળો કેસ. આ કેસ નોંધનીય હતો ! વિક્ટોરિયા, પેલો સરકસવાળો મામલો. વેન્ડરબિટ અને યેંગમેન. વાયપર્સ : વિગોરવાળા હેમરસ્મિથનો કેસ. વાહ ! વાહ ! આ જૂનો કોશ ઘણો ઉપયોગી છે. આની તોલે કશું જ ન આવે. આ સાંભળ, વૉટસન. હંગેરીમાં રક્તપિશાચપણું અને ફરી ટ્રાન્સવેનિયામાં રક્તપિશાચો.” તેણે આતુરતાથી પાનાં ઉથલાવવા માંડ્યાં. પણ પછી થોડી વારમાં જાણે હતાશ થયો હોય તેમ કોશ એક બાજુએ મૂકી દીધો.

“બકવાસ, વૉટસન, બકવાસ ! આપણે વળી કબરમાંથી ઊભા થતા અને લોકોનાં લોહી ચૂસતા મડદા સાથે શું લેવાદેવા ? આ તો ગાંડપણ કહેવાય.”

“સાચી વાત છે,” મેં કહ્યું, “પણ એ જરૂરી થોડું છે કે આ રક્તપિશાચો મડદાંઓ જ હોય ? કોઈ જીવતી વ્યક્તિને પણ આવી ટેવ હોય. દા.ત. મેં ક્યાંક વાંચ્યું છે કે વૃદ્ધો પોતાની યુવાની ટકાવી રાખવા યુવાનોનું લોહી ચૂસતા હતા.”

“તારી વાત સાચી છે, વૉટસન. આ કેસમાં તેવી કોઈ વ્યક્તિનો ઉલ્લેખ કરવામાં આવ્યો છે. પણ શું આપણે આવી વાહિયાત વાત પર આપણું ધ્યાન કેન્દ્રિત કરવાની જરૂર ખરી ? આવી ઢોંગી ટોળકીઓ તો વળી આ જગતમાં કેટલીયે હશે. આપણા માટે વિશ્વ ઘણું વિશાળ છે. ભૂતાવળની અહીં ક્યાંય જરૂર નથી. મને નથી લાગતું કે આપણે આ શ્રીમાન રોબર્ટ ફર્ગ્યુસનને કંઈ ખાસ ગંભીરતાથી લેવા જોઈએ. બની શકે કે આ ચિઠ્ઠી સીધી તેમના તરફથી જ આવી હોય અને તે કંઈક જાણવા માગતા હોય.”

તેણે ટેબલ પર પડેલો બીજો પત્ર હાથમાં લીધો. તેણે તે વાંચવો શરૂ કર્યો ત્યારે તેના ચહેરા પર રમૂજના ભાવ હતા પણ જેમ જેમ તે વાંચતો ગયો તેમ તેમ તેના ચહેરાના ભાવ ઓર ગંભીર થતા ગયા અને જાણે તેને તેમાં ઊંડો રસ પડ્યો હોય તેવું લાગ્યું. જ્યારે તેણે તે પત્ર વાંચવો પૂરો કર્યો ત્યારે થોડા સમય માટે તે વિચારોમાં ડૂબેલો રહ્યો અને પત્રને હાથમાં રમાડતો રહ્યો. છેવટે થોડીવાર બાદ તે વિચારમાંથી ઝબકી ઊઠ્યો.

“ચિઝમેન્સ, લેમ્બર્લી, લૅમ્બર્લી ક્યાં આવ્યું છે, વૉટસન ?”

“તે સસેક્સમાં આવેલું છે. હાર્શામની દક્ષિણે.”

"કંઈ ખાસ દૂર નથી. અને ચિઝમેન્સ ?"

"હું આ જગ્યાને જાણું છું, હોમ્સ. આ જગ્યા જૂનાંપુરાણાં મકાનોથી ભરેલી છે. અને સદીઓ પહેલાં જેણે તે બંધાવ્યાં હતાં તે માણસો પરથી તેનું નામ પાડવામાં આવ્યું છે. તને એલ્વીઝ, હૅર્વિઝ અને કેરીયેન્સ યાદ હશે. તેમની વાયકા તો ભુલાઈ ગઈ છે પણ તે મકાનોમાં હજુ પણ તેમનાં નામ જીવે છે."

"ચોક્કસ," હોમ્સે ઠંડકથી કહ્યું. તે તેના અભિમાનની એક ખાસિયત હતી. તેનો પૂરું વ્યક્તિત્વ નવી માહિતી ખૂબ જ શાંતિથી અને નમ્રતાથી પોતાના મગજમાં સંઘરી લે છે. તે ભાગ્યે જ માહિતી આપનારને વધાવતો હોય છે. "મને લાગે છે કે આપણે આ કેસમાં આગળ વધીએ તે પહેલાં ચિઝમેન્સ અને લૅમ્બર્લીની પૂરતી માહિતી મેળવી લેવી જોઈએ. મારી ધારણા પ્રમાણે આ પત્ર રોબર્ટ ફર્ગ્યુસન તરફથી જ આવ્યો છે. અને તેણે લખ્યું છે કે તું તેને ઓળખે છે."

"હું ઓળખું છું !"

"તું જ વાંચી લે."

તેણે પત્ર મારા હાથમાં મૂક્યો. જે આ પ્રમાણે હતો :

વહાલા શ્રીમાન હોમ્સ,

મને મારા વકીલે તમારી સલાહ લેવા ભલામણ કરી છે અને આ બાબત ખૂબ જ અસામાન્ય રીતે નાજુક હોવાથી તેની ચર્ચા કરવી પણ ઘણી અઘરી છે. આ મારા એક મિત્રને લગતી વાત છે, જેના તરફથી હું વાત કરી રહ્યો છું. તે લગભગ પાંચ વર્ષ પહેલાં એક પેરુવિયન સ્ત્રીને પરણ્યો છે. તેણી એક પેરુવિયન વેપારીની દીકરી છે. તે તેણીને નાઈટ્રેટની આયાતના સોદા વખતે મળ્યો હતો. તેણી એક ખૂબ જ સુંદર સ્ત્રી છે, પણ તેણી બીજા દેશની અને સાવ અજાણ્યા ધર્મની હોવાથી તે બન્ને વચ્ચે હંમેશા એક અંતર રહ્યા કરે છે. આમ તેમનું લગ્નજીવન કંઈ ખાસ સુખી નથી. ધીમે ધીમે તે તેણી પ્રત્યે ઠંડો થતો ગયો અને છેવટે તેને એવી લાગણી થઈ કે બન્નેનું જોડાણ અર્થહીન અને નિષ્ફળ છે. તેને હંમેશા એવું લાગ્યા કરે છે કે તેણીની એકબાજુ એવી છે જેને તે ક્યારેય જોઈ શક્યો નહોતો અને સમજી નથી શક્યો. પણ આ તેના માટે તે ખૂબ જ દુ:ખદાયી છે કારણ કે તેણી સંપૂર્ણ સમર્પિત એવી પ્રેમાળ પત્ની છે જે ભાગ્યે જ કોઈ પુરુષને મળતી હોય.

હવે હું એ મુદ્દા પર આવવા માગું છું જેની હું તમારી સાથે રૂબરૂ ચર્ચા કરવા આવવાનો છું. આ બધું એક સામાન્ય ખ્યાલ આપવા માટે તમને જણાવવું જરૂરી હતું અને તમને ખુદને પણ તમારી જાતે ખ્યાલ આવે કે તમારે કયા મુદ્દામાં રસ લેવો. હમણાં હમણાં આ સ્ત્રીનો નિર્મળ અને સૌમ્ય સ્વભાવ થોડો આકરો થઈ

ગયો છે. આ પુરુષે બે વાર લગ્ન કર્યાં છે અને તેની પહેલી પત્નીથી તેને એક પુત્ર પણ છે. આ છોકરો હવે પંદર વર્ષનો થઈ ગયો છે અને ખૂબ જ આકર્ષક અને સોહામણો છે. જો કે નાનપણમાં કેટલીક આકસ્મિક ઈજાઓને કારણે તે હાલ એક અપંગ જીવન જીવી રહ્યો છે. તેની હાલની પત્નીને બે વાર આ નાનકડા છોકરા સાથે ગેરવર્તન કરતી જોવામાં આવી છે. એક વાર તો તેણે તેને લાકડી વડે માર્યો જેનાં કેટલાંક નિશાન પણ તેના હાથ પર જોવા મળ્યાં હતાં.

પણ તેણે પોતાના માત્ર એક વર્ષના દીકરા સાથે જે વર્તન કર્યું તેની આગળ તો આ કશું જ ન કહેવાય. આવા એક પ્રસંગમાં આ નાનકડા છોકરાની આયા તેને થોડી મિનિટ માટે એકલી છોડી મૂકી ગઈ હતી. પણ અચાનક બાળકની દર્દભરી ચીસ સાંભળી તેની પાસે દોડી આવી. તે જ્યારે દોડતી ઓરડામાં આવી ત્યારે તેણે જોયું કે તેની શેઠાણી તે બાળક પર નમેલી હતી અને તેની ડોક પર બટકું ભરી રહી હતી. તેનાં ગળામાં ઘા થયો હતો અને તેમાંથી લોહી વહી રહ્યું હતું. આયા આ જોઈ એટલી ડરી ગઈ હતી કે તરત જ તેણીના પતિને બોલાવવા માગતી હતી પણ તેણીએ પાંચ પાઉન્ડ આપીને તેનું મોઢું બંધ કરી દીધું હતું. ત્યાર બાદ તેની કોઈ જ સ્પષ્ટતા આપવામાં નહોતી આવી અને તેટલી ઘડી પૂરતી તે બાબતને અવગણવામાં આવી હતી.

પણ આ ઘટનાની આયા પર બહુ ઊંડી અસર થઈ અને તે ઘડીથી તે પોતાની શેઠાણી પર ચાંપતી નજર રાખવા માંડી અને બાળકને હંમેશા સુરક્ષિત રાખતી ગઈ, કારણ કે તેણી તેને ખૂબ જ વહાલ કરતી હતી. તેણીને એવું લાગતું હતું કે જેમ તેણી શેઠાણી પર નજર રાખતી હતી તેમ તેની શેઠાણી પણ તેના પર નજર રાખતી હતી અને તેને દર વખતે એવું લાગતું કે જ્યારે જ્યારે તે બાળકને એકલું મૂકીને જતી ત્યારે ત્યારે તેની માતા તેના પર ટાંપીને બેઠી રહેતી હતી. દિવસ-રાત આયા બાળકનું ખૂબ જ ધ્યાન રાખતી અને સામે તેની મા પણ દિવસરાત કોઈ વરુ કોઈ ઘેટાની રાહ જોતું હોય તેમ તત્પર રહેતી. તમને ખરેખર આ ખૂબ જ અસામાન્ય લાગતું હશે અને માટે જ હું તમને કહું છું કે તમે આ બાળકના જીવન ખાતર અને આ પુરુષના સુખ ખાતર આ બાબતને ગંભીરતાથી લો.

છેવટે એ ઘડી આવી પહોંચી જ્યારે પતિ સમક્ષ આખુંયે સત્ય છતું થઈ ગયું. આયા હવે વધારે સહી શકે તેમ નહોતી તે હવે આ તણાવથી ત્રાસી ગઈ હતી. અને તેણીએ સંપૂર્ણ હકીકત શેઠને જણાવી દીધી. તેને આ આખી વાત ખૂબ જ અસામાન્ય લાગી, જેવી હાલ તમને લાગતી હશે. તેને વિશ્વાસ હતો કે તેની પત્ની ખૂબ જ પ્રેમાળ હતી અને તેના સાવકા દીકરા પર હુમલાને બાજુ પર રાખીએ તો તે એક સારી માતા પણ હતી. તો પછી તેણી પોતાના વહાલા

બાળકને આવું નુકસાન કેવી રીતે પહોંચાડી શકે ? તેણે તેની આયા સાથે દલીલ કરી કે તેણી ખોટી કલ્પનાઓએ કરી રહી છે, અને તેની શંકાઓ સાવ જ પાયાવિહોણી હતી અને તેની શેઠાણી પરના આવા આરોપો જરા પણ ચલાવી લેવામાં નહીં આવે. જ્યારે તેઓ આ વાત જ કરી રહ્યા હતા ત્યાં અચાનક કોઈક ચીસ સંભળાઈ. આયા અને શેઠ તરત જ બાળકના ઓરડા તરફ દોડી ગયાં. જરા આ માણસની લાગણીની કલ્પના કરો, શ્રીમાન હોમ્સ, જ્યારે તેણે જોયું કે તેની પત્ની તેના બાળક પર નમેલી હતી અને તેના ગળામાંથી લોહી વહી રહ્યું હતું. એક ભયાનક ચીસ સાથે તેણે પોતાની પત્નીનું મોઢું પ્રકાશ તરફ ફેરવ્યું. તો તેણે તેનાં મોઢા પર લોહી ચોંટેલુ જોયું. તેણે પોતાના નાના બાળકનું લોહી પીધું હતું.

તો હકીકતો આ પ્રકારની છે. હવે તેણીને તેના ઓરડામાં પૂરી દેવામાં આવી છે. સ્પષ્ટતાનો કોઈ જ અવકાશ નથી રહ્યો. તેનો પતિ તો અધમૂઓ થઈ ગયો છે. તે અને હું વેમ્પાયરીઝમ (રક્તપિશાચપણા) વિષે થોડું ઘણું જાણીએ છીએ. અમે તો તેને આજ સુધી વિદેશની કોઈ જંગલી વાયકા જ માનતા હતા પણ આ બધું તો અહીં ઈંગ્લૅન્ડની મધ્યમાં આવેલા સસેક્સમાં જ બની રહ્યું છે અને તેની જ ચર્ચા આવતી કાલે સવારે તમારી સાથે કરવા માગું છું. તમે મને મળશો ? શું તમે તમારી આવડત બિચારા મારા આ હતાશ મિત્રની મદદ કરવામાં વાપરવા તૈયાર છો ? જો તૈયાર હોવ તો મહેરબાની કરીને ફર્ગ્યુસન, ચિઝમેન્સ, લેમ્બર્લી સરનામે મને તાર કરી દેજો હું. તમારી સમક્ષ દસ વાગ્યે હાજર થઈ જઈશ.

તમારો વિશ્વાસુ
રોબર્ટ ફર્ગ્યુસન

તમારા મિત્ર વૉટસન જ્યારે બ્લૅકહીથ માટે રગ્બી રમતા હતા ત્યારે હું તેમની સામે રિચમોન્ડ તરફથી રગ્બી રમતો હતો. માત્ર આ એક અંગત ઓળખાણ હું તમને આપી શકું છું.

“હા, હા, મને તે યાદ આવ્યા,” મેં પત્ર નીચે મૂકતાં કહ્યું. “તેને અમે બિગ બોબ ફર્ગ્યુસન તરીકે ઓળખતા હતા, તે રિચમોન્ડનો ઉત્તમ ખેલાડી હતો. તે હંમેશા તેના સારા સ્વભાવ માટે વખણાતો હતો. બની શકે કે તે તેના મિત્રનાં મામલાથી ચિંતિત હોય.”

હોમ્સે મારી તરફ વિચારપૂર્ણ દૃષ્ટિ કરી અને પછી પોતાનું માથું હલાવ્યું.

“હું કદીયે તારી વિવિધ પ્રતિભાઓને નહીં જાણી શકું, વૉટસન,” તેણે કહ્યું. “તારામાં તો નિખાર્યા વિનાની કેટલીયે સંભાવનાઓ પડેલી છે. હવે એક સારા છોકરાની જેમ તારનું ફોર્મ લે અને લખ. ‘તમારો મામલો તપાસતાં આનંદ થશે.’ ”

"*તમારો* કેસ !"

"આપણે તેમને પહેલાં જ ભાન કરાવી દેવું પડશે કે આપણે કંઈ નબળા મગજના લોકો નથી. ચોક્કસ આ *તેનો* જ મામલો છે. તેને આ તાર મોકલી દે, બાકી બધું કાલે સવારે જોઈ લઈશું."

બરાબર દસના ટકોરે ફર્ગ્યુસન ઓરડામાં આવી પહોંચ્યો. મને તે એક લાંબા કદાવર માણસ તરીકે યાદ હતો. તે એટલો ચપળ હતો કે રમતમાં સારા સારાને હંફાવી દેતો હતો. આવા ઉચ્ચ કક્ષાના ખેલાડીને આજે આવી સ્થિતિમાં મળવાનું થાય છે તે બહુ દુઃખની વાત હતી. તેનું વિશાળ શરીર દૂબળું પડી ગયું હતું. તેના સુંદર વાળ પણ પારવા થઈ ગયા હતા અને તેના ખભા પણ ઝૂકી ગયા હતા. મારે ક્યાંથી વાતની શરૂઆત કરવી તેની સૂઝ નહોતી પડતી.

"કેમ છે, વૉટસન," તેણે જ શરૂઆત કરી. તેનો અવાજ પહેલા જેવો જ ઘેરો અને આત્મીય હતો. "છેલ્લે આપણે ઓલ્ડ ડિયર પાર્કમાં મળ્યા હતા. પણ આજે તું ઘણો બદલાઈ ગયો છે. હું સ્વીકારું છું કે હું પણ થોડા અંશે બદલાયો છું. પણ આ છેલ્લા બે દિવસના ત્રાસે મને વૃદ્ધ કરી મૂક્યો છે. મને તમારો તાર મળતાં જ ખ્યાલ આવી ગયો હતો, શ્રીમાન હોમ્સ, કે મારો બીજી કોઈ વ્યક્તિ હોવાનો ડોળ કરવો વ્યર્થ હતો."

"સીધો વ્યવહાર કરવો ઘણો સરળ હોય છે," હોમ્સે કહ્યું.

"સાચી વાત છે. પણ તમે તે પુરુષની લાગણી સારી રીતે સમજી શકો છો જે પોતાની પત્નીની વિરુદ્ધમાં મજબૂરીથી કંઈ કરી રહ્યો હોય. હું શું કરી શકું ? આવી વાત હું પોલીસ સમક્ષ કેવી રીતે કરી શકું ? અને મારે પાછાં મારાં બાળકોને પણ સુરક્ષિત રાખવાનાં છે. શું આ ગાંડપણ છે, શ્રીમાન હોમ્સ ? કે આ લોહીમાં જ આવેલું હોય છે ? તમારા અનુભવમાં ક્યારેય આવો મામલો આવ્યો છે ખરો ? ભગવાનને ખાતર મને સલાહ આપો કે મારે શું કરવું. હવે હું મારી માનસિક સમતુલા ગુમાવી રહ્યો હોઉં તેવું મને લાગી રહ્યું છે."

"સ્વાભાવિક છે, શ્રીમાન ફર્ગ્યુસન, હવે મહેરબાની કરીને અહીં બેસો. તમારી જાતને સ્વસ્થ કરો અને મારા કેટલાક પ્રશ્નોનો જવાબ આપો. હું તમને ખાતરી આપું છું કે હું સંપૂર્ણ સજ્જ છું અને મને વિશ્વાસ છે કે આપણે કોઈક ઉકેલ તો શોધી જ કાઢીશું. પહેલાં તો મને એ કહો કે તમે શું પગલાં લીધાં ? તમારી પત્ની હજુ પણ બાળકો પાસે જ છે ?"

"મેં ખૂબ જ ભયાનક દૃશ્ય જોયું હતું. તેણી એક ખૂબ જ પ્રેમાળ સ્ત્રી છે, શ્રીમાન હોમ્સ. જો કોઈ સ્ત્રીએ કોઈ પુરુષને પોતાના આત્મા અને હૃદયથી અપાર ચાહ્યો હોય તો તેણીએ મને ચાહ્યો છે. જ્યારે મને તેણીના આ અસામાન્ય રહસ્યની ખબર પડી ત્યારે તેણીનું હૃદય ચિરાઈ ગયું હતું. તેણી એક શબ્દ પણ નહોતી બોલી શકી. તેણે મારા વારંવારના પ્રશ્નોના પણ કોઈ જવાબ નહોતા આપ્યા. માત્ર તે મને કોઈ જંગલી પ્રાણીની

જેમ તાકી રહી હતી. ત્યાર બાદ તેણી પોતાના ઓરડામાં જતી રહી હતી અને પોતાની જાતને અંદર પૂરી દીધી હતી. ત્યારથી તે મને મળવાનું ટાળતી રહી છે. લગ્ન પહેલાંની એક નોકરાણી તેણી સાથે રહે છે, ડોલોરેસ તેણીનું નામ છે. તેણી તેની નોકર કરતાં એક મિત્ર વધારે છે. તેણી જ તેના માટે ખોરાક લઈ જાય છે."

"તો પછી હાલ બાળકો પર કોઈ જોખમ નથી !"

"શ્રીમતી મેસન, બાળકોની આયાએ સમ ખાધા છે કે તેણી દિવસરાત તેમનું ધ્યાન રાખશે. હું તેણી પર સંપૂર્ણ વિશ્વાસ મૂકી શકું છું. મને મારા બિચારા જૅકની ઘણી ચિંતા છે, કારણ કે મેં તમને મારા પત્રમાં લખ્યું તેમ તેના પર તેણી દ્વારા બે વાર હુમલા થઈ ચૂક્યા છે."

"પણ તે ક્યારેય ઘવાયો નથી, કેમ ?"

"ના, સાહેબ, તેણીએ જંગલિયતથી તેને માર્યો હતો. તેના જેવા અપંગ માટે તો આ ખૂબ જ ઘૃણાજનક કહેવાય." ફર્ગ્યુસન જ્યારે પોતાના મોટા દીકરાની વાત કરી રહ્યો હતો ત્યારે તેનો અવાજ ખૂબ જ લાગણીભીનો થઈ જતો હતો. "તમને ખ્યાલ આવશે કે બિચારા મારા દીકરાની સ્થિતિ જોઈને કોઈને પણ તેના માટે કૂણી લાગણી થઈ આવે. બાળપણમાં પડી જવાથી તેની કરોડરજ્જુ વાંકી વળી ગઈ હતી, શ્રીમાન હોમ્સ, પણ તેનું હૃદય ઘણું લાગણીશીલ અને પ્રેમાળ છે."

હોમ્સે ગઈકાલે આવેલો પત્ર ઉઠાવ્યો અને તેને વાંચવા લાગ્યો. "તમારા મકાનમાં બીજું કોણ કોણ છે, શ્રીમાન ફર્ગ્યુસન ?"

"બે નોકરો જે થોડા સમયથી અમારી સાથે છે. એક ઘોડારવાળો માઇકલ જે ઘરમાં જ સૂવે છે, મારી પત્ની, હું પોતે, મારો દીકરો જૅક, નાનો દીકરો, ડોલારેસ અને શ્રીમતી મેસન; બસ આટલાં જ."

"મને એવું લાગે છે કે તમે જ્યારે તમારી પત્ની સાથે લગ્ન કર્યાં ત્યારે તેણીને કંઈ ખાસ નહોતા જાણતા ?"

"હું તો તેણીને થોડાં અઠવાડિયાંથી જ ઓળખતો થયો હતો."

"તેણીની નોકરાણી ડોલારેસ કેટલા સમયથી તેણી સાથે છે ?"

"કેટલાંક વર્ષોથી."

"તો તો પછી તમારા કરતાં ડોલારેસ તમારી પત્નીના ચારિત્ર્યને સારી રીતે જાણતી હશે ?"

"હા, તમે તેમ કહી શકો છો."

હોમ્સે એક નોંધ ટપકાવી.

"મને લાગે છે," તેણે કહ્યું, "કે અહીં કરતાં લૅમ્બર્લીમાં મારી જરૂર વધારે છે. આ એક એવી વ્યક્તિગત તપાસનો મામલો છે, જો તમારી પત્ની તેણીના ઓરડામાં જ

રહેતી હોય તો આપણી હાજરી તેને વધારે પરેશાન નહીં કરે. હા, એટલું ખરું કે અમે રોકાઈશું ત્યાંની કોઈક લૉજમાં જ.''

ફર્ગ્યુસને રાહતનો શ્વાસ લીધો.

''મને તમારી પાસે આવી જ આશા હતી, શ્રીમાન હોમ્સ. જો તમે આવી શકો તો બે વાગ્યે વિક્ટોરિયાથી એક ટ્રેઈન ઊપડે છે.''

''ચોક્કસ, અમે આવીશું જ. હાલ હું એટલો વ્યસ્ત નથી અને હું તમારા કેસ માટે પૂરતી ઊર્જા ખર્ચી શકું તેમ છું. વૉટસન ચોક્કસ આપણી સાથે આવશે. પણ હું ત્યાં આવું તે પહેલાં એકાદ બે એવા મુદ્દા છે જેને હું સ્પષ્ટ કરવા માગું છું. આ દુઃખિયારી સ્ત્રીએ તમારા બન્ને દીકરાઓ એટલે કે સાવકો દીકરો અને પોતાનો દીકરો બન્ને પર હુમલો કર્યો છે, બરાબર ?''

''હા, તેમ જ છે.''

''પણ હુમલો અલગ અલગ રીતે કરવામાં આવ્યો છે, બરાબર ? તેણે તમારા છોકરાને ઢોરમાર માર્યો છે.''

''એક વાર લાકડીએથી અને એકવાર ખૂબ જ હિંસક રીતે પોતાના હાથોથી.''

''તેણે તેને શા માટે માર્યો તેની કોઈ સ્પષ્ટતા નહોતી આપી ?''

''ના, તેણીએ માત્ર એટલું જ કહ્યું કે તેણી તેને નફરત કરે છે. અને આવું તેણે વારંવાર કહ્યું છે.''

''જો કે આવી બાબત સાવકી માતાઓમાં સામાન્ય હોય છે. એક જાતની ઈર્ષ્યા કહેવાય. શું તમારી પત્નીનો સ્વભાવ ઈર્ષાળુ છે ?''

''હા, તેણી ખૂબ જ ઈર્ષાળુ છે. - અત્યંત એટલે અત્યંત ઈર્ષાળુ. તે જેટલી પ્રેમાળ છે તેટલી જ ઈર્ષાળુ છે.''

''પણ તમારો દીકરો - તે પંદર વર્ષનો છે, અને માનસિક રીતે પણ ઘણો વિકસિત છે, કારણ કે તે શરીરે એટલો સશક્ત નથી માટે માનસિક રીતે ઘણો પાવરધો હોવો જોઈએ. આ હુમલાની તેણે કોઈ સ્પષ્ટતા કરી ?''

''ના, તેણે કહ્યું હતું કે એવું કોઈ જ કારણ નહોતું.''

''બાકીના સમયમાં તેઓ સારા મિત્ર રહ્યા છે ?''

''ના, તેમના વચ્ચે ક્યારેય સદ્ભાવ નથી રહ્યો.''

''અને તેમ છતાં તમે કહો છો કે તે સ્નેહાળ છે ?''

''આખા જગતમાં તમને આવો સમર્પિત દીકરો જોવા નહીં મળે. મારું જીવન તેનું જીવન છે. તે હંમેશા હું જે કરતો હોઉં, કહેતો હોઉં, તેમાં જ માનતો આવ્યો છે.''

ફરીવાર હોમ્સે નોંધ ટપકાવી. પછી થોડીવાર તે વિચારોમાં ખોવાયેલો રહ્યો.

''તેમાં કોઈ જ શંકા નથી કે તમે અને તમારો દીકરો આ બીજાં લગ્ન પહેલાં સારા સાથી હતા. તમે એકબીજાની ખૂબ જ નજીક રહ્યા હતા, નહીં ?''

"ખૂબ જ નજીક."

"અને આ તમારો દીકરો ખૂબ જ ઉદાર સ્વભાવનો હોવાથી તે પોતાની માતાની સ્મૃતિ પ્રત્યે પણ તેટલો જ સમર્પિત હશે ?"

"ખૂબ જ સમર્પિત."

"આ છોકરો ખરેખર ખૂબ જ રસપ્રદ છે. આ હુમલા વિશે એક બીજો મુદ્દો છે. તમારા નાના બાળક અને તમારા મોટા દીકરા પર એક જ સમયે હુમલો થયો હતો ?"

"પહેલા બનાવમાં એવું જ થયું હતું. એવું લાગ્યું હતું જાણે તેણીને કંઈક વળગ્યું ન હોય અને જાણે બન્ને પર કોઈ બદલો વાળવા ન માગતી હોય ? બીજા કિસ્સામાં જૅકને જ સહન કરવાનું આવ્યું હતું. તે વખતે મેસને બેબી પરના હુમલાની કોઈ જ ફરિયાદ નહોતી કરી."

"તેનાથી બાબત થોડી ગૂંચવણભરી થઈ જાય છે."

"હું કંઈ સમજ્યો નહીં, શ્રીમાન હોમ્સ."

"નહીં સમજી શકો. એક મુદ્દો હંગામી સિદ્ધાંત પર આધારિત છે જેમાં સમય પસાર થવાની રાહ જોવી પડે છે અથવા તો આખીયે સમસ્યાની સંપૂર્ણ જાણકારી મેળવવી પડે છે. તેમ છતાં આ ઘડીએ હું તમને એટલું જ કહી શકું છું કે તમારી સમસ્યા ઊકલે તેવી છે અને માટે અમે બે વાગ્યે વિક્ટોરિયા સ્ટેશને હાજર થઈ જઈશું."

અમે જ્યારે બેમ્બર્લીના સ્ટેશને અમારા થેલા લઈને ઊતર્યા ત્યારે સાંજ થઈ ગઈ હતી. તે નવેમ્બર મહિનાની ધુમ્મસ ભરેલી સાંજ હતી. સ્ટેશનેથી અમે સસેક્સના માટીવાળા માર્ગ પર ઘૂમરીવાળા રસ્તા પરથી પસાર થતાં છેવટે એક ખૂબ જ જુનવાણી બાંધણીવાળા ફાર્મહાઉસ પર આવી પહોંચ્યા. તે ફર્ગ્યુસનનું મકાન હતું. તે એક વિશાળ એકલવાયી ઈમારત હતી. તેનો મધ્ય ભાગ ખૂબ જ જૂનો હતો જ્યારે તેની આજુબાજુની પાંખો આધુનિક હતી. તેની છત પર ઊંચા મિનારાવાળી ચીમનીઓ આવેલી હતી. ઘરના બારણા સુધી લઈ જતા આગળ દાદરની કિનારીઓ ઘસાઈને ગોળાકાર થઈ ગઈ હતી અને તેની ટાઇલ્સો પર તે ઈમારતનું નિર્માણ કરનારનાં નામો કોતરવામાં આવ્યાં હતાં. છતમાં આવેલાં પાટડાં ઑકના લાકડાનાં હતાં. તેની ફરસ થોડી આડીઅવળી અને ખરબચડી થઈ ગઈ હતી. આખીયે ઈમારતમાંથી સદીઓ જૂની ગંધ આવતી હતી.

ફર્ગ્યુસન અમને એક વિશાળ ઓરડામાં લઈ ગયો જે ઈમારતની મધ્યમાં આવેલો હતો. ત્યાં એક ખૂબ જ વિશાળ જુનવાણી સગડી આવેલી હતી જેની પાછળ લોખંડની તકતી મૂકવામાં આવી હતી, જેના પર ૧૬૭૦ કોતરવામાં આવ્યું હતું અને તેના પર તાપણાનું પ્રતિબિંબ પડતું હતું.

મેં ઓરડામાં નજર ફેરવી ત્યારે મને ખ્યાલ આવ્યો કે આખો ઓરડો તવારીખો અને જગ્યાઓનું મિશ્રણ હતો. તેની દીવાલો સત્તરમી સદીના યુમેન ખેડૂતોની હતી.

તેના નીચેના ભાગમાં આધુનિક જળરંગ કરવામાં આવ્યો હતો જ્યારે ઉપરના ઑકવાળા ભાગની જગ્યાએ પીળું લીંપણ કરવામાં આવ્યું હતું. તો એક બાજુને દક્ષિણ અમેરિકાનાં ઓજારો અને હથિયારો વડે શણગારવામાં આવી હતી. તે નિઃશંકપણે પેરુવિયન પત્ની દ્વારા જ શણગારવામાં આવી હશે. હોમ્સે ખૂબ જ બારીકાઈથી તે બધી વસ્તુઓનું નિરીક્ષણ કર્યું. તેનાં મનમાં કેટલાય વિચારો ઘુમરાયા કરતા હતા.

"અરે !" તેણે મોટેથી કહ્યું, "અરે !"

એક નાનકડું સ્પેનિયલ નસલનું કૂતરું લંગડાતું લંગડાતું પોતાના માલિક આસપાસ આંટા મારી રહ્યું હતું. તેનો એક પગ અનિયમિત રીતે હલતો હતો અને તેની પૂંછડી નીચે જમીન પર લબડતી હતી. તે ફર્ગ્યુસનનો હાથ ચાટતો હતો.

"આ શું છે, શ્રીમાન ફર્ગ્યુસન ?"

"કૂતરો છે, પણ તેને થયું છે શું ?"

"ખબર નહીં શું થયું છે. એક પ્રકારનો લકવો મારી ગયો હોય તેવું લાગે છે. પણ ધીમે ધીમે ઓછું થતું જાય છે. ખૂબ જલદી તે સારો થઈ જશે. થઈ જઈશને, કાર્લો ?"

તેની પૂંછડી ધ્રૂજી રહી હતી. કૂતરાની દુઃખી આંખો એક પછી એક અમને જોઈ રહી હતી. એને જાણે ખબર હતી કે અમે કેસની વાત કરી રહ્યા હતા.

"આ અચાનક થયું ?"

"એક જ રાતમાં."

"કેટલા સમય પહેલાં ?"

"ચારેક મહિના પહેલાં થયું હતું."

"ખૂબ જ નોંધપાત્ર કહેવાય અને ઘણું જ સૂચક પણ."

"તેમાં વળી તમને શું દેખાયું, શ્રીમાન હોમ્સ ?"

"મેં જે વિચાર્યું હતું તેની પુષ્ટિ થઈ ગઈ."

"ભગવાનને ખાતર કહો કે તમે શું વિચારો છો, શ્રીમાન હોમ્સ ?"

"તમારા માટે બની શકે કે આ એક બૌદ્ધિક ઉખાણું હોય પણ મારા માટે આ જીવનમરણનો પ્રશ્ન છે. મારી પત્ની ભાવી ખૂની હોઈ શકે છે. મારાં બાળકો સતત જોખમ હેઠળ છે ! મારી સાથે રમત ન રમો, શ્રીમાન હોમ્સ. આ ખરેખર ખૂબ જ ગંભીર બાબત છે."

રગ્બીનો કદાવર ખેલાડી આખેઆખો ધ્રૂજી રહ્યો હતો. હોમ્સે પોતાના હાથ તેના ખભા પર મૂક્યા.

"મને ભય છે, શ્રીમાન ફર્ગ્યુસન, કે જે કંઈ પણ નિવેડો આવશે તેમાં તમને દર્દ જ થવાનું છે," તેણે કહ્યું, "હાલ તો હું તમને માત્ર આટલું જ કહી શકું છું. આ ઘડીએ હું તમને આથી વિશેષ કશું જ નહીં કહી શકું. પણ આ ઘર છોડું તે પહેલા હું અમુક બાબતમાં ચોક્કસ થઈ જઈશ."

“ભગવાનને ખાતર કંઈક કરો ! હવે જો તમને વાંધો ન હોય તો હું ઉપર મારી પત્નીને મળવા જાઉં. કદાચ કોઈ પરિવર્તન આવ્યું હોય.”

તેઓ થોડી મિનિટ માટે અમારાથી દૂર રહ્યા અને તે દરમિયાન હોમ્સ ખૂબ જ કુતૂહલથી દીવાલ પરની વસ્તુઓનું નિરીક્ષણ કરતો રહ્યો. જ્યારે અમારા યજમાન નીચે આવ્યા ત્યારે તેમના ચહેરા પરથી પાક્કું થઈ ગયું હતું કે સ્થિતિ તેમની તેમ જ હતી. કોઈ જ પ્રગતિ નહોતી થઈ. તે પોતાની સાથે લાંબી ઘેરા રંગની પાતળી છોકરીને નીચે લેતા આવ્યા હતા.

“ચા તૈયાર છે, ડોલારેસ,” ફર્ગ્યુસને કહ્યું, “તારી શેઠાણીને જે જોઈએ તે પૂરું પાડજે.”

“તેણી બીમાર પડી જશે,” પોતાના શેઠ સામે ઉદ્ધતાઈથી જોતાં તેણીએ મોટેથી કહ્યું, “તેણી ખોરાક નથી લેતી. તેણી બીમાર થઈ જશે. તેને ડૉક્ટરની જરૂર છે. મને તેની સાથે એકલાં રહેતાં બીક લાગે છે. તેને ડૉક્ટરની જરૂર છે.”

ફર્ગ્યુસન મારી સામે પ્રશ્નભરી નજરે જોવા લાગ્યો.

“હું કંઈ મદદરૂપ થઈ શકું તેમ હોઉં તો મને આનંદ થશે.”

“તારી શેઠાણી ડૉ. વૉટસનને મળશે ?”

“હું તેણીને પૂછવાની નથી. હું ડૉક્ટરને લઈને જ જઈશ. તેણીને ડૉક્ટરની જરૂર છે.”

“તો પછી હું તમારી સાથે જ આવું છું.”

હું તે લાગણીથી ધ્રૂજતી છોકરી પાછળ દાદરા ચડી પરસાળમાં ગયો. ત્યાં લોખંડના ખીલા જડેલો વિશાળ દરવાજો હતો. છોકરીએ પોતાના ખિસ્સામાંથી ચાવી કાઢી અને તાળું ખોલ્યું. હું અંદર પ્રવેશ્યો અને તેણીએ તરત જ અંદર આવી બારણું અંદરથી બંધ કરી દીધું.

પથારીમાં એક સ્ત્રી સૂતી હતી અને તેને ભયંકર તાવ આવી રહ્યો હતો. તેણી અર્ધ બેભાન અવસ્થામાં હતી પણ જેવો હું ત્યાં ગયો કે તેની સુંદર પણ ગભરાયેલી આંખોએ શંકાશીલ નજરે મારી તરફ જોયું. અજાણ્યા માણસને જોઈ તેણીને જાણે રાહત થઈ અને ફરી પાછું ઓશીકામાં મોઢું છુપાવીને સૂઈ ગઈ. થોડા હૂંફભર્યા શબ્દે તેની પાસે ગયો અને જ્યાં સુધી મેં તેના ધબકારા અને તાપમાન તપાસ્યું ત્યાં સુધી તેણી સ્થિર સૂતી રહી. બન્ને ખૂબ જ વધારે હતાં પણ તેમ છતાં મને આ આખી સ્થિતિ શારીરિક કરતાં માનસિક તાણ તરફ વધારે ઇશારો કરતી હતી.

“તેણી આવી રીતે બેત્રણ દિવસથી પડી છે. મને ભય છે કે તેણી મરી ન જાય,” છોકરીએ કહ્યું.

સ્ત્રીએ પોતાનો રાતો અને સુંદર ચહેરો મારા તરફ ફેરવ્યો.

“મારા પતિ ક્યાં છે ?”

"તે નીચે છે અને તમને મળવા માગે છે."

"હું તેમને નહીં મળું. હું તેમને નહીં મળું." પછી તેણી કંઈક બકવાસ કરવા લાગી. "શેતાન ! શેતાન ! હું શું કરીશ આ શેતાન સાથે ?"

"હું તમને કોઈક રીતે મદદ કરી શકું ?"

"ના, ના, કોઈ જ મને મદદ કરી શકે તેમ નથી. બધું ખતમ થઈ ગયું છે. બધું બરબાદ થઈ ગયું છે. હું જે કંઈ કહીશ તેનાથી બધું બરબાદ થઈ જશે."

આ સ્ત્રીને ચોક્કસ કોઈ ગેરસમજ થઈ લાગે છે. હું બોબ ફર્ગ્યુસનને ક્યારેય એક દુષ્ટ, શેતાન તરીકે કલ્પી જ ન શકું.

"માદામ," મેં કહ્યું, "તમારા પતિ તમને ખૂબ જ ચાહે છે. તેમને આ જે કંઈ થઈ રહ્યું છે તનાથી મોટો આઘાત લાગ્યો છે."

ફરી તેણીએ પોતાની તેજીલી આંખો મારા તરફ ફેરવી.

"તે મને ચાહે છે, હા, પણ શું હું તેમને નથી ચાહતી ? તેમનું હૃદય તોડવા કરતાં તો હું મારી જાતનું બલિદાન આપવા તૈયાર થઈ જાઉં તેટલી હદે હું તેમને ચાહું છું, અને તેમ છતાં તે મારા વિષે આવું વિચારે છે, આવું બોલે છે."

"તે ખૂબ દુઃખી છે, તેઓની સમજમાં કંઈ નથી આવતું."

"ભલે તેઓ સમજી ન શકતા હોય, પરંતુ તેઓએ વિશ્વાસ તો કરવો જ જોઈએ."

"તમે તેને નહીં મળો ?" મેં ફરી કહ્યું.

"ના, ના, હું તે ભયંકર શબ્દો હજુ પણ ભૂલી નથી અને તેનો તે ચહેરો પણ. હું તેને નહીં મળું. હવે જાઓ. તમે મારા માટે કશું જ નહીં કરી શકો. તેને માત્ર એટલું જ કહેજો કે મારે મારું બાળક જોઈએ છે. મારો મારા બાળક પર હક્ક છે. માત્ર આ જ સંદેશ હું તેને પહોંચાડવા માગું છું." તેણીએ દીવાલ તરફ મોઢું ફેરવી લીધું અને પછી તે કશું જ ન બોલી.

હું નીચે પાછો આવ્યો ત્યારે હોમ્સ અને ફર્ગ્યુસન તાપણા પાસે બેઠા હતા. ફર્ગ્યુસન મારા વૃત્તાંતને વ્યગ્રતાપૂર્વક સાંભળી રહ્યો.

"હું મારા બાળકને તેને કેવી રીતે આપું ?" તેણે કહ્યું. "મને શું ખબર ક્યારે તે શું કરી બેસે ? હું તે દૃશ્યને કેવી રીતે ભૂલી શકું જ્યારે તે તેના જ બાળક પર લોહીવાળા મોઢે નમેલી હતી ?" તે દૃશ્ય યાદ આવતાં તે ધ્રૂજી ગયો. "બાળક શ્રીમતી મેસન સાથે સુરક્ષિત છે અને તે ત્યાં જ રહેશે."

અમારી સમક્ષ એક યુવાન સુંદર નોકરાણી ચા લઈને હાજર થઈ. તેણી અમને ચા પીરસતી હતી તે જ ક્ષણે બારણું ખૂલ્યું અને એક રૂપકડો યુવાન ઓરડામાં પ્રવેશ્યો. તેનો ચહેરો ફિક્કો હતો અને વાળ આછા હતા. પણ તેના પિતા પર નજર પડતાં જ તેની આંખોમાં ચમક આવી ગઈ અને તે ઉમળકાભેર દોડતો પોતાના પિતાને વળગી પડ્યો.

"અરે, પપ્પા," તેણે મોટેથી કહ્યું, "મને નહોતી ખબર કે તમે આટલા જલદી આવી જશો. મારે તમને મળવા આવવું જોઈતું હતું. તમને જોઈને મને ખૂબ જ આનંદ થયો !"

ફર્ગ્યુસને ખૂબ જ નરમાશથી તેને પોતાનાથી અળગો કર્યો અને થોડી ચીડ પ્રદર્શિત કરી.

"વહાલા દીકરા," તેણે તેના માથા પર હાથ ફેરવતાં કહ્યું, "મારા મિત્ર શ્રીમાન હોમ્સ અને ડૉ. વૉટસન મારી સાથે આવવાના હોવાથી હું વહેલો આવી ગયો. તેઓ આપણી સાથે જ આજની સાંજ વિતાવવાના છે."

"તે શું મહાન જાસૂસ શ્રીમાન હોમ્સ છે ?"

"હા."

યુવાને અમારી સામે ખૂબ જ વેધક નજરે જોયું. મને તેની નજરમાં જરા પણ મિત્રતાનો ભાવ ન લાગ્યો.

"તમારું બીજું બાળક ક્યાં છે, શ્રીમાન ફર્ગ્યુસન ?" હોમ્સે પૂછ્યું, "શું અમે નાનકડા બાળકને મળી શકીએ ?"

"શ્રીમતી મેસનને કહે કે બાળકને નીચે લેતાં આવે," ફર્ગ્યુસને કહ્યું. છોકરો તરત જ કઢંગી ચાલે ચાલતો ઓરડામાંથી રવાના થયો અને પછી તરત જ તે પાછો આવ્યો અને તેની પાછળ પાછળ એક લાંબી કદાવર સ્ત્રી બાથમાં બાળકને લઈને ઓરડામાં પ્રવેશી. તે એક ખૂબ જ રૂપાળું, ઘેરી આંખો અને ભૂરા વાળવાળું બાળક હતું. તે સસેક્સ અને લૅટિનનું ઉત્તમ મિશ્રણ હતું. ફર્ગ્યુસનને પણ એ બાળક એટલું વહાલું હતું કે તેણે તરત જ ખૂબ જ કાળજીથી બાળકને હાથમાં લીધું અને પંપાળવા માંડ્યું.

"ભલા કોઈને વળી આવા સુંદર બાળકને નુકસાન કરવાનું મન કેવી રીતે થાય ?" તેણે તેના સુંવાળા ગળા પર પડેલા લાલ ચાઠા પર નજર ફેરવતાં કહ્યું.

આ જ ક્ષણે મને હોમ્સ તરફ જોવાના મોકો મળી ગયો અને મેં જોયું કે તેના ચહેરાના ભાવ ખૂબ જ તીવ્ર અને અનોખા હતા. તેનો ચહેરો કોઈ પૂતળાની જેમ સ્થિર થઈ ગયો હતો અને તેની આંખો થોડી વાર સુધી પિતા અને બાળક પર તકાયેલી રહી, જે હવે ઓરડાની પેલે પાર કશાક પર તકાયેલી હતી. મેં તેની નજરનો પીછો કર્યો તો હું કોઈ જ અનુમાન ન લગાવી શક્યો. તે બારી બહાર બગીચામાં જોઈ રહ્યો હતો. બારીનું શટર અડધું પડેલું હતું. અને ઓરડાનું પ્રતિબિંબ તેમાં દેખાતું હતું. પણ ત્યાં એવું કંઈ જ નહોતું જેના પર હોમ્સનું ધ્યાન એકાગ્ર થયું હોય. પછી તેણે સ્મિત કર્યું અને પછી પાછી તેની નજર બાળક પર ફરી. તેની સુંવાળી ગરદન પર લાલ ચકામું પડ્યું હતું. બોલ્યા વગર હોમ્સે તે તપાસ્યું.

"ગુડ બાય, નાનકડા રાજકુમાર. તારી જિંદગીની આ શરૂઆત ખૂબ જ વિચિત્ર છે. નર્સ, હું તમારી સાથે એકાંતમાં કેટલીક વાત કરવા માગું છું."

તે તેણીને એક બાજુ પર લઈ ગયો અને તેની સાથે ખૂબ જ કુતૂહલથી થોડી મિનિટ વાતો કરી. મને માત્ર છેલ્લા શબ્દો જ સંભળાયા; "તમારી આતુરતા થોડી જ ક્ષણોમાં દૂર થઈ જશે, પછી ગંભીર, શાંત દેખાતી તે સ્ત્રી બાળકને લઈને ઓરડા બહાર જતી રહી."

"શ્રીમતી મેસન કેવા પ્રકારની સ્ત્રી છે ?" હોમ્સે પૂછ્યું.

"તમે જુઓ છો તેમ બહારથી તેને ઓળખવી અઘરી છે. પણ તેણી એક કુમળા હૃદયની બાળકની કાળજી લેનારી સ્ત્રી છે."

"તને તેણી ગમે છે, જૅક ?" હોમ્સ અચાનક છોકરા તરફ ફર્યો. તેના હરદમ બદલાતા ભાવવાળો ચહેરો થોડો ઘેરો થયો અને પછી તેણે પોતાનું માથું હલાવ્યું.

"જૅકની પસંદ-નાપસંદ ઘણી તીવ્ર હોય છે," ફર્ગ્યુસને પોતાના હાથ છોકરા ફરતે મૂકતાં કહ્યું, "સદ્નસીબે હું તેની પસંદગીમાં આવું છું."

છોકરાએ પોતાનું માથું પોતાના પિતાની છાતી પર નમાવી દીધું. ફર્ગ્યુસને નાજુકાઈથી તેને પોતાનાથી અળગો કર્યો.

"જૅક, હવે જા," અને તે પોતાની પ્રેમાળ નજરે પોતાના છોકરાને અદૃશ્ય થતો જોઈ રહ્યો. "હવે, શ્રીમાન હોમ્સ," છોકરો જતો રહેતાં તેમણે પોતાની વાત આગળ વધારી, "મને ખરેખર એવું લાગે છે કે હું તમને નાહકનો અહીં લેતો આવ્યો છું. તમે અહીં આવીને મને સાંત્વન આપ્યા સિવાય બીજું કશું જ કરી શકો તેમ નથી. તમારી દૃષ્ટિએ આ ચોક્કસ એક નાજુક અને ગૂંચવણભર્યો મામલો હશે."

"આ ચોક્કસ એક ખૂબ જ નાજુક મામલો છે," મારા મિત્રએ એક ગૂઢ સ્મિત સાથે કહ્યું. "પણ હજુ મને તે કંઈ ખાસ ગૂંચવણભર્યો નથી લાગ્યો. આ ચોક્કસ એક બૌદ્ધિક તારણોવાળો મામલો છે. પણ જ્યારે આ મૌલિક બૌદ્ધિક તારણ મુદ્દાસર રીતે પાક્કું થતું જાય છે ત્યારે પરોક્ષ પ્રત્યક્ષ બની જાય છે. અને આપણે વિશ્વાસથી કહી શકીએ છીએ કે આપણે આપણા લક્ષ્ય સુધી પહોંચી ગયા છીએ. જો કે હું લક્ષ્ય પર બેકરસ્ટ્રીટથી નીકળ્યા તે પહેલાં જ પહોંચી ગયો હતો. મારે માત્ર નિરીક્ષણ કરીને પાક્કું જ કરવાનું બાકી હતું."

ફર્ગ્યુસને પોતાના વિશાળ કપાળ પર પોતાનો મોટો હાથ મૂક્યો.

"તો ભગવાનને ખાતર, હોમ્સ," તેમણે કંટાળી જતાં કહ્યું, "જો તમે સત્ય જાણી ગયા હોવ તો મહેરબાની કરીને મારા માટે રહસ્ય ન રાખો. મારી સ્થિતિ શું છે ? મારે શું કરવું જોઈએ ? મને તમે હકીકત સુધી કેવી રીતે પહોંચ્યા તે જાણવાની જરા પણ નથી પડી. મારે માત્ર હકીકત જાણવી છે."

"ચોક્કસ, મારે તમને સ્પષ્ટતા આપવી જ પડશે અને આપીશ પણ ખરો. પણ તમારે આખી બાબત મારી રીતે આગળ વધારવા દેવાની પરવાનગી આપવી પડશે. બરાબર ? વૉટસન, તેણી આપણને મળવાની હાલતમાં છે ?"

"તેણી બીમાર છે, પણ વાંધો નહીં આવે."

"સરસ. આપણે તેની હાજરીમાં જ આખો મામલો સ્પષ્ટ કરી શકીશું. ચાલો, આપણે ઉપર તેની પાસે જઈએ."

"તેણી મને નહીં મળે," ફર્ગ્યુસને બૂમ પાડી.

"હા, તે તમને મળશે," હોમ્સે કહ્યું. તેણે કાગળના ટુકડા પર બેત્રણ લીટીઓ લખી. "વૉટસન, કમ-સે-કમ તને તો ત્યાં પ્રવેશ મળી જ જશે. તું આ ચિઠ્ઠી તેણીને આપીશ ?"

હું ફરી ઉપર ગયો અને ચિઠ્ઠી ડોલારેસને આપી. તેણે ડરતાં ડરતાં બારણું ખોલ્યું. એક મિનિટ બાદ મને આનંદ અને આશ્ચર્યથી મિશ્રિત એક ચીસ સંભળાઈ. ડોલારસે બહાર ડોકિયું કર્યું.

"તેણી તમને મળશે અને બધું જ સાંભળશે." તેણીએ કહ્યું.

મારા બોલાવતાં ફર્ગ્યુસન અને હોમ્સ ઉપર આવ્યા. જેવા અમે ઓરડામાં પ્રવેશ્યા તેવો ફર્ગ્યુસન પોતાની પત્ની આગળ જવા લાગ્યો પણ તેણીએ હાથ ઊંચા કરીને તેને નજીક આવતાં રોક્યો, પછી તેણે પોતાની જાતને પથારીમાં બેઠી કરી. ફર્ગ્યુસન એક બાજુની આરામખુરશીમાં બેસી ગયો. જ્યારે હોમ્સ તેની બાજુમાં જ બેઠો. તેણે નમીને સ્ત્રીનું સમ્માન કર્યું. તેણી તેની સામે આશ્ચર્યથી જોઈ રહી.

"આપણે ડોલારેસની હાજરીમાં જ વાત કરીશું," હોમ્સે કહ્યું, "તમે, માદામ, જો તેણીની હાજરી ઈચ્છતાં હોવ તો તે સામે અમને કોઈ જ વાંધો નથી. હવે, શ્રીમાન ફર્ગ્યુસન, હું એક ખૂબ જ વ્યસ્ત માણસ છું. મને અવારનવાર લોકો સલાહ માટે બોલાવતા હોય છે અને મારી પદ્ધતિ ખૂબ જ ટૂંકી અને સીધી છે. સૌથી ઝડપી સર્જરી સૌથી ઓછું દર્દ આપે છે. સૌથી પહેલાં તમારા મનને શાંતિ આપે તેવું હું તમને કહીશ. તમારી પત્ની ખૂબ જ સારી, ખૂબ જ પ્રેમાળ અને મજબૂરીની મારી સ્ત્રી છે."

"સાબિત કરો, શ્રીમાન હોમ્સ, હું આખી જિંદગી તમારો ઉપકાર નહીં ભૂલું."

"હું તેમ જ કરવાનો છું, પણ તેમ કરવા જતાં તમને એક ખૂબ જ ઊંડો આઘાત પહોંચવાનો છે."

"જો મારી પત્ની પરથી આળ હટતું હોય તો મને કશાની નથી પડી. આ જગતમાં તેની તોલે કશું જ આવે તેમ નથી."

"તો પછી હવે બેકર સ્ટ્રીટમાં અનુમાનોની જે ગાડી મારા મગજમાં દોડી હતી તે વિષે મને કહેવા દો. મારા માટે વેમ્પાયર(પિશાચપણા)વાળો ખ્યાલ સાવ જ બકવાસ હતો. આવી વસ્તુ ઈંગ્લૅન્ડના ગુનાજગતમાં ક્યાંય જોવા મળતી નથી અને તેમ છતાં તમારું નિરીક્ષણ સાચું હતું. તમે આ બહેનને બાળકના ગળા પર નમેલા જોયાં હતાં અને તેનું લોહિયાળ મોઢું પણ જોયું હતું."

"હા, જોયું હતું."

"શું તમને તે વખતે એવો કોઈ જ વિચાર નહોતો આવ્યો કે તેણી ખરેખર લોહી

ચૂસી રહી હતી કે બીજું કંઈ કરી રહી હતી ? તમે ઇંગ્લીશ ઇતિહાસમાં એક રાણીને ઘામાંથી ઝેર ચૂસતી નથી વાંચી ?"

"ઝેર !"

"દક્ષિણ અમેરિકાની ઘરસજાવટ - જ્યારે મેં દીવાલ પર તે બધાં હથિયાર જોયાં પણ નહોતાં તે વખતે પણ મને થોડાઘણો ખ્યાલ તો આવી જ ગયો હતો. તે વાત અલગ હતી કે બીજું કોઈ ઝેર પણ તે હોઈ શકે છે પણ મને ઓછામાં ઓછો આટલો ખ્યાલ તો આવી જ ગયો હતો. જ્યારે મેં નાનકડા બાણ પાસે ખાલી નાનકડી અણી જોઈ ત્યારે મને મારી ધારણા સાચી હોવાનો પુરાવો મળી ગયો હતો. જો બાળકને તેવા જ કોઈ ઝેરીલા તીર વડે મારવામાં આવ્યો હોય તો તે ઝેરને ચૂસ્યા વગર બાળક મરી જાય તેમ હતું.

"અને કૂતરો ! જો કોઈ વ્યક્તિ આવા ઝેરનો ઉપયોગ કરવા માગતું હોય તો તેની ખરી અસર જાણવા તેનો ઉપયોગ પહેલાં બીજી કોઈ વસ્તુ પર કરે. મેં કૂતરાની ધારણા નહોતી માંડી પણ કમ-સે-કમ મને તેની અચાનકની હાલત સમજાઈ અને તે મારી નવી ધારણામાં બિલકુલ બંધ બેસી ગયું હતું.

"હવે તમને સમજાય છે ? તમારી પત્નીને આવા જ કોઈક હુમલાનો ભય હતો. તેણે જોયું કે બાળક પર હુમલો થયો હતો અને ઝેર ચૂસીને તેણે બાળકનો જીવ બચાવ્યો હતો અને તેમ છતાં તેણી તમને સત્ય કહેતાં ડરતી હતી કારણ કે તેણી જાણતી હતી કે તમે તમારા દીકરાને કેટલો ચાહો છો અને જો તમને તે ખબર પડે તો તમારું હૃદય ભાંગી જાય."

"જૅકી !"

"તમે જ્યારે હમણા બાળકને વ્હાલ કરતા હતા ત્યારે મેં તેને જોયો. બારીના કાચના પ્રતિબિંબમાં મેં તેના ચહેરાના ભાવ સ્પષ્ટપણે જોયા. મેં તેના ચહેરા પર એવી ઈર્ષ્યા, એવી ક્રૂરતા, એવી નફરત જોઈ જે ભાગ્યે જ કોઈ માનવચહેરા પર જોવા મળે."

"મારો જૅકી !"

"તમારે આનો સામનો કરવો જ પડશે, શ્રીમાન ફર્ગ્યુસન. તમારા માટે તે દુ:ખદાયી છે, કારણ કે તમે તેને અનહદ પ્રેમ કરો છો અને તે તમને ગાંડપણની હદે પ્રેમ કરે છે અને પોતાની માતાને પણ. તેના કારણે જ તેણે આ પગલું ભર્યું હતું. તેનો આત્મા આ સુંદર બાળક માટેની નફરતથી છલકાઈ રહ્યો છે, કારણ કે તેનું સ્વાસ્થ્ય અને સુંદરતા તેની નબળાઈઓ કરતાં ક્યાંય તેજસ્વી છે."

"હે ભગવાન ! આ તો બહુ ખરાબ કહેવાય !"

"શું હું સાચું બોલ્યો છું, માદામ ?"

સ્ત્રી ડૂસકાં ભરી રહી હતી અને તેણે તેનું માથું ઓશીકામાં સંતાડી દીધું હતું. હવે તેણી પોતાના પતિ તરફ ફરી.

"હું તમને કેવી રીતે કહી શકું, બોબ ? મને ખબર હતી કે તેથી તમને આઘાત લાગશે. તેના કરતાં તો તે જ સારું હતું કે કોઈક બીજાના મોઢે જ તમે હકીકત જાણો. આ

સદ્‌ગૃહસ્થ ખબર નહીં કયા જાદુથી બધું જાણી ગયા અને મને તે વિષે લખ્યું ત્યારે મને ઘણો આનંદ થયો.''

''મારી સલાહ માનો તો તમારા મોટા દીકરાને તમે વર્ષ માટે સમુદ્ર પાર મોકલી દો તે સારું રહેશે,'' હોમ્સે ખુરશી પરથી ઊભા થતાં કહ્યું. ''મારા માટે એક બાબત હજુ પણ ધૂંધળી છે, માદામ. અમે તમારો જૅકી પરનો હુમલો તો સમજી શક્યા અને માન્યા પણ ખરા કે આખરે માતાની ધીરજની એક હદ હોય છે. પણ આ બે દિવસ તમે બાળકને એકલું કેવી રીતે રહેવા દીધું ?''

''મેં શ્રીમતી મેસનને બધું જણાવી દીધું હતું. તેણી બધું જાણે છે.''

''તદ્દન, મારી પણ તેવી જ ધારણા હતી.''

ફર્ગ્યુસન પથારી પાસે ઊભો ઊભો આઘાતનો માર્યો પોતાના હાથ આમતેમ હલાવી રહ્યો હતો.

''મારા ખ્યાલથી આપણે હવે જવું જોઈએ, વૉટસન,'' હોમ્સે ગુસપુસ અવાજમાં કહ્યું, ''મારા ખ્યાલથી આપણે ડોલારેસને પણ આપણી સાથે ઓરડા બહાર લઈ જવી જોઈએ.'' તેણે બારણું બંધ કરતાં કહ્યું, ''મારા ખ્યાલથી આપણે તેમને એકલાં છોડવાં જોઈએ.''

આ કેસને લગતી હવે મારી પાસે માત્ર એક જ નોંધ રજૂ કરવી બાકી રહી છે.

આ વૃત્તાંત જે પત્રથી શરૂ કરવામાં આવ્યો હતો તેનો વળતો જવાબ હોમ્સે તેમને આપ્યો હતો તે હું અહીં રજૂ કરું છું, જે આ પ્રમાણે હતો :

બેકર સ્ટ્રીટ,
૨૧ નવેમ્બર,
રી વેમ્પાયર

સાહેબ,

૧૯મીના તમારા પત્રના સંદર્ભમાં હું તમને જણાવું છું કે મેં તમારા અસીલ શ્રીમાન રોબર્ટ ફર્ગ્યુસનના કેસની તપાસ હાથમાં લીધી હતી. તેનો સફળતાપૂર્વક નિવેડો આવી ગયો છે. તમારી ભલામણ માટે તમારો આભાર.

તમારો વિશ્વાસુ
શૅરલૉક હોમ્સ

❖

એક નામની ત્રણ વ્યક્તિ

આ ઘટનાને તમે રમૂજી ઘટના પણ કહી શકો અને કરુણ ઘટના પણ કહી શકો. આ મામલામાં એક માણસને તારણો કાઢવાનો અવસર મળ્યો, મને નવી બાબત જાણવાનો અવસર મળ્યો અને ત્રીજી વ્યક્તિને કાયદા દ્વારા દંડ મળ્યો તેમ છતાં આ આખા મામલાનું કેન્દ્ર તો રમૂજી જ હતું. જો કે હકીકત વાંચી તમે જ તમારી જાતે તે નક્કી કરી શકો છો.

મને તે સમય ચોક્કસ યાદ છે કારણ કે આ સમય દરમિયાન જ હોમ્સને તેની સમાજ પ્રત્યેની ફરજના બદલામાં સરનો ખિતાબ મળવાનો હતો, જેનો તેણે નમ્રતાથી અસ્વીકાર કર્યો હતો. તેણે તેનું કારણ આપતાં જણાવ્યું હતું કે હું આ કામ માત્ર ને માત્ર મારા સંતોષ ખાતર કરું છું. કોઈ ખિતાબ મેળવવા કે લોકોની વાહ વાહ મેળવવા માટે નથી કરતો.

આ ઘટનાની તારીખો મને ખાસ યાદ છે કારણ કે તે સાઉથ આફ્રિકામાં થયેલા યુદ્ધના અંત પછી બની હતી અને માટે તે ૧૯૦૨ના જૂનના છેલ્લા દિવસોની વાત છે તેટલું મને પાક્કું યાદ છે. હોમ્સ તેની આદત પ્રમાણે તેનો મોટા ભાગનો સમય પથારીમાં જ પસાર કરતો હતો. પણ તે દિવસે તે વહેલો ઊઠી ગયો હતો અને તેના હાથમાં એક મોટું કાગળિયું હતું અને તેની ભૂરી આંખોમાં કુતૂહલ ચમકી રહ્યું હતું.

"વૉટસન, તારા માટે રૂપિયા કમાઈ લેવાનો અવસર ઊભો થયો છે," તેણે કહ્યું, "તેં ક્યારેય ગૅરીડેબનું નામ સાંભળ્યું છે ?"

મેં સ્વીકાર્યું કે મેં નહોતું સાંભળ્યું.

"જો તું તે નામ શોધી કાઢે તો તને ઘણા રૂપિયા કમાવાની તક મળે તેમ છે."

"કેમ ?"

"અરે, તે બહુ લાંબી વાત છે - અને થોડી ઉટપટાંગ પણ ખરી. મને નથી લાગતું કે આપણા આટલાં વર્ષોના અનુભવ દરમિયાન આપણી પાસે આટલી હદે ગૂંચવાડાભર્યો કોઈ મામલો આવ્યો હોય. તે માણસ થોડી વારમાં જ અહીં પૂછપરછ અર્થે આવવાનો

છે, એટલે તે આવે ત્યાં સુધી કશું જ નહીં કહું. પણ તે દરમિયાન આપણે તે નામ વિષે બધું જ જાણી લેવું પડશે."

ટેલિફોન ડિરેક્ટરી મારી બાજુના ટેબલ પર જ પડી હતી અને મેં કોઈ પણ જાતની આશા વગર તેનાં પાના ઉથલાવવા માંડ્યાં, પણ મારા કુતૂહલ વચ્ચે ડિરેક્ટરીમાં આ વિચિત્ર નામ નોંધાયેલું હતું. એટલે મારા મોઢામાંથી આશ્ચર્યનો ઉદ્‌ગાર નીકળી ગયો.

"આ રહ્યું, હોમ્સ ! આ રહ્યું તે !"

હોમ્સે મારા હાથમાંથી ડિરેક્ટરી લીધી.

"ગૅરીડેબ. એન." તેણે વાંચ્યું, "૧૩૬, બિટલ રાઈડર સ્ટ્રીટ, ડબલ્યુ. તને નિરાશ કરવા બદલ માફ કરજે વૉટસન, પણ આપણે જેને શોધી રહ્યા છે તે આ નથી. આ પરબીડિયા પર જેનું નામ સરનામું છે તેને આપણે શોધવાનો છે. આ કોઈક બીજો ગૅરીડેબ છે."

શ્રીમતી હડસન ઓરડામાં કોઈક વિઝિટિંગ કાર્ડ લઈને આવ્યાં. મેં તેને હાથમાં લીધું અને તેના પર નજર ફેરવી.

"અરે, આ રહ્યું તે !" મેં કુતૂહલથી કહ્યું, "પણ આના આદ્યાક્ષર થોડા અલગ છે. જોહ્ન ગૅરીડેબ, લૉ કાઉન્સેલર, મૂરવિલે, કેન્સાસ, યુ.એસ.એ."

હોમ્સે કાર્ડ પર જોઈને સ્મિત કર્યું. "મને લાગે છે તારે હજુ પણ એક પ્રયત્ન કરવો જોઈએ, વૉટસન," તેણે કહ્યું. "આ સદ્‌ગૃહસ્થ પણ આ મામલામાં સંડોવાયેલા છે. જો કે તેમની સાથે મુલાકાત થશે તેવી મારી ધારણા નહોતી. જો કે તે ચોક્કસ મારે જે જાણવું છે તેની માહિતી મને પૂરી પાડી શકશે."

એક જ ક્ષણ બાદ તે સદ્‌ગૃહસ્થ ઓરડામાં હાજર થઈ ગયા. શ્રીમાન જોહ્ન ગૅરીડેબ, લૉ કાઉન્સેલર, એક ટૂંકા ગોળમટોળ હજામત કરેલા તાજામાજા ચહેરાવાળા પુરુષ હતા. તેમના ચહેરા પર અન્ય અમેરિકનો જેવાં જ લક્ષણો હતાં. તેમની એકંદર અસર કોઈ બાળક જેવી ઊપસતી હતી જેથી તે યુવાન લાગતા હતા અને તેમના ચહેરા પર પહોળું હાસ્ય ફેલાયેલું હતું. જો કે તેમની આંખો અત્યંત આકર્ષક હતી. મેં ભાગ્યે જ કોઈ વ્યક્તિની આવી ઉત્કટ ભાવવાળી આંખો જોઈ હશે. તે જાણે તેમના આંતરિક જીવનનું પ્રતિબિંબ હોય તેવી લાગતી હતી. તે તેના દરેક વિચાર પર પોતાના ભાવ પ્રગટ કરતી હતી. તેના ઉચ્ચાર અમેરિકન હતા, પણ તેમાં કોઈ જ ખાસિયત નહોતી.

"શ્રીમાન હોમ્સ, મારું માનવું એવું છે કે," તેણે અમારી તરફ નજર ફેરવતાં પૂછ્યું, "મારું માનવું એવું છે કે તમને મારા જ નામવાળા કોઈ શ્રીમાન નાથન ગૅરીડેબ તરફથી એક પત્ર મળ્યો છે, ખરું કે નહીં ?"

"મહેરબાની કરીને બેસો," શૅરલૉક હોમ્સે કહ્યું, "આપણે હજુ ઘણીબધી વાતો કરવાની છે." તેણે ટેબલ પરથી પેલો પત્ર હાથમાં લેતાં કહ્યું. "તમે ચોક્કસ આ દસ્તાવેજમાં ઉલ્લેખવામાં આવેલા શ્રીમાન જૉન્હ ગૅરીડેબ જ છો અને કેટલાક સમયથી ઇંગ્લૅન્ડમાં છો, બરાબર ?"

"તમે આવું શા પરથી કહો છો, શ્રીમાન હોમ્સ ?" મને તે અતિ હાવભાવયુક્ત આંખોમાં શંકા ઊભી થતી દેખાઈ.

"તમારો આખો પોશાક ઇંગ્લીશ છે."

શ્રીમાન ગૅરીડેબ ખડખડાટ હસવા લાગ્યા. "મેં તમારી આવી બધી ચાલાકીઓ વિષે ઘણું બધું વાંચ્યું છે, શ્રીમાન હોમ્સ, પણ મને ક્યારેય વિચાર પણ નહોતો આવ્યો કે હું જ તેનો ભોગ બનીશ. તમને કેવી રીતે ખબર પડી ?"

"તમારા કોટના વળાંકો, બૂટના પંજા - તેના પર કોઈ પણને શંકા ઊપજે, ખરું ને ?"

"અરે, મને તો ખ્યાલ જ નહીં કે હું આટલો બધો બ્રિટિશ લાગું છું, પણ હું છેલ્લા ખાસા સમયથી અહીં ઇંગ્લૅન્ડમાં ધંધાર્થે રોકાયેલો છું. આમ, તમે કહ્યું તેમ ધીમે ધીમે મારા કપડાં સંપૂર્ણ લંડનવાસીઓ જેવાં થઈ ગયાં છે. તે જે હોય તે મને ખ્યાલ છે કે તમારો સમય ખૂબ કીમતી છે અને અહીં આપણે કંઈ મારા જૂતાનાં પંજા કે મોજાની વાત કરવા નથી મળ્યા. પણ તમારા હાથમાં જે આ કાગળિયું છે તેની જ વાત કરવા હું અહીં આવ્યો છું."

હોમ્સે અમારા આ મુલાકાતીને પહેલી જ મુલાકાતમાં મૂંઝવી માર્યો હતો અને તે તેની આંખો પરથી સ્પષ્ટ દેખાઈ આવતું હતું.

"શાંતિ ! શાંતિ, શ્રીમાન ગૅરીડેબ !" મારા મિત્રએ સુંવાળા અવાજમાં કહ્યું, "ડૉ. વૉટસન જણાવશે કે હાલ તમને મારાં આ નાનાં નાનાં તારણો નકામાં લાગે છે પણ આગળ જતાં આખાયે મામલા પર તે ઘણી અસર કરશે. પણ તમારી સાથે શ્રીમાન નાથન ગૅરીડેબ કેમ નથી આવ્યા ?"

"મને એ સમજાતું નથી કે તમે શા માટે તેમને આ બાબતમાં ઘસડો છો ?" તેણે ગુસ્સાથી ભડકતાં કહ્યું, "તમારે વળી આ વાત સાથે શું લેવા દેવા ? આ વાત બે વેપારીઓ વચ્ચેની છે. આમાં વળી કોઈ જાસૂસની ક્યાંથી જરૂર પડી ! હું આજે સવારે જ તેમને મળ્યો છું અને ત્યારે તેમણે મને આ મૂર્ખામીભરી વાત કહી હતી અને માટે જ હું અહીં આવ્યો છું, પણ મને તેનું ખૂબ જ ખરાબ લાગ્યું છે."

"આનાથી તમને કોઈ નુકસાન નહીં થાય, શ્રીમાન ગૅરીડેબ, તેમણે તમારા બન્નેના હિતમાં જ આ પગલું ભર્યું છે અને તમારા બન્નેનું ભલું તેમાં જ છે. તેમને ખબર છે કે હું માહિતી એકઠી કરવાનું કામ સારી રીતે કરું છું અને માટે જ એ ખૂબ સ્વાભાવિક છે કે તેઓ મારો સંપર્ક કરે."

અમારા મુલાકાતીનો ક્રોધિત ચહેરો ધીમે ધીમે કરતાં શાંત થઈ ગયો.

“સારું, તેવું જ હોય તો કોઈ વાંધો નથી,” તેણે કહ્યું, “જ્યારે હું આજે સવારે તેને મળવા ગયો ત્યારે તેણે જાસૂસ સાથે સંપર્ક કર્યો હોવાનું મને જણાવ્યું હતું અને હું તરત જ સરનામું લઈને અહીં હાજર થયો છું. હું નથી ઇચ્છતો કે મારી અંગત બાબતમાં પોલીસ માથું મારે. પણ જો તમે અમને ત્રીજો ગૅરીડેબ શોધવામાં મદદ કરવાના હો તો તેથી કોઈ જ નુકસાન નથી થવાનું.”

“હું તમને તે જ સમજાવવા માગતો હતો,” હોમ્સે કહ્યું. “અને હવે, સાહેબ, જ્યારે તમે અહીં છો તો પછી તમારા મોઢે જ સંપૂર્ણ હકીકત સાંભળી લઈએ. મારા આ મિત્ર આ બાબત વિષે જરા પણ નથી જાણતા.”

શ્રીમાન ગૅરીડેબે મારી સામે અમૈત્રીપૂર્ણ નજર કરી.

“તેમને જાણવાની જરૂર છે ?” તેણે પૂછ્યું.

“અમે સામાન્ય રીતે સાથે જ કામ કરીએ છીએ.”

“સારું, એમ પણ આ બાબતમાં રહસ્ય રાખવા જેવું કોઈ ખાસ કારણ નથી. હું ખૂબ જ ટૂંકાણમાં તમને સંપૂર્ણ વિગત જણાવીશ. જો તમે કેન્સાસ વિષે થોડું ઘણું પણ જાણતા હશો તો તમને એલેક્ઝાન્ડર હૅમિલ્ટન ગૅરીડેબ વિષે જણાવવાની જરૂર નહીં પડે. તેમણે રીયલ એસ્ટેટમાં ખૂબ પૈસો બનાવ્યા પછી શિકાગોમાં ઘઉંના બિયારણના ધંધામાં ઝંપલાવ્યું છે. તેમણે પોતાની બધી કમાણી જમીન ખરીદવામાં જ વાપરી હતી. તેમની પાસે હાલ તમારા એક કાઉન્ટી જેટલો વિસ્તાર છે. તે જમીન કેન્સાસ નદીના કિનારે કિનારે ફોર્ટ ડોજની પશ્ચિમ સુધી ફેલાયેલી છે. તે એક ઉપજાઉ જમીન છે અને ખનીજ તત્ત્વોથી ભરપૂર. જે કોઈ પણ તેનો માલિક હોય તે તેને લાખો ડૉલર કમાવી આપે તેમ છે.

“તેમને કોઈ સગુંસંબંધી નહોતું અને જો હતું તો પણ મને તેની ખબર નથી. પણ તેને તેનાં નામનું ઘણું અભિમાન હતું અને તેના કારણે જ અમે એકબીજાની નજીક આવ્યા. હું ટોપેકામાં કાયદાનો વ્યવસાય કરતો હતો. એક વાર મારી મુલાકાત મારા જૂના મિત્ર સાથે થઈ. તેણે મને આ લખપતિની વાત કરી અને કહ્યું કે તે તેના જેવા જ નામવાળી વ્યક્તિને મળવા આતુર હતા. છેવટે હું તેમને મળ્યો અને તેમણે મને પણ અમારા નામની અન્ય વ્યક્તિઓ શોધવાનો આગ્રહ કર્યો. ‘મને આ નામની બીજી વ્યક્તિ શોધી આપ !’ તેમણે કહ્યું. મેં તેને સમજાવ્યું કે હું એક વ્યસ્ત માણસ છું અને હું કંઈ મારું આખું જીવન ગૅરીડેબ નામ ધરાવતી વ્યક્તિઓને શોધવામાં વેડફી ન શકું.”

“તને જરા પણ નુકસાન નહીં થાય,” તેણે કહ્યું, “મારી યોજના પ્રમાણે જો બધું સરખું પાર પડ્યું તો તારે કશું જ કરવાની જરૂર નહીં પડે.” મને થયું આ માણસ ક્યાંક મજાક તો નહોતો કરી રહ્યો ને ! પણ તેમના કહેવાનો અર્થ ઘણો નક્કર થતો હતો. જે મને થોડાક સમયમાં જ સમજાઈ ગયો.

"મારા માટે આ એટલી મોટી તક હતી કે મેં મારી વકીલાત પડતી મૂકી અને ગૅરીડેબ નામની બીજી બે વ્યક્તિઓને શોધવામાં લાગી પડ્યો. આખાયે યુનાઇટેડ સ્ટેટ્સમાં મને એક પણ ગૅરીડેબ ન મળ્યો. મેં તેની ખૂબ જ તપાસ કરી પણ મને એક પણ ગૅરીડેબ ન મળ્યો. પછી મેં આ દેશમાં તેની શોધ ચલાવવાનું નક્કી કર્યું. મેં અહીંની ટેલિફોન ડિરેક્ટરીમાં શોધ્યું તો તેમાં મને એક ગૅરીડેબ મળી ગયો. હું બે દિવસ પહેલાં તેની પાસે ગયો અને તેને આખી વાત સમજાવી. તેની પાસેથી મને જાણવા મળ્યું કે તે પણ મારી જેમ એકલો જ માણસ હતો. તેના સંબંધીઓમાં કેટલીક સ્ત્રીઓ જ હતી, કોઈ પુરુષ નહોતો. વસિયતમાં ત્રણ વયસ્ક પુરુષની સ્પષ્ટતા કરવામાં આવી હતી અને આમ અમારે હજુ પણ એક ગૅરીડેબ શોધવાનો બાકી હતો અને જો તમે અમને આમાં મદદ કરી શકો તેમ હોવ તો અમે તમને તેનું સારું વળતર ચૂકવીશું."

"તો, વૉટસન," હોમ્સે સ્મિત સાથે કહ્યું, "મેં નહોતું કહ્યું કે આ બાબત થોડી ઉટપટાંગ છે ? પણ તમારે આ બાબતે જાહેરખબરની કૉલમમાં પણ જાહેરાત છપાવવી જોઈતી હતી."

"મેં તેમ પણ કર્યું હતું, શ્રીમાન હોમ્સ, પણ મને તેનો કોઈ જ જવાબ નહોતો મળ્યો."

"વહાલા સાહેબ, આ એક ખૂબ જ નાની પણ બહુ જ રોમાંચક સમસ્યા છે. હું ચોક્કસ મારી રાહતે આમાં નજર ફેરવી જોઈશ. અરે હા, તમે કહ્યું તમે ટોપેકાથી આવ્યા છો. મારે ત્યાં એક સારા મિત્ર સાથે સંબંધ હતો. જોકે હાલ તો તેઓ હયાત નથી. તે એક વૃદ્ધ હતા, જેનું નામ ડૉ. લીસેન્ડર સ્ટેર હતું. તેઓ ૧૮૯૦માં ત્યાંના મેયર હતા."

"ડૉ. સ્ટેર એક સારા માણસ હતા." અમારા મુલાકાતીએ કહ્યું, "તેમનું નામ હજુ પણ માન સાથે લેવામાં આવે છે. તો, શ્રીમાન હોમ્સ, અમને જે કોઈ સફળતા મળશે તે તમને જણાવતા રહીશું. હું તમને ખાતરી આપું છું કે એક-બે દિવસમાં સારા સમાચાર મળી જશે." આ ખાતરી આપીને અમારો અમેરિકન મિત્ર નમન કરીને ઓરડામાંથી બહાર નીકળી ગયો.

હોમ્સે પોતાની હોકલી જગાવી અને થોડી વાર સુધી ચહેરા પર ઉત્સુક સ્મિત સાથે બેઠો રહ્યો.

"તો ?" મેં હોમ્સને પૂછ્યું.

"નવાઈ કહેવાય, વૉટસન, નવાઈ કહેવાય !"

"શાની નવાઈ ?"

હોમ્સે હોકલી મોઢામાંથી બહાર કાઢતાં કહ્યું :

"મને નવાઈ લાગે છે, વૉટસન, કે આ માણસનો આપણી સમક્ષ આટલું મોટું જૂઠાણું કહેવાનો આશય શું હોઈ શકે. હું તેને છતો કરવાનો જ હતો પણ મેં તેમ કરવાનું

માંડી વાળ્યું હતું. મને લાગે છે કે તે ભલે એવું વિચારતો કે આપણને તેણે ઉલ્લુ બનાવ્યા છે. હું સ્પષ્ટપણે જોઈ શકું છું કે તેણે પહેરેલાં કપડાં અંગ્રેજ દરજીનાં સિવાયેલાં છે. તેના પર બાર મહિનાનો ઘસારો લાગેલો છે અને તેમ છતાં તે કહે છે કે તે થોડાક દિવસથી જ લંડનમાં આવ્યો છે ! વળી તે કહે છે તેવી કોઈ જ જાહેરખબર મેં સમાચારપત્રમાં નથી વાંચી. તું તો સારી રીતે જાણે છે કે મને આવી કૉલમોમાં કેટલો બધો રસ હોય છે અને મારી નજરથી કશું જ ચૂકતું નથી અને આવી વિચિત્ર બાબત પ્રત્યે મારું ધ્યાન ન ખેંચાય તેવું તો શકય જ નથી. બીજું એ કે હું કોઈ ટોપેકાના ડૉ. લિસેન્ડર સ્ટેરને નથી ઓળખતો. જ્યાં ક્યાંય પણ સ્પર્શો ત્યાં તે ખોટો જ સાબિત થયો છે. તે ચોક્કસ એક અમેરિકન છે. પણ લાંબા સમયથી લંડનમાં રહ્યો હોવાથી તેના ઉચ્ચાર બદલાઈ ગયા છે. તો પછી તે શું રમત રમી રહ્યો હશે અને તેનો ગૅરીડેબ નામની વ્યક્તિઓને શોધવા પાછળનો શું આશય હશે ? આપણે આ મામલા પર વિચારવું જ જોઈશે, કારણ કે આ એક નર્યો બદમાશ છે. તે ખરેખર એક ઉસ્તાદ અને પાવરધો બદમાશ છે. હવે આપણે એ પણ શોધવું પડશે કે આપણો આ અસીલ પણ ક્યાંક જુઠ્ઠો તો નથી ને ! જરા તેને ફોન જોડ તો, વૉટસન.''

મેં નંબર જોડ્યો અને સામે એક ઝીણો કાંપતો અવાજ સંભળાયો.

''હા, હા, હું જ શ્રીમાન નાથન ગૅરીડેબ છું. શું શ્રીમાન શૅરલૉક હોમ્સ વાત કરી રહ્યા છે ? મારે શ્રીમાન શૅરલૉક હોમ્સ સાથે થોડી વાત કરવી છે.''

મારા મિત્રએ હાથમાં રીસિવર લીધું અને હું તેને વાતો કરતો સાંભળી રહ્યો.

''હા, તે અહીં આવ્યા હતા. મને લાગે છે તમે તેમને ઓળખતા નથી... કેટલો સમય થયો ? ...બે દિવસ જ થયા ! ...હા, હા. કેમ નહીં... તેમની વાત ઘણી લલચામણી છે. આજે સાંજે તમે ઘરે હશો ? અને તમારા આ સમાન નામવાળા જોડીદાર તમારી સાથે નહીં હોય ? ...સરસ, તો આજે અમે આવીશું... મારે તેની ગેરહાજરીમાં તમારી સાથે વાત કરવી છે. ...ડૉ. વૉટસન પણ મારી સાથે આવશે... તમારા પત્ર પરથી મને ખબર પડી કે તમે બહુ બહાર નીકળતા નથી. સારું, તો અમે છ વાગ્યે ત્યાં જ આવીશું. તમારે આ વિષે તમારા અમેરિકન મિત્રને વાત કરવાની જરૂર નથી. ...ખૂબ સરસ. આવજો !''

તે વસંતની એક સુંદર મજાની સાંજ હતી. આથમતા સૂરજનાં કિરણોમાં બધું જ સોનેરી લાગતું હતું. અમે એડવર્ડ રોડ પર વળાંક લઈને લીટલ રાઈડર સ્ટ્રીટ પર ગયા. અમે જે ઘરે પહોંચ્યા તે એક વિશાળ જુનવાણી બાંધકામનું મકાન હતું. તે પ્રાચીન જ્યોર્જિયન બાંધણીનું હતું. તેનો આગળનો ભાગ ઈંટોનો બનેલો હતો. તેના નીચેના માળે માત્ર બે જ બારીઓ હતી. અમારા અસીલ પણ આ જ માળ પર રહેતા હતા અને તેની નીચી લાંબી બારીઓ સાબિત કરતી હતી કે તેઓ આખો દિવસ ત્યાં જ રહેતા હતા. હોમ્સે ઘરમાં પ્રવેશતાં નામ છાપેલી પિત્તળની તકતી તરફ આંગળી ચીંધી.

"ઘણાં વર્ષો જૂની આ તકતી છે, વૉટસન," તેણે કહ્યું. તે પ્લેટ ઘણી બધી ઘસાઈ ગઈ હતી. "આ તેનું મૂળ નામ જ છે અને આ એક નોંધવા જેવી વાત છે."

ઘરને એક જ દાદર હતો અને હૉલની દીવાલ અસંખ્ય નામો ચીતરવામાં આવ્યાં હતાં જેમાંથી કેટલાંક નામ કાર્યાલયોનાં હતાં તો કેટલાંક અંગત ઓરડાનાં હતાં. તે કોઈક રહેણાક ફ્લેટોનું સંકુલ નહોતું, પણ બોહેમિયન બેચલર્સની હોસ્ટેલ જેવું કંઈક હતું. અમારા અસીલે બારણું ખોલ્યું અને અમારી માફી માગી કે નોકરાણી ચાર વાગ્યે ઘરે જતી રહે છે. શ્રીમાન નાથન ગૅરીડેબ એક ઊંચા, નરમ હાડકાવાળા, વાંકા વળી ગયેલા પુરુષ હતા. તે સુકલકડી અને ટાલિયા હતા. સાંઠની ઉપરના હતા. તેમના શરીરને અને વ્યાયામને કોઈ જ લેવા દેવા ન હોય તેવું લાગતું હતું. અમારા પર તેમની સામાન્ય છાપ સારા માણસની પણ થોડા ધૂની હોવાની પડી.

ઓરડો પણ તેના માલિક જેવો જ વિચિત્ર હતો. તે કોઈ નાનકડા સંગ્રહાલય જેવો લાગતો હતો. તે પહોળો અને લાંબો હતો. તેની દરેક બાજુ અસંખ્ય કબાટો અને માળિયાંઓ હતાં જેમાં વિવિધ જાતના નમૂનાઓ સંગ્રહવામાં આવ્યા હતા, જેમાં ભૂસ્તરશાસ્ત્ર અને અસ્થિશાસ્ત્ર બન્નેનો સમાવેશ થતો હતો. બારણાની બન્ને બાજુ કાચની પારદર્શક પેટીઓમાં જીવજંતુઓ અને પતંગિયાં મૂકવામાં આવ્યાં હતાં. ઓરડાની મધ્યમાં આવેલા વિશાળ ટેબલ પર ભંગાર ફેલાયેલો પડ્યો હતો અને માઈક્રોસ્કોપનું પિત્તળનું નાળચું તેમાંના એક પર તકાયેલું હતું. આખાયે ઓરડામાં જ્યારે મારી નજર ફરી વળી ત્યારે મને આ વિચિત્ર માણસના બહુવિધ શોખથી ઘણું આશ્ચર્ય થયું. અહીં એક બાજુ પૌરાણિક સિક્કાઓની પેટી પડી હતી તો બીજી બાજુ પાષાણ યુગનાં ઓજારો પડ્યાં હતાં. તેની ઉપરની છાજલી પર પ્લાસ્ટરની ખોપરીઓ પડી હતી જેના પર વિવિધ નામ લખવામાં આવ્યાં હતાં. જેમ કે "નિન્ડરથલ", "હડલબર્ગ", "ક્રો-મેગ્નન" વગેરે વગેરે. એટલું તો સ્પષ્ટ થઈ ગયું હતું કે તે ઘણા બધા વિષયના વિદ્યાર્થી હતા. હાલ તેમનાં હાથમાં પહાડી હરણના ચામડાનો ટુકડો હતો જેનાથી તેઓ એક સિક્કો ચમકાવી રહ્યા હતા.

"સિરેક્યુશન - આ એક અતિ પ્રાચીન સિક્કો છે." તેમણે મારી સમક્ષ તે સિક્કો ધરી અમને સમજાવ્યું. "ધીમે ધીમે આવા સિક્કાઓનું અસ્તિત્વ જોખમાઈ રહ્યું છે. હવે ગણ્યાગાંઠ્યા જ બચ્યા છે. તમે અહીં ખુરશીમાં બેસી શકો છો, શ્રીમાન હોમ્સ. મને જરા આ હાડકાં સાફ કરવા દો. અને તમે, ડૉ. વૉટસન, જરા પેલી જાપાનીઝ દાનીને હટાવીને ત્યાં બેસી શકો છો. તમે જોઈ શકો છો કે મારી આસપાસ મારા રસની વસ્તુઓ પથરાયેલી પડી છે. મારા દાક્તરે મને બહાર નહીં જવાની સલાહ આપી છે. અને મારે એમ પણ ક્યાંય બહાર જવાની જરૂર નથી કારણ કે અહીં જ મને જકડી રાખવા માટે એટલો બધો મસાલો છે કે મારે બહાર જવાની જરૂર જ ન પડે. હું તમને ખાતરીપૂર્વક કહી શકું છું કે પેલાં બે કબાટ પાછળ જ મારા કેટલાક મહિના પસાર થઈ જાય તેમ છે."

હોમ્સે પોતાની આસપાસ એક કુતૂહલભરી નજર ફેરવી.

"પણ તમે તો એમ કહો છો કે તમે ક્યારેય બહાર નથી જતા ?" તેણે કહ્યું.

"ક્યારેક વળી હું સથ્બી કે ક્રીસ્ટીઝ આંટો મારી આવતો હોઉં છું. આ સિવાય તો ભાગ્યે જ હું મારા ઓરડામાંથી ક્યાંય જતો હોઉં છું અને એમ પણ હું બહાર સમય પસાર કરવા જેટલો સ્વસ્થ નથી અને મારાં સંશોધન પણ મને વ્યસ્ત રાખતાં હોય છે, પણ તમે આ સમાચાર સાંભળ્યા ને ? તે મારા માટે આઘાતજનક રીતે સુખદ છે. અમારે હવે માત્ર એક જ ગૅરીડેબને શોધવાની જરૂર છે અને મને ખાતરી છે કે અમને તે મળી પણ જશે. મારો એક ભાઈ હતો પણ તે મૃત્યુ પામ્યો છે. અને સ્ત્રીસંબંધીઓ આ શરતોને લાગુ નથી પડતાં. પણ આખા જગતમાં બીજો એક ગૅરીડેબ તો હોવો જ જોઈએ. મેં સાંભળ્યું છે કે તમે આવા વિચિત્ર મામલાઓ સારી રીતે સંભાળી જાણો છો અને તે માટે જ મેં તમારો સંપર્ક કર્યો છે. ચોક્કસ, આ અમેરિકન વ્યક્તિની વાત સાચી છે. મારે તમારો સંપર્ક સાધતાં પહેલાં તેની મરજી જાણી લેવી જોઈતી હતી."

"મારા ખ્યાલથી તમે જે કર્યું છે તે યોગ્ય જ કર્યું છે," હોમ્સે કહ્યું. "પણ, તમે ખરેખર અમેરિકામાં જાગીર ભોગવવા આતુર છો ?"

"ના જરા પણ નહીં, સાહેબ, આ ઓરડાથી બહાર લઈ જવા માટે મને કશું જ લલચાવી શકે તેમ નથી. પણ આ અમેરિકન સદ્‌ગૃહસ્થે મને સાંત્વન આપ્યું છે કે જેવા અમે દાવો કરવાને સક્ષમ થઈશું કે તરત જ તે મારા ભાગમાંથી રોકડ ઊભી કરી મને આપી દેશે. દરેક ભાગીદારના નામે લગભગ પચ્ચાસ લાખની રકમ આવવાની છે. બજારમાં મારા ઓરડામાં તેના કરતાં પણ સારા મહત્ત્વના અનેક નમૂના વેચાઉ પડ્યા છે. પણ હું પૈસાને કારણે ટૂંકો પડી રહ્યો છું. હું તો મારા આ સદ્‌ભાગ્યનો ઉપયોગ મારો સંગ્રહ પૂરો કરવામાં જ કરવાનો. જરા વિચારો તો ખરા કે પચ્ચાસ લાખ ડૉલરથી હું કેટલું બધું કરી શકું. હું તેનાથી એક આંતરરાષ્ટ્રીય સ્તરનું સંગ્રહાલય વિકસાવીશ. હું આપણા સમયનો હેન્સ સ્લોએન બની શકીશ."

તેમના જાડા કાચવાળા ચશ્મા પાછળ તેની આંખો દિવાસ્વપ્ન જોતી ચમકી રહી હતી. એટલું તો તદ્દન સ્પષ્ટ હતું કે ત્રીજો ગૅરીડેબ શોધવામાં આ શ્રીમાન નાથન ગૅરીડેબ બધા જ પ્રયત્નો કરી છૂટવાના છે.

"હું અહીં તમારી સાથે એક ઓળખાણ ઊભી કરવા આવ્યો હતો અને માત્ર તે ખાતર જ હું તમારા અભ્યાસમાં ખલેલ પહોંચાડી રહ્યો છું," હોમ્સે કહ્યું, "જે વ્યક્તિ સાથે હું વ્યવસાય કરતો હોઉં તેની સાથે અંગત ઓળખનો આગ્રહ રાખતો હોઉં છું. તમારા સંપૂર્ણ સ્પષ્ટ વૃત્તાંત છતાં હું તમને કેટલાક પ્રશ્નો પૂછવા માગું છું, સાહેબ. મારા માનવા પ્રમાણે તમે હજુ અઠવાડિયા પહેલાં આ અમેરિકન સદ્‌ગૃહસ્થને ઓળખતા પણ નહીં હોવ, કેમ ?"

"હા, સાચી વાત છે. હજુ ગયા મંગળવારે જ તેમની સાથે મારી મુલાકાત થઈ છે."

"તેણે અમારી આજની મુલાકાત વિષે તમને કશું જણાવ્યું ?"

"હા, તે સીધા જ મારી પાસે આવ્યા હતા. તેઓ ઘણા ગુસ્સે થઈ ગયા હતા."

"તેમણે શા માટે ગુસ્સે થવું જોઈએ ?"

"તેમને કદાચ તેમના માનને ઠેસ પહોંચી હોય તેવું લાગતું હોય. પણ જ્યારે તેઓ તમને મળીને પાછા આવ્યા ત્યારે ઘણા ઉત્સાહમાં હતા."

"તેમણે તેઓ કઈ રીતે આ ત્રીજી વ્યક્તિને શોધશે તેવું કંઈ જણાવ્યું હતું ?"

"ના, સાહેબ, તેમણે એવું કશું જ નહોતું જણાવ્યું."

"તેમણે ક્યારેય તમારી પાસે રૂપિયા માગ્યા હતા ખરા ?"

"ના, સાહેબ, ક્યારેય નહીં."

"તમને તેમની આ વાતમાં કોઈ છૂપો આશય જણાયો ?"

"ના, જરા પણ નહીં, માત્ર પેલો વસિયતવાળો લાભ જ."

"તમે તેમને આપણી ટેલિફોનની મુલાકાત વિષે જણાવ્યું હતું ?"

"હા, સાહેબ, જણાવ્યું હતું."

હોમ્સ વિચારોમાં ખોવાઈ ગયો. હું જોઈ શક્યો કે તે થોડો મૂંઝાઈ ગયો હતો.

"તમારા આ સંગ્રહમાં તમારી પાસે કોઈ કીમતી વસ્તુ છે ?"

"ના, સાહેબ. હું કોઈ ધનવાન માણસ નથી. આ એક ચોક્કસ સુંદર સંગ્રહ છે. પણ કીમતી તો ન જ કહેવાય."

"તમને લૂંટનો ભય નથી લાગતો ?"

"ના, જરા પણ નહીં."

"તમે આ ઘરમાં કેટલા સમયથી રહો છો ?"

"લગભગ પાંચ વર્ષથી."

હોમ્સની પૂછપરછમાં બારણે નક્કર ટકોરા પડતાં ખલેલ પડી. હજી તો અમારા યજમાન બારણું ખોલે ખોલે ત્યાં તો અમેરિકન લૉયર ઓરડામાં ધસી આવ્યો.

"આ રહ્યું !" તે હાથમાં છાપું હલાવતાં બોલ્યો. "મને ધારણા હતી જ, શ્રીમાન નાથન ગૅરીડેબ, કે તમે મને અત્યારે મળી જ જશો. હું તમને અભિનંદન પાઠવું છું ! તમે હવે એક ધનવાન માણસ છો, સાહેબ. આપણી શોધનો સુખદ અંત આવ્યો છે અને તમારી વાત કરું, શ્રીમાન હોમ્સ, તો અમે તમને માત્ર એટલું જ કહી શકીએ છીએ કે તમને અર્થહીન ખલેલ પહોંચાડવા બદલ અમને માફ કરી દેજો."

તેણે અમારા અસીલને છાપું આપ્યું, તેઓ ગોળ નિશાની કરેલી જાહેરાત સામે તાકી રહ્યા. હોમ્સ અને હું તે પર નમ્યા અને તેમના ખભા પાછળથી તેને વાંચી જે આ પ્રમાણે હતી :

હૉવાર્ડ ગૅરીડેબ
ખેતી માટેનાં યંત્રોના નિર્માતા
લણણી, વાવણી, કાપણી, હળ, ગાડાં
ખેતીને લગતાં બધાં જ સાધનો મળશે,
કૂવા ખોદવાનું કામ પણ અમે કરીએ છીએ.
સંપર્ક માટે, ગ્રોસવેનર બિલ્ડિંગ, એસ્ટન.

“બહુ સરસ !” અમારા યજમાને ઉત્સાહ દર્શાવ્યો, “તો આપણો ત્રીજો માણસ મળી ગયો.”

“મેં બર્મિંગહામમાં તપાસ કરવાની શરૂ કરી હતી,” અમેરિકને કહ્યું, “અને ત્યાંના સ્થાનિક સમાચારપત્રમાં છપાયેલી આ જાહેરાત મારા એજન્ટે મને ત્યાંથી મોકલાવી છે. હવે આપણે ફટાફટ આપણી આગળની પ્રક્રિયા પૂરી કરવી પડશે. મેં આ વ્યક્તિને તાર કર્યો છે કે કાલે તમે તેને મળવા જવાના છો. કાલે સાંજે ચાર વાગ્યે તમારે તેમને તેમની ઑફિસમાં મળવાનું છે.”

“તમે ઈચ્છો છો કે હું તેમને મળવા જાઉં ?”

“તમને શું લાગે છે, શ્રીમાન હોમ્સ ? તમને નથી લાગતું કે તે જ વધારે યોગ્ય ગણાશે ? અહીં હું એક અમેરિકન આ વિચિત્ર વાર્તા લઈને રખડી રહ્યો છું. તે વળી શા માટે મારી વાત માને ? પણ તમે એક બ્રિટિશર છો, જે એક સારી નામના ધરાવો છો અને તમે જે કંઈ પણ કહેશો તે તેમને માનવું જ પડશે. હું પણ તમારી સાથે આવત પણ આવતીકાલે હું ખૂબ જ વ્યસ્ત છું અને તેમ છતાં જો તમને કોઈ તકલીફ પડી તો હું ચોક્કસ તમારી પાછળ જ છું.”

“અરે, પણ મેં આટલી લાંબી મુસાફરી કેટલાંય વર્ષોથી નથી કરી.”

“એમાં કશું જ નહીં થાય, શ્રીમાન ગૅરીડેબ. મેં આપણા માણસને શોધી કાઢ્યો છે. તમે કાલે બાર વાગ્યે નીકળી જજો અને બે વાગ્યા સુધીમાં તો પહોંચી પણ જશો અને તમે તે જ રાત્રે પાછા પણ આવી જશો. તમારે માત્ર આ માણસને મળવાનું છે અને તેને આખી હકીકત સમજાવવાની છે અને તેની હયાતીનું સોગંદનામું લેતા આવવાનું છે. અરે આ માટે છેક અમેરિકાથી હું અહીં આવ્યો છું. હવે તમારે તેના માટે સોએક માઈલ તો જવું જ જોઈએ.”

“તદ્દન,” હોમ્સે કહ્યું, “મારા ખ્યાલથી આ સદ્‌ગૃહસ્થ સાચું જ કહે છે.”

શ્રીમાન નાથન ગૅરીડેબે કંટાળીને ખભા ઉછાળ્યા, “સારું, તો તમે આટલો આગ્રહ કરો છો તો હું જઈશ, મારા માટે તમારી કોઈ પણ વાતની અવગણના કરવી અશક્ય છે. તમે મારા માટે આટલું ઊજળું નસીબ લઈને જો આવ્યા છો.”

"સારું, તો વાત પાક્કી થઈ ગઈ," હોમ્સે કહ્યું, "અને તેમાં કોઈ જ શંકા નથી કે પછી તમે મને મુલાકાતનો અહેવાલ આપશો."

"હું પણ તે માટે આતુર છું," અમેરિકને કહ્યું, "સારું." તેણે પોતાની ઘડિયાળમાં નજર નાખતાં કહ્યું, "મારે હાલ જવું પડશે. હું કાલે આવીશ, શ્રીમાન નાથન, અને તમને બર્મિંગહામની ગાડીમાં બેસાડી દઈશ. બરાબર, શ્રીમાન હોમ્સ ? સારું ત્યારે આવજો અને કદાચ આવતીકાલ રાત સુધીમાં અમે તમને કોઈ સારા સમાચાર આપી શકીએ તેવું બને."

મેં જોયું કે પેલા અમેરિકનના ઓરડાની બહાર નીકળતાંની સાથે જ મારા મિત્રનો ચહેરો એકદમ સ્પષ્ટ થઈ ગયો હતો અને તેના ચહેરા પરના વિચારમગ્નતાના ભાવ સાવ જ અદૃશ્ય થઈ ગયા હતા.

"મારી ઈચ્છા છે કે હું તમારો આખો સંગ્રહ જોઉં, શ્રીમાન ગૅરીડેબ," તેણે કહ્યું. "મારા વ્યવસાયમાં કોઈ પણ પ્રકારની જાણકારી ખૂબ જ ઉપયોગી સાબિત થતી હોય છે અને તમારો આ ઓરડો તો વિવિધ જાણકારીઓથી ભરેલો છે."

અમારો અસીલ આ સાંભળીને ખુશખુશ થઈ ગયો. તેના જાડા કાચવાળા ચશ્માની પેલી પાર તેની આંખો ચમકી રહી હતી.

"હું હંમેશથી સાંભળતો આવ્યો છું, સાહેબ, કે તમે એક ખૂબ જ બુદ્ધિશાળી માણસ છો," તેણે કહ્યું, "તમારી પાસે જો સમય હોય તો હું ખુદ તમને મારા સંગ્રહની એક એક વસ્તુ બતાવું."

"કમનસીબે મારી પાસે સમય નથી. પણ તમારો આ સંગ્રહ ખૂબ જ વ્યવસ્થિત રીતે નામ સાથે દર્શાવવામાં આવેલો હોવાથી કોઈ પણ વ્યક્તિને સમજાવવાની જરૂર પડે તેમ નથી. પણ હું કાલે આવીને આ સંગ્રહ જોવા માગું છું, જો તમને તેમાં કશો જ વાંધો ન હોય તો ?"

"જરા પણ નહીં. તમારું સ્વાગત છે. કાલે હું હાજર નહીં હોવાથી ઘર તો બંધ જ હશે પણ તમે શ્રીમતી સોન્ડર્સ નીચે ભોંયરામાં ચાર વાગ્યા સુધી હાજર રહેતાં હોવાથી તેણી પાસેથી ચાવી મેળવી શકો છો."

"સારું, તો કાલે બપોર સુધીમાં તો હું નવરો થઈ જઈશ. પણ જો તમે શ્રીમતી સોન્ડર્સને આ વિષે કહી રાખો તો સારું રહેશે. અરે હા, તમારા આ ઘરના દલાલ કોણ છે ?"

અમારા અસીલને આ અચાનકના પ્રશ્નથી થોડું આશ્ચર્ય થયું.

"હોલોવૅ એન્ડ સ્ટીલ, તેની ઑફિસ એડવર્ડ રોડ પર આવેલી છે. પણ તમે શા માટે પૂછો છો ?"

"ખરેખર જણાવું તો મને સ્થાપત્યકળામાં ઘણો રસ છે," હોમ્સે ખડખડાટ હસતાં

કહ્યું, "મને પ્રશ્ન થાય છે આ ઘરનું બાંધકામ કયા જમાનાનું છે, ક્વિન એનના સમયનું કે પછી જ્યોર્જિયન ?"

"જ્યોર્જિયન છે, તેમાં કોઈ જ શંકા નથી."

"ખરેખર. મારે તમને પહેલાં જ પૂછી લેવા જેવું હતું. જે હોય તે, આખરે મને જાણકારી મળી જ ગઈ. સારું, તો આવજો, શ્રીમાન ગૅરીડેબ, અને તમને શુભેચ્છા પાઠવું છું કે તમને તમારી બર્મિંગહામની મુલાકાતમાં સફળતા મળે."

મકાનદલાલની ઑફિસ બંધ હતી જો કે પછી અમને ખબર પડી કે તે આખો દિવસ બંધ જ હતી એટલે અમે પછી સીધા જ બેકર સ્ટ્રીટ જવા રવાના થયા. છેક રાતના ભાણા સુધી હોમ્સે આ આખાયે મામલા વિષે કશું જ કહ્યું નહીં.

"આપણી આ નાનકડી સમસ્યા હવે પૂરી થવાના આરે જ છે," તેણે કહ્યું, "તેમાં કોઈ જ શંકા નથી તારા મગજમાં પણ આ સમસ્યા તદ્દન સ્પષ્ટ થઈ ગઈ હશે."

"મને તો આમાં માથાની કે પગની પણ ખબર નથી પડતી."

"માથું તો આજે સ્પષ્ટ થઈ ગયું છે, રહી વાત પગની તો તે આવતી કાલે સ્પષ્ટ થઈ જશે. તને પેલી જાહેરાતમાં કંઈક વિચિત્ર ન લાગ્યું ?"

"મેં એટલું જ જોયું કે તેમાં હળની જોડણી ખોટી હતી."

"અરે, તો તને તે ભૂલ દેખાઈ, એમ ? વૉટસન, તું તો દિવસે ને દિવસે સુધરતો જાય છે. હા, તે ખરાબ ઇંગ્લિશ હતું પણ અમેરિકન સરસ હતું. છાપનારે તેને મળ્યું તેવું જ છાપી નાખ્યું હતું તેમાં કોઈ જ સુધારો નહોતો કર્યો. પછી પેલા બકબોર્ડની જોડણી પણ અમેરિકન હતી. બાકી પાતાળકૂવાની જોડણી તો આપણી અને તેમની સરખી જ થાય છે. તે એક આદર્શ અમેરિકન જાહેરખબર હતી, પણ તેને એક અંગ્રેજી પેઢી દ્વારા છપાવવામાં આવી હતી. તારું આ વિષે શું તારણ છે ?"

"હું માત્ર એટલી જ ધારણા બાંધી શકું છું કે આપણા આ અમેરિકન મિત્રએ જાતે જ તેને તેમાં ગોઠવી છે. પણ તેનો ઉદ્દેશ શું છે તે જાણવામાં હું નિષ્ફળ રહ્યો છું."

"તેની તો ઘણી બધી વૈકલ્પિક સ્પષ્ટતાઓ છે. જે હોય તે, આ વ્યક્તિ ગમે તેમ કરીને આપણા વૃદ્ધ અસીલને બર્મિંગહામ મોકલવા ઇચ્છે છે તેટલું તો સ્પષ્ટ છે. હું તેમને આખીયે હકીકત જણાવીને રોકી શક્યો હોત પણ પછી મને ખ્યાલ આવ્યો કે તે જાય તે જ સારું રહેશે કે જેથી કરીને આપણને મેદાન મોકળું મળી રહે અને આપણે આ જુઠ્ઠા વકીલને રંગે હાથ પકડી શકીએ. આવતી કાલે, વૉટસન, આપણી સમક્ષ બધી જ હકીકતો છતી થઈ જશે."

હોમ્સ સવારે વહેલો ઊઠી ગયો હતો અને બહાર આંટો પણ મારી આવ્યો હતો. તે જ્યારે બપોરના ખાણાના સમયે પાછો આવ્યો ત્યારે મેં જોયું કે તે થોડો ગંભીર હતો.

"વૉટસન, આ બાબત મેં ધારી હતી તેના કરતાં ઘણી ગંભીર છે," તેણે કહ્યું,

"તને તેમ જ કહેવું યોગ્ય રહેશે. ફરીવાર આપણે કોઈ ખતરાનો સામનો કરવા જઈ રહ્યા છીએ અને તેમ કરવા જતાં પહેલાં તને તેની જાણ હોવી જરૂરી છે."

"હા, પણ આ કંઈ પહેલી વાર નથી કે આપણે કોઈ જોખમનો સામનો કરવાના હોઈએ, હોમ્સ, અને મને આશા છે કે આ આપણા માટે છેલ્લીવારનું પણ ન હોય. પણ આ વખતે કયા પ્રકારનું જોખમ છે એ તો કહે !"

"આપણી સામે એક ખૂબ જ અઘરો કેસ છે. મેં આ શ્રીમાન જોહ્ન ગૅરીડેબને ઓળખી પાડ્યો છે. તે કંઈ લો કાઉન્સેલર નથી પણ તે કિલર ઈવાન છે. જે એક ખૂબ જ ઘાતકી હત્યારો છે."

"ખરેખર, મને તો આશ્ચર્ય થાય છે."

"તને તે વળી ક્યાંથી ખબર હોય, તારો કંઈ લોકોને ઓળખવાનો વ્યવસાય થોડો છે ? હું હમણાં યાર્ડમાં લેસ્ટ્રેડને મળવા ગયો હતો. હું તો મારી એક શંકાનું નિરાકરણ લાવવા ત્યાં ગયો હતો. મને એવો ખ્યાલ હતો કે કદાચ આપણને આપણા આ અમેરિકન મિત્રની જાણકારી ત્યાંથી મળી રહેશે. પણ ખરેખર મને તો ત્યાં તેનો હસતો ચહેરો ગુનેગારોના ફોટાવાળી યાદીમાં મળી આવ્યો. જેમ્સ વિન્ટર ઉર્ફે મોરક્રોફ્ટ ઉર્ફે કિલર ઈવાન્સ આમ તેનાં અનેક નામો છે," હોમ્સે પોતાના ખિસ્સામાંથી એક પરબીડિયું બહાર કાઢ્યું. "મેં તેના અહેવાલમાંથી કેટલીક નોંધો ટપકાવી લીધી છે : ઉંમર - ચુમ્માલીસ, શિકાગોનો મૂળ રહેવાસી. જાણવા પ્રમાણે સ્ટેટ્સમાં તેણે ત્રણ લોકોને ગોળીએ વીંધ્યા છે. ૧૮૯૩માં લંડન આવ્યો હતો. ૧૮૯૫, જાન્યુઆરીમાં તેણે જુગાર માટે એક વ્યક્તિને વોટરલૂ રોડ ખાતે આવેલી નાઈટક્લબમાં ગોળી મારી હતી. તે વ્યક્તિ મરી ગઈ પણ, તેને ટૂંકી સજા જ ફટકારવામાં આવી હતી. મૃત માણસ કોઈ રોજર પ્રિસ્કોટ હતો જે શિકાગોનો કોઈ ઠગ હતો અને નકલી નોટો છાપવા માટે જાણીતો હતો. કિલર ઈવાન ૧૯૦૧માં છૂટી ગયો હતો. ત્યારથી તે પોલીસના નિરીક્ષણ હેઠળ જ છે પણ તેમને જ્યાં સુધી ખબર છે ત્યાં સુધી તે હવે પ્રામાણિક જીવન વીતાવી કરી રહ્યો છે. તે એક ખૂબ જ જોખમી માણસ છે, સામાન્ય રીતે હથિયાર સાથે રાખીને જ ફરે છે અને તે પણ વાપરવાના ઈરાદા સાથે. તે જ આપણો શિકાર છે, વૉટસન, એક ખૂબ જ ઘાતકી શિકાર."

"પણ આ રમત છે શેની ?"

"હા, ધીમે ધીમે તે પણ સ્પષ્ટ થવા લાગ્યું છે. હું હમણા આપણા અસીલના મકાન-દલાલ પાસેથી જ આવ્યો છું. આપણા અસીલે કહ્યા પ્રમાણે તે પાંચ વર્ષથી ત્યાં રહે છે. તે પહેલાંના એક વરસ દરમિયાન ત્યાં કોઈ જ નહોતું રહેતું. તેના પહેલાંનો માલિક કોઈક નામદાર વોલ્ડ્રોન હતા. વોલ્ડ્રોનનો દેખાવ મકાનદલાલને સારી રીતે યાદ હતો. તે અચાનક જ ક્યાંક ગાયબ થઈ ગયો હતો અને તેના વિષે ત્યાર બાદ

ક્યારેય કશું જ સાંભળવામાં નહોતું આવ્યું. તે એક ઊંચો, દાઢીવાળો અને ખૂબ જ ગૂઢ લક્ષણો ધરાવતો માણસ હતો. હવે પ્રિસ્કોટની વાત કરું કે જેને કિલર ઈવાન્સે ગોળી મારી હતી તે સ્કોટલૅન્ડ યાર્ડના અહેવાલ પ્રમાણે, એક ઊંચો તામસી લક્ષણો ધરાવતો દાઢીવાળો માણસ હતો. હવે મારી ધારણા પ્રમાણે આપણે એવું માનવું જોઈએ કે આ જ પ્રિસ્કોટ કે જે એક અમેરિકન ગુનેગાર હતો તે જ આપણા આ નિર્દોષ અસીલના ઘરમાં તે વખતે રહેતો હતો અને આમ છેવટે આપણને આપણી ખૂટતી કડીઓ મળી ગઈ છે."

"અને હવે પછીની કડીઓ ?"

"હા, હવે આપણે તે માટે જ જઈ રહ્યા છીએ અને તેને જ આપણે શોધવાની છે."

તેણે ખાનામાંથી રિવોલ્વર કાઢી અને મારા હાથમાં આપી.

"મારી પાસે પણ મારી પ્રિય બંદૂક છે. જો આપણો આ અમેરિકન ગુનેગાર પોતાનાં જૂનાં કામ છોડવા માગતો ના હોય તો પછી આપણે પણ તેના માટે તૈયારી રાખવી પડશે. હું તને બપોરની ઊંઘ માટે એક કલાક આપું છું, વૉટસન, અને પછી આપણે આપણા સાઈડર સ્ટ્રીટના સાહસ માટે રવાના થઈશું."

અમે જ્યારે નાથન ગૅરીડેબના વિચિત્ર ઘરે પહોંચ્યા ત્યારે હજુ ચાર જ વાગ્યા હતા. શ્રીમતી સોન્ડર્સ, ઘરની નોકરાણી, ઘરે જવામાં જ હતી, પણ તેણીને અમને અંદર પ્રવેશવા દેતાં જરા પણ આનાકાની ન કરી, કારણ કે બારણું સ્પ્રિંગ લોકથી બંધ થતું હતું અને હોમ્સે તેણીને વચન પણ આપ્યું હતું કે મકાનની બહાર નીકળતી વખતે તે બધું સલામત છે કે નહીં તેની ખાતરી કરીને જ જશે. ત્યાર બાદ થોડી વારમાં તેણી ઘરમાંથી નીકળી ગઈ અને હવે અમે નીચેના માળે એકલા જ હતા તેવી અમને ખાતરી થઈ ગઈ. હોમ્સે ઉતાવળે ઉતાવળે આખાયે ઘરનું નિરીક્ષણ કરી લીધું. ત્યાં અંધારા ખૂણામાં એક કબાટ પડ્યું હતું જે દીવાલથી થોડું દૂર મૂકવામાં આવ્યું હતું. હોમ્સે મને ગુસપુસ અવાજમાં તે કબાટ પાછળ છુપાવવાનો નિર્દેશ કર્યો.

"તે ઈચ્છતો હતો કે આપણો નિર્દોષ અસીલ ઘરની બહાર જાય - તેટલું તો સ્પષ્ટ છે, અને આમ પણ મકાનનો માલિક ઘરની બહાર ક્યારેય નહોતો જતો માટે તેને તે માટે કેટલીક યોજના ઘડવી પડી. તેનું આ ગૅરીડેબના નામવાળું નાટક માત્ર આ જ કારણસર ઊભું કરવામાં આવ્યું હતું. હું ખાતરીપૂર્વક કહું છું, વૉટસન, કે તેની પાછળ ચોક્કસ કોઈક શેતાની આશય રહેલો છે અને તે માટે જ તેણે આ નિર્દોષ માણસને પોતાની લાલચની જાળમાં ફસાવ્યો છે."

"પણ તે ઈચ્છે છે શું ?"

"હા, તે જાણવા તો આપણે અહીં આવ્યા છીએ. પરિસ્થિતિના મારા નિરીક્ષણ પરથી તો એવું લાગે છે કે તેને આપણા અસીલ સાથે તો કશી જ લેવા-દેવા નથી. આ ઓરડામાં ચોક્કસ કોઈક ગુનાહિત રહસ્ય છુપાયેલું હોવું જોઈએ. મારું નિરીક્ષણ તો તે

તરફ જ નિર્દેશ કરે છે. પહેલાં તો મને એવો વિચાર આવ્યો કે આપણા મિત્ર પાસે ચોક્કસ તેના સંગ્રહમાં કોઈક કીમતી વસ્તુ રહેલી હશે પણ તેને તેની ખબર નહીં હોય અને તેના માટે જ આ ગુનેગાર તેની પાછળ પડ્યો હશે. પણ જ્યારે શેતાન રોજર પ્રિકોસ્ટ આ ઓરડામાં પહેલાં રહી ચૂક્યો છે તેવી હકીકતો સામે આવી ત્યારે મામલો તેથી પણ વધારે ગંભીરતા ધરાવતો હોય તેવું લાગે છે. તો, વૉટસન, આપણે આપણી જાતને ખૂબ જ સાબદી રાખવાની છે અને જોવાનું છે કે આગળ શું થાય છે.''

અમારે કંઈ વધારે રાહ ના જોવી પડી. જેવો અમને બહારનો દરવાજો ખૂલવાનો અને બંધ થવાનો અવાજ સંભળાયો કે તરત જ અમે અમારી જગ્યાએ સંતાઈ ગયા. પછી અમને ધાતુની ચાવીના ખણખણવાનો અવાજ આવ્યો અને પેલો અમેરિકન ઓરડામાં પ્રવેશતો દેખાયો. તેણે ખૂબ જ નાજુકાઈથી બારણું બંધ કર્યું અને આજુબાજુ એક ઝીણવટભરી નજર ફેરવી લીધી કે બધું સુરક્ષિત છે કે નહીં. પછી તેણે પોતાનો ઓવરકોટ બાજુ પર ફેંક્યો અને વચ્ચેના ટેબલ તરફ આવ્યો. તેને જોતાં જ ખ્યાલ આવી જતો હતો કે તેના મનમાં પાક્કું હતું કે તેણે ક્યાં જવું અને શું કરવું. તેણે તે ટેબલ એક બાજુ ખસેડ્યું અને પછી તેની નીચેની કાર્પેટ ફાડીને એક બાજુ કરી. પછી ખિસ્સામાંથી એક કોશ કાઢી અને ફરસ પર નમીને પોતાનું કામ કરવા લાગ્યો. પછી તરત જ અમને લાકડાનું પાટિયું ખસવાનો અવાજ સંભળાયો અને પછી તરત જ એક ઝાટકા સાથે ચોરસ પાટિયું ખૂલી ગયું. કિલર ઈવાને દીવાસળી સળગાવી અને પછી તેનાથી મીણબત્તી સળગાવી અને અમારી નજરમાંથી અદૃશ્ય થઈ ગયો.

હવે અમારો સમય આવી ગયો હતો. હોમ્સ સંકેત આપવા મારા કાંડાને અડ્યો, અને એકસાથે જ અમે પેલા છૂપા દરવાજા તરફ ધસી ગયા. અમે ખૂબ જ સાવચેતીપૂર્વક ચપાતાં પગલે ચાલતા હતા પણ તેમ છતાં તે જૂના ઘરની ફરસ પર અમારો પગરવ સંભળાતો હતો અને તેના કારણે જ અમારો અમેરિકન ગુનેગાર તે ભોંયરામાંથી બહાર ડોકિયું કરીને આજુબાજુ નજર ફેરવવા લાગ્યો. અત્યંત ગુસ્સાથી તેનો ચહેરો અમારી તરફ ફર્યો, પણ જેવો તેને ખ્યાલ આવ્યો કે બે પિસ્તોલ પણ તેના માથા પર તકાયેલી હતી કે તેનો તે ચહેરો નરમ થઈ ગયો.

“સારું, સારું !” તેણે ભોંયરામાંથી ઉપર આવતાં કહ્યું. “મારા ખ્યાલથી તમે મારા માટે એક બહુપ્રતિભાવાન વ્યક્તિ રહ્યા છો, શ્રીમાન હોમ્સ. તમે પહેલેથી જ મારી રમત જાણી ગયા હતા અને તેમ છતાં મને મારી રમત રમવા દીધી. તો, સાહેબ, હું હવે તમારા તાબે થાઉં છું અને માનું છું કે તમે મને માત કર્યો---''

ત્યાં તો અચાનક તેણે એક જ પલકારામાં પોતાની છાતીમાંથી એક પિસ્તોલ કાઢી અને ઉપરાઉપરી બે ધડાકા કર્યા. મને અચાનક મારા સાથળ પર ફટકાનો અનુભવ થયો અને મને કંઈક ગરમ લાગવા માંડ્યું. હોમ્સે તરત જ પેલાના માથા પર પિસ્તોલનો

હાથો ફટકાર્યો. મેં જોયું કે પેલો તરત જ ફરસ પર ઢળી પડ્યો અને તેના ચહેરા પર લોહી ઊતરી આવ્યું. હોમ્સે તરત જ તેના હાથમાંથી હથિયાર લઈ લીધું. પછી મારો મિત્ર મારી પાસે આવ્યો મને બાથમાં લીધો અને ખુરશી તરફ લઈ ગયો.

"તને વાગ્યું તો નથીને, વૉટસન ? ભગવાનને ખાતર મને કહે કે તને નથી વાગ્યું !"

તે એક ક્ષણ માટે તો લાગણીશીલ થઈ ગયો હતો. તેનો અવાજ ગળગળો થઈ ગયો હતો. તેની આંખોમાં ઝળઝળિયાં આવી ગયાં હતાં. આ લાગણીશૂન્ય માણસનું હૃદય નરમ થતું હું જોઈ શકતો હતો. મેં આ પહેલાં ક્યારેય હોમ્સને આટલો ગદગદિત્ થતો નહોતો જોયો.

"કશું જ નથી થયું, હોમ્સ, ખાલી એક ઘસરકો જ લાગ્યો છે."

તેણે પોતાની ખિસ્સા-છરીથી મારુ પાટલૂન ચીરી નાખ્યું.

"સાચું કહે છે," તેણે મોટેથી રાહતનો દમ લેતાં કહ્યું, "આ નરી બેદરકારી છે," તેણે પેલા હત્યારા સામે જોતાં કહ્યું, તે હક્કાબક્કા થઈને અમારી સામે જોઈ રહ્યો હતો. "ભગવાન કસમ, જો આજે વૉટસનને કંઈક થઈ ગયું હોત તો તારા પણ તેવા જ હાલ થયા હોત. જો તેં વૉટસનને મારી નાખ્યો હોત તો આ ઓરડામાંથી તું જીવતો બહાર ન જાત. હવે, બોલ, તારે શું કહેવું છે ?"

તેણે કશું જ કહેવાનું નહોતું. તે તો પડ્યો પડ્યો ઘૂરકિયાં કરે રાખતો હતો. મેં અને હોમ્સે નીચે ભોંયરામાં નજર કરી. તે કોઈક ગુપ્ત પાટિયાથી ખૂલતું હતું. ત્યાં અંદર હજુ પણ ઈવાનની મીણબત્તીના કારણે અજવાળું પથરાયેલું હતું. અમારી નજર કેટલાંક યંત્રો પર પડી. ત્યાં કાગળનાં મોટાં બીડાં પણ હતાં, બાટલીઓનો ઢગલો હતો અને એક નાનકડા ટેબલ પર કેટલાક સુઘડ કાગળની થોકડીઓ પણ પડી હતી.

"અરે આ તો છાપવાનું મશીન છે - નકલી નોટો છાપવાનું મશીન," હોમ્સે કહ્યું.

"હા, સાહેબ," અમારા કેદીએ પોતાના પગ પર લથડાતાં લથડાતાં ઊભા થતાં કહ્યું અને પછી ખુરશીમાં ફસડાઈ પડ્યો. "અત્યાર સુધીમાં લંડને જોયેલું સૌથી મહાન નકલી નોટો બનાવવાનું મશીન ! આ પ્રિસ્કોટનું યંત્ર છે અને પેલી કાગળની થોકડી છે. પ્રિસ્કોટની સો પાઉન્ડની બે હજાર નોટો છે જે ગમે ત્યાં વાપરવા માટે તૈયાર છે. જરા વિચાર કરો, સદ્ગૃહસ્થો મારી વાત માનો, આપણે સોદો કરી લઈએ અને વાત પૂરી કરીએ."

હોમ્સ ખડખડાટ હસી પડ્યો.

"અમે આ રીતે કામ નથી કરતા, શ્રીમાન ઈવાન્સ. આ દેશમાં તને ક્યાંય છટકબારી નહીં મળે. તેં તે માણસને વીંધી માર્યો હતો. બોલ, ગોળી મારી હતી કે નહીં ?"

"હા, સાહેબ, અને તે માટે મને પાંચ વર્ષની સજા પણ મળી, પણ તેણે જ મને તેમ કરવા પ્રેર્યો હતો. પાંચ વર્ષ - પણ ખરેખર તો મને તેના માટે ચંદ્રક મળવા જેવો હતો. આ પ્રિસ્કોટનાં ખરાં કારનામાં ઈંગ્લૅન્ડમાં કોઈ જ નહોતું જાણતું. એ તો હું હતો કે

જેણે તેને છતો કર્યો નહીંતર તે આખાયે લંડનમાં આવી નકલી નોટો ફેલાવી દેત. મને જ માત્ર ખબર હતી કે તે આ નકલી નોટો ક્યાં બનાવતો હતો. હું આ જગ્યાએ પહોંચવા માગતો હતો, પણ આ વૃદ્ધ અહીં પોતાનો અડ્ડો જમાવીને બેઠો હતો અને ક્યારેય આ જગ્યાએથી ખસવાનું નામ પણ નહોતો લેતો. અને માટે જ મારે આ એક નામની ત્રણ વ્યક્તિની વાર્તા ઘડવી પડી કે જેથી કરીને હું તેને આ ઘરમાંથી થોડા વખત માટે હટાવી શકું. એ તો મારી ભલમનસાઈ કહેવાય કે મેં તેને અહીંથી બહાર મોકલી દીધો, નહીંતર તેના કરતાં તો હું તેને વીંધી નાખત તે જ મારા માટે સૌથી સરળ રહેત. પણ મારું હૃદય પણ નરમ છે કે સામેવાળી વ્યક્તિ પાસે જ્યાં સુધી બંદૂક ન હોય ત્યાં સુધી હું તેની પર ગોળી નથી છોડતો. પણ તમે જ કહો, શ્રીમાન હોમ્સ, કે મેં ક્યાં ખોટું કર્યું છે ? મેં આ યંત્રનો ઉપયોગ નથી કર્યો. મેં નથી તો આ વૃદ્ધને નુકસાન પહોંચાડ્યું. તમે મને કયા ગુના હેઠળ જેલ ભેગો કરશો ?''

''હું માનું છું ત્યાં સુધી માત્ર હત્યાના પ્રયાસ હેઠળ,'' હોમ્સે કહ્યું, ''પણ તે અમારું કામ નથી. તેઓ જ હવે આગળનું કામ કરશે. હાલ તો અમે તારી હાજરી જ ઇચ્છીએ છીએ. વૉટસન, મહેરબાની કરીને યાર્ડ પર ફોન કર. આ સાવ જ અનપેક્ષિત તો નહોતું જ.''

તો આ હતી કિલર ઈવાન્સની હકીકતો અને તેની ગૅરીડેબ નામવાળી ત્રણ વ્યક્તિની અનોખી વાર્તા. પાછળથી અમને જાણવા મળ્યું કે અમારા વૃદ્ધ અસીલ ક્યારેય પોતાનાં સપનાં ચૂર થવાના આઘાતમાંથી બહાર નહોતા આવ્યા. તેમનો સપનાનો મહેલ ધૂળધાણી થઈ ગયો હતો અને તેઓ સાવ જ ભાંગી પડ્યો હતો. છેલ્લે સાંભળ્યા પ્રમાણે તેઓ કોઈક બ્રિક્સ્ટનના નર્સિંગ હોમમાં દાખલ થયા હતા. સ્કૉટલૅન્ડ યાર્ડ માટે તે દિવસ ખૂબ જ આનંદનો દિવસ હતો, કારણ કે તેમને પ્રિસ્કોટનું નકલી નોટો છાપવાનું યંત્ર મળી ગયું હતું કારણ કે તેમને એટલી ખબર હતી કે આવું કોઈક યંત્ર ચોક્કસ અસ્તિત્વ ધરાવતું હતું પણ પ્રિસ્કોટના મૃત્યુ બાદ તેની ભાળ મેળવવી તેમના માટે અશક્ય હતી. તેમનું આ કામ ઈવાન્સે કરી દીધું હતું અને સી.આઈ.ડી. વિભાગના કેટલાયે કર્મચારીઓ કે જેમની ઊંઘ હરામ થઈ ગઈ હતી તેઓ હવે સુખેથી સૂઈ શકતા હતા. ઈવાન્સે તેમને તેમની ઊંઘ પાછી આપી હતી અને લોકો પર તોળાતા જોખમને દૂર કર્યું હતું. પણ ન્યાયાધીશોએ તે વાત પર જરા પણ ધ્યાન ન આપ્યું અને ઈવાન્સ જ્યાંથી ફરી પાછો ઊભો થયો હતો તે જ અંધારામાં એટલે કે જેલમાં તેને ધકેલી દેવામાં આવ્યો હતો.

❖

થોર બ્રિજનું રહસ્ય

ચેરિંગક્રોસ ખાતેની કોક્સ એન્ડ કોની બૅન્કના કોઈક વૉલ્ટમાં ક્યાંક મારા નામ જોહ્ન એચ. વૉટસન, એમ.ડી.; નિવૃત્ત ભારતીય સેનાનીનું લેબલ લાગેલું મુસાફરીની થપાટો ખાધેલું જીર્ણશીર્ણ થઈ ગયેલું પાર્સલ હજુ પણ પડ્યું હશે. તે આખું ખોખું કાગળિયાંઓથી ભરેલું છે. તેમાંના મોટા ભાગના તો હોમ્સનાં કારનામાંઓના અહેવાલો જ છે. તેમાંના કેટલાંક ખૂબ જ રસપ્રદ છે તો કેટલાંક રસહીન અને અધૂરાં છે. કદાચ જવાબ વગરનો દાખલો વિદ્યાર્થીઓને આકર્ષી શકે પણ વાચકને આવી કોઈ સમસ્યા રસપ્રદ ન લાગે. આવી અધૂરી વાતોમાં શ્રીમાન જેમ્સ ફિલિમોર કે જેઓ છત્રી લેવા પોતાના ઘરમાં ગયા હતા તેઓ ક્યારેય પાછા નહોતા ફર્યા તે રહસ્ય રહસ્ય જ રહી ગયું હતું. બીજા એક મામલામાં એલિસિયા નામનું નાનુ જહાજ પણ મુસાફરી કરવા નીકળેલું અને ફરી પાછું ક્યારેય જોવા નહોતું મળ્યું. તેના મુસાફરોનું શું થયું તે પણ એક રહસ્ય જ રહી ગયું હતું. અને ત્રીજો કેસ ઈસાડોરા પર્સાનોનો હતો કે જે એક જાણીતો પત્રકાર અને હરીફ હતો કે જેણે એક એવું જીવડું જોયું હતું જે વિજ્ઞાનજગત માટે નવું હતું અને તેને જોતાં તે પાગલ થઈ ગયો હતો તે કેસ પણ આજે રહસ્ય જ બનીને રહી ગયો છે. આ ઉપરાંત પણ બીજા ઘણા બધા કેસના અહેવાલો તે ખોખામાં હતા જેમાં કેટલાંયે કુટુંબનાં અંગત રહસ્યો ધરબાયેલાં હતાં. જો કે મને હોમ્સે ક્યારેય તેને સામેથી છાપવાની પરવાનગી નહોતી આપી. મારે હંમેશા તે માટે હોમ્સને પૂછવું પડતું કારણ કે તે ક્યારેય પોતાના અસીલને છતો કરવા નહોતો માગતો. કેટલાકમાં તો હું ખુદ પણ કેસ દરમિયાન એક સાક્ષી તરીકે હાજર રહ્યો છું જ્યારે કેટલાક મામલા હોમ્સે મારી ગેરહાજરીમાં પૂરા કર્યા છે અને તેવા કેસને મારે મારા અહેવાલમાં ત્રીજા પુરુષનો સહારો લઈને રજૂ કરવા પડ્યા છે. પણ હવે જે કેસનો વૃત્તાંત આપવા જઈ રહ્યો છે તે મારા પોતાના અનુભવના આધારે જ આપવાનો છું.

તે ઑક્ટોબર મહિનાની તોફાની સવાર હતી અને હું તૈયાર થતાં થતાં બારી બહારના એકલવાયા ઝાડ પરના એકલવાયા પાંદડાને પવનની થાપટોથી ખરતાં જોઈ

રહ્યો હતો. હું નીચે નાસ્તો કરવા ઊતર્યો ત્યારે મેં મારા મિત્રને આવા વાતાવરણમાં કલાકાર લોકો જે ઉદાસ મિજાજમાં રહેતા હોય છે તેવા મિજાજમાં હોવાની તૈયારી રાખી હતી. પણ તેથી વિરુદ્ધ મેં જોયું કે તેણે પોતાનો નાસ્તો પતાવી દીધો હતો અને તેનો મિજાજ પણ ખુશખુશાલ અને ખૂબ જ હળવો હતો. તે જ્યારે હળવી પળો માણતો હોય છે ત્યારે સામાન્ય રીતે આવો જ વ્યવહાર કરતો હોય છે.

"તારી પાસે કેસ છે, હોમ્સ ?" મેં કહ્યું.

"અચ્છા, તો તને પણ તારણો કાઢવાનો ચેપ લાગ્યો લાગે છે, વૉટસન." તેણે જવાબ આપ્યો, "અને તેમ કરીને તેં મારું રહસ્ય ભાખી લીધું. હા, મારી પાસે એક કેસ છે. એક મહિનાની નિષ્ક્રિયતા બાદ પૈડું પાછું ફરવા લાગ્યું છે."

"તો પછી મને તે વિષે જાણવા મળશે ?"

"તેમાં કંઈ ખાસ જાણવા જેવું નથી, પણ તું પહેલાં આપણા આ નવા રસોયા દ્વારા બનાવવામાં આવેલાં બાફેલાં ઈંડાં આરોગી લે એટલે તે પર વાત કરીએ. તે કંઈ ખાસ મજા પડે તેવાં નથી પણ આપણે ચલાવી લેવું પડશે. આવી ઈંડાં બાફવા જેવી ક્ષુદ્ર બાબત પણ એક જાતની એકાગ્રતા માગી લે છે તેનો મને આજે ખ્યાલ આવ્યો છે."

પા કલાકમાં તો મારી આગળનું જમવાનું ટેબલ સાફ થઈ ગયું અને અમે સામસામેની ખુરશી પર બેસી ગયા. તેણે પોતાના ખિસ્સામાંથી એક પત્ર કાઢ્યો.

"તે પેલા ગોલ્ડ કિંગ, નિલ ગિબ્સન વિષે સાંભળ્યું છે ?" તેણે કહ્યું.

"તારો મતલબ પેલો અમેરિકન સેનેટર ?"

"હા, તે ક્યારેક અમેરિકાના કોઈક પશ્ચિમી રાજ્યનો સેનેટર પણ હતો, પણ તે ખાસ કરીને તેની સોનાની ખાણોના કારણે જગપ્રસિદ્ધ છે."

"હા, હું તેને જાણું છું. મારા ખ્યાલથી તે છેલ્લા કેટલાક સમયથી ઈંગ્લૅન્ડમાં જ રહે છે. તેનું નામ ખૂબ જ જાણીતું છે."

"હા, તેણે હેમ્પશાયરમાં પાંચ વર્ષ પહેલાં ખૂબ જ વિશાળ જાગીર ખરીદી હતી. કદાચ તેં તેની પત્નીની હત્યાની કરુણ ઘટના વિષે પણ સાંભળ્યું હશે ?"

"ચોક્કસ સાંભળ્યું છે. હવે મને તે યાદ આવે છે. આ જ કારણે મને આ નામ જાણીતું લાગે છે, પણ મને તેની વિગતોની કોઈ જ જાણકારી નથી."

હોમ્સે ખુરશીમાં પડેલાં કેટલાક કાગળિયાં પર હાથ ફેરવ્યો, "મને જરા પણ ખ્યાલ નહોતો કે ઘૂમતો ફરતો આ મામલો મારી પાસે આવશે, નહીંતર તો મેં મારી તૈયારી રાખી જ હોત," તેણે કહ્યું, "હકીકત એ છે કે આ મામલો એટલો બધો સનસનીખેજ છે કે તેની વિગતો મેળવવી કંઈ ખાસ અઘરી નથી. આરોપીના રસપ્રદ વ્યક્તિત્વ વિરુદ્ધ ઘણાબધા નક્કર પુરાવાઓ છે. કોરોનરની જ્યુરી અને પોલીસ કોર્ટની પ્રક્રિયા દરમિયાન પણ તેને જ માત્ર ધ્યાનમાં રાખવામાં આવી રહ્યા છે. આ કેસ હાલ વિન્ચેસ્ટરની ફોજદારી

કોર્ટ સમક્ષ છે. મને લાગે છે કે આ એક નિરર્થક મામલો છે. મેં હકીકતો જાણી, વૉટસન, પણ હું તેને બદલી શકું તેમ નથી. સિવાય કે કોઈ અનોખી જ અને અજાણી જ હકીકત પ્રકાશમાં આવે. મને નથી સમજાતું કે મારા અસીલને આ મામલામાં શું આશા દેખાઈ રહી છે."

"તારો અસીલ ?"

"અરે હા, હું તો ભૂલી જ ગયો કે મેં તને કશું જ નથી કહ્યું. હું હજી એવી જ માન્યતામાં હતો કે તું મારી બધી જ વાત જાણે છે, વૉટસન. તું પહેલાં આ વાંચી લે."

તેણે મને જે પત્ર આપ્યો તે કોઈ નિપુણ વ્યક્તિના નક્કર ઘાટા અક્ષરો વડે લખવામાં આવ્યો હતો, જે આ પ્રમાણે હતો :

ક્લૅરિજ્સ હોટેલ,
ત્રીજી, ઑક્ટોબર

શ્રીમાન શૅરલૉક હોમ્સ,

હું નથી ઇચ્છતો કે આટલી ઉત્તમ સ્ત્રીને બચાવવાનો પ્રયાસ કર્યા વગર હું તેને મોતના મોંમાં ધકેલી શકું. હું બાબત સમજાવી શકું તેમ નથી - હું તેમ કરવાનો પ્રયત્ન પણ નથી કરી શકતો, પણ મને નિઃશંકપણે ખબર છે કે કુમારી ડનબર નિર્દોષ છે. તમને તો હકીકતો ખબર હશે - આ બાબત વળી કોણ નથી જાણતું ? આખાયે દેશની ગપસપનો મુદ્દો આજે આ જ છે. પણ ક્યારેય તેણીના પક્ષમાં એક અવાજ પણ નથી આવ્યો ! તેણી પ્રતિ આજે અન્યાય થઈ રહ્યો છે તે જ મને પાગલ કરી રહ્યો છે. આ સ્ત્રીનું હૃદય એવું છે કે તે ક્યારેય કોઈ માખીને મારવાનો પણ વિચાર ન કરી શકે. આ બાબતે હું આવતી કાલે અગિયાર વાગ્યે તમને મળવા માગું છું, કદાચ તમે આ રહસ્ય પર કોઈ પ્રકાશ ફેંકી શકો. કદાચ મારી પાસે કોઈ પગેરું હોય પણ મને ખુદને તેની જાણ ન હોય. જે હોય તે, પણ મારી પાસે જે કંઈ પણ છે, જે કંઈ પણ હું જાણું છું તેનાથી જો તેણીને મદદ થતી હોય તો હું તેમ જ કરવા માગું છું. ક્યારેય તમે તમારી આવડતનો ઉપયોગ કર્યો હોય તો હવે પાછો સમય પાકી ગયો છે કે તમે અહીં પણ તેનો ઉપયોગ કરો.

તમારો વિશ્વાસુ,
જે. નિલ ગિબ્સન

"તો આટલો તને ખ્યાલ આવી ગયો," તેણે પોતાની હોકલીમાંની રાખ ખાલી કરતાં અને નવી તમાકુ નાખતાં કહ્યું, "આ સદ્‌ગૃહસ્થની હું હાલ રાહ જોઈ રહ્યો છું. આખીયે બાબતની વાત કરું તો તારી પાસે આ બધાં કાગળિયાં વાંચી જવાનો જરા પણ સમય નથી માટે તને હું ટૂંકમાં જ બધું જણાવી દઉં છું કે જેથી કરીને તું પણ આ બાબતમાં

બુદ્ધિપૂર્વક રસ દાખવી શકે. આ માણસ જગતમાંના આર્થિક સધ્ધર માણસોમાંનો એક છે, અને મને જાણ છે ત્યાં સુધી તે એક ઉગ્ર અને પ્રચંડ ચારિત્ર્યવાળો માણસ છે. તેની પત્ની વિષે હું એટલું જ જાણું છું કે તેણીનું મૃત્યુ તેના છોકરાઓની સુંદર શિક્ષિકા દ્વારા કરવામાં આવ્યું છે. આમ આ ત્રણ જણ આ કેસ સાથે સંબંધિત છે. ઐતિહાસિક ઇંગ્લિશ રાજ્યની મધ્યમાં આવેલી વિશાળ જાગીરમાં આ ઘટના બની છે. હવે આ કરુણ ઘટનાની વાત કરું તો પત્નીને ઘરથી અડધા માઈલના અંતરે મૃત હાલતમાં મોડી રાત્રે, રાતના ખાણાનાં વસ્ત્રોમાં સજ્જ જમીન પર પડેલી જોવામાં આવી હતી. તેના ખભા પર શાલ હતી અને તેના મસ્તકમાં પિસ્તોલની ગોળી ઘૂસી ગયેલી હતી. ત્યાં ક્યાંય કોઈ હથિયાર મળવા પામ્યું નહોતું કે પછી હત્યારા વિષેના સ્થાનિક કોઈ પુરાવા પણ નહોતા મળવા પામ્યા. આ નોંધી રાખજે, વૉટસન. એવું કહેવાય છે કે ગુનો મોડી સાંજે કરવામાં આવ્યો હતો અને તેની જાણ ગેમકીપરને રાત્રે અગિયાર વાગ્યે થઈ હતી અને તેને ત્યાંથી હટાવ્યા પહેલાં પોલીસ દ્વારા અને ડૉક્ટર દ્વારા તપાસવામાં આવી હતી અને પછી જ લાશને ઘરમાં લઈ જવામાં આવી હતી. આટલો તને ખ્યાલ આવ્યો, આટલું તને સ્પષ્ટ થયું ?"

"તે તો સ્પષ્ટ છે પણ શિક્ષિકા પર શંકા શા માટે કરવામાં આવી ?"

"પહેલી જ નજરે તેણી વિરુદ્ધ ખૂબ જ સીધા પુરાવા છે. પહેલું તો એ કે તેણીના કપડાંનાં કબાટના તળિયેથી એક ગોળી વગરની પિસ્તોલ મળી આવી છે." તેની આંખો સ્થિર થઈ અને તેણે ફરી આ જ વાક્ય ખૂબ જ ધીમે ધીમે પુનરાવર્તિત કર્યું, "તેણીના... કપડાના... કબાટના... તળિયે." પછી તે ચૂપ થઈ ગયો અને હું જોઈ શકતો હતો કે તેના મગજમાં ફરી પાછી વિચારોની ગાડી દોડવા લાગી હતી. જેમાં હું મૂર્ખાઈ કરીને જરા પણ ખલેલ પાડવા નહોતો માગતો. અચાનક એક ઝાટકા સાથે તે વર્તમાનમાં પાછો આવી ગયો. "હા, વૉટસન, ત્યાંથી જ પિસ્તોલ મળી, બહુ વિચિત્ર કહેવાય, કેમ ? બે ન્યાયાધીશોએ પણ આ વિષે વિચાર્યું હશે. પછી મૃત સ્ત્રીના હાથમાંથી શિક્ષિકાના હસ્તાક્ષરોમાં ત્યાં મુલાકાત ગોઠવ્યાની નોંધ પણ મળી આવી હતી. આમ કેમ ? કોઈક તો ઉદ્દેશ ચોક્કસ રહેલો હતો. સેનેટર ગિબ્સન એક આકર્ષક વ્યક્તિ છે. જો તેની પત્ની મરી જાય, તો આ શિક્ષિકાને ઘણો બધો ફાયદો થાય તેમ હતો. તેની સાથે લગ્ન કરીને તે એક ધનવાન માણસની પત્ની બની જાય અને તેનું નસીબ ચમકી ઊઠે. ખરાબ કહેવાય, વૉટસન - ખરાબ કહેવાય !"

"હા, ખરેખર, હોમ્સ."

"તેણી બીજે ક્યાંય હોવાનો પુરાવો પણ ન આપી શકે. તેથી વિરુદ્ધ, તેણે તો સ્વીકાર્યું છે કે તેણી ત્યારે થોર બ્રિજ પાસે જ હતી - અને તે જ સ્થળે તો આ ઘટના ઘટી હતી - અને તે પણ તે જ સમયે. તેણી તેને જરા પણ નકારી ન શકી, કારણ કે રાહદારીઓએ તેણીને ત્યાં જોઈ હતી."

"આટલાથી તો ઘણું બધું પાક્કું થઈ જાય છે."

"અને તેમ છતાં, વૉટસન - તેમ છતાં ! આ પુલ - કઠેડાવાળી કિનારીઓ ધરાવતો સાંકડો પુલ છે અને તેના છેડે જ આ સ્ત્રીને મૃત હાલતમાં શોધવામાં આવી હતી. મુખ્ય હકીકતો આ પ્રમાણે છે. પણ જો હું ભૂલ ન કરતો હોઉં તો આ આપણા અસીલ જ આવ્યા લાગે છે. પણ નક્કી કરેલા સમય કરતાં થોડા વહેલા આવ્યા છે."

બિલિએ બારણું ખોલ્યું પણ જે નામ તેણે જાહેર કર્યું તે સાવ અજાણ્યું નામ હતું. શ્રીમાન માર્લો બેટ્સ અમારા બન્ને માટે અજાણ્યા હતા. તેઓ એક પાતળા, કૂણા સ્નાયુવાળા, ગભરાયેલી આંખોવાળા, ધ્રૂજતી આનાકાનીવાળી વર્તણૂકવાળા માણસ હતા. હું તેને જોતાં જ કહી શકું કે તેઓ મનના નબળા માણસ હતા.

"તમે થોડા ખચકાટમાં હોવ તેવું લાગે છે, શ્રીમાન બેટ્સ," હોમ્સે કહ્યું, "મહેરબાની કરીને બેસો. હું તમને વધારે સમય નહીં આપી શકું, કારણ કે મારે અગિયાર વાગ્યે એક મુલાકાત છે."

"હા, મને ખ્યાલ છે કે તમારે એક મુલાકાત છે," અમારા મુલાકાતીએ હાંફતાં હાંફતાં કહ્યું, "શ્રીમાન ગિબ્સન તમને મળવા આવી રહ્યા છે. શ્રીમાન ગિબ્સન મારા માલિક છે. હું તેમની જાગીરનો મેનેજર છું. શ્રીમાન હોમ્સ, તે એક બદમાશ માણસ છે - એક અઠંગ બદમાશ છે."

"તમે ખૂબ આકરું બોલી રહ્યા છો, શ્રીમાન બેટ્સ."

"મારે આવી ભાષા વાપરવી પડે છે કારણ કે સમય ઘણો ઓછો છે, શ્રીમાન હોમ્સ. હું નથી ઇચ્છતો કે તેઓ અહીં આવે અને મને જોઈ જાય. તેઓ હવે આવવામાં જ હશે. પણ હું કામમાં એવો ફસાયેલો હતો કે વહેલો ના આવી શક્યો. તેમના અંગત સચિવ, શ્રીમાન ફર્ગ્યુસને, હજુ આજે સવારે જ મને કહ્યું કે તેમણે તમારી સાથે મુલાકાત ગોઠવી છે."

"પણ તમે તો તેમના મેનેજર છો ને ?"

"મેં તેમને નોટિસ પાઠવી છે. હું એકાદ બે અઠવાડિયાંમાં જ તેમની ગુલામીમાંથી મુક્ત થવાનો છું. તે ખૂબ જ આકરો માણસ છે, શ્રીમાન હોમ્સ, તે સંપૂર્ણપણે એક ખૂબ જ ઉગ્ર માણસ છે. તે જે બધી જાહેર અનુકંપા દાખવે છે, જે કંઈ પણ દાનધરમ કરે છે તે તેની દુષ્ટતાને છુપાવવા માટે જ કરે છે. પણ તેની પત્ની જ તેની આ દુષ્ટતાનો સૌથી મોટો શિકાર બની છે. તે તેણી સાથે ખૂબ જ ક્રૂર વર્તન કરતો હતો - હા, સાહેબ, ક્રૂર ! તેણીનું મૃત્યુ કેવી રીતે થયું તેની મને નથી ખબર, પણ મને ખાતરી છે કે તેણે જ તેણીનું જીવન દયનીય બનાવી દીધું હતું. તેણી ગરમ પ્રદેશ બ્રાઝિલમાં જન્મેલી એક સ્ત્રી હતી તે તો તમે જાણતા જ હશો."

"ના, હું તે વિશે કશુંયે નથી જાણતો."

"જન્મે અને સ્વભાવે બન્ને રીતે તેણી ઉષ્ણકટિબંધની હતી. તેણી ઉષ્ણ અને ઉત્કટ હતી. તેણી તેના પતિને ખૂબ જ ઉત્કટતાથી ચાહતી હતી. સમય જતાં તેની શારીરિક સુંદરતા વિલાઈ ગઈ. મેં તમને પહેલાં કહ્યું તેમ તેણી અત્યંત સુંદર હતી ત્યારે તે આકર્ષાયો હશે. અમને બધાને તે ગમતી હતી અને તેણી માટે અમને સદ્ભાવ હતો પણ તેના પતિને અમે ધિક્કારતા હતા, કારણ કે તે તેણીની સાથે ખૂબ જ અપમાનજનક વર્તન કરતો હતો. જો કે તે કેટલીક કડવી હકીકતો પણ કહેતો હતો. હું તમને માત્ર આટલું જ કહેવા આવ્યો હતો. તેના ચહેરા પર ન જતા. તેની પાછળ બીજું ઘણું બધું છુપાયેલું છે. હવે મારે જવું પડશે. તે આવવામાં જ હશે."

તેણે ઘડિયાળ તરફ એક ભયભીત નજર નાખી અને રીતસરનો બારણા બહાર દોડી ગયો અને અદૃશ્ય થઈ ગયો.

"અરે ! અરે !" હોમ્સે થોડી ક્ષણના મૌન બાદ કહ્યું, "શ્રીમાન ગિબ્સનના કર્મચારીઓ ખૂબ જ પ્રામાણિક લાગે છે. તેની ચેતવણી ઉપયોગી સાબિત થાય તેમ છે અને હવે આપણે માત્ર તેમની રાહ જ જોવી રહી."

નક્કી કરેલા ચોક્કસ સમયે અમને દાદર પર ભારે પગલાંનો અવાજ સંભળાયો અને પ્રખ્યાત કરોડપતિ અમારા ઓરડામાં દાખલ થયો. મેં તેને જોયો ત્યારે હું તેના મેનેજરનાં ભય અને ગભરામણને સારી રીતે સમજી શક્યો અને તેના હરીફ ધંધાદારીઓનો તેની પ્રત્યેનો અણગમો પણ. જો હું કોઈ મૂર્તિકાર હોઉં અને મારે કોઈ સફળ ધંધાદારી, લોખંડી વ્યક્તિત્વ અને નક્કર આત્માવાળી વ્યક્તિની મૂર્તિને ઘડવાની હોય તો હું ચોક્કસ આ શ્રીમાન નિલ ગિબ્સનનો એક આદર્શ તરીકે ઉપયોગ કરું. તેની ઊંચી, પાતળી, બરછટ કાયામાં એક લાલચની ભૂખ વર્તાઈ આવતી હતી. તેનામાં થોડા થોડા અબ્રાહમ લિંકન જેવા અણસાર આવતા હતા. તેની આંખો ઠંડી સિલેટીયા રંગની હતી, જે અમને એક પછી એક વેધકપણે તાકી રહી હતી. હોમ્સે મારી ઓળખાણ આપતાં તે મારી સામે યંત્રવત્ નમ્યો અને પછી મનસ્વીપણે ખુરશી ખેંચી અને મારા મિત્રની એકદમ નજીક તેના ગોઠણ તેને અડે તેટલો નજીક બેસી ગયો.

"સૌ પ્રથમ મને એટલું કહી દેવા દો, શ્રીમાન હોમ્સ," તેણે શરૂ કર્યું, "કે આ મામલામાં મારા માટે પૈસો કંઈ ખાસ મહત્ત્વ નથી ધરાવતો. તમે રહસ્ય પર પ્રકાશ પાડવા માટે તેને બાળી પણ શકો છો. આ સ્ત્રી નિર્દોષ છે અને તેણી નિર્દોષ સાબિત થવી જ જોઈએ અને તેની જવાબદારી તમારા શીરે છે. તમારી ફી કહો !"

"મારી વ્યવસાયિક ફીનું એક નક્કી ધારાધોરણ હોય છે," હોમ્સે ઠંડકથી કહ્યું, "હું તેમાં કોઈ જ ફેરફાર નથી કરતો સિવાય કે હું તે સાવ માફ જ કરી દઉં."

"અચ્છા, જો પૈસાની તમને કશી જ ન પડી હોય તો તમારી આબરૂ વિષે વિચારો. જો તમે આ કેસમાં સફળ થશો તો તમે માત્ર ઇંગ્લૅન્ડનાં સમાચારપત્રોમાં નહીં પણ અમેરિકન સમાચારપત્રોમાં પણ છવાઈ જશો. તમારી બે દેશોમાં વાતો થવા લાગશે."

"આભાર તમારો, શ્રીમાન ગિબ્સન, મને નથી લાગતું કે મારે પ્રખ્યાત થવાની કોઈ જરૂર હોય. તમને કદાચ એ જાણીને આશ્ચર્ય થશે કે હું ગુપ્તપણે જ કામ કરવાનું પસંદ કરું છું અને મને બીજું કંઈ જ નહીં પણ કેસ જ આકર્ષિત કરી શકે તેમ છે, પણ મને લાગે છે કે આપણે સમય બગાડી રહ્યા છીએ. આપણે હવે હકીકતો વિષે વાત કરવી જોઈએ."

"મારા ખ્યાલથી તમને મુખ્ય હકીકતો તો બધાં જ છાપાંઓમાંથી મળી ગઈ હશે. મને એ નથી ખબર કે હું તેમાં કોઈ વધારો કરી શકું તેમ છું કે નહીં. પણ જો તમે તે વિષે વધારે કંઈ મને પૂછવા માગતા હોવ તો હું જવાબ આપવા માટે તૈયાર છું. હું અહીં તે માટે જ આવ્યો છું."

"મારે માત્ર એક જ મુદ્દો સ્પષ્ટ કરવો છે."

"અને તે શું છે ?"

"તમારા અને કુમારી ડનબર વચ્ચે ચોક્કસ કેવા સંબંધો છે ?"

ગોલ્ડ કિંગ અચાનક ઉગ્ર થઈ ગયો અને પોતાની ખુરશીમાંથી અડધો ઊભો થઈ ગયો. પછી તે માંડ માંડ ઠંડો પડ્યો.

"મારા ખ્યાલથી તમે તમારા હક્કની મર્યાદામાં જ વર્તી રહ્યા હશો - અને તમારી ફરજ જ નિભાવી રહ્યા હશો - આવો પ્રશ્ન પૂછવામાં, શ્રીમાન હોમ્સ ?"

"એવી માન્યતા સાથે આપણે સંમત થઈશું," હોમ્સે કહ્યું.

"તો પછી હું તમને ખાતરી કરાવું છું કે અમારી વચ્ચે માત્ર ને માત્ર એક નોકરીદાતા અને નોકરીકર્તાનો જ વ્યવહાર રહ્યો છે અને મેં તેણી સમક્ષ માત્ર ને માત્ર મારા સંતાનોના ભણતરના સમય દરમિયાન જ વાત કરી છે અને તે સિવાય હું તેણીને ક્યારેય મળ્યો પણ નથી."

હોમ્સ પોતાની ખુરશીમાંથી ઊભો થઈ ગયો.

"હું ખરેખર એક વ્યસ્ત માણસ છું, શ્રીમાન ગિબ્સન," તેણે કહ્યું, "અને મારી પાસે હેતુહીન ચર્ચા કરવાનો સમય પણ નથી અને મને તે પસંદ પણ નથી. હું તમને શુભ સવાર પાઠવું છું."

અમારો મુલાકાતી પણ પોતાની ખુરશીમાંથી ઊભો થઈ ગયો અને તેની પાતળી કાયા હોમ્સ તરફ ઝૂકી. તેની આંખોમાં આક્રમક ભાવ હતા અને તેની ગાલની ઢેલડી ઉત્તેજિત થઈને લાલ થઈ ગઈ હતી.

"તમારો આવું કહેવાનો અર્થ શું છે, શ્રીમાન હોમ્સ ? તમે મારા મામલાને અવગણો છો ?"

"શ્રીમાન ગિબ્સન, કમસે કમ હું તમને તો અવગણી જ રહ્યો છું. મને લાગે છે કે મારો પ્રશ્ન સાવ સીધો અને સરળ છે."

"ચોક્કસ તે સીધો પ્રશ્ન છે પણ તેની પાછળ શું રહેલું છે ? શું તમે મને ભડકાવવા માગો છો કે પછી આ કેસ હાથ પર લેતાં તમને ભય લાગે છે કે પછી શું ? મને પણ આનો સીધો જવાબ મેળવવાનો હક્ક છે."

"ચોક્કસ તમને હક્ક છે," હોમ્સે કહ્યું, "હું તમને એક ખૂબ જ સીધો જવાબ આપું. આ કેસ એમ પણ પહેલેથી જ એટલો ગુંચવાયેલો છે અને તેમાં પણ જો મને મારા પ્રશ્નોના સાચા જવાબ ન મળવાના હોય તો ઓર વધારે મુશ્કેલીઓ ઊભી થશે."

"તમારો કહેવાનો મતલબ છે કે હું જૂઠું બોલું છું ?"

"મેં આ પ્રશ્નને ખૂબ જ નાજુકાઈથી રજૂ કરવાનો પૂરતો પ્રયત્ન કર્યો છે પણ જો તમે તમારા શબ્દોને વળગી રહેવા માગતા હોવ તો હું તમને જરા પણ મદદ નહીં કરી શકું."

હું પણ ઊભો થઈ ગયો કારણ કે અમારા મુલાકાતીના ચહેરા પરના હાવભાવ ખૂબ જ દુષ્ટ અને ઉગ્ર થઈ ગયા હતા અને તેણે પોતાનો વિશાળ મુક્કો પણ હવામાં ઊંચો કરી દીધો હતો. હોમ્સે ઠંડું સ્મિત કર્યું અને હોકલી કાઢવા પોતાનો હાથ લંબાવ્યો.

"ઘોંઘાટ કરવાની કોઈ જ જરૂર નથી, શ્રીમાન ગિબ્સન. મને એવું જાણવામાં આવ્યું છે કે નાસ્તા પછી નાનકડી એવી દલીલો પણ મોટું સ્વરૂપ લઈ લેતી હોય છે. મને લાગે છે કે સવારની ખુશનૂમા હવામાં જો તમે એકાદ આંટો મારી આવશો તો તમને ફાયદાકારક રહેશે."

મહાપ્રયત્ને સોનાની ખાણનો આ વેપારી પોતાના ગુસ્સાને કાબૂમાં લાવી શક્યો. મારે આ માણસની તેના પરની અંકુશ રાખવાની આવડતને બિરદાવવી જોઈએ. તે એક જ મિનિટમાં એક ઊકળતા લાવામાંથી હિમશિલા થઈ ગયો હતો.

"સારું, જેવી તમારી મરજી. મને ખ્યાલ છે કે તમે તમારો વ્યવસાય સારી રીતે જાણો છો. હું નથી ઇચ્છતો કે હું તમારી મરજી વિરુદ્ધ આ મામલો તમને વળગાડું. તમે આજે સવારે કશું જ સારું નથી કરી શક્યા, શ્રીમાન હોમ્સ, કારણ કે મેં તમારા કરતાં પણ મજબૂત માણસને તોડ્યા છે. કોઈએ આજ સુધી મારી સાથે એવું નથી કર્યું અને તેમના માટે તે જ સારું રહ્યું છે."

"ઘણા બધા આવું કહે છે, અને છતાં પણ હું તમારી સામે ઊભો છું," હોમ્સે સ્મિત કરતાં કહ્યું. "તો, ગુડ મોર્નિંગ, શ્રીમાન ગિબ્સન. તમારે હજુ પણ ઘણું બધું પાર પાડવાનું છે."

અમારો મુલાકાતી ઘોંઘાટ કરતો બહાર નીકળી ગયો પણ હોમ્સ તો પોતાના સદાકાળ મૌન સાથે હોકલી પીતો સ્વપ્નશીલ નજરે છત તરફ જોઈ રહ્યો.

"તારો દૃષ્ટિકોણ શું છે, વૉટસન ?" છેવટે તેણે મને પૂછ્યું.

"હોમ્સ, મારે એ સ્વીકારવું પડશે કે આ માણસને હું સ્પષ્ટપણે એક એવી વ્યક્તિ માનું છું કે તે પોતાના રસ્તામાં આવતી ઝીણામાં ઝીણી અડચણને પણ બાજુ પર કરી શકે

તેવો છે અને તેણે પોતાની પત્ની સાથે પણ કદાચ તેવું જ કર્યું હોય જેમ તેનો મેનેજર કહેતો હતો તેમ. મને એવું લાગે છે-"

"તદ્દન, મને પણ તેવું લાગે છે."

"પણ તેના આ શિક્ષિકા વચ્ચે શું સંબંધ હતા, અને તને તેની કેવી રીતે ખબર ?"

"તુક્કો, વૉટસન, તુક્કો ! જ્યારે મને લાગ્યું કે તેનો પત્ર લાગણીશીલ, બિનપરંપરાગત અને અવ્યવસાયી રીતે લખવામાં આવ્યો હતો અને તે તેના વ્યક્તિત્વની સંપૂર્ણ વિરુદ્ધ હતું ત્યારે મને સ્પષ્ટ થઈ ગયું હતું કે આ માણસને આ સ્ત્રી પ્રત્યે કોઈક છૂપી લાગણી ચોક્કસ હોવી જોઈએ અને જો આપણે સત્ય સુધી પહોંચવું હોય તો આ ત્રણ વ્યક્તિઓ વચ્ચેનો સંબંધ પણ જાણવો જોઈએ. તેં જોયું કે મેં તેના પર કેવો પ્રહાર કર્યો અને તેણે તેનો કેવો સ્વસ્થ વિરોધ કર્યો. પછી મેં મારા તુક્કાને ખૂબ જ આત્મવિશ્વાસ સાથે રજૂ કર્યો જ્યારે ખરેખર તો મને તો માત્ર તે બાબતની તીવ્ર શંકા જ હતી."

"તે પાછો આવશે ?"

"તે ચોક્કસ પાછો આવશે. તેણે પાછું આવવું જ પડશે. તે આમ વાતને અધૂરી નહીં છોડી શકે. અરે ! ઘંટડી વાગી ? હા, આ તેનો જ પગરવ છે.

"તો, શ્રીમાન ગિબ્સન, હું ડૉ. વૉટસનને તે જ કહી રહ્યો હતો કે તમે ચોક્કસ પાછા આવશો."

ગોલ્ડ કિંગ ગયો હતો તેના કરતાં ક્યાંય નમ્ર મિજાજમાં ઓરડામાં ફરી પ્રવેશ્યો. પણ તેની આંખોમાં હજુ પણ તેનું અહમ્ ઘવાયાના ભાવ હતા. પણ તેની સામાન્ય સૂઝે તેને સમજાવી દીધું હતું કે જો આમ જ ચાલશે તો વાતનો ત્યાં જ અંત આવી જશે.

"મેં તે વિષે વિચાર્યું, શ્રીમાન હોમ્સ, અને મને લાગ્યું કે તમારા પ્રશ્નનો મેં ખોટો અર્થ લીધો. તમે તો માત્ર હકીકતો જ જાણવા માગતા હતા, પછી તે ભલે ગમે તે હોય. હું તમને ખાતરી આપું છું કે મારી અને કુમારી ડનબર વચ્ચેનો સંબંધ આ મામલાને અસરકર્તા નથી."

"તે મારે નક્કી કરવાનું છે, ખરું કે નહીં ?"

"હા, હું પણ તેવું જ માનું છું. તમે કોઈ શસ્ત્રક્રિયા કરનાર ડૉક્ટર જેવા છો જે નિદાન આપતાં પહેલાં પોતાના દર્દીના એકેએક લક્ષણથી અવગત થવા માગતા હોય."

"તદ્દન. બિલકુલ યોગ્ય વાત કહી અને તેના દર્દીએ હંમેશા તે માટે પોતાના ડૉક્ટરને સહકાર આપવો જોઈએ, તેનાથી કશું જ છુપાવવું ન જોઈએ."

"સાચી વાત છે, પણ તમે એ વાત સાથે પણ સમ્મત થશો, શ્રીમન હોમ્સ, કે મોટા ભાગના પુરુષો જ્યારે તેને કોઈ સ્ત્રી સાથેના તેના સંબંધ વિષે પૂછવામાં આવે છે ત્યારે થોડો સંકોચ અનુભવતા હોય છે - જો તેમાં ખરેખર કોઈ ચોક્કસ લાગણી રહેલી હોય તો. મારા ખ્યાલથી મોટા ભાગના પુરુષોના મનમાં એક અંગત ખૂણો હોય છે જ્યાં

તેઓ પોતાની લાગણી છુપાવી રાખતા હોય છે અને ત્યાં તેમને કોઈ પણ દખલગીરી પસંદ હોતી નથી. અને તમે તો સીધો તેના પર જ પ્રહાર કર્યો. પણ તમારો ઉદ્દેશ તે માટે તમને માફ કરે છે કારણ કે તે તેણીને બચાવવા માટેનો છે. સારું તો સંકોચ દૂર થઈ ગયો છે અને હવે તમે જ્યાં ઇચ્છો ત્યાં સંશોધન કરી શકો છો. તમે શું ઇચ્છો છો ?''

''સત્ય.''

ગોલ્ડ કિંગ થોડી ક્ષણ માટે અટકી ગયા જાણે તે પોતાના વિચારોની ગોઠવણ ન કરતો હોય. તેનો કઠોર, ઊંડી રેખાઓવાળો ચહેરો ઓર વધારે ઉદાસ અને ગંભીર થઈ ગયો.

''હું તમને તે વિષે ખૂબ જ ઓછા શબ્દોમાં જણાવીશ, શ્રીમાન હોમ્સ,'' તેણે છેવટે કહ્યું, ''કેટલીક બાબતો એટલી દુખદાયી અને મુશ્કેલ હોય છે કે હું તેમાં વધારે ઊંડો ઊતરવા નથી માગતો. હું જ્યારે સોનાની શોધમાં બ્રાઝિલમાં રખડતો હતો તે દરમિયાન મારી પત્નીને મળ્યો હતો. તે મારીયા પિનટો મેનાઓસ ખાતેના એક સરકારી અધિકારીની દીકરી હતી અને તેણી ખૂબ જ સુંદર હતી. તે દિવસોમાં હું યુવાન અને જોશીલો હતો. અરે, આજે પણ જ્યારે હું ભૂતકાળ તરફ ઠંડકથી જોઉં છું ત્યારે પણ મને લાગે છે કે તેની સુંદરતા ખરેખર અનોખી હતી. તેણી એક ઉત્તમ સ્વભાવની, ગરમ મિજાજની, હૃદયપૂર્વક જીવનારી, ઉષ્ણકટિબંધની, વિચિત્ર સંતુલન ધરાવતી સ્ત્રી હતી. તેણી અમેરિકન સ્ત્રીઓ કરતાં તદ્દન અલગ હતી. લાંબી વાતને ટૂંકી કરતાં જણાવું છું કે મેં તેણીને પ્રેમ કર્યો અને પરણી ગયો. પણ જ્યારે અમારા બન્ને વચ્ચેનો રોમાંચિત કરતો પ્રેમ પૂર્ણ થઈ ગયો - અને ઘણાં વર્ષો તેમ જ ચાલ્યું ત્યારે મને વિચાર આવ્યો કે અમારી વચ્ચે હવે કશું જ સામાન્ય નહોતું રહ્યું - કશું જ નહીં. મારો તેણી પ્રત્યેનો પ્રેમ ઓસરી ગયો હતો, જો તેણીનો મારા પ્રત્યેનો પ્રેમ પણ ઓસરી ગયો હોત તો કશી જ સમસ્યા નહોતી. તો બધું બહુ સરળ હતું, પણ તમે તો સ્ત્રીના અદ્ભુત પ્રેમને જાણતા જ હશો ! હું કંઈ પણ કરું, કશું જ તેને મારાથી દૂર નહોતું કરી શકતું. મેં તેણી સાથે ખૂબ જ ખરાબ વર્તન કર્યું છે. અત્યંત ક્રૂર વર્તન પણ કર્યું છે. લોકો પણ તેમ કહે છે. મેં માત્ર તે જ ઉદ્દેશથી કર્યું છે કે તેનાથી તે મને નફરત કરે, તેનો મારા પ્રત્યેનો પ્રેમ ઓસરી જાય. અને જો તેમ થયું હોત તો તે અમારા બન્ને માટે ખૂબ જ સરળ રહેત. પણ મારી કોઈ જ કઠોરતાની તેને કોઈ જ અસર નહોતી થતી. તે બ્રાઝિલની એમેઝોન નદીના કિનારે જે રીતે મને ચાહતી હતી તે જ રીતે આજે વીસ વર્ષ બાદ પણ મને આ ઇંગ્લીશ જંગલોમાં ચાહતી હતી. હું કંઈ પણ કરું તે હંમેશા મને સમર્પિત જ રહી છે.

''પછી કુમારી ગ્રેસ ડનબર આવી. તેણીએ અમારી જાહેરાતનો જવાબ આપ્યો અને તેણી અમારા બે સંતાનની શિક્ષિકા બની ગઈ. કદાચ તમે તેણીનો પોર્ટ્રેઇટ સમાચારપત્રોમાં જોયો હશે. આખું જગત પણ એ માનશે કે તેણી પણ એક અત્યંત સુંદર

સ્ત્રી છે. હવે મારા માટે મારી નૈતિકતા જાળવવાનું મુશ્કેલ બની ગયું હતું. જેને માટે મને જરા પણ લાગણી નહોતી તેવી મારી પત્ની સાથે મારા માટે એક છત હેઠળ રહેવું મુશ્કેલ બની ગયું હતું. તમે મને દોષી માનો છો, શ્રીમાન હોમ્સ ?"

"હું તમારી લાગણી માટે તમને જરા પણ દોષી નથી માનતો. પણ જો કદાચ તમે તેને વ્યક્ત કરી હોત તો હું તમને દોષ દેત, કારણ કે આ યુવાન સ્ત્રીને તો બિચારીને તેણી તમારી સુરક્ષા હેઠળ હતી તેવો ખ્યાલ હશે."

"બની શકે," તેણે કહ્યું. જોકે થોડી ક્ષણ માટે ફરી તેની આંખોમાં એ જ જ્વાળા ડોકાઈ ગઈ હતી. "હું જેવો છું તેના કરતાં વિશેષ દેખાવાનો જરા પણ ડોળ નથી કરી રહ્યો. મને લાગે છે કે હું મારી આખી જિંદગી એક એવો માણસ બનીને રહ્યો છું જે હંમેશા પોતાને જોઈતી વસ્તુ માટે હાથ લંબાવતો રહ્યો છે. મેં ક્યારેય તે સ્ત્રીની માલિકી અને પ્રેમ સિવાય ક્યારેય કશું જ નથી માંગ્યું. મેં તેણીને પણ તે કહ્યું હતું."

"અચ્છા, તો તમે એમ કહ્યું હતું ?"

હોમ્સનો અમ કહેવાનો ભાવ ખૂબ કઠોર હતો.

"મેં તેણીને કહ્યું કે જો હું તેણીને પરણી શકતો હોત તો ચોક્કસ પરણત પણ તે મારી શક્તિ બહારનું હતું. મેં તેણીને કહ્યું હતું કે મારી પાસે પૈસાની કોઈ જ કમી નહોતી અને તેણીને ખુશ કરવા હું કંઈ પણ કરી શકું તેમ હતો."

"બહુ ઉદાત્ત ભાવના કહેવાય, ખરેખર," હોમ્સે તિરસ્કારથી કહ્યું.

"અહીં જુઓ, શ્રીમાન હોમ્સ. હું અહીં તમારી પાસે પુરાવાઓના પ્રશ્ન માટે આવ્યો છું, કોઈ નૈતિકતાના પ્રશ્ન પર નહીં. હું તમારી નિંદા નથી માગી રહ્યો."

"મેં માત્ર ને માત્ર પેલી બિચારી યુવતી માટે જ આ કેસ હાથ પર લીધો છે," હોમ્સે અડગતાથી કહ્યું. "તમે અત્યાર સુધી જે કંઈ પણ કહ્યું તે બધું તમારી વિરુદ્ધ જઈ રહ્યું છે અને તમે તેણી બિચારી યુવતી કે જેણી તમારી છત હેઠળ આશરો લઈ રહી છે તેને બરબાદ કરવાનો પ્રયત્ન કર્યો છે. તમારા જેવા ઘણા ધનવાન નબીરાઓને એ શીખવાની જરૂર છે કે લાંચ આપવાથી તમારા ગુના ધોવાઈ નથી જતા."

મારા આશ્ચર્ય વચ્ચે ગોલ્ડ કિંગે હોમ્સનો આ ઠપકો ખૂબ જ સ્વસ્થતાથી સાંભળી લીધો.

"હાલ હું મારા વિષે તેવું જ વિચારી રહ્યો છું અને ભગવાનનો આભાર માનું છું કે મેં વિચાર્યું હતું તેમ મારી યોજના સફળ ન થઈ. તેણીને ક્યારેય મારા પૈસામાં રસ નહોતો અને તેણી તે જ ઘડીએ ઘર છોડવા માગતી હતી."

"તેણી કેમ તેવું નહોતી ઇચ્છતી ?"

"પહેલી વાત તો એ કે તેનાં અન્ય કુટુંબીજનો તેના પર નિર્ભર હતા, અને તેણી માટે તે જરા પણ હળવી બાબત નહોતી કે તેણીના કારણે તેઓને કોઈ તકલીફ પડે.

જ્યારે મેં તેણી સમક્ષ સમ ખાધા કે તેણીને ક્યારેય પરેશાન કરવામાં નહીં આવે, ત્યારે તેણી ઘરમાં રહેવા તૈયાર થઈ. પણ આ સિવાય બીજું પણ એક કારણ હતું. તેણીને તેનો મારા પરના પ્રભુત્વનો ખ્યાલ આવી ગયો હતો અને તે પણ કે તે આખા જગત કરતાં પણ વિશેષ પ્રભુત્વ હતું. તેણી તેનો સારા કાર્યમાં ઉપયોગ કરવા માગતી હતી."

"કેવી રીતે ?"

"તેણીને મારા કારોબારની કેટલાક અંશે ખબર હતી. તે ખૂબ વિશાળ છે, શ્રીમાન હોમ્સ - તે કોઈ સામાન્ય માણસની ગુંજાઈશથી ક્યાંય વધારે વિશાળ છે. કાં તો હું તે કરતો અથવા તો તોડી નાખતો, પણ હંમેશા મેં તોડ્યું જ છે. તે માત્ર અંગત જ નહોતું. તેને ઘણા બધા પ્રદેશો, શહેરો, અરે દેશો સાથે સંબંધ છે. ધંધો એક ખૂબ જ અઘરી બાબત છે અને નબળી વ્યક્તિ તો તેમાં જરા પણ ચાલી શકે નથી. મેં તેમાં સફળ થવા માટે હંમેશા રમતો રમી છે. પણ તેણી આ બાબતને અલગ નજરે જુએ છે. મને લાગે છે કે તેણી સાચી છે. તેણી કહે છે કે એક માણસની સંપત્તિ કે જે તેની જરૂરિયાત કરતાં વધારે છે, તેણે હજારો લોકોની બરબાદી ઉપર ન રચી શકાય કે જેઓના માટે જીવન દોહ્યલું છે. તેણી તેવું વિચારતી હતી અને ઇચ્છતી હતી કે નાણાંનો ઉપયોગ એવી રીતે કરવો કે જેથી કરીને તેની લાંબા ગાળાની અસર દેખાય. તેણીને ખ્યાલ હતો કે તે જે કહે છે તે હું સાંભળું છું અને તેણીને એવું લાગતું હતું કે તે તેણીના મારા પરના પ્રભુત્વ વડે મારા દ્વારા દુનિયાને સેવા આપી રહી હતી અને આમ તેણી રોકાઈ ગઈ - અને પછી આ દુર્ભાગી ઘટના ઘટી."

"તે પર તમે કોઈ પ્રકાશ ફેંકી શકો છો ?"

ગોલ્ડ કિંગ થોડી વાર ચૂપ રહ્યો અને પછી પોતાના હાથમાં મોઢું છુપાવીને ઊંડા વિચારોમાં ખોવાઈ ગયો.

"તે તેણીની અત્યંત વિરુદ્ધનું છે. હું તેને નકારી નથી શકતો. સ્ત્રીનું આંતરિક મન પણ તેની આગવી રીતે કામ કરતું હોય છે એક પુરુષ તેને ક્યારેય નથી જાણી શકતો. પહેલાં તો હું પણ ઉત્તેજિત થઈ ગયો હતો અને એ માનવા તૈયાર થઈ ગયો હતો કે તેણી ખરેખર પોતાના સ્વભાવ વિરુદ્ધ વર્તી હોય. એક સ્પષ્ટતા મારા મગજમાં એ આવી, શ્રીમાન હોમ્સ, કે જે થયું તે બરાબર થયું. મારી પત્ની ખૂબ જ ઉગ્ર સ્વભાવની હતી, ખૂબ જ ઈર્ષાળુ હતી. તે ગાંડપણની હદે ઈર્ષાળુ હતી. જો કે મારી પત્ની પાસે તેનું કોઈ કારણ નહોતું સિવાય કે તેણીને આ અંગ્રેજ છોકરીનો મારા પરનો પ્રભાવ દેખાઈ ગયો હોય - કે જે તેણી ક્યારેય નહોતી કરી શકી. તે એક હકારાત્મક પ્રભાવ હતો પણ તેનાથી બાબત કંઈ સુધરવાની નહોતી. તેણી નફરતથી ગાંડી થઈ જતી હતી અને એમેઝોનની ગરમી હંમેશથી તેના લોહીમાં રહેલી હતી. બની શકે કે તેણીએ કુમારી ડનબરની હત્યાની યોજના ઘડી હોય - અને તેણીને પિસ્તોલથી ધમકાવીને ઘર છોડી

જવા માટે ઉકસાવી હોય. પછી બની શકે કે બન્ને વચ્ચે ઝપાઝપી થઈ હોય અને કોઈક રીતે કુમારી ડનબરના હાથમાં બંદૂક આવી ગઈ હોય અને ગોળી છૂટી ગઈ હોય અને તેણી મૃત્યુ પામી હોય."

"મેં પણ પહેલાં તેવી જ શક્યતા વિષે વિચાર્યું હતું," હોમ્સે કહ્યું. "ખરેખર જાણી સમજીને કરેલી હત્યાનો આજ એક માત્ર વિકલ્પ છે."

"પણ તેણી તો તેનો પણ ઇન્કાર કરે છે."

"હા, પણ તેને આપણે અંતિમ ન ગણી શકીએ - ગણી શકીએ ? શું કોઈ એવું માની પણ લે કે સ્ત્રી પોતાની ઉતાવળમાં ને ઉતાવળમાં હાથમાં પિસ્તોલ લઈને ઘર તરફ રવાના થઈ ગઈ હોય. તેણે કદાચ ઉતાવળમાં, ગભરામણમાં તેને પોતાના કબાટમાં ફેંકી પણ દીધી હોય અને પછી તેણીને કશું જ ખબર નથી તેવું જુઠ્ઠાણું પણ આચરતી હોય. તેણીની બધી જ સ્પષ્ટતાઓ અશક્ય છે. આ ધારણા વિરુદ્ધ શું હોઈ શકે ?"

"કુમારી ડનબર પોતે."

"કદાચ."

હોમ્સે તેની ઘડિયાળ તરફ જોયું. "નિઃશંકપણે મને લાગે છે કે આપણને પરવાનગી મળી જશે અને આપણે સાંજની ટ્રેઇનમાં વિન્ચેસ્ટર પહોંચી જઈશું. જ્યારે હું આ યુવતીને મળીશ ત્યારે મને લાગે છે કે હું તમારી આ બાબતમાં વધારે સારી રીતે મદદ કરી શકીશ, જોકે હું તમને તમે ઇચ્છો છો તેવા કોઈ પણ જાતના તારણ પર પહોંચવાની ધરપત નથી આપી શકતો."

સરકારી કાર્યવાહીમાં થોડો અવરોધ આવ્યો અને તે સાંજે વિન્ચેસ્ટર પહોંચવાની જગ્યાએ અમે હેમ્પશાયર ખાતે આવેલી શ્રીમાન નિલ ગિબ્સનની જાગીર, થોર પ્લેસ જવાનું નક્કી કર્યું. તેઓ તો જાતે અમારી સાથે ન આવ્યા પણ તેમણે અમને સાર્જન્ટ કોવેન્ટ્રીનું સરનામું આપ્યું. તે સ્થાનિક પોલીસ અધિકારી હતા અને સૌ પ્રથમ તેમણે જ આ આખો મામલો તપાસ્યો હતો. તે એક લાંબો પાતળો માંદલો માણસ હતો અને તેની વર્તણૂક જાણે કોઈ મોટા રહસ્યની તેને ખબર હોય અને તે છુપાવી રાખતો હોય તેવી હતી. તે પોતાના અવાજને પણ રહસ્યમયી રીતે ઘડીકમાં ગુસપુસ તો ઘડીકમાં મોટા ધ્વનિમાં ફેરવી શકતો હતો. તે જાણે કોઈ મહત્ત્વની વાત કરતો હોય તેવો ડોળ કરતો પણ ખરેખર તો તે વાત સાવ જ નાખી દેવા જેવી નીકળતી. પણ આ સિવાય તે એક ખૂબ જ પ્રામાણિક માણસ હતો અને તે પોતાના અધૂરા જ્ઞાનને પણ સારી રીતે જાણતો હતો અને આ બાબતમાં કોઈની પણ મદદને આવકારતો હતો.

"જે હોય તે, પણ સ્કૉટલૅન્ડ યાર્ડ કરતાં મને તમારા પર વધારે વિશ્વાસ છે, શ્રીમાન હોમ્સ," તેણે કહ્યું, "જ્યારે ક્યારેય પણ યાર્ડ કોઈ મામલામાં દખલ કરે છે ત્યારે સ્થાનિક પોલીસને કોઈ પણ જાતનો જશ નથી મળતો ઊલટાનો નિષ્ફળતાનો

ટોપલો તેમના પર ઢોળી દેવામાં આવે છે અને તમે તો એક સીધી જ રમત રમતા હોવ છો તેવું મેં સાંભળ્યું છે."

"હું આ મામલામાં જરા પણ પ્રકાશમાં આવવા નથી માગતો," હોમ્સે કહ્યું. અને અમારા આ નવા સાથીને તેના આ શબ્દોથી ઘણી બધી રાહત થઈ. "કદાચ જો હું મામલો સ્પષ્ટ કરી પણ દઉં તો હું નથી ઇચ્છતો કે ક્યાંય પણ મારા નામનો ઉલ્લેખ કરવામાં આવે."

"તે તો તમારી સારપ કહેવાય, તેની મને ખાતરી છે અને તમારા મિત્ર ડૉ. વૉટસન પણ તેટલા જ વિશ્વાસપાત્ર છે તેની મને ખબર છે. હવે, શ્રીમાન હોમ્સ, આપણે ઘટનાસ્થળે પહોંચીએ ત્યાં સુધી હું તમને એક પ્રશ્ન પૂછવા માગું છું જે મેં આજ સુધી અન્ય કોઈને પણ પૂછ્યો નથી." તેણે આગળ બોલતાં પહેલાં આજુબાજુ એક નજર કરી અને તેને કોઈ સાંભળતું તો નહોતું ને તેની ખાતરી કરી લીધી. "તમને નથી લાગતું કે આ કેસ શ્રીમાન નિલ ગિબ્સનની વિરુદ્ધ હોવો જોઈએ ?"

"હું તેની જ શોધમાં છું."

"તમે કુમારી ડનબરને નથી જોયાં. તેણી એક ખૂબ જ અદ્‌ભુત સ્ત્રી છે. દરેક પ્રકારે અદ્‌ભુત. શ્રીમાન ગિબ્સન કદાચ ઇચ્છતા હોય કે તે પોતાની પત્નીને પોતાના રસ્તા પરથી હટાવી દે અને આ અમેરિકનો આપણા કરતાં પિસ્તોલનો ઉપયોગ કરવા માટે હંમેશા વધારે તૈયાર હોય છે. તમને ખબર છે ને કે તે તેની જ પિસ્તોલ હતી ?"

"તે પાક્કી વાત છે ?"

"હા, સાહેબ તેની પાસે તેની એક જોડ છે અને તેમાંની જ તે એક હતી."

"જોડમાંની એક ? બીજી ક્યાં છે ?"

"આ માણસ પાસે આવાં ઘણાં બધાં હથિયારો છે અને બીજાં પણ ઘણાં છે. પણ અમને ક્યારેય તે જોડની બીજી પિસ્તોલ ક્યાંય નથી મળી."

"જો તે કોઈક જોડમાંની જ એક હોય તો તમારે તેમાંની બીજી પિસ્તોલ ચોક્કસ શોધવી જોઈએ."

"હા, અમે ઘણો પ્રયત્ન કર્યો પણ તે ન મળી, પણ તેમનાં બધાં જ હથિયારો ઘરમાં જ છે, જો તમે તેના પર નજર કરવા માગતા હોવ તો તે બધાંને જોઈ શકો છો."

"પછી કદાચ જોઈ લઈશ. મારા ખ્યાલથી આપણે સાથે જઈને ઘટનાસ્થળનું નિરીક્ષણ કરી લેવું જોઈએ."

આ આખીયે વાતચીત અમે સાર્જન્ટ કોવેન્ટ્રીના નાનકડા કોટેજના બેઠકખંડમાં કરી હતી, જે એક જાતનું સ્થાનિક પોલીસ-સ્ટેશન જ હતું. અડધો માઈલ ચાલ્યા હોઈશું ત્યાં થોર પ્લેસ જાગીરનો દરવાજો આવી ગયો. આથમતા સૂરજમાં બધું જ સોનેરી થઈ ગયું હતું. ઝાડીઝાંખરાં વચ્ચે થઈને જતી એક નાનકડી કેડી અમને આગળ તરફ લઈ

જતી હતી અને ત્યાંથી અમે વિશાળ ફેલાયેલા લાકડાના મકાનને જોઈ શકતા હતા. તે અડધું ટ્યુડોર અને અડધું જ્યોર્જિયન બાંધણીનું મકાન હતું. તે નાનકડી ટેકરીની ટોચ પર આવેલું હતું. અમારી એક બાજુ નદીનો પાતળો લાંબો વહેળો આવેલો હતો. વચ્ચેથી આ વહેળો સાંકડો થઈ જતો હતો અને તેના પર એક પથ્થરનો બનાવેલો પુલ આવેલો હતો જેના પરથી ઘોડાગાડીઓ પસાર થતી હતી. જ્યારે બીજી બાજુ તે જ વહેળાથી એક નાનકડું તળાવ બની ગયું હતું. અમારો પોલીસ માર્ગદર્શક આ પુલના મુખ આગળ થોભી ગયો અને તેણે જમીન તરફ નિર્દેશ કર્યો.

"આ તે જ જગ્યા છે જ્યાં શ્રીમતી ગિબ્સનનું શરીર પડ્યું હતું. મેં પેલા પથ્થર પર નિશાની કરી હતી."

"મારા ખ્યાલથી તેને ખસેડવામાં આવ્યું તે પહેલાં તમે ત્યાં પહોંચી ગયા હતા ?"

"હા, તેમણે તરત જ મને સંદેશો મોકલાવી દીધો હતો."

"કોણે મોકલાવ્યો હતો ?"

"શ્રીમાન ગિબ્સને પોતે જ. જે ઘડીએ આ કરુણ ઘટનાની ખબર પડી તે જ ઘડીએ તે પણ ઘરના અન્ય લોકો સાથે ઘટનાસ્થળે દોડી આવ્યા હતા અને તેમણે આગ્રહ રાખ્યો હતો કે જ્યાં સુધી પોલીસ ન આવે ત્યાંથી કશું જ હટાવવામાં ન આવે."

"આ એક સમજપૂર્વકનું કામ કહેવાય. મેં સમાચારપત્રોમાં વાંચ્યું છે તે પ્રમાણે ગોળી ખૂબ જ નજીકથી તાકવામાં આવી હતી."

"હા, સાહેબ, ખૂબ જ નજીકથી. "

"જમણા લમણાની નજીક ?"

"તેની પાછળ જ, સાહેબ."

"શરીર કેવી રીતે પડ્યું હતું ?"

"પીઠભેર, સાહેબ. ત્યાં ક્યાંય સંઘર્ષની કોઈ જ નિશાન નહોતી જોવા મળી. કોઈ જ નિશાની નહીં, કોઈ હથિયાર નહીં. માત્ર કુમારી ડનબરે લખેલી ટૂંકી નોંધ તેણીના હાથમાં પકડેલી મળી આવી હતી."

"તમે કહ્યું, પકડેલી ?"

"હા, સાહેબ અમે માંડ માંડ આંગળીઓને ખોલી શક્યા હતા."

"આ ખૂબ મહત્ત્વની વાત છે. આનાથી તો એક ખ્યાલ કે કોઈકે મૃત્યુ બાદ તેણીના હાથમાં કુમારી ડનબરને ફસાવવા મૂકી હોય તે ખોટો સાબિત થાય છે. વહાલા સાહેબ, મને જ્યાં સુધી યાદ છે ત્યાં સુધી નોંધ ખૂબ જ ટૂંકી હતી :

હું થોર બ્રિજ પાસે નવ વાગ્યે આવીશ.

- જી. ડનબર.

એમ જ હતી ને ?"

"હા, સાહેબ."

"કુમારી ડનબરે તે લખી હોવાનું માન્યું ?"

"હા, સાહેબ."

"તેણીએ તેની શું સ્પષ્ટતા આપી ?"

"કોર્ટની કાર્યવાહી માટે તેણે પોતાના બચાવ ખાતર તે બાબતે કોઈ જ સ્પષ્ટતા નહોતી કરી. તેણે કશું જ નહોતું કહ્યું."

"આ સમસ્યા ખરેખર ખૂબ જ રસપ્રદ છે. પત્રનો મુદ્દો થોડો અસ્પષ્ટ રહી જાય છે, નહીં ?"

"પણ, સાહેબ," અમારા પોલીસ નિર્દેશકે કહ્યું, "મને તો આખાયે કેસમાં આ જ એક માત્ર મુદ્દો સ્પષ્ટ લાગે છે."

હોમ્સે પોતાનું માથું હલાવ્યું.

"હા, તે વાત તો સાચી છે કે આ પત્ર સાચો છે અને ખરેખર લખવામાં આવ્યો છે, જો કે ચોક્કસ તેને થોડા સમય પહેલાં મેળવવામાં આવ્યો હતો - તમે કહી શકો કે બે-ત્રણ કલાક પહેલાં. તો પછી શા માટે આ સ્ત્રીએ તેને પોતાના ડાબા હાથમાં પકડી રાખ્યો હશે ? તેણીએ શા માટે તેને આટલો સાચવી રાખ્યો હશે ? તેને કંઈ વાતચીત દરમિયાન આની જરૂર તો નહોતી જ પડવાની. આ નોંધપાત્ર બાબત નથી લાગતી ?"

"સાહેબ, તમે કહો છો તો તેમ જ હશે."

"મારા ખ્યાલથી હું અહીં થોડી વાર શાંતિથી બેસીને તે મુદ્દા પર વિચારવા માગું છું." તે પુલના એક પથ્થર પર બેઠો અને મેં જોયું કે તેની પ્રશ્નોભરી આંખો આમતેમ ઝીણવટભરી નજર ફેરવવા લાગી. અચાનક તે ઊછળીને ઊભો થઈ ગયો અને સીધો તેની સામેની પુલની પાળી તરફ ધસી ગયો, ખિસ્સામાંથી સૂક્ષ્મદર્શક કાચ કાઢ્યો અને તેના પથ્થરો તપાસવા લાગ્યો.

"આ આશ્ચર્યજનક કહેવાય," તેણે કહ્યું.

"હા, સાહેબ, અમે પણ આ ઘસરકો પાળી પર જોયો હતો. મને લાગ્યું આ કોઈ આવતા જતા માણસથી થઈ ગયો હશે."

પથ્થરની દીવાલ રાખોડી રંગની હતી, પણ આ જગ્યાએ તે છ પેનીના સિક્કા જેટલી ધોળી થઈ ગઈ હતી. જ્યારે તેનું ધ્યાનથી નિરીક્ષણ કરવામાં આવે ત્યારે જ ખ્યાલ આવે કે તે ઘસરકો તીક્ષ્ણ ફટકાના કારણે પડ્યો છે.

"આમ કરવામાં થોડાક બળની જરૂર પડી છે," હોમ્સે વિચારપૂર્વક કહ્યું. પોતાની લાકડીથી તેણે કેટલીયે વાર પુલની પાળી પર ફટકા માર્યા પણ ત્યાં કોઈ જ નિશાની ન પડી. "હા, આ એક ખૂબ જ તીવ્ર ફટકો હતો અને તે પણ વિચિત્ર જગ્યાએ. પણ તે

ઉપરથી નહોતો કરવામાં આવ્યો, નીચેથી કરવામાં આવ્યો હતો, કારણ કે તમે જોઈ શકો છો કે તે પાળીની નીચેની તરફ જઈ રહ્યો છે."

"પણ આ મૃતકના શરીરથી ઓછામાં ઓછું પંદર ફૂટ દૂર છે."

"હા, તે શબથી પંદર ફૂટ દૂર છે. બની શકે કે તેને આ બાબત સાથે કંઈ લેવા દેવા ન હોય, પણ આ એક મુદ્દો તો છે જ. મને નથી લાગતું કે હવે આપણી પાસે અહીં કશું બાકી રહ્યું હોય. અહીં બીજાં કોઈ જ પદ્ચિહ્નો નહોતાં, તેવું તમે કહો છો ?"

"જમીન લોખંડ જેવી નક્કર છે, સાહેબ. અહીં કોઈ જ પગેરાં જોવાં નહોતાં મળ્યાં."

"સારું તો આપણે હવે જઈએ. આપણે પહેલાં ઘરે જઈશું, ત્યાં તમે કહ્યાં તે બધાં હથિયારો જોઈશું. પછી આપણે વિન્ચેસ્ટર જઈશું, કારણ કે હવે આગળ વધીએ તે પહેલાં હું ઇચ્છું છું કે આપણે કુમારી ડનબરને પણ મળી લેવું જોઈએ."

શ્રીમાન નિલ ગિબ્સન હજુ શહેરથી પાછા નહોતા આવ્યા, પણ અમને તેમના મેનેજર શ્રીમાન બેટ્સ ઘરમાં લઈ ગયા હતા. તેણે અમને તેના માલિકનાં દરેક પ્રકારનાં અને દરેક કદનાં હથિયારો ખૂબ જ સાહસુ રીતભાતથી બતાવ્યાં.

"શ્રીમાન ગિબ્સનને અને તેની પદ્ધતિને જે કોઈ પણ જાણતું હશે તેને સારી રીતે ખબર હશે કે તેમને દુશ્મનો તો હોવાના જ," તેણે કહ્યું. "તે રાત્રે સૂતી વખતે પણ પોતાની પથારી પાસેના ખાનામાં ભરેલી બંદૂક રાખીને સૂવે છે. તે એક ખૂબ જ ઉગ્ર માણસ છે. સાહેબ, અને અમે બધા હંમેશા કોઈ ને કોઈ સમયે તેમનાથી બીતા આવ્યા છીએ. મને ખાતરી છે કે આ બિચારી મૃતક સ્ત્રી પણ તેનાથી હંમેશા ભયભીત રહેતી હતી."

"તમે ક્યારેય તેમને તેણી સાથે હિંસા કરતા જોયા છે ખરા ?"

"ના, હું તેમ ન કહી શકું. પણ હા મેં તેમને હંમેશા તેણીને કડવાં વેણ - ચીરી નાખે તેવા શબ્દો કહેતા સાંભળ્યા છે જે કદાચ હિંસા કરતાં પણ ખરાબ હોઈ શકે. અરે તેઓ નોકરો સામે પણ તેમની સાથે આવું જ વર્તન કરતા હતા."

"આપણા આ લખપતિ પોતાના અંગત જીવનમાં કંઈ ખાસ વખાણવા લાયક નથી," અમે જ્યારે સ્ટેશન તરફ જવા લાગ્યા ત્યારે હોમ્સે કહ્યું. "તો વૉટસન, આપણને ઘણી બધી સારી જાણકારીઓ મળવા પામી છે, તેમાંની કેટલીક નવી છે અને મને લાગે છે કે તેમાંથી હું કોઈક તારણ પર ચોક્કસ પહોંચી શકીશ. તેના મેનેજરનો પોતાના માલિક માટેનો આટલો અણગમો છતાં હું તેની પાસેથી એટલું તો ચોક્કસ જાણી ગયો હતો કે જ્યારે આ આખીયે જાણકારીની જાણ થઈ ત્યારે તે પોતાની લાયબ્રેરીમાં હતા. ૮.૩૦એ સાંજનું ભાણું પૂરું થઈ ગયું હતું અને ત્યાર બાદ બધું જ રાબેતા મુજબ ચાલ્યું હતું. એ વાત સાચી છે કે ઘટના ઘટી તેના પછી ઘણા બધા સમય બાદ - છેક મોડી સાંજે - તેની જાણ થઈ હતી. પોલીસે જણાવેલા સમયે જ ઘટના ઘટી હતી. એવા કોઈ જ

પુરાવા મળવા પામ્યા નહોતા કે પાંચ વાગ્યે શહેરથી પાછા આવ્યા બાદ શ્રીમાન ગિબ્સન ઘરની બહાર ગયા હોય. જ્યારે બીજી બાજુ કુમારી ડનબરે સ્વીકાર્યું છે કે તેણી પુલ પાસે શ્રીમતી ગિબ્સનને મળવા ગઈ હતી. આથી વિશેષ તેણીએ કશું જ નહોતું કહ્યું કારણ કે એવું બને કે તેના વકીલે તેણીને તેમ કરવા કહ્યું હોય. તેણીને પૂછવા માટે આપણી પાસે ઘણા બધા પ્રશ્નો છે. જ્યાં સુધી હું તેણીને નહીં મળું ત્યાં સુધી મને ચેન નહીં પડે. મને લાગે છે કે જો મારી એક ધારણા ખોટી પડશે તો આ આખોયે કેસ તેણી વિરુદ્ધ નક્કર રીતે પુરવાર થશે."

"અને તે ધારણા કઈ છે, હોમ્સ ?"

"તેના કબાટમાંથી મળી આવેલી પિસ્તોલની."

"વહાલા, હોમ્સ !" મેં મોટેથી કહ્યું, "આ પ્રસંગ તો ઊલટાનો તેની અત્યંત વિરુદ્ધ છે."

"ના તેવું નથી, વૉટસન. મેં જ્યારે તે છાપાંઓમાં વાંચ્યું તે વખતે જ મને તે બાબતે શંકા ઊપજી હતી અને હવે જ્યારે કેસ મારા હાથમાં આવ્યો છે તો મારી એક માત્ર આશા તેના પર જ બંધાયેલી છે. આપણે તેની સુસંગતતા તપાસવાની છે. આપણે આ મુદ્દા પર બારીકાઈથી વિચારવું પડશે."

"મને તો ખરેખર કશું જ નથી સમજાતું."

"તો સાંભળ, વૉટસન, હવે તને આપણે આ આરોપી સ્ત્રીની જગ્યાએ મૂકીએ કે જેણે ખૂબ જ ઠંડકથી આ આખી યોજના ઘડી છે. એક નાનકડી ચિઠ્ઠી લખવામાં આવી છે. શિકાર આવ્યો. તારી પાસે તારું હથિયાર છે. ગુનો પણ થઈ ગયો. તેં ખૂબ જ કુશળતાપૂર્વક અને સંપૂર્ણ રીતે ગુનો આચર્યો. હવે તું મને એમ કહીશ કે તે આટલી યોજનાબદ્ધ રીતે આ ગુનો આચર્યો ત્યારે તું તારા હથિયારને ગમે ત્યાં નાખીને એવી બેદરકારી શા માટે કરે કે જેથી કરીને તારી આબરૂ જોખમમાં મુકાઈ જાય ? શું તું તે હથિયારને ખૂબ જ સાચવીને તારા ઓરડામાં લઈ જઈને તારા જ કબાટમાં મૂકે કે જ્યાં સૌપ્રથમ તેની તપાસ થવાની હોય ? તારો આ મિત્ર તે જોઈને તો તને કોઈ નિષ્ણાત યોજના ઘડનાર ન માની શકે, વૉટસન, કારણ કે કોઈ પણ ગુનેગાર આટલી બેદરકારી તો ક્યારેય ન દાખવે."

"કદાચ તે ઘડીની ઉત્તેજનામાં-"

"ના, ના, વૉટસન, હું નથી માનતો કે તે શક્ય છે. જ્યારે ગુનો આટલી ઠંડકથી થયો હોય તો પછી તેને છુપાવવાની કામગીરીમાં પણ તેટલી જ ચોકસાઈ દાખવેલી હોવી જોઈએ અને માટે મને એવી તીવ્ર લાગણી થઈ રહી છે કે આપણે ગેરસમજનો ભોગ બન્યા છીએ."

"પણ આવા સંજોગોમાં તો ઘણી બધી સ્પષ્ટતાની જરૂર પડે."

"હા, હા. આપણે સ્પષ્ટતાઓ પણ મેળવી લઈશું. હવે જ્યારે તમારો દૃષ્ટિકોણ બદલાય છે ત્યારે જે વસ્તુ તમને તેણી વિરુદ્ધ એક નક્કર પુરાવો લાગતો હોય તે જ વસ્તુ

તમારા સત્ય તરફ દોરતો એક પુરાવો સાબિત થાય છે. દાખલા તરીકે, આ પિસ્તોલને જ ધ્યાનમાં લો. કુમારી ડનબરે તેની કશી જ જાણકારીની ના પાડી છે. આપણી આ નવી ધારણા પ્રમાણે તેણી આ જે બોલી રહી છે તે સાચું બોલી રહી છે. અને માટે તે પિસ્તોલ કોઈકે તેના કબાટમાં મૂકી હતી. તે કોણે ત્યાં મૂકી ? તેણે કે જે તેણીને આ કાવતરામાં ફસાવવા માગતું હોય. શું તે જ વ્યક્તિ ખરી ગુનેગાર નહોતી ? તું જોઈ શકે છે કે આપણે કેવી એક ખૂબ જ ફળદાયી તપાસની શ્રૃંખલામાં આવી ગયા છીએ.''

અમારે વિન્ચેસ્ટરની એક લોજમાં રાત રોકાવું પડ્યું કારણ કે સરકારી વિધિ હજુ પૂરી નહોતી થઈ પણ બીજી સવારે અમને શ્રીમાન જોય્સ કમિંગ્સના સથવારામાં તેણીને મળવાની રજા મળી ગઈ હતી. તે શ્રીમાન તેણીના વકીલ હતા. હું સ્વીકારું છું કે આ સ્ત્રીની સુંદરતાનાં અમે ઘણાં વખાણ સાંભળ્યાં હતાં પણ કુમારી ડનબરને જ્યારે મેં રૂબરૂ જોઈ ત્યારે તેણીની મારા પર ખૂબ જ વિશિષ્ટ અસર પડી જે હું ક્યારેય નહીં ભૂલી શકું. મને હવે કોઈ જ શંકા નહોતી કે અમારા લખપતિ અસીલને તેણીમાં તેના કરતાં પણ બળવાન શું જોવા મળ્યું હશે કે તે તેણીના પ્રભાવમાં આવી ગયો. તેણીનો સુરેખ છતાં લાગણીશીલ ચહેરો હોવા છતાં તેણીમાં એવું કંઈક હતું જેની લોકો પર અસર થતી હતી અને તેણીને જોઈને એવું કોઈ ન કહી શકે કે તેણી આવું અવિચારી કૃત્ય કરી શકે. તેણીમાં કોઈક જન્મજાત ખાનદાની હતી જેની અસર હંમેશા સારા માટે જ થતી હોય તેવું લાગતું. તેણી કાળા વાળવાળી લાંબી કાયા ધરાવતી પ્રભાવી હાજરી ધરાવતી સ્ત્રી હતી. પણ તેણીની કાળી આંખોમાં જાણે તે કોઈ જાળમાં ફસાયેલું પ્રાણી હોય અને બચાવ માટે વલખાં મારી રહી હોય તેવો ભાવ હતો. પણ જ્યારે તેણે મારા મિત્રને પોતાની મદદે ઊભેલો જોયો ત્યારે તેને જાણે કોઈ આશા બંધાઈ હોય તેમ તેની આંખો ચમકવા લાગી અને તેના ચહેરાનો રંગ પણ ભરાવા લાગ્યો હતો.

''કદાચ, શ્રીમાન નિલ ગિબ્સને અમારી વચ્ચે જે કંઈ પણ થયું તે વિષે તમને જણાવ્યું જ હશે ?'' તેણીએ ધીમા ખચકાતા અવાજમાં કહ્યું.

''હા,'' હોમ્સે જવાબ આપ્યો, ''તમારે તે વાતનું પુનરાવર્તન કરવાની તકલીફ નહીં લેવી પડે તેની હું તમને ધરપત આપું છું. હવે તમને જોયા બાદ હું શ્રીમાન ગિબ્સનના તમારા તેમના પરના પ્રભાવને અને તમારા તેમની સાથેના નિર્દોષ સંબંધ પર વિશ્વાસ કરું છું. પણ આ આખીયે સ્થિતિ કોર્ટ સમક્ષ કેમ ન આવવી જોઈએ ?''

''મને આ બાબત ખૂબ જ લાંછનરૂપ લાગે છે અને અમારું એવું માનવું છે કે જો અમે થોડી રાહ જોઈશું તો મામલો આપોઆપ સ્પષ્ટ થઈ જશે અને અમારે કુટુંબની અંગત વાત જાહેરમાં લાવવી પણ નહીં પડે. પણ મને ખ્યાલ છે કે તે સ્પષ્ટ થવાની જગ્યાએ ઓર વધારે ગંભીર થતી જાય છે.''

"મારાં વહાલાં, બહેન," હોમ્સે આતુરતાથી કહ્યું, "હું તમને પ્રાર્થના કરું છું કે આવી કોઈ ભ્રમણામાં તમે ના રહેતાં. તમને તમારા વકીલ શ્રીમાન કમિંગ્સ ખુદ જણાવશે કે અત્યારે એક એક પત્તું આપણી વિરુદ્ધ છે અને માટે આપણે આમાંથી સાફસૂથરા બહાર નીકળવા માટે બનતા બધા જ પ્રયત્નો કરી છૂટવા પડશે. જો હું તમને એવું કહીશ કે તમે ખૂબ જ મોટા જોખમમાં છો તો તેમાં જરા પણ અતિશયોક્તિ નથી. મને તમારી સંપૂર્ણ મદદની જરૂર છે કે જેથી કરીને આપણે સત્ય સુધી પહોંચી શકીએ."

"હું કશું જ નહીં છુપાવું."

"તો પછી અમને તમારા અને શ્રીમતી ગિબ્સન વચ્ચેના સાચા સંબંધ બાબતે જણાવો."

"તેણીને મારા માટે અત્યંત દ્વેષ હતો, શ્રીમાન હોમ્સ. તે મને પોતાના ઉષ્ણકટિબંધના ઉગ્ર સ્વભાવથી નફરત કરતી હતી. તેણી જેટલી હદે પોતાના પતિને પ્રેમ કરતી હતી તેટલી જ હદે મને નફરત કરતી હતી. બની શકે કે તેને અમારા સંબંધ બાબતે કોઈ ગેરસમજ હોય. હું તેણી સાથે કશું જ ખોટું કરવા નહોતી ઇચ્છતી પણ હું તેણીને કેમ સમજાવી શકું કે હું તેણીના પતિ સાથે આધ્યાત્મિક રીતે સંકળાયેલી હતી. તેણી એટલી ઉગ્ર હતી કે તેણીને હું કોઈ પણ રીતે તે સમજાવી શકું તેમ નહોતી. હું તેણીને નહોતી સમજાવી શકતી કે હું મારા પ્રભાવ દ્વારા તેણીના પતિ પાસે સદ્દકૃત્યો કરાવવા માગતી હતી અને તે કારણે જ હું તેના ઘરમાં રોકાઈ હતી. પણ હવે હું જોઈ શકું છું કે હું ખોટી હતી. હવે મને લાગે છે કે મેં તે ઘરમાં રોકાઈને માત્ર ને માત્ર દુઃખ જ ઊભું કર્યું છે. અને તેમ છતાં એટલું તો નક્કી જ હતું કે જો હું ત્યાંથી જતી રહી હોત તો પણ દુઃખ તો ત્યાં રહેવાનું જ હતું."

"હવે, કુમારી ડનબર," હોમ્સે કહ્યું, "મને એ કહો કે તે સાંજે ચોક્કસપણે શું થયું હતું ?"

"હું તમને સંપૂર્ણ સત્ય જણાવીશ, શ્રીમાન હોમ્સ, અને સાથે સાથે તે પણ જણાવીશ કે તેમાં મારા પક્ષે કશું જ નથી અને કેટલાક એવા મુદ્દાઓ છે જેને હું જરા પણ સ્પષ્ટ કરી શકું તેમ નથી."

"જો તમે હકીકત જણાવશો તો બીજા તેમાંથી સ્પષ્ટતા શોધી કાઢશે."

"તો મારી જાણમાં છે ત્યાં સુધી હું તે સાંજે તે થોર બ્રિજ હાજર હતી કારણ કે તે સવારે મને શ્રીમતી ગિબ્સન દ્વારા એક ચિઠ્ઠી મળી હતી. તે શાળાખંડના ટેબલ પર પડી હતી અને કદાચ તે તેણી દ્વારા જ ત્યાં મૂકવામાં આવી હોવી જોઈએ. તેમાં તેણીએ મને સાંજના ખાણા પછી મળવાની ઇચ્છા દર્શાવી હતી. તેણે જણાવ્યું હતું કે તેણે મારી સાથે કોઈક મહત્ત્વની વાત કરવી હતી અને મને તેનો જવાબ બગીચાના સનડાયલ પર

મૂકવા જણાવ્યું હતું કારણ કે તેણી ઇચ્છતી હતી કે અમારા બન્ને વચ્ચેનો વ્યવહાર કોઈ જાણી ન જાય. જોકે મને આવા રહસ્યની કોઈ જરૂર નહોતી જણાતી. પણ તેણીએ મને કહ્યું તેમ મેં કર્યું અને તેણીની મુલાકાત સ્વીકારી. તેણીએ મને તેણીએ લખેલી ચિઠ્ઠીનો નાશ કરવાનો કહ્યો અને મેં તેને શાળાખંડના તાપણામાં બાળી નાખી. તેણી તેના પતિથી ખૂબ જ ડરતી હતી. તે તેણી સાથે ખૂબ જ ખરાબ વર્તન કરતો હતો અને તે માટે મેં તેમને ઘણી વાર ટોક્યા પણ હતા અને મને તે વખતે માત્ર તેના આવા રહસ્યભર્યા વર્તન પાછળ તે જ એક કારણ લાગતું હતું કે તેણી નહોતી ઇચ્છતી કે તેનો પતિ અમારા બન્ને વચ્ચેની વાતચીત વિષે જાણે."

"અને તેમ છતાં તેણીએ પોતે તમારી ચિઠ્ઠી ખૂબ જ સાચવીને રાખી ?"

"હા, મેં જ્યારે સાંભળ્યું કે તેણે મરતી વખતે તે ચિઠ્ઠી પોતાના હાથમાં રાખી હતી ત્યારે મને તેનું ખૂબ આશ્ચર્ય થયું."

"અચ્છા, તો ત્યાર પછી શું થયું ?"

"વચન પ્રમાણે હું તેણીને મળવા ગઈ. જ્યારે હું પુલ પાસે પહોંચી ત્યારે તેણી મારી ત્યાં રાહ જોઈ રહી હતી. તે ક્ષણ સુધી મને ક્યારેય એવી નહોતી ખબર કે તે બિચારી મને કેટલી હદે નફરત કરતી હતી. તેણી એક પાગલ માણસની જેમ વર્તી રહી હતી - ખરેખર તેણી ત્યારે એક પાગલ સ્ત્રી જ લાગતી હતી પણ અન્ય પાગલ લોકોની જેમ તેણી નિર્દોષ નહોતી પણ અતિ ચાલાક અને છેતરામણી હતી. સામાન્ય રીતે તેણી જ્યારે મને મળતી ત્યારે સાવ જ નિર્લેપપણે મળતી. જાણે કે તેણીને કશું જ લાગતુંવળગતું ન હોય પણ તેણીના હૃદયમાં મારા માટે કેટલી ઘૃણા હતી તેનો મને ત્યારે જ ખ્યાલ આવ્યો. તેણીએ શું શું કહ્યું તે હું તમને નહીં કહું. તેણીએ પોતાનામાં હતી તે બધી જ ગરમી મારા પર કડવા શબ્દો રૂપે વરસાવી દીધી હતી. મેં તેનો જવાબ પણ નહોતો આપ્યો અને આપી પણ ન શકું. તેણીને જોવી જ એટલી ભયાવહ હતી. મેં મારા કાન બંધ કર્યા અને ત્યાંથી જતી રહી. જ્યારે મેં તેણીની વિદાય લાધી ત્યારે તે હજુ પણ પુલના છેડે ઊભી હતી અને હજુ પણ મને ભાંડતી હતી."

"અને તેણીને મૃત હાલતમાં તે જ જગ્યાએ જોવામાં આવી."

"તે જગ્યાથી કેટલાક વાર છેટે."

"એવું કહેવાય છે કે તમારા ગયા પછી તરત જ તેણીની હત્યા થઈ તેમ છતાં પણ તમને કોઈ ગોળીનો અવાજ ન સંભળાયો ?"

"ના, મેં કશું જ નહોતું સાંભળ્યું. પણ, ખરેખર, શ્રીમાન હોમ્સ, તે વખતે હું આ સ્ત્રીના કકળાટથી એટલી ભયભીત થઈ ગઈ હતી કે હું સીધી જ શાંતિ માટે મારા ઓરડા તરફ દોડી ગઈ હતી. તે સમયે હું આજબાજુ કંઈ પણ થયું હોય તો તેની નોંધ લેવા જેટલી સ્વસ્થ નહોતી."

"તમે કહ્યું તમે તમારા ઓરડામાં પાછાં આવી ગયાં હતાં. ત્યાર બાદ તમે આગલી સવાર સુધી તે ઓરડામાંથી એક પણ વાર બહાર ગયાં હતાં ?"

"હા, જ્યારે આ સ્ત્રીના મૃત્યુના સમાચાર મળ્યા ત્યારે હું પણ બીજાઓની સાથે જ બહાર દોડી ગઈ હતી."

"તમે શ્રીમાન ગિબ્સનને જોયા હતા ?"

"હા, જ્યારે મેં તેમને જોયા ત્યારે તે પુલ પરથી જ પાછા આવ્યા હતા. પછી તેમણે તરત જ ડૉક્ટર અને પોલીસને બોલાવવા માણસો દોડાવ્યા હતા."

"તમને તેઓ ખૂબ અસ્વસ્થ લાગ્યા હતા ?"

"શ્રીમાન ગિબ્સન એક ખૂબ જ મજબૂત માણસ છે અને આત્મસંયમી પણ ખરા. મને નથી લાગતું કે તે ક્યારેય પોતાની લાગણી પોતાના ચહેરા પર આવવા દેતા હશે. પણ હું તેમને સારી રીતે જાણતી હોવાથી એટલું તો જોઈ જ શકી હતી કે તેઓ ખૂબ જ ચિંતિત હતા."

"હવે આપણે એક ખૂબ જ મહત્ત્વના મુદ્દા પર આવીએ છીએ. આ જે પિસ્તોલ તમારા ઓરડામાંથી મળી આવી તેને તમે તે પહેલાં ક્યારેય જોઈ હતી ?"

"ના, ક્યારેય નહીં. તે માટે હું સમ ખાવા તૈયાર છું."

"તે ક્યારે મળી આવી હતી ?"

"બીજી સવારે, જ્યારે પોલીસે તપાસ શરૂ કરી ત્યારે."

"તમારાં વસ્ત્રોમાંથી તે મળી આવી હતી ?"

"હા, મારાં વસ્ત્રોની નીચે મારા કબાટના તળિયેથી તે મળી આવી હતી."

"તમે ધારી શકો છો કે તે ક્યારની ત્યાં પડી હશે ?"

"તે આગલા દિવસની સવાર પહેલાં તો ત્યાં નહોતી જ."

"તમને તે કેવી રીતે ખબર ?"

"કારણ કે મેં મારું કબાટ સાફ કર્યું હતું."

"સારું ત્યારે એટલું તો પાક્કું થઈ ગયું. તો કોઈક તમારા ઓરડામાં આવ્યું અને તમને કાવતરામાં સંડોવવા માટે ત્યાં પિસ્તોલ મૂકીને જતું રહ્યું."

"તેવું જ બન્યું હોવું જોઈએ."

"પણ ક્યારે ?"

"તેવું તો બપોરના ખાણા વખતે જ શક્ય બને, અથવા તો હું જ્યારે છોકરાઓ સાથે શાળાખંડમાં હોઉં ત્યારે બન્યું હોય."

"તે જ વખતે જ્યારે તમને પેલી ચિઠ્ઠી મળી ?"

"હા, તે સમયથી આખી સવારમાં ગમે ત્યારે."

"આભાર, કુમારી ડનબર. બીજો કોઈ મુદ્દો ખરો જે મને આ તપાસમાં મદદરૂપ થઈ શકે ?"

"મારા ધ્યાનમાં નથી આવતું."

"બ્રિજ પરના પથરા પર કેટલીક ઘર્ષણની નિશાની છે - એક ખૂબ જ તાજો ઘસરકો બિલકુલ શબની સામે. તમને તે બાબતે કશી જાણ ખરી ?"

"ચોક્કસ કંઈક જોગાનુજોગ જ હોવું જોઈએ."

"વિચિત્ર કહેવાય, કુમારી ડનબર, ખૂબ જ વિચિત્ર. એવું જ હોય તો તે શા માટે ઘટનાસમયે અને ઘટનાસ્થળે જ પડ્યો ?"

"તો પછી તેની પાછળ શું કારણ હોઈ શકે ? માત્ર એક અતિ હિંસક ઘર્ષણથી જ તેવો ઘસરકો લાગી શકે."

હોમ્સે તેણીને કોઈ જ જવાબ ન આપ્યો. તેનો ફિક્કો આતુર ચહેરો અચાનક ગંભીર થઈ ગયો હતો. હું તેના બૌદ્ધિક હાવભાવને ઓળખતો હતો પણ તેનો ચહેરો હાલ કંઈક બીજી જ દિશામાં વિચારતો હોય તેવું લાગતું હતું. તેના મગજમાં એટલી બધી ઊથલપાથલો ચાલતી હતી કે હું કે બચાવપક્ષનો વકીલ કે કુમારી ડનબર, અમારામાં કોઈની પણ તેને ખલેલ પહોંચાડવાની હિંમત નહોતી ચાલી અને અમે પણ તેની જેમ ચૂપચાપ બેઠા રહ્યા. અચાનક તે પોતાના પગ પર ઊછળી પડ્યો. તેનામાં અત્યંત ઊર્જા આવી ગઈ હતી.

"ચાલ, વૉટસન, ચાલ !" તેણે ઉત્તેજિત થતાં કહ્યું.

"શું થયું, શ્રીમાન હોમ્સ ?"

"ચિંતા ન કરશો, મારાં વહાલાં બહેન. શ્રીમાન કમિંગ્સ, તમે ટૂંક જ સમયમાં મારી તરફથી કોઈક સમાચાર સાંભળશો. ન્યાયના દેવતાની કૃપાથી હું તમને થોડા જ સમયમાં એક સંપૂર્ણ કેસ સુપ્રત કરીશ જેનાથી ઈંગ્લૅન્ડમાં ડંકો વાગી જશે. તમને કાલે સવારે સમાચાર મળી જશે, કુમારી ડનબર, અને તે દરમિયાન હું તમને આશ્વાસન આપું છું કે રહસ્ય પરથી વાદળાં ઊંચકાઈ રહ્યાં છે અને ટૂંક સમયમાં જ અજવાળું પથરાઈ જશે. મને પૂરતી આશા છે કે બધું ખૂબ જ જલદી પ્રકાશમાં આવી જશે."

વિન્ચેસ્ટરથી થોર પ્લેસ જવાનો રસ્તો કંઈ ખાસ લાંબો નહોતો પણ મારી અધીરાઈ માટે તે ઘણો લાંબો હતો, જ્યારે હોમ્સને તો તેનો અંત જ ન આવવાનો હોય તેટલી અધીરાઈ હતી. તે જરા પણ સ્થિર નહોતો બેસી શકતો પણ એકધારી પોતાની લાંબી આંગળીઓ બાજુમાં આવેલા ઓશીકા પર ઠપકાર્યા કરતો હતો. હવે અમે અમારા ગંતવ્યસ્થાને પહોંચવામાં જ હતા ત્યાં અચાનક તે મારી સામેની બેઠક પર આવી ગયો. અમારા માટે પ્રથમ કક્ષાની બોગીવાળી ઘોડાગાડીની વ્યવસ્થા કરવામાં આવી હતી.

તેણે પોતાના બન્ને હાથ મારા એક એક ગોઠણ પર મૂક્યા અને મારી આંખમાં આંખ પરોવી. તેની આંખોમાં તોફાની ભાવ હતો અને થોડો થોડો શેતાની પણ ખરો.

"વૉટસન," તેણે કહ્યું, "મને એવું યાદ છે કે જ્યારે આપણે આ સાહસ પર નીકળ્યા ત્યારે તેં તારું હથિયાર સાથે લીધું હતું."

તેની આ માન્યતા સાચી હતી કારણ કે મને ખબર છે કે તેનું મગજ જ્યારે કોઈ ખૂબ જ ગંભીર મામલાનું નિવારણ લાવવામાં રોકાયેલું હોય ત્યારે તે ભાગ્યે જ પોતાની સુરક્ષાનો વિચાર કરતો હોય છે અને તે પોતાની સાથે કશું જ લેતો નથી અને આમ એક કરતાં પણ ઘણી વધારે વાર મારી રિવોલ્વરે તેની મદદ કરી છે. મેં તેને આ હકીકતની યાદ અપાવી.

"હા, હા, આવી બાબતમાં હું ઘણીવાર બેપરવા થઈ જતો હોઉં છું. પણ તારી પાસે તો તારી પિસ્તોલ છે ને ?"

મેં મારા ખિસ્સામાંથી પિસ્તોલ કાઢી. મારી પિસ્તોલ એક ખૂબ જ નાની, હાથમાં હળવી પડે તેવી, પણ ખૂબ જ ઉપયોગી થઈ પડે તેવી હતી. તેણે તે ખોલી તેમાંથી કાર્ટ્રીજ કાઢી અને તેને ખૂબ જ કાળજીથી તપાસી.

"આ વજનદાર છે, ખૂબ જ ભારે," તેણે કહ્યું.

"હા, આ ખરેખર એક ખૂબ જ નક્કર વસ્તુ છે."

તેણે તે બાબતે થોડું ચિંતન કર્યું.

"તને ખબર છે, વૉટસન," તેણે કહ્યું, "મને એવું લાગે છે કે તારી આ પિસ્તોલ આ રહસ્ય કે જેની આપણે તપાસ કરી રહ્યા છે તેની સાથે ખૂબ જ નજીકથી જોડાવા જઈ રહી છે."

"વહાલા, હોમ્સ તું મજાક તો નથી કરી રહ્યો ને !"

"ના, વૉટસન, હું ખરેખર ગંભીર છું. આપણી આગળ એક પરીક્ષા આવીને ઊભી રહી છે. જો પરીક્ષાનું ધાર્યું પરિણામ આવશે તો બધું જ સ્પષ્ટ થઈ જશે અને જો તેમ નહીં થાય તો પછી ખબર નહીં. આ આખીયે કસોટીનો આધાર આપણા આ નાનકડા હથિયાર પર રહેલો છે. એક ગોળી બહાર કાઢીએ. હવે બાકીની પાંચ પાછી નાખી દઈએ અને પિસ્તોલની ઠેસી બંધ કરી દઈએ. બરાબર ! તેનાથી વજનમાં વધારો થશે..."

મને જરા પણ અણસાર નહોતો કે તેના મગજમાં શું ચાલી રહ્યું હતું. કે તેણે પણ મને તે વિષે કશું જ નહોતું જણાવ્યું અને પાછો વિચારોમાં ડૂબી ગયો અને અમે જ્યારે હેમ્પશાયર સ્ટેશને આવી થોભ્યા ત્યાં સુધી વિચારમગ્ન જ રહ્યો. અમે એક ખખડધજ ઘોડાગાડી રોકી અને પા કલાકમાં તો અમે અમારા સાર્જન્ટ મિત્રના ઘરે પહોંચી ગયા.

"પગેરું, શ્રીમાન હોમ્સ ? તે વળી કયું ?"

"તે બધું તો આપણા ડૉ. વૉટસનની પિસ્તોલના વર્તન પર આધાર રાખે છે." મારા મિત્રએ કહ્યું. "આ રહી તે. હવે, ઈન્સ્પેક્ટર તમે મને દસ વાર લાંબી દોરી આપશો ?"

ગામડાની એક દુકાનમાં અમને જાડી દોરીનો એક દડો મળી ગયો.

"આપણને જે જોઈતું હતું તે મળી ગયું છે," હોમ્સે કહ્યું. "હવે જો તમને વાંધો ન હોય તો આપણે આપણી તપાસના છેલ્લા પડાવની સફર શરૂ કરીએ."

સૂરજ આથમી રહ્યો હતો અને આખોયે હેમ્પશાયરનો વગડો સોનેરી સોનેરી થઈ ગયો હતો. સાર્જન્ટની આંખોમાં કેટલાય પ્રકારના રહસ્યમયી ભાવ હતા. તે મારા મિત્ર તરફ શંકાશીલ નજરે જોતો હતો. અમે ઘટનાસ્થળે પહોંચ્યા ત્યારે મેં જોયું કે મારો મિત્ર પોતાની આદત મુજબની ઠંડક દેખાડી રહ્યો હતો પણ અંદરથી તો તે ખૂબ જ ઉત્તેજિત હતો. "હા," તેણે મારી આ ટિપ્પણીના જવાબમાં કહ્યું, "તેં આ પહેલાં પણ મને મારી ધારણાઓમાં ચૂકતો જોયો જ છે, વૉટસન. મને ઘણીવાર આવી અંતઃપ્રેરણા થતી હોય છે અને કેટલીકવાર હું તેમાં ખોટો પણ સાબિત થયો છું. પણ આપણી શંકાઓને આપણે એક વાર ચકાસી તો લેવી જ જોઈએ પછી તેમાં સફળતા મળે કે નિષ્ફળતા. તેમ છતાં આપણે તે માટે પ્રયત્ન તો કરવો જ રહ્યો."

આમ કહીને તે આગળ ચાલ્યો. તેણે દોરીનો એક છેડો પિસ્તોલના હાથા સાથે બાંધ્યો. અમે હવે ચોક્કસ ઘટનાસ્થળે પહોંચી ગયા હતા. ખૂબ જ કાળજીપૂર્વક તેણે અમારા સાથી પોલીસ પાસેથી સ્ત્રીનું શબ જ્યાં પડ્યું હતું તેની ચોક્કસ જગ્યા જાણી લીધી હતી. પછી તેને જ્યાં સુધી યોગ્ય પથ્થર ન મળ્યો ત્યાં સુધી તે ઝાડીઓમાં ચાલ્યો. તેની સાથે તેણે દોરીનો બીજો છેડો બાંધ્યો પછી તેણે તેને પુલની પાળી પર લટકાવ્યો જેથી કરીને તે પાણીની ઉપર લટકી રહે. પછી તે મૃતકની જગ્યાએ ઊભો રહ્યો જે પુલના છેડેથી થોડી દૂર આવેલી હતી. તેના હાથમાં મારી પિસ્તોલ હતી જેના હાથા પર દોરીનો એક છેડો હતો જ્યારે બીજો છેડો પેલા ભારે પથ્થર સાથે બાંધવામાં આવ્યો હતો.

"બસ થઈ ગયું !" તેણે મોટેથી કહ્યું.

આ શબ્દો સાથે તેણે પોતાના હાથમાં પિસ્તોલ ઊંચી કરી અને પછી તેની પકડ છોડી દીધી. તરત જ પેલા પથ્થરના વજનના કારણે પિસ્તોલ ઝાટકા સાથે પુલની પાળીને ઘસાતી પાણીમાં ગરકાવ થઈ ગઈ. હજુ તો તે પાણીમાં પડી જ હતી ત્યાં તો હોમ્સ પથ્થરવાળી પાળી આગળ પહોંચી ગયો અને તેના મોઢામાંથી એક આનંદની ચિચિયારી નીકળી ગઈ, જેનાથી મને ખ્યાલ આવી ગયો કે બધું તેની અપેક્ષા પ્રમાણે જ થયું હતું.

"તેં ક્યારેય આથી વધારે ચોક્કસ નિદર્શન જોયું છે ?" તેણે ઉત્તેજિત થતાં કહ્યું. "જો વૉટસન, તારી પિસ્તોલે રહસ્ય ઉકેલી નાખ્યું !" તેણે એક ઘસરકા પર આંગળી ચીંધતાં કહ્યું. તે ઘસરકો પહેલાંના જેવો જ અને તે જ કદનો હતો.

"આજે રાત્રે આપણે લોજમાં રોકાઈશું," તેણે ઊભા થતાં અમારા અવાક થઈ ગયેલા સાર્જન્ટને કહ્યું, "તમે લંગર નાખીને મારા મિત્રની પિસ્તોલ પાછી મેળવી લેશો. તેની બાજુમાં જ તમને બીજી પણ એક પિસ્તોલ મળશે જે પેલી પાગલ સ્ત્રીએ પોતાના જ ગુનામાં આપણી નિર્દોષ સ્ત્રીને ફસાવવા માટે વાપરી હતી. તેની બાજુમાં તમને દોરી અને વજનદાર પથ્થર પણ મળશે. તમે શ્રીમાન ગિબ્સનને એ પણ જણાવી દેજો કે અમે સવારે જ્યારે કુમારી ડનબરના દોષમુક્તિનાં પગલાં લેવાશે ત્યારે તેમને મળીશું."

તે દિવસની મોડી સાંજે જ્યારે અમે ગામડાની લોજમાં હોકલી પીતા બેઠા હતા ત્યારે હોમ્સે મને હકીકતમાં જે કંઈ પણ થયું હતું તેની વિસ્તૃત સ્પષ્ટતા આપી.

"મને લાગે છે, વૉટસન," તેણે કહ્યું, "કે આ થોર બ્રિજના મામલામાં મારી કીર્તિનો કોઈ વધારો થાય તેવું કશું કદાચ તને તારા વૃત્તાંતમાં લખવા મળે. આ બાબતે હું માનસિક રીતે થોડો અસ્પષ્ટ હતો અને મેં માત્ર મારી કલ્પના અને વાસ્તવિકતા કે જે મારી કળા છે તેનો સહારો લઈને જ આખું રહસ્ય ઉકેલ્યું છે. હું માનું છું કે પુલની પાળી પર પડેલો પેલો પાતળો ઘસરકો એ હકીકતો ઉઘાડી પાડવા માટેનું સાચું પગેરું હતો અને માટે હું મારી જાતને દોષ આપું છું કે મેં તેને પહેલાં ધ્યાનમાં કેમ ન લીધો અને તરત જ પગલું કેમ ન લીધું."

"મારે એ સ્વીકારવું જ પડશે કે આ દુખિયારી મૃતક સ્ત્રીનું મગજ ખૂબ જ હોશિયારીપૂર્વક અને ચાલાકીપૂર્વક વર્ત્યું હતું. માટે તેની યોજનાને છતી કરવી ઘણી મુશ્કેલ હતી. મને નથી લાગતું કે આપણાં આટલાં બધાં સાહસોમાં આપણને ક્યારેય પ્રેમની આવી શક્તિનો પરચો મળ્યો હોય. કુમારી ડનબર તેણીની શારીરિક કે માનસિક હરીફ રહી હોય તે તેણી માટે જરા પણ માફીને પાત્ર કૃત્ય નહોતું. તેમાં કોઈ જ શંકા નથી કે તેણી પોતાના પતિના પોતાની સાથેનો ઉદ્ધત અને રુક્ષ વ્યવહાર માટે આ નિર્દોષ સ્ત્રીને જવાબદાર ગણતી હોય. તેણીનો પહેલો નિર્ધાર પોતાની જાતને ખતમ કરવાનો હતો. અને તે પણ એ રીતે કે આ સ્ત્રીને તેમાં સંડોવીને કે જેથી કરીને તે પોતાનો બદલો લઈ શકે.

"હવે પછીનાં બધાં જ પગલાં આપણે ખૂબ જ સ્પષ્ટપણે સમજી શકીએ છીએ અને તે દ્વારા આપણને તેણીના હોશિયાર મગજનો ખ્યાલ આવે છે. કુમારી ડનબર દ્વારા મેળવેલી ચિઠ્ઠીનો તેણીએ ખૂબ જ બુદ્ધિપૂર્વક ઉપયોગ કર્યો જેમાં કોઈ પણને એવું જ લાગે કે જગ્યા કુમારી ડનબર દ્વારા જ પસંદ કરવામાં આવી હતી. તેણીને પાક્કા પાયે ફસાવવા માટે તેણીએ મરતી વખતે તે ચિઠ્ઠી પોતાના હાથમાં જ પકડી રાખી હતી. આ એક બાબતે મને શરૂઆતથી જ ખૂબ જ આકર્ષ્યો હતો.

"પછી તેણે પોતાના પતિની જોડવાળી પિસ્તોલમાંથી એક પિસ્તોલ લીધી - તે જોયું કે ઘરમાં એક અલાયદો શસ્ત્રભંડાર છે - અને તેને પોતાના ઉપયોગ માટે પોતાની

પાસે રાખી. અને તેના જેવી જ બીજી તેણે કુમારી ડનબારના કબાટમાં તે જ સવારે છુપાવી દીધી. જો કે તે પહેલાં તેણે તેમાંથી એક ગોળી છોડી દીધી હતી. જે તે ખૂબ જ સરળતાથી જંગલમાં જઈને કરી શકે તેમ હતી અને તે પણ કોઈનું ધ્યાન આકર્ષ્યા વગર. પછી તેણી ઘટનાસ્થળે ગઈ અને ત્યાં પોતાની આ અતિ બુદ્ધિપૂર્વકની યોજનાને વ્યવહારિક સ્વરૂપ આપ્યું. જ્યારે કુમારી ડનબર તેણીને મળવા આવી ત્યારે તેણીએ પોતાના છેલ્લા શ્વાસ તેણીને ભાંડવામાં, અપશબ્દો કહેવામાં વાપર્યા. જ્યારે તેણી ત્રાસીને ત્યાંથી ભાગી ગઈ ત્યારે તેણે પોતાની જાતને ગોળી મારી. પથ્થરના વજનથી પિસ્તોલ પાણીમાં ડૂબી ગઈ અને પછીના બધા જ પુરાવા કુમારી ડનબર વિરુદ્ધ હોવાથી તેણીનો આશય આમ ફળીભૂત થયો. બધી જ કડીઓ તેની જગ્યાએ છે અને હવે આખી સાંકળ પૂરી થઈ ગઈ છે. સમાચારપત્રોમાં કદાચ એવી શંકા વ્યક્ત કરવામાં આવે કે પહેલી જ વારમાં આ બધું શા માટે ન શોધી શકાયું તો તેની માત્ર એક જ દલીલ છે કે આ એક ઘણો અઘરો મામલો હતો જેમાં સામાન્ય ભેજું કામ ન આપે અને જ્યાં સુધી તમે ખુદ યોગ્ય વસ્તુની શોધમાં ન હોવ ત્યાં સુધી તમને તેની જાણ પણ ન થાય. તો, વૉટસન, આપણે આ મામલામાં એક ખૂબ જ નોંધનીય સ્ત્રીને અને એક ખૂબ જ ઉગ્ર સ્વભાવના લખપતિ માણસને મદદ કરી છે. શું ભવિષ્યમાં તેઓ એક થઈને પોતાની આ અનોખી શક્તિનો યોગ્ય ઉપયોગ કરીને દુનિયાને મદદ કરીશ શકશે ?''

❖

પુનર્યુવાની

શ્રીમાન શૅરલોક હોમ્સે મને હંમેશા સલાહ આપી છે કે મારે પ્રોફેસર પ્રેસબરીને લગતી અનોખી હકીકતો છાપવી જોઈએ, અને તે એટલા માટે કે તેના કારણે વીસ વર્ષ પહેલાં જે વિચિત્ર અફવાઓ યુનિવર્સિટીમાં ઊડી હતી અને તેના પડઘા લંડનના ભદ્ર સમાજમાં પડ્યા હતા તેને દૂર કરવા. મારે તે રજૂ કરવામાં કેટલીક અડચણો આવી કારણ કે આ અનોખા કેસનો ઈતિહાસ મેં આગળ કહ્યું તેમ મારા મિત્રનાં અન્ય સાહસોના અહેવાલોની જેમ કોઈક બેંકમાં પડેલા ટીનના ડબ્બામાં ધરબાઈને પડ્યા હતો. પણ હવે અમને આ કેસની હકીકતો રજૂ કરવાની પરવાનગી મળી ગઈ છે. આ કેસ હોમ્સની નિવૃત્તિ પહેલાંના છેલ્લા કેસોમાંનો એક હતો. આ ઘડીએ જ્યારે હું તેની હકીકતો રજૂ કરવા જઈ રહ્યો છું ત્યારે પણ મારે તેને જાહેરમાં લાવતા પહેલાં કેટલીક બાબતો માટે ચુપકીદી રાખવી પડે તેમ છે અને વિવેકબુદ્ધિ વાપરવી પડે તેમ છે.

આ ૧૯૦૩ના સપ્ટેમ્બરની શરૂઆતના એક રવિવારની સાંજની વાત છે. તે દિવસે મને હોમ્સ તરફથી એક ટૂંકો અને ટચ સંદેશો મળ્યો :

તને ફાવે તો તરત જ અહીં આવ - અને જો ન ફાવે તો પણ હાલ ને હાલ આવ.

એસ. એચ.

તે દિવસોમાં અમારા વચ્ચેના સંબંધો ખૂબ જ વિશિષ્ટ હતા. તે એક નિશ્ચિત આદતોવાળો માણસ હતો. તેની આદતો સંકુચિત અને સંકેન્દ્રિત હતી અને હું પણ તેની આદતોમાંનો જ એક હતો. હોમ્સને મન જેમ વાયોલિન, તમાકુ, કાળી હોકલી, માહિતી ભરેલું પુસ્તક અને બીજું ઘણું બધું, તેવો જ હું હતો. જ્યારે ક્યારેય પણ તેના મામલામાં તેને કોઈ સાથીની જરૂર પડી છે ત્યારે તેણે મને જ પસંદ કર્યો છે, કારણ કે તે માત્ર મારા પર જ ભરોસો કરી શકતો હતો. હું તેના મગજ માટે ધાર કાઢવાના પથ્થર સમાન હતો. હું તેને ઉદ્દીપ્ત કરતો હતો. તેને મારી હાજરીમાં બુલંદ રીતે વિચારવું ગમતું હતું. જો કે તે

પોતાની ટિપ્પણી ક્યારેય મારી સમક્ષ નહોતો રજૂ કરતો. જ્યારે ક્યારેય પણ મેં તેને ઉશ્કેર્યો હોય તો તેમાં તેને કોઈક પગેરું મળતું હતું માટે તે ક્યારેય ચિડાતો નહોતો. મારી તેના કામમાં આ ભૂમિકા હતી.

જ્યારે હું બેકર સ્ટ્રીટ પહોંચ્યો ત્યારે મેં જોયું તો તે પોતાની આરામખુરશીમાં ગોઠણ ઉપર લઈને મોઢામાં હોકલી ભરાવીને વિચારોમાં ડૂબેલો બેઠો હતો. એટલું તો સ્પષ્ટ થઈ ગયું હતું કે તે કોઈક વિચિત્ર સમસ્યા સામે ઝઝૂમી રહ્યો હતો. હાથનો ઈશારો કરી તેણે મારી જૂની અને જાણીતી ખુરશી પર બિરાજવાનો ઈશારો કર્યો, આ સિવાય તે અડધો કલાક વિચારોમાં જ ડૂબેલો રહ્યો અને મને એક પણ એવો ઈશારો ન આપ્યો કે તેને મારી તે ઓરડામાંની હાજરીનો ખ્યાલ હોય. પછી અચાનક ઝાટકા સાથે તે પોતાની વિચારતંદ્રામાંથી બહાર આવ્યો અને પોતાના અનિશ્ચિત સ્મિત સાથે મારું હૂંફથી સ્વાગત કર્યું.

“મને મારી આ થોડી ક્ષણની શૂન્યમનસ્કતા માટે માફ કરજે, વહાલા વૉટસન,” તેણે કહ્યું, “છેલ્લા ચોવીસ કલાકમાં મારી સમક્ષ કેટલીક એવી વિચિત્ર હકીકતો રજૂ થઈ છે જેણે મારી કલ્પનાઓને ઉત્તેજિત કરી છે. તે પરથી મને એવો ગંભીર વિચાર આવે છે કે મારે જાસૂસીના કામમાં કૂતરાઓની વિશિષ્ટ ઉપયોગિતા ઉપર એક ટૂંકો નિબંધ લખવો જોઈએ.”

“પણ હોમ્સ, આ તો પહેલાં પણ લખાઈ ચૂક્યું છે.” મેં કહ્યું, “બ્લડ હાઉન્ડ, ગંધ પારખતો કૂતરો---”

“ના, ના, વૉટસન, હું તે દૃષ્ટિકોણથી નથી કહી રહ્યો. પણ બીજો પણ એક દૃષ્ટિકોણ છે જે ક્યાંય વધારે કુશાગ્ર છે. તને પેલો કોપરબિચવાળો મામલો તો ચોક્કસ યાદ હશે જ કે તેમાં એક બાળક હતું, જેની કેટલીક આદતો તેની ગુનેગાર વૃત્તિને દર્શાવતી હતી. જો કે તેનો પિતા એક આદરણીય માણસ હતો તેમ છતાં.”

“હા, મને તે સારી રીતે યાદ છે.”

“મારી કૂતરાઓ માટેની વિચારશ્રૃંખલા પણ આ બાબતને મળતી જ આવે છે. એક કૂતરો પોતાના કૌટુંબિક જીવનનું પ્રતિબિંબ પૂરું પાડે છે. તમે ક્યારેય કોઈ નિરાશ કુટુંબમાં કોઈ રમતિયાળ કૂતરાને જોયો છે કે પછી આનંદી કુટુંબમાં કોઈ ઉદાસ કૂતરો ભાળ્યો છે ? જે લોકો વડકાં નાખતાં હોય છે તેવાનાં કૂતરાં પણ તેવાં જ હોય છે અને જે લોકો ખતરનાક હોય છે તેમના કૂતરા પણ ખતરનાક જ હોય છે. અને તેમનો બદલાતો મિજાજ હંમેશા બીજામાં પ્રતિબિંબિત થતો હોય છે.”

મેં મારું માથું હલાવ્યું, “મને તો આમાં અતિશયોક્તિ લાગે છે, હોમ્સ,” મેં કહ્યું.

તેણે મારી ટિપ્પણીને ધ્યાનમાં નહીં લેતાં પોતાની હોકલી ફરી ભરી અને પાછો પોતાની ખુરશીમાં બેસી ગયો.

"હું હાલ જે સમસ્યા હાથમાં લઈને બેઠો છું તેમાં આપણી આ દલીલનો વ્યવહારિક ઉપયોગ કરવાની સારી તક રહેલી છે. આ મામલો રેશમની આંટી ગુંચવાઈ ગઈ હોય તેવો ગૂંચવણભર્યો છે અને મને તેમાં માત્ર એક છેડાની જ જરૂર છે. તેમાંનો એક શક્ય છેડો આ પ્રશ્નમાં રહેલો છે : શા માટે પ્રોફેસર પ્રેસબરીનો કૂતરો, રૉય, તેમને જ બટકું ભરવાનો પ્રયત્ન કરે છે ?"

હું નિરાશ થઈને મારી ખુરશીમાં ટેકો દઈને બેસી ગયો. શું હોમ્સે મને માત્ર આટલા ખાતર મારું કામ પડતું મુકાવીને મને બોલાવ્યો હતો ? હોમ્સે મારી તરફ નજર કરી.

"તેનો તે જ પ્રશ્ન, વૉટસન !" તેણે કહ્યું, "તું એ ક્યારેય ન શીખ્યો કે એક ખૂબ જ ગંભીર મામલો હંમેશા નજીવી બાબત પર આધારિત હોય છે. શું તે વૃદ્ધ ફિલોસોફર શ્રીમાન પ્રેસબરી વિષે કંઈ સાંભળ્યું છે, તે પ્રખ્યાત કેમ્ફોર્ડ ફિઝિયોલોજિસ્ટ છે. તેમનો એક માત્ર સાથી કહો કે મિત્ર તે એક કૂતરો છે અને તે જ વફાદાર કૂતરાએ તેના આ માલિકને બે વાર કરડવાનો પ્રયાસ કર્યો છે. તેની તને ખબર છે ? તારું આ બાબતે શું કહેવું છે ?"

"કૂતરો બીમાર છે."

"તે બાબતે વિચાર થઈ ગયો છે. પણ આ કૂતરો બીજા કોઈને નહીં પણ પોતાના માલિકને જ કરડે છે અને તે પણ વારંવાર નહીં અમુકવાર જ આવું કરે છે. વિચિત્ર કહેવાય, વૉટસન - ખૂબ જ વિચિત્ર. પણ મને લાગે છે શ્રીમાન બેનેટ તેમની મુલાકાતના સમય પહેલાં આવ્યા લાગે છે. આ તેમની જ ઘંટડી વાગી લાગે છે. મને આશા હતી કે તે આવે તે પહેલાં હું તારી સાથે બધી જ વાત કરી લઈશ."

દાદર પર ઉતાવળિયાં પગલાંનો અવાજ સંભળાયો અને પછી બારણા પર નક્કર ટકોરા સંભળાયા અને પછીની જ ક્ષણે અમારા નવા અસીલ ઓરડામાં હાજર થઈ ગયા. તે ત્રીસ વર્ષની આસપાસનો એક લાંબો, સોહામણો યુવાન હતો. સુંદર વસ્ત્રોમાં સજ્જ તે આકર્ષક લાગતો હતો. પણ તેનામાં કંઈક એવું હતું કે તે કોઈ શરમાળ વિદ્યાર્થી જેવો લાગતો હતો નહીં કે કોઈ આત્મસંયમી પુરુષ જેવો. તેણે હોમ્સ સાથે હાથ મિલાવ્યા અને આશ્ચર્ય પામતો મારી સામે જોઈ રહ્યો.

"આ બાબત ખૂબ જ નાજુક છે, શ્રીમાન હોમ્સ," તેણે કહ્યું. "મારા પ્રોફેસર પ્રેસબરી સાથેના જાહેર અને અંગત સંબંધનો જરા વિચાર તો કરો. ત્રીજી વ્યક્તિની હાજરીમાં હું નિખાલસતાથી વાત નહીં કરી શકું."

"જરા પણ ગભરાવાની જરૂર નથી, શ્રીમાન," હોમ્સે કહ્યું, "ડૉ. વૉટસન ખૂબ વિવેકબુદ્ધિ ધરાવતા માણસ છે અને મને લાગે છે કે આ એક એવો મામલો છે જેમાં મારે વિશ્વાસુ માણસની મદદની જરૂર પડશે."

"જેવી તમારી ઈચ્છા, શ્રીમાન હોમ્સ, તમે મારી આ બાબતમાંની સાવધાનીને સારી રીતે સમજી શકશો."

"વૉટસન, હું તને જણાવી દઉં કે આ સદ્‌ગૃહસ્થ શ્રીમાન ટ્રેવર બેનેટ એ મહાન વૈજ્ઞાનિક શ્રીમાન પ્રેસબરીના મદદનીશ છે. તેમના ઘરમાં જ રહે છે અને તેમની એકની એક દીકરી સાથે તેમનાં વેવિશાળ પણ થયાં છે. એટલાથી આપણને ખ્યાલ આવી જાય છે કે પ્રોફેસરને આમની પ્રામાણિકતા અને સમર્પણ પર કેટલો વિશ્વાસ હશે. પણ ખરા અર્થમાં તો તે ત્યારે જ સારી રીતે બતાવી શકાશે જ્યારે આ વિચિત્ર રહસ્યને આપણે ઉકેલી શકીશું."

"મને તેવી જ આશા છે, શ્રીમાન હોમ્સ. મારો એ જ માત્ર ઉદ્દેશ છે. ડૉ. વૉટસનને પરિસ્થિતિનો ખ્યાલ છે ?"

"મને તેમને કશું કહેવાનો સમય જ નથી મળ્યો."

"તો પછી મારે નવા ફેરફારો કહેતાં પહેલાં ફરી એકવાર આખીયે હકીકતની તેમની સમક્ષ રજૂઆત કરવી પડશે."

"હું તેમને બધું જણાવીશ," હોમ્સે કહ્યું, "કારણ કે હું તમને જણાવવા માગું છું કે મારો ઘટનાક્રમ યોગ્ય છે કે નહીં. વૉટસન, આપણે જે પ્રોફેસરની વાત કરી રહ્યા છીએ તેમની યુરોપમાં ખૂબ જ નામના છે. તેમનું આખું જીવન વિદ્વત્તાભર્યું રહ્યું છે. તેમાં ક્યાંય પણ એક નાનું સરખું કૌભાંડ પણ સાંભળવા નથી મળ્યું. તે વિધુર છે, તેમની એક દીકરી છે એડિથ. મારી માહિતી પ્રમાણે તેઓ એક ખૂબ જ જુસ્સાવાળા હકારાત્મક પુરુષ છે. તમે તેને થોડા લડાયક મિજાજના પણ કહી શકો. થોડા મહિના પહેલાં તેઓ આવા જ હતા પણ ત્યાર પછી તેમનો સ્વભાવમાં અચાનક પરિવર્તન આવ્યું છે.

"પછી તેમના આ એકધારા જીવનમાં મોટો ફેરફાર થયો. તેઓ હાલ એકસઠ વર્ષના છે અને તેમના પ્રોફેસર મોર્ફીની દીકરી સાથે વેવિશાળ થયા છે, તેણીના પિતા પ્રોફેસરની કૉલેજના જ એક સાથી કર્મચારી છે. મારી એવી માન્યતા હતી કે પ્રૌઢ માણસ સમજી વિચારીને પગલું ભરે છે પણ તેવી મારી માન્યતા આ બાબતમાં ખોટી પડી છે. તેઓ એક ખૂબ જ સમર્પિત પ્રેમી છે. કુમારી એલિ મોર્ફી માનસિક અને શારીરિક રીતે સંપૂર્ણ સ્વસ્થ છોકરી છે માટે પ્રોફેસરનો આમાં કોઈજ વાંક ગુનો દેખાતો નથી. જે હોય તે પ્રોફેસરના કુટુંબમાં તેમના આ કૃત્યને રાજીખુશીથી મંજૂરી નથી મળી."

"અમે વિચાર્યું કે તે ખરેખર વધારે પડતું છે," અમારા મુલાકાતીએ કહ્યું.

"તદ્દન, વધારે પડતું અને થોડું ઉગ્ર અને અસ્વાભાવિક. પ્રોફેસર પ્રેસબરી એક ધનવાન માણસ છે અને માટે તેણીના પિતા તરફથી કોઈ જ વાંધો ઉઠાવવામાં નથી આવ્યો. જો કે તેની દીકરીનો આ બાબત પ્રત્યે અલગ દૃષ્ટિકોણ હતો. તેની સાથે સંબંધ બાંધવા ઘણા બધા યુવાનો કતારમાં હતા, જેઓ કદાચ બૌદ્ધિક રીતે એટલા બધા સમૃદ્ધ

નહીં હોય પણ શારીરિક રીતે અને યૌવનની રીતે ચોક્કસ સમૃદ્ધ હતા. છેવટે આ છોકરીએ પોતાની પસંદગી વૃદ્ધ પ્રોફેસર પર ઉતારી. તેમની વચ્ચે માત્ર ઉંમરનું જ અંતર હતું.

"આ સમય દરમિયાન પ્રોફેસરની સામાન્ય રોજિંદી જિંદગીમાં એક નાનકડું રહસ્ય ઊભું થઈ ગયું. તેમણે આ પહેલાં ક્યારેય નહોતું કર્યું તેવું કૃત્ય કર્યું. તેમણે ઘર છોડી દીધું અને કોઈને કશું કહ્યું પણ નહીં કે તેઓ ક્યાં શા માટે જઈ રહ્યા છે. તેઓ પંદર દિવસ ગેરહાજર રહ્યા અને જ્યારે પાછા આવ્યા ત્યારે સાવ જ જાણે રખડી રખડીને લંઘાઈ ગયા હોય તેવા પાછા આવ્યા. તેમણે કશું જ ન કહ્યું કે તેઓ આ પંદર દિવસ દરમિયાન ક્યાં હતા. તેમના ખરેખર સ્વભાવ પ્રમાણે તો તેઓ એક ખૂબ જ નિખાલસ વ્યક્તિ છે અને તે કારણે જ આપણા અસીલ અહીં આવ્યા છે. શ્રીમાન બેનેટને તેમના પ્રાગ ખાતેના સાથી વિદ્યાર્થીનો પત્ર મળ્યો જેમાં તેણે લખ્યું હતું કે તેમને પ્રોફેસર પ્રેસબરીને મળીને ખૂબ આનંદ થયો, જો કે તે તેમની સાથે વાત નહોતો કરી શક્યો અને આમ તેમના ઘરનાને ખબર પડી કે તેઓ ક્યાં ગયા હતા.

"હવે એ મુદ્દો આવે છે કે તેમના આવ્યા બાદ તેઓ ખૂબ જ બદલાયેલા બદલાયેલા લાગે છે. તે પ્રચ્છન્ન અને પ્રપંચી થઈ ગયા છે. તેમની આસપાસના માણસોને હંમેશા એવી લાગણી થાય છે કે તે તે માણસ નહોતા જેમને તેઓ વર્ષોથી જાણતા હતા પણ તેઓ કોઈક એવા પડછાયા હેઠળ હતા જેનાથી તેમની ઉચ્ચ ગુણવત્તા ઝાંખી પડી ગઈ હતી. જોકે તેમની બૌદ્ધિકતામાં કોઈ જ ફેર નથી પડ્યો. તેમનાં વ્યાખ્યાન પહેલાં જેવાં જ તેજસ્વી છે. પણ તેમાં પણ હંમેશા કંઈક નવું, કંઈક વિચિત્ર અને કંઈક અણધાર્યું જોવા મળ્યું છે. તેમની દીકરી કે જેણી હંમેશા તેને સમર્પિત રહી છે તે એકધારો પોતાના જૂના પિતાને આ નવા આવરણમાંથી બહાર લાવવાનો પ્રયત્ન કરી રહી છે. મારી ધારણા પ્રમાણે, સાહેબ, તમારો પ્રયત્ન પણ તેવો જ રહ્યો હશે - પણ તે બધું જ વ્યર્થ જઈ રહ્યું છે. અને હવે, શ્રીમાન બેનેટ, તમે તમારા જ શબ્દોમાં પત્રવાળો પ્રસંગ કહો."

"ડૉ. વૉટસન, તમારે એ માનવું પડશે કે પ્રોફેસર અને મારી વચ્ચે ક્યારેય કશું જ ખાનગી નથી રહ્યું. કદાચ હું તેમનો દીકરો કે પછી નાનો ભાઈ હોત તો પણ મને તેમની આવી સંગત પ્રાપ્ત ન થઈ હોત કે હું તેમનો આવો વિશ્વાસ ના પામી શક્યો હોત. તેમના સચિવ તરીકે હું તેમની પર આવતા દરેક પત્રો સંભાળતો. હું તેમને ખોલતો તેમનું યોગ્ય વિશ્લેષણ કરતો. તેમના આવ્યા પછી આ બધું અચાનક બદલાઈ ગયું. તેમણે મને જણાવ્યું કે તેમના કેટલાક પત્રો લંડનથી આવશે જેની ટિકિટ હેઠળ ક્રોસની નિશાની કરવામાં આવી હશે, તેને મારે એક બાજુ રાખવા અને માત્ર તેમણે જ તેને વાંચવા. તેમણે કહ્યા પ્રમાણે આવા ઘણા બધા પત્રો મારા હાથમાંથી પસાર થયા જેમાં ક્રોસની નિશાની કરવામાં આવી હતી અને તે કોઈ અભણ વ્યક્તિના હસ્તાક્ષર જેવા લાગતા હતા. જો તે તે પત્રોનો જવાબ આપતા હશે તો તે મારા હાથમાંથી કે પછી ઘરમાંથી બહાર જતા પત્રોની ટોપલીમાં તે નહોતા આવતા."

"અને પેલું ખોખું," હોમ્સે કહ્યું.

"અરે, હા, ખોખું. પ્રોફેસર તેમની મુસાફરીએથી પાછા આવ્યા ત્યારે પોતાની સાથે એક નાનકડું લાકડાનું ખોખુ લેતા આવ્યા હતા. તે એક માત્ર વસ્તુ દ્વારા અમને ખ્યાલ આવ્યો કે તેમણે કોન્ટિનેન્ટલ મુસાફરી કરી હતી કારણ કે તે ખોખાની બનાવટ જર્મનીની હતી. તે તેમણે સાચવીને પોતાના કબાટમાં મૂકી દીધું હતું. એક દિવસ હું કોઈક વસ્તુ શોધતો હતો અને તે ઉદ્દેશથી મેં તે ખોખું બાજુ પર મૂક્યું ત્યારે મારા આશ્ચર્ય વચ્ચે તેઓ ખૂબ જ ગુસ્સે ભરાઈ ગયા હતા અને તેમણે મને ખૂબ જ કડક શબ્દોમાં ફરી તેમ નહીં કરવા માટે ધમકાવ્યો હતો. પહેલીવાર આવું કંઈક બન્યું હતું, અને મને તેનું ખૂબ જ દુઃખ થયું હતું. મેં તેમને ઘણો સમજાવવાનો પ્રયાસ કર્યો કે અકસ્માતે જ મારાથી તેમ થયું હતું પણ તેમણે તો તે આખી સાંજ મારી સામે ગુસ્સાવાળી નજરે જોયે રાખ્યું અને આ પ્રસંગ મારા મગજમાં કોતરાઈ ગયો. મેં તેની નોંધ પણ કરી રાખી છે." શ્રીમાન બેનેટે પોતાની નાની ડાયરી ખિસ્સામાંથી કાઢી. "બીજી જુલાઈએ આ બન્યું હતું," તેમણે કહ્યું.

"તમે ખરેખર એક વખાણવાલાયક સાક્ષી છો," હોમ્સે કહ્યું, "તમે જે આ બધી તારીખો નોંધી છે તેની કદાચ મને આગળ જતાં જરૂર પડશે."

"આ ઉપરાંત પણ મેં મારા મહાન શિક્ષકની કેટલીક બાબતો નોંધી છે. જ્યારે જ્યારે પણ મને તેમના વર્તનમાં અસામાન્યતા દેખાઈ ત્યારે ત્યારે મને લાગ્યું છે કે મારે તેમના કેસ પર અભ્યાસ કરવો જોઈએ. અને આ તે જ દિવસ હતો જ્યારે તેમના પર તેમના પોતાના કૂતરાએ હુમલો કર્યો હતો. તે વખતે પ્રોફેસર પોતાના અભ્યાસખંડમાંથી હોલમાં આવ્યા હતા અને તેમના પર કૂતરાએ હુમલો કર્યો હતો. બીજીવાર ૧૧મી જુલાઈએ પણ બરાબર આ જ ઘટના ઘટી હતી અને મારી નોંધ પ્રમાણે ત્રીજીવાર ૨૦મી જુલાઈએ પણ રૉયે તેમના પર હુમલો કર્યો હતો અને ત્યાર બાદ અમે તેને ઘોડાના તબેલામાં મોકલી દીધો હતો. કૂતરો બિચારો ખૂબ સારો હતો પણ અમે કશું જ કરી શકીએ તેમ નહોતા. મને લાગે છે કે હું તમને મારી વાતોથી કંટાળો તો નથી આપતો ને ?"

શ્રીમાન બેનેટે પોતાની મુખ્ય વાતના પાટા પર પાછા આવતાં કહ્યું, કારણ કે એ સ્પષ્ટપણે જોઈ શકાતું હતું કે હોમ્સ તેમને નહોતો સાંભળી રહ્યો. તેનો ચહેરો સખત થઈ ગયો હતો અને તે એકધારું છત તરફ જોઈ રહ્યો હતો. પ્રયત્ન સાથે તેણે પોતાની જાતને પુનઃ સ્વસ્થ કરી.

"અસામાન્ય, ખૂબ જ અસામાન્ય," તેણે ગણગણાટ કર્યો, "આ વિગતો મારા માટે નવી છે, શ્રીમાન બેનેટ, મને લાગે છે આપણે જૂની વાતો તો અહીં પૂરી જાણી લીધી છે, નહીં ? પણ તમે કોઈક નવી જ વિગતની વાત કરતાં હતાં તેનું શું ?"

અમારા મુલાકાતીને જાણે કંઈક યાદ આવ્યું હોય તેમ તેના ખુશખુશાલ ચહેરાએ અચાનક કોઈક ગંભીરતા ધારણ કરી લીધી, "હું ગઈકાલે રાત્રે ઘટેલી ઘટના વિષે જ

કહેવા જઈ રહ્યો છું.'' તેણે કહ્યું, ''હું રાત્રે બે વાગ્યાની આસપાસ જાગતો જ પથારીમાં પડ્યો હતો ત્યાં મને અચાનક બહારની પરસાળમાંથી રૂંધાયેલો અવાજ સંભળાયો. મેં મારો દરવાજો ખોલ્યો અને બહાર ડોકિયું કર્યું. મારી માન્યતા પ્રમાણે તે સમયે પ્રોફેસર પરસાળના બીજા છેડે પોતાના ઓરડામાં સૂતા હતા---''

''કઈ તારીખની વાત---?'' હોમ્સે પૂછ્યું.

અમારા મુલાકાતીએ આ એકદમ અસંગત પ્રશ્નથી પડેલી ખલેલ પ્રત્યે અણગમો દર્શાવ્યો.

''મેં પહેલાં જ કહ્યું, સાહેબ, કે તે ગઈ રાત પહેલાંની રાતની વાત છે. ચોથી સપ્ટેમ્બર.''

હોમ્સે માથું હલાવ્યું અને સ્મિત કર્યું.

''મહેરબાની કરીને આગળ કહો,'' તેણે કહ્યું.

''તેઓ પરસાળના બીજા છેડે આવેલા પોતાના શયનખંડમાં સૂતા હતા અને જો તેમને દાદરા પર જવું હોય તો મારા ઓરડા આગળથી પસાર થવું પડે. આ એક ખૂબ જ ભયભીત કરનારો અનુભવ હતો, શ્રીમાન હોમ્સ. મને એમ કે હું પણ મારા પાડોશીઓ જેટલો જ નક્કર હૃદયનો છું પણ મેં જે જોયું તેનાથી હું થથરી ગયો. આખીયે પરસાળ અંધારી હતી, માત્ર એક અધખુલ્લા બારણામાંથી ઝાંખો પ્રકાશ આવી રહ્યો હતો. મેં જોયું કે કોઈક વસ્તુ પરસાળ પરથી પસાર થઈ રહી હતી. કંઈક કાળું ઢસડાતું ઢસડાતું આવી રહ્યું હતું. ત્યાં અચાનક તે વસ્તુ અજવાળામાં આવી અને મેં જોયું તો તે જ ઢસડાતા ઢસડાતા ચાલી રહ્યા હતા, તે તે જ હતા, શ્રીમાન હોમ્સ. તે તેમના ગોઠણ અને પગના આધારે નહોતા ઢસડાતા પણ પોતાના પગ અને હાથથી ઢસડાતા હતા. તેમનું મોઢું તેમના હાથ પર ઝૂકેલું હતું. જો કે તેઓ ખૂબ જ આરામથી આગળ વધી રહ્યા હતા. હું તેમને જોઈને એટલો સ્તબ્ધ થઈ ગયો હતો કે તેઓ જ્યારે મારા બારણે આવ્યા ત્યારે છેક મને ભાન થયું. અને મેં તેમને મારી કોઈ જરૂર હોય તો તે માટે પૂછ્યું. તેમનો જવાબ ખૂબ જ અસામાન્ય હતો. તેઓ ઊછળ્યા અને કેટલાક અતિ ઘાતકી શબ્દો બોલ્યા અને પછી ઉતાવળે મારી પાસેથી પસાર થઈ ગયા અને દાદર ઊતરી ગયા. મેં લગભગ એક કલાક તેમના પાછા આવવાની રાહ જોઈ પણ તે પાછા ન આવ્યા. અને છેક સવાર પડી ત્યારે તેઓ પોતાના ઓરડામાં પાછા આવ્યા.''

''તો, વૉટસન, તારું આ વિષે શું કહેવું છે ?'' હોમ્સે જાણે કોઈ પેથોલોજિસ્ટ કોઈક અનોખું લક્ષણ બતાવતો હોય તેમ પૂછ્યું.

''બની શકે કે કેડનો સંધિવા લાગુ પડ્યો હોય. મેં ઘણી વાર લોકો પર આવા દુખાવાના હુમલાને થતા જોયા છે જો કે તેમના આવા મિજાજની મારી પાસે કોઈ જ સ્પષ્ટતા નથી.''

“સરસ, વૉટસન ! તું હંમેશા અમારા પગને જમીન પર જડાયેલા રાખે છે. પણ આ સંધિવાની વાત જરા પણ ગળે ઊતરે તેવી નથી કારણ કે તે બીજી જ ક્ષણે તો પોતાના પગે આરામથી ઊભા થઈ શકે છે.”

“તેમનું સ્વાસ્થ્ય ક્યારેય સારું નથી રહ્યું,” બેનેટે કહ્યું, “ઊલટાના હું તેમને વર્ષોથી જેટલા સ્વસ્થ જાણતો હતો તેનાથી ક્યાંય વધારે સ્વસ્થ હતા. પણ આ જ હકીકતો છે, શ્રીમાન હોમ્સ, અને આવા કેસમાં આપણે પોલીસની મદદ જરા પણ ન લઈ શકીએ. તેમ છતાં શું કરવું તે જરા પણ સૂઝતું નથી અને આ વિચિત્ર ઘટનાઓ કોઈ મોટી હોનારત તરફ દોરી જાય છે. એડિથ - કુમારી પ્રેસબરી - પણ મારી જેમ જ વિચારે છે અને અમે આમ હાથ જોડીને ક્યાં સુધી બેઠાં રહીએ.”

“આ ખરેખર એક ખૂબ જ વિચિત્ર અને સૂચક મામલો છે. તને શું લાગે છે, વૉટસન ?”

“એક દાક્તરી માણસ તરીકે વાત કરું,” મેં કહ્યું, “તો આ એક માનસિક રોગના નિષ્ણાતનો મામલો છે. પ્રેમપ્રકરણના કારણે આ વૃદ્ધ પર તેની માઠી અસર થઈ છે. પ્રેમના આવા આવેશમાંથી છૂટવા માટે જ કદાચ તે પ્રવાસે નીકળી ગયા હશે અને પેલી પેટીમાં કદાચ તેમનાં અંગત કાગળિયાં હશે - લોન, અથવા શૅર સર્ટિફિકેટ તેવું જ કંઈક ખોખામાં હોવું જોઈએ.”

“તો પછી આ કૂતરાના અણગમાનું શું ? તેને પણ આ આર્થિક સમસ્યા નડી હશે કે શું ? ના, ના, વૉટસન, આમાં તેથી પણ વિશેષ કંઈક છુપાયેલું છે. હવે હું માત્ર એટલું જ ---”

શૅરલોક હોમ્સ શેની સલાહ આપવા જઈ રહ્યો તે રહસ્ય જ રહી ગયું કારણ કે તે જ ક્ષણે બારણું ખૂલ્યું અને એક યુવાન સ્ત્રી ઓરડામાં પ્રવેશી. જેવી તેણી ઓરડામાં પ્રવેશી કે તરત જ શ્રીમાન બેનેટ તેણી તરફ ખુલ્લા હાથે ધસી ગયા અને સામે પેલી યુવતીએ પણ તેમ જ કર્યું.

“વહાલી, એડિથ ! કોઈ સમસ્યા તો નથી ઊભી થઈને ?”

“મને લાગ્યું કે મારે પણ તારી પાછળ આવવું જોઈએ. અરે, જેક હું ખૂબ જ ભયભીત થઈ ગઈ છું ! ત્યાં એકલા રહેવું ખરેખર ખૂબ જ ભયજનક છે.”

“શ્રીમાન હોમ્સ, આ મેં જેની વાત કરી હતી તે યુવતી છે. તેણી મારી વાગદત્તા છે.”

“અમને પણ ધીમે ધીમે ખ્યાલ આવી ગયો કે તેણી તમારી વાગદત્તા છે, કેમ વૉટસન ?” હોમ્સે સ્મિત સાથે જવાબ આપ્યો. “મને લાગે છે કુમારી પ્રેસબરી કે કંઈક તાજું જ ઘટ્યું છે અને તમે તે અમને જણાવવા જ અહીં આવ્યાં છો ?”

અમારી સુંદર શુદ્ધ ઇંગ્લિશ છોકરીએ હોમ્સ સામે સ્મિત કર્યું અને શ્રીમાન બેનેટની બાજુની બેઠક પર બેસી.

"જ્યારે મને ખબર પડી કે શ્રીમાન બેનેટ હોટલ પર નથી ત્યારે મને ખ્યાલ આવ્યો કે તેઓ ચોક્કસ અહીં જ આવ્યા હોવા જોઈએ. તેમણે મને પહેલા જ કહ્યું હતું કે તેઓ તમારી સલાહ લેવા આવવાના છે. પણ, શ્રીમાન હોમ્સ, તમે મારા પિતા માટે કશું જ કરી શકો તેમ નથી ?"

"મને ઘણી આશા છે, કુમારી પ્રેસબરી, પણ હજુ પણ આ કેસ ખૂબ જ અસ્પષ્ટ છે. પણ કદાચ તમે કંઈક કહેવા માગતા હોવ અને તે દ્વારા નવો પ્રકાશ આ કેસ પર પડે તો આપણે કંઈક કરી શકીએ."

"ગઈકાલ રાતની વાત છે, શ્રીમાન હોમ્સ. તેમણે આખો દિવસ ખૂબ જ વિચિત્ર વર્તન કર્યું હતું. મને જો કે ખાતરી છે કે તેમને તેમના આવા વર્તનનું પછીના દિવસોમાં કોઈ જ સ્મરણ નથી હોતું. તેઓ જાણે વિચિત્ર સ્વપ્નમાં રાચતા હોય તેવું લાગે છે. કાલનો આખો દિવસ પણ તેવો જ રહ્યો. આ મારા એ પિતા નહોતા કે જેમને હું ઓળખતી હતી. તેમનું બાહ્ય સ્વરૂપ તો તેવું જ હતું પણ તે ખરેખર તે નહોતા."

"મને કહો કે શું થયું."

"ગઈકાલે રાત્રે હું કૂતરાના ભસવાના વિચિત્ર અવાજથી સફાળી જાગી ઊઠી. બિચારો રૉય, તે તો હાલ ઘોડાર આગળ સાંકળમાં બાંધેલો છે. હું તમને જણાવી દઉં કે હું હંમેશા મારું બારણું અંદરથી બંધ કરીને જ સૂઉં છું, કારણ કે જેક એટલે કે શ્રીમાન બેનેટે તમને કહ્યું હશે કે અમને દિવસરાત કોઈક અજાણ્યા ભયની ભીતિ રહે છે. મારો ઓરડો બીજા માળે આવેલો છે. ક્યારેક ક્યારેક હું મારા ઓરડાની બારીઓના પરદા ખુલ્લા રાખીને સૂઈ જતી હોઉં છું. કાલે પણ તેવું જ હતું અને ત્યાંથી ચંદ્ર પ્રકાશ મારા ઓરડામાં આવતો હતો. કૂતરાના ભસવાનો અવાજ આવતાં હું પથારીમાં પડી પડી બારી તરફ નજર રાખીને સૂતી હતી. તે વખતે મને આશ્ચર્ય થયું કે મારા પિતા બારી આગળ હતા અને મારી સામે એકધારું તાકી રહ્યા હતા. શ્રીમાન હોમ્સ, હું આ દૃશ્યથી જાણે મરી જ ગઈ હોત તેટલી ભયભીત થઈ ઊઠી હતી. તેમનો ચહેરો બારીના કાચ સાથે ચંપાયેલો હતો અને તેમનો એક હાથ જાણે બારી ખોલવા મથી ન રહ્યો હોય તેમ બારીને ધક્કો મારી રહ્યો હતો. જો તે ઘડીએ બારી ખૂલી ગઈ હોત, તો મને લાગે છે કે હું પાગલ જ થઈ ગઈ હોત. આ કોઈ મારી ભ્રમણા નથી, શ્રીમાન હોમ્સ, તેવું વિચારવાની જરા પણ ભૂલ ન કરતા. હું ખાતરીપૂર્વક કહી શકું છું કે હું લગભગ વીસ-પચ્ચીસ સેકન્ડ થથરતી રહી અને તે ચહેરાને જોઈ રહી. પછી ત્યાંથી ચહેરો ગાયબ થઈ ગયો અને હું એટલી ભયભીત થઈ ઊઠી હતી કે મેં પથારીમાંથી ઊઠીને બહાર ડોકિયું કરીને શું હતું તે જોવાની પણ હિંમત ન કરી. હું સવાર પડી ત્યાં સુધી થથરતી પથારીમાં પડી રહી. નાસ્તાના સમયે તેમની વર્તણૂક થોડી ઉગ્ર અને વિલક્ષણ હતી અને તેમણે રાતના સાહસ વિષે એક શબ્દ પણ ન ઉચ્ચાર્યો અને મેં પણ તેમ કરવાની હિંમત ન કરી પણ હું કોઈ પણ બહાનું બનાવીને અહીં શહેરમાં આવી ગઈ."

હોમ્સ કુમારી પ્રેસબરીના વૃત્તાંતથી સંપૂર્ણ આશ્ચર્યચકિત થઈ ગયો હતો.

"મારાં વહાલાં બહેન, તમે કહ્યું તમારો ઓરડો બીજા માળે આવેલો છે. તો શું તમારા બગીચામાં લાંબી નિસરણી પડી હોય છે ?"

"ના, શ્રીમાન હોમ્સ, તે જ તો સૌથી વધારે આશ્ચર્યજનક વાત છે. ત્યાં ક્યાંય બારી સુધી પહોંચવાનો એક પણ શક્ય રસ્તો નથી અને છતાં પણ તે ત્યાં હતા."

"ગઈ કાલે એટલે પાંચમી સપ્ટેમ્બરની વાત," હોમ્સે કહ્યું, "આ બાબત ખરેખર આખી બાબતને ઓર વધારે ગૂંચવી નાખે છે." હવે યુવતીનો આશ્ચર્ય પામવાનો વારો હતો.

"આ બીજી વાર તમે તારીખ પર આટલો ભાર આપ્યો છે, શ્રીમાન હોમ્સ," બેનેટે કહ્યું. "શું એ શક્ય છે કે તેની આપણા કેસ પર કોઈ અસર પડતી હોય ?"

"હા શક્ય છે - ખૂબ જ શક્ય છે - અને તેમ છતાં મારી પાસે હાલ સંપૂર્ણ માહિતી નથી."

"ક્યાંક તમે આ ગાંડપણને ચંદ્રના વધવા-ઘટવા સાથે સંબંધ હોય તેવું તો નથી વિચારી રહ્યા ને ?"

"ના, તે માટે હું તમને ખાતરી આપું છું. હું કંઈક અલગ જ વિચારી રહ્યો છું. તમે જરા તમારી આ નોંધપોથી મારી પાસે છોડી જાઓ અને હું તેમાંથી બધી જ તારીખો તપાસી જોઉં. હવે મને લાગે છે, વૉટસન, આપણી આગળની કામગીરીની દિશા તો સ્પષ્ટ થઈ ગઈ છે. આ યુવતીની જાણકારી પ્રમાણે મને હવે તેના વૃત્તાંત પર પૂર્ણ વિશ્વાસ છે કે તેણીના પિતાને ચોક્કસ આવી તારીખોએ બનેલા બનાવો યાદ નથી હોતા. તેમની આ બાબતનો ફાયદો ઉઠાવીને આપણે તેમની પાસે જઈશું અને તેમને એમ જણાવીશું કે તેમણે જ આપણને મુલાકાત માટે બોલાવ્યા હતા. તેમને તે બાબતે કશું યાદ નહીં હોય એટલે તેઓ આપણી મુલાકાત સ્વીકારી લેશે. આમ આપણે તેમના પર ખૂબ જ નજીકથી દેખરેખ રાખી શકીશું અને કંઈક વધારે માહિતી મેળવી શકીશું."

"આ ઉત્તમ ખ્યાલ છે," શ્રીમાન બેનેટે કહ્યું, "પણ હું તમને પહેલેથી જ ચેતવી દેવા માગું છું કે આજ કાલ પ્રોફેસરનો સ્વભાવ ખૂબ જ જંગલી અને હિંસક બની ગયો છે."

હોમ્સે સ્મિત કર્યું, "અમે એક વાર ત્યાં આવી જવાનો આગ્રહ રાખીએ છીએ તેની પાછળ એક કારણ છે - જો મારી ધારણા સાચી પડશે તો તે એક નક્કર કારણ સાબિત થશે. આવતી કાલે, શ્રીમાન બેનેટ, અમે તમને ચોક્કસ કેમ્કફોર્ડ મળીશું. જો મને યાદ હોય તો ત્યાં કોઈક ચેકર્સ કરીને લોજ આવેલી છે જે સામાન્ય લોકો કરતાં થોડી નીચલી કક્ષાની છે પણ ત્યાંનું ભોજન સારું હોય છે. મારા ખ્યાલથી, વૉટસન, આપણા આવનારા કેટલાક દિવસો થોડા ઓછા આનંદી સ્થળે પસાર થવાના છે."

સોમવારે સવારે તો અમે પ્રખ્યાત યુનિવર્સિટીના શહેરમાં હાજર થઈ ગયા - હોમ્સ માટે આ મુસાફરી ગોઠવવામાં કંઈ તકલીફ ન પડી કારણ કે તેને તે દરમિયાન

શહેરમાં કોઈ જ કામ નહોતું પણ મારે તેમ કરતાં કેટલીક વ્યવસ્થા કરવી પડી કારણ કે મારી તબીબી પ્રેક્ટિસ હમણાં સારી ચાલતી હતી. તેણે કહેલી પૌરાણિક હોટલના ઓરડામાં અમે પહોંચ્યા નહીં ત્યાં સુધી હોમ્સે કેસ બાબતે એક શબ્દ પણ ન ઉચ્ચાર્યો.

"મને લાગે છે, વૉટસન, કે આપણે બપોરના ભાણા પહેલાં પ્રોફેસરને મળી શકીશું. તે અગિયાર વાગ્યે વ્યાખ્યાન આપે છે અને પછી ભોજન માટે ઘરે જતા હોય છે."

"આપણે તેમને મળવા માટે કયું બહાનું બનાવીશું ?"

હોમ્સે પોતાની નોંધપોથીમાં એક નજર કરી.

"૨૬મી ઑગસ્ટનો તેમનો દિવસ થોડો ઉત્તેજિત રહ્યો હતો. આપણને ખબર છે કે તેવા સમયે તેમને પોતે શું કર્યું હોય છે તેનું સ્મરણ નથી હોતું. જો આપણે દબાણપૂર્વક કહીશું કે તે દિવસે તેમણે આપણને તેમની સાથે મુલાકાતની તારીખ આપી હતી તો તેઓ આપણા દાવાનો ઇન્કાર નહીં કરી શકે. તું તેમની ઉદ્ધતાઈનો સામનો કરવા માટે તો તૈયાર છે ને ?"

"હવે આપણે તે સહન કરવી જ પડે તેમ છે તો શું કરી શકીશું ?"

"ઉત્તમ, વૉટસન ! હાલ તો આપણી પાસે તેનો સામનો કર્યા સિવાય છૂટકો જ નથી. પણ આપણા પેલા મિત્ર આપણને તેમ કરવામાં ચોક્કસ મદદ કરશે."

એક ખુલ્લી ઘોડાગાડીમાં અમે કૉલેજના પ્રાંગણમાં થઈને પ્રોફેસરના ઘર તરફ હંકારી ગયા. રસ્તો વૃક્ષાચ્છાદિત હતો. છેવટે અમે એક સુંદર મજાના ઘરના દરવાજા આગળ આવીને થોભ્યા. તેની આસપાસ હરિયાળી લૉન પથરાયેલી હતી અને તેના પર જાંબલી ફૂલોની વેલો ફેલાયેલી હતી. પ્રોફેસર પ્રેસબરી નિઃશંકપણે સંપૂર્ણ સુવિધાઓથી નહીં પણ વૈભવથી પણ ઘેરાયેલા હતા. જ્યારે અમે તે ઘર આગળ થોભ્યા ત્યારે જ અમને બારી સામે રાખોડી વાળવાળું માથું દેખાયું, અને અમને ખ્યાલ આવ્યો કે જાડી ભ્રમરો હેઠળની આતુર આંખો અમારી તરફ તકાયેલી હતી. તેમની આંખો પર જાડા કાચવાળા ચશ્મા હતા. એકાદ મિનિટમાં તો અમે તે રહસ્યમયી વૈજ્ઞાનિકના ઓરડામાં હાજર થઈ ગયા. તેમની જ વિચિત્ર વર્તણૂકે અમને ત્યાં આવવા પ્રેર્યા હતા. હવે તે અમારી સામે ઊભા હતા. તેમની વર્તણૂક કે દેખાવમાં ક્યાંય પણ અમને વિલક્ષણતાનો નાનો સરખો પણ અણસાર ન દેખાયો, કારણ કે તેઓ વિશાળ વ્યક્તિત્વ ધરાવતા ગંભીર પુરુષ હતા. તે એક વ્યાખ્યાતાના દેખાવને સંપૂર્ણ બંધબેસતા હતા. તેમની આંખો તેમનું સૌથી નોંધનીય અંગ હતું. તે ખૂબ જ આતુર, સચેત અને તીક્ષ્ણ હતી.

તેણે અમારાં વિઝિટિંગ કાર્ડ જોયાં. "મહેરબાની કરીને બેસો, સદ્‌ગૃહસ્થો. હું તમારા માટે શું કરી શકું ?"

શ્રીમાન હોમ્સે મિત્રતાભર્યું સ્મિત વેર્યું.

"હું તો ખુદ તમને જ આ પ્રશ્ન પૂછવા માગતો હતો, પ્રોફેસર."

"મને !"

"મારા ખ્યાલથી કોઈક ભૂલ થઈ રહી લાગે છે. મેં કોઈક બીજી વ્યક્તિ દ્વારા સાંભળ્યું હતું કે કેમ્ફોર્ડના પ્રોફેસર પ્રેસબરીને મારી સેવાની જરૂર છે."

"અરે, ખરેખર !" મેં તેમની તીવ્ર સિલેટીયા આંખોમાં એક જાતની દુષ્ટ ચમક જોઈ. "તમે સાંભળ્યું છે, તમે ? શું હું તે માહિતી આપનારનું નામ જાણી શકું ?"

"મને માફ કરજો, પ્રોફેસર, પણ આ બાબત ખૂબ જ ખાનગી છે. પણ જો મેં કોઈ ભૂલ કરી હોય તો મને નથી લાગતું કે તેનાથી કોઈ નુકસાન થવાનું હોય. હું માત્ર તમારી માફી માગી શકું."

"ના, તેની જરા પણ જરૂર નથી. હું તો આ બાબતમાં ઓર આગળ જવા માગું છું. આમાં મને ખરેખર રસ પડ્યો છે. તમારી પાસે આ મુલાકાત બાબતનું કોઈ લખાણ છે, કોઈ પત્ર કે પછી કોઈ તાર, કે જેના દ્વારા તમારો દાવો સાબિત થઈ શકે ?"

"ના, મારી પાસે નથી."

"તો પછી તમે મેં તમને બોલાવ્યા હોવાનો દાવો જરા પણ ન કરી શકો, કરી શકો ?"

"હું કોઈ પણ પ્રશ્નોના જવાબ આપવા માટે બંધાયેલો નથી," હોમ્સે કહ્યું.

"ના, તેમ ન કહેતા," પ્રોફેસરે કઠોરતાથી કહ્યું, "જો કે તમારી મદદ વગર જ આપણે તે જાણી શકીશું."

તે ઘંટડી વગાડવા ઓરડાના એક ખૂણે ગયા. અમારા લંડનના મિત્ર શ્રીમાન બેનેટે ઘંટડીનો જવાબ આપ્યો.

"અંદર આવો, શ્રીમાન બેનેટ. આ બન્ને સદ્‌ગૃહસ્થો લંડનથી આવ્યા છે અને તેમને એવું લાગે છે કે તેમને અહીં બોલાવવામાં આવ્યા છે. તમે જ મારો બધો પત્રવ્યવહાર સંભાળો છો. તમારી પાસે એવી કોઈ નોંધ છે જેમાં આપણે હોમ્સ નામની વ્યક્તિ સાથે કોઈ વ્યવહાર કર્યો હોય ?"

"ના, સાહેબ," બેનેટે ફફડતાં જવાબ આપ્યો.

"સમજાઈ ગયું ?" પ્રોફેસરે મારા મિત્ર સામે ગુસ્સાથી તાકી રહેતાં કહ્યું, "હવે, સાહેબ" --- તે પોતાના બન્ને હાથ ટેબલ પર ટેકો દઈને આગળ નમ્યા --- "હવે મને તમારી સ્થિતિ થોડી શંકાસ્પદ લાગે છે."

હોમ્સે પોતાના ખભા ઉછાળ્યા.

"હું માત્ર તમારી ફરી માફી માગું છું કે અમે તમારા કામમાં ખલેલ પહોંચાડી. આથી વિશેષ તો હું શું કહી શકું ?"

"એટલાથી નહીં ચાલે, શ્રીમાન હોમ્સ !" વૃદ્ધ માણસે મોટી ચીસ પાડતાં કહ્યું. તેમનો ચહેરો ગુસ્સાથી લાલ થઈ ગયો હતો. અમે બહાર નીકળતા હતા ત્યાં તેઓ

અમારી અને દરવાજા વચ્ચે આવી ગયા અને આવેશમાં પોતાના બન્ને હાથ પહોળા કરી દીધા અને કોઈ રઘવાયા માણસની જેમ અમારી તરફ ધસી આવ્યા. "આમ કંઈ તમે અહીંથી સરળતાથી બહાર નહીં નીકળી શકો. તેમણે પોતાના દાંત કચકચાવ્યા અને પાગલની જેમ પોતાનું માથું ધુણાવ્યું અને જાણે પોતાને કશું જ ભાન ન હોય તેમ કંઈક અસ્પષ્ટ બબડવા માંડ્યા. મને તો એમ જ થઈ ગયું કે અમારે તેમની સાથે સંઘર્ષ કરીને જ ઓરડામાંથી બહાર નીકળવું પડશે. પણ ભલું થાય શ્રીમાન બેનેટનું કે તેઓ વચ્ચે પડ્યા અને અમે હિંસા કર્યા વગર બહાર નીકળી શક્યા.

"વહાલા પ્રોફેસર," તેણે મોટેથી કહ્યું, "તમે તમારા મોભાની તો જરા દરકાર કરો ! જરા વિચાર તો કરો કે તમારા આવા વ્યવહારની યુનિવર્સિટીમાં ખબર પડશે તો શું થશે ! શ્રીમાન હોમ્સ એક જાણીતી વ્યક્તિ છે. તમે તેમની સાથે આટલા અનાદરપૂર્વક ન વર્તી શકો."

અમારા યજમાન જાણે પોતાના વર્તનથી ખિન્ન થઈ ગયા હોય તેવું લાગ્યું. તેમણે તરત જ અમારા માટે રસ્તો કરી આપ્યો. અમે બહાર આવીને થોડા હળવા થયા અને પછી તરત જ ઘરની બહાર નીકળવા લાગ્યા. હોમ્સને જાણે આ પ્રસંગથી મજા આવી હોય તેવું લાગતું હતું.

"આપણા આ જ્ઞાની મિત્ર ખરેખર પોતાનો માનસિક કાબૂ ગુમાવી બેઠા લાગે છે." તેણે કહ્યું, "કદાચ આપણી આ દખલગીરી થોડી અણઘડ હતી પણ હું તેમની સાથે જે વ્યક્તિગત સંપર્ક સાધવા માગતો હતો તે સધાઈ ગયો. પણ, અરે આ શું, વૉટસન તે આપણી પાછળ આવી રહ્યા છે કે શું ? તે દુષ્ટ હજુ પણ આપણો પીછો કરવા માગે છે."

અમારી પાછળ કોઈકના દોડવાનો અવાજ આવી રહ્યો હતો, પણ મેં પાછળ વળીને જોયું તો મને રાહત થઈ કે તે અમારા ઉગ્ર જ્ઞાની મિત્ર નહીં પણ તેમના મદદનીશ હતા જે અમને વળાંક આગળ મળવા દોડી આવ્યા હતા. તે હાંફતાં હાંફતાં અમારી આગળ ઊભા રહ્યા.

"મને માફ કરજો, શ્રીમાન હોમ્સ. હું તમારી માફી માગવા આવ્યો છું."

"વહાલા, સાહેબ, તેની કોઈ જ જરૂર નથી. આવા બધા અનુભવો તો અમને અમારા વ્યવસાયમાં અવારનવાર થતા હોય છે."

"મેં તેમને આ પહેલાં ક્યારેય આવા ખતરનાક મિજાજમાં નથી જોયા. પણ તે વધારે અને વધારે ભયાવહ થતા જાય છે. તમે હવે સમજી શકશો કે શા માટે તેમની દીકરી અને હું આટલાં સજાગ થઈ ગયાં છીએ અને તેમ છતાં તેમનું મગજ સંપૂર્ણ સ્વસ્થ છે."

"ગજબનું સ્વસ્થ !" હોમ્સે કહ્યું, "મારી ગણતરીમાં ભૂલ થઈ ગઈ હતી. તેમની યાદશક્તિ તો ઘણી બધી ભરોસાપાત્ર છે. મારી ધારણા કરતાં ક્યાંય વધારે. એ બધું તો ઠીક પણ અમે જતાં પહેલાં કુમારી પ્રેસબરીના ઓરડાની બારી જોઈ શકીએ ?"

શ્રીમાન બેનેટે ઝાડીઓ વચ્ચેથી રસ્તો કર્યો અને અમે ઘરની બીજી બાજુ તરફ ગયા.

"તે રહી, ડાબેથી બીજી બારી તેણીના ઓરડાની છે."

"વહાલા સાહેબ, ત્યાં તો ભાગ્યે જ પહોંચી શકાય. અને તેમ છતાં તમે જોઈ શકો છો કે તેની નીચે આવેલી વેલ અને તેની ઉપર આવેલી પાણીની પાઈપ પર પગ રાખવાની થોડી જગ્યા છે."

"પણ હું તો મારી જાતે ત્યાં ન ચડી શકું," શ્રીમાન બેનેટે કહ્યું.

"સાચી વાત છે. એક સામાન્ય માણસ માટે તે ખૂબ જ જોખમ માગી લેતું કામ છે."

"બીજી એક બાબત છે જે હું તમને કહેવા માગું છું, શ્રીમાન હોમ્સ. મને પ્રોફેસર જે વ્યક્તિને લંડનમાં પત્ર લખે છે તેનું સરનામું મળી ગયું છે. તેમણે આજે સવારે જ તેને એક પત્ર લખ્યો છે અને મને તેમના બ્લોટિંગ પેપર પરથી તે મળી ગયું છે. જો કે આ કામ એક વિશ્વાસુ સચિવ માટે શરમજનક કહેવાય પણ આથી વિશેષ હું શું કરી શકું ?"

હોમ્સે કાગળિયા પર એક નજર કરી અને પછી તેને પોતાના ખિસ્સામાં મૂકી દીધું.

"ડોરાક - વિચિત્ર નામ છે. મારી ધારણા પ્રમાણે સ્લેવોનિક લાગે છે. આ આપણી સાંકળમાંની એક ખૂબ જ મહત્ત્વની કડી છે. અમે આજે બપોરે લંડન પાછા ફરી રહ્યા છીએ, શ્રીમાન બેનેટ. મને નથી લાગતું કે હવે અમારા અહીં વધારે રોકાવાથી કોઈ ફાયદો થવાનો હોય. આપણે કંઈ પ્રોફેસરની ધરપકડ ન કરી શકીએ કારણ કે તેમણે કશો જ કોઈ ગુનો નથી કર્યો, કે પછી તેમને જાપ્તા હેઠળ પણ ન રાખી શકાય કારણ કે તેમને આપણે પાગલ પણ પુરવાર કરી શકીએ તેમ નથી. હાલ તો આપણા માટે કોઈ જ પગલું લેવું શક્ય નથી."

"તો પછી હવે આપણે શું કરવું જોઈએ ?"

"થોડી ધીરજ રાખો, શ્રીમાન બેનેટ. ટૂંક જ સમયમાં બધું ગતિમાન થઈ જશે. અને જો હું ભૂલ ન કરતો હોઉં તો આવતા મંગળવારે કોઈક ઘટના ચોક્કસ ઘટવાની છે. ચોક્કસ તે દિવસે અમે કેમ્ફોર્ડમાં જ હોઈશું. તે દરમિયાન સ્થિતિ જરા પણ સુધરવાની નથી અને જો તે દરમિયાન કુમારી પ્રેસબરી શહેરની પોતાની મુલાકાત લંબાવે---"

"તેમાં કશો જ વાંધો નહીં આવે."

"તો પછી જ્યાં સુધી આપણે તેણીને ખતરો ટળ્યાની ખાતરી ન આપી શકીએ ત્યાં સુધી શહેરમાં જ રોકાવાનું કહીએ. તે દરમિયાન પ્રોફેસરને જેમ વર્તવું હોય તેમ વર્તવા દેજો, તેમને ખલેલ ન પહોંચાડતા. જ્યાં સુધી તેમનો મિજાજ સારો છે ત્યાં સુધી બધું સુરક્ષિત છે."

"તે બહાર આવ્યા લાગે છે !" બેનેટે ગુસપુસ અવાજમાં ખચકાટ સાથે કહ્યું. બે ડાળખીઓની વચ્ચેથી અમે જોયું કે પ્રોફેસરની વિશાળ કાયા હૉલના બારણા બહાર

ઊભી હતી અને તે આજુબાજુ નજર ફેરવી રહ્યા હતા. તે પોતાના બન્ને હાથ આગળની બાજુએ લટકાવીને વિચિત્ર રીતે ઊભા હતા. તેમના હાથ તેમની આગળ લબડી રહ્યા હતા અને તેમનું માથુ આમતેમ હલી રહ્યું હતું. સચિવ ઝાડીઝાંખરામાં થઈને અમારાથી દૂર થઈ ગયો અને થોડી જ ક્ષણોમાં અમે તેને પ્રોફેસર સાથે જોડાતો જોયો અને પછી બન્ને ઘરમાં જતા રહ્યા. તેમની વચ્ચે કોઈક ઉગ્ર વાતચીત થતી હોય તેવું લાગ્યું.

"મને લાગે છે કે આપણા આ વૃદ્ધ પ્રોફેસર એકને એક બે કરવાનો પ્રયત્ન કરી રહ્યા છે," હોમ્સે જ્યારે અમે હોટલ તરફ રવાના થયા ત્યારે કહ્યું. "હું તેમને ભલે થોડી જ ક્ષણો મળી શક્યો પણ તેમના બુદ્ધિશાળી અને સ્પષ્ટ મગજનો મને સારો એવો પરચો મળી ગયો છે. ચોક્કસ તેઓ સ્ફોટક રહ્યા પણ તેમાં કોઈ જ શંકા નથી કે તેમના દૃષ્ટિકોણે તેમને શંકા ગઈ હોય કે તેમના પર ગુપ્તચરો મૂકવામાં આવ્યા છે અને તેમને તેમના પોતાના લોકો દ્વારા જ મૂકવામાં આવ્યા છે. અને મને તેમાં પણ જરાય નવાઈ નથી લાગતી કે આપણા મિત્ર શ્રીમાન બેનેટનો હવે પછીનો સમય થોડો કષ્ટદાયક સાબિત થવાનો છે."

હોમ્સ એક પોસ્ટ ઑફિસ આગળ રોકાયો અને ત્યાંથી તેણે એક તાર રવાના કર્યો. તેને તે સાંજે જ તેનો જવાબ મળી ગયો અને તેણે તે તાર મારી તરફ નાખ્યો. જે આ પ્રમાણે હતો :

કોમર્શિયલ રોડ ખાતે ગયો હતો અને શ્રીમાન ડોરાકને પણ મળ્યો. મીઠડો માણસ છે, બોહેમિયન છે, વૃદ્ધ છે. તેનો એક મોટો જનરલ સ્ટોર પણ છે.

મર્સર.

"મર્સર આપણો જ માણસ છે," હોમ્સે કહ્યું, "તે મારી સામાન્ય જરૂરિયાતો પૂરી કરી આપે છે અને સામાન્ય કામ પણ સારી રીતે કરી જાણે છે. આપણા આ પ્રોફેસર જે માણસ સાથે ગુપ્ત પત્ર-વ્યવહાર કરી રહ્યા છે તેની ઉપરછલ્લી જાણકારી મેળવવી ખૂબ જ જરૂરી છે. તેની રાષ્ટ્રીયતા પ્રોફેસરની પ્રાગની મુલાકાત સાથે સંબંધ દર્શાવે છે."

"ભગવાનનો આભાર કે કોઈક વસ્તુ તો કોઈક સાથે સંબંધિત નીકળી," મેં કહ્યું, "નહીંતર અત્યાર સુધી તો આપણે એવી ઘટનાઓની વાતો કરી રહ્યા હતા જેનો એકબીજા સાથે જાણે કોઈ સંબંધ જ નહોતો જણાતો. દાખલા તરીકે, કૂતરા અને પ્રોફેસરની બોહેમિયાની મુલાકાત વચ્ચે વળી શું સંબંધ હોય, અને તે પણ કે તેનો અને રાત્રે પોતાની જ પરસાળમાં ગોઠણિયાભેર ઢસડાઈને ચાલતા પ્રોફેસર સાથે શું સંબંધ હોય ? અને વળી તું તારીખો સાથે જે રીતે વળગેલો છે તેનું પણ મને હજુ કશું જ સમજાતું નથી."

હોમ્સે સ્મિત કર્યું અને પોતાના હાથ ઘસ્યા. તે વખતે અમે તે પૌરાણિક હોટલના જૂના ઓરડામાં ખુરશી પર બેઠા હતા.

"સારું, તો આપણે હવે પહેલાં તારીખોની જ વાત કરીએ," તેણે પોતાના બન્ને હાથોની આંગળીઓને એકબીજા સાથે ટપકારતાં જાણે કોઈ વિદ્યાર્થીઓ ભરેલા વિશાળ

ખંડને સંબોધતો હોય તેમ કહ્યું, "આપણા બુદ્ધિશાળી અસીલની નોંધપોથી દર્શાવે છે કે પહેલી વાર બીજી જુલાઈએ સમસ્યા દશ્યમાન થઈ, અને ત્યાર પછી દર નવ દિવસના અંતરાલમાં તે જ પ્રકારની ઘટના બનતી ગઈ - માત્ર એક અપવાદ સિવાય. છેલ્લે જ્યારે કટોકટી સર્જાઈ ત્યારે ત્રીજી સપ્ટેમ્બર એટલે ગયો શુક્રવાર હતો. જે ૨૬મી ઑગસ્ટે બનેલા બનાવથી બરાબર નવ દિવસે બન્યો હતો અને આ કોઈક જોગાનુજોગ નહોતો."

મારે તે વાત માનવી જ પડી.

"સારું તો આટલાથી આપણે એવી ધારણા લગાવીએ છીએ કે દર નવ દિવસે પ્રોફેસર કોઈક તીવ્ર પ્રકારની ડ્રગ લે છે જેની ખૂબ જ ઝેરી અસર તેમના પર થાય છે. તેમનો જે કુદરતી ઉગ્ર સ્વભાવ છે તે તેનાથી ઓર વધારે પ્રભાવિત થાય છે. તેઓ જ્યારે પ્રાગમાં હતા તે સમય દરમિયાન તેમણે આ દવા લેવાની શરૂ કરી હશે, અને હવે લંડનમાં આવેલા એક બોહેમિયન દલાલ દ્વારા તેમને તે દર નવ દિવસે પૂરી પાડવામાં આવે છે. આ બધું એકસાથે બને છે, વૉટસન !"

"પણ કૂતરાનું શું, અને પેલો બારી આગળનો ચહેરો, પરસાળમાં ઘસડાતા ગોઠણે ચાલતો માણસ ?"

"હા, હા, પણ હજુ તો આપણે શરૂઆત જ કરી છે. મને આવતા મંગળવાર સુધી કશું જ નવું બને તેવી કોઈ જ શક્યતા નથી લાગતી. તે દરમિયાન આપણે માત્ર શ્રીમાન બેનેટના સંપર્કમાં રહેવાનું છે અને તે દરમિયાન આ સુંદર શહેરને સંપૂર્ણપણે માણવાનું છે."

બીજી સવારે શ્રીમાન બેનેટ ગમે તેમ કરીને અમને અહેવાલ આપવા આવી પહોંચ્યા. હોમ્સે કહ્યું હતું તેમ તેમના માટે તે સમય જરા પણ સારો નહોતો. અમારી હાજરી માટે તેમને સીધા જ જવાબદાર ગણાવ્યા વિના પણ તેમનું વર્તન શ્રીમાન બેનેટ સાથે આકરું થઈ ગયું હતું અને હંમેશા તેમને શ્રીમાન બેનેટ પ્રત્યે કોઈ ને કોઈ ફરિયાદ રહ્યા કરતી. આજે સવારે ફરી તેઓ બહાર ગયા હતા અને પોતાના વિદ્યાર્થીઓથી છલકાતા વર્ગને વ્યાખ્યાન આપ્યું હતું. "તેઓ આજે ઘણા શાંત હતા," બેનેટે કહ્યું, "પણ તેમનામાં હું જાણું છું તેના કરતાં ક્યાંય વધારે ઉત્સાહ અને ઊર્જા આવી ગયાં છે. તેમનું મગજ પણ ક્યારેય આટલું સ્પષ્ટ નહોતું. પણ આ તે નથી - આ તે માણસ જ નથી જેમને અમે જાણતા હતા."

"મને નથી લાગતું કે અઠવાડિયા સુધી તમારે કોઈ ભય રાખવાની જરૂર હોય," હોમ્સે જવાબ આપ્યો, "હું એક વ્યસ્ત માણસ છું, અને ડૉ. વૉટસનને પણ પોતાના દર્દીઓને તપાસવાના હોય છે. તો હવે આપણે નક્કી કરીએ છીએ કે આવતા મંગળવારે આ જ સમયે આપણે ફરી અહીં જ મળીશું. અને જો તે વખતે હું તમારી સમસ્યાને સ્પષ્ટ નહીં કરું, તેનું નિરાકરણ નહીં લાવું તો મને તેનું ઘણું આશ્ચર્ય થશે. તે દરમિયાન ટપાલ દ્વારા અમને ખબર જણાવતા રહેજો."

ત્યાર પછીના કેટલાક દિવસ મને મારા મિત્ર તરફથી કોઈ જ સમાચાર ન મળ્યા, પણ બીજા સોમવારની સાંજે મારા પર તેના તરફથી એક ટૂંકી ચિઠ્ઠી આવી કે પછીના દિવસે મારે તેને સ્ટેશન પર મળવું. કેમ્બ્રિજની મુસાફરી દરમિયાન તેણે મને કહ્યું કે પ્રોફેસરના ઘરમાં આ સમય દરમિયાન સંપૂર્ણ શાંતિ છવાયેલી રહી હતી અને તેમનું પોતાનું વર્તન પણ ખૂબ જ સામાન્ય રહ્યું હતું. શ્રીમાન બેનેટ પણ જ્યારે તેઓ અમને અમારી તે પૌરાણિક હોટલના ઓરડામાં સાંજે મળવા આવ્યા ત્યારે આ જ અહેવાલ ફરી આપ્યો હતો. "તેમની લંડનની પેલી વ્યક્તિ દ્વારા આજે જ તેમના પર પત્ર આવ્યો છે અને સાથે સાથે કોઈક નાનકડું એવું પડીકું પણ આવ્યું છે. અને તે બન્નેની ટિકિટો નીચે નિશાની કરવામાં આવી છે. કે જેને મને અડવાની પણ મનાઈ ફરમાવવામાં આવી છે. આ સિવાય બીજું કશું જ નથી."

"તેટલાથી ઘણું બધું સાબિત થઈ જાય છે," હોમ્સે ગંભીરતાથી કહ્યું, "હવે, શ્રીમાન બેનેટ, મને લાગે છે કે આજે રાત્રે આપણે કોઈક નક્કર તારણ પર આવી જઈશું. જો મારાં તારણો સાચ્ચાં હશે તો મને ખાતરી છે કે આપણે આ આખાયે રહસ્યને સ્પષ્ટ કરી શકીશું. તેમ કરવા માટે એ જરૂરી છે કે પ્રોફેસર આપણા નિરીક્ષણ હેઠળ રહે. તે માટે હું તમને સલાહ આપું છું કે આજે રાત્રે તમારે જાગતા રહેવાનું છે અને તેમના પર નજર રાખવાની છે. જો તમે તેમને તમારા ઓરડા પાસેથી પસાર થતાં સાંભળો તો તેમને જરા પણ ખલેલ ન પહોંચાડતાં, પણ તેમનો બને તેટલી ચુપકીદીથી પીછો કરવો. ડૉ. વૉટસન અને હું તમારાથી દૂર નહીં હોઈએ. હવે મને એ કહો કે તમે જે પેલા પેલા નાનકડા લાકડાના ડબ્બાની વાત કરી હતી તેની ચાવી ક્યાં છે ?"

"તેમની ખિસ્સા ઘડિયાળની સાંકળમાં."

"મને લાગે છે કે હવે પછીનું આપણું સંશોધન તે તરફનું હશે. જો ચાવી નહીં મળે તો મને નથી લાગતું કે તેનું તાળુ ચાવી વગર ખોલવું અઘરું હશે. તમારી પાસે ઘરમાં બીજી કોઈ સક્ષમ વ્યક્તિ છે ખરી ?"

"ઘોડાગાડીવાળો, મેકફેઈલ."

"તે ક્યાં સૂવે છે ?"

"ઘોડાર પર."

"શક્ય છે કે આપણને તેની જરૂર પડે. હવે જ્યાં સુધી આગળ કશુંક બને નહીં ત્યાં સુધી આપણે કશું જ કરી શકીએ તેમ નથી. આવજો - પણ મને લાગે છે કે આપણે સવાર પહેલાં ચોક્કસ ફરીવાર મળીશું."

મધ્ય રાત્રી પહેલાં તો અમે પ્રોફેસરના ઘર આગળ પહોંચી ગયા અને તેમના આગળના દરવાજાથી દૂર આવેલી ઝાડીઓમાં ગોઠવાઈ ગયા. તે એક સુંદર રાત હતી પણ ગજબની ઠંડી હતી. જો કે અમારા ગરમ કોટ અમને સારી હૂંફ આપતા હતા. હળવો

પવન ફુંકાતો હતો અને વાદળાં વારંવાર અર્ધ ચંદ્રને પોતાનામાં છુપાવી દેતાં હતાં. કંઈક ઉત્તેજિત બનવાની અમને અપેક્ષા ન હોત તો આ જગ્યાએ છુપાવું ઘણું કંટાળાજનક હતું. જો મારા મિત્રને પોતાનાં તારણો સાચ્ચાં પડવાની ખાતરી ન હોત અને સમસ્યાનું સમાધાન થવાની ખાતરી ન હોત તો અમે અહીં રહી જ શક્યા ન હોત.

"જો આપણી નવ દિવસના ચક્રની ધારણા સાચી પડશે તો આજે પ્રોફેસર પોતાના સૌથી આક્રમક મિજાજમાં જોવા મળશે," હોમ્સે કહ્યું, "હકીકત એ છે કે તેમનામાં આવેલું આ વિચિત્ર પરિવર્તન તેમની પ્રાગની મુલાકાત બાદ આવ્યું છે. અને તેમનો પેલા લંડનના બોહેમિયન દલાલ સાથેનો ગુપ્ત પત્રવ્યવહાર દર્શાવે છે કે તે પ્રાગમાં આવી દવા વેચતા કોઈક વ્યક્તિનો વચેટિયો છે અને તે આ ચોક્કસ દિવસે તેની પાસેથી એક પડીકું મેળવે છે; આ બધા જ મુદ્દા એક જ દિશા તરફ નિર્દેશ કરે છે. તે શું લઈ રહ્યા છે અને શા માટે લઈ રહ્યા છે તે હજુ આપણી જાણમાં નથી. પણ તે તો આપણને પ્રાગથી જ જાણવા મળી જશે. પણ કોઈક ચોક્કસ સૂચના પ્રમાણે જ તે આ દવા નવ નવ દિવસના અંતરાયે લેતા હશે અને આ જ મુદ્દાએ સૌ પ્રથમ મારું ધ્યાન દોર્યું હતું. પણ તેનાં લક્ષણો ખૂબ જ નોંધનીય છે. તેં તેમના હાથની આંગળીના સાંધા જોયા ?"

મારે માનવું પડ્યું કે મેં નહોતા જોયા.

"તે જાડા અને સખત હતા જે મારા અનુભવ પ્રમાણે અનોખા છે. વૉટસન, મેં તને હંમેશા કહ્યું છે કે હંમેશા પહેલાં હાથનું નિરીક્ષણ કરવું. પછી બાંયના કફ, પાટલૂનના ગોઠણ અને જૂતાં. આવા વિચિત્ર પંજા તો કોઈ જાતની પ્રક્રિયામાંથી પસાર થયા બાદ જ થઈ શકે---" હોમ્સ અચાનક બોલતાં બોલતાં અટકી ગયો અને પોતાના કપાળ પર હાથ માર્યો. "અરે, વૉટસન, વૉટસન, હું કેવો મૂર્ખો છું ! આ એક ખૂબ જ અદ્ભુત બાબત છે, અને છતાં પણ સાચી છે. બધા જ મુદ્દાઓ એક જ દિશા તરફ નિર્દેશ કરે છે. હું આ મુદ્દાને કેવી રીતે ભૂલી ગયો ? અને કૂતરો ! ઈવિની વેલ ! મારે ચોક્કસ મારી કલ્પનામાં સરી પડવા જેવું હતું. જો, વૉટસન ! એ રહ્યા તે ! આપણને આખરે તેમનું આ સ્વરૂપ જોવાનો અવસર મળ્યો ખરો.

હૉલનો દરવાજો ધીમેક રહીને ખૂલ્યો, અને ફાનસનાં ઝાંખા અજવાળામાં અમે પ્રોફેસર પ્રેસબરીની લાંબી કાયા જોઈ. તેમણે તેમનો ડ્રેસિંગ ગાઉન પહેર્યો હતો. તે પોતાના દરવાજાના ઉંબરે ઊભા હતા પણ તે આગળની તરફ નમેલા હતા અને તેમના હાથ પણ આગળની તરફ લબડેલા હતા બરાબર તેવી જ રીતે જેવી રીતે અમે તેમને જોયા હતા.

પછી તેઓ બહાર ફળિયામાં આવ્યા અને તેમનામાં અચાનક એક અતિ અસામાન્ય પરિવર્તન આવ્યું. તેઓ ગોઠણિયાવાળી સ્થિતિમાં સંકોચાઈ ગયા અને કોઈ ચાર પગા પ્રાણીની જેમ જમીન પર ચાલવા લાગ્યા. તેમની તે વખતની ઊર્જા અને ઉત્સાહ ગજબનાં

હતાં. તે ઘરની આગળના ભાગથી બીજા ખૂણા તરફ આ જ રીતે ગયા. જેવા તે ત્યાંથી ગાયબ થયા કે તરત જ બેનેટ પણ હૉલના દરવાજામાંથી ખૂબ જ શાંતિથી બહાર આવ્યો.

"આવ, વૉટસન, આવ !" હોમ્સે ચીસ પાડી અને અમે બની શકે તેટલી ચુપકીદીથી ઝાડીઓમાં રસ્તો કરતા જ્યાં સુધી ઘરની બીજી બાજુ ન દેખાય ત્યાં સુધી આગળ ગયા. ઘરની તે તરફ ચાંદનીનો ઊજળો પ્રકાશ પડતો હતો. પ્રોફેસરને અમે ખૂબ જ સ્પષ્ટપણે ઇવિથી ઘેરાયેલી દીવાલ પર ચડતા જોઈ શકતા હતા. અમે તેમને જોયા કે તરત જ તેઓ ખૂબ જ ચપળતાથી ઉપર ચડવા લાગ્યા. એક ડાળીથી બીજી ડાળી તેઓ કૂદી રહ્યા હતા. તેમના પગની ચપળતા અને હાથની પક્કડ ખૂબ જ મજબૂત હતાં. તેમને જાણે આમ કરવામાં અત્યંત મજા આવતી હોય તેવું લાગતું હતું. આ સિવાય તેમના ચહેરા પર બીજા કશા જ ભાવ નહોતા દેખાતા. તેમના ડ્રેસિંગ ગાઉનની બન્ને બાજુ કોઈ પાંખોની જેમ લહેરાઈ રહી હતી. તે દૃશ્ય જોઈને એવું લાગતું હતું કે જાણે તેમના ઘરની દીવાલ પર કોઈ મોટું ચામાચીડિયું ન ચોંટ્યું હોય. તેમને જાણે હવે તેમના આ પરાક્રમનો કંટાળો આવતો હોય તેમ તેમણે ફરી ડાળીઓ પર કૂદી કૂદીને નીચે આવવા માંડ્યું અને પહેલાંની જેમ ચોપગા થઈને તબેલા ભણી ચાલવા લાગ્યા. તેમનો કૂતરો બહાર જ બાંધવામાં આવ્યો હતો અને હવે તે અત્યંત ખતરનાક રીતે ઘૂરકી રહ્યો હતો. તે પોતાના માલિકનું આવું રૂપ જોઈને ઓર ઉત્તેજિત થઈ ગયો હતો. તે પોતાની સાંકળને જોરદાર રીતે ખેંચી રહ્યો હતો અને ગમે તેમ કરીને ત્યાંથી છૂટવા માગતો હતો. પ્રોફેસર હાથે કરીને તે પ્રાણીને ચીડવતા હતા અને તેની એકદમ નજીક જતા રહ્યા હતા. તેમણે ઘણા બધા પથરા પગદંડી પરથી લીધા અને તેને કૂતરાના મોઢા પર નાખવા માંડ્યા હતા અને બાજુમાં જ પડેલી લાકડીથી કૂતરાને ગોદા મારવા લાગ્યા. તેમનો હાથ કૂતરાના મોઢાથી વેંત જેટલો જ દૂર હતો અને કોઈ પણ ભોગે તે તે ઉત્તેજિત થયેલા પ્રાણીને ઓર ઉત્તેજિત કરવા મથી રહ્યા હતા. તે કૂતરો એમ પણ હવે જરા પણ અંકુશમાં નહોતો રહ્યો. તે બરાબરનો ચિડાયો હતો. મેં મારી જિંદગીમાં આટલું વિચિત્ર દૃશ્ય નહોતું જોયું. એક ખૂબ જ જ્ઞાની માણસ ચોપગા પ્રાણીની જેમ વર્તી રહ્યો હતો અને એક કૂતરાને તે અત્યંત ઉત્તેજિત કરી રહ્યો હતો. જો કૂતરો છૂટી જાય તો ભગવાન જ જાણે કે તેમની શું હાલત થાય.

અને ત્યાં અચાનક તેમ જ બન્યું ! કૂતરાને બાંધેલી સાંકળ તો ના તૂટી પણ તેના ગળામાં ભરાવેલો જે પટ્ટો હતો તે ઢીલો થઈ ગયો, કારણ કે તે કોઈ જાડા ગળાવાળા ન્યુફાઉન્ડલૅન્ડના કૂતરા માટે બન્યો હતો. અમને કોઈ ધાતુ અફળાવાનો અવાજ આવ્યો અને બીજી જ ઘડીએ અમે જોયું કે પ્રોફેસર અને પેલો કૂતરો બાથંબાથી પર આવી ગયા હતા અને જમીન પર આળોટી રહ્યા હતા. એક ભયાનક રીતે ઘૂરકી રહ્યું હતું જ્યારે બીજો વિચિત્ર ચિચિયારીઓ પાડી રહ્યો હતો. પ્રોફેસરનો જીવ જોખમમાં હતો. કૂતરાએ

પ્રોફેસરને ગળેથી બરાબરના પકડી લીધા હતા. તેના દાંત ઘણા અંદર સુધી પ્રોફેસરના ગળામાં ખૂંપી ગયા હતા. તેમને તેની પકડમાંથી છોડાવવા અમારા માટે ખતરનાક કામ હતું. પણ શ્રીમાન બેનેટની હાજરી અને તેમના અવાજે તે વિશાળ કૂતરાને કાબૂમાં કરી લીધો. આ આખાયે ઘોંઘાટે તબેલા ઉપર આવેલા ઓરડામાં સૂતેલા ઘોડાગાડીવાળાને જગાડી મૂક્યો અને તે દિગ્મૂઢ થઈને બહાર દોડી આવ્યો, "મને જરા પણ આશ્ચર્ય નથી થયું," તેણે પોતાનું માથું ધુણાવતાં કહ્યું, "મેં તેમને અગાઉ પણ આ હાલતમાં જોયા છે. મને ખબર હતી કે વહેલા કે મોડા કૂતરો તેમને પકડી જ લેશે."

કૂતરાને પાછો બાંધી દેવામાં આવ્યો અને અમે બધા ભેગા થઈને પ્રોફેસરને તેમના ઓરડામાં લઈ ગયા. ત્યાં પોતાની પાસે મેડિકલની ડિગ્રી હોવાથી બેનેટે પણ તેમની સારવાર કરવામાં મારી મદદ કરી. ગળાની લોહીવાળી નસોની એકદમ નજીક કૂતરાના દાંત ઘણા અંદર સુધી ઊતરી ગયા હતા. જો કે અડધા કલાક બાદ જોખમ ટળી ગયું. મેં પ્રોફેસરને મોર્ફિયાનું એક ઇંજેક્શન આપી દીધું અને તેઓ ઊંડા ઘેનમાં સરી પડ્યા. ત્યારે અને માત્ર ત્યારે જ અમે એકબીજા સામે જોવા પામ્યા અને પરિસ્થિતિની ચર્ચા કરવાની સ્થિતિમાં આવ્યાં.

"મારા ખ્યાલથી એક નિષ્ણાત સર્જનને તેમને બતાવવા પડશે." મેં કહ્યું.

"ભગવાનને ખાતર, જરા પણ નહીં !" બેનેટે મોટેથી કહ્યું, "હાલ પૂરતું તો આ આખીયે બાબત અમારા ઘર પૂરતી જ મર્યાદિત રહે તે સારું રહેશે. તે અમારા સુધી સુરક્ષિત રહેશે. જો આ દીવાલ બહાર એક શબ્દ પણ ગયો તો પછી તેને ફેલાતાં કોઈ જ નહીં રોકી શકે. તમે જરા તેમની યુનિવર્સિટી ખાતેના મોભા, યુરોપમાં તેમની નામના અને તેમની દીકરીની લાગણીનો વિચાર કરો."

"સાચી વાત છે," હોમ્સે કહ્યું, "મારા ખ્યાલથી એ જ સારું રહેશે કે આ બાબત ઘર પૂરતી જ મર્યાદિત રહે તો સારું. એમ પણ આપણી ફરજમાં તે નથી આવતું. હવે શ્રીમાન બેનેટ, તેમની ઘડિયાળની ચેઇનમાંથી પેલી ચાવી લઈ લો. મેકફેઇલ પ્રોફેસરનું ધ્યાન રાખશે અને આપણે પેલા નાનકડા રહસ્યમય ખોખામાં શું છે તે જાણી લેવું જોઈએ."

તેમાં કંઈ ખાસ નહોતું પણ જે હતું તેટલું અમારા માટે પૂરતું હતું. દવાની એક નાનકડી ખાલી શીશી હતી જ્યારે બીજી લગભગ ભરેલી હતી, એક સિરિંજ પણ હતી, આડાઅવળા અક્ષરોમાં લખાયેલા કેટલાક પત્રો હતા. પરબીડિયા પરની નિશાની જણાવતી હતી કે આ તે જ પત્રો હતા જેનો ઉલ્લેખ બેનેટે અમારી સમક્ષ કર્યો હતો અને જેના આવવાથી પ્રોફેસરનું રોજિંદું જીવન ખોરવાઈ જતું હતું. તેમાંના બધા પર કોમર્શિયલ રોડનું સરનામું હતું અને એ. ડોરાક નામ લખાયેલું હતું. તેમાં માત્ર નવી દવા મોકલ્યાનો અને પૈસા મળ્યાનો જ ઉલ્લેખ હતો. ત્યાં બીજું પણ એક પરબીડિયું હતું, જો કે તે કોઈ શિક્ષિત વ્યક્તિ દ્વારા લખવામાં આવ્યું હતું. તેના પર ઓસ્ટ્રિયાની ટિકિટ લાગી હતી

અને પ્રાગનો ટપાલનો સિક્કો મારેલો હતો. "આપણને જોઈએ છે તે આ રહ્યું !" હોમ્સે અંદરથી ચિઠ્ઠી કાઢતાં મોટેથી કહ્યું.

માનનીય સાથી :

તમારી મુલાકાત બાદ મેં તમારા મામલા પર ખૂબ વિચાર કર્યો અને તમે જે પરિસ્થિતિમાં છો તેમાં વિશિષ્ટ ચિકિત્સાની જરૂર પડે તેવું લાગે છે, અને તે કારણે જ હું તમારો કેસ હાથમાં લઉં છું. જો કે આ ચિકિત્સા જોખમ લીધા વગર થાય તેવી નથી.

મારી ધારણા પ્રમાણે તમારા માટે એન્થ્રેપોઈડની રસ્સી સારી રહેશે. અને તે માટે જ મેં તમને સમજાવ્યું તેમ કાળા ચહેરાવાળા લંગુરનો ઉપયોગ કર્યો છે કારણ કે તેનો જ નમૂનો પ્રાપ્ય હતો. લંગૂર એક ચોપગો અને ચપળતાથી ગમે ત્યાં ચડી જતો વાંદરો છે જ્યારે એન્થ્રેપોઈડ ટટ્ટાર ચાલે છે અને ઘણી રીતે માણસને મળતો પણ આવે છે.

હું તમને પ્રાર્થના કરું છું કે આ ચિકિત્સા લેતી વખતે તમારે ખૂબ જ સાવચેતી રાખવી પડશે અને તેની કોઈને પણ જાણ ન થવી જોઈએ. મારે ઈંગ્લેન્ડમાં બીજો પણ એક ગ્રાહક છે જેને ડોરાક નામનો મારો માણસ દવા પૂરી પાડે છે.

તમારો સાપ્તાહિક અહેવાલ મને મળશે તો મદદ રહેશે.

તમારો સાથી,
એચ. લૉએન્સ્ટીન

લૉએન્સ્ટીન ! મને આ નામ યાદ આવે છે ત્યાં સુધી મેં તેના વિષે છાપામાં ક્યાંક વાંચ્યું હતું કે તે એક ખૂબ જ વિચિત્ર વૈજ્ઞાનિક છે અને પુનર્યુવાની મેળવવા માટેનાં કેટલાંક સંશોધનો પર કામ કરી રહ્યો છે. પ્રાગનો લૉએન્સ્ટીન ! તેણે નવજીવનની કોઈક રસ્સીની પણ શોધ કરી હતી જે તેણે ગુપ્ત રાખી હતી. થોડાક જ શબ્દોમાં હું તે માણસ વિષે જાણતો હતો તેટલું મેં બધાને જણાવ્યું. બેનેટે પુસ્તકની છાજલી પરથી પ્રાણીશાસ્ત્રનો એક માહિતીકોશ ઉતાર્યો. " 'લંગુર' " તેણે વાંચ્યું, " 'હિમાલય પર્વતોનો કાળા મોઢાવાળો વાંદરો. તે વાંદરાઓમાં સૌથી મોટું કદ ધરાવે છે અને ચપળતાથી ચડતા વાંદરાઓમાં માણસને સૌથી મળતો આવે છે.' આ ઉપરાંત પણ ઘણી બધી વિગતો આપવામાં આવી છે. તમારો આભાર, શ્રીમાન હોમ્સ, તમારી મહેરબાનીથી અમે આ કટુ રહસ્ય સુધી પહોંચી શક્યા અને ખરા શેતાન સુધી પહોંચી શક્યા."

"ખરું મૂળ," હોમ્સે કહ્યું, "તે તો આપણા પ્રોફેસરના કટાણાના પ્રેમપ્રકરણમાં સમાયેલું છે અને તેમાંથી જ તેમને પુનર્યુવાની મેળવવાનું ગાંડપણ વળગ્યું. તેમને ફરી યુવાન થવાની લાલસા જાગી. જ્યારે કોઈ પણ વ્યક્તિ કુદરતને માત આપીને તેથી ઊલટું કરવાનો પ્રયાસ કરે છે ત્યારે તે ખુદ જ ઊંધા માથે પટકાય છે. જ્યારે તમે કુદરતે

નક્કી કરેલા રસ્તેથી હટીને કંઈક અકુદરતી કરો છો ત્યારે તમે સામાન્ય નથી રહેતા પણ વિકૃત થઈ જાઓ છો.'' તે થોડીવાર પેલી દવાની શીશી હાથમાં લઈને શાંત થઈ ગયો અને પછી એકધારો તેમાંના પ્રવાહીને તાકી રહ્યો. ''મેં આ માણસને લખી દીધું છે કે તેને હું કાયદાના ઘેરાવામાં લઈને સીધો કરી શકું છું અને તેણે તેનું આ ઝેર બહાર ફેલાવતું અટકાવવું જોઈએ. માટે હવે તેના તરફથી આપણને કોઈ જ જોખમ નથી રહ્યું. જો કે તે નહીં તો પછી બીજો આવો કોઈ સંશોધક ઊભો થશે અને કદાચ તે આના કરતાં પણ સારું સંશોધન કરે. પણ તેમાં માનવજાત માટે એક મોટું જોખમ રહેલું છે. ધારો કે આવી કોઈ સચોટ શોધ થઈ પણ જાય તો સ્વસ્થ માનસિકતાવાળા માણસો તેનો ઉપયોગ ક્યારેય નહીં કરે પણ ભ્રષ્ટ બુદ્ધિના લોકો ચોક્કસ તેનો સહારો લેશે અને આમ સારો માણસ નહીં જીવે પણ જે અતિ ખરાબ હશે તે જ જીવશે અને જો તેમ થશે તો પછી દુનિયામાં અરાજકતા ફેલાઈ જશે.'' આમ કહી હોમ્સ પાછો પોતાના અસલ સ્વરૂપમાં આવી ગયો, તે પોતાની ખુરશીમાંથી ઊભો થઈ ગયો. ''મારા ખ્યાલથી હવે મારે કશું જ કહેવાની જરૂર નથી, શ્રીમાન બેનેટ. આ પહેલાં બનેલા વિવિધ પ્રસંગો આપોઆપ આપણા આ નિરાકરણ સાથે બંધ બેસી જાય છે. કૂતરાને તો તમારા કરતાં ક્યાંય પહેલાં તેના માલિકમાં આવેલું પરિવર્તન સમજાઈ ગયું હતું. તેમની ગંધથી જ કદાચ તેને ખ્યાલ આવી ગયો હશે કે તે પ્રોફેસર નહીં પણ કોઈક વાંદરો હતો, જેના પર રૉય હુમલો કરતો હતો અને વાંદરો પણ અવારનવાર કૂતરાને ચીડવે રાખતો હતો. વેલ પર ચડવાની વૃત્તિ કોઈ વાંદરાની હતી અને તે અકસ્માતે જ એડિથની બારીએ આવી ગયા હતા. શહેર તરફ જતી એક વહેલી ગાડી ઊપડે છે, વૉટસન, પણ મને લાગે છે કે તે પહેલાં આપણને ચેકર્સ ખાતે એક કપ ચા લેવાનો સમય ચોક્કસ મળી જશે.''

❖

સિંહની કેશવાળી

આ એક અનોખી બાબત કહેવાય કે મારી આટલી લાંબી કારકિર્દી દરમિયાન મેં જે અનોખા અને ગૂઢ કેસ હાથ પર લીધા હતા તેના જેવો જ બીજો કેસ આજે જ્યારે હું નિવૃત્ત થઈ ગયો છું ત્યારે ફરી પાછો તપાસ કરવાનો મને મોકો મળ્યો છે. આ ઘટના હું જ્યારે લંડનની ભીડભાડ, પ્રદૂષણ, ઘોંઘાટ છોડીને સસેક્સના કુદરતી સૌંદર્યના સાંનિધ્યમાં મારું બાકીનું જીવન પસાર કરવા આવ્યો તે વખતની છે. આ સમય દરમિયાન હું મારા વહાલા વૉટસનથી ક્યાંય દૂર હતો. તેના ભાગ્યે જ કોઈ ખબર મને મળતા. ક્યારેક વળી કોઈ અઠવાડિયાના અંતે તે મને મળતો કે હું તેને મળતો. આ સિવાય અમે ઘણું ઓછું મળતા હતા. અને આમ માત્ર મારા કેસનો વૃત્તાંત મારે જાતે જ આપવો પડે છે. તે હંમેશા મુશ્કેલીઓની ઘડીમાં મારી સાથે રહેનારો એક સાચો મિત્ર છે ! તેમ છતાં આજે આ કેસનો વૃત્તાંત મારે મારી સરળ ભાષામાં લખવો પડી રહ્યો છે. મારા આ સિંહની કેશવાળીવાળા મામલામાં મને ડગલ ને પગલે જે જે મુશ્કેલીઓ નડી છે તેનું હું શબ્દશઃ વર્ણન તમારી સમક્ષ કરીશ.

મારી નાનકડી વિલા સસેક્સની દક્ષિણમાં આવેલી છે જ્યાંથી પાણીની નહેરનો એક સુંદર નઝારો નજરે પડે છે. આ ભાગમાં દરિયાકાંઠાવાળી ચૂનાની કરાડો પાર કરવી ઘણી મુશ્કેલ છે. માત્ર એક લાંબા, આડાઅવળા, કરાળ અને લપસણા માર્ગ પર થઈને જ તેને પાર કરી શકાય છે. માર્ગના તળિયે સેંકડો વાર સુધી કાંકરા ફેલાયેલા પડ્યા છે અને જ્યારે સંપૂર્ણ ભરતી ચાલતી હોય ત્યારે પણ આમ જ હોય છે. ત્યાં આસપાસ જ્યાં જુઓ ત્યાં વળાંકો આવેલા છે અને સ્વિમિંગ પુલ જેવડા સુંદર તાજા પાણીનાં ખાબોચિયાં આવેલાં છે. આ સુંદર મજાનો દરિયાકાંઠો દરેક દિશા તરફ સમાન રીતે ફેલાયેલો છે. માત્ર એક દિશામાં જ્યાં ફુલવર્થ નામનું ગામડું આવેલું છે ત્યાં તે આછો આગળ વધેલો છે.

મારું ઘર એક એકલવાયું ઘર છે. હું અને મારી જૂની હાઉસ કીપર અમે બે જ માત્ર મારા આખા ઘરની સંભાળ રાખીએ છીએ. મારા ઘરથી અડધો એક માઈલ દૂર

હેરોલ્ડ સ્ટેકહર્સ્ટની જાણીતી શિક્ષણસંસ્થા આવેલી છે. તેનું નામ ગેબલ્સ છે અને તે એક વિશાળ જગ્યા છે, જેમાં ઘણા બધા યુવાનો વિવિધ વ્યવસાયોમાં પોતાની કારકિર્દી માટે તૈયાર થવા આવે છે અને તેમનો શિક્ષકગણ પણ ઘણો વિશાળ છે. સ્ટેકહર્સ્ટ તેના દિવસોમાં ખૂબ જ જાણીતો વિદ્વાન રહી ચૂક્યો છે અને એક ઉત્તમ વિદ્યાર્થી પણ ખરો. જ્યારથી હું આ દરિયાકાંઠે રહેવા આવ્યો ત્યારથી હું અને તે બન્ને સારા મિત્ર બની ગયા હતા. અમારા બન્ને વચ્ચે એવા સંબંધ બંધાઈ ગયા છે કે હું કે તે અમે બન્ને ગમે ત્યારે એકબીજાના ઘરે કહ્યા વગર ટપકી પડીએ છીએ.

૧૯૦૭ના જુલાઈ મહિનાના અંતમાં એ વખતે બરાબરનું તોફાન ફૂંકાયું હતું. બરાબરનો પવન ફૂંકાતો હતો, દરિયાનાં મોજાં કરાડોને પ્રચંડ રીતે અથડાતાં હતાં. ખારા પાણીનાં સરોવરો ભરતીના પાણીથી છલકાઈ રહેતાં. આ જ સમયની એક સવારે પવન ઘણો શાંત પડી ગયો હતો અને બધું બહુ ધોવાયેલું ધોવાયેલું અને તાજું તાજું લાગી રહ્યું હતું. આવા તાજગીસભર દિવસે કામ કરવું ખરેખર અશક્ય હતું એટલે હું સવારે નાસ્તાના સમય પહેલાં જ તાજી હવા અને વાતાવરણ માણવા બહાર આંટો મારવા નીકળી પડ્યો. હું દરિયાકિનારા પર આવેલી કરાડોવાળા રસ્તા પર ચાલતો હતો. હું ચાલતો હતો ત્યારે મને મારી પાછળથી કોઈકની બૂમ સંભળાઈ. મેં પાછળ જોયું તો હેરોલ્ડ સ્ટેકહર્સ્ટ મારી તરફ પ્રસન્ન થઈને હાથ હલાવી રહ્યા હતા.

"કેવી સુંદર સવાર છે, શ્રીમાન હોમ્સ ! મને હતું જ કે તમે મને બહાર જ ક્યાંક જોવા મળશો."

"તમે તરવા માટે જઈ રહ્યા લાગો છો, ખરું ને ?"

"તમે પાછી તમારી જૂની ચાલાકી અજમાવી," તેણે ખડખડાટ હસતાં કહ્યું અને પોતાના થેલા પર હાથ થપથપાવ્યો. "હા, મેકફેર્સન વહેલા જ અહીં આવી ગયો લાગે છે, હું તેને અહીં શોધી કાઢીશ."

ફિત્ઝરૉય મૅકફર્સન વિજ્ઞાનનો શિક્ષક હતો. તે એક પ્રામાણિક યુવાન માણસ હતો જેનું જીવન હૃદયની બીમારી અને સંધિવાના દુખાવાના કારણે અશક્ય થઈ ગયું હતું, તેમ છતાં પણ તે એક કુદરતી રમતવીર હતો, જ્યાં સુધી તેના શરીરને વધારે તકલીફ ન આપવામાં આવે ત્યાં સુધી તે બધી જ રમતોમાં પાવરધો હતો. શિયાળા અને ઉનાળામાં તે નિયમિતપણે તરવા જતો અને હું પણ એક તરવૈયો હોવાથી તેની સાથે ઘણીવાર જોડાતો.

અમે ચાલતા જતા હતા ત્યાં જ અમે તેને સામે જોયો. રસ્તાનો જ્યાં અંત આવતો હતો તે બાજુની કરાડ પર તેનું માથું દેખાતું હતું. પછી અમે તેનું આખું શરીર જોઈ શક્યા. તે કોઈ પીધેલા માણસની જેમ લથડિયાં ખાતો ચાલતો હતો. ત્યાં અચાનક તેણે તેના હાથ આગળ તરફ નાખ્યા અને ભોંય પર મોંભેર પછડાયો. તેણે એક કારમી ચીસ

ખાડી હતી. સ્ટેકહર્સ્ટ અને હું સીધા જ તેની તરફ ધસી ગયા. અમારાથી તે કદાચ પચ્ચાસ વાર જેટલો દૂર હતો. અમે તેને પીઠભેર કર્યો. તે ચોક્કસપણે મરી રહ્યો હતો. તેની ઝળઝળિયાંવાળી નિસ્તેજ આંખો અને ફિક્કા ગાલ તે સિવાય બીજો કોઈ જ નિર્દેશ નહોતા કરતા. તેના ચહેરા પર એકવાર જીવંત ચમક પણ આવી ગઈ અને તેના મોઢામાંથી ચેતવણી આપતા બેત્રણ શબ્દો પણ નીકળ્યા. તે અસ્પષ્ટ અને ગૂંચવાડાભર્યા હતા. જો કે તેનો છેલ્લો શબ્દ હું થોડા ઘણા અંશે સમજી શક્યો હતો. તેના હોઠો પરના તે છેલ્લા શબ્દો હતા "સિંહની કેશવાળી". તે સ્પષ્ટપણે જરા પણ સંબદ્ધ કે સ્પષ્ટ નહોતા પણ તેનાં ઉચ્ચારણો મને તે તરફ જ દોરી રહ્યાં હતાં. પછી તે થોડો ઊંચો થયો અને પોતાના હાથ હવામાં વીંઝ્યા અને ફરી પાછો તે ઝાટકા સાથે નીચે પટકાયો. તે મૃત્યુ પામ્યો હતો.

મારો સાથી આ અચાનકના આઘાતથી હતપ્રભ થઈ ગયો હતો, પણ હું તરત જ ખૂબ જ સતર્ક થઈ ગયો હતો. અને મને તરત જ ખ્યાલ આવી ગયો હતો કે અમારી સમક્ષ એક ખૂબ જ અસામાન્ય કેસ આવી ચડ્યો હતો. મૃતકે માત્ર પોતાનો બરબેરી ઓવરકોટ, લેંઘો અને દોરી બાંધ્યા વગરના કેનવાસનાં જૂતાં પહેર્યાં હતાં. જેવો તે પડ્યો કે તરત જ તેણે ખભા પર વીંટાળેલો તેનો બરબેરી ઓવરકોટ નીચે પડી ગયો હતો અને તે ઉઘાડો થઈ ગયો હતો. અમારી નજર તેની પીઠ પર પડી તો પીઠ પર લાલ સોળ ઊપસી આવેલા હતા. તે સોળ જાણે કોઈ પાતળા વાયરવાળા ચાબૂક વડે પડ્યા હોય તેવા લાગતા હતા. જે હથિયાર વડે આ ફટકા મારવામાં આવ્યા હતા તે ચોક્કસ એક લવચીક હથિયાર હતું, કારણ કે તેના જંગલી લાંબા સોળ તેના ખભા અને પાંસળી સુધી ફેલાયેલા હતા. તેની દાઢીમાંથી લોહી વહી રહ્યું હતું કારણ કે તેના નીચેના હોઠ પર પણ ઘણી ઈજા થઈ હતી. તેનો તણાઈ ગયેલો ચહેરો જણાવતો હતો કે તેની તે પીડા કેટલી અસહ્ય હતી.

હું જ્યારે મૃતકના શરીર પર નમેલો હતો ત્યારે સ્ટેકહર્સ્ટ મારી પાસે જ ઊભો હતો. અચાનક અમારા પર એક પડછાયો પડ્યો મેં ઉપર જોયું તો તે ઇઆન મર્ડોક હતો. તે સંસ્થાનો ગણિતનો શિક્ષક હતો. તે એક ઊંચો, ઘેરા રંગવાળો, પાતળો પુરુષ હતો. તેના ઓછાબોલા અને અતડા સ્વભાવને જાણીને કોઈ પણ ન કહે કે તે મૃતકનો મિત્ર હતો. તે હંમેશા પોતાના ગણિતશાસ્ત્રમાં ખોવાયેલો રહેતો. તેને જાણે સામાન્ય જીવન સાથે કોઈ લેવાદેવા જ નહોતી. તે વિદ્યાર્થીઓને પણ થોડો વિચિત્ર લાગતો હતો અને તેનામાં વિદેશનું લોહી પણ વહી રહ્યું હતું. જે માત્ર તેની કોલસા જેવી કાળી આંખોમાં અને કાળાશ પડતા ચહેરામાં જ નહીં પણ અચાનક ઉગ્ર થઈ જતા તેના મિજાજમાં પણ જોવા મળી જતું. તે હિંસક કહી શકાય તેવું વ્યક્તિત્વ ધરાવતો હતો. એક પ્રસંગે તો મેકફેર્સનના નાનકડા કૂતરાની જરાક અમથી પજવણીથી તેણે તે નાનકડા પ્રાણીને ઊંચકીને બારી આગળ લટકાવી દીધું હતું. પણ જો તે ખરેખર એક કીમતી શિક્ષક ન હોત તો

સ્ટેકહર્સ્ટે તેને ક્યારનો સંસ્થામાંથી રવાના પાડી દીધો હોત. હાલ અમારી સમક્ષ જે માણસ ઊભો હતો તેનો આવો વિચિત્ર સ્વભાવ હતો. જો કે હાલ તેની સામે જે દશ્ય ખડું થયું હતું તેનાથી તે ખરેખર આઘાત પામ્યો હતો, જોકે કૂતરાના પ્રસંગે એટલું તો દર્શાવી જ દીધું હતું કે આ મૃતક અને તેના વચ્ચે કંઈ ખાસ લાગણીભર્યો સંબંધ નહોતો.

"બિચારો મેકફર્સન ! બિચારો મેકફર્સન ! હું તેના માટે શું કરી શકું ? હું તેની મદદ કેવી રીતે કરી શકું ?"

"તમે તેની સાથે હતા ? તમે અમને કહી શકો છો કે શું થયું ?"

"ના, ના, હું આજે સવારે મોડો પડ્યો હતો. હું તો અહીં કાંઠા પર હતો જ નહીં. હું તો ધી ગેબલ્સથી હજુ આવી જ રહ્યો છું. હું શું કરી શકું ?"

"તમે હાલ ને હાલ ફુલવર્થના પોલીસ સ્ટેશને જાઓ. તરત ને તરત ઘટનાની જાણ કરો."

એક શબ્દ પણ બોલ્યા વગર તે પોતાની સંપૂર્ણ ઝડપે દોડી ગયો અને મેં આખોયે મામલો મારા હાથમાં લઈ લીધો, જ્યારે સ્ટેકહર્સ્ટ તો હજુ પણ મૃતકની સામે તાકી રહ્યો હતો. સ્વાભાવિકપણે મારું પહેલું કામ દરિયાકિનારે બીજું કોણ કોણ હતું તે નોંધવાનું હતું. રસ્તાની ટોચ પરથી હું આખાયે કિનારા પર જોઈ શકતો હતો. ત્યાં માત્ર બેત્રણ જ કાળી આકૃતિઓ દેખાતી હતી, તે સિવાય ત્યાં બીજું કોઈ જ નહોતું. અને તે ત્રણે આકૃતિ ફુલવર્થના ગામ તરફ જઈ રહી હોય તેવું લાગતું હતું. આ મુદ્દા પર મને સંતોષ થતાં હું રસ્તા પર ધીમે ધીમે ચાલવા લાગ્યો. રસ્તો ચૂના અને માટીના મિશ્રણથી બનેલો હતો અને ત્યાં બધે જ મને એક જ પદચિહ્નો દેખાતાં હતાં જે આવતાં જતાં બન્ને દિશામાં હતાં. તે સિવાય તે રસ્તેથી તે સવારે બીજું કોઈ જ પસાર નહોતું થયું. એક જગ્યાએ તો જાણે કોઈ નમ્યું હોય તેવા હાથના પંજાનાં નિશાન પણ જમીન પર જોવા મળ્યાં. આનાથી માત્ર એટલું જ સાબિત થતું હતું કે મૃત મેકફર્સન તે જગ્યાએ ઊતરતી વખતે પડી ગયો હતો. ત્યાં કેટલાંક ગોળ નિશાન પણ હતાં જે દર્શાવતાં હતાં કે તેને ઊતરતી વખતે ગોઠણનો સહારો લેવો પડ્યો હતો. રસ્તાના છેડે એક ખૂબ જ મોટું વિશાળ ખારા પાણીનું ખાબોચિયું પણ હતું. તેની એક બાજુએ મેકફર્સને પોતાનાં કપડાં કાઢ્યાં હતાં, કારણ કે ત્યાં એક પથરા પર તેનો રૂમાલ હજુ પણ પડ્યો હતો. તે ઘડી વાળેલો અને કોરો હતો. આટલાથી એટલું સ્પષ્ટ થઈ જાય છે કે તે ક્યારેય તરવા માટે પાણીમાં ઊતર્યો જ નહોતો. ત્યાં આસપાસની સમુદ્રની કાંકરાવાળી રેતી પર મેં બેત્રણ આંટા માર્યા ત્યારે મને ત્યાં તેના કેનવાસના જૂતાંનાં નિશાન જોવા મળ્યાં અને એક જગ્યાએ મને તેના ખુલ્લા પગનાં નિશાન પણ જોવા મળ્યાં. તેના ઉઘાડા પગ એટલું સાબિત કરતા હતા કે તે પાણીમાં પડવા માટે તૈયાર હતો અને તેમ છતાં પેલો ટુવાલ દર્શાવતો હતો કે તે પાણીમાં પડ્યો નહોતો.

આમ આખી સમસ્યા ખૂબ જ સ્પષ્ટ થઈ ગઈ હતી અને તેમ છતાં મારી સમક્ષ બધું જ વિચિત્ર હતું. મૃતક કાંઠા પર પા કલાકથી વધારે સમય નહોતો રહ્યો. સ્ટેકહર્સ્ટ પણ ધી ગેબલ્સથી તેની પાછળ પાછળ જ આવ્યો હતો એટલે તેમાં પણ કોઈ શંકા નથી. તે નહાવા માટે તૈયાર થયો અને તેણે કપડાં પણ કાઢ્યાં જે તેના ખુલ્લા પગની છાપે દર્શાવ્યું. પછી તેણે અચાનક પોતાનાં કપડાં પહેરી લીધાં, તેણે કપડાં અડધાંપડધાં જ પહેર્યાં હતાં કારણ કે તેણે પોતાનો ઓવરકોટ માત્ર ખભા પર એમ જ નાખ્યો હતો અને તેનાં જૂતાંની દોરી પણ બાંધવામાં નહોતી આવી. તે નાહ્યા વગર જ પાછો ફર્યો હતો અથવા તો નાહ્યો હશે પણ પોતાની જાતને કોરી નહોતી કરી. અને તેના આવા અચાનકના નિર્ણયનું એક માત્ર કારણ એ હશે કે તેના પર હિંસક હુમલો કરવામાં આવ્યો હશે અને તે માંડ માંડ પોતાની જાતને બચાવતો રસ્તા પર આવી શક્યો હતો અને પછી મૃત્યુ પામ્યો હતો. આવું ઘાતકી કૃત્ય કોણે કર્યું હશે ? એટલું ચોક્કસ હતું કે કરાડોની નીચે કેટલીક ગુફાઓ આવેલી હતી પણ હજુ ઊગતા સૂરજનો પ્રકાશ સીધો જ તે તરફ પડતો હતો અને ત્યાં ક્યાંય પણ કોઈ છુપાઈ શકે તેવી જગ્યા નહોતી. પણ હા પેલી બે-ત્રણ આકૃતિઓ જે તટ પર ફરી રહી હતી તેનું શું ? જો કે તેમને આ ઘટના સાથે સાંકળવા માટે તે ઘણી બધી દૂર હતી અને વળી જે વિશાળ ખારા ખાબોચિયામાં મેકફર્સન તરવા જવાનો હતો તે પણ ઘણું મોટું હતું. દરિયા તરફની વાત કરું તો બેત્રણ માછીમારોની નાવડીઓ તરતી હતી જે કંઈ ખાસ દૂર નહોતી. તે બાબતની તપાસ હું મારી સગવડે કરી લેવાનો હતો. તપાસ કરવા માટે ઘણા બધા માર્ગો હતા પણ તેમાંનો એક પણ ચોક્કસ સ્વાભાવિક પરિણામ તરફ નહોતો લઈ જતા.

જ્યારે હું મૃતકના શરીર પાસે ગયો ત્યારે મેં જોયું કે તેની આસપાસ કુતૂહલપ્રિય લોકોનું ટોળું થઈ ગયું હતું. સ્ટેકહર્સ્ટ ચોક્કસ હજુ પણ ત્યાં જ હતો, અને ઇઆન મર્ડોક ગ્રામીણ હવાલદાર એન્ડરસનને લઈને હજુ આવ્યો જ હતો. તે એક છીંકણી દાઢીવાળો ધીમો શુદ્ધ સસેક્સનો રહેવાસી હતો. તેણે અમારી બધી જ વાતોને સાંભળી અને તેની નોંધ પણ ટપકાવી અને છેવટે તે મને એક બાજુ લઈ ગયો.

“શ્રીમાન હોમ્સ, જો તમે મને સલાહ આપશો તો મને આનંદ થશે. આ વસ્તુને સંભાળવી મારા માટે બહુ મુશ્કેલ છે અને જો હું સાચો હોઉં તો મેં તમારા વિષે ઘણું બધું સાંભળ્યું છે.”

મેં તેને સલાહ આપી કે તેણે તરત જ તેના ઉપરીને અહીં બોલાવવો જોઈએ અને સાથે સાથે ડૉક્ટરને પણ બોલાવવો જોઈએ અને ત્યાં કોઈને કોઈપણ ચીજને નહીં સ્પર્શવાની કડક સૂચના આપવી જોઈએ અને તેઓ આવે ત્યાં સુધી અહીં બીજાં કોઈ નવાં નિશાન પણ ન પડવાં જોઈએ. તે દરમિયાન મેં મૃતકનાં ખિસ્સાં તપાસ્યાં. તેમાં તેનો હાથરૂમાલ, મોટી છરી, અને એક નાનકડું કાર્ડ રાખવાનું ખોખું હતું. તેમાંથી કાગળની એક

નાનકડી ચબરખી ડોકાઈ રહી હતી, જે મેં ખોલી અને હવાલદારને આપી, જે કોઈ સ્ત્રીના હસ્તાક્ષરમાં હતી :

હું ત્યાં હોઈશ તે બાબતે તું પાક્કું સમજજે.

- મૌડી

મને તે કોઈ પ્રેમપ્રકરણ જેવું લાગ્યું, જાણે કોઈ બે પ્રેમીના મિલનની વાત હોય. પણ તેમાં ક્યાં અને ક્યારે તેવું કશું જ લખવામાં નહોતું આવ્યું. હવાલદારે તે કાર્ડ ખોખામાં પાછું મૂક્યું અને જે બધું તેના ખિસ્સામાંથી મળ્યું હતું તે ફરી પાછું તેના ઓવરકોટના ખિસ્સામાં મૂકી દીધું. પછી ત્યાંથી વધારે કશું જ જાણવા નહીં મળે તેની ખાતરી કરીને હું પાછો નાસ્તા માટે મારા ઘરે આવી ગયો. જો કે પહેલાં મેં કરાડ નીચે આવેલી જગ્યા બરાબર તપાસાઈ જાય તેની વ્યવસ્થા કરી.

એકાદ બે કલાકમાં તો સ્ટેકહર્સ્ટ મારી પાસે આવ્યો અને મને શબ ધી ગેબલ્સ લઈ જવામાં આવ્યા હોવાનો અહેવાલ આપ્યો અને ત્યાં જ પૂછપરછ યોજવામાં આવી. તે તેની સાથે કેટલાક નક્કર અને ગંભીર સમાચાર લાવ્યો હતો. મારી ધારણા પ્રમાણે કરાડ નીચેની ગુફામાંથી કશું જ નહોતું મળ્યું, પણ તેણે મેકફર્સનના ટેબલ પરનાં કાગળિયાં તપાસ્યાં હતાં જેમાં ફુલવર્થની કોઈક કુમારી મૌડ બેલોમી સાથેનો ખૂબ જ અંગત પત્રવ્યવહાર મળી આવ્યો હતો. આમ કરતાં અમને પેલી ટૂંકી નોંધ લખનારની સંપૂર્ણ ઓળખ મળી ગઈ હતી.

"પત્રો પોલીસ પાસે હતા," તેણે કહ્યું. "હું તેને અહીં ન લાવી શક્યો. પણ તેમાં કોઈ જ શંકા નહોતી કે તે એક ગંભીર પ્રેમપ્રકરણ હતું. જો કે મને આ બાબત સાથે મૃતકના કરુણ અંજામને જોડવા માટે કોઈ જ કારણ નહોતું દેખાતું. માત્ર એટલું જ કે તે બન્નેએ મુલાકાત ગોઠવી હતી."

"પણ જ્યાં તમે બધા અવારનવાર તરવા માટે જતા હોવ તેવી જગ્યાએ તો ભાગ્યે જ કોઈ પ્રેમી મુલાકાત ગોઠવે," મેં કહ્યું.

"આ તો જોગાનુજોગ કહેવાય," તેમણે કહ્યું, "કે મેકફર્સન સાથે વિદ્યાર્થીઓ નહોતા."

"જોગાનુજોગ કહેવાય ?"

સ્ટેકહર્સ્ટે વિચારમગ્ન થતા પોતાનાં ભવાં સંકોચ્યાં.

"ઇઆન મર્ડોકે તેમને રોકી રાખ્યા હતા," તેણે કહ્યું, "તેણે નાસ્તા પહેલાં બીજગણિતના પાઠ ભણાવવાનો આગ્રહ રાખ્યો હતો. બિચારો છોકરો, તેને તો આવો સ્વપ્નેય ખ્યાલ નહીં હોય."

"અને તેમ છતાં મારી જાણકારીમાં એવું આવ્યું છે કે તેઓ કંઈ ખાસ મિત્રો નહોતા."

"એક સમયે તેઓ મિત્ર નહોતા. પણ આ છેલ્લા એક વર્ષમાં મર્ડોક મેકફેર્સનની

ખૂબ નજીક આવી ગયો હતો - અન્યો કરતાં પણ. જો કે તેનો સ્વભાવ તેની સાથે જરા પણ મેળ નહોતો ખાતો."

"તેનો મને ખ્યાલ છે. મને યાદ છે તમે જ એક વાર મને તેમની વચ્ચે નાનકડા કૂતરા સાથેના દુર્વ્યવહારના કારણે ઝઘડો થયો હતો તેવું કહ્યું હતું."

"તે તો બધું પછી સાવ જ ભુલાઈ ગયું હતું."

"તેમ છતાં મનમાં કંઈક રહી ગયું હોય તેવું પણ બને."

"ના, ના, મને ખાતરી છે કે તેઓ પાક્કા દોસ્ત હતા."

"સારું, તો પછી આપણે પેલી છોકરીની બાબતે તપાસ કરવી જોઈએ. તમે તેણીને ઓળખો છો ?"

"બધા જ તેણીને ઓળખે છે. તેણી ગામની અત્યંત સુંદર છોકરી છે - એક પવિત્ર અને સુંદરી છોકરી, હોમ્સ. તેણીએ તેની આસપાસ ખૂબ જ આકર્ષણ ઊભું કર્યું છે. મને ખબર છે કે મેકફર્સન તેણીથી આકર્ષાયો હશે, પણ આ પત્રો દર્શાવે છે તે રીતે તેમનું પ્રેમપ્રકરણ તેટલી હદે આગળ નહીં વધ્યું હોય."

"પણ તેણી છે કોણ ?"

"તેણી ટોમ બેલોમીની દીકરી છે. ફુલવર્થ ખાતેની બધી જ હોડીઓ અને નાહવાની ઓરડીઓ તેની જ માલિકીની છે. તેણે માછીમાર તરીકે પોતાનું કામ ચાલુ કર્યું હતું પણ હવે તે એક ધનવાન બની ગયો છે. તે અને તેનો દીકરો વિલિયમ જ ધંધો ચલાવે છે."

"આપણે ફુલવર્થ જઈને તેમને મળીએ તો કેવું રહેશે ?"

"તેમને શું કારણ આપીશું ?"

"અરે, તેની ચિંતા ન કરશો કારણ તો આપણે ગમે ત્યાંથી શોધી કાઢીશું. કમ સે કમ એટલું કારણ તો આપણી પાસે છે જ કે આ બિચારા મૃતકને અત્યંત ઘાતકી રીતે મારી નાખવામાં આવ્યો છે. ઘણા બધા આક્રમક લોકો આવા ચાબુક ધરાવતા હોય છે અને તેનો ઉપયોગ પણ સારી રીતે કરી જાણતા હોય છે, જો તેના ઘાનાં નિશાન ચાબુકથી જ પડ્યા હોય તો. અહીંનું તેનું ઓળખીતાઓનું વર્તુળ કંઈ ખાસ વિશાળ નહોતું. આપણે દરેક દિશાએ તપાસ કરી લેવી જોઈએ. કમ સે કમ આપણને ક્યાંક તો ગુનાનો ઉદ્દેશ દેખાઈ જ આવશે અને તેનાથી જ આપણે ગુનેગાર તરફ દોરવાઈશું."

અમારી તે પગપાળા સફર ખૂબ જ તાજગીભરી હતી. આસપાસથી અજમાના છોડવામાંથી સરસ મજાની મહેક આવતી હતી અને અમારા આ ગુનાના કારણે ઝેરી થઈ ગયેલા મગજને તાજું કરી રહી હતી. ફુલવર્થનું ગામડું દરિયાના અર્ધવર્તુળાકાર કિનારા પર વસેલું હતું. નાનકડા ગામડામાં ઘણાં બધાં આધુનિક બાંધણીનાં મકાનો આવેલાં હતાં. તેમાંના એક તરફ સ્ટેકહર્સ્ટ મને દોરી ગયો.

"તે ઘરનું નામ બેલોમીએ ધ હેવન રાખ્યું હતું. તેના એક ખૂણે મિનારો હતો

અને તેની છતો છાપરાવાળી હતી. જે માણસે શૂન્યમાંથી સર્જન કર્યું હોય તેના માટે આ કંઈ ઓછી પ્રગતિ ન કહેવાય !

ધ હેવનના બગીચાનો દરવાજો ખૂલ્યો અને એક માણસ તેમાંથી બહાર આવ્યો. અમારી જરા પણ ભૂલ નહોતી થતી. તે તે જ ઊંચો, પાતળો અને આડીઅવળી ચાલવાળો બીજો કોઈ નહીં પણ ઇઆન મર્ડોક જ હતો, ગણિતનો શિક્ષક. થોડી ક્ષણો બાદ અમારો રસ્તા પર આમનોસામનો થઈ ગયો.

"અરે !" સ્ટેકહર્સ્ટે કહ્યું. સામેના માણસે માથું હલાવ્યું. તેની કાળી આતુર આંખોમાંથી તેણે અમારી તરફ તીરછી નજરે જોયું અને પછી અમારી આગળથી પસાર થઈ ગયો. પણ તેના પ્રિન્સિપાલે તરત જ તેને રોક્યો.

"તમે અહીં શું કરી રહ્યા હતા ?" તેણે પૂછ્યું.

મર્ડોકનો ચહેરો ગુસ્સાથી લાલ થઈ ગયો. "હું ચોક્કસ તમારા હાથ હેઠળ કામ કરું છું અને તમારા આશરા હેઠળ છું પણ તેનો મતલબ એ નથી થતો કે તમને હું મારા અંગત વ્યવહારોનો હિસાબ આપતો ફરું."

સ્ટેકહર્સ્ટે ક્યારનો પોતાની જાત પર સંયમ રાખ્યો હતો પણ છેવટે તેનાથી ન જ રહેવાયું. તેણે ઘણી ધીરજ રાખી હતી. હવે તેનું મગજ છટક્યું હતું.

"આવા સંજોગોમાં તમારો આ જવાબ ખરેખર ઉદ્ધતાઈભર્યો કહેવાય, શ્રીમાન મર્ડોક."

"તમે જે મને આ પ્રશ્ન પૂછ્યો તે પણ તે જ ઉદ્ધતાઈ દર્શાવે છે."

"આ કંઈ પહેલીવારનું નથી કે મેં તમારી આવી ઉદ્ધતાઈને સાંખી લીધી હોય. તમે હંમેશા એક ઉદ્ધત વ્યક્તિ તરીકે જ વર્ત્યા છો અને આ છેલ્લીવાર છે કે તમે આમ વર્તી રહ્યા છો. હવે મહેરબાની કરીને તમે તમારા ભવિષ્યની વ્યવસ્થા ખૂબ જ ઉતાવળે અને જાતે કરી લેજો."

"મારો પણ તે જ ઇરાદો છે. મેં હજુ આજે જ મારો પ્રિય મિત્ર ગુમાવ્યો છે કે જેના કારણે મને આ ધી ગેબલ્સ કંઈક રહેવા લાયક જગ્યા લાગતી હતી."

આમ કહી તે પોતાને રસ્તે ચાલવા લાગ્યો અને સ્ટેકહર્સ્ટ ગુસ્સે ભરાઈને તેને જતો તાકી રહ્યો. "આ ખરેખર એક વિચિત્ર વ્યક્તિ છે, તેને જરા પણ સહન ન કરવી જોઈએ, કેમ ?"

આ પ્રસંગથી મારા મનમાં એક વાત પાક્કી થઈ ગઈ કે આવી ઉદ્ધતાઈ દાખવીને શ્રીમાન ઇઆન મર્ડોકે ગુનાના સ્થળેથી છટકી જવાની સારી તક મેળવી લીધી હતી. શંકા, અસ્પષ્ટતા હવે મારા મગજમાં પગપેસારો કરવા લાગી હતી. કદાચ અમારી શ્રીમાન બેલોમીના ઘરની મુલાકાત આખા મામલા પર નવો પ્રકાશ પાડશે તેવી મને આશા બંધાઈ. સ્ટેકહર્સ્ટે પોતાની જાતને સ્વસ્થ કરી અને અમે ઘર તરફ આગળ ચાલ્યા.

શ્રીમાન બેલોમી એક આધેડ ઉંમરના લાલ દાઢીવાળા પુરુષ હતા. તેઓનો

મિજાજ થોડો તપેલો લાગતો હતો અને તેમનો ચહેરો પણ તેમના વાળની જેમ લાલચોળ થઈ ગયો હતો.

"ના, સાહેબ, આ બાબતે મને કશી જ જાણકારી નથી. મારો આ દીકરો" - બેઠકખંડના ખૂણે ઊભેલા એક કદાવર યુવાન પુરુષ તરફ આંગળી ચીંધતાં તેમણે કહ્યું, "અને હું શ્રીમાન મેકફર્સનના મારી દીકરી મૌડ પ્રત્યેના આકર્ષણથી થોડું અપમાન અનુભવતા હતા. હા, સાહેબ, તેમના સંબંધમાં ક્યારેય તેમણે લગ્ન શબ્દનો એક વાર પણ ઉલ્લેખ નથી કર્યો અને તેમ છતાં તેમણે પ્રેમપત્રો લખ્યા છે અને મુલાકાતો કરી છે. આ બધું જ અમારાથી છૂપી રીતે થતું હતું અને અમારી તેમાં ક્યારેય મંજૂરી નહોતી. તેણીને માતા નથી. તેણીના જે કંઈ પણ છીએ તે અમે જ છીએ---"

હજુ આ શબ્દો તેમના મોઢામાંથી નીકળ્યા જ હતા ત્યાં સ્ત્રી પોતે જ ઓરડામાં પ્રવેશી. તેમાં કોઈ જ બે મત નહોતા કે તેણી દુનિયાની બીજી સુંદર સ્ત્રીઓને સરળતાથી માત આપી શકે તેટલી સુંદર હતી. કોઈને જરા સરખો અણસાર પણ ન આવે કે આટલી સુંદર સ્ત્રી આવા વાતાવરણમાં અને આવા પાડોશમાં કેવી રીતે અવતરી શકે. કોઈ સ્ત્રી ભાગ્યે જ મારા માટે આકર્ષણનું કારણ બનતી હોય છે કારણ કે હું એક દિમાગથી ચાલતો માણસ છું. મારે અને હૃદયને કંઈ ખાસ બનતું નથી હોતું પણ હું તેના સુરેખ ચહેરાને જોઈ રહ્યો, તેનો નિર્મળ સ્વચ્છ રંગ. આવી સુંદર સ્ત્રીને અવગણીને કોઈ પણ પુરુષ તેના રસ્તે આગળ ન વધી શકે. તેણી બારણાને ધક્કો મારીને ઓરડામાં પ્રવેશી અને અમારી સામે ઊભી રહી. તેણી આંખો પહોળી કરીને હૅરોલ્ડ સ્ટેકહર્સ્ટ સામે તાકી રહી.

"મને ખબર પડી ગઈ છે કે ફિત્ઝરૉય મરી ગયો છે," તેણીએ કહ્યું, "મને વિગતો જણાવવામાં જરા પણ ગભરાતા નહીં."

"આપની સંસ્થાના બીજા સદ્‌ગૃહસ્થ હમણાં જ અમને સમાચાર આપીને ગયા." તેના પિતાએ સમજાવ્યું.

"આ મામલામાં મારી બહેનને શા માટે સંડોવવામાં આવી રહી છે તેનું મને કોઈ જ કારણ નથી જણાતું," પેલા યુવાને ગુસ્સે થતાં કહ્યું.

બહેને તેના ભાઈ તરફ એક તીક્ષ્ણ નજર નાખી, "આ મારો અંગત મામલો છે, વિલિયમ. મહેરબાની કરીને મને જાતે જ તે સંભાળવા દે અને તે પણ મારી રીતે. તમે ગમે તે કહો પણ ગુનો થયો છે. જો હું તેમને તે કોણે કર્યો છે તે બતાવવામાં જરા પણ મદદ કરી શકું તો મને તેનો સંતોષ રહેશે. જે ગયો તેની સાથે મારે એમ પણ હૃદયનો સંબંધ હતો."

મારા સાથીએ તેના પ્રેમીના મૃત્યુને લગતો સંપૂર્ણ વૃત્તાંત જણાવ્યો. મેં જોયું કે તેણીએ આખી બાબત ખૂબ જ ધીરજપૂર્વક સાંભળી હતી. હું જોઈ શકતો હતો કે તેણી એક અત્યંત સુંદર સ્ત્રી હોવા સાથે સાથે એક મજબૂત ચારિત્ર્ય પણ ધરાવતી હતી. મૌડ બેલામી

હંમેશ મારી સ્મૃતિમાં એક ખૂબ જ સંપૂર્ણ અને નોંધનીય સ્ત્રી તરીકે કોતરાયેલી રહેશે. એવું લાગતું હતું કે તેણી મને જોયે સારી રીતે ઓળખતી હતી કારણ કે વાત પૂરી થતાં તેણી સીધી મારી તરફ ફરી.

"તેને ન્યાય અપાવો, શ્રીમાન હોમ્સ. તમારી સાથે મારી સહાનુભૂતિ પણ છે અને મદદ પણ છે, તે જે હોય તેમને જેલ ભેગા કરો." મેં જોયું કે તેણી આમ બોલતાં વિચિત્ર રીતે પોતાના ભાઈ અને પિતા સામે જોતી હતી.

"આભાર તમારો," મેં કહ્યું, "આવી બાબતોમાં હું સ્ત્રીઓની અંતઃસ્ફુરણાની કદર કરું છું. તમે *તેઓ* શબ્દ વાપર્યો. તમને એવું લાગે છે કે આ મામલામાં એક કરતાં વધુ વ્યક્તિ જોડાયેલી છે?"

"મને ખબર છે કે શ્રીમાન મેકફેર્સન એક જોરાવર પુરુષ હતા અને તેમને કોઈ એક માણસ તો જરા પણ તકલીફ આપી શકે નહીં. કોઈ એકલા માણસનું કામ જ નથી કે તે તેમને આટલી હદે ઘાયલ કરી શકે."

"હું તમારી સાથે એકાંતમાં વાત કરી શકું?"

"હું તને કહી દઉં છું મૌડ કે આ બાબતમાં તારે તારી જાતને સંડોવવાની કોઈ જ જરૂર નથી." તેના પિતાએ રઘવાયા થતાં મોટેથી કહ્યું.

તેણીએ મારી તરફ નિઃસહાય નજરે જોયું. "હું શું કરી શકું?"

"આ મામલાને લગતી બધી જ બાબત આજે આખી દુનિયા જાણી ગઈ છે માટે તે વિષે હું અહીં બધા સમક્ષ વાત કરીશ તો તેનાથી કોઈ નુકસાન નથી થવાનું," મેં કહ્યું, "જો કે મેં તો એકાંતને જ પસંદ કર્યું હોત પણ જો તમારા પિતા તે માટે રજા આપવા ન માગતા હોય તો કશો જ વાંધો નથી." પછી મેં તેણીને મૃતકના ખિસ્સામાંથી તેણીના હાથે લખવામાં આવેલી પેલી ચિઠ્ઠીની વાત કહી, "તપાસમાં આ પ્રશ્ન ચોક્કસ પૂછવામાં આવવાનો. તો શું તમે તે બાબતે કોઈ ચોખવટ આપી શકો તેમ છો?"

"આમાં કંઈ પણ છૂપું રાખવા માટે મારી પાસે કોઈ જ કારણ નથી," તેણીએ જવાબ આપ્યો. "અમે લગ્ન કરવા માટે જ એકબીજા સાથે બંધાયેલાં હતાં, અને અમે તેને છૂપું એટલા માટે રાખ્યું હતું કારણ કે ફિત્ઝરોયના કાકા કે જેઓ ખૂબ જ વૃદ્ધ છે અને મરણપથારીએ છે તેઓ કદાચ તેને આમ બહારની છોકરી સાથે લગ્ન કરેલો જોઈ પોતાના વારસામાંથી કાઢી મૂકે તેમ હતા. આ સિવાય બીજું કોઈ જ કારણ નહોતું."

"આ તો તું અમને કહી શકી હોત," શ્રીમાન બેલામીએ ગર્જના કરતાં કહ્યું.

"મેં કહ્યું જ હોત, પિતાજી, પણ તમે ક્યારેય અમારા સંબંધ પ્રત્યે સહાનુભૂતિ નહોતી દર્શાવી."

"કોઈ બહારનો પુરુષ મારી જ દીકરીને તેના જ ગામમાંથી આમ ભગાડી જાય તે મારા માટે સહ્ય નહોતું."

"તમારા આ જ પૂર્વગ્રહના કારણે જ અમે તમને કશું જ નિખાલસતાથી નહોતા જણાવી શકતા અને આ મુલાકાતની વાત કરું." તેણે પોતાના કપડાના ખિસ્સાને ફંફોસતાં તેમાંથી એક ચોળાઈ ગયેલી ચિઠ્ઠી કાઢતાં કહ્યું - "તે આ ચિઠ્ઠીનો જવાબ હતો."

સૌથી વહાલી ,

તે જ જૂની જગ્યાએ તળાવ પાસે. મંગળવારે સૂર્યાસ્ત સમયે. આ જ એક સમય દરમિયાન હું એકલો હોઉં છું.

એફ. એમ.

"આજે મંગળવાર હતો, અને મારે આજે રાત્રે તો તેને મળવાનું હતું."

મેં પત્રને ઉલટાવ્યો, "આ ચિઠ્ઠી કંઈ પોસ્ટમાં નહોતી આવી. તમને તે કેવી રીતે મળી ?"

"હું આ પ્રશ્નનો જવાબ નહીં આપી શકું. જો કે હું તમને એટલી ખાતરી આપી શકું છું કે આ બાબતને અને તમારી તપાસને તેની સાથે કોઈ જ લેવા દેવા નથી. પણ જે કંઈ પણ આ બાબત પર અસર કરતું હોય તે હું તમને નિખાલસતાથી જણાવવા તૈયાર છું."

તેણી પોતાના શબ્દોની પાક્કી હતી. તેણે મારા દરેક પ્રશ્નોના જવાબ આપ્યા પણ તેમાંથી કશું જ અમારી તપાસને મદદરૂપ થાય તેવું નહોતું. તેણી નહોતી માનતી કે તેના પ્રેમીનો કોઈ છૂપો દુશ્મન હોય, પણ તેણીએ એ સ્વીકાર્યું કે તેણીના કેટલાક આશિક ચોક્કસ હતા.

"શું હું પૂછી શકું કે તેમાંના એક શ્રીમાન મર્ડોક તો નથી ને ?"

તેણી થોડી શરમાઈ ગઈ અને મૂંઝાઈ પણ ગઈ.

"એક સમયે મને પણ તેમના પર તેવી શંકા હતી. પણ જ્યારે તેમને મારા અને ફિત્ઝરોય વચ્ચેના ખરા સંબંધની ખબર પડી ત્યારે બધું બદલાઈ ગયું હતું. તેમનો વ્યવહાર સામાન્ય થઈ ગયો હતો."

ફરી મને આ માણસ પર શંકા જવા લાગી હતી અને મગજ ગતિમાન થઈ ગયું હતું. તેનો ઇતિહાસ ચોક્કસ તપાસવા જેવો હતો. તેમના ઓરડાનું ગુપ્તતાથી પરીક્ષણ કરવા જેવું હતું. સ્ટેકહર્સ્ટની પણ તેવી જ ઇચ્છા હતી કારણ કે તેને પણ આ માણસ પર શંકા જતી હતી. અમે જ્યારે ધ હેવનની મુલાકાત લઈને આવ્યા ત્યારે અમને એવી રાહત હતી કે આ ગૂંચવણનો કમ સે કમ એક છેડો તો અમારા હાથમાં હજુ પણ હતો.

એક અઠવાડિયું પસાર થઈ ગયું. તપાસમાં કોઈ જ નવી હકીકતો બહાર નહોતી આવી અને નવા પુરાવાના અભાવે બધું સ્થગિત થઈ ગયું હતું. સ્ટેકહર્સ્ટે તેના સાથી શિક્ષક બાબતે ઘણી બધી સઘન તપાસ કરી હતી અને ગુપ્ત રીતે તેનો ઓરડો પણ તપાસ્યો હતો પણ તેનું કોઈ પરિણામ નહોતું આવ્યું. વ્યક્તિગત રીતે હું પણ માનસિક

અને ભૌતિક રીતે બધું ચીવટપૂર્વક તપાસી આવ્યો હતો પણ હું બીજા કોઈ નવા તારણ પર નહોતો પહોંચ્યો. મારા અત્યાર સુધીના મામલામાં મારા વાચકોએ ક્યારેય મને કોઈ મામલામાં આટલી હદે ગુંચવાયેલો નહીં જોયો હોય. અરે મારી કલ્પનાશક્તિ પણ મને કોઈ તારણ સુધી નહોતી પહોંચવા દેતી અને પછી કૂતરાવાળો એક પ્રસંગ બન્યો.

આ ખબર મને મારી હાઉસકીપર પાસેથી મળ્યા, તેને પણ આવતાં જતાં લોકોમાંના કોઈકની પાસેથી તે જાણવા મળ્યું હશે.

"સાહેબ, શ્રીમાન મૅકફર્સનના કૂતરા બાબતે એક ખૂબ જ દુઃખદ સમાચાર સાંભળવા મળ્યા છે." તેણીએ એક સાંજે કહ્યું.

સામાન્ય રીતે હું આવી વાતચીતને કંઈ ખાસ પ્રોત્સાહન નથી આપતો પણ તેણીના શબ્દોએ મને આકર્ષ્યો.

"શું થયું વળી શ્રીમાન મેકફર્સનના કૂતરાને ?"

"મરી ગયો, સાહેબ. પોતાના માલિકના દુઃખમાં મરી ગયો બિચારો."

"તમને આ કોણે કહ્યું ?"

"કેમ, સાહેબ આખું ગામ તેની જ વાતો કરે છે. તેણે બિચારાએ એક અઠવાડિયું કશું જ નહોતું ખાધું અને ભૂખ્યો તરસ્યો રહીને મરી ગયો અને આજે ધ ગેબલ્સના બે યુવાન વિદ્યાર્થીઓને તે મરેલો મળી આવ્યો - અને તે પણ દરિયાકાંઠે, સાહેબ, અને તે જ જગ્યાએ જ્યાં તેનો બિચારો માલિક ઘવાયો હતો."

"તે જ જગ્યાએ." આ શબ્દો મારી સ્મૃતિમાં એકદમ કોતરાઈ ગયા. આ વાતથી મને થોડી શંકા ગઈ અને મારું મગજ ફરી પાછું ગતિમાં આવી ગયું. હું એમ વિચારી રહ્યો હતો કે કૂતરાના સુંદર વફાદાર સ્વભાવ પ્રમાણે તે પોતાના માલિકની યાદમાં મરી જાય તે વાત તો સામાન્ય હતી. પણ "તે જ જગ્યાએ" ! શા માટે આ એકલવાયા કિનારે જ આવું બન્યું હતું ? શું તે જૂના જ વેરની અદાવતની બલીએ ચડ્યો હતો, શું એ શક્ય હતું --- ? હા, મારી સૂઝ ચોક્કસ થોડી ઝાંખી હતી પણ તેમાં ચોક્કસ કંઈક આકાર લઈ રહ્યું હતું. થોડીક જ મિનિટોમાં હું ધ ગેબલ્સ ઊપડી ગયો. મેં જોયું તો સ્ટેકહર્સ્ટ પોતાના અભ્યાસખંડમાં હતો. મારી અરજથી તેણે સડબરી અને બ્લૉન્ટ કે જે બે વિદ્યાર્થીને પેલો કૂતરો મરેલી હાલતમાં મળ્યો હતો તેને બોલાવ્યા.

"હા, તે તળાવની કિનારીએ જ પડ્યો હતો," તેમાંના એકે કહ્યું, "તે ચોક્કસ પોતાના મૃત માલિકના ઘાયલ થયાની જગ્યાને સૂંઘતો ત્યાં પહોંચી ગયો હશે."

મેં તરત જ તે વફાદાર નાનકડા પ્રાણીનું નિરીક્ષણ કર્યું. તેને હૉલમાં સુવડાવવામાં આવ્યો હતો. તેનું શરીર અક્કડ અને કઠણ થઈ ગયું હતું. તેની આંખો બહાર આવી ગઈ હતી અને તેના હાથ પગ મરડાઈને બેડોળ થઈ ગયા હતા. તે જાણે અત્યંત પીડાથી મર્યો હોય તેવું લાગતું હતું.

ધી ગેબલ્સથી હું સીધો જ તળાવ પાસે ગયો. સૂરજ આથમી ગયો હતો અને કરાડનું કાળું પ્રતિબિંબ પાણીમાં પડી રહ્યું હતું. તે જગ્યા સદંતર નિર્જન થઈ ગઈ હતી અને ત્યાં ઉપર આકાશમાં ઊડતાં બે દરિયાયી પક્ષીઓ સિવાય બીજુ કશું જ જીવંત નહોતું. ઝાંખા પ્રકાશમાં હું માંડ માંડ એક પથરા ઉપર કૂતરાનાં રૂંવાં જોઈ શક્યો. તે તે જ પથ્થર હતો જ્યાં તેના માલિકનો ગડી વાળેલો ટુવાલ પડેલો મેં જોયો હતો. થોડીવાર હું ત્યાં વિચારમગ્ન થઈને ત્યાં ઊભો રહી ગયો. અંધારું ઘેરાવા લાગ્યું હતું. મારું મગજ હરીફાઈ કરતા સેંકડો વિચારોથી ઊભરાઈ રહ્યું હતું. તમે પણ ક્યારેક આ સ્થિતિનો સામનો કર્યો હશે જ્યારે તમારા મગજમાં બધી જ મહત્ત્વની બાબતો હોય પણ તેમાંથી પણ તમે સૌથી વધારે મહત્ત્વની બાબતની શોધમાં હોવ અને તમને તે મળતી ન હોય. મારી પણ તે સાંજે તે ઘાતકી જગ્યાએ તેવી જ હાલત હતી. પછી હું ફર્યો અને ધીમે ધીમે ઘર તરફ જવા રવાના થયો.

હું હજુ રસ્તાની ટોચ પર જ પહોંચ્યો હતો ત્યાં મારા મગજમાં એક વિચાર ઝબક્યો. મારા મગજમાં એક ઝબકારો થયો અને જે બાબતની હું આતુરતાથી શોધ કરી રહ્યો હતો તે મને મળી ગઈ. તમને કદાચ ખબર હશે અથવા વૉટસને તમને જણાવ્યું હશે કે મારા ઘરમાં જૂની ખબરો, નોંધો, વસ્તુઓ રાખવા માટેનો એક અલાયદો ઓરડો મેં બનાવેલો છે. જે જરૂર પડ્યે હંમેશા મારી મદદમાં આવે છે. મારું મગજ ઘણાંબધાં ખોખાંઓ અને તેમાં પણ ઘણા બધાં પડીકાંઓવાળો એક સ્ટોર રૂમ બની ગયું હતું. મને જોઈતી બધી જ માહિતી મારા મગજમાં ચોક્કસ હતી પણ તે બધી ખૂબ જ અસ્પષ્ટ હતી. પણ મને એટલી ખબર હતી કે તેમાં એવું ચોક્કસ હતું જે મારા આ મામલામાં મદદરૂપ થવાનું હતું. તે ચોક્કસ અસ્પષ્ટ હતું પણ મને હવે એટલી ખબર હતી કે મારે તેને સ્પષ્ટ કેવી રીતે કરવું. તે ચોક્કસ રાક્ષસી હશે, અદ્ભુત હશે અને તેમ છતાં તેની શક્યતા ચોક્કસ રહેલી છે. કદાચ હું મૂર્ખ પણ સાબિત થાઉં.

મારા નાનકડા ઘરમાં એક નાનકડો સ્ટોરરૂમ મેં રાખેલો છે જેમાં હું અસંખ્ય પુસ્તકો રાખું છું. હું થોડા કલાકો તે ઓરડામાં જ ઘૂસ્યો રહ્યો અને છેવટે મારા હાથમાં એક નાનકડું ચોકલેટી સિલ્વર કલરનું પુસ્તક હાથ લાગ્યું. ઉતાવળે ઉતાવળે આતુરતાથી મેં તે પુસ્તકનાં પાનાં ઉથલાવ્યાં અને મને જે થોડું થોડું યાદ હતું તે પ્રકરણ ખોલ્યું. હા, તે એક વિચિત્ર માન્યામાં ન આવે તેવો સિદ્ધાંત હતો. અને તેમ છતાં જ્યાં સુધી હું તે બાબતે પાક્કી ખાતરી ન કરી લઉં ત્યાં સુધી હું જંપવાનો નહોતો. મારે ઓરડામાંથી બહાર આવતાં ઘણું મોડું થઈ ગયું હતું અને બીજી સવારે ફરી પાછા કામે વળગવા હું આતુર હતો.

પણ સવારે હું મારા કામ પર પાછો લાગું ત્યાં તો તેમાં એક અડચણ આવી ગઈ. હજી તો હું મારી વહેલી સવારનો ચાનો કપ પીતો જ હતો અને તટ પર ચાલવા જવાની તૈયારીમાં જ હતો ત્યાં તો સસેક્સ કોન્સ્ટેબ્યુલરીના ઇન્સ્પેક્ટર બાર્ડેલ મને મળવા આવી

પહોંચ્યા. તે એક નક્કર, ઉદ્યમી અને જડ પ્રકારનું વ્યક્તિત્વ ધરાવતા હતા. તેમની આંખો જાણે તે વિચારમાં ખોવાયેલા હોય તેવી હતી જે હાલ મારી સામે જાણે પરેશાન થઈ ગયા હોય તેમ જોઈ રહી હતી.

"મને તમારા વિશાળ અનુભવની ખબર છે, સાહેબ," તેણે કહ્યું, "તે ચોક્કસ બિનસરકારી છે, અને તેમાં આગળ વધવાનું પણ તમારા પર કોઈ જ દબાણ નથી. પણ હું આ મેકફર્સનના મામલામાં કોઈક નિર્ણય પર આવવા માગું છું. પણ પ્રશ્ન એ છે કે મારે ધરપકડ કરવી કે નહીં ?"

"તમારો કહેવાનો મતલબ શ્રીમાન ઇઆન મર્ડોકની ધરપકડ ?"

"હા, સાહેબ. તમે જ્યારે આ મામલાનો વિચાર કરો ત્યારે તેમના સિવાય કોઈ દિમાગમાં ન આવે. આ નિર્જન જગ્યાનો તે જ તો એક ફાયદો છે. આપણે તેને ખૂબ જ ઝીણવટથી માપી શકીએ છીએ. જો તેમણે આ નહીં કર્યું હોય તો પછી કોણે કર્યું હોય ?"

"તમારી પાસે તેમની વિરુદ્ધ શું પુરાવા છે ?"

જ્યારે મને શ્રીમાન મર્ડોક પર શંકા હતી ત્યારે મારી જે લાચારી હતી તેવી જ લાચારી તેમના ચહેરા પર પણ દેખાઈ આવતી હતી. અમારી પાસે માત્ર મર્ડોકનું ચારિત્ર્ય અને તેનો ઉદ્ધત સ્વભાવ જ તેની વિરુદ્ધ હતાં. તેનો ગુસ્સાવાળો સ્વભાવ જે તેણે કૂતરાવાળા પ્રસંગે બતાવ્યો હતો. હકીકત એ હતી કે તેણે ભૂતકાળમાં મેકફર્સન સાથે ઝઘડો કર્યો હતો અને એવું માનવાને પણ કારણ હતું કે તે પણ કુમારી બેલેમી તરફ આકર્ષાયો હતો. હું જે મુદ્દા પર વિચારતો હતો તે મુદ્દા પર તે પણ વિચારતો હતો પણ તેમાંનું કશું જ નવું નહોતું, માત્ર એટલું જ નવું હતું કે તે અહીંથી જવાની ઉતાવળમાં હતો.

"જો હું તેને આમ છટકીને ભાગી જવા દઉં તો મારો હોદ્દો મુશ્કેલીમાં મુકાઈ જશે." અમારા આ ઈન્સ્પેક્ટરની હાલત ખરેખર કફોડી થઈ ગઈ હતી. તે માનસિક રીતે ખૂબ જ અસ્વસ્થ થઈ ગયો હતો.

"વિચારો," મેં કહ્યું, "તમે તમારા મામલામાં જ્યાં જ્યાં પણ ખાલી જગ્યા પડેલી છે તે વિષે વિચારો. ગુનાના સમયે તમે તેની ગુનાના સ્થળે હાજરી હોવાને સાબિત કરી શકો છો ? તે ત્યાં હાજર નહોતો તેની તેની પોતાની પાસે પૂરતી સાબિતી છે. તે છેલ્લી ક્ષણ સુધી તેના વિદ્યાર્થીઓ સાથે હતો અને મેકફર્સન જ્યારે અમને દેખાયો ત્યારે તે અમારી પાછળથી આવ્યો હતો. હવે એ પણ મગજમાં પાક્કું કરી લો કે તે એકલા હાથે તો મેકફર્સનને આટલી હદે ઘાયલ ન કરી શકે. છેવટે જે હથિયાર વડે મેકફર્સનને આટલી હદે ઘાયલ કરવામાં આવ્યો છે તેના અસ્તિત્વ વિષે પણ વિચારો."

"તે વળી બીજું શું હોઈ શકે એક લવચીક ચાબુક જેવું જ કોઈ હથિયાર હોવું જોઈએ ?"

"તમે તેના શરીર પરનાં નિશાન તપાસ્યાં હતાં ?" મેં પૂછ્યું.

"હા, મેં તેને જોયાં હતાં, અને દાક્તરે પણ."

"મેં પણ તેનું ખૂબ જ ઝીણવટથી નિરીક્ષણ કર્યું હતું અને તે પણ મારા સૂક્ષ્મદર્શક કાચ વડે. તેમાં કેટલીક લાક્ષણિકતાઓ હતી."

"તે શું હતી, શ્રીમાન હોમ્સ ?"

મેં મારું ખાનું ખેંચ્યું અને તેમાંથી એક મોટો કરેલો ફોટોગ્રાફ કાઢ્યો, "આવા કેસમાં હું આ પદ્ધતિથી કામ કરું છું." મેં સમજાવ્યું.

"તમે ઘણી ચોકસાઈથી તમારા મામલાની તપાસ કરો છો, શ્રીમાન હોમ્સ."

"જો હું આમ ના કરું તો હું આજે જે કંઈ પણ છું તે ન હોત. ચાલો, હવે આપણે જમણા ખભા ફરતે પડેલા સોળ વિષે વિચારી જોઈએ. તમને આમાં કશું જ નોંધનીય નથી લાગતું ?"

"મને કશી જ ખબર નથી પડતી."

"આ સોળ અન્ય કરતાં થોડી અલગ તીવ્રતા દર્શાવે છે. અહીં વધારાના લોહીનાં નિશાન છે અને બીજાં અહીં પણ છે. અહીં નીચેના સોળ પર પણ એ જ પ્રકારનાં નિશાન છે. તેનો મતલબ શું થઈ શકે ?"

"મને કોઈ જ ખ્યાલ નથી આવતો. તમને ?"

"કદાચ મને ખબર છે અને કદાચ ખબર નથી. પણ થોડી જ વારમાં મને વધારે ખબર પડી જશે. જ્યારે એ નક્કી થઈ જશે કે આ સોળ શાનાથી પડ્યા છે ત્યારે આપણે ગુનેગારથી બહુ વધારે દૂર નહીં હોઈએ."

"આ ખરેખર એક ખૂબ જ હાસ્યાસ્પદ ખ્યાલ કહેવાય." પોલીસવાળાએ કહ્યું, "તેની પીઠ પર ફેલાયેલી સોળની આ લાલચોળ જાળી."

"અથવા તો આપણે કહી શકીએ જેની પૂંછડીએ નાની નાની સખત ગાંઠો આવેલી હોય તેવું કશુંક."

"હે ભગવાન, શ્રીમાન હોમ્સ, મારા ખ્યાલથી તમે નિશાન બરાબર તાક્યું છે."

"અથવા તો તેનું બીજું કોઈક સાવ જ અલગ કારણ પણ હોઈ શકે, કારણ કે આપણી પાસે પેલા છેલ્લા શબ્દો - 'સિંહની કેશવાળી' પણ છે."

"મને ખ્યાલ નથી આવતો કે ઈઆન---"

"હા, મેં પણ તે વિશે વિચારી જોયું. ક્યાંક આ શબ્દો સાથે મર્ડોકને કંઈ લેવા દેવા છે કે નહીં - પણ તેવું કશું જ નથી. તેણે તે તીણા અવાજમાં કહ્યું હતું. મને ખાતરી છે કે તે 'કેશવાળી' શબ્દ જ હતો."

"તમારી પાસે કોઈ જ વિકલ્પ નથી, શ્રીમાન હોમ્સ ?"

"કદાચ મારી પાસે છે, પણ મને તેની ચર્ચા કરવાનો કશો જ અર્થ નથી લાગતો કારણ કે તેના કરતાં પણ ચર્ચા કરવા માટે વધારે નક્કર બાબત છે."

"અને તે તમે ક્યારે જણાવશો ?"

"કલાકમાં - કદાચ તેના કરતાં પણ ઓછા સમયમાં."

ઈન્સ્પેક્ટરે પોતાની દાઢી ખજવાળી અને મારી તરફ મૂંઝવણથી જોયું.

"કદાચ મને ખ્યાલ હોત કે તમારા મગજમાં શું ચાલી રહ્યું છે, શ્રીમાન હોમ્સ. કદાચ તમે પેલી મછવારાઓની હોડી વિષે તો નથી વિચારતાને ?"

"ના, ના, તે તો ઘણા દૂર હતા."

"તો પછી આપણા શ્રીમાન બેલોમી અને તેના કદાવર દીકરા વિષે તમારું શું કહેવું છે ? તેઓ શ્રીમાન મેકફર્સન જોડે કંઈ સારી રીતે નહોતા વર્તતા. શું તેમણે તો તેની સાથે કશું નહોતું કર્યું ને ?"

"ના, ના, તમે મને તે બાબતે વિચારવા માટે ન કહો," મેં સ્મિત સાથે કહ્યું, "હવે, ઈન્સ્પેક્ટર, આપણી પાસે કરવા માટે આપણાં પોતાનાં કામ છે. કદાચ આજે બપોરે તમે મને અહીં મળવા---"

અમે અમારી વાત કરી રહ્યા હતા ત્યાં તો અમારી વાતચીતમાં એક ભયાનક ખલેલ પડી.

મારા ઘરનો બહારનો દરવાજો ધડામ કરતો ખૂલ્યો, અને પરસાળમાં પગલાની ધબધબાટીનો અવાજ સંભળાયો, અને ઈઆન મર્ડોક લથડિયાં ખાતો ઓરડામાં પ્રવેશ્યો. તે સાવ ફિક્કો જ પડી ગયો હતો અને તેનાં કપડાં પણ સાવ જ અસ્તવ્યસ્ત હતાં. તે માંડ માંડ પોતાની જાતને કોઈક વસ્તુને આધારે ઊભી રાખવાનો પ્રયત્ન કરી રહ્યો હતો. "બ્રેન્ડી ! બ્રેન્ડી !" તે માંડ માંડ મોઢામાંથી બોલી શકયો અને પછી સોફામાં પડી ગયો.

તે એકલો નહોતો. તેની પાછળ જ સ્ટેકહર્સ્ટ પણ રઘવાઈ અને અસ્વસ્થ હાલતમાં ઘરમાં પ્રવેશ્યા.

"હા, હા, બ્રેન્ડી !" તેણે બૂમ પાડી, "આ માણસ બિચારો માંડ માંડ શ્વાસ લઈ રહ્યો છે. હું તેને મહાપ્રયત્ને અહીં સુધી લાવી શક્યો છું. તે રસ્તામાં બે વાર તો બેભાન થઈ ગયો હતો."

અડધા ટમ્બલર જેટલા કાચા દારૂથી તેને ઘણો બધો ફરક પડી ગયો હતો. તેણે પોતાની જાતને ઊંચી કરી અને જાતે જ ખભા પરથી પોતાનો ઓવરકોટ કાઢ્યો. "ભગવાનને ખાતર મને તેલ, અફીણ, કે ગમે તે બેભાન થવાની દવા આપો !" તેણે મોટેથી કહ્યું. "મને જલદીમાં જલદી રાહત થાય તેવું કંઈક કરો ! મારાથી સહન નથી થતું."

આ દૃશ્ય જોઈ હું અને ઈન્સ્પેક્ટર બૂમ પાડી ઊઠ્યા. શ્રીમાન મર્ડોકની પીઠ પર પણ મેકફર્સનના શરીર પર જેવા સોળનાં નિશાન હતાં તેવાં જ વિચિત્ર લાલ લાલ સોળનાં નિશાન હતાં અને તેના કારણે જ તેનું મૃત્યુ નીપજ્યું હતું.

તેમનું દર્દ અત્યંત અસહનીય હતું અને અમે અત્યંત ગભરાઈ ગયા હતા કારણ કે તેણે એક વાર તો જાણે શ્વાસ લેવાનું જ બંધ કરી દીધું હતું, તેનો ચહેરો કાળો પડી ગયો હતો, અને તેની ભ્રમરો પરસેવાથી નીતરી રહી હતી. કોઈ પણ ઘડીએ તે મરી જાય તેમ હતો. તેના ગળામાં અમે વધારેમાં વધારે બ્રૅન્ડી રેડ્યા કરી દરેક ઘૂંટડે તે જાણે પાછો જીવંત થઈ રહ્યો હોય તેવું લાગતું હતું. રૂને તેલમાં બોળી બોળીને અમે વારંવાર તેના ઘા પર ફેરવે રાખતા હતા જેનાથી તેને દર્દમાં રાહત થતી હતી. છેવટે તેનું માથું ભારે થઈને ઓશીકા પર પડી ગયું. તેણે ખૂબ સહન કર્યું હતું અને હવે તે હારી ગયો હતો. તે અડધો બેભાન હતો તો અડધો સૂતો હતો પણ એટલું સારું હતું કે તેને દર્દમાંથી ઘણી રાહત થઈ હતી.

તેને પ્રશ્નો પૂછવાનો કોઈ જ અર્થ નહોતો કારણ કે તે જવાબ આપવાની હાલતમાં જરા પણ નહોતો, પણ જેવી અમને તેને થોડી રાહત થઈ છે તેવો ખ્યાલ આવ્યો કે તરત જ સ્ટેકહર્સ્ટ અમારી તરફ ફર્યા.

"હે ભગવાન !" તેણે મોટેથી કહ્યું, "આ શું છે, હોમ્સ ? આ શું છે ?"

"તમને તે ક્યાંથી મળ્યા ?"

"કાંઠા પર. બરાબર તે જ જગ્યાએ જ્યાં બિચારો મેકફર્સન મોતને ભેટ્યો હતો. પણ જો આ માણસનું હૃદય મેકફર્સન જેટલું જ નબળું હોત તો તે અત્યારે અહીં ન પહોંચી શક્યો હોત. મને અનેક વાર એવું લાગ્યું કે તે મરી જ ગયો અને ફરી પાછો તેનામાં જીવ આવતો અને હું તેને અહીં લઈ આવ્યો. સંસ્થા તો ઘણી દૂર પડે તેમ હતી એટલે અમે સીધા તમારે ત્યાં જ આવ્યા."

"તમે તેને કાંઠા પર જોયો હતો ?"

"તેની બૂમ સંભળાઈ ત્યારે હું કરાડ પર ચાલી રહ્યો હતો. તે પાણીના કિનારા પર જ હતો અને પીધેલા માણસની જેમ લથડિયાં ખાઈ રહ્યો હતો. હું નીચે દોડી ગયો. તેના પર કપડાં નાખ્યાં અને તેને ઉપર લઈ આવ્યો. ભગવાનને ખાતર, હોમ્સ, ગમે તેમ કરીને તે જગ્યા પરનો શ્રાપ દૂર કરો અને તમારી બધી જ શક્તિ તેમાં વાપરી નાખો, કારણ કે ત્યાં હવે એક પછી એક જીવ જોખમમાં મુકાઈ રહ્યા છે."

"મને લાગે છે કે હું તેમ કરી શકું છું, સ્ટેકહર્સ્ટ. હાલ ને હાલ મારી સાથે આવો ! અને ઇન્સ્પેક્ટર, તમે પણ આવો ! કદાચ બની શકે કે હું તમારા હાથમાં એ હત્યારાને મૂકી દઉં."

મારી હાઉસ કીપરની દેખરેખ હેઠળ ઘવાયેલા બેભાન માણસને મૂકી અમે પેલા હત્યારા તળાવ પાસે દોડી ગયા. તેના એક પથરા આગળ ઘવાયેલા માણસનાં કપડાં અને ઘડી વાળેલો ટુવાલ પડ્યો હતો. ધીમે ધીમે હું તે પાણીની કિનારીની ફરતે આગળ વધ્યો અને મારા સાથીઓ પણ મારી પાછળ પાછળ આવ્યા. મોટાભાગનું તળાવ તદ્દન છીછરું હતું પણ કરાડ આગળ તે લગભગ ચાર-પાંચ ફૂટ જેટલું ઊંડું હતું. સ્વાભાવિકપણે

કોઈ પણ તરવૈયો આ ભાગમાં તરવાનું વધારે પસંદ કરે કારણ કે ત્યાં ખૂબ જ સ્વચ્છ અને પારદર્શક પાણી દેખાતું હતું. હું ધીમે ધીમે તે ઊંડા અને સ્થિર પાણીમાં પહોંચ્યો અને ત્યાં અચાનક મારી નજર અમે જે વસ્તુને શોધી રહ્યા હતા તેના પર પડી અને હું બૂમ પાડી ઊઠ્યો.

"સિઆની !" મેં મોટેથી કહ્યું, "સિઆની ! સિંહ જેવી કેશવાળી."

મેં જે વસ્તુ તરફ આંગળી ચીંધી હતી તે જાણે સિંહના વાળનો જથ્થો ગુંચવાઈ ગયો હોય ને કેવો લાગે તેવી લાગતી હતી. તે લગભગ ત્રણ ફૂટ હેઠળ પથરાળ તળિયા પર પડ્યું હતું. તે મોજાંની જેમ હલી રહ્યું હતું, ધ્રૂજી રહ્યું હતું. તે પીળા તાંતણાવાળું ક્યાંક ક્યાંક સફેદ રંગના તાંતણાવાળું નાનકડું પ્રાણી હતું. તે ધીમે ધીમે ભારે રીતે ઘડીકમાં સંકોચાતું હતું તો ઘડીકમાં ફૂલતું હતું.

"આ પ્રાણીએ અત્યાર સુધીમાં ઘણું બધું નુકસાન કરી દીધું છે. હવે તેના દિવસો પૂરા થયા છે !" મેં મોટેથી કહ્યું, "સ્ટેકહર્સ્ટ, મને મદદ કરો ! ચાલો, આપણે આ હત્યારાનો આજે સંપૂર્ણ અંત લાવી દઈએ."

ત્યાં નજીકમાં જ એક પાણીથી ઘસાઈ ગયેલો મોટો પથ્થર પડ્યો હતો. અમે પૂરા જોરથી તે તેના પર નાખ્યો અને તે પાણીમાં નિસ્તેજ થઈ ગયું. જ્યારે પાણીમાં પડેલાં વમળ ઓછાં થયાં ત્યારે અમે જોઈ શક્યા કે કરાડની કોરની નીચે તે સ્થિર થઈને પડ્યું હતું. તેની ઝૂંછા જેવી પૂછડીનો થોડો ભાગ હલતો હતો તેથી અમને ખ્યાલ આવ્યો કે તે ત્યાં હતું. એક વિચિત્ર પ્રકારનું તૈલી દ્રાવણ તેમાંથી ફૂટ્યું અને તેણે આખાયે પાણીને ડહોળી નાખ્યું. તે હવે ધીમે ધીમે સપાટી પર આવી રહ્યું હતું.

"અરે, હાથમાં તો આવી ગયું !" ઈન્સ્પેક્ટરે મોટેથી કહ્યું, "પણ આ હતું શું, શ્રીમાન હોમ્સ ? હું અહીં જ જન્મીને ઊછર્યો છું, શ્રીમાન હોમ્સ, પણ મેં આવી વસ્તુ આ પહેલાં ક્યારેય નહોતી જોઈ. તે કંઈ અહીં સસેક્સની નથી."

"પણ સસેક્સ માટે હતી તેવું તો કહી શકો," મેં ટિપ્પણી કરી, "દક્ષિણ પશ્ચિમની પવનની થપાટો તેને અહીં લાવી હોય તેવું પણ બને. હવે તમે બન્ને મારા ઘરે આવો એટલે હું આ પ્રાણીને થયેલો આપણા શ્રીમાન મર્ડોક સાથેનો અનુભવ તમારી સાથે જ તેમની પાસેથી જાણું. તે હવે તો કદાચ સ્વસ્થ થઈ ગયા હશે કે તેમનો પોતાનો આ પ્રાણી સાથેનો કારમો અનુભવ આપણને જણાવી શકે."

અમે જ્યારે મારા ઘરે પહોંચ્યા અને મારા અભ્યાસખંડમાં ગયા ત્યારે અમે જોયું કે મર્ડોક ઘણો સ્વસ્થ થઈ ગયો હતો અને બેસી પણ શકતો હતો. જો કે તે માનસિક રીતે હજુ પણ થોડો આઘાતગ્રસ્ત હતો, અને અવારનવાર પીડાનો માર્યો થથરી ઊઠતો હતો. તૂટક તૂટક અવાજમાં તેણે અમને કહ્યું કે તેની સાથે જે કંઈ પણ થયું તેનો તેને જરા પણ ખ્યાલ નથી. તેને માત્ર એટલી જ ખબર હતી કે તેને અચાનક જ દર્દ થવા લાગ્યું હતું અને તે તેનાથી એટલો પીડાતો હતો તે કે તે કોઈ પણ સંજોગોમાં તળાવમાંથી બહાર નીકળવા માગતો હતો.

"આ રહ્યું તે પુસ્તક," મેં નાનકડું પુસ્તક હાથમાં લેતાં કહ્યું, "તેમાંથી આપણને આ અજાણ્યા પ્રાણી વિષે પૂરતી માહિતી મળી રહેશે, જેના અસ્તિત્વનો પણ આપણને અણસાર નહોતો. આ પુસ્તકનું નામ આઉટ ઓફ ડૉર્સ છે જેને જે. જી. વૂડ નામના પ્રખ્યાત અવલોકનકર્તા દ્વારા લખવામાં આવ્યું છે. વૂડ પોતે પણ આ જંગલી પ્રાણીના હુમલાનો ભોગ બની ચૂક્યા હતા. એટલે તેઓ તે વિષે ઘણી બધી જાણકારી મેળવીને વિગતવાર બધું લખી શક્યા છે. સીયાનિઆ કેપિલેટા આ દુર્જનનું સંપૂર્ણ નામ છે. આ જીવ કોઈ ઝેરી સાપ જેટલો જ ખતરનાક છે. તે અસહ્ય પીડા આપનાર જીવ છે. મને જરા તેની વિગતવાર જાણકારી આપવા દો.

"જો દરિયાના ખારા તળાવમાં નાહનાર વ્યક્તિને પોતાની આસપાસ કશુંક ગોળાકાર બદામી રંગની છાલ જેવું, રેસા જેવું, ખોબા જેવડું, સિંહની કેશવાળી જેવું કંઈ દેખાય કે જેમાં ક્યાંક ક્યાંક ચાંદી જેવા રંગના રેસા પણ હોય તો તેણે તરત જ તેનાથી ચેતી જવું જોઈએ કારણ કે તે એક ખૂબ જ ખતરનાક પ્રાણી, સીયાનિઆ કેપિલેટા છે.

શું આથી વધારે સ્પષ્ટતાથી આ પ્રાણીની ઓળખ મેળવી શકાય ?

"તેણે પોતાનો પણ અનુભવ આ વર્ણનમાં ટપકાવ્યો છે. તે જ્યારે કેન્ટના કાંઠા પર તરી રહ્યો હતો ત્યારે તેને આ પ્રાણીનો અનુભવ થયો હતો. તેણે જોયું કે પચ્ચાસ ફૂટના અંતરથી તેના રેસા સાવ જ અદૃશ્ય લાગે છે અને તેટલા ઘેરાવામાં જો કોઈ પણ વ્યક્તિ તરતો હોય તો તેના માટે પૂરતું જોખમ ઊભું થઈ શકે છે. એટલું જોખમ કે તે તેના હુમલાથી મરી પણ શકે છે. અરે આટલી દૂરીથી પણ તેની વૂડ પર જે અસર થઈ હતી તે ખૂબ જ ઘાતકી હતી.

"તેના આ અગણિત રેસા જે હળવા તપખીરિયા રંગના દેખાય છે તે ચામડી પર મિનિટોના સમયમાં પ્રહાર કરે છે અને તેની અસર તમારા શરીરની અંદર છેક મજ્જાતંતુ સુધી થાય છે.

"તેણે સમજાવ્યા પ્રમાણે શરૂઆતનું દર્દ ખૂબ જ હળવું હળવું હોય છે.

"તેના મારા છાતી પરના પ્રહારનું દર્દ જાણે મને ગોળી વીંધી ગઈ હોય તેવું થયું હતું અને હું ધડામ કરતાં પડી ગયો હતો. મારા ધબકારા તરત જ ઓછા થઈ ગયા હતા અને જાણે મારું હૃદય માંડ માંડ ધબકી શકતું હોય તેમ લાગતું હતું. મારે શ્વાસ લેવા ભારે મથામણ કરવી પડી હતી."

"તેણે લગભગ તેને મારી જ નાખ્યો હતો, અને તે પણ માત્ર તેના સંપર્કમાં આવ્યા વગર ખુલ્લા સમુદ્રમાં હોવા છતાં પણ. તેના પર કંઈ સાંકડા ઠંડા પાણીવાળા

તળાવમાં હુમલો નહોતો થયો. આગળ જતાં તેણે કહ્યું છે કે તે પોતાની જાતને ઓળખી ન શકે તેટલો તેના હુમલાથી અસરગ્રસ્ત થઈ ગયો હતો અને તેણે તેમાંથી તરત રાહત મેળવવા માટે બ્રૅન્ડીની એક આખી બોટલ ગટગટાવવી પડી હતી અને કદાચ તેના કારણે જ તેનો જીવ બચ્યો હતો. તો ઈન્સ્પેક્ટર, આ રહ્યું તે પુસ્તક જે હું તમારી આગળ મૂકું છું અને હવે નિઃશંકપણે તમને તેના દ્વારા મૃત મેકફર્સનના કરુણ મૃત્યુની સ્પષ્ટ સાબિતી પણ મળી જશે."

"અને સાથે સાથે તે મને પણ શંકાઓથી દૂર કરશે અને નિર્દોષ સાબિત કરશે," ઈઆન મર્ડોકે વ્યંગાત્મક સ્મિત કરતાં ટિપ્પણી કરી, "હું તમારા પર આક્ષેપ નથી કરતો, ઈન્સ્પેક્ટર, કે નથી તમારા પર કરતો, શ્રીમાન હોમ્સ, કારણ કે મારા પર શંકા જવી સ્વાભાવિક હતી. હવે મને લાગે છે કે મારી ધરપકડની આગલી સાંજે હું મારા બિચારા મૃત દોસ્તના અનુભવમાંથી ખુદ પસાર થઈને મારી જાતને નિર્દોષ સાબિત કરી શક્યો છું."

"ના, શ્રીમાન મર્ડોક. હું એમ પણ આ સંશોધન પર આગળ જ વધી રહ્યો હતો અને કદાચ હું તે તારણ પર વહેલો પહોંચી શક્યો હતો. બની શકે કે જો મને આ બાબતે વહેલી જાણ થઈ હોત તો હું તમને તમારા આ કારમા અનુભવમાંથી પણ બચાવી શક્યો હોત."

"પણ તમને કેવી રીતે ખબર પડી, શ્રીમાન હોમ્સ ?"

"હું એક સર્વભક્ષી વાચક છું અને નકામી બાબતો પણ મને યાદ રહી જતી હોય છે. મૃતકના છેલ્લા શબ્દો 'સિંહની કેશવાળી'એ મારા મગજને જકડી લીધું હતું. મને એટલી ખબર હતી કે મારા મગજમાં ક્યાંક તેની ઝાંખી સરખી માહિતી સંગ્રહાયેલી હતી. તમે ખુદે પણ જોયું હશે કે તે શબ્દો દ્વારા આ પ્રાણીને સારી રીતે વર્ણવી શકાય છે. મને તેમાં કોઈ જ શંકા નહોતી કે જ્યારે મેકફર્સને તેને જોયું ત્યારે તે પાણીમાં તરી રહ્યું હશે અને માટે માત્ર આ જ શબ્દો દ્વારા તે તે પ્રાણીને આપણી સમક્ષ વર્ણવી શક્યો હતો અને તેવું દેખાતું પ્રાણી તેની તેવી હાલતનું જવાબદાર હોય તેવી ચેતવણી આપવા માગતો હતો."

"છેવટે, હું નિર્દોષ સાબિત થયો," મર્ડોકે ધીમે ધીમે પોતાના પગ પર ઊભા થતાં કહ્યું. "હું મારી સ્પષ્ટતામાં એકાદ બે શબ્દો કહેવા માગું છું, કારણ કે મને ખબર હતી કે તમારું સંશોધન કઈ દિશામાં થઈ રહ્યું હતું. એ વાત સાચી છે કે મેં તે યુવતીને ચાહી છે, પણ જે દિવસે તેણીએ મારા મિત્ર મેકફર્સનને પસંદ કર્યો ત્યારે મેં તેને તેમ થવા દેવામાં મદદ કરી. હું હંમેશા તેમની સાથે ઊભો રહ્યો છું અને તેમને તેમાં મદદ કરતો આવ્યો છું. તેમના સંદેશા પણ હું જ તેમને પહોંચાડતો હતો. તેણી હંમેશા મારી સાથે પ્રેમથી વર્તી હતી અને તે જ કારણે તે દિવસે હું તરત જ મારા મિત્રના મૃત્યુના સમાચાર તેણીને આપવા તેના ઘરે ગયો હતો. પણ તેણીએ તમને તે વિષે ન જણાવ્યું કારણ કે

તેણીને ભય હતો કે તેની મારા પર ખરાબ અસર ન થાય. અને હવે જો તમારી રજા હોય તો હું ધી ગેબલ્સ પાછો ફરવા માગું છું અને મારી પથારીમાં આરામ ફરમાવવા માગું છું."

સ્ટેકહર્સ્ટે તેનો હાથ પકડ્યો, "અમે બધા આ મૃત્યુથી ખૂબ જ આઘાત પામ્યા હતા," તેણે કહ્યું. "હવે તમારી સાથે જે કંઈ પણ થયું તેને અમારી ભૂલ સમજીને માફ કરો, મર્ડોક. આપણે ભવિષ્યમાં પણ એકબીજાને સારી રીતે સમજી શકીશું તેવી મને આશા છે." તેઓ મૈત્રીપૂર્ણ રીતે એકબીજાના હાથમાં હાથ પરોવી બહાર નીકળી ગયા. પણ ઈન્સ્પેક્ટર હજુ રોકાઈ રહ્યા અને મારી સામે પોતાની આખલા જેવી આંખોથી તાકી રહ્યા.

"તો, તમે તમારું કામ આખરે કરી જ લીધું !" તેણે મોટેથી કહ્યું, "મેં તમારા વિષે ઘણું બધું વાંચ્યું છે, પણ ક્યારેય તેના પર વિશ્વાસ નહોતો કર્યો. પણ તમે ખરેખર એક અદ્‌ભુત વ્યક્તિ છો."

મારે પરાણે મારું માથું હલાવવું પડ્યું અને તેમના મોઢેથી વખાણાયેલા શબ્દોને સ્વીકારવા પડ્યા.

"હું આ તારણ પર ખૂબ જ ધીમે ધીમે પહોંચ્યો હતો, કારણ કે શરૂઆતમાં જ્યારે હું તળાવ પર તપાસ કરવા ગયો ત્યારે મેં જોયું કે મૃતકનો ટુવાલ વાપર્યા વગરનો પડ્યો હતો ત્યારે મેં એવું માની લીધું હતું કે તે ક્યારેય નાહવા પડ્યો જ નહીં હોય પણ જો તેમ હોય તો પછી તેને તે પ્રાણી કેવી રીતે કરડ્યું હોય. બસ આ જ અવળા રસ્તે હું ચડી ગયો હતો અને તારણ પર આવતાં મને વાર લાગી હતી."

❖

દુખિયારી સ્ત્રી

જ્યારે કોઈ એવું વિચારે છે કે શ્રીમાન શૅરલૉક હોમ્સ ત્રેવીસ વર્ષથી જાસૂસી કામમાં કાર્યરત છે અને તેમાંથી સત્તર વર્ષ હું એકધારો તેની સાથે રહ્યો છું અને તેના દરેક કેસની નોંધ રાખતો આવ્યો છું ત્યારે એટલું તો સ્પષ્ટ છે કે મારી પાસે તેના કેસના જથ્થાબંધ અહેવાલો પડ્યા હોય. સમસ્યા હંમેશા મામલાને શોધીને લોકો સમક્ષ રજૂ કરવાની નથી રહી પણ તેમાંથી પસંદ કરીને રજૂ કરવાની રહી છે. મારી પાસે તેના અહેવાલોને લગતી વાર્ષિક ડાયરીઓ કબાટ ભરીને પડી છે અને તેને લગતા જથ્થાબંધ દસ્તાવેજો પણ પડ્યા છે. જૂના સમયના સામાજિક અને સરકારી ષડયંત્રોના પણ ઘણા બધા અહેવાલો પણ મારી પાસે પડ્યા છે. જો કે તેમની આબરૂ અને તેમની અરજના કારણે હું તેને રજૂ કરી શકું તેમ નથી. મારા મિત્રનું વ્યવસાયિક સમ્માન હંમેશા પોતાના અસીલની મરજી વિરુદ્ધ તેમને છતાં થતા રોકે છે.

અત્યાર સુધી હોમ્સ પાસે આવી નામદાર વ્યક્તિ, કુટુંબ, અધિકારી વગેરેના અસંખ્ય મામલા આવ્યા છે જો કે તે બધામાં હોમ્સને કંઈ પોતાની અનોખી શક્તિ કે જેને હંમેશા મેં મારા અહેવાલોમાં વારંવાર બિરદાવી છે તેને વાપરવાનો અવસર નથી મળ્યો. કેટલીકવાર એવું બન્યું છે કે તેણે ફળ ઝાડ પરથી તોડવા પડ્યાં છે જ્યારે કેટલીકવાર એવું બન્યું છે કે ફળ સામેથી તેના ખોળામાં આવીને પડ્યું હોય. પણ તેમાં એવા ઘણા બધા મામલા છે જેમાં ખૂબ જ ભયાવહ માનવીય કરુણા સમાયેલી હોય અને હોમ્સને વ્યક્તિગત રીતે તેમાં કંઈક કરવાનો અવસર મળ્યો હોય. હાલ હું તેવા જ એક મામલાનો વૃત્તાંત તમારી સમક્ષ રજૂ કરવા જઈ રહ્યો છું.

૧૮૯૬ના છેલ્લા મહિનાઓની એક બપોરે મને હોમ્સ તરફથી મારી હાજરી માગતી એક નાનકડી ચિઠ્ઠી મળી. જ્યારે હું ત્યાં ગયો ત્યારે મેં જોયું કે તે ધુમાડાથી ભરેલા ઓરડામાં બેઠો હતો. એક માયાળુ સ્ત્રી પણ તેની સામેની ખુરશીમાં બેઠી હતી. તેણી જાણે કોઈક હૃષ્ટપુષ્ટ મકાનમાલિક જેવી લાગતી હતી.

"આ શ્રીમતી મેરીલો છે, તેણી દક્ષિણ બ્રિક્સ્ટનથી આવી છે," મારા મિત્રએ હાથ હલાવતાં કહ્યું, "શ્રીમતી મેરીલોને તમાકુથી કોઈ પરહેઝ નથી, વૉટસન. જો તારે પણ સિગાર પીવી હોય તો તું પણ લઈ શકે છે. શ્રીમતી મેરિલો ખૂબ જ રસપ્રદ વાત જણાવવા જઈ રહી છે જેમાં આગળ જતાં કદાચ તારી હાજરી ઉપયોગી નીવડે."

"હું શું કરી---"

"તમે સમજી શકો છો, શ્રીમતી મેરીલો, કે જો હું શ્રીમતી રોન્ડર પાસે જાઉં તો મારે મારી સાથે કોઈ સાક્ષીને લઈ જવો જરૂરી છે. અમે ત્યાં આવીએ તે પહેલાં તમે તેણીને તે બાબતે જણાવી દેજો."

"ભગવાન તમારું ભલું કરે, શ્રીમાન હોમ્સ," અમારી મુલાકાતીએ કહ્યું, "તેણી તમને મળવા એટલી આતુર છે કે તમે તમારી સાથે આખા લંડનને લઈ આવો તો પણ તેણીને તેનો કશો જ વાંધો નથી !"

"તો પછી અમે બપોર પહેલાં જ ત્યાં આવીશું. પણ આપણે આખા મામલા પર તપાસ શરૂ કરીએ તે પહેલાં બધી જ હકીકતો પાક્કી કરી લેવી જોઈએ. જો આપણે તેમ કરીશું તો તેનાથી ડૉ. વૉટસનને આખી પરિસ્થિતિ સારી રીતે સમજાઈ જશે. તમે કહો છો કે શ્રીમતી રોન્ડર છેલ્લાં સાત વર્ષથી તમારી ભાડૂઆત છે અને તમે માત્ર એક જ વાર તેનો ચહેરો જોયો છે."

"અને ભગવાનને હું પ્રાર્થના કરું છું કે કદાચ મેં તેમનો ચહેરો ના જોયો હોત તો સારું રહેત !" શ્રીમતી મેરીલોએ કહ્યું.

"મને લાગે છે કે તે એક વિકૃત ચહેરો હશે."

"હા, શ્રીમાન હોમ્સ, તમે કદાચ તેને ચહેરો જ ન કહી શકો. તે ખૂબ જ વિકૃત છે. બિચારો અમારો દૂધવાળો એકવાર બારીની આડશમાંથી તેણીનો ચહેરો જોઈ ગયો અને તે જોઈને તે એટલો કાંપી ઊઠ્યો હતો કે તેનું બધું દૂધ અમારા બગીચામાં ઢોળાઈ ગયું હતું - તો તેણીનો ચહેરો આટલી હદે ડરામણો છે. મેં જ્યારે તેણીને જોઈ - મારું તેને જોવું અને તેને તેનો ખ્યાલ આવવો - ત્યારે તેણીએ તરત જ તેને ઢાંકી દીધો હતો અને પછી તેણીએ કહ્યું હતું, 'હવે, શ્રીમતી મેરીલો, તમને ખ્યાલ આવી ગયો હશે કે શા માટે હું મારા ચહેરા પરથી ક્યારેય પરદો નથી હટાવતી.'"

"તમને તેના ભૂતકાળ વિષે કશી જાણ છે ?"

"ના, કશી જ જાણ નથી."

"તેણી તમારી પાસે આવી ત્યારે તેણે કોઈની ઓળખાણ આપી હતી ?"

"ના, સાહેબ, પણ તેણીએ મને ખાસી એવી રોકડ રકમ આપી હતી. ત્રણ મહિનાનું ભાડું તેણે મને આગોતરું આપી દીધું હતું અને શરતો બાબતે પણ કોઈ જ કકળાટ નહોતો કર્યો. આવા સમયે મારા જેવી બિચારી ગરીબ સ્ત્રી માટે તેણીને આવી રીતે અવગણવી જરા પણ પાલવે તેમ નહોતી."

"તેણીએ તમારું ઘર પસંદ કરવા માટે કોઈ ખાસ કારણ બતાવ્યું હતું ?"

"મારું ઘર રસ્તાથી થોડું દૂર આવેલું હતું અને અન્ય લોજ કરતાં ઘણું બધું એકાંતવાળું હતું. બીજી બાજુ હું એકલી હતી. મારું કોઈ સગુંવહાલું નહોતું. પાછળથી મને ખબર પડી કે તેણીએ મારા ઘર પહેલાં બીજે ઘણે બધે તપાસ કરી હતી પણ તેને છેવટે મારું જ ઘર ફાવે તેમ હતું. તેણીને ખાસ કરીને એકાંતની જરૂર હતી અને તેણી તે માટે પૂરતાં નાણાં આપવા તૈયાર હતી."

"તમે કહ્યું કે સાત વર્ષથી જ્યારથી તે ત્યાં રહે છે ત્યારની તેણે એક પણ વાર પોતાનો ચહેરો તમને નહોતો બતાવ્યો તો પછી આ સાત વર્ષના અંતે એવું તે શું બન્યું કે તમારે તેમનો ચહેરો જોવાની નોબત આવી. આ એક નોંધનીય પ્રસંગ હોવો જોઈએ તેની મને પાક્કી ખાતરી છે અને તમે પણ તે અમને જણાવવા માગતાં જ હશો."

"ના, મને તેણીનો ચહેરો જોવાની કોઈ જ આવશ્યકતા નહોતી, કારણ કે તેણી મને નિયમિતપણે ભાડું ચૂકવી દેતી હતી. આવો ભાડૂઆત તો ભાગ્યે જ કોઈ મકાનમાલિકને મળે અને તેણી તો વળી ક્યારેય મને કોઈ તકલીફ પણ નહોતી આપતી."

"તો પછી તેણીનો ચહેરો જોવાની નોબત ક્યાંથી આવી ?"

"તેણીની તબિયત, શ્રીમાન હોમ્સ. તેણીના મગજમાં જાણે કંઈક ખૂબ જ ભયંકર ચાલતું હોય તેવું લાગતું હતું મને. 'હત્યા !', તેણી બૂમો પાડતી હતી 'હત્યા !' તેણી વારંવાર આવી બૂમો પાડે રાખતી હતી. અને એક વાર તો મેં તેણીને કહેતાં સાંભળી : 'જંગલી પ્રાણી ! જંગલી હેવાન !' તેણી વાંરવાર આવી બૂમો પાડતી હતી. તેણી રાત્રી દરમિયાન આવી બૂમો પાડે રાખતી હતી અને તેણીનો અવાજ એટલો મોટો હતો કે આખા ઘરમાં તેના પડઘા પડતા હતા. એટલે બીજી સવારે હું તેણી પાસે ગઈ. 'શ્રીમતી રોન્ડર,' મેં કહ્યું, 'જો તમારા જીવને કોઈ સમસ્યા હોય તો હું પાદરીને બોલાવું,' મેં કહ્યું, 'અને તેમ ન હોય તો હું પોલીસને બોલાવું. તેમાંથી કોઈક કદાચ તમને મદદ કરી શકે.' 'ભગવાનને ખાતર પોલીસને ન બોલાવો !' તેણીએ કહ્યું, 'અને પાદરી વળી મારા ભૂતકાળને શું બદલી શકવાના છે. અને તેમ છતાં,' તેણીએ કહ્યું, 'જો હું મરી જાઉં તે પહેલાં કોઈ સત્ય હકીકત જાણી લેશે તો મારા આત્માને શાંતિ થશે.' 'સારું,' મેં કહ્યું, 'જો તમે તેમ કરવા માગતાં હોવ તો આપણા આ જાસૂસ કે જેના વિષે આપણે અવારનવાર વાંચતા હોઈએ છીએ તે કશુંક કરી શકે - આમ કરવા બદલ મને માફ કરજો, શ્રીમાન હોમ્સ. અને અચાનક તેણી ઊછળી પડી. 'હા, તે જ વ્યક્તિ,' તેણીએ કહ્યું. 'મને એમ થાય છે કે આ વિચાર મને પહેલાં કેમ ન આવ્યો ? તેમને અહીં લઈ આવો, શ્રીમતી, મેરીલો, અને જો તે ન આવે તો, તેમને કહેજો કે હું રોન્ડરની પત્ની છું. જંગલી પ્રાણીનો ખેલ દેખાડનાર રોન્ડરની પત્ની. તેમને તે કહો અને સાથે સાથે અબ્બાસ પાર્વાનું નામ પણ આપજો. આ તેણે તે નામ લખીને આપ્યું છે, શ્રીમાન હોમ્સ, અબ્બાસ પાર્વા.

'આટલાથી તેઓ અહીં ચોક્કસ આવશે, જો હું ખરેખર તેમને જ તે માણસ માનતી હોઉં તો.' "

"હા, તેટલું પૂરતું છે," હોમ્સે ટિપ્પણી કરી, "ખૂબ સરસ, શ્રીમતી મેરીલો. હું ત્યાં આવવા માટે નીકળું તે પહેલાં ડૉ. વૉટસન સાથે તે બાબતે કેટલીક વાતચીત કરવા માગું છું. અમારી આ વાતચીત બપોરના ભાણા સુધી ચાલશે. લગભગ બપોરે ત્રણ વાગ્યે અમે બ્રિક્સ્ટન ખાતેના તમારા ઘરે પહોંચી જઈશું."

હજુ તો અમારી મુલાકાતી હાથીની જેમ ડોલતી ડોલતી ઓરડાની બહાર જ ગઈ હશે ત્યાં તો શૅરલૉક હોમ્સ તેજીલી ઊર્જા સાથે સામાન્ય જાણકારીવાળાં પુસ્તકો જે ખૂણામાં ગોઠવવામાં આવ્યાં હતાં તે તરફ ધસી ગયો. થોડીક મિનિટ સુધી તો તેણે નકરાં પાનાં જ ઉથલાવે રાખ્યાં અને પછી જાણે તેને જોઈતી કોઈ માહિતી મળી ગઈ હોય તેમ સંતોષ વ્યક્ત કર્યો. તેની આજુબાજુ પુસ્તકોનો ઢગલો વિખરાયેલો પડ્યો હતો અને એક પુસ્તક તેના ગોઠણ પર ખુલ્લું પડ્યું હતું.

"તે સમયે આ કેસે મને ઘણો પજવ્યો હતો, વૉટસન. મારી પાસે તે સાબિત કરતી કેટલીક નોંધો પણ છે. મારે સ્વીકારવું પડશે કે તે વખતે હું આ કેસમાં કોઈ પણ તારણ પર નહોતો પહોંચી શક્યો અને તેમ છતાં હજુ પણ મને લાગે છે કે કોરોનરની તે વખતની તપાસ ખોટી હતી. તને આ અબ્બાસ પાર્વાવાળી કરુણાંતિકાની કોઈ જ જાણકારી છે ?"

"ના, હોમ્સ."

"જો કે તે સમયે તું મારી સાથે જ હતો કદાચ, પણ તે વખતે મારી આ કેસને લઈને જે છાપ હતી તે ખુદ પણ ઘણી ઉપરછલ્લી હતી, કારણ કે તે વખતે બન્નેમાંથી કોઈ પણ પક્ષ દ્વારા તેની તપાસ કરવા માટે મારી સહાય માટે સંપર્ક નહોતો કરવામાં આવ્યો. પણ કદાચ તે વખતે તેં છાપાંઓ તો વાંચ્યાં જ હશે ને ?"

"પણ તું મને મુદ્દાઓ જણાવી શકે તેમ નથી ?"

"તે તો ખૂબ જ સરળતાથી થઈ શકશે. હું જેમ જેમ તને કહેતો જઈશ તેમ તેમ કદાચ તને યાદ આવતું જશે. રોન્ડર, ચોક્કસ એક સાવ જ સામાન્ય નામ છે. તે વોમ્બવેલ અને સેન્ગરનો હરીફ હતો, તે દિવસોમાં તે પ્રાણીઓના ખૂબ જ સારા ખેલ બતાવી જાણતો હતો. એવા પુરાવાઓ છે કે આ કરુણાંતિકા થઈ તે સમય દરમિયાન તે ખૂબ દારૂ પીતો હતો અને તેના ખેલ પણ ઘણા નબળા થતા જતા હતા. તે રાત્રે તેમનો કાફલો અબ્બાસ પાર્વામાં રાત્રીરોકાણ માટે રોકાયો હતો. તે બર્કશાયરનું એક નાનકડું ગામડું છે. તેઓ તે વખતે વિમ્બલ્ડન જઈ રહ્યા હતા અને માટે રાત્રીરોકાણ ખાતર જ ત્યાં રોકાયા હતા તેમનો ત્યાં ખેલ યોજવાનો કોઈ જ ઇરાદો નહોતો, કારણ કે ત્યાં તેમને કશું વળતર મળી શકે તેમ નહોતું.

"તેમના પ્રદર્શનની વિવિધતામાં તેમની પાસે ઉત્તર આફ્રિકાનો વિકરાળ સિંહ પણ હતો. તેનું નામ સહારા કિંગ હતું અને રોન્ડર અને તેની પત્ની સિંહ સાથે પાંજરામાં રહીને જીવના જોખમે ખેલ બતાવતાં હતાં. અહીં મારી પાસે તેમની ખેલ બતાવતી એક તસવીર પણ છે. તું જોઈ શકે છે કે રોન્ડર એક જોરાવર માણસ હતો અને તેણીની પત્ની ઘણી સુદંર હતી. તપાસ દરમિયાન એવું જાણવા મળ્યું કે તે સિંહ ખૂબ જ ખતરનાક હતો, તે પ્રાણી સાથે ખેલ બતાવવાનું જોખમી હતું, પરંતુ તે બાબતની કોઈ જ નોંધ લેવામાં નહોતી આવી.

"રાત્રે સિંહને ભોજન આપવાનું કામ રોન્ડર અને તેની પત્ની જ કરતાં હતાં. કેટલીક વાર તેમાંથી કોઈ એક સિંહને ખવડાવી દેતું તો ક્યારેક બન્ને સાથે તેમ કરતાં પણ તેઓ ક્યારેય બીજી કોઈ વ્યક્તિને તેમ કરવાની પરવાનગી નહોતાં આપતાં, કારણ કે તેઓ એવું માનતાં હતાં કે લાંબા સમયથી તે બન્ને જ સિંહને ખવડાવતા હોવાથી જો કોઈ ત્રીજી વ્યક્તિ તેમ કરવા જશે તો સિંહ ક્યારેય તેમને સહકાર નહીં આપે. ઘટનાની તે રાત્રે, એટલે કે સાત વર્ષ પહેલાં, તેઓ બન્ને સિંહ પાસે ગયાં, અને એક ખૂબ જ ખતરનાક ઘટના ઘટી. જો કે તેની વિગતો ક્યારેય સ્પષ્ટ કરવામાં નથી આવી.

"એવું જાણવા મળ્યું હતું કે પ્રાણીની ત્રાડ અને સ્ત્રીની ચીસાચીસથી આખોયે કાફલો જાગી ગયો હતો. કાફલાની એક એક વ્યક્તિ પોતાના તંબુમાંથી બહાર આવી ગઈ હતી. તે બધા પોતાના ફાનસ સાથે જ પાંજરા તરફ દોડી ગયા હતા અને તેમને તે પ્રકાશના અજવાળામાં એક બિહામણું દૃશ્ય જોવા મળ્યું હતું. રોન્ડર એક બાજુ પર છાતીભેર પડ્યો હતો અને તેની ખોપરી પર સિંહના પંજાનું નિશાન પડી ગયું હતું અને તે છુંદાઈ ગઈ હતી. તે પાંજરાથી આશરે દસેક વાર જેટલો દૂર પડ્યો હતો. પાંજરું ખુલ્લું હતું. પાંજરાના દરવાજાની બિલકુલ પાસે જ શ્રીમતી રોન્ડર પીઠસોતી પડી હતી અને તેના ચહેરા પર તે કદાવર જંગલી સિંહ ઝૂકેલો હતો અને ગર્જના કરી રહ્યો હતો. તેણે તેણીનો ચહેરો ફાડી ખાધો હતો અને જાણે તે હવે જીવવાની જ ન હોય તેવી તેણીની હાલત થઈ ગઈ હતી. સરકસના ઘણા બધા પુરુષોએ કદાવર અને શક્તિશાળી એવા લિઓનાર્ડોની આગેવાની હેઠળ પેલા વિકરાળ પ્રાણીને પાછું પાંજરામાં ખસેડવાનો પ્રયત્ન કર્યો અને છેવટે તેને પૂરી પણ દીધો. તે કેવી રીતે તેમાંથી બહાર આવી ગયો હતો તે હજુ પણ એક રહસ્ય છે. એવી ધારણા કરવામાં આવી હતી કે પતિ-પત્ની બન્ને પાંજરામાં પ્રવેશવા ગયાં હશે. તે સિવાય બીજા કોઈ જ પુરાવા ત્યાં નહોતા સિવાય કે પેલી ઘવાયેલી સ્ત્રીને જ્યારે તેની વાનમાં લઈ જવામાં આવી રહી હતી ત્યારે દર્દમાં અને સનેપાતમાં વારંવાર 'ભાગેડુ ! ભાગેડુ !'ની ચીસો પાડે રાખતી હતી. તેણીને તે દર્દમાંથી બહાર આવતાં છ મહિના લાગ્યા અને તે કંઈક કહેવાને લાયક થઈ શકી પણ પછીની તપાસમાં એવું બહાર આવ્યું કે તેમના દુર્ભાગ્યે તેઓ અનિષ્ટનો ભોગ બન્યાં હતાં."

"આ સિવાય તો બીજો કયો વિકલ્પ છુપાયેલો હોય ?" મેં કહ્યું.

"તું તેવું કહી શકે અને તેમ છતાં એકાદ બે મુદ્દા એવા હતા જે યુવાન એડમન્ડ્સને ખટકતા હતા. એડમન્ડ્સ બર્કશાયર કોન્સ્ટેબ્યુલરીનો ઈન્સ્પેક્ટર હતો. તે એક ખૂબ જ ચપળ છોકરો હતો ! પાછળથી તેને અલાહાબાદ મોકલી દેવામાં આવ્યો હતો અને તેણે કેસ પડતો મૂકવો પડ્યો હતો. આ એડમન્ડ્સના કારણે હું આ કેસ સાથે સંકળાયો હતો."

"પેલો પીળા વાળવાળો પાતળિયો છોકરો ?"

"હા. હવે મને ખાતરી થઈ ગઈ છે કે તને મામલો યાદ આવી ગયો છે."

"પણ તેને વળી શું પજવતું હતું ?"

"અરે, અમે બન્ને મૂંઝવણમાં હતા. આખીયે ઘટનાની પુનઃરચના કરવી અશક્ય હતી. તેને સિંહના દૃષ્ટિકોણથી જોઈએ. તે એક મુક્ત પ્રાણી હતું. તે બીજું શું કરે ? તેણે અડધો ડઝન પગલાં ભર્યાં હશે અને તે રોન્ડર પાસે આવી ગયો હશે. રોન્ડર દોડવા વળ્યો હશે - તેની પીઠ પર પડેલા સિંહના પંજાનાં નિશાન પડ્યાં હતાં - પણ સિંહે તેને પછાડી માર્યો હશે. પછી પાંજરાની બહાર નીકળવાની જગ્યાએ તે પાંજરાની નજીક ઊભેલી તે સ્ત્રી તરફ ફર્યો હશે. તેણે તેણીને પણ પછાડી હશે અને તેનો ચહેરો ફાડી ખાધો હશે. પછી તેણીની પેલી ભાગેડુ ભાગેડુવાળી બૂમો કદાચ પોતાના પતિને માટે તેણીને નહીં બચાવી શકવાના કારણે તેને ઠપકો આપતાં પાડી હશે. તે વળી બિચારો તેણીને બચાવવા માટે શું કરી શકવાનો હતો ! તને હવે મુશ્કેલી સમજાય છે ?"

"તદ્દન."

"અને હવે પાછી આ નવી ઘટના ઘટી છે. જ્યારે મને એમ હતું કે બધું પૂરું થઈ ગયું છે ત્યારે ફરી આ કેસ મારી પાસે આવ્યો છે. તે વખતે એવા પણ કેટલાક પુરાવાઓ મળ્યા હતા કે એક સાથે જ સિંહની ત્રાડ, સ્ત્રીની ચીસો અને પુરુષની ચીસો સંભળાઈ હતી."

"તે આ રોન્ડર જ હતો, તેમાં કોઈ શંકા નથી."

"પણ જો તેની ખોપરી આટલી હદે ફાટી ગઈ હોય તો ત્યાર પછી તે કેવી રીતે બૂમો પાડવાને શક્તિમાન હોઈ શકે, ઓછામાં ઓછા બે સાક્ષીઓએ જણાવ્યું હતું કે સ્ત્રીની સાથે સાથે પુરુષની પણ એકધારી ચીસ સંભળાઈ હતી."

"તો તો પછી મને એમ લાગે છે કે આખો કાફલો જ ચીસો પાડતો હશે. કદાચ આ જ એક નિવારણ હું તને આપી શકું છું."

"મને તે વિષે વિચારતાં આનંદ થશે."

"બે બૂમ એક સાથે સંભળાઈ હતી. તે પાંજરાથી દસ વાર છેટે હતો, અને સિંહ છૂટી ગયો હતો. માણસ પાછો ફર્યો અને તેને સિંહે રહેંસી નાખ્યો. સ્ત્રીને એવો વિચાર આવ્યો કે તે પોતાની જાતને પાંજરામાં બંધ કરી લે. માત્ર તે જ એક રસ્તો તેની પાસે

હતો. તેણે તેમ કરવાનો પ્રયત્ન કર્યો અને જેવું તેણે આમ કર્યું કે તરત જ સિંહ તેના પર તૂટી પડ્યો. તેણીએ પોતાના પતિને ભાંડ્યો હતો કારણ કે તેણે તેને પીઠ દેખાડીને હુમલો કરવા પ્રેર્યો હતો. કદાચ તેમણે તેનો સામનો કર્યો હોત તો તેને બાનમાં રાખી શક્યા હોત અને આમ તેણીએ 'ભાગેડુ'ની બૂમ પાડી હશે."

"ઉત્તમ, વૉટસન ! તારા આ તારણમાં માત્ર એક જ ખામી છે."

"શું ખામી છે, હોમ્સ ?"

"જો આ બન્ને પાંજરા કરતાં દસ-દસ વાર છેટા હતા તો પછી સિંહને છટકવાનો મોકો જ ક્યાંથી મળે ?"

"એવું પણ શક્ય છે કે તેમના કોઈ દુશ્મને પહેલેથી જ દરવાજો ખોલી દીધો હોય ?"

"તો પછી જે સિંહ સામાન્યપણે તેમના આ બન્ને પરિચિતો સાથે ખેલ દરમિયાન રમતો હોય તો એવું કેવી રીતે શક્ય બને કે તેણે તેમના પર હુમલો કર્યો હોય ?"

"બની શકે કે પેલા દુશ્મને તેને તેમ કરવા ઉત્તેજિત કર્યો હોય."

હોમ્સ વિચારમાં ડૂબી ગયો અને થોડી ક્ષણો શાંત થઈને બેઠો રહ્યો.

"તો, વૉટસન, તારા આ તારણ પર હું કેટલીક સ્પષ્ટતા આપી શકું. રોન્ડર ખરેખર ઘણા બધા દુશ્મનો ધરાવતો માણસ હતો. એડમન્ડ્સે મને કહ્યું હતું કે તેના વર્તુળમાં તે એક ખૂબ જ ઘાતકી માણસ હતો. તે એટલો બધો હિંસક હતો કે તેના રસ્તામાં આવનાર બધાને તે ઠેકાણે પાડી દેતો હતો. અને માટે જ આપણી મુલાકાતીએ પેલી હેવાનવાળી બૂમની જે વાત કરી તેને હું સ્વીકારું છું. તેણીને કદાચ પોતાના વહાલા પતિની યાદ સતાવતી હશે. જો કે જ્યાં સુધી આપણે સંપૂર્ણ હકીકતો ન જાણી લઈએ ત્યાં સુધી આપણી બધી જ કલ્પનાઓ વ્યર્થ છે. ત્યાં તેતરનું ઠંડું માંસ પડ્યું છે, વૉટસન, અને મોન્ટ્રાચેટની બોટલ પણ. શ્રીમતી રોન્ડર પાસે જતા પહેલાં આપણે ખાઈ પીને થોડા તાજા થઈ જઈએ."

જ્યારે અમારી ઘોડાગાડીએ અમને શ્રીમતી મેરીલોના ઘર આગળ ઉતાર્યા ત્યારે અમે જોયું કે તે ગોળમટોળ સ્ત્રીએ ઘરનો દરવાજો પોતાના શરીરથી રોકી રાખ્યો હતો. એટલું તો પાક્કું હતું કે તે પોતાના એક લોજર તરીકેના વ્યવસાયને ખૂબ જ માન આપતી હતી અને તેને સારી રીતે નિભાવી પણ જાણતી હતી. તેણીએ અમને શ્રીમતી રોન્ડરના ઓરડાનો રસ્તો બતાવ્યો અને અમે તેણીની રજા લઈને દાદર ચડી ગયા. તેના દાદર પરની જાજમ ઘસારાથી ફાટી ગઈ હતી. દાદર ચડીને તરત જ અમે તે રહસ્યમયી ભાડૂઆતના ઓરડામાં પ્રવેશ્યા.

તે એક બંધ, ગંધ મારતો, હવાઉજાસ વગરનો ઓરડો હતો, જે સાવ સ્વાભાવિક બાબત હતી, કારણ કે તેનો રહેવાસી ભાગ્યે જ તેમાંથી બહાર નીકળતો હતો. જે સ્ત્રી ક્યારેક પ્રાણીઓને પાંજરામાં રાખતી હતી અને ખેલ બતાવતી હતી તે આજે ખુદ પાંજરામાં કેદ થઈ ગઈ હતી. તેણી અંધાર્યા ખૂણામાં પડેલી કોઈ ભાંગેલી તૂટેલી આરામખુરશીમાં

બેઠી હતી. વર્ષોથી કશા જ કોઈ પરિશ્રમ માટે નહીં વળેલું તેનું શરીર અક્કડ થઈ ગયું હતું. તેમાં જરા પણ નાજુકાઈ નહોતી રહી. પણ કોઈક સમયે તે ચોક્કસ સુંદર હશે. એક જાડું કપડું તેના ચહેરા પર ઢંકાયેલું હતું. પણ તેના ઉપરના હોઠ અને નીચેના હોઠ આગળ તે ખુલ્લું હતું માટે એ પણ જોઈ શકાતું હતું કે તે એક સુરેખ મોઢું હતું અને તેણીની હડપચી પણ સુંદર રીતે ગોળાકાર હતી. મને વિશ્વાસ થઈ ગયો કે તેણી કોઈક સમયે ચોક્કસ એક સુંદર સ્ત્રી રહી હશે. તેણીનો અવાજ પણ ખૂબ જ આનંદી અને આરોહ-અવરોહવાળો હતો.

"મારું નામ તમારા માટે જરા પણ અજાણ્યું નથી, શ્રીમાન હોમ્સ," તેણીએ કહ્યું, "મને લાગે છે કે તે જ તમને અહીં ખેંચી લાવ્યું હશે."

"તેમ જ છે, માદામ, જો કે મને ખબર નથી કે તમને કેવી રીતે ખબર કે મને આ મામલામાં રસ પડશે."

"જ્યારે હું મારા દર્દમાંથી બહાર આવી ત્યારે કાઉન્ટી ડિટેક્ટિવ શ્રીમાન એડમન્ડ્સ આ કેસ પર તપાસ કરતા હતા, તે વખતે મને તમારી જાણ થઈ હતી. મને દુઃખ છે કે મેં તેમને ખોટી માહિતી આપી હતી. પણ કદાચ તે વખતે હું સાચું બોલી હોત તો સારું રહેત."

"સત્ય બોલવું હંમેશાં સારું જ હોય છે. પણ તમે તેની સમક્ષ કેમ ખોટું બોલ્યાં હતાં ?"

"કારણ કે બીજા કોઈકનું ભવિષ્ય તેની સાથે જોડાયેલું હતું. જો કે મને ખબર છે કે તે માણસ તેને જરા પણ લાયક નહોતો, અને તેમ છતાં મારો અંતરઆત્મા તેનું નિકંદન કાઢવાના પક્ષે નહોતો. અમે ખૂબ જ નજીક હતાં - ખૂબ જ નજીક !"

"પણ શું ક્યારેય તમારા વચ્ચેનો આ અંતરાય દૂર થયો હતો ખરો ?"

"હા, સાહેબ, જે વ્યક્તિની હું વાત કરી રહી છું તે મરી ગયો છે."

"તો પછી તમે શા માટે પોલીસને તે બાબતે જણાવવા નથી માગતા જે તમે જાણો છો ?"

"કારણ કે બીજી વ્યક્તિનો પણ આ બાબતમાં વિચાર કરવાનો છે. અને તે બીજી વ્યક્તિ હું છું. પોલીસને જણાવીને હું આ આખીયે બાબતને જાહેર ષડયંત્રનું સ્વરૂપ આપવા નથી માગતી. એમ પણ હવે હું વધારે જીવવાની નથી માટે જેટલું પણ જીવવા માગું છું તે ખલેલ રહિત હોય તેવી અપેક્ષા રાખું છું અને તેમ છતાં હું આ બધી જ હકીકતો એક એવી વ્યક્તિને કહેવા માગું છું જે યોગ્ય નિર્ણયશક્તિ ધરાવે છે કે જેથી કરીને જ્યારે ક્યારેય પણ હું મરી જાઉં ત્યારે બધું જ સ્પષ્ટ હોય."

"આમ કહીને તમે મને બિરદાવી રહ્યા છો. સાથે સાથે હું તમને એ પણ કહેવા માગું છું કે હું એક જવાબદાર વ્યક્તિ છું અને હું તમને એ વાતનું જરા પણ વચન નથી આપી શકતો કે તમે જે કહેશો તે હું પોલીસને જણાવીશ કે નહીં."

"મને તેવું નથી લાગતું, શ્રીમાન હોમ્સ, હું તમારા ચારિત્ર્ય અને પદ્ધતિને છેલ્લાં કેટલાંય વર્ષોથી વાંચતી આવી છું. હવે મારા જીવનમાં વાંચવા સિવાય બીજું કશું જ બચ્યું નથી. મારા હાથમાંથી ભાગ્યે જ કોઈ એવું વાંચન હશે જે બચી શક્યું હશે. તેમ છતાં કોઈ પણ સંજોગોમાં હું મારી હકીકતો તમને જણાવવાનું આ જોખમ લેવા તૈયાર છું. તેમ કરતાં મને ઘણી માનસિક રાહત થશે."

"મારા મિત્ર અને મને તે સાંભળીને આનંદ થશે."

તે સ્ત્રીએ પોતાની ખુરશીમાંથી ઊભી થઈને એક ખાનામાંથી કોઈક પુરુષની તસવીર બહાર કાઢી. તે સ્પષ્ટપણે એક કસરતબાજ પુરુષ હતો, તેનું શરીર મજબૂત અને કસાયેલું હતું, તે તસવીરમાં અદબ વાળીને ઊભો હતો અને તેની ઘાટી મૂછો હેઠળ તેનું સ્મિત ડોકિયાં કરી રહ્યું હતું.

"તે લિયોનાર્ડો છે," તેણીએ કહ્યું.

"લિયોનાર્ડો, તે જ બળવાન માણસ જેણે પુરાવા આપ્યા હતા ?"

"હા, તે જ. અને આ - આ છે મારો પતિ."

તે એક ખૂબ જ ઘૃણાજનક ચહેરો હતો - કોઈ ભૂંડ જેવો તેનો દેખાવ હતો અથવા તો કહી શકો કે માણસ જેવું દેખાતું કોઈ જંગલી ડુક્કર, કારણ કે તેના દેખાવમાં નરી હેવાનિયત નીતરતી હતી. તે દેખાવે જ ખરેખર એક ઘૃણાજનક વ્યક્તિ હતી. તેનો ચહેરો તેના આખા ચારિત્ર્ય છતો કરી દેતો હતો.

"તે બન્ને તસવીરો તમને મારી આપવીતી સમજવામાં મદદરૂપ થશે, સાહેબ. હું સરકસની એક ગરીબ છોકરી હતી અને દસ વર્ષની વયમાં તો હું કૂદવાના બધા જ દાવ શીખી ગઈ હતી. જ્યારે હું એક સ્ત્રી બની ત્યારે આ માણસે મને પ્રેમ કર્યો, જો તેની તે લાગણીને પ્રેમ કહેવાય તો તેણે મને પ્રેમ કર્યો અને એક અનિષ્ટ પળે હું તેની પત્ની બની ગઈ. તે દિવસથી મેં માત્ર ને માત્ર નરકનો જ અનુભવ કર્યો હતો. તેણે એક એક ક્ષણ મને ત્રાસ આપ્યો છે. અમારી આસપાસ કોઈ એવું નહોતું જેને તેના મારા પ્રત્યેના વર્તનની ખબર ન હોય. તે હંમેશા બીજાનો ગુસ્સો મારા પર ઠાલવતો અને જ્યારે જ્યારે હું તેને તે બાબતે ફરિયાદ કરતી ત્યારે ત્યારે તે મને બાંધી દેતો અને તેના સિંહને માર્ગદર્શન આપવાવાળા ચાબુકથી મને યાતના આપતો. તે બધાને મારા પર અત્યંત દયા આવતી અને તેના માટે અત્યંત ઘૃણા થતી હતી પણ તેઓ શું કરી શકે તેમ હતા ? તેઓ તેનાથી ડરતા હતા, કોઈ એક નહીં પણ બધા જ તેનાથી ડરતા હતા કારણ કે તે હંમેશા હિંસક મિજાજમાં જ રહેતો, અને જ્યારે તે પીધેલો હોય ત્યારે તો તે કોઈ કસાઈ જેવું જ વર્તન કરતો. તે વારંવાર પ્રાણીઓ સાથે ક્રૂરતા આચરતો. તેમને ખરાબ રીતે મારતો પણ તેની પાસે પૂરતા પૈસા હતા અને દંડ તો તેના માટે કશું જ નહોતો. તેના આ જ સ્વભાવના કારણે સારા માણસો અમને છોડી જતા રહેતા અને આમ ને આમ અમારા ખેલ હવે કોઈ

આકર્ષણ ઊભું નહોતા કરી શકતા. માત્ર લિઓનાર્દો અને હું જ તેને જેમ તેમ કરીને ચલાવી લેતા હતા - અને બિચારો પેલો ઠીંગણો જીમ્મી ગ્રીગ્સ પણ અમારી થોડી ઘણી મદદ કરતો. જો કે તે બિચારામાં કશું જ રમૂજી નહોતું પણ તે બધી વસ્તુઓને એક સાથે રાખવાના બનતા પ્રયાસો કરતો.

"પછી લિયોનાર્દો ધીમે ધીમે મારા જીવનમાં વધારે અને વધારે આવતો ગયો. તમે તસવીરમાં તો જોઈ જ શકો છો કે તે કેવો હતો, પણ હવે મને ખ્યાલ આવી ગયો છે કે તે બળવાન શરીરમાં કેવો નબળો આત્મા વસતો હતો. પણ મારા પતિ સાથે જો તેની સરખામણી કરું તો તે કોઈ દૂત જેવો જ હતો. તે મારા પર દયા કરતો હતો અને મારી મદદ કરતો હતો, અને છેવટે આ ગાઢ પરિચય પ્રેમમાં પરિણમ્યો - ઊંડો, ઊંડો, લાગણીવશ પ્રેમ. એવો પ્રેમ કે જેના મેં હંમેશાં સપનાં જોયાં હતાં પણ ક્યારેય અનુભવ્યો નહોતો કે તેની આશા પણ નહોતી રાખી. મારા પતિને કદાચ તેની શંકા થઈ ગઈ હતી પણ તે જેટલો ક્રોધી, ઘૃણાસ્પદ હતો તેટલો જ ભાગેડુ પણ હતો અને તે લિયોનાર્દોથી થોડો ડરતો પણ હતો. જો કે તે તેનો બદલો પોતાની રીતે વાળી લેતો હતો. તે મને અસહ્યપણે પીડા આપતો હતો જે હવે પહેલાં કરતા ક્યાંય વધારે વધી ગઈ હતી. એક દિવસ મારી બૂમો લિયોનાર્દોને મારી વાનના દરવાજા સુધી દોરી લાવી. અમે બન્ને હવે તે જરા પણ સહન કરી શકીએ તેમ નહોતા અને મને અને મારા પ્રેમીને હવે સમજાઈ ગયું હતું કે હવે તેને જરા પણ અવગણી શકાય નહીં. મારો પતિ જીવવાને લાયક નહોતો. અમે તેના મૃત્યુની યોજના ઘડી લીધી હતી.

"લિયોનાર્દોનું મગજ ખૂબ જ ચતુર હતું, તેણે એક ખૂબ જ સરસ યોજના ઘડી હતી. તેણે જાતે જ તે યોજના ઘડી હતી. મારો આવું કહેવાનો મતલબ તેના પર આળ ચડાવવાનો નથી, કારણ કે હું તેની એક એક વાત સાથે સંમત હતી અને એક એક ડગલે તેની સાથે જ હતી. પણ મારી તો આવી યોજના ઘડવાની ક્યારેય પણ હિંમત નહોતી થતી. અમે એક પંજો બનાવ્યો - લિયોનાર્દોએ તે બનાવ્યો - અને તેના એક એક આંગળામાં તેણે સ્ટીલના તીક્ષ્ણ નખ બેસાડ્યા હતા, તેનો દેખાવ બિલકુલ સિંહના પંજા જેવો જ હતો અને તેની અસર પણ, અને તેણે જ મારા પતિને નરક ભેગો કર્યો હતો, અને તેમ છતાં પુરાવો તો એવો જ મળે કે તે હુમલો સાચે જ સિંહના પંજાથી જ થયો હતો અને તેનું મૃત્યુ પણ.

"તે કાળી અંધારી રાત હતી જ્યારે હું અને મારો પતિ અમારી પરંપરા પ્રમાણે સિંહને જમાડવા ગયાં હતાં. અમે ધાતુની ડોલમાં તેના માટે કાચું માસ લઈ ગયાં હતાં. લિયોનાર્દો સિંહના પિંજરા પહેલાં જે વાન પડી રહેતી હતી તેના ખૂણામાં જ રાહ જોઈને ઊભો હતો. તે ઘણો ધીમો હતો અને તે હજુ પ્રહાર કરે તે પહેલાં તો અમે તેની પાસેથી પસાર થઈ ગયાં. પણ તે ચપાતે પગલે અમારી પાછળ આવ્યો અને એક જોરદાર પ્રહાર તેણે મારા પતિની ખોપરી પર કર્યો. તે અવાજે મને પ્રસન્ન કરી મૂકી અને હું ખુશીથી

ચીસ પાડી ઊઠી. હું આગળ તરફ ઊછળી અને મારાથી પેલા વિશાળ સિંહને બંધ રાખતો પાંજરાનો દરવાજો ખૂલી ગયો.

"અને પછી એક ભયાનક ઘટના ઘટી. તમે કદાચ સાંભળ્યું હશે કે આ પ્રાણી કેટલી ઊર્જાથી અને ઝડપથી માણસના લોહીની ગંધ પારખી લેતું હોય છે અને તે તેને કેટલું ઉત્તેજિત કરી મૂકતું હોય છે. કોઈક વિચિત્ર અંતઃસ્ફુરણાથી આ પ્રાણીને ખબર પડી જતી હોય છે કે ક્યાંક કોઈ માનવજાત ઘવાઈ છે. જેવો પાંજરાનો દરવાજો ખૂલ્યો કે તરત જ તે મારા પર ધસી આવ્યો. લિયોનાર્દો મને બચાવી શક્યો હોત. જો તેણે આગળ આવીને પ્રાણીને પેલા પંજા વડે માર્યું હોત તો તે પ્રાણીને પોતાને આધીન કરી શક્યો હોત. પણ તે તો નબળી નાડીનો નીકળ્યો. મેં તેને ભયભીત થતાં બૂમો પાડતો જોયો. પછી મેં તેને ફરીને ભાગી જતો જોયો. તે જ સમયે સિંહનું જડબું મારા ચહેરા પર ખૂંપી ગયું. તેના આ પ્રહારથી હું લગભગ બેભાન જ થઈ ગઈ હતી. મારા હાથ વડે મેં તેના કાળઝાળ મોઢાને ધક્કો મારવાનો ઘણો પ્રયત્ન કર્યો અને મદદ માટે પણ ઘણી બૂમો પાડી. મને ખબર નહીં કે સરકસવાળા ક્યારે આવ્યા પણ મને ઝાંખું ઝાંખું એટલું યાદ છે કે કેટલાક પુરુષો આવ્યા, લિયોનાર્દો, ગ્રીગ્સ અને બીજા પુરુષો મને ઢસડીને તે વિશાળ પ્રાણીથી દૂર લઈ ગયા. તે મારી છેલ્લી સ્મૃતિ હતી, શ્રીમાન હોમ્સ. જ્યારે ખરેખર મને ભાન આવ્યું અને મેં મારી જાતને અરીસામાં જોઈ ત્યારે મેં પેલા સિંહને ખૂબ જ બદદુઆઓ આપી, એટલા માટે નહીં કે તેણે મને બદસૂરત બનાવી દીધી હતી પણ એટલા માટે કે તેણે મને જીવતી કેમ છોડી હતી. પછી મારી માત્ર એક જ ઇચ્છા રહી હતી કે હું મારી જાતને ક્યાંક છુપાવી રાખું અને તે માટે મારી પાસે પૂરતા પૈસા હતા. હું મારી જાતને હંમેશા છુપાવીને રાખવા માગતી હતી કે જેથી કરીને મારો બદસુરત ચહેરો ક્યારેય કોઈને જોવામાં ન આવે, અને માટે મેં એવી જગ્યાએ રહેવાનું નક્કી કર્યું જ્યાં કોઈ જ મને ખલેલ ન પહોંચાડી શકે. બસ મારા માટે હવે તેટલું જ કરવાનું રહ્યું હતું - અને મેં માત્ર તે જ કર્યું હતું. બિચારા એક ઘવાયેલા પ્રાણીએ હવે તેની બખોલમાં જ મરવાનું હતું - અને તે જ આ યુજીનિયા રોન્ડરનો અંત હતો."

દુખિયારી સ્ત્રીની વાત પૂરી થયા બાદ અમે થોડી વાર ચુપચાપ બેઠાં રહ્યાં. પછી હોમ્સે પોતાના લાંબા હાથ લંબાવ્યા અને તેણીના હાથને સહાનુભૂતિથી થાબડ્યા. જો કે આવું દૃશ્ય મને તો અત્યાર સુધી ભાગ્યે જ જોવા મળ્યું છે.

"બિચારી છોકરી !" તેણે કહ્યું, "બિચારી છોકરી ! નસીબની અનિશ્ચિતતાઓનો કોઈ જ ભરોસો નથી હોતો. આ પછી પણ જો તેની સાથે કોઈ જ ન્યાય નથી થયો તો આપણે જગતને ચોક્કસ ક્રૂર જ માનવું જોઈએ. પણ આ લિયોનાર્દોનું શું થયું ?"

"મેં ત્યાર બાદ તેને ક્યારેય જોયો નથી કે તેના વિષે ક્યાંય સાંભળ્યું પણ નથી. કદાચ મેં તેના વિષે ખોટી જ કડવાશ રાખી હશે. પણ એક સ્ત્રીનો પ્રેમ ક્યારેય આમ

પળવારમાં ઓસરી નથી શકતો. તેણે મને સિંહના પંજા હેઠળ પડતી મૂકી હતી, તેણે મારી કોઈ જ જરૂરિયાતનો ખ્યાલ નહોતો કર્યો કે મને ત્યાર બાદ ક્યારેય યાદ પણ નહીં કરી હોય. તેમ છતાં મેં ક્યારેય તેને ફાંસીએ ચડાવવાનો પ્રયત્ન નથી કર્યો. મારી વાત કરું તો મેં ક્યારેય મારું શું થશે તેનો વિચાર નથી કર્યો. મારું હાલનું જે જીવન હું પસાર કરી રહી છું તેનાથી ખરાબ વળી મારી સાથે શું થવાનું હતું ? પણ હું તો લિયોનાર્દો અને તેના નસીબ વચ્ચે ઊભી હતી."

"તો તે મરી ગયો ?"

"હા, ગયા મહિને તે માર્ગેટ નજીક ક્યાંક તણાઈ ગયો હતો. મેં તેના મૃત્યુના સમાચાર સમાચારપત્રમાં વાંચ્યા હતા."

"પણ પછી તેણે આ પાંચ આંગળાવાળા સ્ટીલના અણીદાર નખવાળા પંજાનું શું કર્યું હતું ? તે તમારી વાર્તાનું ખૂબ જ અનોખું બુદ્ધિપૂર્વકનું અંગ હતું, નહીં ?"

"હું તે વિષે કંઈ સ્પષ્ટ નથી કહી શકતી, શ્રીમાન હોમ્સ. અમારા કાફલાએ જ્યાં પડાવ નાખ્યો હતો ત્યાં નજીકમાં જ ચૂનાની કરાડો આવેલી હતી, અને તેના તળિયે ઊંડું તળાવ આવેલું હતું. કદાચ તેણે તે તળાવમાં---"

"તે જે હોય તે, તેનું હવે કશું જ મહત્ત્વ નથી. કેસ તો એમ પણ બંધ થઈ ગયો છે."

"હા," સ્ત્રીએ કહ્યું, "કેસ બંધ થઈ ગયો છે."

અમે જવા માટે ઊભા થયા પણ સ્ત્રીના અવાજમાં કંઈક એવું હતું જેનાથી હોમ્સનું ધ્યાન તેણી તરફ આકર્ષાયું. તે તરત જ તેની તરફ ફર્યો.

"તમારું જીવન માત્ર તમારા માટે નથી," તેણે કહ્યું, "તેમ કરવાનો વિચાર પણ ન કરતાં."

"તેનો વળી બીજા માટે શું ઉપયોગ ?"

"તમે તેમ કેવી રીતે કહી શકો ? દર્દી જ્યારે ખુદ આટલું સહન કરી રહ્યો હોય ત્યારે અસહિષ્ણુ જગત માટે તે એક ખૂબ જ કીમતી પાઠ સાબિત થાય છે."

તે સ્ત્રીનો જવાબ ખૂબ જ ભયાવહ હતો. તેણીએ પોતાના ચહેરા પરનો બુરખો હટાવ્યો અને બત્તીના પ્રકાશ આગળ આવી.

તે એક ખૂબ જ ભયાવહ દશ્ય હતું. જ્યારે કોઈ ચહેરો ચહેરો જ ન રહ્યો હોય ત્યારે તેનાં લક્ષણો વર્ણવવાં અશક્ય હોય છે. તે કદરૂપા થઈ ગયેલા ચહેરા પરની બે સુંદર છીકણી આંખો અમારા તરફ ઉદાસ નજરે જોઈ રહી હતી જે દશ્ય ખૂબ જ દુખદ હતું. હોમ્સે દયાથી પોતાના હાથ ઊંચા કરી દીધા અને પછી ચાલવા લાગ્યો, અને અમે બન્ને ઓરડાની બહાર નીકળી ગયા.

બે દિવસ બાદ, જ્યારે હું મારા મિત્રની મુલાકાતે ગયો, ત્યારે તેણે ગર્વ સાથે તેની છાજલી પર પડેલી બે શીશીઓ તરફ નિર્દેશ કર્યો. મેં તેને હાથમાં લીધી. તેના પર ઝેરનું લેબલ લગાવવામાં આવ્યું હતું. મેં જ્યારે તેને ખોલી ત્યારે તેમાંથી બદામની સુંદર મહેક આવતી હતી.

"પ્રુસિક ઍસિડ (એક ઝેરી રસાયણ) ?" મેં કહ્યું.

"સાચી વાત. તે પોસ્ટમાં આવ્યું છે. 'હું તમને મારું પ્રલોભન મોકલાવું છું. હું તમારી સલાહને અનુસરીશ.' તે સંદેશો આ બન્ને બોટલ સાથે આવ્યો હતો. મને લાગે છે, વૉટસન, કે તને આ જે હિંમતવાન સ્ત્રીએ મોકલાવ્યું છે તેણીના નામની ખબર હશે."

❖

શોસ્કોમ્બ ઓલ્ડ પ્લેસ

શેરલૉક હોમ્સ છેલ્લા કેટલાક સમયથી પોતાના ઓછા શક્તિશાળી સૂક્ષ્મદર્શક પર ઝૂકેલો હતો. ઘણી વારે તે ટટ્ટાર થયો અને મારા તરફ વિજયાનંદથી જોયું.

"આ તો ગુંદર છે, વૉટસન," તેણે કહ્યું, "નિઃશંકપણે આ ગુંદર જ છે. જરા આ મોટા થયેલા દશ્ય પર એક નજર તો કર !"

હું સૂક્ષ્મદર્શકના કાચ પર ઝૂક્યો અને અને મારી નજરને તે દ્રવ્ય પર કેન્દ્રિત કરી.

"આ જે વાળ જેવું લાગે છે તે ટ્વિડના કોટના રેસા છે. અને પેલા સિલેટિયા રંગના જે અસ્થિર કણો છે તે ધૂળના કણ છે. અને ડાબી બાજુ જે છે તે ચામડીની છારી જેવું લાગે છે. અને વચ્ચોવચ જે છીકણી દ્રવ્ય છે તે ચોક્કસ ગુંદર જ છે."

"તો," મેં ખડખડાટ હસતાં કહ્યું, "હા, હું તારો એક એક શબ્દ સ્વીકારવા તૈયાર છું, પણ શું તેને કોઈ બાબત સાથે સંબંધ છે ?"

"આ એક ખૂબ જ સુંદર સાબિતી છે," તેણે જવાબ આપ્યો. "તને સેન્ટ પેન્ક્રાસનો મામલો યાદ છે ? આપણને તે વખતે મૃત પોલીસવાળા પાસેથી એક ટોપી મળી હતી ? આરોપીએ તે ટોપી તેની ન હોવાનો ઇન્કાર કર્યો હતો. પણ તે તસવીરો ફ્રેમમાં બનાવનાર કારીગર હતો અને તેને અવારનવાર તેમાં ગુંદરની જરૂર પડતી હતી."

"અચ્છા, તો તારો કોઈ કેસ છે એમ ને ?"

"ના, મારા મિત્ર, તે સ્કૉટલૅન્ડ યાર્ડના મેરિવેલેનો કેસ છે, તેણે જ મને આ મામલામાં રસ લેવાનું કહ્યું છે. જ્યારથી મેં તેમની સમક્ષ સાબિત કર્યું છે કે નકલી સિક્કાઓમાં ઝીન્ક અને તાંબાનો ઉપયોગ થાય છે ત્યારથી તેમને સૂક્ષ્મદર્શકનું મહત્ત્વ સમજાયું છે." તેણે અધીરાઈપૂર્વક પોતાની ઘડિયાળમાં જોયું. "મને હમણાં એક નવો અસીલ મળવા આવવાનો હતો પણ મને લાગે છે તે મોડો પડ્યો છે. તે છોડ, વૉટસન, મને એ બતાવ કે તું રેસિંગ વિષે કંઈ જાણે છે ખરો ?"

"હા મને તે વિષે ખબર હોવી જ જોઈએ. મેં લશ્કરમાંથી ઘવાયેલા સૈનિક તરીકે મને જે રાહતની રકમ મળે છે તેની અડધી રકમ તેની પાછળ ખર્ચી છે."

"તો તો પછી તે વિષયમાં તું મારો ચાલતો ફરતો માર્ગદર્શક બનીશ. તું સર રોબર્ટ નોરબર્ટન વિષે શું જાણે છે ? તે નામ સાંભળીને તને કંઈ યાદ આવે છે ?"

"હા, તે વિષે હું થોડું ઘણું જાણું છું. તે શોસ્કોમ્બ ઓલ્ડ પ્લેસ ખાતે રહે છે, અને મને તે સારી રીતે ખબર છે, કારણ કે મારા એક ઉનાળાનો પા ભાગ મેં ત્યાં જ પસાર કર્યો હતો. નોરબર્ટન એક વાર તો વળી તારી આ ગુનાસંશોધન પહોંચમાં પણ આવી ગયો હતો."

"તે કઈ રીતે ?"

"એકવાર તેણે ઘોડાના ચાબૂક વડે સેમ બ્રૂઅરને ફટકાર્યો હતો. તે ન્યૂમાર્કેટ હિથ ખાતે આવેલી કર્ઝન સ્ટ્રીટનો પ્રખ્યાત નાણાં ધીરનાર છે. તેણે તે માણસને લગભગ મારી જ નાખ્યો હતો."

"અરે, આ તો કંઈક રસપ્રદ લાગી રહ્યું છે ! આવી ગરમી તે વારંવાર બતાવતો રહે છે શું ?"

"હા, તેને એક ખતરનાક માણસ તરીકે ઓળખવામાં આવે છે. તે ઇંગ્લૅન્ડનો એક ખૂબ સાહસિક ઘોડેસવાર છે - થોડાં વર્ષ પહેલાં ગ્રાન્ડ નેશનલની હરીફાઈમાં તે બીજા ક્રમે આવ્યો હતો. તે એવા પુરુષોમાંનો એક છે જે પોતાની પેઢીથી ક્યાંય આગળ નીકળી જતા હોય છે. તેણે રેજેન્સીના દિવસોમાં બધું જ અજમાવી જોયું છે - એક બોક્સર, એક કસરતબાજ, શરત ઉપર જુગાર રમતો એક જુગારી, સુંદર સ્ત્રીઓનો પ્રેમી. આમ કરવામાં તેણે ક્યારેય પાછું વાળીને જોયું નથી."

"ઉત્તમ, વૉટસન ! ખૂબ જ ટૂંકમાં તે મને સારી એવી જાણકારી આપી દીધી. હવે મને લાગે છે કે હું આ માણસને જાણી ગયો છું. હવે, તું મને શોસ્કોમ્બ ઓલ્ડ પ્લેસ બાબતે કોઈ જાણકારી આપી શકીશ ?"

"માત્ર એટલું જ કે તે શોસ્કોમ્બ પાર્કની મધ્યમાં આવેલું છે અને એ કે પ્રખ્યાત શોસ્કોમ્બમાં ઉત્તમ રીતે તાલીમ પામેલા ઘોડેસવારો તને ત્યાં મળી જશે."

"અને તેમનો મુખ્ય તાલીમ આપનાર માણસ," હોમ્સે કહ્યું, "જોહ્ન મેસન છે. તારે મારી આ જાણકારી પર આશ્ચર્ય વ્યક્ત કરવાની કોઈ જરૂર નથી, વૉટસન, કારણ કે અત્યારે જે હું આ પત્ર ખોલી રહ્યો છું તે તેના તરફથી જ આવેલો છે. પણ મને શોસ્કોમ્બ વિષે હજુ પણ વધારે જાણકારી આપ. મારે ખૂબ નક્કર બાબત સાથે કામ પાર પાડવાનું છે."

"શોસ્કોમ્બના સ્પેનિયલ કૂતરાઓ પણ ઘણા વખણાય છે," મેં કહ્યું. "તને દરેક ડૉગ-શોમાં તેમના વિષે અચૂક સાંભળવા મળશે. તે ઇંગ્લૅન્ડની એક ખૂબ જ અનોખી નસલ છે. શોસ્કોમ્બ ઓલ્ડ પ્લેસની લૅડીનું તે એક અનોખું ગૌરવ છે."

"મારા ખ્યાલથી તું સર રોબર્ટ નોર્બર્ટનની પત્નીની વાત કરે છે !"

"સર રોબર્ટે ક્યારેય લગ્ન નથી કર્યાં. અને મને લાગે છે ત્યાં સુધી તેમણે પોતાના આવા ભવિષ્યનો વિચાર કરીને જ નહીં કર્યાં હોય. તે પોતાની વિધવા બહેન સાથે રહે છે, લેડી બીટ્રાઈસ ફેલ્ડર સાથે."

"તારો કહેવાનો મતલબ તેણી તેની સાથે રહે છે ?"

"ના, ના, તે જગ્યા તેના સ્વર્ગસ્થ પતિની છે, સર જેમ્સની. નોર્બર્ટનને તેની સાથે કોઈ જ લેવાદેવા નથી. તે તો માત્ર ત્યાં જીવન પસાર કરવા માટે જ છે, બાકી તો તે તેની બહેનના પતિના ભાઈના નામે થઈ જવાની છે. તે દરમિયાન આખા વર્ષનું ભાડું વસૂલે છે."

"અને તેનો ભાઈ રોબર્ટ, આ ભાડાને ખર્ચવાનું કામ કરે છે ?"

"તે તો તે રકમ પર આધારિત છે. તે ખૂબ જ દુષ્ટ વ્યક્તિ છે અને તેમાં કોઈ જ શંકા નથી કે તે પોતાની બહેનને ઠીક રીતે જીવવા નહીં દેતો હોય. અને તેમ છતાં મેં એવું સાંભળ્યું છે કે તેણી તેને સમર્પિત છે. પણ શોસ્કોમ્બમાં વળી શું અનુચિત થયું છે ?"

"હું પણ તે જ તો જાણવા માગું છું અને મને લાગે છે તે વિષે આપણને આ જે ભાઈ આપણા ઘરે આવી રહેયા છે તે જ જણાવી શકશે."

બારણું ખોલ્યું અને છોકરો એક ઊંચા ચકચકાટ દાઢી કરેલા પુરુષને ઓરડામાં લઈ આવ્યો. તે એક મક્કમ અને સંયત હાવભાવ ધરાવતો માણસ હતો, જેવા હાવભાવ પોતાના ઘોડા પર સારો કાબૂ રાખી જાણતા હોય તેવી વ્યક્તિમાં જ જોવા મળતા હોય છે. જોહ્ન મેસનના હાથ હેઠળ ઘણા બધા ઘોડા અને ઘોડેસવારો તાલીમ પામ્યા છે અને હજુ પણ તાલીમ પામી રહ્યા છે. જો કે દેખાવે જ તે આ કામને સંપૂર્ણ અનુરૂપ વ્યક્તિ લાગે છે. તેમણે ખૂબ જ નમ્રતાથી નમન કર્યું અને હોમ્સે દર્શાવેલી ખુરશીમાં બેઠક લીધી.

"તમને મારી ચિઠ્ઠી મળી, શ્રીમાન હોમ્સ ?"

"હા, પણ તેનાથી તો કશી જ ખબર નથી પડતી."

"મારા માટે આ બાબત એટલી નાજુક અને ગૂંચવણભરી છે કે તેના વિષે હું કાગળ પર ન લખી શક્યો. હું તેને માત્ર તમારી મુખોન્મુખ જ કહી શકું તેમ હતો."

"તો કહો, અમે તમને સાંભળવા તૈયાર છીએ."

"સૌથી પહેલાં તો એ, શ્રીમાન હોમ્સ, કે મારા શેઠ સર રોબર્ટ પાગલ થઈ ગયા છે."

હોમ્સે પોતાની ભ્રમરો ઊંચી કરી. "આ બેકર સ્ટ્રીટ છે, કંઈ હાર્લી સ્ટ્રીટ નથી," તેણે કહ્યું, "પણ તમે આવું શા માટે કહો છો ?"

"સાહેબ, જ્યારે કોઈ વ્યક્તિ કોઈ એક વિચિત્ર કામ કરે કે બે વિચિત્ર કામ કરે ત્યારે તેનો કોઈ અર્થ થતો હોય છે. પણ જ્યારે તે જે કંઈ પણ કરે તે વિચિત્ર હોય ત્યારે

તમે તે વિષે વિચારવા મજબૂર થઈ જાઓ છો. મને લાગે છે કે શોસ્કોમ્બ પ્રિન્સ અને વાર્ષિક ઘોડાદોડની હરીફાઈએ તેમનું મગજ ફેરવી નાખ્યું છે."

"તમે જે સંસ્થા હાલ ચલાવી રહ્યા છો તેની વાત કરો છો ?"

"તે ઈંગ્લૅન્ડની ઉત્તમ સંસ્થા છે, શ્રીમાન હોમ્સ, અને જો તેવી બીજી કોઈ હોય તો હું તે ચોક્કસ જાણવા માગીશ. હવે, હું તમારી સાથે સીધી જ વાત કરીશ, કારણ કે હું જાણું છું કે તમે બન્ને સદ્‌ગૃહસ્થો ખૂબ જ સમ્માનનીય છો અને મને વિશ્વાસ છે કે આ વાત આ ઓરડાની બહાર નહીં જાય. સર રોબર્ટને કોઈ પણ ભોગે આ દોડ જીતવી છે. તે તે માટે ખૂબ જ આતુર છે અને આ તેમનો અંતિમ અવસર છે. તેમણે તેમના ઘોડા પર બધું જ લગાવી દીધું છે ! હાલ તેની ચાલીસની બોલી ચાલે છે પણ તેમણે જ્યારે શરૂ કર્યું ત્યારે તે સો પર હતી."

"પણ જો તમારા ઘોડા આટલા સારા હોય તો તેવું કેવી રીતે બને ?"

"કારણ કે લોકોને નથી ખબર કે તે કેટલા સારા છે. સર રોબર્ટે પોતાના ગ્રાહકો સમક્ષ વધારે પડતી જ ચાલાકી દાખવી છે. તેમણે તે માટે પ્રિન્સ અને જ્યુઝ ઘોડા માટે ખૂબ જ ચક્કર લગાવ્યાં છે. તમે તેમને અલગ ન ગણી શકો, પણ જ્યારે દોડવાનો પ્રશ્ન આવે ત્યારે તે બન્ને વચ્ચે ઘણું અંતર ઊભું થઈ જાય છે. તેઓ માત્ર ને માત્ર ઘોડા અને હરીફાઈનું જ વિચારતા હોય છે. તેમનું આખું જીવન તેના પર જ નિર્ભર છે. તે જ્યૂઝને પાછો ખેંચી રાખશે. જો પ્રિન્સ નિષ્ફળ જશે તો તેમનું પત્યું સમજો."

"આ તો એક મરણિયો જુગાર કહેવાય, પણ આમાં ગાંડપણ ક્યાં આવ્યું ?"

"હા, પહેલાં તો તમારે માત્ર તેમના વ્યવહારને જ જોવો જોઈએ. મને નથી લાગતું કે તે રાત્રે સૂવે છે. તેઓ ચોવીસે કલાક ઘોડારમાં જ હોય છે. તેમની આંખો જંગલી જેવી છે. તેમના સ્વાસ્થ્ય માટે આ બધું વધારે પડતું છે અને પછી તેમનો પોતાની બહેન લેડી બીટ્રાઇસ પ્રત્યેનો વ્યવહાર !"

"અરે ! તેમાં શું થયું ?"

"તેઓ હંમેશા સારા મિત્રો રહ્યા છે. તેમનો શોખ એક સમાન હતો, તે બન્નેને ઘોડા પ્રત્યે અત્યંત પ્રેમ છે. દરરોજ તેણી પણ પોતાના ભાઈની સાથે ઘોડાને જોવા આવતી હતી - અને આ બધાંથી વિશેષ તો તેણીને પ્રિન્સ અત્યંત પ્રિય હતો. જ્યારે પણ તેણીના આવવાના અણસાર સંભળાય ત્યારે તેના કાન ઊંચા થઈ જતા અને દરરોજ સવારે તે તેણીની રાહ જોઈને પોતાના ખાંડના ગાંગડા માટે બહાર ડોકું કરીને રાહ જોઈ રહેતો. પણ હમણાંથી આ બધું બંધ થઈ ગયું છે."

"કેમ ?"

"એવું લાગે છે કે તેણીને જાણે ઘોડાઓમાં હવે કોઈ રસ જ ન રહ્યો હોય. આજે પણ તે જ્યારે તબેલા આગળથી પસાર થાય છે ત્યારે તે તે તરફ જોતી પણ નથી, માત્ર પરાણે પરાણે શુભ સવારનું અભિવાદન આપતી હોય છે !"

"તમને એવું લાગે છે કે તેમની બન્ને વચ્ચે કોઈ ઝઘડો થયો હોય ?"

"તેને તમે એક કડવો, હિંસક, દ્વેષીલો ઝઘડો કહી શકો. એવું ન હોય તો શા માટે તે પોતાના બાળક સમાન માનતી તે સ્પેનિયલ કૂતરાને બીજા કોઈકને આપી દે ? તેણે થોડા દિવસો પહેલાં જ વૃદ્ધ બાર્નેસને પોતાનો સ્પેનિયલ આપી દીધો. તે ત્રણ માઈલ દૂર ક્રેન્ડેલ ખાતે રહે છે અને ગ્રીન ડ્રેગન નામની લોજ ચલાવે છે."

"આ તો ખરેખર વિચિત્ર કહેવાય."

"ચોક્કસ, નબળા હૃદય અને જલોદરના રોગવાળી તેણી સાથે કોઈ પણ એવી અપેક્ષા ન રાખે કે તેણી તેની સાથે આવું કરશે, વળી તે તો પહેલાં તેણી સાથે સાંજના બે કલાક તેણીના ઓરડામાં પસાર કરતો હતો. તે તેણીના માટે બનતું બધું જ કરતો હતો, કારણ કે તેણી તેની એક માત્ર સારી મિત્ર હતી. પણ આ બધું ખતમ થઈ ગયું. તે ક્યારેય તેની નજીક નથી ગયો. અને તેણીને આનું ઘણું માઠું લાગ્યું છે. તેણી હવે ખિન્ન, ચીડિયણ અને પિયક્કડ બની ગઈ છે, શ્રીમાન હોમ્સ, તેણી કોઈ માછલી પાણી પીવે તેટલી હદે દારૂ પીવે છે."

"આ અબોલા પહેલાં તેણી દારૂ પીતી હતી ?"

"હા, તે ક્યારેક ક્યારેક એકાદ પ્યાલો પી લેતી હતી પણ હવે તો તે આખી ને આખી બોટલ ગટગટાવી જાય છે. આવું મને અમારા વડા નોકર સ્ટેફન્સે કહ્યું હતું. બધું જ બદલાઈ ગયું છે, શ્રીમાન હોમ્સ, અને તેમાં મને કંઈક દુરાચારીપૂર્ણ છુપાયેલું હોય તેવું લાગે છે. આ બધું તો થયું પણ રોજ રાત્રે જૂના ચર્ચ આગળ મારો શેઠ શું કરવા જાય છે ? અને તે કોણ છે જેને તે ત્યાં મળે છે ?"

હોમ્સે પોતાના હાથ ઘસ્યા.

"આગળ કહો, શ્રીમાન મેસન. તમે હવે વધારે અને વધારે રસપ્રદ થતા જાઓ છો."

"વડા નોકરે તેમને ત્યાં જતા જોયા હતા અને તે પણ રાત્રે બાર વાગ્યે ભારે વરસાદમાં. આ સાંભળીને બીજી રાત્રે હું હકીકત ચકાસવા જાગતો રહ્યો. મેં જોયું તો તેઓ ફરી વાર બહાર નીકળ્યા હતા. સ્ટેફન્સ અને હું તેમની પાછળ ગયા, પણ તે એક જોખમી કામ હતું, કારણ કે જો તેને ખબર પડી જાય કે અમે તેમનો પીછો કરતા હતા તો અમારા પર આફત આવી જાય. તે એક દુષ્ટ માણસ છે અને તેને કોઈ પણ વ્યક્તિ માટે જરા પણ સહાનુભૂતિ નથી. એટલે અમને તેમની નજીક જતાં ખૂબ જ ભય લાગ્યો, પણ અમે તેમનો દૂરથી પીછો કરતા રહ્યા. તેઓ દેવળ આગળની મડદાં દાટવાની ભૂતિયા જગ્યાએ ઊભા રહી ગયા અને અમે જોયું કે એક માણસ તેમની રાહ જોઈ રહ્યો હતો."

"આ ભૂતિયા જગ્યા વળી શું છે ?"

"ત્યાં પાર્કમાં એક જૂનું ખંડેર થઈ ગયેલું ચર્ચ આવેલું છે. તે એટલું જૂનું છે કે ત્યાં જવાની કોઈ હિંમત પણ ન કરે અને તેની હેઠળ મડદાં દાટવાની જગ્યા છે જેની અમારા

પર કંઈ ખાસ સારી છાપ નથી. ધોળા દિવસે પણ આ જગ્યા કંપાવી નાખે તેવી હોય છે. એ રાત્રે તો ભાગ્યે જ કોઈ જવાનો પ્રયત્ન કરે. પણ અમારા શેઠને તો કશાનો ભય નહોતો. તેમને પોતાના જીવનમાં ક્યારેય કશાનો ભય નથી લાગતો. પણ તે ત્યાં રાતના સમયે શું કરતા હતા ?"

"એક મિનિટ !" હોમ્સે કહ્યું, "તમે કહ્યું ત્યાં બીજો પણ એક માણસ હતો. તે ચોક્કસ તમારા ઘોડારમાંનો જ કોઈક હોવો જોઈએ અથવા તો ઘરમાંનો કોઈક હોવો જોઈએ ! તમારે તો તેને માત્ર ઓળખવાનો જ હતો અને તેને પૂછવાનું હતું, બરાબર ?"

"હું ઓળખતો હતો તેમાંનો તે કોઈ નહોતો."

"તમે તેવું કઈ રીતે કહી શકો ?"

"કારણ કે મેં તેને જોયો હતો, શ્રીમાન હોમ્સ. બીજી રાત્રે જ્યારે અમે ફરી તેમનો પીછો કર્યો ત્યારે મેં તેને જોયો હતો. સર રોબર્ટ પાછા ફર્યા અને અમે બન્ને - હું અને સ્ટેફન્સ તરત જ તેમનાથી બીને ઝાડીઓમાં બે સસલાંની જેમ છુપાઈ ગયા, કારણ કે તે રાત્રે ચાંદનીનો પ્રકાશ ફેલાયેલો હતો અને અમે તરત જ નજરમાં આવી જઈએ તેમ હતા. તેમના ગયા પછી અમને પેલા માણસના સળવળાટનો અવાજ આવ્યો. અમને તેનાથી જરા પણ ડર નહોતો લાગ્યો. જેવા સર રોબર્ટ ત્યાંથી જતા રહ્યા કે તરત જ અમે ઝાડીમાંથી બહાર આવ્યા અને અમે જાણે ચાંદનીમાં ટહેલવા આવ્યા હોય તેવું નાટક કરી ત્યાં ચાલવા લાગ્યા. 'કેમ છે, ભાઈ ! તમે કોણ છો ?' મેં કહ્યું. મને લાગ્યું કે તેણે અમને આવતા નહોતા સાંભળ્યા. તેથી તેણે આશ્ચર્ય પામતાં પાછળ જોયું. તેનો ચહેરો જાણે કોઈ ભૂત જોઈ લીધાં હોય તેવો ભયાવહ થઈ ગયો હતો. તેના મોઢામાંથી એક ઝીણી ચીસ પણ નીકળી ગઈ અને તે ત્યાંથી એવો ભાગ્યો, એવો ભાગ્યો કે તેણે પાછું વાળીને પણ નહોતું જોયું અને થોડી ક્ષણોમાં તો અમારી નજરથી ગાયબ થઈ ગયો. પછી તે કોણ હતો, શા માટે ત્યાં આવ્યો હતો તે અમે ક્યારેય ન જાણી શક્યા."

"પણ તમે તેને ચાંદનીના અજવાળામાં સ્પષ્ટ રીતે જોઈ શક્યા ?"

"હા, મેં તેનો પીળો ચહેરો ધ્યાનથી જોયો હતો. તે માટે હું સમ ખાવા તૈયાર છું. તેને વળી સર રોબર્ટ સાથે અડધી રાત્રે શું કામ પડતું હશે ?"

હોમ્સ થોડીવાર વિચારમાં ડૂબેલો રહ્યો.

"લેડી બીટ્રાઈસ ફેલ્ડરને અત્યારે કોનો સથવારો હોય છે ?" છેવટે તેણે પૂછ્યું.

"તેણીની નોકરાણી, કેરી ઈવાન્સ. તે છેલ્લાં પાંચ વર્ષથી તેણી સાથે છે."

"અને તેમાં કોઈ જ શંકા નથી કે તે તેણીને સમર્પિત હશે, કેમ ?"

શ્રીમાન મેસન થોડા ખચકાયા.

"તેણી ઘણી સમર્પિત છે," તેણે છેવટે જવાબ આપ્યો, "પણ હું એ ન કહી શકું કે કોને સમર્પિત છે."

"અરે !" હોમ્સે કહ્યું.

"હું મારા અધિકાર બહારનું તમને કેવી રીતે કહી શકું ?"

"હું તમારી વાતને સારી રીતે સમજી શકું છું, શ્રીમાન મેસન. પણ તેનાથી પરિસ્થિતિ ઘણી સ્પષ્ટ થઈ જાય છે. ડૉ. વૉટસન પાસેથી મને સર રોબર્ટના વ્યક્તિત્વ વિષે સારી એવી જાણકારી મળી ગઈ છે અને તે દ્વારા મને ખ્યાલ આવી ગયો છે કે કોઈ પણ સ્ત્રી તેનાથી સુરક્ષિત નહીં હોય. તમને નથી લાગતું કે બન્ને ભાઈબહેન વચ્ચેના ઝઘડાનું કારણ તેમાં જ ક્યાંય હોય ?"

"હા, આ કૌભાંડ ઘણા બધા લાંબા સમય સુધી ચાલ્યું હતું."

"પણ તેણીને તે વિષે ઘણા સમય બાદ ખબર પડી હશે. ચાલો, આપણે એવું માની લઈએ કે તેને અચાનક જ તેની ખબર પડી હોય. તેણી તરત જ તે સ્ત્રી પર ત્રાટકવા માગતી હશે. પણ તેણીનો ભાઈ તેને તેમ નહીં કરવા દેતો હોય. નબળા હૃદયની તેણી આ બધાથી ઘવાઈ હશે અને સહન નહીં કરી શકી હોય. નફરત ગળી ગયેલી નોકરાણી તેમ છતાં તેણી સાથે બંધાઈ રહી. સ્ત્રીએ તેણી સાથે અબોલા લીધા અને પછી દારૂમાં ડૂબેલી રહેવા લાગી. સર રોબર્ટે ગુસ્સામાં આવી જઈને તેણી પાસેથી તેનો સ્પેનિયલ ઝૂંટવી લીધો હશે. તમને નથી લાગતું આ બધું એકબીજા સાથે જોડાયેલું છે ?"

"આ બધું જોતાં તો તેવું જ હોય તેમ લાગે છે."

"તદ્દન ! જ્યાં સુધી બધું એકબીજા સાથે સંબંધિત હોય ત્યાં સુધી. પણ આ બધાંને જૂના કબ્રસ્તાનની રાતની મુલાકાતો સાથે શું લેવા દેવા છે તે આપણી રૂપરેખામાં જરા પણ બંધ નથી બેસતું."

"ના, સાહેબ, અને આથી પણ વધારે બીજું કંઈક છે, જે હું નથી સમજી શકતો. શા માટે સર રોબર્ટ ત્યાં દાટેલું મડદું ઉખાડતા હશે ?"

હોમ્સ ઓચિંતો ટટ્ટાર થઈ ગયો.

"અમને હજુ તે વિષે ગઈ કાલે જ ખબર પડી, - મેં તમને ચિઠ્ઠી લખી તે પછી. ગઈ કાલે સર રોબર્ટ લંડન ગયા હતા એટલે હું અને સ્ટેફન્સ બન્ને કબ્રસ્તાન ગયા. ત્યાં બધું પહેલાંની જેમ જ પડ્યું હતું, સાહેબ, માત્ર એક જ અપવાદ હતો કે એક ખૂણામાં કોઈક માણસનો મૃતદેહ પડ્યો હતો."

"તો તો પછી તમે પોલીસનો સંપર્ક સાધ્યો હશે ?"

અમારા મુલાકાતીએ એક ઉગ્ર સ્મિત કર્યું.

"સાહેબ, મને લાગે છે કે તેમને તેમાં ભાગ્યે જ રસ પડ્યો હતો. તેમાં માત્ર કંકાલનું માથું અને કેટલાંક હાડકાં જ હતાં. તે કદાચ હજારો વર્ષો જૂનું હાડપિંજર હોય. પણ આ પહેલાં તે ત્યાં નહોતું. તે માટે તો હું અને સ્ટેફન્સ બન્ને સમ ખાવા તૈયાર છીએ. તેને ખૂણામાં સંતાડવામાં આવ્યું હોય તેવું લાગતું હતું. પણ આ પહેલા તો હંમેશા અમે તે ખૂણો ખાલી જ જોયો હતો."

"પછી તમે તેનું શું કર્યું ?"

"અમે તો તેને ત્યાં જ પડ્યું રહેવા દીધું."

"તે તમે સારું કર્યું. તમે કહો છો સર રોબર્ટ ગઈકાલે બહાર ગયા હતા. તેઓ પાછા આવી ગયા ?"

"તેઓ આજે પાછા આવવાના હતા."

"સર રોબર્ટે તેની બહેનનું કૂતરું ક્યારે આપી દીધું ?"

"આજથી અઠવાડિયા પહેલાં. તે દિવસે બિચારું કૂતરું જૂના વેલ હાઉસ આગળ ભસ્યે રાખતું હતું અને વળી તે દિવસે સર રોબર્ટનો મિજાજ પણ સારો નહોતો. તેણે તેને પકડ્યું અને મને લાગ્યું કે ક્યાંક તે તેને મારી જ ન નાખે, પણ તેમણે તેને અમારા જૉકી સૅન્ડી બેઇનને આપ્યું અને તેને કહ્યું કે તે કૂતરાને ગ્રીન ડ્રેગન ખાતે વૃદ્ધ બાર્નેસને ત્યાં મૂકી આવે કારણ કે તેમને ફરી ક્યારેય તે કૂતરાને જોવાની ઇચ્છા નહોતી."

હોમ્સ થોડી વાર શાંત વિચારોમાં ડૂબેલો રહ્યો. તેણે તેની હોકલી સળગાવી.

"મને હજુ પણ સ્પષ્ટ નથી થતું, શ્રીમાન મેસન, કે તમે આ બાબતમાં મારી શું મદદ ઇચ્છો છો," છેવટે તેણે કહ્યું, "તમે આને વધારે સ્પષ્ટ બનાવી શકો તેમ નથી ?"

"કદાચ હવે જે હું તમને કહેવા જઈ રહ્યો છું તેનાથી બાબત વધારે સ્પષ્ટ થશે, શ્રીમાન હોમ્સ," અમારા મુલાકાતીએ કહ્યું.

તેણે પોતાના ખિસ્સામાંથી એક કાગળ કાઢ્યો અને ખૂબ જ કાળજીપૂર્વક તેને ખોલ્યો. તેમાંથી બળેલા હાડકાની તીવ્ર ગંધ આવી.

"તમને આ ક્યાંથી મળ્યું ?"

"લેડી બીટ્રાઇસના ઓરડા નીચે એક ભંડકિયું આવેલું છે ત્યાં આખાયે ઘરને ગરમ રાખવાની ભઠ્ઠી આવેલી છે. તે કેટલાક સમયથી બંધ હતી, પણ સર રોબર્ટ વારંવાર ઠંડી લાગવાની ફરિયાદ કરતા હતા અને તેને ફરી પાછી ચાલુ કરવાનું કહ્યું હતું."

હાર્વેજ તેને ચલાવે છે - તે મારા છોકરાઓમાંનો જ એક છે. આજે સવારે જ તે મારી પાસે આ વસ્તુ લઈને આવ્યો જે તેને કોલસાની રાખમાંથી મળી આવી હતી. તેને તેનો દેખાવ નહોતો ગમ્યો."

"મને પણ નથી ગમતો," હોમ્સે કહ્યું, "તારું આ વિષે શું કહેવું છે, વૉટસન ?"

તે બળીને કાળી રાખ થઈ ગયું હતું, પણ તેમાં કોઈ જ શંકા નહોતી કે તેમાં માનવશરીર તરફ નિર્દેશ કરતો સંકેત હતો.

"આ માનવજાંઘની ઉપરના ભાગનું હાડકું છે," મેં કહ્યું.

"તદ્દન !" હોમ્સ હવે ઘણો ગંભીર થઈ ગયો હતો. "આ છોકરો તે ભઠ્ઠી પાસે ક્યારે જાય છે ?"

"તે દરરોજ સાંજે તેને સાફ કરે છે અને પછી પાછો આવી જાય છે."

"તો કોઈ ત્યાં રાત્રી દરમિયાન જઈ શકે ખરું ?"

"હા, સાહેબ."

"ત્યાં બહારથી પ્રવેશી શકાય છે ?"

"હા, બહાર પણ તે માટે એક દરવાજો છે. બીજો એક દરવાજો લેડી બીટ્રાઈસનો ઓરડો જે પરસાળમાં આવ્યો છે ત્યાંથી પણ ભોંયરામાં દોરી જાય છે."

"આ ઘણું ઊંડું પાણી છે, શ્રીમાન મેસન; ઊંડું અને ગંદું. તમે કહ્યું ગઈ કાલે રાત્રે સર રોબર્ટ ઘરે નહોતા ?"

"સાચી વાત છે, સાહેબ."

"તમે હમણાં જ પેલી લોજનું શું નામ કહ્યું ?"

"ધ ગ્રીન ડ્રેગન."

"બર્કશાયરની આસપાસ ક્યાંક માછલીનો શિકાર કરવાની કોઈ સારી જગ્યા ખરી ?" પ્રામાણિક ટ્રેઈનરને ખ્યાલ આવી ગયો કે હજુ પણ વધારે વિચિત્ર પ્રસંગો તેના જીવનમાં બનવા જઈ રહ્યા હતા.

"હા, સાહેબ, મેં સાભળ્યું છે કે નજીકના એક ઝરણામાં મીઠા પાણીની સારી જાતિની માછલી જોવા મળે છે અને હૉલ તળાવમાં પણ મીઠા પાણીની કદાવર માછલીઓ ઘણા પ્રમાણમાં છે."

"તે આપણા માટે સારી વાત છે. વૉટસન અને હું ઘણા પ્રખ્યાત માછીમારો છીએ, નહીં વૉટસન ? નજીકના ભવિષ્યમાં કદાચ તમે અમને ગ્રીન ડ્રેગન લોજ ખાતે મળી શકશો. આજે રાત્રે અમે ત્યાં પહોંચી જઈશું. મારે તમને એ કહેવાની જરૂર નથી કે અમે તમને મળવા ત્યાં નથી આવવાના, શ્રીમાન મેસન, પણ તમારી ચિઠ્ઠી અમને ત્યાં મળી જશે અને જો અમને તમારી જરૂર પડી તો અમે જાતે જ તમને શોધી લઈશું. અમે જેવા આ બાબતમાં આગળ વધીશું કે તરત જ તમને તે બાબતે જાણ કરીશું અને તમારો અભિપ્રાય માગીશું."

આમ ધાર્યા પ્રમાણે અમે મેની તે હૂંફાળી અને ઊજળી સાંજે ફર્સ્ટ ક્લાસના ડબ્બામાં બેસીને શોસ્કોમ્બના સ્ટેશન તરફ રવાના થયા. અમારી ઉપરની પેટીઓ રાખવાની છાજલીઓમાં વિવિધ જાતના સળિયા, દોરીઓના દડા અને ટોપલીઓ ભરેલી હતી. જ્યારે અમે અમારા ગંતવ્યસ્થાને પહોંચ્યા ત્યારે ત્યાંથી અમે ઘોડાગાડીની ટૂંકી મુસાફરી કરીને એક જુનવાણી બાંધકામવાળી વીશી પર પહોંચી ગયા. ત્યાં એક ઉત્સાહી યજમાન, જોસીઆહ બાર્નેસે અમારું સ્વાગત કર્યું. તેને અમે જ્યારે જણાવ્યું કે અમે માછલી પકડવાનો શોખ ધરાવીએ છીએ અને અહીં માંછલી પકડવા આવ્યા છીએ ત્યારે તેણે અમારી તે યોજનાને જડમૂળમાંથી જ ઉખાડી નાખી.

"પણ અમે તો હૉલ લેકની કદાવર માછલીઓ વિષે ઘણું સાંભળ્યું છે, તેનું શું ?" હોમ્સે કહ્યું.

લોજવાળાનો ચહેરો થોડો ઘેરો બની ગયો.

"તેવું નહીં થઈ શકે, સાહેબ. જો તમે તેમ કરવાનો પ્રયાસ કરશો તો બની શકે કે માછલી પકડવાની જાળની જગ્યાએ તમે જ તળાવમાં ના પડ્યા હોવ."

"તેવું કેમ ?"

"તે સર રોબર્ટના કારણે, સાહેબ. તેમને મીઠા પાણીની માછલીઓનો બહુ શોખ છે. જો તમે બન્ને અજાણ્યા માણસ તેમના તાલીમ કેન્દ્રની આસપાસ પણ ફરક્યા તો પછી તમને કોઈ નહીં બચાવી શકે. તેઓ કોઈને પણ નથી છોડતા. સર રોબર્ટ કોઈને નથી છોડતા."

"મેં સાંભળ્યું છે કે તેમણે વાર્ષિક ઘોડાદોડની હરીફાઈમાં પોતાનો ઘોડો પણ રાખ્યો છે."

"હા, અને એક નવો ઘોડો પણ રાખ્યો છે. તેણે અમારાં બધાં જ નાણાં તેમાં ખેંચી લીધાં છે અને સર રોબર્ટના પણ. એ છોડો -" તેણે અમારી સામે વિચારપૂર્વક જોયું - "પણ મને લાગે છે કે તમે અહીં શરત લગાવવા તો નથી જ આવ્યા, કેમ ?"

"ના, જરા પણ નહીં. અમે તો લંડનથી અહીં બર્કશાયરનું ખુશનૂમા વાતાવરણ માણવા આવ્યા છીએ."

"તે માટે તો તમે યોગ્ય જગ્યાએ આવ્યા છો. અહીંનું વાતાવરણ ખરેખર ખૂબ જ સુંદર હોય છે. પણ મેં તમને જે સર રોબર્ટ વિષે કહ્યું તેને ધ્યાનમાં રાખજો. તે એવી વ્યક્તિ છે જે કરે છે પહેલાં અને કહે છે પછી. પાર્કથી મહેરબાની કરીને દૂર જ રહેજો."

"ચોક્કસ, શ્રીમાન બાર્નેસ ! અમે ચોક્કસ તમારી વાતનું ધ્યાન રાખીશું. અરે પણ આ શું ? તમારા હૉલમાંથી સુંદર મજાના સ્પેનિયલ કૂતરાનો રડવાનો અવાજ આવી રહ્યો છે."

"હા, તે તે જ કૂતરું છે. તે શોસ્કોમ્બની શુદ્ધ ઓલાદનું પ્રાણી છે. તેનાથી સારું કૂતરું આખા ઇંગ્લૅન્ડમાં તમને ક્યાંય નહીં જોવા મળે."

"મને કૂતરાઓમાં ઘણો રસ છે," હોમ્સે કહ્યું, "હવે હું જે આ પ્રશ્ન પૂછી રહ્યો છું તે ખોટો ન હોય તો આવા કૂતરાની કિંમત શું હોઈ શકે ?"

"તે કૂતરાની કિંમત મારી પહોંચ બહારની છે, સાહેબ. આ તો સર રોબર્ટે પોતે જ મને તે આપ્યું છે. અને માટે જ હું તેને રાખું છું, બાકી મારી તેને રાખવાની ઓકાત ક્યાંથી !"

"વૉટસન, ધીમે ધીમે પત્તાં આપણા હાથમાં આવતાં જાય છે," લોજવાળો અમને છોડીને ગયો ત્યારે હોમ્સે કહ્યું, "જોકે તેમાંના એક પણને રમવું ઘણું અઘરું છે, પણ એકાદ બે દિવસમાં આપણો માર્ગ સ્પષ્ટ થઈ જશે. ચાલો એટલું તો નક્કી કે સર રોબર્ટ હજુ લંડનમાં જ છે. એટલે આપણે તેમની ગેરહાજરીમાં આ પ્રતિબંધિત જગ્યામાં જાનહાનિના ભય વગર પ્રવેશી શકીશું. હું એકાદ બે મુદ્દા પર થોડો પાક્કો થવા માગું છું."

"તેં કોઈ ધારણા બાંધી છે ખરી, હોમ્સ ?"

"માત્ર એ જ, વૉટસન, કે એકાદ બે અઠવાડિયાં પહેલાં અહીં કંઈક એવું રહસ્યમય બન્યું છે જેના કારણે શોસ્કોમ્બ મકાનના રહેવાસીઓનું જીવન ખોરવાઈ ગયું છે. તે શું છે ? તેની ધારણા આપણે તેની અસર શું થઈ છે તેના પરથી જ લગાવી શકીએ. તેમાં ઘણાં બધાં વિચિત્ર લક્ષણોનું મિશ્રણ છે. પણ તે ચોક્કસ આપણને મદદ કરશે. બની શકે કે આ એક નીરસ, ઘટનારહિત, નિરાશાભર્યો મામલો હોય.

"ચાલ, હવે આપણી પાસે આ કેસને લગતી જેટલી પણ માહિતી છે તેના પર એકવાર વિચાર કરી લઈએ. છેલ્લા કેટલાય વખતથી ભાઈ તેની પ્રેમાળ બહેનને મળતો નથી. તેણે તેણીનો પ્રિય કૂતરો બહાર આપી દીધો છે. તેણીનો કૂતરો, વૉટસન ! તેનાથી તને કશો જ સંકેત નથી મળતો ?"

"કોઈ જ સંકેત નથી મળતો સિવાય કે તેના ભાઈનો ગુસ્સો."

"હા, તેવું બની શકે. અથવા તો બીજું પણ કોઈ કારણ હોઈ શકે. હવે આપણે ભાઈબહેનના ઝઘડાની સ્થિતિથી આપણો કેસ તપાસવો શરૂ કરીએ - જો ખરેખર તેમની વચ્ચે ઝઘડો થયો હોય તો. લેડી પોતાના ઓરડામાં જ પુરાયેલી રહે છે, તેણીએ પોતાની આદતો બદલી નાખી છે, તે માત્ર પોતાની નોકરાણી સાથે જ બહાર નીકળે છે, તે સિવાય બહાર નથી જતી, ઘોડાર પાસે રોકાવાનું ટાળે છે અને પોતાના પ્રિય ઘોડાને મળતી પણ નથી, અને સતત દારૂ પીધે રાખે છે. આપણો કેસ ત્યાં પૂરો થાય છે, નહીં ?"

"સિવાય કે પેલી કબ્રસ્તાનવાળી વાત."

"તે વિચારની બીજી શ્રૃંખલા છે. બે વિચારશ્રૃંખલા છે અને હું તને પ્રાર્થના કરું છું કે તું તેને એકબીજા સાથે ગૂંચવ નહીં. શ્રૃંખલા એક; જે લેડી બીટ્રાઇસને લાગતીવળગતી છે અને ઘણી અસ્પષ્ટ અને અનિષ્ટ છે, નહીં ?"

"મને તો તેમાં કશી જ ખબર નથી પડતી."

"અને હવે, આપણે શ્રૃંખલા બેનો વિચાર કરી લઈએ, જે સર રોબર્ટને લાગતીવળગતી છે. તે ડર્બી જીતવા રઘવાયો થયો છે. તે બધું જ જ્યૂઝ ઘોડાના હાથમાં છે અને કોઈ પણ ક્ષણે તે વેચાઈ જાય અને તેનું ટેબલ લેણદારોથી ભરાઈ જાય તેમ છે. તે હિંમતવાન પણ મરણિયો માણસ છે. તે પોતાની આવક પોતાની બહેન પાસેથી મેળવે છે. તેની બહેનની નોકરાણી તેની વાસનાપૂર્તિનું સાધન છે. અહીં સુધી તો બધું બરાબર છે, નહીં ?"

"પણ કબ્રસ્તાનનું શું ?"

"હા, કબ્રસ્તાન ! ચાલો આપણે એવું માની લઈએ, વૉટસન - આ એક નિંદાત્મક ધારણા છે, એક કલ્પના પણ કહી શકાય જેને માત્ર દલીલ માટે જ હું અહીં મૂકી રહ્યો છું - કે સર રોબર્ટે પોતાની બહેન સાથે કંઈક કરી નાખ્યું હોય."

"વહાલા, હોમ્સ, આનો તો કોઈ પ્રશ્ન જ નથી."

"ઘણી શક્યતા છે, વૉટસન, સર રોબર્ટ એક માનનીય, પ્રતિષ્ઠાવંત વ્યક્તિ છે. પણ તમને ક્યારેક ગરુડોના ઝુંડમાં ક્યારેક કાગડો પણ ઊડતો જોવા મળી જાય છે. આપણે થોડી ક્ષણ માટે આ ધારણા પર દલીલ કરી જોઈએ. જ્યાં સુધી તેને તેના ભવિષ્યની ખાતરી નહીં થાય ત્યાં સુધી તે આ દેશમાંથી નહીં ભાગી શકે, અને તે ભવિષ્ય માત્ર ને માત્ર આ પ્રિન્સ નામના ઘોડા પર નિર્ભર છે. માટે, તેણે હજુ પણ અહીં ફરજિયાત રોકાવું પડે તેમ છે. આમ કરવા માટે તેણે પોતાના શિકારના શરીરનો નિકાલ લાવવો પડે અને સાથે સાથે તેણે તેણીની હયાતી દર્શાવવા માટે બીજી કોઈ વ્યક્તિને ઊભી કરવી પડે. જ્યાં સુધી પેલી નોકરાણી તેના વિશ્વાસમાં છે ત્યાં સુધી તેના માટે આ અશક્ય નથી. તેની બહેનનો મૃતદેહ કબ્રસ્તાનમાં ક્યાંક છુપાવી દેવામાં આવ્યો હોય જ્યાં ગામની ભાગ્યે જ કોઈ વ્યક્તિ જતી હોય અને તેને ઘરની ભઠ્ઠીમાં બાળીને નાશ કરી દેવામાં આવ્યો હોય અને કેટલાક પુરાવાઓ ત્યાં છૂટી ગયા હોય. મારી આ ધારણા વિષે તારું શું કહેવું છે, વૉટસન ?"

"હા, જો તું તારી આ મૂળ કલ્પનાને સાબિત કરી શકે તો તું જે બધું કહી રહ્યો છે તે બધું જ શક્ય છે."

"અને તેમ કરવા માટે મારા ખ્યાલથી આપણે કાલે એક નાનકડો અખતરો કરવો પડશે, વૉટસન, જેનાથી કદાચ આખી બાબત પર થોડો પ્રકાશ પડશે. તે દરમિયાન, મને લાગે છે કે આપણે આપણા લોજવાળા યજમાન પાસે જવું જોઈએ અને ત્યાં જઈને એક પ્યાલો વાઈનનો માણવો જોઈએ. કદાચ આપણને તેના પીઠામાં કંઈક સ્થાનિક ગપસપ સાંભળવા મળી જાય."

બીજી સવારે હોમ્સને ખબર પડી કે અમે અહીં આવ્યા હતા તો માછલીના શિકાર માટે પણ તેને ચારો નાખવાનું સાધન તો અમે અમારી સાથે લાવ્યા જ નહોતા અને માટે અમે માછલી પકડી શક્યા નહીં. લગભગ અગિયાર વાગ્યે અમે ચાલવાનું શરૂ કર્યું. તેણે પોતાની સાથે કાળું સ્પેનિયલ પણ લોજવાળાની પરવાનગીથી લઈ લીધું હતું.

"આ તે જ જગ્યા છે," અમે જ્યારે બે વિશાળ દરવાજા આગળ આવીને ઊભા રહ્યા ત્યારે તેણે કહ્યું, "શ્રીમાન બાર્નેસે મને જણાવ્યું છે કે લગભગ બપોરે જ લેડી આંટો મારવા બહાર નીકળે છે અને દરવાજા ખૂલતી વખતે ઘોડાગાડી ઘણી ધીમી પડતી હોય છે. જ્યારે તે ઘોડાગાડી અહીંથી પસાર થશે અને ઝડપ કરવામાં જ હશે ત્યારે હું ઇચ્છું છું, વૉટસન, કે તું તેના ચાલકને કેટલાક પ્રશ્નો પૂછવા માટે ઊભો રાખે. મારી ચિંતા ન કરતો. હું પેલી ઝાડીઓમાં છુપાયેલો રહીશ અને ત્યાંથી જે જોઈ શકું તે જોવાનો પ્રયત્ન કરીશ."

અમારે કંઈ લાંબી રાહ ન જોવી પડી. પા કલાકમાં તો અમને ચાર પૈડાંવાળી પીળા રંગની ખુલ્લી ઘોડાગાડી દરવાજા તરફ આવતી દેખાઈ. તેના ઘોડા સુંદર મજાના

હૃષ્ટપુષ્ટ હતા. હોમ્સ પેલી ઝાડીઓ પાછળ કૂતરાને લઈને છુપાઈ ગયો. જ્યારે હું જાણે મને કશી જ પડી ન હોય તેમ હાથમાં લાકડી ઝુલાવતો રસ્તા પર ઊભો રહ્યો. એક દરવાન બહાર દોડી આવ્યો અને તેણે દરવાજો ખોલ્યો.

ઘોડાગાડી ચાલીને પહોંચી શકાય તેટલી ધીમી થઈ ગઈ હતી, અને હું તેમાં બેઠેલા મુસાફરોને આરામથી જોઈ શકતો હતો. એક ઘેરા રંગની, પીળા વાળવાળી ઉદ્ધત આંખો ધરાવતી સ્ત્રી તેમાં બેઠી હતી. તેની જમણી બાજુ એક વૃદ્ધ વ્યક્તિ હતી, જેના ખભા વાંકા વળી ગયા હતા અને તેના ચહેરા અને ખભા પર શાલ ઓઢાડેલી હતી, જે જણાવતા હતા કે તેણી પેલી લેડી હતી. જ્યારે ઘોડાગાડી મુખ્ય રસ્તા પર પહોંચી ત્યારે મેં મારા હાથ સત્તાવાહી રીતે ઊંચા કર્યા અને જ્યારે ચાલકે ઘોડાગાડી રોકી ત્યારે મેં તેને પૂછ્યું કે સર રોબર્ટ શોસ્કોમ્બ ઓલ્ડ પ્લેસમાં હાજર હતા ?

તે જ ક્ષણે હોમ્સ બહાર આવ્યો અને પેલા કાળા સ્પેનિયલને છોડી મૂક્યું. જાણે તે કૂતરો ખૂબ આનંદ પામ્યો હોય તેવી ચીસો પાડતો ઘોડાગાડી તરફ દોડી ગયો અને તેના પગથિયા પર કૂદ્યો. ત્યાં અચાનક તેનો આનંદ જાણે કોઈ ક્રોધમાં ફેરવાઈ ગયો અને તે પગથિયા પરના કાળા સ્કર્ટને ખેંચવા લાગ્યું.

“જલદી ચલાવ ! જલદી ચલાવ !” એક કઠોર અવાજ આવ્યો. ચાલકે ઘોડાને ચાબુક ફટકાર્યો, અને ઘોડાગાડી પુરપાટ દોડવા લાગી અને અમે રસ્તા પર ઊભા રહી ગયા.

“તો, વૉટસન, આપણું કામ થઈ ગયું,” હોમ્સે ઉત્તેજિત થયેલા સ્પેનિયલના ગળામાં પટ્ટો બાંધતાં કહ્યું, “તેને એમ કે તે તેની શેઠાણી હતી, પણ તેને ખ્યાલ આવ્યો કે તે તો કોઈ અજાણી વ્યક્તિ હતી. કૂતરાઓ ક્યારેય ભૂલ નથી કરતા.”

“પણ પેલો અવાજ તો કોઈ પુરુષનો હતો !” મેં મોટેથી કહ્યું.

“તદ્દન ! આપણા પક્ષે બીજું એક પત્તું આવી ગયું છે, વૉટસન, પણ તેને આપણે ખૂબ જ કાળજીપૂર્વક રમવું પડશે. ત્યાર બાદ મારા મિત્ર પાસે આગળની કોઈ જ યોજના નહોતી એટલે અમે આખી બપોર ઝરણા આગળ મીઠા પાણીની માછલીઓ પકડવામાં પસાર કરી અને સાંજના ભાણા માટે અમને થાળી ભરીને માછલી ખાવા મળી. બસ, તે ભાણા બાદ મને હોમ્સને જોઈને લાગ્યું કે હવે તે કોઈક પ્રવૃત્તિ કરવા તૈયાર હતો. ફરી વાર અમે સવારે જે રસ્તે ગયા હતા ત્યાં પહોંચી ગયા. જે અમને આગળ જતાં પાર્કના દરવાજે લઈ જતો હતો. ત્યાં આગળ એક કાળી લાંબી આકૃતિ અમારી રાહ જોઈને ઊભી હતી. ત્યાં જતાં ખબર પડી કે તે અમારો લંડનનો મુલાકાતી શ્રીમાન જોહ્ન મેસન હતો.”

“શુભ સાંજ, સદ્‌ગૃહસ્થો,” તેણે કહ્યું. “મને તમારી ચિઠ્ઠી મળી, શ્રીમાન હોમ્સ. સર રોબર્ટ હજુ પાછા નથી આવ્યા, પણ મેં સાંભળ્યું છે કે રાત સુધીમાં તે પાછા આવી જશે.”

"પેલું કબ્રસ્તાન કેટલું દૂર છે ?" હોમ્સે પૂછ્યું.

"પા એક માઈલ તો ખરું જ."

"તો તો પછી આપણે તેમની દરકાર કરવાની કોઈ જ જરૂર નથી."

"મને તેમ કરવું નહીં પાલવે, શ્રીમાન હોમ્સ. જે ઘડીએ તે આવશે તે જ ઘડીએ તેમને મારી જરૂર પડશે અને મારી પાસે શોસ્કોમ્બ પ્રિન્સનો છેલ્લામાં છેલ્લો અહેવાલ માગશે."

"સમજાયું ! તેવા સંજોગોમાં તો અમારે તમારા વગર જ કામ કરવું પડશે, શ્રીમાન મેસન. તમે અમને કબ્રસ્તાન બતાવીને પાછા આવતા રહેજો."

તે ઘોર અંધકારની રાત હતી. ચંદ્ર પણ નહોતો, પણ મેસન અમને ઘાસની કેડી પરથી તે પૌરાણિક ચર્ચ આગળ લઈ ગયો. અમે છેવટે તેના પ્રવેશદ્વાર આગળ આવી પહોંચ્યા અને અમારો ભોમિયો અમને ભાંગેલાતૂટેલા રસ્તા પરથી ઈમારતના એક ખૂણે લઈ ગયો જ્યાં કેટલાક પાણીમાં ડૂબેલાં પગથિયાં અમને કબ્રસ્તાન તરફ નીચે લઈ જતા હતા. તેણે દીવાસળી સળગાવી આખી જગ્યા પર ફેરવી. ત્યાં જ્યાં હોય ત્યાં જૂનીપુરાણી કબરો પડી હતી. તે કોઈ નરકની જેમ ગંધ મારતી જગ્યા હતી. હોમ્સે પોતાનું ફાનસ જગાવ્યું, તેનો પીળો પ્રકાશ કોઈ ભૂંગળાની જેમ પડી રહ્યો હતો, તે એક ઉદાસ દૃશ્ય હતું. તેના કિરણો કબર પર પડતાં હતાં. તેમાંની ઘણી બધી કબર ગીધ અને તાજની કોતરણીથી સુશોભિત કરવામાં આવી હતી.

"તમે હાડકાંઓની વાત કરી હતી, શ્રીમાન મેસન. તમે જાઓ તે પહેલાં બતાવી શકશો કે તે ક્યાં છે ?"

"તે અહીં આ ખૂણામાં છે." શ્રીમાન મેસન તે તરફ ચાલ્યો અને જેવી અમારી બત્તી તે ખૂણા પર પડી કે તે ત્યાં આગળ મૂક આશ્ચર્યથી ઊભા રહી ગયા, "તે અહીંયાં નથી," તેણે કહ્યું.

"મને તેવી જ અપેક્ષા હતી," હોમ્સે મંદ સ્મિત સાથે કહ્યું, "મને લાગે છે કે તેની રાખ તમને તમારા મકાનના ભોંયતળિયે આવેલી પેલી ભઠ્ઠીમાં ચોક્કસ મળી જશે."

"પણ કોઈ વળી શા માટે હજારો વર્ષ પહેલાં મૃત્યુ પામેલી વ્યક્તિનાં હાડકાં બાળવાનો વિચાર કરે ?" જોહ્ન મેસને પૂછ્યું.

"તેની જ શોધ કરવા તો આપણે અહીં આવ્યા છીએ," હોમ્સે કહ્યું, "તેમાં ઘણી લાંબી શોધ કરવી પડશે, અને અમારો તમને અહીં રોકી રાખવાનો કોઈ જ ઈરાદો નથી. મન લાગે છે કે સવાર પડતાં પહેલાં આપણો આ મામલો સાવ સ્પષ્ટ થઈ જશે."

જ્યારે જોહ્ન મેસન અમને છોડીને ગયો ત્યારે હોમ્સ પોતાના કામે લાગી ગયો. તે ધીમે ધીમે પણ પૂરી કાળજી અને ઝીણવટથી બધી જ કબરો તપાસવા લાગ્યો. તેણે તે કબ્રસ્તાનની એક એક કબર તપાસી જોઈ. તેણે સેક્સન કાળની નોર્મન હ્યુગોના વખતની

અને ઓડોસના વખતની બધી જ કબરો તપાસી લીધી. છેવટે તે તપાસ કરતો કરતો સર વિલિયમ અને સર ડેનિસ ફેલ્ડરની અઢારમી સદીની કબરો પાસે પહોંચી ગયો. અમારે તપાસ કરતાં કલાકથી પણ વધારે સમય થઈ ગયો હતો. છેવટે તે ભોંયરાના પ્રવેશદ્વાર નજીક આવેલી સીસાની કબર પાસે આવી ગયો અને મને તેની સંતોષની ખાતરી આપતી ઝીણી ચીસ સંભળાઈ. તેની ઉતાવળી પણ હેતુપૂર્ણ હલચલે મને જણાવી દીધું કે તે પોતાના લક્ષ્યને પામી ગયો હતો. પોતાના સૂક્ષ્મદર્શક કાચથી તેણે ખૂબ જ કાળજીપૂર્વક કબરના ઢાંકણાની કિનારી તપાસી. પછી તેણે પોતાના ખિસ્સામાંથી નાનકડી જીમ્મી, ખોખું ખોલવાનું સાધન કાઢ્યું જે તેણે તેણે ઢાંકણાની તિરાડમાં ભરાવ્યું અને આખા ઢાંકણાને બળપૂર્વક ઊંચું કર્યું. તેને માત્ર એકાદ બે આંકડાથી બંધ કરવામાં આવ્યું હતું. હોમ્સના પ્રયત્નથી ઢાંકણું ખૂલી ગયું અને તેનો એક તીણો અવાજ આવ્યો પણ તે હજુ પૂરું ખૂલે તે પહેલાં તો અમારા કામમાં ખલેલ પડી.

કોઈકનો ઉપર, ચર્ચની જમીન પર ચાલવાનો અવાજ સંભળાઈ રહ્યો હતો. તે એક ખૂબ જ દઢ પગલાંનો અવાજ હતો અને કોઈક જાણે ચોક્કસ ઉદ્દેશથી ત્યાં આવ્યું હોય અને તે જમીનને સારી રીતે જાણતું હોય તેવું લાગતું હતું. નીચે અમારી તરફ એક પ્રકાશ આવતો દેખાયો અને બીજી જ મિનિટે એક કદાવર માણસની આકૃતિ અમને દેખાઈ. એક મોટું ઘોડારનું ફાનસ તેણે પોતાની આગળ ધરેલું હતું. તે મૂછવાળો એક ભારે ચહેરો હતો. તે એક કદાવર માણસ હતો, તેનું વર્તન પણ આક્રમક હતું. છેવટે તે મારી અને મારા મિત્ર તરફ અમારી તરફ તીક્ષ્ણ નજરે તાકી રહ્યો.

“કોણ બદમાશ ત્યાં ઊભું છે ?” તેણે ત્રાડ પાડી, “અને અહીં મારી જાગીર પર તમે લોકો શું કરી રહ્યા છો ?” પછી જ્યારે હોમ્સે જવાબ ન આપ્યો ત્યારે તે બે પગલાં આગળ વધ્યો અને તેણે તેના હાથમાં રહેલી ભારે લાકડી ઊંચી કરી. “મને સાંભળો છો કે નહીં ?” તેણે મોટા અવાજમાં કહ્યું, “કોણ છો તમે ? અને અહીં શું કરી રહ્યા છો ?” તેનો જાડો દંડૂકડો હવામાં ઊંચો થયો.

પણ હોમ્સ તો પાછળ ખસવાની જગ્યાએ આગળ ધસી ગયો.

“મારી પાસે પણ તમને પૂછવા માટે એક પ્રશ્ન છે, સર રોબર્ટ,” તેણે પોતાના ઠંડા અને અડગ અવાજમાં કહ્યું, “આ કોણ છે ? અને તે અહીં શું કરી રહ્યું છે ?”

તે પાછળ ફર્યો અને ધડામ કરતું કબરનું ઢાંકણું ખોલી નાખ્યું. કદાવર માણસના હાથમાં રહેલા મોટા ફાનસના પ્રકાશમાં મેં જોયું તો તેમાં કોઈકનો તાજો મૃતદેહ પડ્યો હતો. તે એક નિસ્તેજ ચહેરાવાળો મૃતદેહ હતો.

બેરોનેટ આંચકાથી બે પગલાં પાછળ ખસી ગયા અને તેના મોઢામાંથી એક નાની ચીસ નીકળી ગઈ. તેને ઊભા રહેવા માટે દીવાલનો સહારો લેવો પડ્યો.

“તમને આ બધી કેવી રીતે ખબર પડી ?” તેણે મોટેથી કહ્યું અને પછી જાણે પોતાની આક્રમકતા પાછી લાવતાં તેણે કહ્યું : “અને તમારે વળી તેની સાથે શું લેવાદેવા ?”

"મારું નામ શૅરલૉક હોમ્સ છે," મારા સાથીએ કહ્યું, "કદાચ તમને મારું નામ જાણીતું લાગતું હશે. કોઈ પણ સંજોગોમાં મારો એક માત્ર વ્યવસાય છે કે હું એક સારો નાગરિક બનું અને કાયદાનું રક્ષણ કરું. મને એવું લાગે છે કે તમારે ઘણા બધા પ્રશ્નોના જવાબ આપવા પડશે."

સર રોબર્ટ થોડી વાર અમારી તરફ તાકી રહ્યા પણ છેવટે હોમ્સના ઠંડા વ્યવહાર અને અવાજની તેના પર અસર થઈ હોય તેવું લાગ્યું.

"ભગવાનને ખાતર, શ્રીમાન હોમ્સ, બધું જ બરાબર છે," તેણે કહ્યું, "પરિસ્થિતિ જોતાં ભલે બધું મારી વિરુદ્ધ લાગે, તેનો હું સ્વીકાર પણ કરું છું પણ મારી પાસે બીજો કોઈ જ વિકલ્પ નહોતો."

"તેવું વિચારતાં મને આનંદ થશે, પણ મને ભય છે કે તમારે બધી જ ચોખવટ પહેલાં પોલીસને આપવી પડશે."

સર રોબર્ટે પોતાના પહોળા ખભા ઉછાળ્યા.

"સારું, જે થવાનું છે તેવું જ થશે. તમે મારી સાથે મારા ઘરે આવો અને મારી વાત સાંભળીને જાતે જ નિર્ણય કરો."

પા કલાકમાં તો અમે તે વિશાળ મકાનમાં આવી ગયા હતા અને સર રોબર્ટના ગનરૂમમાં બેઠા હતા. તે સુંદર રીતે સજાવવામાં આવેલો ઓરડો હતો. ત્યાં સર રોબર્ટ અમને થોડી વાર એકલા મૂકીને ગયા હતા. જ્યારે તેઓ પાછા આવ્યા ત્યારે તેમની સાથે બીજા બે જણ પણ આવ્યા હતા. પહેલી પેલી સવારે ઘોડાગાડીમાં જોયેલી પેલી સ્ત્રી હતી અને બીજો કોઈક બટકો સરખો ઉંદર જેવા મોઢાવાળો, પ્રચ્છન્ન વર્તણૂકવાળો પુરુષ હતો. તે બન્નેનો દેખાવ તેઓ જાણે કોઈ મોટી વિમાસણમાં હોય તેવું લાગતું હતું, જેનાથી ખ્યાલ આવી ગયો હતો કે બેરોનેટને તેમને આખી વાત સમજાવાનો સમય નહોતો મળ્યો.

"આ," સર રોબર્ટે હાથ હલાવતાં કહ્યું, "શ્રીમાન અને શ્રીમતી નોર્લેટ છે. શ્રીમતી નોર્લેટ ઈવાન નામ હેઠળ છેલ્લાં પાંચ વર્ષથી મારી બહેનની નોકરાણી તરીકે કામ કરતી હતી. હું તેમને અહીં એટલા માટે લઈને આવ્યો છું કે મને લાગે છે કે તેમની હાજરીથી તમારી સમક્ષ હું મારી પરિસ્થિતિને સમજાવી શકું. અને આ બે માણસો જ છે કે જેમના દ્વારા હું મારા વર્તનનો ખુલાસો આપી શકું તેમ છું."

"આ જરૂરી છે, સર રોબર્ટ ? તમે જે કંઈ પણ કરી રહ્યા છો તેનો તમે વિચાર કર્યો છે ખરો ?" પેલી સ્ત્રીએ મોટેથી કહ્યું.

"અને જો મારી વાત કરતા હોવ તો હું કોઈ જ જવાબદારી લેવા તૈયાર નથી," તેના પતિએ કહ્યું.

સર રોબર્ટે તેના તરફ તિરસ્કારથી જોયું. "હું જ બધી જવાબદારી મારા માથે લઉં છું." તેણે કહ્યું. "હવે, શ્રીમાન હોમ્સ, મારા સીધાસટ નિવેદનને સાંભળો."

"તમને મારા આ મામલાની ઘણી બધી ખબર હોવી જોઈએ નહીંતર તમે આજે પેલા કબ્રસ્તાન સુધી ન પહોંચ્યા હોત. તેથી કરીને, તમને એ પણ ખબર જ હશે કે હું આ વખતની ડર્બીની રેસમાં મારો ઘોડો દોડાવવા જઈ રહ્યો છું અને મારી દરેક બાબત તેની સફળતા પર આધારિત છે. જો હું જીતી જઈશ તો બધું જ બરાબર થઈ જશે. જો હું હારીશ તો --- મને તો આટલું વિચારવાની પણ હિંમત નથી થતી."

"હું તમારી સ્થિતિ સમજું છું." હોમ્સે કહ્યું.

"હું મારી નાનામાં નાની જરૂરિયાત માટે મારી બહેન પર આધારિત છું, લેડી બીટ્રાઇસ પર. પણ બધા એ સારી રીતે જાણે છે કે આ સંપત્તિમાં તેણી જીવે ત્યાં સુધી જ તેનું તેમાં હિત રહેલું છે. મારી વાત કરું તો હું સંપૂર્ણપણે **જ્યૂઝના** હાથમાં છું. મને હંમેશા એ વાતની ખબર હતી કે જ્યારે ક્યારેય મારી બહેન મૃત્યુ પામશે ત્યારે તેઓ સીધી જ મારી સંપત્તિ પર તરાપ મારશે. મારી બધી જ વસ્તુ ઝૂંટવાઈ જશે - મારો તબેલો, મારા ઘોડા - બધું. તો, શ્રીમાન હોમ્સ, મારી બહેન ગયા અઠવાડિયે જ મૃત્યુ પામી છે."

"અને તમે તે કોઈને પણ નહોતું કહ્યું ?"

"હું શું કરી શકું ? તેમ કરત તો મારું નખ્ખોદ વળી જાત. જો હું આખી બાબત હજુ ત્રણ અઠવાડિયાં છુપાવી રાખું તો બધું જ બરાબર થઈ જવાનું હતું. તેણીની નોકરાણીનો પતિ - આ જે આપણી સામે જે ભાઈ ઊભા છે તે - એક અભિનેતા છે. પછી અમને વિચાર આવ્યો - મને વિચાર આવ્યો - કે થોડાક સમય માટે તે મારી બહેન હોવાનું નાટક કરશે. પ્રશ્ન માત્ર એટલો જ હતો કે તેણે રોજ ચોક્કસ સમયે ઘોડાગાડીમાં આંટો મારવા જવો. કારણ કે તેણીની નોકરાણી સિવાય બીજા કોઈને પણ તેના ઓરડામાં પ્રવેશવા દેવાની પરવાનગી નહોતી. આટલી વ્યવસ્થા કરવી કંઈ અઘરી નહોતી. મારી બહેન જલોદરથી પીડાઈને મરી ગઈ જે છેલ્લા કેટલાય સમયથી તેને પજવતું હતું."

"તે તો પોલીસ જ નક્કી કરશે."

"તેણીના ડૉક્ટરે મહિના પહેલાં તેણીનાં લક્ષણો જોઈને આવા અંતની ભીતિ બતાવી હતી."

"અચ્છા, તો ત્યાર પછી તમે શું કર્યું ?"

"તેણીના મૃતદેહને અહીં રાખી શકાય તેમ નહોતું. પહેલી રાત્રે નોર્લેટ અને હું તેને જૂના વેલહાઉસ પાસે લઈ ગયા જેનો પછી ક્યારેય ઉપયોગ કરવામાં નહોતો આવતો. કોઈ પણ રીતે તેણીનો પાલતુ સ્પેનિયલ પીછો કરતો કરતો અમારી પાછળ આવી ગયો જે અવારનવાર બારણા આગળ મોઢું કરીને ભોંકે રાખતો હતો એટલે મને લાગ્યું કે તેને અમારે વધારે સુરક્ષિત જગ્યાએ ફેરવવું જોઈએ. મેં સ્પેનિયલને ઠેકાણે પાડ્યું અને પછી મૃતદેહને જૂના ચર્ચના કબ્રસ્તાનમાં લઈ ગયા. ત્યાં અમે કોઈ પણ જાતનો અનાદર કે ઉદ્ધતાઈ નથી કરી, શ્રીમાન હોમ્સ. મને નથી લાગતું કે મેં મૃતક સાથે ખોટું કર્યું હોય."

"તમારી વર્તણૂક મને અક્ષમ્ય નથી લાગતી, સર રોબર્ટ."

બેરોનેટે અધીરાઈપૂર્વક પોતાનું માથુ હલાવ્યું. "તમારા માટે આ કહેવું સરળ છે." તેમણે કહ્યું, "કદાચ તમે જો મારી જગ્યાએ હોત તો અલગ વિચારતા હોત. જ્યારે તમને કોઈ જ આશા ન દેખાતી હોય અને છેલ્લી ઘડીએ તેની આખી યોજના પડી ભાંગતી હોય અને તેને બચાવવા તે કશું જ કરી શકે તેમ ન હોય ત્યારે તેની શું હાલત થતી હોય તે તમને ખબર નહીં પડે. મને તે સમયે એવું લાગ્યું કે તેને તેના જ પતિના પૂર્વજોની કોઈ એક કબરમાં દફનાવીને મેં તેની સાથે કોઈ જ અન્યાય નહોતો કર્યો. અમે તેમાંની એક શબપેટી ખોલી તેમાંથી જૂના હાડપિંજરને બહાર કાઢ્યું અને તેણીના શબને ત્યાં મૂકી દીધું. હું જૂના હાડપિંજરની વાત કરું તો તેને અમે આમ જમીન પર રખડવા ન દઈ શકીએ. નોર્લેટ અને મેં તેને ત્યાંથી ધીમે ધીમે દૂર કર્યા અને ઘરના ભોંયરામાં આવેલી ભઠ્ઠીમાં બાળી નાખ્યા. મારી સત્ય હકીકતો આ પ્રમાણે છે, શ્રીમાન હોમ્સ, તમે મને મજબૂર કર્યો માટે મારે આ બધું કહેવું પડ્યું. આથી વિશેષ હું કોઈ જ સ્પષ્ટતા આપી શકું તેમ નથી."

હોમ્સ થોડી વાર વિચારોમાં ડૂબેલો રહ્યો.

"આ તમારી વાત તો એકપક્ષી લાગે છે, સર રોબર્ટ," છેવટે તેણે કહ્યું, "તમારી ડર્બી પરની શરતો હજુ તમારા પક્ષે હતી અને માટે ભવિષ્યમાં પણ તમારી માટે કશુંક આશાસ્પદ ચોક્કસ હતું. જો તમારા લેણદાર સંપત્તિ કબજે કરી લેત તો પણ જો તમે શરતો જીતી જાત તો તમારી પાસે ખાસી એવી રકમ બાકી રહેત."

"ઘોડાઓ આ સંપત્તિનો જ એક ભાગ છે. તેમને વળી મારી શરતોની શું પડી હોય ? બની શકે કે તેઓ મારા ઘોડાને સ્પર્ધામાં દોડવા જ ન દેત. મારો જે સૌથી મોટો લેણદાર છે તે મારો ખૂબ મોટો ઈર્ષાળુ દુશ્મન પણ છે. તેનું નામ સેમ બ્રુઅર છે, જેને મેં એકવાર ન્યૂમાર્કેટ હિથ ખાતે ચાબૂકો વડે ફટકાર્યો હતો. તમને લાગે છે કે તે મને બચાવવાનો પ્રયત્ન કરે ?"

"સર રોબર્ટ," હોમ્સે ઊભા થતાં કહ્યું, "આ બાબત પોલીસને જણાવવી જ પડે તેમ છે. મારી એ ફરજ હતી કે હું હકીકતોને પ્રકાશમાં લાવું અને ત્યાં હું મારું કામ પૂરું સમજું છું. હવે તમારી નૈતિકતા અને શિષ્ટાચારની વાત કરું તો તેમાં મને કોઈ અભિપ્રાય આપવાનો હક્ક નથી. હવે મધરાત થઈ છે, વૉટસન, અને મને લાગે છે કે આપણે આપણી લોજમાં જતું રહેવું જોઈએ."

હવે વાચકો માટે એ જાણવું ઘણું જરૂરી છે કે આખીયે વાતનો અંત ખૂબ જ સુખદ આવ્યો હતો. સર રોબર્ટનો શોસ્કોમ્બ પ્રિન્સ ડર્બીની હરીફાઈ જીતી ગયો હતો અને તેઓ તેમાં લગભગ એંશી હજાર પાઉન્ડ જીત્યા હતા અને તેના લેણદારોએ પણ હરીફાઈ યોજાઈ ત્યાં સુધી પોતાના હાથ રોકી રાખ્યા હતા. છેવટે તેમને બધાને તેમનું લેણું ચૂકવી

દેવામાં આવ્યું હતું અને પછી પણ તેમની પાસે ઘણું બધું બચ્યું હતું જેનાથી તેઓ પોતાનું જીવન ફરીથી સ્થિર બનાવી શકે. પોલીસ અને કોરોનર બન્નેએ સર રોબર્ટ પ્રત્યે નરમ વલણ દાખવ્યું હતું. તેઓ હવે કલંક વગર પોતાનું આગળનું જીવન પસાર કરી શકે તેમ હતા અને હવે તેમણે હંમેશા એક સમ્માનનીય જીવન જીવવાનો સંકલ્પ કર્યો હતો.

❖

ચાલાક વૃદ્ધ

તે સવારે શૅરલૉક હોમ્સ ઉદાસીન અને કંઈક ફિલસૂફી મિજાજમાં હતો. તેનો સદાયનો સજાગ વ્યવહારુ સ્વભાવ કોઈ પ્રતિક્રિયાત્મક ભાવના પર આધારિત હતો.

"તેં તેને જોયો ?" તેણે પૂછ્યું.

"તારો મતલબ પેલો હમણા બહાર નીકળ્યો તે વૃદ્ધ માણસ ?"

"હા, તે જ વળી."

"હા, મને તે દરવાજે મળ્યો હતો."

"તારું તેના વિષે શું માનવું છે ?"

"એક તિરસ્કાર ઊપજે તેવો નકામો, પડી ભાંગેલો માણસ."

"તદ્દન, વૉટસન, તિરસ્કાર ઊપજે તેવો, નકામો. સાચી વાત છે પણ બધાના તેવા હાલ નથી હોતા, હોય છે ? બધા સાથે આવું નથી થતું ? આપણે આપણા લક્ષ્ય સુધી પહોંચીએ છીએ. તેને પકડી લઈએ છીએ અને પછી આપણા હાથમાં શું બચે છે ? એક પડછાયો. અથવા તો તેથી પણ ખરાબ - કંગાલિયત."

"શું તે તારો કોઈ અસીલ છે ?"

"હા, મારા ખ્યાલથી મારે તેને તેમ જ બોલાવવો જોઈએ. તેને સ્કૉટલૅન્ડ યાર્ડથી મોકલવામાં આવ્યો છે - જેમ કોઈ તબીબ પોતાના લાઇલાજ દર્દીને કોઈ નિષ્ણાત આગળ મોકલે. તેમણે એવી દલીલ કરી છે કે તેઓ કશું જ વધારે કરી શકે તેમ નથી, અને જે કંઈ પણ કરવામાં આવશે તેનાથી આપણા આ દર્દીની હાલતમાં કોઈ જ ફેર નહીં પડે."

"પણ બાબત શું છે ?"

હોમ્સે ટેબલ પરથી એક ડાઘાવાળું કાર્ડ લીધું. "જોસિઆહ એમ્બર્લી. તે કહે છે કે તે બ્રિકફૉલ અને એમ્બર્લીનો જુનિયર પાર્ટનર છે. આ પેઢી કલાકારીગરી સાથે જોડાયેલી વસ્તુઓ બનાવે છે. તમને તેમનાં નામ પણ રંગરોગાનનાં ખોખાં પર જોવા મળશે. તેણે

તેમાંથી થોડા ઘણા પૈસા બનાવ્યા હતા, અને એકસઠ વર્ષની ઉંમરે તે ધંધામાંથી નિવૃત્ત થઈ ગયો હતો અને લેવિશૅમમાં એક ઘર પણ ખરીદ્યું હતું અને એકધારા કામકાજવાળા જીવનમાંથી છુટકારો મેળવ્યો હતો. કોઈકને એવું જ લાગે કે તેનું ભાવિ વ્યવસ્થિત રીતે સુરક્ષિત હતું."

"હા, ખરેખર."

હોમ્સે કોઈ પરબીડિયા પાછળ લખેલી નોંધો પર એક નજર ફેરવી.

"૧૮૯૬માં નિવૃત્તિ, વૉટસન. ૧૮૯૭ની શરૂઆતમાં લગ્ન કર્યાં. તેની પત્ની તેના કરતાં વીસ વર્ષ નાની હતી - તસવીર જોતાં તેની પત્ની દેખાવડી લાગે છે. તેની પાસે પૈસો હતો, પત્ની હતી અને લગ્નજીવન માણવાની નવરાશ પણ. તેના માટે બધું જ સીધું અને સરળ હતું. અને તેમ છતાં ત્યાર પછીનાં બે વર્ષમાં તો તેં જોયું કે આ માણસની કેવી દયનીય દશા થઈ છે."

"પણ તેને થયું છે શું ?"

"એ જ જૂની વાર્તા, વૉટસન. એક વિશ્વાસઘાતી મિત્ર અને એક ચંચળ મનની પત્ની. તેની વાતો પરથી એવું જાણવા મળ્યું છે કે એમ્બર્લીના જીવનમાં માત્ર એક જ શોખ છે - ચેસ રમવી. તેના લેવિશૅમ ખાતેના ઘરની નજીકમાં જ એક ડૉક્ટર રહે છે તે પણ ચેસનો એક ખેલાડી છે. તે કોઈ ડૉ. રે અર્નેસ્ટ છે. ચેસના શોખના કારણે તે આપણા આ અસીલના ઘરે અવારનવાર જતો હતો. ધીમે ધીમે તેની ત્યાં હાજરી વધવા લાગી અને તેની અને શ્રીમતી એમ્બર્લી વચ્ચે ગાઢ સંબંધ બંધાવા લાગ્યો. સ્વાભાવિકપણે આપણા આ ડૉક્ટરનો બાહ્ય દેખાવ ઘણો આકર્ષક હશે. અંદર તો વળી આપણે ક્યાં જોવા ગયા હતા. એટલે શ્રીમતી એમ્બર્લી તેના તરફ આકર્ષાઈ ગઈ હશે. ગયા અઠવાડિયે જ આ જોડકું ભાગી ગયું. ક્યાં ગયું તેનો કોઈ જ પત્તો નથી. સ્ત્રી પોતાની સાથે વૃદ્ધની જિંદગીની આખી કમાણી ભરેલી પેટી જ ઉઠાવી ગઈ છે. બાપડો આ વૃદ્ધ પોતાની સમસ્યા આપણી પાસે લઈને આવ્યો છે. આપણે તેની પત્નીને શોધવાની છે. પેલી પેટીને શોધવાની છે. પહેલી નજરે તો આ એક સર્વસામાન્ય સમસ્યા લાગે છે અને તેમ છતાં જોસીઆહ એમ્બર્લી માટે તો આ બહુ મોટી સમસ્યા છે."

"તો તું તેના માટે શું કરીશ ?"

"હા, પહેલો પ્રશ્ન એ જ છે, વહાલા વૉટસન કે તું શું કરીશ ? - તું તો મારી મજબૂરી સારી રીતે જાણે છે. તને તો ખબર છે કે હું હાલ આ કોપ્ટીક પેટ્રિઆર્કના કેસમાં રોકાયેલો છું. મારી પાસે ખરેખર બહાર જવાનો સમય નથી અને તેમ છતાં ઘટનાસ્થળના તાજા પુરાવા મેળવી લેવા ખૂબ જ આવશ્યક છે. બિચારો પેલો વૃદ્ધ ઇચ્છે છે કે હું હાલ ને હાલ ત્યાં જાઉં અને તપાસ શરૂ કરું પણ મેં તેને મારી મુશ્કેલી સમજાવી દીધી છે. તે મારા કોઈ પ્રતિનિધિને મળવા તૈયાર છે."

"કેમ નહીં," મેં જવાબ આપ્યો. "જો કે હું સ્વીકારું છું કે હું તને કંઈ ખાસ ઉપયોગી સાબિત નહીં થાઉં, પણ હું મારા બનતા ઉત્તમ પ્રયત્નો કરીશ." અને આમ ઉનાળાની તે બપોરે મારે લેવિશૅમ જવા નીકળવું જવું પડ્યું. મને નહોતી ખબર કે હું જે મામલામાં તપાસ કરવા જઈ રહ્યો હતો તે નજીકના અઠવાડિયામાં ઈંગ્લૅન્ડનો ચર્ચાનો વિષય બની જવાનો હતો.

મારે બેકરસ્ટ્રીટ પાછા આવતાં ઘણું મોડું થઈ ગયું હતું. મેં પહોંચીને તરત જ હોમ્સને મારો અહેવાલ આપ્યો. હોમ્સ ત્યારે પોતાની પાતળી કાયા લઈને ખુરશીમાં પડ્યો હતો. હાથમાં હોકલી હતી અને આખાયે ઓરડામાં તમાકુની ગંધ ફેલાયેલી હતી. તેની આંખો અધખુલ્લી હતી. તે જાણે અર્ધનિદ્રામાં હોય તેમ લાગતું હતું. મને તો ખબર પણ નહીં કે તેણે મારો અહેવાલ ધ્યાનથી સાંભળ્યો હશે કે નહીં. તેમ છતાં તેની નજર મારા પર જ હતી.

"શ્રીમાન, જોસીઆહ એમ્બર્લીના ઘરનું નામ ધ હેવન છે," મેં સમજાવ્યું, "મને લાગે છે કે તને તેમાં રસ પડશે, હોમ્સ, તે કોઈ દરિદ્રનું ઘર લાગતું હતું. ઘરની હાલત સાવ જ કંગાલ હતી. તે એક ગંધાતી ગલીમાં આવેલું ઘર હતું---"

"ઘરનું વર્ણન હવે પૂરું કર, વૉટસન," હોમ્સે નિષ્ઠુરતાથી કહ્યું, "મેં એટલું નોંધી લીધું છે કે તે ઈંટોની ઊંચી દીવાલવાળું એક ઘર છે."

"તદ્દન. આવા ઘરની હરોળોમાંથી મને ખ્યાલ નહોતો આવતો કે તેમાંનું ધ હેવન કયું હતું. ગલીમાં બીડી ફૂંકતા એક માણસને મેં તે માટે પૂછ્યું. મારી પાસે તેનો ઉલ્લેખ કરવાનું પણ કારણ છે. તે એક લાંબો, કાળો, ઘાટી દાઢીવાળો, જાણે કોઈ સૈનિક જેવો લાગતો માણસ હતો. તેણે મારા પ્રશ્નના જવાબમાં પોતાનું માથું હલાવ્યું અને પછી મારી સામે પ્રશ્નાર્થભરી નજરે જોયું જેનો થોડી વાર પછી મને ખ્યાલ આવ્યો.

"હું હજુ તેના દરવાજે પહોંચું ત્યાં તો શ્રીમાન એમ્બર્લી મને સામે મળ્યા. આજે સવારે તો મેં તેને માત્ર અલપઝલપ જ જોયા હતા અને તેઓ તો જાણે કોઈ વિચિત્ર પ્રાણી જેવા ભાસતા હતા પણ જ્યારે મેં તેમને પ્રકાશમાં જોયા ત્યારે તેમનો દેખાવ તો મને ઓર વધારે અસામાન્ય લાગ્યો."

"હા, સવારે તેમને જોયા ત્યારે મારા મનમાં પણ આ જ વિચાર આવ્યો હતો, જો કે હું તારો અભિપ્રાય પણ જાણવા માગું છું," હોમ્સે કહ્યું.

"મેં જોયું કે તે બિચારો ખરેખર ચિંતાનો માર્યો પીઠથી વળી ગયો હતો. તેની પીઠ જાણે એમ વાંકી વળી ગઈ હતી કે તેના પર કોઈ મોટો બોજો મૂકવામાં ન આવ્યો હોય ! પણ શરૂઆતમાં મેં તેને નબળો વિચાર્યો હતો તેટલો તે નબળો નહોતો કારણ કે તેની છાતી અને ખભા કોઈ ખડતલ માણસના હતા."

હું બોલતાં સહેજ થોભ્યો.

"તેના ડાબા પગનું જૂતું કરચલીવાળું હતું અને જમણા પગનું કરચલી વગરનું હતું," હોમ્સે કહ્યું.

"મેં તેના પર ધ્યાન નહોતું આપ્યું."

"તારા ધ્યાનમાં નહીં આવ્યું હોય. પણ મેં જોયું હતું કે તેનો એક પગ બનાવટી હતો. હવે આગળ કહે."

"તેની જૂની સ્ટ્રો હૅટમાંથી તેના લાંબા સાપોલિયા જેવા વાળ લહેરાઈ રહ્યા હતા. અને તેનો ચહેરો તો અત્યંત ભયાવહ, ગુસ્સાવાળા હાવભાવ ધરાવતો હતો."

"સરસ, વૉટસન. તેણે શું કહ્યું ?"

"તે તરત જ પોતાનાં રોદણાં રડવા લાગ્યો. અમે ચાલતાં ચાલતાં ઘરમાં સાથે જ ગયા અને તે દરમિયાન મેં આસપાસનું સારું એવું નિરીક્ષણ કરી લીધું. મેં આટલું કબાડખાના જેવું ઘર પહેલાં ક્યારેય નહોતું જોયું. બગીચામાં જ્યાં ત્યાં ચીમળાઈ ગયેલા છોડ, ડાળીડાંખળાં વિખેરાયેલાં પડ્યાં હતાં. બગીચાની કશી જ કાળજી લેવામાં નહોતી આવતી. છોડવા ગમે ત્યાં ઊગી નીકળ્યા હતા. કોઈ સારી સ્ત્રી ક્યારેય પોતાના ઘર તરફ આટલી બેદરકાર તો ના જ રહી શકે. ખરેખર ઘરની હાલત ખૂબ જ ખરાબ હતી. હું જ્યારે ઘરમાં પ્રવેશ્યો ત્યારે ઘરની હાલત પણ ક્યાંય ગઈ ગુજરી હતી. પણ બિચારા વૃદ્ધને તેનું ભાન હોય તેવું લાગતું હતું અને તેને વ્યવસ્થિત રાખવાનો પૂરતો પ્રયત્ન કરતો હતો, કારણ ઓરડાની બરાબર મધ્યમાં લીલા રંગનો મોટો ડબ્બો પડ્યો હતો અને તેના હાથમાં પણ રંગકામની જાડી પીંછી હતી. તે લાકડાની વસ્તુઓ પર રંગ કરી રહ્યો હતો.

"તે મને તેના કંગાળ ઘરમાં લઈ ગયો અને પછી અમે ઘણી લાંબી વાત કરી. જો કે તેને તું ન આવ્યો તેનું ઘણું બધું દુઃખ હતું અને તે નિરાશ હતો. 'મને તો અપેક્ષા જ નહોતી,' તેણે કહ્યું, 'કે મારા જેવી સાવ કંગાળ વ્યક્તિ અને તે પણ મારી આટલી મોટી આર્થિક ખોટ બાદ શ્રીમાન શૅરલૉક હોમ્સ જેવી પ્રખ્યાત વ્યક્તિ મારી સમસ્યામાં રસ બતાવશે.'

"મેં તેમને ખાતરી આપી કે પૈસાનો કોઈ જ પ્રશ્ન નહીં સર્જાય. 'ના, તેવું જરા પણ નહીં થાય. તે તો માત્ર પોતાની કળા ખાતર જ આ કામ કરે છે,' તેણે કહ્યું, 'પણ તેમ છતાં ગુનાની કલાત્મક બાજુને જોતાં પણ તેમને અહીં કંઈક અભ્યાસ કરવા માટે મળી જાત. માણસ જાતનો કોઈ જ ભરોસો નથી, ડૉ. વૉટસન. આ સ્ત્રીની મેં બધી જ જરૂરિયાત પૂરી કરી છે. તેની દરેક ફરિયાદને મેં સાંભળી છે. મેં તેને અવારનવાર પંપાળી છે અને પેલા છોકરાને તો મેં મારા દીકરાની જેમ રાખ્યો છે. જુઓ તો ખરા તે બેએ મારી આ સારપનો કેવો બદલો વાળ્યો ! અરે, ડૉ. વૉટસન, આ જગત ખૂબ જ ક્રૂર છે, ખૂબ જ ક્રૂર !'

"બિચારાએ પોતાનું દુખ આવી જ રીતે લગભગ એકાદ બે કલાક સુધી ગાયા કર્યું. તેને આમાં છૂપા કાવતરાની કોઈ જ શંકા નહોતી. તે બે પતિ-પત્ની એકલાં જ ઘરમાં રહેતાં હતાં, માત્ર એક નોકરાણી હતી જે સવારે આવતી અને સાંજે છ વાગ્યે જતી રહેતી હતી. જે દિવસે આ ઘટના ઘટી તે જ દિવસે વૃદ્ધ એમ્બર્લી પોતાની પત્નીને

મિજબાની આપવા માગતા હતા. તેમણે તે દિવસે હેમાર્કેટ થિયેટરમાં અપરની બે બેઠક આરક્ષિત કરાવી હતી. છેક છેલ્લી ઘડીએ તેણીએ માથું દુખવાની ફરિયાદ કરી હતી અને જવાની ના પાડી દીધી હતી. વૃદ્ધે એકલું જ જવું પડ્યું હતું. વૃદ્ધે મને પોતાની પત્નીની વપરાયા વગરની ટિકિટ પણ બતાવી."

"આ નોંધનીય બાબત છે - ખૂબ જ નોંધનીય," હોમ્સે કહ્યું. તેને હવે આ મામલામાં રસ પડવા લાગ્યો હતો, "આગળ કહે, વૉટસન. મને તારું વૃત્તાંત ખૂબ જ જકડી રાખનારું લાગે છે. તેં પેલી ટિકિટ હાથમાં લઈને તપાસી જોઈ હતી ? તેં તેમ નથી કર્યું, તેં તેના પરનો નંબર જોયો હતો ખરો ?"

"હા, મેં તેમ જ કર્યું હતું," મેં ગર્વથી જવાબ આપ્યો, "તે મારો શાળામાં જે રોલ નંબર હતો તે જ હતો, એકત્રીસ, અને માટે જ મને તે યાદ રહી ગયો."

"ઉત્તમ, વૉટસન ! તેનો મતલબ એ કે તેનો પોતાનો બેઠક નંબર ત્રીસ કે બત્રીસ હોવો જોઈએ."

"તદ્દન," મેં મૂંઝવણ અનુભવતાં જવાબ આપ્યો, "અને તેની હરોળ *બી* હતી."

"આ એક સંતોષકારક જવાબ છે. આ સિવાય બીજું તેણે તને શું કહ્યું ?"

"તેણે મને તેની તિજોરીવાળો ઓરડો બતાવ્યો, તે તેને પોતાનો સ્ટ્રોન્ગ રૂમ કહેતો હતો. તે ખરેખર કોઈ સ્ટ્રોન્ગ રૂમ જેવો જ હતો - કોઈ બેંક જેવો - તેનું બારણું લોખંડનું હતું અને તેને શટર પણ હતું - લૂંટારાઓથી બચવા માટે તેણે આવી વ્યવસ્થા કરી હતી. જો કે પેલી સ્ત્રી પાસે તેની નકલી ચાવી હોય તેવું લાગતું હતું, અને તેમાં તેના લગભગ સાત હજાર પાઉન્ડ સુરક્ષિત રાખવામાં આવ્યા હતા. રોકડ અને જામીનખત થઈને."

"જામીનખત ! તે લોકો તેનો નિકાલ કેવી રીતે કરશે ?"

"તેણે કહ્યું છે કે તેણે પોલીસને તેની યાદી આપી છે અને તેને આશા છે કે તેઓ તે વેચી નહીં શકે. તે મધરાત્રે જ્યારે થિયેટરથી પાછો આવ્યો ત્યારે તેણે જોયું કે ઘર વિખેરાયેલું પડ્યું હતું. બારીબારણાં ખુલ્લાં હતાં અને ભાગેડુઓ રફુચક્કર થઈ ગયા હતા. ક્યાંય પણ કોઈ પણ જાતનો પત્ર કે સંદેશો છોડવામાં નહોતો આવ્યો અને ત્યાર બાદ તેણે તેમના વિષે એક શબ્દ પણ નહોતો સાંભળ્યો. તેણે તરત જ પોલીસને બોલાવી લીધી હતી."

હોમ્સ થોડીવાર ગંભીર ચિંતનમાં ડૂબી ગયો.

"તું કહે છે તે રંગકામ કરી રહ્યો હતો ? શાનું રંગકામ કરી રહ્યો હતો ?"

"તે પરસાળનું રંગકામ કરી રહ્યો હતો. પણ તેણે તે ઓરડાનાં બારીબારણાં અને અન્ય લાકડાની વસ્તુઓ પણ રંગી નાખી હતી."

"આવા સંજોગોમાં તેની આવી પ્રવૃત્તિ પર તને શંકા નથી જતી ?"

" 'બિચારા જે માણસનું હૃદય ભાંગી ગયું હોય તેણે પોતાને શાતા આપવા માટે કંઈક તો પ્રવૃત્તિ કરવી જ પડે ને,' આ તેની પોતાની ચોખવટ હતી. તેની પ્રવૃત્તિ ખરેખર

વિચિત્ર હતી પણ તે માણસ ખુદ પણ કંઈ ઓછો વિચિત્ર નથી. તેણે મારી હાજરીમાં પોતાની પત્નીની એક તસવીર પણ ફાડી નાખી - અને તે પણ ભયંકર આક્રોશ સાથે. 'હું તેણીનો દુષ્ટ ચહેરો હવે પછી ક્યારેય જોવા નથી માગતો,' તેણે આક્રંદથી કહ્યું હતું."

"આથી વિશેષ, વૉટસન ?"

"હા, એક બાબતે મને અન્ય કોઈ બાબત કરતાં ઘણો વધારે આંચકો આપ્યો. તેને મળીને હું તરત જ ઘોડાગાડી લઈને બ્લેકહિથ સ્ટેશન પર પહોંચી ગયો અને મારી ટ્રેઈન પકડી લીધી અને જ્યારે તે ઊપડવામાં જ હતી ત્યારે એક માણસ મારી બાજુની જ બોગીમાં ચડી ગયો. તને ખબર છે કે હું ચહેરા સારી રીતે ઓળખી શકું છું, હોમ્સ. તે નિઃશંકપણે પેલો લાંબો, કાળો કે જેને મેં શેરીમાં સરનામું પૂછ્યું હતું તે જ માણસ હતો. ત્યાર બાદ મેં તેને લંડન બ્રિજ ખાતે પણ જોયો હતો અને પછી તે ભીડમાં ક્યાંક ખોવાઈ ગયો હતો. પણ મને ખાતરી છે કે તે મારો પીછો જ કરતો હતો."

"તેમાં કોઈ જ શંકા નથી ! કોઈ જ શંકા નથી !" હોમ્સે કહ્યું, "એક ઊંચો, કાળો, ઘાટી દાઢીમૂછવાળો માણસ, તેં કહ્યું, સિલેટીયા ગોગલ્સ પહેરેલો ?"

"હોમ્સ, તું તો કોઈ જાદુગર લાગે છે. મેં તો તને નથી કહ્યું પણ, હા, તેણે સિલેટીયા છાંટવાળા ગોગલ્સ પહેર્યા હતા."

"અને તેની ટાઈપિન ફ્રિમેસનની નિશાનીવાળી હતી ?"

"હોમ્સ !"

"આ સાવ સરળ છે, વહાલા વૉટસન. પણ હવે જે વ્યાવહારિક છે તેની વાત કરીએ. મારે હવે તારી સમક્ષ એ સ્વીકારવું પડશે કે જે કેસ મને સાવ નજીવો અને જરા પણ આકર્ષક નહોતો લાગતો તે ખૂબ જ ઝડપથી ગંભીર બની રહ્યો છે. એ સાચું છે કે તને જે કામ સોંપવામાં આવ્યું હતું તેમાં તું ઘણી બધી મહત્ત્વની બાબતો ચૂકી ગયો છે અને તેમ છતાં તારા ધ્યાનમાં જે બાબતો આવી છે તે પોતે પણ ગંભીર વિચાર માગી લે છે."

"હું શું ચૂકી ગયો છું ?"

"દુઃખી થવાની કોઈ જ જરૂર નથી, વહાલા મિત્ર. તને ખબર છે કે હું એક તદ્દન ઉદાસીન માણસ છું. તારા સિવાય આ કામ કોઈ પણ સારી રીતે ન કરી શક્યું હોત. પણ તેમ છતાં તું કેટલાક સ્વાભાવિક મુદ્દાઓ તપાસવાનું સાવ જ ચૂકી ગયો છે. તેના પાડોશીઓનો તે એમ્બર્લી અને તેની પત્ની બાબતે શું અભિપ્રાય છે ? ડૉ. અર્નેસ્ટનું શું ? તેના વિષે પણ તારે લોકોનો અભિપ્રાય જાણવો જોઈતો હતો. વૉટસન, તારો સ્વાભાવિક ગુણ એ છે કે કોઈ પણ સ્ત્રી તને સરળ રીતે બધી માહિતી આપી શકે છે. પેલી પોસ્ટઑફિસવાળી છોકરીનું શું કહેવું છે ? પછી પેલા શાકભાજીવાળાની પત્નીનું શું કહેવું છે ? મને તો એમ કે તું બ્લુ એન્કર ખાતેની યુવાન સ્ત્રી પાસેથી કોઈક માહિતી મેળવી લાવીશ પણ તુ તેમાંનું કશું જ સાથે નથી લાવ્યો. આ બધું તેં એમનું એમ જ પડતું મૂકી દીધું."

“તે તો હજુ પણ થઈ શકે છે.”

“તે થઈ ગયું છે. તે માટે મારે ટેલિફોન અને સ્કૉટલૅન્ડ યાર્ડનો આભાર માનવો જોઈએ. સામાન્ય રીતે હું મારી જરૂરિયાતો અહીં મારા ઓરડામાં રહીને જ મેળવી લેતો હોઉં છું. હકીકત એ છે કે મને મળેલી માહિતી પ્રમાણે તે માણસની વાત સાચી સાબિત થાય છે. સ્થાનિક લોકોમાં તેની છાપ કોઈ દયનીય માણસની જ છે. જો કે તે એક રુક્ષ પતિ પણ હતો. વળી તેના પેલા સ્ટ્રોંગ રૂમમાં મોટી રકમ સાચવી રાખી હતી તે પણ પાક્કું હતું. વળી પેલો યુવાન ડૉ. અર્નેસ્ટ અવિવાહિત પુરુષ હતો અને એમ્બર્લી સાથે ચેસ રમતો હતો અને તેની પત્ની સાથે પણ પ્રણયફાગ ખેલતો હતો તે બધી જ વાત સાચી છે. આ બધું ખૂબ જ સીધું અને સરળ દેખાય છે અને કોઈકને તો એમ જ લાગે કે તેમાં કશું જ સંશોધન કરવાની જરૂર નથી - અને તેમ છતાં ! તેમ છતાં !”

“આમા મુશ્કેલી ક્યાં છે ?”

“કદાચ મારી કલ્પનામાં. તેને ત્યાં જ પડતું મૂક, વૉટસન. ચાલ હવે આપણે આ થકવી નાખનાર કામમાંથી થોડી રાહત મેળવીએ અને બહાર જરા મજા કરી આવીએ. આજે એલ્બર્ટ હૉલ ખાતે ગાયિકા કેરિના ગાવાની છે અને આપણી પાસે તૈયાર થવાનો, સાંજનું ભાણું લેવાનો અને મજા કરવાનો પૂરતો સમય બચ્યો છે.”

બીજી સવારે હું થોડો વહેલો ઊઠી ગયો હતો પણ હું જ્યારે નાસ્તાના ટેબલ પર ગયો ત્યારે મેં જોયું કે ખાલી થાળીમાં ટોસ્ટનો ભુક્કો પડ્યો હતો અને બીજી થાળી પણ ખાલી પડી હતી. તેનો મતલબ એ થતો હતો કે મારો મિત્ર મારા કરતાં પણ વહેલો ઊઠી ગયો હતો અને નાસ્તો પણ કરી લીધો હતો અને તેણે મારા માટે ટેબલ પર એક ચિઠ્ઠી પણ છોડી હતી.

વહાલા વૉટસન,

મારે એકાદ બે મુદ્દા સ્પષ્ટ કરવાના હજુ બાકી છે અને હું તે શ્રીમાન જોસીઆહ એમ્બર્લી પાસે જઈને કરવા માગું છું. જ્યારે હું મારું તે કામ પતાવી દઈશ ત્યારે મને લાગે છે કે આપણો કેસ પતી જશે. બની શકે કે ના પણ પતે. હું તને માત્ર એટલું જ કહું છું કે ત્રણ વાગ્યાની આસપાસ તારે ઘરે હાજર રહેવાનું છે, કારણ કે મને લાગે છે કે ત્યારે મને તારી જરૂર પડશે.

આખો દિવસ મને હોમ્સ તરફથી કોઈ જ સમાચાર ન મળ્યા, પણ તેણે જે સમય આપેલો તે સમયે તે હાજર થઈ ગયો. તે થોડો ગંભીર, ઉદાસ અને જાણે ઉતાવળમાં હોય તેમ લાગતું હતું. આવા વખતે તેને એકલો છોડવો સારો રહે છે.

“એમ્બર્લી હજુ અહીં નથી આવ્યો ?”

“ના.”

“અરે ! હું તેની રાહ જોઈ રહ્યો છું.”

પણ તેને કંઈ ખાસ વધારે નિરાશ ન થવું પડ્યું કારણ કે થોડી જ વારમાં તે વૃદ્ધ આવી પહોંચ્યો. તેના ચહેરાના ભાવ થોડા મૂંઝાયેલા અને ગભરાયેલા હતા.

"મને એક તાર આવ્યો છે, શ્રીમાન હોમ્સ. અને મને તેમાં કશી જ ખબર નથી પડતી." તેણે તે હોમ્સના હાથમાં મૂક્યો અને હોમ્સે તે મોટેથી વાંચ્યો.

મોડું કર્યા વગર જલદી આવો. તમારી હાલમાં જ ખોવાયેલી વસ્તુની ભાળ મળી છે.

એલમન
ધ વિકારેજ

"લિટલ પર્લિંગ્ટનથી ૨.૧૦ વાગે મોકલવામાં આવ્યો છે," હોમ્સે કહ્યું. "લિટલ પર્લિંગ્ટન એસેક્સમાં આવેલું છે, અને મારી જાણ પ્રમાણે તે ફ્રિન્ટનથી કંઈ ખાસ દૂર નથી આવેલું. પણ શ્રીમાન એમ્બર્લી તમારે ત્યાં હાલ ને હાલ ઊપડી જવું જોઈએ. આ ચોક્કસ એક જવાબદાર વ્યક્તિ તરફથી આવેલો તાર છે. તે જગ્યાના પાદરી તરફથી તાર મોકલવામાં આવ્યો છે. જરા મારો માહિતી કોષ ક્યાં ગયો ? હા, આ રહ્યો તે માણસ : 'જે. સી. એસમન, એમ.એ. લિટલ પર્લિંગ્ટનનો રહેવાસી.' જરા ટ્રેઈનનું સમયપત્રક જો તો, વૉટસન."

"સાંજના ૫.૨૦ની લિવરપુલ સ્ટ્રીટથી ઊપડતી એક ગાડી છે."

"ઉત્તમ ! વૉટસન, તું પણ તેમની સાથે જાય તે સારું રહેશે. કદાચ તેમને મદદ કે સલાહની જરૂર પડે. એટલું તો સ્પષ્ટ છે કે આપણે આ કેસમાં કટોકટી પર પહોંચી ગયા છીએ."

પણ અમારા અસીલનો ત્યાં જવાનો કોઈ જ ઈરાદો હોય તેવું નહોતું લાગતું.

"ત્યાં જવાનો કોઈ જ અર્થ નથી, શ્રીમાન હોમ્સ," તેણે કહ્યું, "આ માણસને વળી શું ખબર કે ખરેખર બન્યું છે શું ? આ તો માત્ર પૈસા અને સમયનો બગાડ જ છે."

"જો તેને કંઈ જ ખબર ન હોત તો તેણે તમને તાર ન કર્યો હોત. તેમને તાર કરીને એકવાર કહી જ દો કે તમે આવો છો."

"મને નથી લાગતું કે હું જઈશ."

હોમ્સે હવે તેની કડકાઈ બતાવી.

"તમારા આ વર્તનથી મારા પર અને પોલીસ પર ઊલટી અસર પડશે, શ્રીમાન એમ્બર્લી. જ્યારે આપણા હાથમાં ખરેખર કોઈ પગેરું લાગ્યું છે અને ત્યારે જ તમે તેને અવગણવાનું કહી રહ્યા છો. હવે તો અમને એવું જ લાગે છે કે તમે નથી ઈચ્છતા કે આ તપાસ આગળ વધે."

અમારો અસીલ હોમ્સના આવા શબ્દોથી ગભરાઈ ગયો.

"ના, એવું જરા પણ નથી, હવે જ્યારે તમે આ મુદ્દાને આ જ દૃષ્ટિએ જોતા હોવ તો હું ચોક્કસ જઈશ," તેણે કહ્યું, "આ તાર જોતાં તો એવું જ લાગે છે કે આ માણસને કશી જ ખબર નથી, પણ જો તમને એવું લાગતું હોય---"

"મને એવું જ લાગે છે," હોમ્સે તે શબ્દો પર ભાર દેતાં કહ્યું. આમ અમે અમારી મુસાફરી પર નીકળી પડ્યા. હોમ્સ અમે ઘર છોડીએ તે પહેલાં મને એક બાજુ લઈ ગયો અને મને સલાહ આપી. તેના કહેવાથી એવું લાગતું હતું કે તે આ બાબતને ખૂબ જ ગંભીરતાથી લેતો હતો. "તું ગમે તે કર, તારે એટલું ધ્યાન રાખવાનું છે કે તે ત્યાં જાય જ," તેણે કહ્યું. "કદાચ તે પોતાનો નિર્ણય બદલે અને પાછા વળવાનું વિચારે, એમ થાય તો નજીકના ટેલિફોન એક્સ્ચેન્જમાંથી તારે મને એક શબ્દ 'નાસી ગયો'નો સંદેશો મોકલાવી દેવો. હું અહીં એવી વ્યવસ્થા કરી રાખીશ કે હું ગમે ત્યાં હોઉં મને તારો આ સંદેશો મળી જાય."

લિટલ પર્લિંગ્ટન સરળ રીતે પહોંચી જવાય તેવું સ્થળ નહોતું, કારણ કે તે થોડું અંતરિયાળ હતું. મને તે મુસાફરીમાં કંઈ ખાસ મજા નહોતી આવી, કારણ કે વાતાવરણ ગરમ હતું, ટ્રેઈન સાવ ધીમી ચાલતી હતી, અને મારો સાથી પણ ત્યાં નહીં જવા માટે એકધારો કકળાટ કરે રાખતો હતો. છેવટે જ્યારે અમે એક નાનકડા સ્ટેશને ઊતર્યા અને ત્યાંથી બે માઈલ ઘોડાગાડીમાં બેસીને વિકારેજ પહોંચ્યા, ત્યારે ત્યાં એક કદાવર, પ્રભાવશાળી, ગોળમટોળ પાદરી અમને મળવા તેના અભ્યાસખંડમાં બેઠો હતો. અમારો તાર તેની સામે પડ્યો હતો.

"તો, સાહેબો," તેણે પૂછ્યું, "હું તમારા માટે શું કરી શકું ?"

"અમે," મેં સમજાવ્યું, "અહીં તમારા તારના જવાબના સંદર્ભમાં આવ્યા છીએ."

"મારો તાર ! મેં કોઈ જ તાર નથી મોકલ્યો."

"મારો કહેવાનો અર્થ એ છે કે તે તાર જે તમે શ્રીમાન જોસીઆહ એમ્બર્લીને તેમની પત્ની અને તેમના રૂપિયાના સંદર્ભમાં મોકલ્યો હતો."

"સાહેબ, આ જો કોઈ મજાક હોય તો ખૂબ જ અદ્ભુત મજાક છે," પાદરીએ ગુસ્સે થતાં કહ્યું, "તમે જે નામ કહ્યું તેવા કોઈ જ સદ્ગૃહસ્થનું નામ મેં નથી સાંભળ્યું, અને મેં કોઈને તાર પણ નથી મોકલ્યો."

અમારો અસીલ અને હું એકબીજાની સામે આશ્ચર્યથી જોઈ રહ્યા.

"કદાચ કોઈક ભૂલ થઈ લાગે છે," મેં કહ્યું, "અહીં બે પાદરીઓ તો નથી રહેતા ને ? આ તે જ તાર છે જે અમને એલ્મનના હસ્તાક્ષર સાથે અને વિકારેજ તરફથી મોકલવામાં આવ્યો છે."

"અહીં માત્ર એક જ પાદરી છે, સાહેબ, અને આમાં કોઈ છેતરપિંડી થઈ હોય તેવું લાગે છે. આમાં તો પોલીસતપાસ કરાવવી જોઈએ અને હવે મને નથી લાગતું કે આ વાતચીતને આપણે આગળ વધારવી જોઈએ."

આમ હું અને શ્રીમાન એમ્બર્લી રોડ પર આવી ગયા હતા અને ઈંગ્લૅન્ડના એક અંતરિયાળ ગામડામાં રઝળી પડ્યા હતા. પછી અમે તારની ઑફિસે ગયા પણ તે બંધ

થઈ ગઈ હતી. ત્યાં નજીકમાં એક ટેલિફોન પણ આવેલો હતો અને ત્યાંથી મેં હોમ્સનો સંપર્ક કર્યો, તેને પણ અમારી મુસાફરીના આવા પરિણામથી આશ્ચર્ય થયું.

"અસામાન્ય !" દૂરથી હોમ્સનો અવાજ આવ્યો. "ખૂબ જ નોંધનીય ! મને ભય છે, વહાલા વૉટસન, કે આજ રાતની ત્યાંથી અહીં આવતી કોઈ જ ટ્રેઇન નથી. તમારે લોકોને હવે ત્યાં જ ક્યાંક ગામડાની લોજમાં રાતવાસો કરી લેવો પડશે. કંઈ નહીં, તું ત્યાંની કુદરત અને આપણા શ્રીમાન જોસીઆહ એમ્બર્લીનો સથવારો માણ." તેના અવાજમાં કંઈક રમૂજ હોય તેવું મને લાગ્યું.

થોડા જ સમયમાં મને ખ્યાલ આવી ગયો કે મારા સાથીની જે દુખિયારી કંગાળ વ્યક્તિ તરીકેની છાપ છે તે ખોટી નહોતી. તેણે વારંવાર પ્રવાસના ખર્ચા પર કકળાટ કર્યો હતો અને થર્ડક્લાસની ટિકિટ લેવા પર દબાણ કર્યું હતું. અને હવે લોજમાં રાત રહેવાના ખર્ચ પર કકળાટ કરતો હતો. બીજી સવારે, છેવટે અમે લંડન આવી પહોંચ્યા. અમારા બન્નેમાંથી કોની મનોદશા ખરાબ હતી તે કહેવું મુશ્કેલ હતું.

"આપણે સીધું જ બેકરસ્ટ્રીટ જ જવું જોઈએ," મેં કહ્યું, "શ્રીમાન હોમ્સ પાસે કદાચ કંઈક નવાં સૂચનો હોય."

"જો તે આ છેલ્લાં સૂચનો જેવાં જ રહ્યાં તો મને નથી લાગતું કે તે આપણને વધારે ઉપયોગી સાબિત થાય," એમ્બર્લીએ થોબડું ચડાવતાં કહ્યું. ગમે તે ભોગે અમારે એકબીજાની સાથે રહેવાનું હતું. હોમ્સને મેં પહેલાંથી જ તાર કરીને જણાવી દીધું હતું કે અમે કયા સમયે આવવાના હતા, પણ જ્યારે બેકરસ્ટ્રીટ પહોંચ્યા ત્યારે ત્યાં તેણે અમારા માટે એક ચિઠ્ઠી છોડી હતી. તેણે લખ્યું હતું કે તે અમારી લેવિશેમ રાહ જોઈ રહ્યો છે. જ્યારે અમે એમ્બર્લીના ઘરે પહોંચ્યા ત્યારે અમે જોયું કે તે તેના બેઠકખંડમાં એકલો નહોતો બેઠો પણ તેની સાથે એક કઠોર દેખાતો લાગણીશૂન્ય પુરુષ બેઠો હતો, એક કાળો પુરુષ જેણે સિલેટીયા છાંટવાળા ગોગલ્સ પહેર્યા હતા અને જેની ટાઇ પર ફ્રીમેસનની નિશાનીવાળી મોટી પીન ભરાવેલી હતી.

"આ મારા મિત્ર શ્રીમાન બાર્કર છે," હોમ્સે કહ્યું, "તેમને પણ તમારા કાવતરામાં રસ પડ્યો હતો, શ્રીમાન જોસિઆહ એમ્બર્લી, જો કે અમે બન્ને સ્વતંત્ર રીતે કામ કરીએ છીએ. પણ અમારે બન્નેને તમને એક જ પ્રશ્ન પૂછવો છે !"

શ્રીમાન એમ્બર્લી આંચકા સાથે ખુરશીમાં બેસી પડ્યા. તેનો ચહેરો ભયભીત થઈ ગયો હતો. હું તેની ભારે આંખોમાં તેના ચહેરા પર તે સ્પષ્ટપણે જોઈ શકતો હતો.

"શું પ્રશ્ન છે, શ્રીમાન હોમ્સ ?"

"માત્ર તે જ કે તમે મૃતદેહોનું શું કર્યું ?"

તે માણસ ચીસ પાડતો પોતાની ખુરશી પરથી ઊછળી પડ્યો. હવામાં હાથ ઉછાળવા માંડ્યો. તેનું મોઢું ખુલ્લું રહી ગયું, અને થોડી વાર તો તે જાણે કોઈ ભયાવહ

પક્ષી જેવો લાગવા માંડ્યો. પલકારામાં અમે વાસ્તવિક જોસીઆહ એમ્બર્લીને જોઈ લીધો. તે એક કદરૂપું શરીર અને આત્મા ધરાવતો માણસ હતો. તે ફરી પાછો ખુરશીમાં બેસી ગયો અને તેણે પોતાના બન્ને હાથ ખાંસી અટકાવવા માટે હોઠ પર મૂકી દીધા. હોમ્સે તે જ ઘડીએ તેના ગળા પર કોઈ વાઘ તરાપ મારે તેમ તરાપ મારી અને તેની ગરદન નીચે તરફ મરડી. તેના મોઢામાંથી એક ધોળી ગોળી બહાર નીકળી.

"કોઈ જ ટૂંકો રસ્તો અપનાવવાની જરૂર નથી, જોસીઆહ એમ્બર્લી. બધું બહુ વ્યવસ્થિત અને કાયદેસર રીતે થવું જોઈએ. તું શું કહે છે, બાર્કર ?"

"બહાર દરવાજે જ મેં ઘોડાગાડી ઊભી રાખી છે," અમારા ઓછાબોલા સાથીએ કહ્યું.

"પોલીસ-સ્ટેશન અહીંથી થોડુંક જ દૂર છે. આપણે બન્નેએ તેને લઈને જવો પડશે. તું અહીં જ રોકાજે, વૉટસન. હું અડધોએક કલાકમાં પાછો આવું છું."

વૃદ્ધ સિંહ જેવી તાકાત ધરાવતો હતો પણ હોમ્સ અને પેલા બીજા જાસૂસના હાથમાં તેનું કશું જ ચાલે તેમ નહોતું. ઘસડાતાં ઘસડાતાં તેને તેઓએ બહાર ઊભેલી ઘોડાગાડીમાં બેસાડવો પડ્યો. તેમના ગયા પછી મારે તે વિચિત્ર ખેદાનમેદાન ઘરમાં એકલું રોકાવું પડ્યું. હોમ્સે કહ્યું હતું તેના કરતાં પણ ઓછા સમયમાં તે પાછો આવી ગયો હતો. તેની સાથે યુવાન પોલીસ ઈન્સ્પેક્ટર પણ આવ્યો હતો.

"હું બાર્કરને ઔપચારિક વિધિ પતાવવા માટે ત્યાં મૂકીને આવ્યો છું, વૉટસન. તે અહીં સરે ખાતેનો મારો હરીફ જાસૂસ છે. તેં જ્યારે કહ્યું કે તે ઊંચા ઘઉંવર્ણા માણસને જોયો હતો ત્યારે મારા માટે તેને ઓળખવો જરા પણ મુશ્કેલ નહોતો અને મને સ્પષ્ટ થઈ ગયું હતું કે તે કોણ હતો. તેણે પણ ઘણા બધા સારા કેસને ઉકેલ્યા છે, નહીં ઈન્સ્પેક્ટર ?"

"હા, તેણે ઘણી બધી વાર દખલગીરી કરી છે," ઈન્સ્પેક્ટરે ખચકાટ સાથે જવાબ આપ્યો.

"તેની પદ્ધતિ જોકે અનિયમિત છે, તેમાં કોઈ જ શંકા નથી. મારી પણ આમ જોવા જઈએ તો તેવી જ પદ્ધતિ છે. ઘણીવાર અનિયમિત લોકો ખૂબ ઉપયોગી સાબિત થતા હોય છે, તે તો તમે જાણતા જ હશો. તમારો જ દાખલો લઈએ. તમારે દર વખતે સામેવાળી વ્યક્તિને ફરજિયાતપણે ચેતવવી પડે છે કે તે જે કંઈ પણ બોલશે તેનો તેની વિરુદ્ધ ઉપયોગ કરવામાં આવશે. આવું કરવાથી વળી તમે કેવી રીતે તેનું મોઢું ખોલાવી શકો અને તેને કેવી રીતે તેનો ગુનો કબૂલવા મજબૂર કરી શકો ?"

"કદાચ તમારી વાત સાચી છે. પણ તેમ છતાં અમે પણ મૂળિયા સુધી પહોંચી જ જતા હોઈએ છીએ, શ્રીમાન હોમ્સ. તમે એવું તો ન જ ધારી લેતા કે અમે આ કેસમાં કોઈ જ ધારણા નહીં બાંધી હોય અને અમે ગુનેગારને ન પકડી શક્યા હોત. પણ તમે તમારા સિદ્ધાંતનો ઉપયોગ કરો છો જે અમે નથી કરી શકતા. અને આમ કરીને તમે

અમારા હાથમાંથી યશ પામવાનો અવસર છીનવી લો છો. અમારી આવી લાગણીને તમે માફ કરજો."

"આમાં વળી ક્યાં લૂંટનો પ્રશ્ન જ આવે છે, મૅકકિનોન. હું તને ખાતરી આપું છું કે હવેથી હું મારી જાતને આ કેસથી દૂર જ રાખીશ, અને બાર્કરને પણ તેમ કરવા કહીશ, જો કે તેણે તો મેં કહ્યું છે તેમ જ કર્યું છે."

ઈન્સ્પેક્ટરને આ સાંભળીને ઘણી રાહત થઈ હોય તેવું લાગ્યું.

"એ તો તમારી સારપ કહેવાય, શ્રીમાન હોમ્સ. તમારા વખાણ થાય કે તમને વખોડવામાં આવે તમને કશું લાગતુંવળગતું નથી, પણ જ્યારે સમાચારપત્રો અમને પ્રશ્ન પૂછવા લાગે છે ત્યારે અમારા માટે ઘણું તકલીફદાયક હોય છે."

"તદ્દન. તેઓ તો પ્રશ્નો પૂછવાના જ. તેમનો તે જન્મસિદ્ધ અધિકાર છે અને તમારે તેનો જવાબ પણ આપવો પડે તે તમારી ફરજ છે. જ્યારે તમને બુદ્ધિશાળી સંસ્થા કે પત્રકારો દ્વારા એવું પૂછવામાં આવે કે તમને કયા મુદ્દા પર શંકા ઊઠી અને છેવટે તમે ખરા ગુનેગાર સુધી કેવી રીતે પહોંચ્યા ત્યારે તમારો જવાબ શું હોય ?"

હોમ્સની આ ટીખળથી ઈન્સ્પેક્ટર થોડો મૂંઝાયો.

"તમે પ્રશ્ન પૂછો છો પણ હજુ અમને હકીકતો ક્યાં જાણવા મળી છે, શ્રીમાન હોમ્સ, તમે કહ્યું કેદીએ ત્રણ માણસની હાજરીમાં ઝેર ખાવાનો પ્રયત્ન કર્યો છે તે જ તેના ગુનાની સાબિતી છે. તે જ સાબિત કરે છે કે તેણે તેની પત્ની અને તેના પ્રેમીને મારી નાખ્યાં છે. આ સિવાય બીજી કઈ હકીકતો તમારી પાસે છે ?"

"તમે શોધ માટે પૂરતી ગોઠવણ કરી છે ને ?"

"ત્રણ કોન્સ્ટેબલ અહીં આવવા માટે નીકળી ગયા છે."

"તો તો પછી તમને ખૂબ જ ઝડપથી બધી જ હકીકતો સ્પષ્ટપણે જાણવા મળી જશે. મૃતદેહો કંઈ વધારે દૂર નહીં હોય. તમે બગીચો અને ભોંયરામાં તપાસ કરો. આવી જગ્યાને ખોદવામાં કંઈ વધારે સમય નહીં જાય. આપણે અહીંયાં પાણીની પાઈપો નંખાઈ તે પહલાંનું આ ઘર છે. અહીં ચોક્કસ વપરાશ વગરનો કૂવો આવેલો હશે. તમારું નસીબ ત્યાં અજમાવો."

"પણ તમને તેની કેવી રીતે ખબર પડી અને તમે તે કેવી રીતે કર્યું ?"

"સૌથી પહેલાં હું તમને એ જણાવું કે બધું કેવી રીતે થયું, અને પછી હું તમને સમજાવીશ કે તમારા માટે શું કરવાનું બાકી છે અને મારા આ બિચારા થાક્યાપાક્યા મિત્ર કે જેણે આ કેસમાં મારી ખૂબ મદદ કરી છે તેને પણ મારે હજુ હકીકત જણાવવાની બાકી છે. પણ તે પહેલા, હું તમને આ માણસની આંતરિક માનસિકતાનાં દર્શન કરાવવા માગું છું. તે ખૂબ જ અસામાન્ય છે - એટલું વિચિત્ર કે મને લાગે છે કે તેને ક્યાંક પાગલખાનામાં જ હોવું જોઈતું હતું. તેની માનસિકતા આધુનિક બ્રિટિશર કરતાં કોઈ

પૌરાણિક ઈટાલિયન જેવી વધારે હતી. તેણીની પત્ની તેની કંજૂસાઈથી એટલી તંગ આવી ગઈ હતી કે તે તેનાથી છુટકારો ઈચ્છતી હતી. ત્યાં જ તેણીની જિંદગીમાં આ ચેસ પ્લેયર ડૉક્ટર આવ્યો. એમ્બર્લી ખૂબ જ સરસ ચેસ રમી જાણતો હતો, વૉટસન, એમ પણ તે એક ષડયંત્રખોર મગજ ધરાવતો હતો. તે એક ખૂબ જ ઈર્ષાળુ માણસ હતો, અને તેની આ ઈર્ષા ગાંડપણની હદે વધી ગઈ હતી. તેના મગજમાં સાચો કે ખોટો વહેમ ઘૂસી ગયો હતો તે લોકો તેની સાથે કશુંક કરી નાખશે. તેણે તરત જ બદલો લેવાનો નિશ્ચય કરી લીધો, અને તેણે ખૂબ જ બુદ્ધિપૂર્વક પોતાની યોજના ઘડી નાખી. અહીં આવો !"

હોમ્સ જાણે તે ઘરમાં જ રહેતો હોય તેમ ખૂબ જ સરળતાથી અમને પરસાળમાં લઈ ગયો અને પછી ત્યાંથી અમને પેલા સ્ટ્રોંગરૂમના દરવાજા આગળ લઈ ગયો.

"અરે ! રંગકામની કેવી ગંધ મારે છે !" ઈન્સ્પેક્ટરે નાક બગાડતાં કહ્યું.

"તે જ તો અમારું પહેલું પગેરું હતું," હોમ્સે કહ્યું, "તમારે તે માટે ડૉ. વૉટસનના નિરીક્ષણનો આભાર માનવો જોઈએ, જો કે તે તેમાંથી કશું તારણ નહોતા કાઢી શક્યા. ત્યારથી જ મારા હાથમાં કેસનો એક છેડો આવી ગયો હતો. આ માણસ શા માટે આવા સમયે પોતાના ઘરને આવી ગંધથી ભરવા માગતો હતો ? સ્વાભાવિક છે કે તે કોઈક બીજી ગંધને તેની હેઠળ દબાવવા માગતો હતો. કોઈ એવી ગંધ જે ગુના તરફ નિર્દેશ કરતી હોય. પછી મને આ લોખંડના દરવાજા અને શટરવાળો સ્ટ્રોંગરૂમનો ખ્યાલ આવ્યો.તે એક ચુસ્ત બંધ ઓરડો હતો. આ બન્ને હકીકતોને મેં એક સાથે રાખી, અને પછી તે શોધ કરી કે તે ખરેખર ક્યાંય દોરી જાય છે ? તે હું માત્ર આખા ઘરને તપાસીને જ કરી શકું તેમ હતો. મને પહેલાંથી જ ખ્યાલ આવી ગયો હોત કે આ કેસ ચોક્કસ ખૂબ જ ગંભીર હતો, કારણ કે મેં થિયેટરનો ચાર્ટ તપાસી જોયો હતો - તે પણ આપણા ડૉ. વૉટસનની મહેરબાનીથી કરી શક્યો - તપાસ કરતાં મને ખબર પડી કે બી હરોળમાંની એકત્રીસ કે બત્રીસમી બેઠક ખાલી હતી. તેનાથી એ સાબિત થતું હતું કે એમ્બર્લી તે રાત્રે થિયેટર પર ગયો જ નહોતો અને માટે તે સમયે તેની અન્યત્ર હોવાની દલીલ સાવ નેસ્તનાબૂદ થઈ ગઈ. અને જ્યારે તેણે મારા મિત્રને થિયેટરની ટિકિટમાં નંબર જોવા દેવાની ભૂલ કરી ત્યારે જ તે ફસાઈ ગયો હતો. હવે પ્રશ્ન એ હતો કે મારે તે ઘરને તપાસવું તો કેવી રીતે તપાસવું. મેં મારા એક છોકરાને સાવ અંતરિયાળ તેવા એક ગામડામાં મોકલ્યો જેનો કોઈને ખ્યાલ પણ ન આવે અને ત્યાંથી તેને આ માણસ પર તાર કરાવ્યો અને તેને એવા સમયે ત્યાં બોલાવ્યો કે જ્યાંથી તે તરત ને તરત પાછો ન આવી શકે. તે છટકી ન જાય તેની કાળજી રાખવા માટે મેં ડૉ. વૉટસનને તેની સાથે મોકલી દીધા. પેલા પાદરીનું નામ મેં મારા માહિતીકોશમાંથી લઈ લીધું હતું. હવે બધું સ્પષ્ટ થઈ ગયું, વૉટસન ?"

"તમે બહુ કુશળતા વાપરી કહેવાય," ઈન્સ્પેક્ટરે આદરપૂર્વક કહ્યું.

"હવે મને કોઈ પણ જાતની ખલેલનો ભય નહોતો. મેં તરત જ મારી લૂંટ ચલાવી. મને ઘણીવાર ખાતરીપૂર્વક એવું લાગતું હોય છે કે જો મેં જાસૂસીનો વ્યવસાય ન

અપનાવ્યો હોત તો ચોક્કસ હું કોઈ લૂટારો જ બન્યો હોત અને મને લાગે છે કે હું ક્યારેય બહાર ન આવ્યો હોત. હવે હું જેની શોધમાં હતો તે આખરે મને મળી જ ગયું. તમે અહીં લગાવેલી ગેસની લાઇન જોઈ શકો છો. ખૂબ સરસ. તે અહીં દીવાલની લગોલગ આગળ જાય છે અને પેલા ખૂણામાં તેનો નળ છે. આ ટોટી આગળ જતાં સ્ટ્રોંગરૂમમાં જાય છે, તે તમે જોઈ શકો છો, અને તેનો છેડો છત પર પેલું વચ્ચે ઊપસી આવેલું પ્લાસ્ટર છે ત્યાં છે. જ્યાં તેને સુશોભન હેઠળ છુપાવી દેવામાં આવ્યું છે. તેનો છેડો પહોળો ખુલ્લો છે. કોઈપણ સમજી શકે કે બહારનો નળ ખોલીને આ આખા ઓરડાને વાયુથી ભરી શકાય છે. આ લોખંડી બારણું અને શટર પાડી દેવામાં આવે અને નળને તદ્દન ખુલ્લો મૂકી દેવામાં આવે તો મને નથી લાગતું કે તે ઓરડામાં પુરાયેલી વ્યક્તિ બે મિનિટ કરતાં વધારે સમય માટે જીવિત રહી શકે. મને હજુ એ નથી ખબર કે કઈ ચાલાકીથી તે બે માણસને અહીં આ ઓરડામાં લાવી શક્યો. પણ એકવાર દરવાજા અંદર જતાં તેઓ તેની જ દયા પર નિર્ભર હતા.''

ઇન્સ્પેક્ટરે ખૂબ જ રસપૂર્વક તે ટોટી તપાસી. ''પ્રાથમિક તપાસ વખતે અમારા અધિકારીઓમાંના એકે ગેસની ગંધનો ઉલ્લેખ તો કર્યો હતો.'' તેણે કહ્યું, ''પણ તે વખતે બારીબારણા ખુલ્લાં હતાં અને રંગકામ પણ ચાલતું હોવાથી તેની ગંધ પણ હતી એટલે તેના પર કંઈ ખાસ ધ્યાન આપવામાં નહોતું આવ્યું. તેની વાર્તા પ્રમાણે તેણે એક દિવસ પહેલાં જ રંગકામ કરવાનું ચાલુ કર્યું હતું. પણ ત્યાર પછી શું થયું, શ્રીમાન હોમ્સ ?''

''પછી એવી ઘટના ઘટી જેની મેં કલ્પના પણ નહોતી કરી. જ્યારે હું રસોડાની બારીમાંથી વહેલી સવારે બહાર નીકળવાનો પ્રયત્ન કરી રહ્યો હતો ત્યારે મારા કોલર પર કોઈનો હાથ પડ્યો અને એક અવાજ સંભળાયો : 'બદમાશ, તું અહીં શું કરી રહ્યો છે ?' જ્યારે મેં મારી ગરદન ફેરવી ત્યારે મેં જોયું કે તે પેલો સિલેટીયા રંગની છાંટવાળા ચશ્માવાળો માણસ હતો, તે મારો વ્યવસાયુ હરીફ બાર્કર હતો. તે વિચિત્ર મિલાપ હતો અને અમે બન્ને ખડખડાટ હસી પડ્યા. એવું જાણવા મળ્યું છે કે તે ડૉ. રે અર્નેસ્ટના પરિવાર તરફથી તપાસ કરી રહ્યા હતા અને તે પણ તેવા જ તારણ પર પહોંચ્યો હતો કે કોઈક ગંદી રમત રમાઈ હતી. તે છેલ્લા ઘણા દિવસથી ઘર પર નજર રાખી રહ્યો હતો અને તેણે ડૉ. વૉટસનને પણ એક શંકાસ્પદ વ્યક્તિ તરીકે જ જોયા હતા. પણ જ્યારે તેણે જોયું કે કોઈક ઘરમાં ઘૂસવાનો પ્રયત્ન કરી રહ્યું છે ત્યારે તેની ધીરજ ખૂટી ગઈ અને તેણે મને કોલરેથી ઝાલી લીધો. હવે તેને મેં બધી જ હકીકત જણાવી દીધી હતી અને પછી અમે બન્ને એકસાથે જ મામલામાં આગળ વધ્યા.''

''કેમ તેને ? અમને કેમ નહીં ?''

''કારણ કે મારે મારો એક અખતરો અજમાવવો હતો. અને મને ભય હતો કે તમે તેટલી હદે નહોતા જઈ શકવાના.''

ઇન્સ્પેક્ટરે સ્મિત કર્યું.

"એવું ન પણ હોય. તમારા શબ્દો પરથી હું એવું સમજ્યો છું, શ્રીમાન હોમ્સ, કે તમે આ કેસમાંથી હવે ખસી જાઓ છો અને તમે તમારા અખતરાઓ દ્વારા જે પરિણામો મેળવ્યાં તે અમારે હસ્તક કરો છો."

"ચોક્કસ, તે તો મારી પરંપરા રહી છે."

"અમારા પોલીસ ખાતા તરફથી હું તમારો આભાર માનું છું. તમે જ્યારે બધું સ્પષ્ટ કરી દીધું છે ત્યારે મામલો ઘણો ચોખ્ખો થઈ ગયો છે અને અમને મૃતદેહો શોધવામાં કંઈ ખાસ મુશ્કેલી નહીં નડે."

"ચાલો, હું તમને બીજો પણ એક ખૂબ જ નક્કર પુરાવો બતાવું." હોમ્સે કહ્યું, "અને મને ખાતરી છે કે એમ્બર્લીના ધ્યાનમાં તે જરા પણ નહીં આવ્યું હોય. જ્યારે તમે બીજી વ્યક્તિની જગ્યાએ પોતાની જાતને મૂકતા હોવ છો, ત્યારે તમને હંમેશા તેનું પરિણામ મળતું હોય છે, ઇન્સ્પેક્ટર. જો કે તેમાં કલ્પનાશક્તિની જરૂર પડે છે અને પરિણામ સારું મળે છે. હવે આપણે ધારી લઈએ કે તમે આ ઓરડામાં પુરાઈ ગયા, તમારી પાસે જીવવા માટે બે મિનિટથી વધારે સમય નથી, પણ તેમ છતાં પણ તમે જે વ્યક્તિએ તમને આવી હાલતમાં નાખી છે તેને જાહેર કરવા માગો છો. તો તમે શું કરશો ?"

"સંદેશો લખીશ."

"તદ્દન. તમે લોકોને એ જણાવવા માગશો કે તમે કેવી રીતે મર્યા. કાગળ પર લખવાનો કોઈ જ અર્થ નથી. તે નજરમાં આવી જાય. પણ જો તમે દીવાલ પર લખો તો કદાચ કોઈકની નજર તેના પર જઈ પડે. હવે, અહીં જુઓ ! જાંબલી પેન્સિલથી અહીં કંઈક લખવામાં આવ્યું છે : 'અમારી---' માત્ર આટલું જ લખ્યું છે."

"તેના પરથી તમારું શું કહેવું છે ?"

"લખાણ જમીનથી માત્ર એક ફૂટ જેટલું જ ઊંચું છે. બિચારાએ જ્યારે આ સંદેશ લખવાનો પ્રયત્ન કર્યો ત્યારે તે મરી રહ્યો હતો. પણ તે પોતાનું વાક્ય પૂરું કરે તે પહેલાં તો તે બેભાન થઈ ગયો હતો."

"તે લખી રહ્યો હતો : 'અમારી હત્યા થઈ છે.' "

"મને તે તેવું વંચાય છે. કદાચ તમને મૃતદેહ પાસેથી જાંબલી પેન્સિલ મળી જશે---"

"તમને ખાતરી આપું છું કે અમે તેની પણ તપાસ કરી લઈશું. પણ પેલા જામીનખતનું શું ? એટલું તો સ્પષ્ટ છે કે અહીં કોઈ જ લૂંટ નથી થઈ. તો પછી તે જામીનખત તેની પાસે જ હોવા જોઈએ. અમારી તપાસ દ્વારા અમને એટલું માલૂમ પડ્યું છે."

"તેણે તે ક્યાંક છુપાવી દીધા હોવા જોઈએ. જ્યારે ક્યારેય પણ આ આખી વાત સાવ જ ઠંડી પડી જાત અને તેને અચાનક તે મળી જાત અને તે એવું બહાનું બનાવત કે ભાગેડુ પ્રેમીઓએ પછતાઈને તે પાછા મોકલી દીધા અથવા તો ભાગતી વખતે તેમના હાથમાંથી પડી ગયા હતા અને મારા હાથમાં આવી ગયા હતા."

"તમે તો બધી જ મુશ્કેલીઓનો વિચાર કરી લીધો છે," ઇન્સ્પેક્ટરે કહ્યું, "એ વાત તો માન્યામાં આવે છે કે તેણે અમારો સંપર્ક કરવો જ પડે પણ તેણે તમને શા માટે આ મામલામાં રોક્યા તે નથી સમજાતું."

"નરી ડંફાસ મારવા માટે !" હોમ્સે જવાબ આપ્યો, "તે પોતાની જાતને એટલો ચાલાક માનતો હતો કે તેને એવું લાગતું હતું કે કોઈ તેની પોલ ખોલી જ નહીં શકે. તે આમ કરીને શંકાશીલ પાડોશીઓ આગળ ડંફાસ મારી શકે કે 'જુઓ મેં માત્ર પોલીસને નહીં પણ ખાનગી જાસૂસ શૅરલૉક હોમ્સને પણ આ મામલામાં રોક્યો હતો.'"

ઇન્સ્પેક્ટર ખડખડાટ હસી પડ્યો.

"ખરેખર, શ્રીમાન હોમ્સ, તમારી કામગીરી તો વખાણવા લાયક છે," તેણે કહ્યું. "મને તમારી આ કુશળ કામગીરી જિંદગીભર યાદ રહેશે."

બે દિવસ બાદ મારા મિત્રએ મારી આગળ નોર્થ સરે ઓબ્ઝર્વર નામના છાપામાં "ધ હેવનના હત્યારા" મથાળા હેઠળ આવેલો એક અહેવાલ વાંચવા આપ્યો જેમાં ઘણી બધી વિગતો આપવામાં આવી હતી અને ખાસ કરીને પોલીસનાં તેમાં ભારોભાર વખાણ કરવામાં આવ્યા હતા. હું અહીં માત્ર તે એક ફકરો જ વાચકો આગળ રજૂ કરવા માંગું છું. તે આ પ્રમાણે હતો :

> *ઇન્સ્પેક્ટર મૅકકિનોનની નોંધનીય ઊંડી સૂઝે પેઇન્ટની ગંધ માત્રથી આખાયે રહસ્યને ઉકેલી નાખ્યું છે. તેમને શંકા ગઈ હતી કે આ ગંધ કોઈક બીજી ગંધને દબાવવા માટે ઊભી કરવામાં આવી હતી. દા.ત. ઝેરી વાયુ. છેવટે તેઓ તેવા તારણ પર પહોંચ્યા હતા કે નાનકડા ઓરડાને ગેસ ચેમ્બર બનાવીને બે વ્યક્તિની હત્યા કરવામાં આવી હતી. ત્યાર બાદ તેમણે વપરાશ વગરના કૂવામાંથી બે લાશ પણ શોધી કાઢી હતી. આ પરથી સાબિત થાય છે કે આપણા સરકારી જાસૂસો કેટલા બુદ્ધિશાળી છે.*

"મૅકકિનોન એક સારો માણસ છે," હોમ્સે ઉદાર સ્મિત કરતાં કહ્યું, "પણ તું આ મામલાને આપણા સંગ્રહમાં ઉમેરી શકે છે, વૉટસન. કોઈક દિવસે સાચી વાત બહાર આવી જ જશે."

❖ ❖ ❖

www.ingramcontent.com/pod-product-compliance
Ingram Content Group UK Ltd.
Pitfield, Milton Keynes, MK11 3LW, UK
UKHW042138021026
15589UKWH00003B/912

9 789386 669438